டைகரிஸ்

டைகரிஸ்

ச. பாலமுருகன்

எதிர்
வெளியீடு

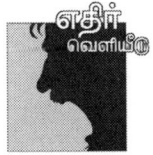

டைகரிஸ்

ச. பாலமுருகன்

முதல் பதிப்பு: செப்டம்பர் 2021

எதிர் வெளியீடு,
96, நியூ ஸ்கீம் ரோடு, பொள்ளாச்சி - 642 002
தொலைபேசி: 04259 - 226012, 99425 11302

விலை: ரூ. 550

Tigris
S. Balamurugan

Copyright: © S. Balamurugan
First Edition: September 2021

Published by
Ethir Veliyeedu, 96, New Scheme Road, Pollachi - 2
email: ethirveliyedu@gmail.com
www.ethirveliyedu.in

ISBN: 978-93-90811-46-5
Cover Design: Harisankar
Author Photography: Nehrudas
Printed at Jothy Enterprises, Chennai.

All rights reserved. No part of this book may be reprinted or reproduced or utilised in any form or by any electronic, mechanical or other means, now known or hereafter invented, including Photocopying and recording, or in any information storage or retrieval system, without permission in writing from the Publisher.

முன்னுரை

முதல் உலகப் போரின்போது ஒன்றுபட்ட இந்தியாவிலிருந்து சுமார் பதிமூன்று இலட்சம் இந்தியர்கள் உலகின் பல நாடுகளில் பிரிட்டனின் பக்கம் இருந்து போராடினர். பிரான்ஸ், பெல்ஜியம், மெசபடோமியா, எகிப்து, கல்லிபோலி, பாலஸ்தீனம், சினாய் என அவர்கள் உலகின் பல பகுதிகளில் போர் புரிந்தனர். அந்த நிலமும், சூழலும் அவர்களுக்கு முற்றிலும் புதியவை. அரசின் கணக்கின்படி 74,187 இந்திய போர் வீரர்கள் மரணமடைந்தனர். 69,214 வீரர்கள் காயத்துடன் நாடு திரும்பினர். போரில் பலர் காணாமல் போயினர். போர்க் களத்தில் மிகத் துணிச்சலான வீரத்தை அவர்கள் வெளிப்படுத்தினர். ஒரு நாடும் அதன் மக்களும் தங்கள் நாட்டின் எல்லைகளுக்கு அப்பால் அந்நிய மண்ணில் நடந்த போருக்குத் தங்களைத் தயார் செய்துகொண்டு சென்றனர். பிரிட்டிஷ் அரசு போர் முடிந்ததும் தன்னாட்சி தருவதாக உறுதி கூறியது. 100 மில்லியன் பிரிட்டிஷ் பவுண்டுகள் பணம் இந்தியாவிலிருந்து பிரிட்டிஷ் அரசுக்கு போருக்காகத் தரப்பட்டது. அது இன்றைய மதிப்பில் சுமார் 838 கோடி ரூபாய். சுமார் 1,70000 குதிரைகள், கழுதைகள் போருக்கு அனுப்பி வைக்கப்பட்டன. இந்தியர்களின் துணையின்றி முதல் உலக யுத்தத்தில் பிரிட்டிஷ் வெற்றி பெற்றிருக்க முடியாது என உலகின் பல ஆய்வாளர்களும் கூறினர். போரில் பிரிட்டன் வெற்றி பெற்ற பின் தன்னாட்சியை மறுத்தது மட்டுமல்ல கொடிய அடக்குமுறைச் சட்டமான ரௌலட் சட்டத்தை நடைமுறைப்படுத்தியது. ஜாலியன் வாலாபாக் படுகொலை நடந்தேறியது.

வரலாறுகளில் இந்தியர்களின் பெரும் பங்களிப்பு மறைக்கப்பட்டது. பிரிட்டிஷ் என்ற ஒற்றை அடைமொழி மட்டுமே தரப்பட்டது. அந்த அடையாளம் வெள்ளையர்களுக்கானது. இந்தியர்கள் அதில் அடங்கவில்லை. வரலாற்றிலிருந்து மட்டுமல்ல ஏதோ ஒரு வகையில் நம் நினைவுகளிலிருந்தும் அந்தப் பங்களிப்பை நீக்க வேண்டும் என அவர்கள் விரும்பினர். ஏறக்குறைய அதில் அவர்கள் வெற்றியும் பெற்றனர்.

போரிலிருந்து திரும்பியவர்களுக்கு உரிய அங்கீகாரம், உதவிகள்கூட மறுக்கப்பட்டன. போர் முடிந்த பின்பு போர்க்களத்தில் இறந்தவர்களின் கல்லறைகள், சவக் குழிகள் தோண்டி எடுக்கப்பட்டு, மீண்டும் மரியாதையுடன் மறு புதைப்பு நடத்தப்பட்டது. அந்த மரியாதைகூட இந்திய படை வீரர்களுக்குக் கிடைக்கவில்லை.

போருக்கு ஒருவனை அனுப்பி வைக்க ஒரு சமூகத்தில் பலதரப்பட்ட நியாயங்கள், கதைகள், பெருமைகள் கட்டமைக்கப்படுகின்றன. அது சாகசத்தின் வெளிப்பாடாகவும், தேசபக்தியின் வடிவமாகவும் நிலை நிறுத்தப்படுகின்றது. எல்லாக் காலத்திலும் அவைகள் ஒன்று போலவே உள்ளன. ஆனால் களம் வேறு வகையான காட்சிகளைக் காட்டுகின்றது. போருக்குப் போய் வந்தவனிடம் கடைசியாக எஞ்சி நிற்கும் கேள்வி போர் என்பது எதற்காக என்பதுதான். அன்றைய மெசபடோமியா என்ற இன்றைய ஈராக்கில் பாயும் டைகரிஸ் எனும் நதி அந்தப் பெரும் போரின் சாட்சியமாய் வாழ்ந்து பாய்கின்றது. அவள் ஆயிரக்கணக்கான இந்திய போர் வீரர்கள் மற்றும் கணக்கில் வைக்கப்படாத தொழிலாளர்கள் என்று போரின்போது உடன் இருந்த இந்தியக் கூலிகளின் கதைகளை அறிந்தவள். சலசலக்கும் அந்த டைகரிஸ் நதியின் ஓசையில் அந்தக் கதைகளை நீங்கள் கேட்கக் கூடும்.

இந்த நாவல் 1914 தொடங்கி 1918 வரையிலான காலம் வரை தன் எல்லைகளை வரையறுத்துக் கொண்டுள்ளது. அது முதல் உலகப் போரின் காலம். நாம் நினைத்துப் பார்க்கமுடியாத அளவு நமது கிராமங்கள், நகரங்களில் இருந்து போருக்குப் போனவர்கள் ஏராளம். அதுபோன்ற போருக்குச் சென்ற ஒரு இளைஞனின் வாழ்வை மையப்படுத்தியே இந்தப் புதினம் பயணிக்கின்றது. வாசகர்களை ஒரு போர்க் களத்தில் அதன் கதை மாந்தர்களுடன் பயணப்பட வைப்பதே இங்கு முக்கியம்.

பொள்ளாச்சியில் வாழ்ந்த எனது தாயார் வழி சின்ன பாட்டனார் எச். வில்லியம்ஸ் முதல் உலகப் போரின்போது இன்றைய ஈராக்கின் குட் என்ற நகரில் நடந்த போரில் பிரிட்டிஷ் இந்திய இராணுவத்தில் பங்காற்றியவர் என்பதை அவரின் வாழ்வுக்கு வெகு காலத்திற்குப் பின் அறிய முடிந்தது. நான்கு ஆண்டுகள் அவர் அங்கு பணி புரிந்தார். இன்னும் இரண்டு ஆண்டு சேவை இருந்த நிலையில் உடல்நிலை பாதிப்பால் அவர் நாடு திரும்பினார். ஆனால் படையணியில் பணிபுரிந்த அவரின் அந்த சேவைக்கான ஓய்வூதியம் அவருக்கு வழங்கப்படவில்லை. எனவே தனது வாழ்நாள் முழுதும் அதைக் கேட்டு கடிதம் எழுதியபடியே இருந்துள்ளார்.

அவர் எழுதிய அந்தக் கடிதங்களில் அவர் மெசபடோமியாவில் குட் நகர் போரில் பங்கேற்ற படையில் இருந்ததைக் குறிப்பிட்டிருந்தார். அவர் ஓய்வூதியம் கோரிவந்தது ஒருபுறம் பொருளாதார பலன் என்ற போதும், தனது சேவைக்கான அங்கீகாரத்தை உரிமையாக அவர் எதிர்பார்த்திருந்தார் எனப் புரிந்துகொள்ள முடிகின்றது. அவர் எழுதிய கடிதங்களில் இருந்த மெசபடோமியா மீட்புப் படையணி மற்றும் குட் என்ற நகரம் குறித்த குறிப்புகள் எனக்கு இந்தப் புதினத்திற்கு வழிகாட்டின. அவரின் அந்தக் குறிப்புகள் அடங்கிய ஆவணங்கள் இல்லாமல் போயிருந்தால் நிச்சயம் இந்த நாவல் உருவாகியிருக்காது.

ஒரு போரைக் கட்டமைக்கவும், அதன் களத்தைக் காட்சிப்படுத்தவும் அந்தப் போர்க்களம், அதனைச் சுற்றி உள்ளும் புறமும் நடந்த பல வரலாறுகள், களத்தில் நின்ற பலரின் நினைவுகள் மற்றும் ஆவணப்படுத்தப்பட்ட அரசின் குறிப்புகள், ஆய்வாளர்களின் பதிவுகள் என எல்லாம் உதவின. அவைகள் தாங்களாகவே புதினத்திற்கான பாதையை அமைத்துக் கொண்டன. சுமார் நூறு ஆண்டுகள் கழித்து அதே கதைக் களத்திற்கு பெரும் போரின் நடுவே நாம் பயணப்பட உள்ளோம்.

நான் அந்த அசலான மனிதர்களுக்கு அருகில் இந்தப் புதினத்தைக் கொண்டு செல்ல வேண்டும் என்பதில் குறிப்பாக இருந்தேன். அந்தக் களத்தை மீண்டும் வாசகர் முன் கட்டமைக்க முயன்றுள்ளேன். ஒரு பரந்த எல்லையில் மெசபடோமியாவின் டைகரிஸ் நதியின் தீரத்திலும் துருக்கி, சிரியாவின் பாலைவனப் பரப்பிலும் தாரஸ் மலைச் சரிவிலும் என பண்டைய ஒட்டாமன் பேரரசின் நெடிய கடினமான நிலத்தை கடும் வெயில், பின் அதே அளவு குளிர் என நாமும் அம் மக்களுடன் சேர்ந்து குறுக்கே கடக்கப் போகின்றோம்.

போர் கடந்து சென்ற நிலத்தை சிதிலங்களும், நெருப்பும், உலோகத் துண்டுகளும், இரசாயனங்களும் மாசடையச் செய்கின்றன. செந்நீரும், புதைமேடுகளும் சூழ்கின்றன. அவலங்கள் பீடித்திருக்கின்றன. ஆனாலும் அந்த மண்ணிலிருந்து பூமியைப் பிளந்து ஒரு விடியலில் சில புற்களும் செடிகளும் எழத்தான் செய்கின்றன. அந்தச் செடிகளில் சில பூக்களும் மலர்கின்றன. அந்தப் பூக்கள் மென்மையானவை என்ற போதும் அவை நிமிர்ந்து நிற்கின்றன. அது ஒரு சவால். அழிவை எதிர்க்கும் துணிவும் சக்தியும் அந்த மெல்லிய மலர்களுக்கு உண்டு. ஏனெனில் அவற்றிற்கு உயிர்ப்பும் ஈரமும் உண்டு. அது எல்லாவற்றைக் காட்டிலும் உறுதியானது.

எனது நாவல் ஆக்கத்தின் போது துணை நின்ற தோழர்கள் ஒடியன் லட்சுமணன், து. சேகர்அண்ணாதுரை, டாக்டர். ரமேஷ், சாந்தலா ரமேஷ் மற்றும் எதிர் வெளியீடு தோழர்கள் அனுஷ், சீனிவாசன், கவிஞர் தம்பி, அட்டையை வடிவமைத்த அரிசங்கர் உள்ளிட்ட அனைவருக்கும் எனது நன்றிகள்.

ச. பாலமுருகன்
191. ஆடிஸ் வீதி,
கோயமுத்தூர் - 641018
94432 13501
balamuruganpucl@gmail.com

தயாபகீர்
நீஸ்பின்
ஜிஸ்ரி
ரஸ் எல் அய்ன்
டெல் கெப்பே
மொசூல்
டிக்ரித்
சாமரா
பாக்தாத்
அஜிஸியா
குட்

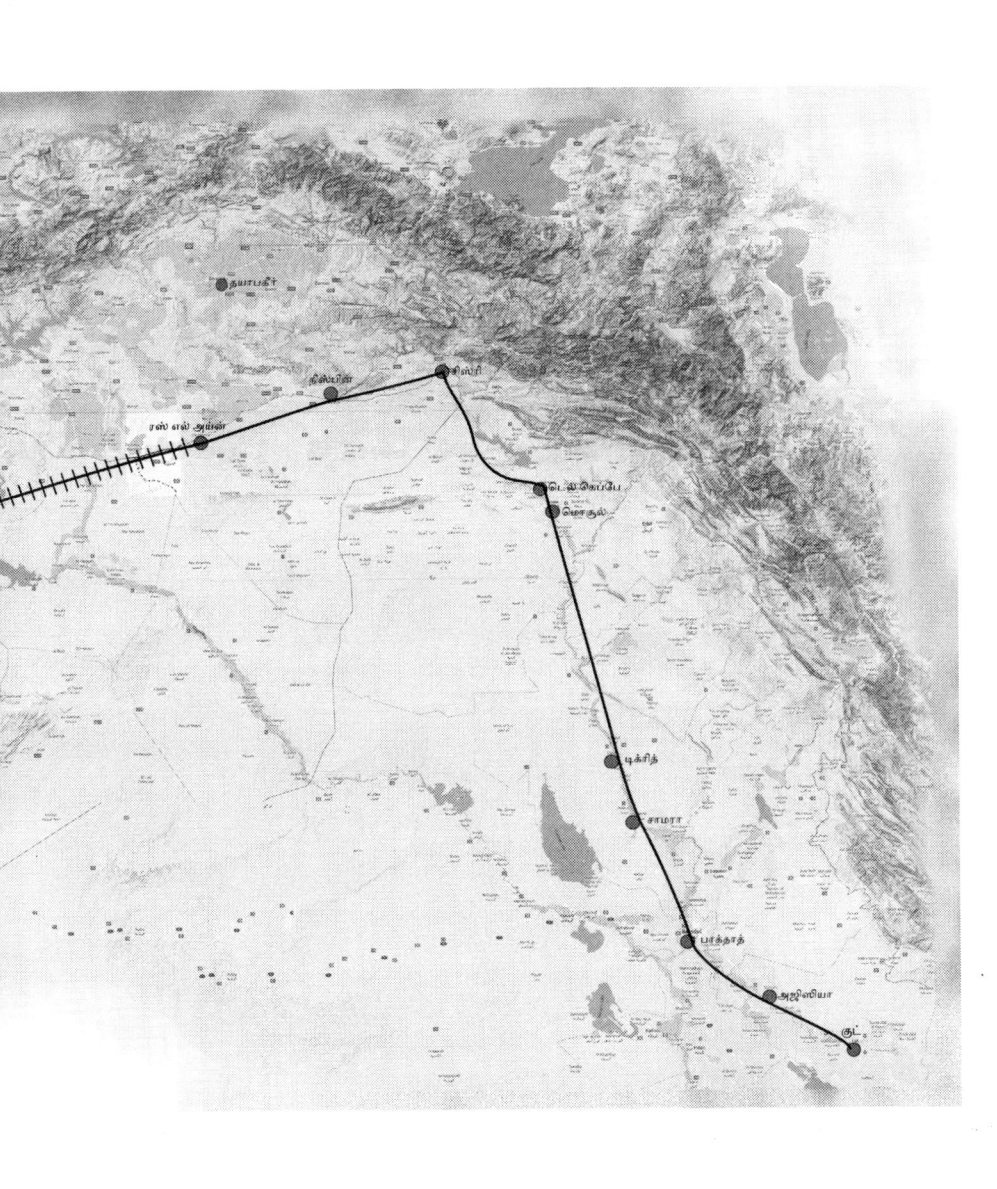

பாகம் 1

LOWER MESOPOTAMIA, 1914
FIRST ADVANCE ON BAGHDAD
Situation 30 November 1915 and
Operations Since July 1915
ELEVATION IN METERS
0 500 1000 2000 OVER
0 10 20 30
SCALE OF MILES
Baghdad
Diyala
Ctesiphon
Laj
22 Nov
Aziziya
5 Oct
Tigris
Masaiyib
Bagh-i-Shaht
Arrived 24 Sept.
Attacked 28 Sept.
Sannaiyat
Ind. 6(+)
TOWNSHEND
(11,000)
Babylon
Bughaila
Hilla
NUR-UD-DIN
(10,500)
Maqasis
Sheikh Sa'ad
Kut-Al-Amara
Ali Garbi
Arrived 30 Nov. and
accepted investment
Fulaifila
Kut-Al-Hai
Ali Sharqi
Najaf
Diwaniya
Qala Sikar

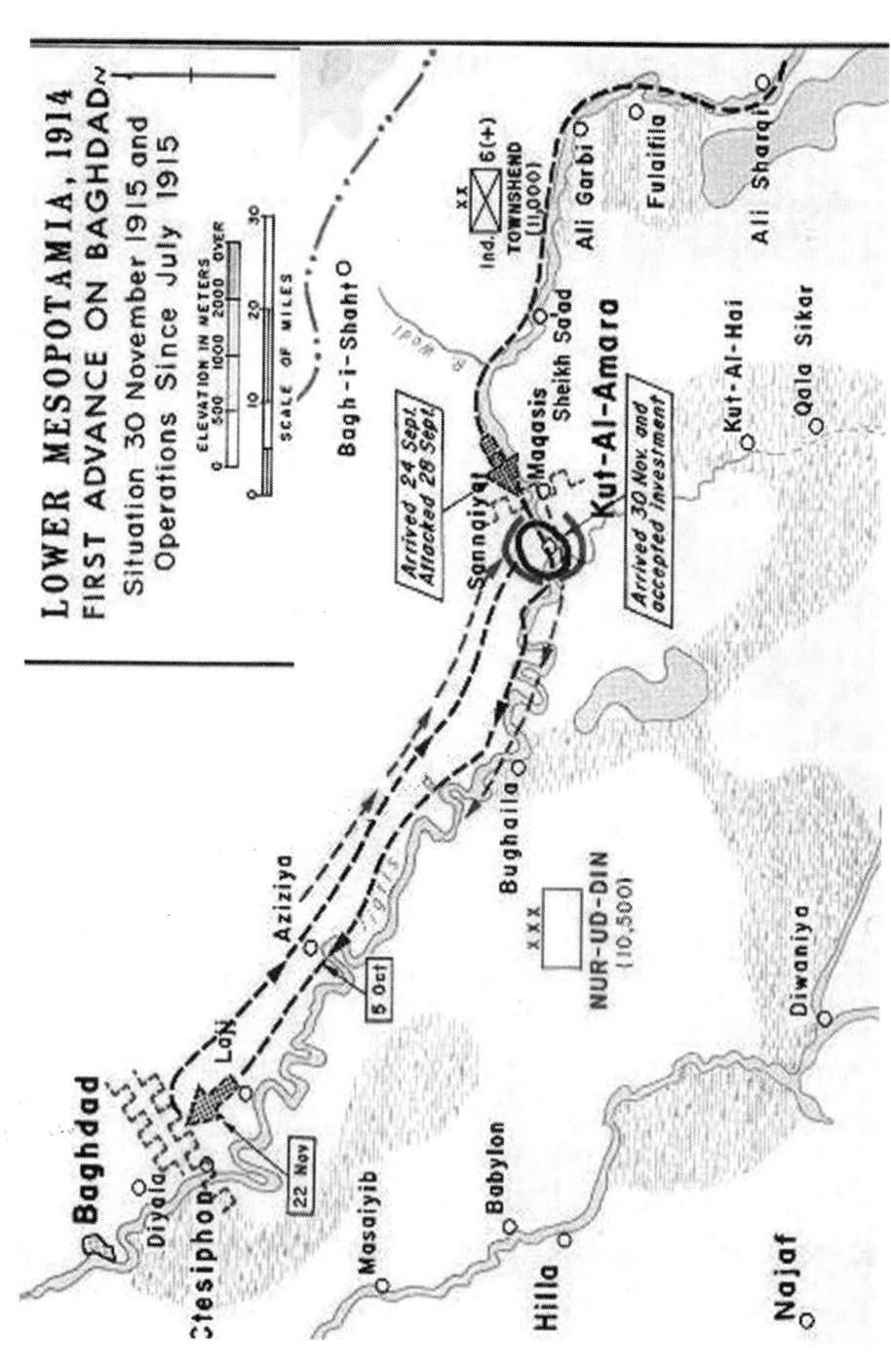

மேத்யு 2. 9, 10.

ராஜா சொன்னதை அவர்கள் கேட்டுப் போகையில், இதோ, அவர்கள் கிழக்கிலே கண்ட நட்சத்திரம் பிள்ளை இருந்த ஸ்தலத்திற்கு மேல் வந்து நிற்கும் வரைக்கும் அவர்களுக்கு முன் சென்றது.

அவர்கள் அந்த நட்சத்திரத்தைக் கண்டபோது மிகுந்த ஆனந்த சந்தோஷமடைந்தார்கள்.

அது 1915ஆம் ஆண்டு கிருஸ்துமஸ் இரவு. வில்லியம்ஸ் என்ற இளைஞன் அருகிருந்த தொடுவானத்திலிருந்து சற்று மேலே அந்த நட்சத்திரங்கள் மின்னுவதைக் கண்டான். வெளிமுழுதும் இருள் படர்ந்து நட்சத்திரங்களின் வரவை வெளிப்படுத்தியது. குளிர் அவனைத் தொட்டது. இந்த இரவில் இந்நேரம் திருச்சபையின் நள்ளிரவு வழிபாடு துவங்கியிருக்க வேண்டும். வரிசையாக சுடர் விடும் தீபங்களின் ஒளியில், ஆலயத்தினுள் புத்தாடையுடன் பூசிக்கொண்ட மெல்லிய நறுமணத் தைலங்களின் மணம் சூழ்ந்திருக்கும். அந்த இரவில் அந்த நட்சத்திரம் அவனோடு உரையாடும்.

நீண்ட நிசப்தத்தினைத் தொடர்ந்து அந்த கரிய வானிலிருந்து நட்சத்திரங்கள் அவனை நோக்கி வருகின்றன. அது காற்றை உரசி ஒரு வகை ஒலி எழுப்புகின்றது. அருகில் வருகின்றது. பூம் என்ற ஓசை. காதுகளில் மற்ற எல்லா ஒலிகளையும் தடுத்து வெறும் ஒற்றை சப்தம் மட்டும் கேட்கின்றது. உடல் முழுதும் மண் துகள்கள். மீண்டும் மீண்டும் பல வெளிச்சப் புள்ளிகளாய் அவர்களை நோக்கி வருகின்றது. அந்த நட்சத்திரங்கள் விழுந்த இடத்தை நோக்கி அவனுடன் இருந்தவர்கள் ஓடுகின்றனர். எதுவோ தலை மற்றும் நெற்றியில் வந்து பலமாகத் தட்டியது. அவனின் இரும்புத் தொப்பியில் அது பட்டு எதிரொலிக்கின்றது. அவன் சரிந்தான். அவனை யாரோ கை பிடித்து வழிபாட்டுக்கு அழைத்துச் செல்கின்றார்கள். 'அவள் அம்மாதான்' என முடிவு செய்தான். காதுகளில் எதுவோ நூற்றுக்கணக்கில்

காற்றை உரசிப் போகும் ஒலி. ‘கையைக் கெட்டியாக பிடித்துக் கொள் அம்மா.’ குளிரை எரித்து நெருப்பும், கந்தக நெடியும் சூழ்கின்றது.

சிறுவனாய் இருந்தபோது அவனுக்கு ஒவ்வொரு கிருஸ்துமஸ் இரவுகளிலும் குளிர்ந்த அந்த நட்சத்திரங்களைக் காட்டி அவன் அம்மா ரோசி கதை சொல்லியுள்ளாள். கிருஸ்துமஸ் கொண்டாட்டம் ஒரு சில நாட்களுக்கு முன்பே துவங்கி விடும். வீட்டுக்கு தையல்காரர் வந்து அவனின் கோட்டுக்கும் கால் சட்டைக்கும் அளவு எடுத்துச் சென்ற பின்பு, ஒவ்வொரு நாளும் அவன் இதே இரவுகளில் வானத்தைப் பார்க்கும்போது மறக்காமல் அவனின் அம்மாவிடம் “துணி தைத்து வந்து விட்டதா?” எனக் கேட்பதுண்டு. அவளோ “இப்போதுதானடா அளவெடுத்துச் சென்றார்கள், கோட்டுக்கான துணிகள் வாங்கி வந்து வெட்டி தைத்து... பொன்நிற பட்டன் வைத்துக் கொண்டு வரவேண்டும்” என்பாள். மறக்காமல் அவன் அம்மாவின் பக்கத்தில் படுக்கும்போது மற்றொரு முறை புது சட்டை பற்றிக் கேட்டு விடுவான். அவளோ அவன் முகத்தைத் தடவியபடி ஒரு சிரிப்பு சிரிப்பாள். இதுவெல்லாம் அவன் பள்ளிக்கூடம் சென்ற காலத்தில்; ஆனால் அந்த நினைவுகள் அவனுக்கு இன்றும் பசுமையாய் இருக்கின்றது. கிருஸ்துமஸினை எதிர்பார்க்கத் துவங்கி வெகு நாட்களுக்கு பின்னே அது வரும். புது கோட்டுகளில் அவன் மறக்காமல் முக்கோணமாய் மடித்த புது கைக்குட்டையைச் செருகி அதை வெளியே தெரிய பார்த்துக்கொள்வான்.

கிருஸ்துமஸ் சமயம் அவன் பள்ளியில் இருந்த பைன் மரத்தின் கிளைகளில் தொங்கிக்கொண்டிருக்கும் பரிசுப் பொருட்களை எடுக்கத் தயங்கியபோது அவனுக்கு அவன் ஆசிரியர் எட்வர்டு எடுத்துக் கொடுப்பார். அவன் மீது அவருக்கு ஏதோ கூடுதல் பரிவு. பள்ளிக்கு எப்போவாவது அவன் அப்பா வரும்போது அவருடன் சிரித்துப் பேசுவார். அவர்கள் இருவரும் மெட்ராஸ் இரயில்வே கம்பெனியில் ஒன்றாகப் பணியாற்றியவர்கள். உதகமண்டலத்தின் அந்த இரயிலை எவ்வளவு நேரம் வேண்டுமென்றாலும் பார்த்துக்கொண்டேயிருக்கலாம். அது விடும் புகை வானில் கரையும் வரை வானத்தைப் பார்த்துக்கொண்டே இருக்கத் தோன்றும். அதுவும் அந்த இரயிலில் சிறிது தூரம் அவன் அப்பாவுடன் பயணம் செய்யும்போது அவனுக்கு அவ்வளவு சந்தோசமாக இருக்கும்.

கிருஸ்துமஸுக்கு முன்பு அந்த இரயிலில் நிறையப்பேர் வருவார்கள். அவர்கள் வெளியூரிலிருந்து வருகின்ற அதிகாரிகள் என்று அவன் அம்மா கூறுவாள். வருகின்றவர்கள் எல்லோரும் அவன் அப்பாவைப் போன்றவர்கள். அவர்களின் தலை முழுவதும் பொன்னிற முடியும் தொப்பியும் உண்டு. ஆனால் அம்மாவைப் போன்ற ஆட்கள் மாட்டு வண்டியில் போகின்றார்கள். வீடுகளில் வேலை செய்கின்றார்கள். வெள்ளையான ஆட்களைப் பார்த்தால் தலையைக் குனிந்து உடலை

வளைத்து மரியாதை செய்கின்றார்கள். அதற்கு மறுபயனாக வணக்கம் பெற்றவர் அலட்சியமாகச் சென்றாலும் கருத்தவர்களோ பெரும் கடமையைச் செய்த பயபக்தியில் கடந்து போகின்றனர்.

அவன் அம்மாகூட வணக்கம் சொல்லுவதுண்டு. ஆனால் அவள் கூறும் போது மற்றவர்கள் பதிலுக்கு வணக்கம் சொல்வதுண்டு. அதற்கு அவள் ஒரு மகப்பேறு மருத்துவர் என்பது ஒரு முக்கியக் காரணம். மற்றொன்று அவள் ஹெர்பட்டின் மனைவி. அவள் நல்ல கருப்பானவள். சுருட்டை முடி எப்போதும் நெற்றியில் விழுந்து கிடக்கும். எப்போதும் அதனை அலட்சியமாக தூக்கி விடுவது உண்டு. அம்மாவின் கண்களிலோ ஏதோ ஓர் அமைதி இருக்கும். எப்போதும் சப்தமாகப் பேசியது இல்லை. அப்பா நீண்ட தொலைவு பயணம் போகும்போது மட்டும் அன்றைய இரவு தூக்கமின்றி அவனுக்குத் தெரியாமல் அழ முயற்சிப்பாள். அவன் எழுந்து வந்து அவளின் இடுப்பைக் கட்டிக்கொண்டால் மெல்ல தலையை வருடி விடுவாள். நீண்ட பெருமூச்சுக்குப் பின் "ஒன்றுமில்லை என் செல்லமே, நீ போய்த் தூங்கு" என்பாள். அவள் அவன் தலையை வருடுவது அவனுக்கு மிகவும் பிடிக்கும். அவன் அவளைப் பிடித்துக்கொண்டே அவள் முகத்தை நிமிர்ந்து பார்ப்பான். தன் அம்மாவுக்கு அப்பாவைப் பிரிவது முடியவே முடியாது. காலையில் எல்லாவற்றையும் மறந்து இறுகிய முகத்தில் புன்னகையை வரவழைத்தபடி பிரிந்து போகும் அவன் அப்பாவுக்கு விடை கொடுப்பாள். அந்தச் சமயம் குதிரை வண்டி வாசலில் காத்திருக்கும். அப்போது அவனைத் தூக்கி வைத்து ஆழமாக முத்தம் கொடுத்து,

"அன்பு மகனே, உன்னை எனக்கு மிகவும் பிடிக்கும்" என்பார். அப்போது அவன் அவர் புகை விடும் சிகரெட்டின் நெடியை உணர்ந்திருக்கின்றான். உடனே அம்மாவின் கையை ஓடிப் போய் பிடித்துக்கொள்வான். அவள்தானே எப்போதும் அவனுடன் இருப்பவள். அவன் அம்மா அப்பாவுக்கு விடை கொடு என்பாள். அவனும் கையை அசைப்பான். குதிரை வண்டி ஒரு புள்ளியாய் மலைச்சாலையின் மேட்டில் மறையும் வரை அவன் அம்மா நின்று கொண்டேயிருப்பாள். சாலை வெறுமையான பின்பும் அவள் பார்த்துக்கொண்டே இருப்பாள். அவளிடமிருந்து சின்ன நடுக்கம் வெளிப்படும். அப்போது அவனின் சிறிய கைகளை இறுகப் பற்றுவாள். கண்கள் கலங்கியிருக்கும்.

அதன் பின் வில்லியம்ஸ் தன் அப்பாவை கிருஸ்துமஸ் இரவு சமயங்களில் கட்டாயம் பார்த்துவிடுவான். அவர் வரும்போது அவரின் பயணப் பைகளில் ஏராளமான பொருட்கள் இருக்கும். அத்தனையும் புதியவை; எவரும் அறியாத விநோதமான விளையாட்டுப் பொருட்கள். அம்மா முகத்தில் பெரும் மலர்ச்சி தென்படும். அவளை அது போலவே எப்போதும் பார்க்கவேண்டும் என நினைப்பான். ஆனால் ஒரு முறைகூட

அவனுக்கு அதைச் சொல்லத் தோன்றியதில்லை. கிருஸ்துமஸ் சமயம் புதிய உணவுகள் அவனைத் தேடி வரும்.

இதோ இந் நாளைய இரவு, அந்தச் சில்லிடும் குளிரும் கரிய வானமும் அதன் நட்சத்திரங்களும் அவனுக்கு எப்போதும் மகிழ்ச்சியைத் தரக்கூடியவை. ஏதோ எல்லாமும் அவன் அருகில் இருப்பதைப் போல அவன் ஒவ்வொரு வருடமும் உணர்ந்திருந்தான். ஒவ்வொரு சமயமும் வித்தியாசமான ஒரு இறைச்சியை அவள் செய்து வைப்பாள். இரவு விருந்தில் பொறித்த வாத்துக் கறியும் பிளம் கேக்கும் பொதுவில் இடம் பெறும். விருந்து துவங்குவதற்கு முன் இறைவனுக்கு நன்றி சொல்லி பிரார்த்தனை; பின் அப்பாவும் அம்மாவும் பிராந்தியில் கொஞ்சம் குடிப்பார்கள். அவனுக்கு கிருஸ்துமஸ் ஒயின் உண்டு. முள் கரண்டியில் கொத்தி அவன் சாப்பிடுவான். பின் தேவாலயம் செல்லவேண்டும். பிரார்த்தனை முடிந்த இரவில் தேவாலயத்துக்கு அப்பால் இருந்த அரங்கில் விடிய விடிய விருந்து நடக்கும். மது வகைகள், கறிகள் பரிமாறப்படும். அம்மா ஒதுங்கி உட்கார்ந்து கொள்வாள். அவள் அருகில் அவன் இருப்பான். உற்சாகமான ஒரு குழு இசை துவங்கும். அவன் அப்பாவைப் போன்ற வெள்ளையர்கள் ஒருவரை ஒருவர் தழுவியபடி நடனமாடுவார்கள். அம்மாவுக்கு அது தெரியாது. அந்த நடனத்தைப் பார்ப்பதிலும் அவளுக்கு விருப்பமில்லை. அம்மா அவனைத் தனது கால்களுக்கிடையே வைத்து இதமாக அணைத்தபடி, அவனின் கைகளை அவள் கைகளுடன் பற்றி வெளியே தெரியும் கரிய வானத்திலிருக்கும் நட்சத்திரத்தை நோக்கி நீட்டினாள். இந்த நட்சத்திரம்தான் இயேசு பிறக்கும் திசையை கிழக்கிலிருந்து வந்த சாஸ்திரிகளுக்குக் காட்டியது. குழந்தை இருக்கும் இடம் வரை அவர்களை அழைத்துச் சென்றது. இயேசுவை அறிய வழிகாட்டியது என்றாள். அவளின் புத்தாடையும் அதிகம் மணமற்ற இனிமையான நறுமணத் தைலமும் அவனுக்கு இதமாகவே இருந்தது. அவள் அவன் கன்னங்களைத் தடவியபடி இருந்தாள். உள்ளே இருந்து உலகின் மகிழ்ச்சி என்ற பாடல் இசையுடன் இசைக்கப்பட்டது. அம்மா அந்தப் பாடலை அதே போல பாடினாள். “கடவுள் வந்தார், உலகம் மகிழ்ச்சியில் திளைக்கின்றது. உலகம் அதன் அரசனை வரவேற்கட்டும், நமது இதயங்கள் அதற்குத் தயாராகட்டும், வானமும் இயற்கையும் பாடுகின்றன, வானமும் இயற்கையும் பாடுகின்றன...” என நட்சத்திரத்தைச் சுட்டிக்கொண்டே பாடினாள். அவள் அழகாய்ப் பாடுகின்றாள், உள்ளே பாடும் வெள்ளையர்களின் குரல்களை விடவும். அவன் அவள் கன்னத்தை வானை நோக்கிக்கொண்டே தொட்டான். அவளும் அவனுக்கு ஒரு முத்தமிட்டாள். பாடல் இசைத்துக்கொண்டே இருந்தது. அவன் அந்த நட்சத்திரத்தையே பார்த்துக்கொண்டிருந்தான்.

கண் விழித்தபோது கரிய வானில் அந்த நட்சத்திரம் ஒரு புள்ளியிலிருந்து வளர்ந்து அவனை நோக்கி வருகிறது. கூடவே கீர் என்ற சப்தம். அவன்

அதனையே பார்த்துக்கொண்டிருந்தான். அம்மாவின் பாடல்... இசை... அது பக்கமாக வந்து விட்டது. யாரோ அவன் தலையைப் பிடித்து அமுக்கி அவனை உள்ளே தள்ளுகின்றார்கள். திடீரென பெரும் வெடிப்பு. மண் சிதறி விழுகின்றது. தொடர்ந்து வெடிச் சத்தம். இயந்திரத் துப்பாக்கிகள் சடசடக்கின்றன. கீழ்வானத்தில் தொலைவிலிருந்து வெளிச்சப்புள்ளிகளாக துப்பாக்கித் தோட்டாக்கள் வெடித்துச் சிதறுகின்றன. அவனைத்தாண்டி ஆட்கள் ஓடுகிறார்கள். கந்தகத்தின் கரிய புகையும் வாடையும் சூழ்ந்திருந்தது. அவன் சுதாரித்து எழுந்து குனிந்தபடி அவன் முதுகின் பின்பு இருந்த நீண்ட துப்பாக்கியின் விசையை இழுத்து அதனை வெடிக்கத் தயார் செய்து பதுங்குகுழியின் மேலே நீட்டிப் பிடிக்கின்றான். இரவைக் கிழித்து ஓயாத வெடியும் நெருப்பும் வந்து விழுகின்றன. அவன் முன்னே வெடித்துச் சிதறும் செல்களின் சிதறல்கள் பட்டு ஈர மண் வந்து கண்ணிலும் வாயிலும் விழுகின்றது. இடது நெற்றியில் வழிந்ததை மழைத்தண்ணீர் என அவன் கையால் துடைக்கும்போதே நெற்றியிலிருந்து இரத்தம் வழிவதை அறிந்தான். எதுவோ குத்திக்கொண்டிருந்தது. அதன் பின்னரே வலியை உணர்ந்தான். அவன் அங்கேயே உட்கார்ந்துவிட்டான். வெளிச்சம் மங்கியது. முதுகுப் பையிலிருந்து கட்டுப்போடும் துணியை எடுத்து தலையில் கட்டுப்போட அவன் நினைத்தான்.

சில மைல் தூரம் அவன் நிற்கும் பதுங்குகுழி நீண்டிருந்தது. பதுங்கு குழிகளுக்கு முன்னே வெகுதூரம் கம்பு வேலிகள் உள்ளன. அதற்கு அப்பால் திறந்த வெளி. மழை இடைவிடாது கொட்டுகிறது. அவன் கால்கள் குழியில் சேற்றில் முழங்கால் அளவு புதைந்து வெளியேறுகின்றன. ஈரத்தின் நமைத்த வாடையுடன் கந்தகப்புகை கலந்து வருகிறது. எப்போதும் மனிதத் தலைகளைக் குறிபார்த்து பசியுடன் காத்திருக்கும் ஸ்னைப்பர் துப்பாக்கிகளின் கட்டுப்பாடுகளையும் மீறி பதுங்குகுழியிலிருந்து முன்னேறுகின்றனர். பலர் சில அடிகளில் விழுகின்றனர். தங்களுக்கு எதுவும் ஆகாது என்று நம்பியே முன்னேற வேண்டும். பாய்னெட் செருகப்பட்ட துப்பாக்கிகளை உயர்த்தி கத்தியபடியே, சகதிகளைத் தாண்டி எதிரிகளின் முள் கம்பி வேலிகளைக் கடந்து, நீண்ட ஒட்டாமன் படைகளின் பதுங்குகுழிகளை அடைகின்றனர். கையெறி குண்டுகள் வெடிக்கின்றன. இன்னமும் பல மைல்கள் நீண்டிருந்த எதிர் பதுங்குகுழியிலிருந்து வானின் கருமையைக் கிழித்துக்கொண்டு மின்னலுக்குப் போட்டியாக குண்டுகள் விழுந்துகொண்டே உள்ளன. ஒவ்வொரு முறையும் அந்தப் பெரும் வெடிப்பு காதையும் உடலையும் நடுங்க வைக்கக்கூடியது. கண்கள் இருள்கட்டும். சமாளிக்க வேண்டும், குனியவேண்டும், ஓடவேண்டும்.

அவனிருந்த பதுங்குகுழியில் வரிசையாக நீண்ட துப்பாக்கிகள் வெடிக்கின்றன. இயந்திரத் துப்பாக்கிகள் மற்றும் எதிர் முகாமின் மீது செல்கள் வீசும் ஹோவிசர் வகை பீரங்கிகள் ஒருமுறை சுட்டுவிட்ட

பின் இரண்டடி பின் வந்து, அதன் சக்கரத்தைச் சுற்றிக் கட்டப்பட்டுள்ள இடைவெளியோடு விடப்பட்ட பலகை உருளையால் மீண்டும் பீரங்கி சக்கரம் முன் சென்று நிற்கின்றது. சுடப்பட்டவுடன் அதன் சுடுகுழாயின் இருபுறமும் கந்தகப் புகை நெடியுடன் வெளியேறுகிறது. அந்தப் புகை தங்கள் மீது படாது இருக்க தள்ளி நின்று மீண்டும் செல்கள் நிரப்பப்படுகின்றன. வானத்தில் பல வெளிச்சப் புள்ளிகள் உருவாகிக்கொண்டே உள்ளன. தொடர்ந்து நேசப்படை பதுங்குகுழியிலிருந்து துருக்கிப் படைகளின் பதுங்குகுழிக்கு அருகில் செல்ல அமைக்கப்பட்ட அகழிக் கோடு வழியாக அருகே சென்று கையெறி குண்டுகளை வீசுகின்றார்கள். இரத்தச் சிதறல்கள், மனித உடல்களின் சிதறிய பாகங்கள், இடையே ஒலித்த விசில் சப்தத்திற்கு பிறகு பதுங்குகுழியிலிருந்த படைகள் அதிலிருந்து வெளிப்பட்டு எதிரியின் பதுங்குகுழியை நோக்கி ஓடுகின்றன. இயந்திரத் துப்பாக்கியின் தாக்குதலுக்கு சிலர் விழுந்து கொண்டே உள்ளனர். நேசப் படைக்குழு முன்னேறி பதுங்குகுழியை நெருங்குகிறது. கையெறி குண்டு வீசப்படுகின்றது. புகையும் மண்ணும் விடிந்த பின்பு அடங்கி விட்டது. டைகரிஸ் நதியில் நிறுத்தி வைக்கப்பட்டிருந்த பையர் பிளை, காமட் என்ற இரண்டு போர்ப் படகுகளின் பீரங்கிகளும் துருக்கிப் படைப் பிரிவை நோக்கி குண்டு மழை பொழிந்தன. தொடுவானத்தில் இருள் கோடுகளாய் துருக்கி படை வீரர்கள் ஓடுவது தெரிந்தது. விடியும் வரை தாக்குதல் நடந்தது. குண்டு விழுவது இடைவிட்டு விடிந்த பின்பும் இருந்தது. அகழிக் கோட்டிலிருந்து யாரும் தலையை நீட்டவில்லை. துருக்கியின் நான்கைந்து ஸ்னைப்பர் ரைப்பில்கள் சுட்டுக்கொண்டே இருந்தன. அது எவரையும் அகழிக்கு மேலே தலை நீட்டவிடாமல் செய்து கொண்டிருந்தது. முடிவில் அவர்களின் பதுங்குகுழியிலிருந்து அந்த ஸ்னைப்பர் வந்த இடத்தை நோக்கி பிஎல் 6 அங்குல 26 சிடபிள்யூ ஹோவிசர் பீரங்கியிலிருந்து ஏவப்பட்ட செல் எதிரிகள் இலக்கில் விழுந்து, வெடித்து பெரும் புகையைக் கக்கிய பின் எல்லாம் அமைதியானது.

குட் நகரின் வடகிழக்குப் பகுதியான கோட்டைப்பகுதியைப் பாதுகாக்கும் பொறுப்பை பக்கிங்ஹாம் படைப் பிரிவு ஏற்று இருந்தது. ஆனாலும் வடக்கே மணல் குன்றுகளுக்கப்பால் பதுங்குகுழி தோண்டிக் காத்திருந்த ஒட்டாமன் படை தாக்கக் கூடும் என்பதால் தெற்கே இருந்த மராட்டா படைப் பிரிவும், மையத்தில் இருந்த ரிசர்வ் படைப்பிரிவும் பதுங்கு குழி வழியாக வடக்குப் பக்கம் வந்து சேர்ந்தன. கிருஸ்துமஸ் இரவில் தாக்குதல் இராது என பலரும் நம்பிக்கொண்டிருந்தனர். ஆனால் தாக்குதல் தொடுக்கும் ஒட்டாமன் படைகளுக்கோ அதன் தளபதிகளுக்கோ அதுபற்றி எந்த அக்கறையுமில்லை. ஒட்டாமன் படைகள் வடக்கு அரண் பக்கமே தனது அகழியை நீட்டித்திருந்தன. அந்தத் தாக்குதல் மிக மூர்க்கமாக இருந்தது.

அதிகாலை சமயம் ஒட்டாமன் படைகள் அந்த அகழியிலிருந்து வெகுவாக பின்னோக்கிச் சென்றிருந்தனர். அந்த அகழிக் கோட்டை நெருங்கிய போது ஏதேனும் குறுக்குக் கம்பிகள் தெரிகின்றதா, அதில் குண்டுகள் இணைக்கப்பட்டுள்ளதா என ஆய்வு செய்து உறுதிப்படுத்திய பின் எதிரியின் பதுங்குகுழிக்குள் இறங்கினர். அது ஆறடிக்கு மேல் ஆழமுள்ள பள்ளம். அந்தப் பதுங்குகுழியில் வெடிக்காத சில குண்டுகளும், குழியின் பக்கவாட்டில் மண் வெட்டப்பட்டிருந்த அறை போன்ற பள்ளத்திலிருந்து காய்ந்த விறகுகளும் கூடவே நான்கு பெரிய துண்டறிக்கைக் கட்டுகளும் இருந்தன. அந்த நோட்டீஸ் கட்டுகள் ஆங்கிலம், உருது, இந்தி, தமிழ் மொழிகளில் அச்சாகியிருந்தது.

"எங்களுக்கு எதிராக சண்டை போடவேண்டாம். பிரிட்டிஷ் அரசு உங்களைக் காவு கொடுக்கிறது. அவர்கள் தங்கள் சுயநலனுக்காக உங்களைப் பயன்படுத்துகிறார்கள். பிரச்சனை வந்தால் ஓடி விடுவார்கள். கல்லிபோலியில் இந்தியர்களை விட்டுவிட்டு ஓடி விட்டார்கள். துருக்கி பேரரசர் கலீபா உங்களுக்கு நிலம் தரத் தயாராக உள்ளார். பிரிட்டிஷ் அதிகாரியைக் கொன்றுவிட்டு எங்களோடு வந்து சேருங்கள்."

இப்படிக்கு
இந்திய சொசைட்டி, சிக்காகோ

என்ற முகவரியோடு முடிந்தது. ஆங்கிலேய அதிகாரிகளின் முகம் இருளடைந்தது. இந்தியச் சிப்பாய்களில் குறிப்பாக முஸ்லீம் மற்றும் பஞ்சாப் படைப் பிரிவினர் இதனைப் பார்க்கவில்லை என்பதை உறுதி செய்ய முயன்றனர். ஆனால் அந்த நோட்டீஸ் கட்டைக் கண்டுபிடித்துக் கொடுத்ததே அவர்கள்தான். அந்த நோட்டீஸ் எதுவும் பெரிதாக விநியோகிக்கப்பட்டிருக்க வாய்ப்பில்லை என முடிவு செய்து தலைமையிடத்திற்கு ரேடியோ செய்தி அனுப்பினர். அதன் பிறகு அதனை பதுங்குகுழியிலேயே தீயிட்டு எரித்தனர். அது சாம்பலான பின்பும், அந்த சாம்பலில் மண்ணைப்போட்டு மூடி விட்டுத்தான் அங்கிருந்து அகன்றனர். ஆனால் அதுபோன்ற துண்டறிக்கை முன்னமே உள்ளூர் அரபுகள் வழியாக பதுங்குகுழிக்குள் ரகசியமாகப் படிக்கப்பட்டது. ஆனால் படித்த எவரும் அதனைப் பொருட்படுத்தவில்லை.

அவனைத் தூக்கி வந்தவன் பெங்கால் ஆம்புலன்ஸ் படை வீரன். அவன் அவனைத் தட்டி எழுப்பி கொஞ்சம் தண்ணீர் கொடுத்த பின்பு அவனால் சுதாரித்து எழுந்து நிற்க முடிந்தது. அவன் சட்டைப் பாக்கெட் வரை இரத்தம் வடிந்து கிடந்தது. அவனின் தலையில் விழுந்த செல்லின் உலோகச் சிதறல்களை அவனின் இரும்புத் தொப்பி தாங்கிக் கொண்டது. ஆம்புலன்ஸ் குதிரை வண்டிகளில் நடக்கமுடியாத சிலர் கிடந்தனர். பலருக்குக் கைகள்

சிதறிப் போயிருந்தன. பலர் செத்துக்கிடந்தனர். தூக்கிவரப்பட்ட ஒரு பிரிட்டிஷ் வீரனுக்கு வலது கால் சிதைந்து பாதி இல்லை. அவனுக்கு ஆம்புலன்ஸ் படைப்பிரிவைச் சார்ந்தவன் தண்ணீர் கொடுத்தான். அப்போது அவன் தனது கைகளால் அவன் கால்களைத் தொட்டான். ஒரு முறை மெல்லச் சிரித்தான். அந்தச் சிரிப்பில் எதையோ அவன் சொல்ல வந்திருக்கக் கூடும். அதன் பின்பு அவன் விழிகள் நிலைகுத்தி நின்றன. அசைவில்லை. அவனின் நாடியைப் பிடித்துப் பார்த்தபோது துடிப்பில்லை. உடல் சூடு அவனுக்கு மெல்ல மெல்லக் குறைந்து வந்தது.

வில்லியம்ஸ் நடந்தே மருத்துவமனைக்குப் போனான். வீதியின் குறுக்கே வரிசையாக வெண் நிறக் கூடாரங்கள் இருந்தன. அவன் கூடாரத்திற்கு வெளியே மரத்தின் கீழ் அமர்ந்திருந்தான். வலியில் முனகிக்கொண்டிருந்தான். அந்த வழியெங்கும் நூற்றுக்கணக்கில் படை வீரர்கள் கிடக்கின்றனர். பலருக்குக் கைகளும், கால்களும் சிதைந்துள்ளன. வழியில் மனித இரத்தம் வழிந்து அந்தச் சாலையே செந்நிறத்தில் காட்சியளிக்கின்றது. இரத்தத்தைக் கால்களில் நனைக்காமல் அந்தப் பகுதியின் சாலையைக் கடக்க முடியாது. சிலர் முனகிக்கொண்டே அமைதியாகி விட்டனர். அவர்கள் கண்கள் இன்னமும் திறந்தே உள்ளன. இரத்த வாடையை முகர்ந்த அவ்வளவு சீக்கிரத்தில் ஈக்கள் வந்து மொய்க்கின்றன. அதன் அருவருக்கத்தக்க ரீங்காரம் கூடுதல் சிரமத்தைத் தருகின்றது. அதை விரட்ட அவ்வப்போது கைகளை அசைக்க வேண்டியிருந்தது.

முதலில் காயம்பட்டு வருபவர்களுக்கு குடிக்கத் தண்ணீர் தரப்பட்டது. அந்தத் தண்ணீர் தரும் இந்தியத் தொழிலாளியின் உடலெங்கும் இரத்தம் பூசியிருந்தது. அவன் காயம்பட்டவர்களை தாங்கிப்பிடித்து தண்ணீர் தருகின்றான். அதன் பின்பு பெங்கால் மருத்துவக் குழு தொழிலாளிகள் முடிந்தவரை மருத்துவரின் உதவியின்றி கட்டுகளை இட்டு காயத்தின் இரத்தப் போக்கை தடுக்க முயல்கின்றனர். அங்கு ஒரு சில மருத்துவர்களே இருந்தனர். அவர்கள் உயிர் போகும் நிலையிலிருந்தவர்கள் அருகில் இருக்க வேண்டியிருந்தது. அந்தத் தாக்குதல் அதிகாலை மூன்று மணிக்கு நிறுத்தப்பட்டது. அதன் பின் தாக்குதல் பகுதியில் மற்றும் அகழியில் கிடந்தவர்களை ஆம்புலன்ஸ் மருத்துவ படைப்பிரிவினர் தேடிப்பிடித்து ஸ்ட்ரெச்சர்களில் தூக்கி வந்தனர். மதியம் ஒரு மணி வரை புதிதாக காயம்பட்டவர்கள் கொண்டு வரப்பட்டனர். அதில் பிரிட்டிஷ் இந்தியப் படையினர் மட்டுமல்ல, எதிர்த்துப் போரிடும் ஒட்டாமன் படையினரும் சிலர் இருந்தனர்.

கால்கள் சிதைந்து காயம்பட்ட ஓர் இந்திய வீரன் வலியில் “பிரிட்டிஷ் அரசருக்கு என் உயிரை தேசபக்தியின் அடையாளமாய்த் தருகின்றேன்” எனக் கத்தினான்.

அப்போது மருத்துவமனையிலிருந்து வந்த ஓர் இளம் மருத்துவன், அவனுக்கு வயது இருபத்தி ஏழு இருக்கும், மீசையற்ற நீண்ட மூக்கும் ஒல்லியான நாகரிகமுமான இளைஞன். அவனின் சட்டையில் ‘கேப்டன். கல்யாண், இந்திய மருத்துவ சர்வீஸ்’ என எம்ப்ராயிடர் செய்யப்பட்டிருந்தது. கத்திக்கொண்டிருந்தவனை,

“சப்தம் போடாதே. இந்த மெசபடோமியாவிலிருந்து இங்கிலாந்து வெகு தூரத்தில் உள்ளது. உன் அரசருக்கு இந்தக் குட்டில் நடப்பது கேட்காது” என்றான். கத்தியவன் மயங்கிப் போனான். அவனை மருத்துவமனைக்குள் கொண்டு சென்று அவசர மருத்துவ உதவி செய்ய தனது பெங்கால் ஆம்புலன்ஸ் ஆட்களுக்குக் கட்டளையிட்டான். டாக்டரின் சட்டை மற்றும் முழங்கால் வரை இருந்த கால்சிராய் முழுதும் இரத்தம் படிந்திருந்தது.

வில்லியம்ஸ் மருத்துவமனையின் வாசலில் ஒரு தூணில் சாய்ந்து உட்கார்ந்திருந்தான். அவனைப் பார்த்த கேப்டன் கல்யாண் குனிந்து அவனது தலையைத் தூக்கிப் பார்த்தான். “ஒன்றும் ஆகவில்லை. கொஞ்சம் செல்லின் சிதறல்கள் கண்களுக்கு மேல் நெற்றியில் ஏறியிருக்கிறது. அதை எடுத்துக் கட்டுப் போட்டால் சரியாகி விடும்” என்றான்.

வில்லியம்ஸ் மெட்ராஸ் துறைமுகத்திலிருந்து மருத்துவக் கப்பல் எச். எஸ். மெட்ராஸில் ஏறும்போது அவனுக்கு முன்பே கல்கத்தாவிலிருந்து வந்திருந்த பெங்கால் ஆம்புலன்ஸ் பிரிவு டாக்டரான கேப்டனுடன் அவனுக்கு அறிமுகம் கிடைத்தது. தொடர்ந்து இப்பொழுது வரை எல்லோரும் ஒன்றாகவே பயணிக்கின்றனர். அப்போது அந்தக் கப்பலில் அவர்களுடன் வந்த பலர் இப்போது இல்லை. பெங்கால் ஆம்புலன்ஸ் குழுவில் இருந்த பல மருத்துவர்கள் தற்போது உயிருடன் இல்லை. கடந்த மூன்றே மாதத்தில் பத்துக்கும் மேற்பட்ட டாக்டர்கள் நோய்வாய்ப்பட்டு இறந்து விட்டார்கள். டாக்டர் அபிபுல்லா கடைசியாக பஸ்ராவில் காலராவிற்கு உயிரிழந்தான். பஸ்ராவில் கல்யாண் தப்பிப் பிழைத்தான். பஸ்ராவின் அனுபவம் மிக மோசமானது; அதை நினைக்காமல் இருப்பதே நல்லது. கடுமையான நோயினால் நாற்பதுக்கும் மேற்பட்ட மருத்துவர்கள் பணியிலிருந்து விடுவிக்கப்பட்டு விட்டனர். கொஞ்சம் மருத்துவர்கள் ஒட்டாமன் குண்டுகளுக்கு இடையே மருத்துவம் பார்க்கின்றார்கள்.

மீண்டும் ஒரு பிரிட்டிஷ் படைப் பிரிவு போர் வீரன், “என் உயிரை என் தேசபக்திக்காகத் தரப் போகின்றேன்” எனக் கத்தினான். கேப்டன் அவனை திரும்பிப் பார்த்துவிட்டு,

“நீ சாக மாட்டாய். சப்தம் போடாமல் இரு” என்றான்.

போரில் ஏற்படும் பெரிய காயங்களைத் தவிர்த்து சிறிய காயங்கள் ஏற்பட்டிருந்தால் அந்தக் காயம் தானாக ஏற்படுத்திக் கொண்டதல்ல,

எதிரியின் தாக்குதலால் வந்தது என்பதை மருத்துவர்கள் உறுதி செய்து சொல்லவேண்டும் என்ற புது விதி டிசம்பர் மூன்றாம் வாரத்திலிருந்து போடப்பட்டுள்ளது. மருத்துவர்களுக்கு இது மருத்துவம் பார்ப்பதைவிட கூடுதல் வேலை. மனரீதியாக பெரும் பின்னடைவை படைப்பிரிவு எதிர் நோக்கி உள்ளது. காயம் ஏற்படுத்தி மருத்துவமனையில் படுத்துக்கொண்டால் ஒட்டாமன் துருக்கிப் படைகளின் பீரங்கி குண்டுகளிலிருந்தும் ஸ்னைப்பர் துப்பாக்கிகளிலிருந்தும் தப்பி விடலாம் என்று எல்லோரும் நினைக்கவில்லை. ஆனால் எதிரிகளின் முற்றுகை அதிகரிக்க அதிகரிக்க, மீட்புப் படை வருவது தாமதமாகும் சூழலில் உணவும், ஆயுதங்களும் குறைந்து வரும்போது படையினர் மனதின் வலிமை குன்றுவது இயல்பானது. அரசாங்கம் தங்களைச் சந்தேகிப்பது வேதனை தருகின்றது என்பதை மனம் விட்டுத் திட்டும் இடமாக கழிப்பறை பகுதிகள் மட்டுமே இருந்தன. ஒரு குழியின் ஓரம் இருபுறமும் முக்கோண வடிவில் நிறுத்தப்பட்ட மரச் சட்டங்கள்தான் மேற்கத்திய கழிப்பறைகள். ஒரே சமயம் நான்கு பேர் கூட பெஞ்சில் அமர்வதுபோல அமர்ந்து இயற்கை அழைப்பைக் கழித்தனர். அப்போது தங்கள் மனக் குமுறலை வெளிப்படுத்தினர். “பிரிட்டிஷ் அதிகாரிகளுக்கு யார் செத்தாலும் பிழைத்தாலும் கவலையில்லை. அவர்கள் அரசரிடம் நல்ல பெயர் வாங்கவேண்டும். அடுத்த பணி உயர்வு பெற வேண்டும். மேஜர் ஜெனரல் டவுன்செண்ட் நேற்றுகூட கிருஸ்துமஸ் வாழ்த்தை ரேடியோவில் சொன்னார். சீக்கிரம் நம்மை மீட்க பெரும் படை ஜெனரல் அலிமர் தலைமையில் வரப்போவதாகவும் சொன்னார். இத்தனைக்கும் மேஜர் ஜெனரல் டவுன்செண்ட் நேசப்படை பதுங்குகுழியிலிருந்து ஐந்து மைல் தள்ளி குட் நகரத்தின் இரட்டை மாடியில்தான் உட்கார்ந்திருக்கின்றார். நேரில் வந்து பேசக்கூட அவருக்கு நேரமில்லை. பிரபுக்கள் போர் முனையிலும் பிரபுக்களாகவே இருக்கின்றார்கள்” என்று அந்தப் பேச்சை அத்துடன் நிறுத்திக் கொண்டு, அன்றைய தினம் அகழிக்குள் கிருஸ்துமஸின் எல்லா நினைவுகளையும் கைவிட்டு அகழிக் கோட்டில் இறங்கி தாக்குதலுக்குச் சென்றார்கள் அவர்கள்.

அது போன்ற ஒரு கிருஸ்துமஸை காயம்பட்டவர்கள் எதிர்கொண்டதில்லை. இரத்தக் குளியல் அது.

“கேப்டன், உங்கள் சட்டை முழுதும் இரத்தமாக உள்ளது” என்றான் வில்லியம்ஸ்.

“இன்னமும் காயம்பட்டோர் வந்துகொண்டே இருக்கின்றனர். மருத்துவமனையில் எல்லா இடத்திலும் இரத்தம். இந்தச் சாலை முழுதும் இரத்தம். இந்தத் தேசபக்தி நாசமாய்ப் போக, உன்னை விட மோசமாக

காயம்பட்டவர்கள் அதிகம். உன்னுடைய தோள் பையிலிருந்து காயத்துக்கு கட்டுப்போடும் துணியை எடு, இங்கே அதுவும் தீர்ந்து விட்டது" என்றான்.

தனது அறுவை சிகிச்சைப் பெட்டியிலிருந்து இடுக்கியை எடுத்து வந்து சில இரும்புச் சிதறல்களை நெற்றிக் காயத்திலிருந்து வெளியே எடுத்தான். அப்போது இரத்தம் வழிந்தது. "கொஞ்சம் கீழே இறங்கியிருந்தால் உன் கண் போயிருக்கும்" என்றபடி இரத்தத்தைத் துடைத்துவிட்டு, பிளிச்சிங் பவுடரில் கட்டுத் துணியை நனைத்து, காயத்துக்கு போரிக் அமிலத்தின் பொடியைத் தூவியபோது, கம்பவுண்டர் வேகமாக வந்தான். அவனுக்கு இவனின் வயதுதானிருக்கும். "கேப்டன், எலும்பு முறிவுக்கு வைத்துக் கட்டும் தப்பை ஸ்பிலிண்ட் எதுவுமில்லை" என்றான். வந்தவனை வில்லியம்ஸ்க்கு கட்டு கட்டி விடும்படி கூறிவிட்டு கேப்டன் கல்யாண் வேகமாக மருத்துவமனைக்கு உள்ளே சென்றான். வழியில் ஏராளமான போர்வீரர்கள் கீழே படுத்துக் கிடந்தனர். பலர் நடைபாதையின் குறுக்கே அடைத்தபடி கிடந்தனர். அவர்களைத் தாண்டிப் போகும்போது ஒரு ஆங்கில அதிகாரி கண்கள் வெறித்தபடி அமைதியாகப் படுத்திருந்தான். அவன் தலையின் பின்புறக் காயத்தில் இரத்தம் வழிந்து கிடந்தது. அவனைத் தாண்டிப் போய் தனது பரிசோதனை மேசைக்குக் கீழே ஏதாவது கிடைக்குமா எனப் பார்த்தான். ஒரு மூலையில் ஜானி வாக்கர் விஸ்கி மரப்பெட்டிகள் சில இருந்தன. உதவியாளனைக் கூப்பிட்டான். உடனடியாக விஸ்கி பாட்டில்களைப் பத்திரமாக எண்ணி எடுத்துக் கீழே வைத்துவிட்டு இந்த மரப்பெட்டிகளை ஸ்பிண்டர் அளவு வெட்டி எடுத்து வரச் சொல்லிவிட்டு அவன் முன்பு பார்த்த ஆங்கில அதிகாரியை நெருங்கி அவனின் குரல்வளையில் கைகளை வைத்துப் பார்த்தான். ஸ்டெத்தஸ் கோப்பின் ஒரு முனையை அவன் நெஞ்சில் வைத்து மறுமுனையை தனது வலது காதைச் சாய்த்து சப்தம் கேட்கிறதா எனப் பார்த்தான். அவன் கண்கள் எதையோ சொன்னது. அதில் அசைவில்லை. கண்களின் ஓரத்தில் கொஞ்சம் கண்ணீர் சேர்ந்திருந்தது. அந்தக் கண் இமைகளை மூடி அவனுக்கு உதவினான். மருத்துவமனை வராண்டாவில் வரிசையாக வைக்கப்பட்ட அசைவற்ற உடல்கள் பக்கம் அவனின் உடலும் வைக்கப்பட்டது. அவன் பக்கிங்ஹாம் படை அதிகாரி.

வில்லியம்ஸ் வரிசையாக மருத்துவமனையின் வெளியில் கிடத்தப்பட்டிருக்கும் இறந்த அந்த அதிகாரியின் முகத்தையே பார்த்துக்கொண்டிருந்தான். ஏதோ நடுக்கம் உடலெங்கும் பரவியது. அவன் காதுகளில் வெகு தூரத்தில் பேசுவது போல, அவனுக்கு நெற்றியில் கட்டுக் கட்டிவிடும் மெடிக்கல் கார்ப்ஸ் பணியாளனின் குரல் எதிரொலித்தது.

"வீக்கம்தான் கண்ணை மறைக்கிறது. கண்ணில் அடிபடவில்லை. இரண்டு நாளில் சரியாகிவிடும். கொஞ்சம் கையைக் கீழே இறக்குங்க" எனக் கைகளை கீழே அழுத்தி விட்டான்.

படுத்துக் கிடந்த உயிரற்ற பக்கிங்ஹாம் அதிகாரியின் முகத்தில் ஏதோ அமைதி. அவன் முகத்தில் வடிந்துள்ள உறைந்த குருதியில் சில பெரிய சவ ஈக்கள் வந்து மொய்க்கின்றன. அவனைப் போன்ற ஒருவன் அவன். வில்லியம்ஸ்க்கு நன்கு அறிமுகமானவன். வில்லியம்ஸ் அந்த ஈக்களை விரட்ட எண்ணி எழுந்து போக முயன்றான். தலை சுற்றியது. ஈக்களை விரட்ட ஏதாவது பொருட்கள் கைகளில் அகப்படுமா எனப் பித்துப் பிடித்தவன் போல் தேடத் துவங்கினான். தரை முழுதும் சிந்திக் கிடந்த இரத்தத் துளிகளில் நிறைய ஈக்கள்.

குட்- அல்- அமாரா மெசபடோமியாவின் டைகரிஸ் நதியை ஒட்டிய சிறு நகரம். இந் நகரில் டைகரிஸ் நதி அகலமாகவும், அதன் ஓட்டத்தில் ஒரு வளைவை உண்டாக்கியும் பாய்கின்றது. அது ஒரு மதுக்கோப்பை வடிவில் வளைந்து செல்கிறது. அது வடக்கிலிருந்து தெற்கே பாய்ந்த பின் கிழக்கே திரும்பி மீண்டும் வடக்கே நீண்டு சென்று மீண்டும் கிழக்கே திரும்பி பின் தெற்கே ஓடுவதால் மதுக்கோப்பை வடிவைப் பெற்றுள்ளது. இதன் அடிப்பகுதியில்தான் குட்- நகரம் உள்ளது.

சுமார் ஏழாயிரம் அரேபியர்கள், பின்னர் குறைந்த அளவில் சபைன் பூர்வ குடிகள், யூதர்கள், நெஸ்டோரியன் கிருஸ்துவர்கள் மட்டுமே அந்த நகரில் இருந்தார்கள். டைகரிஸ் நதியின் கரையிலிருந்து கிழக்குப் புறம் பழைய கோட்டை மதில்சுவர் அரண் போல இருந்தது. குட் நகரிலிருந்து வடக்கே கோட்டைக்கு அப்பால் சிறிது தூரத்திலேயே பாலைவனத்திற்கான மணற் குன்றுகள் தென்படுகின்றன.

கோட்டைக்கு வடக்கேதான் மதுக்கோப்பையில் மேலே இருக்கும் மதுவின் வடிவில் பதுங்குகுழிகளை அவர்களின் படைகள் அமைத்திருந்தன. நேற்றைய தாக்குதல்கள் மணற்குன்றுகளின் முன்னே இருந்து வந்தன. அங்கே துருக்கிய பதுங்குகுழிகள் உள்ளன. பிரிட்டிஷ் பதுங்கு குழிகள் அவசரத்திற்கு உருவாக்கப்பட்டவை. ஆழம் குறைந்தவை. ஆனால் ஒட்டாமன் படையின் பதுங்குகுழிகள் அதனைக்காட்டிலும் நேர்த்தியானவை. அவர்கள் தொடர்ந்து மதுக்கோப்பை வடிவ ஆற்றினைச் சுற்றிப் பதுங்குகுழிகளை வெட்டி புதிய துருப்புகளைக் கொண்டுவந்து சேர்த்துக்கொண்டுள்ளனர். நகரத்திலிருந்த பிரிட்டிஷ் படைகள் சுற்றி வளைக்கப்பட்டுள்ளனர். டிசம்பர் இரண்டாம் வாரத்திலிருந்து இந்த சுற்றிவளைப்பு நடந்து வருகின்றது. அவர்கள் முன்னேறும்போது விரட்டி அடிப்பது என்ற தற்காப்புத் தாக்குதலை பிரிட்டிஷ் இந்தியப் படைகள் மேற்கொள்கின்றன. சுமார் பதினோராயிரம் பிரிட்டிஷ் மற்றும் அதன் காலனி நாடுகளின் துருப்புக்கள் அந்த ஊரில் துருக்கிப் படைகளால் சுற்றி வளைக்கப்பட்டுள்ளனர். மராத்தா படையணி, ஆறாவது பூனா படைப்

பிரிவு, அவர்களுடன் ஆஸ்திரேலியா, நியூசிலாந்து, ஆக்ஸ்போர்ட், பக்கிங்ஹாம் படைப் பிரிவுகளும் கலந்து உள்ளன. இவர்களில்லாமல் வங்காள மருத்துவ பிரிவு, போர் வீரர்களுக்கு உதவும் தொழிலாளர்களின் படை சமையல்காரர்கள், வேலைக்காரர்கள், துப்புரவுப் பணியாளர்கள், சவரத்தொழிலாளர்கள், சலவைத் தொழிலாளர்களைக் கொண்டது. களத்தில் தொழிலாளர் படை போர் வீரர் என்ற எந்த வேறுபாடும் கிடையாது. பெரும்பாலும் டைகரிஸ் நதியிலிருந்து தண்ணீர் எடுத்துவரும் தண்ணீர் வண்டி ஓட்டிகள் தொடர்ந்து, மறைவில் தூரத்திலிருந்து தாக்கும் துருக்கியின் ஸ்னைப்பர் துப்பாக்கிகளால் கொல்லப்படுகின்றனர்.

டைகரிஸில் தண்ணீர் எடுக்கச் சென்ற குதிரைவண்டி திரும்பிவராமல் சந்தேகம் வந்து பார்க்கும்போதுதான் வண்டி ஓட்டி வரும் தொழிலாளி வண்டியில் குண்டடிபட்டு சரிந்து கிடப்பது தெரியும். பல சமயம் குதிரைகள் இறந்த உடலைச் சுமந்தபடி தானாகவே படை முகாமுக்கு வந்து விடும். குதிரைகள் வழக்கமாகத் தாக்குதலுக்கு உள்ளாகும். குண்டு காயத்தைப் பெற்ற பின்னும் அவை வண்டியை இழுத்து வந்து விடக்கூடியவை. அவ்வாறு தண்ணீரைக் கொண்டு வந்து சேர்த்த பின் உயிரிழந்த குதிரைகளைப் பற்றி பல கதைகளை தொழிலாளர் படையில் உள்ள குதிரை ஓட்டிகள் சொல்வது வழக்கம். மெட்ராஸ் போர் நிதியில் வாங்கப்பட்ட 338 குதிரைகளில், சில குதிரைகள் குட்டில் இருக்கின்றன.

அன்று ஒரு தண்ணீர் வண்டிக்காரன் கொஞ்ச நேரம் பித்துப் பிடித்தவன் போல படுத்துக் கிடக்கும் குதிரையின் உடலைக் கண்ணீர் வழிந்தபடி தடவிக்கொண்டே இருந்தான். அதன் கண்கள் அவனையே பார்த்துக்கொண்டிருந்தன. அதன் இதயத்திலிருந்து மெல்லிதாக ஓசை எழுந்து பின் அமைதியானது.

குதிரையின் அருகில் சென்று அதன் இதயப் பகுதியில் காதுகளை வைத்து இதயம் துடிக்கின்றதா எனக் கேட்டான். சப்தமில்லை. அப்போது குதிரைக்காரன் விநோதமாக ஓலமிட்டபடி ஓடினான். கயிற்றுக் கட்டிலில் உட்கார்ந்திருந்த பக்கிங்ஹாம் படைப்பிரிவு வெள்ளை அதிகாரி, குதிரைக்காரனை அருகில் அழைத்தான். குதிரையோட்டி பயந்தபடி முன் வந்தான். அதிகாரி அவனை உட்கார கண் சிமிட்டினான். குதிரைக்காரன் மண் தரையில் அமர்ந்தான். அவன் கண்களிலிருந்து கண்ணீர் வடிந்து கொண்டிருந்தது. அதிகாரி தனது பையிலிருந்து உள்ளூர் நாட்டுச் சாராயம் வைத்திருந்த பாட்டிலை எடுத்தான். அந்த வெண்ணிற சாராயத்தைக் கொஞ்சம் கண்ணாடி தம்ளரில் ஊற்றி குதிரைக்காரனைக் குடிக்கச் சொன்னான்.

குதிரை ஓட்டுபவன் குதிரைக்காக புலம்புவது அவனுக்குச் சகிக்கவில்லை. அந்தத் தம்ளரைக் கொடுக்கும்போது,

“தண்ணீர் கலந்து குடிக்கவேண்டும்” என்று மட்டும் சொன்னான். குதிரைக்காரன் அதனை உள் வாங்கவில்லை. அவன் தொண்டையில் இறங்கிய காரத்தை செருமியபடி கண்களில் வழிந்த கண்ணீரைத் துடைத்துக்கொண்டிருந்தான்.

“இந்தக் குதிரைக்கா அழுகிறாய். முட்டாளே...” என்றான் அதிகாரி. பின் குதிரைக்காரன் குடிக்கும்போது அதிகாரியான தான் குடிக்காமல் இருக்க முடியுமா? எனக் கருதி அவனும் இரண்டு மிடறு குடித்த பின்பு குதிரைக்காரனைப் பார்த்தான். குதிரைக்காரன் மீண்டும் கொஞ்சம் என்பது போல கண்ணாடி டம்ளரை நீட்டினான். அதிகாரி அவனைப் பார்த்து “முட்டாள் பயலே...” என்றான். பின் அவனை உற்றுப் பார்த்துவிட்டு “நானும் முட்டாள்தான்... முட்டாள்களால்தான் எல்லாமே பிரச்சனையின்றி போகின்றது” என்று சாராயத்தைக் கொஞ்சம் ஊற்றினான். குதிரைக்காரன் குதிரை செத்துக் கிடப்பதைக் காணச் சகிக்காது அங்கிருந்து வேகமாக நகர்ந்தான்.

நாள்தோறும் குட்டில் விலங்குகள் இதுபோன்று கொல்லப்படுவது தொடர்ந்தது. போர் வீரர் அல்லாதவர்களின் மீதான தாக்குதல் நியாயமற்றதுதான். ஆனால் அறக்கோட்பாடுகள் போரில் செல்லுபடியாவதில்லை. பதிலுக்கு ஒட்டாமன் துருக்கிப் படையினரின் இதேபோன்ற சரக்குத் தூக்கிப் போகும் ஒட்டகங்களைப் பிரிட்டிஷ் ஸ்னைப்பர் துப்பாக்கிகள் குறிபார்த்துச் சுட்டு, தங்கள் கோபத்தைப் போக்கிக்கொள்வதைத் தவிர வேறு எதுவுமில்லை. இதன் தொடர்ச்சியாக ஒரு படை வீரன் தண்ணீர் வண்டியுடன் பயணிப்பது வழக்கமாகிவிட்டது. அவன் தண்ணீர் உருளைக்குப் பின்புறம் உட்கார்ந்து வரவேண்டும்.

1914 செப்டம்பர் 22ஆம் தேதி மெட்ராஸ் மாநில கவர்னர் லார்ட் பெண்ட்லேண்ட் மெட்ராஸில் இல்லை. குறிப்பிடப்படாத ஏதோ காரணத்திற்காக உதகமண்டலம் சென்றிருந்தார். அது நவராத்திரி இரவு. நகரின் முக்கிய வீதிகளின் விளக்கு மாடங்களில் மட்டும் விளக்கு ஏற்றப்பட்டிருந்தது. மற்றபடி இருள் சூழ்ந்திருந்தது. கடற்கரை மற்றும் துறைமுகத்தைச் சுற்றி ஆங்காங்கே சில விளக்குகள் எரிந்தன. துறைமுகத்தில் அந்நேரம் மூன்று வணிகக் கப்பல்கள் வந்திருந்தன. கடற்கரையின் அப்பால் மெட்ராஸ் ஹைகோர்ட் மைதானத்தில் இருந்த கலங்கரை விளக்கு மாடத்திலிருந்து இடைவிடாது வெளிச்சக் கீற்று வட்டமடித்தவாறு இருந்தது. வானில் நட்சத்திரங்கள் பூத்திருந்தன. ஆனால் நிலவொளி பெரிதாக இல்லை. கடற்கரைக் காற்றின் வேகமும் அலையின் ஓசையும் கலந்திருந்தது. இரண்டு மாதங்களுக்கு முன்பே பிரிட்டிஷ் பேரரசு உலகப் போரில் குதித்து விட்டது என்றாலும் அது எங்கோ ஐரோப்பாவில் நடந்து கொண்டிருந்தது. அதுபற்றி மெட்ராஸில் யாருக்கும் அக்கறையில்லை. அவர்கள் வாழ்க்கையில் எந்தப் பாதிப்புமில்லாமல்தான் போய்க்கொண்டிருந்தது. துரைமார்களுக்குக் கீழே பணிபுரிந்து வந்த உத்தியோகஸ்தர்கள் அவர்கள் வீடுகளில் நவராத்திரி கொலு வைத்து சுண்டல் தின்று கொண்டிருந்தனர். மவுண்ட் ரோட்டில் டெய்லர் கடைகளும் ஆங்கிலேய அதிகாரிகளுக்கான புதிய மென்மையான கம்பளி உள்ளாடைகளை விற்றுக்கொண்டிருந்த கடைகளும்கூட விளம்பரப் பலகைகளை உள்ளே வைத்து அடைக்கப்பட்டுவிட்டன.

இரவு சுமார் எட்டுமணியளவில் ஒரு கப்பல் வங்கக் கடலில் அலைகளுக்கு மத்தியில் மெட்ராஸ் துறைமுகம் அருகில் வந்தது. அந்தக் கப்பலில் நான்கு புகைப்போக்கிகள் இருந்தன. வழக்கமாக பிரிட்டிஷ் கப்பல்கள் அது போன்றே இருக்கும். எனவே அதையும் பிரிட்டிஷ் கப்பல் என பார்ப்பவர்கள் கருதியிருக்கக் கூடும். ஆனால் உண்மையில் அதில் மூன்று புகைப்போக்கிகள்தான் இருந்தன. நான்காவதாக ஒரு புகைப்போக்கி போலியாக உருவாக்கப்பட்டிருந்தது. அதை யாரும் சந்தேகப்படாமல் இருக்க அந்தப் புகைப்போக்கியிலிருந்து கரும்புகை வர ஏற்பாடும்

செய்யப்பட்டிருந்தது. அந்தக் கப்பல் தனது வலது பாகம் மெட்ராஸை பார்த்திருக்கும்படி வளைந்து துறைமுகத்திலிருந்து சுமார் 2500 மீட்டர்கள் தள்ளி கடலில் நங்கூரமிட்டுக் கொண்டது. வழக்கமாக துறைமுகத்திலிருந்து சமிக்கை வரும்வரை இவ்வாறு கப்பல்கள் நங்கூரமிடுவது உண்டு. அதுவும் அசாதாரணமானதல்ல. கப்பலின் கமாண்டர் காரல் பெட்ரிக்ஸ் முல்லர் மீசையற்ற, ஏறிய நெற்றியுடைய ஒல்லியான நபர். அவனுக்கு இந்தியர்கள் மீது அருவருப்பும், கொள்ளை நோய் தொற்றிவிடும் என்ற பய உணர்வும் இருந்துகொண்டே இருந்தது. அவன், கப்பல் நங்கூரமிட்டபின் பிறப்பித்த உத்தரவு கப்பலில் உள்ள அனைவரும் உடனடியாக குளித்து புதிய சீருடை அணிந்து வரவேண்டும் என்பதே. அவன் ஒருவேளை எதிர்த் தாக்குதல் ஏற்பட்டாலும் கப்பலில் உள்ளவர்களின் குளியலும், சீருடையும் நோய்த் தொற்றைத் தடுக்கும் என எண்ணியிருந்தான்.

அந்தக் கப்பலில் சுமார் ஒன்பது மணியளவில் எல்லோரும் சலவை செய்த ஜெர்மன் படை சீருடையுடன் அவன் முன் நின்றபோது, ஜெர்மன் கொடியை தனது கொடிமரத்தில் ஏற்ற உத்தரவிட்டான் கேப்டன் காரல் முல்லர். அந்தக் கப்பல் எஸ்.எம்.எஸ் எம்டன். ஜெர்மனி போர்க் கப்பல். கேப்டன் முல்லர் கப்பலின் பீரங்கித் துப்பாக்கிகளையும் மற்றும் இருபத்தி இரண்டு கனரகத் துப்பாக்கிகளையும் மெட்ராஸ் நீதிமன்ற மைதானத்தில் இருந்த கலங்கரை விளக்கின் வெளிச்சத்தில் விட்டுவிட்டு நன்றாக பிரதிபலித்த வெண்ணிறத்தில் சிகப்புப் பட்டைகள் அடிக்கப்பட்டிருந்த ‘பர்மா செல்’ கம்பெனியின் பெரிய எரிபொருள் எண்ணெய்க் கலன்களைக் கண்டான். அதைச் சுட்டிக்காட்டி அதைச் சுடவும் மேலும் அருகில் இருந்த கட்டிடங்களைச் சுடவும் தயாராகும்படி உத்தரவிட்டான். பொதுமக்களை நோக்கிச் சுட வேண்டாம் என உறுதியாகக் கூறினான். இரவு ஒன்பது இருபது என கடிகாரம் காட்டியபோது சுட அனுமதி கிடைத்தது. வசதியாக நகரைப் பார்த்து நிறுத்தப்பட்ட கப்பலின் பீரங்கிகள் நெருப்பைக் கக்கிய ஒரு சில நிமிடங்களில் துறைமுகத்தின் அருகில் இருந்த பர்மா செல் கம்பெனியின் இரண்டு மண்ணெண்ணெய்க் கலன்கள் ஐயாயிரம் டன் மண்ணெண்ணையுடன் வெடித்துச் சிதறி தீப்பிடித்து எரிந்தது. இடைவிடாது பீரங்கிக் குண்டுகள் துறைமுகத்தில் இருந்த சரக்குக் கப்பல்கள், துறைமுகக் கழக கட்டிடம், படகோட்டிகள் கிளப் மற்றும் மெட்ராஸ் உயர்நீதிமன்றக் கட்டிடம் மற்றும் அதன் பக்கவாட்டில் இருந்த தேசிய வங்கிக் கட்டிடம் என வந்து தாக்கின. சில குண்டுகள் வெடிக்கவில்லை. ஆனால் விழுந்த இடத்தில் பெரும் பள்ளம் உண்டானது. துறைமுகத்தை ஒட்டி பரபரப்பு எழுந்தது. சங்கொலி எழுப்பப் பட்டது. சுமார் நூற்றி முப்பது ரவுண்ட் பீரங்கிகள் சுட்டபின், துறைமுகத்திற்கு அப்பால் இருந்த கனரகத் துப்பாக்கியால் அந்தக் கப்பலை நோக்கி ஒன்பது ரவுண்ட் சுடப்பட்டது.

ஆனால் அந்தக் கப்பல் மீது எதுவும் விழவில்லை. கப்பல் அரை மணி நேரம் வாணவேடிக்கை காட்டிய பின் எஸ்.எம்.எஸ். எம்டன் என்ற அந்த ஜெர்மானியப் போர்க் கப்பல் அங்கிருந்து தென் கடல் பகுதியில் தனது பயணத்தைத் துவங்கி விட்டது. மண்ணெண்ணெய்க் கலன்களில் எரிந்த தீ, விடிவதற்கு சற்று முன்பு அடங்கி அணைந்தது. சரக்குக் கப்பலில் இருந்த பணியாளர்கள் மூன்று பேர் இறந்து போயிருந்தனர். பதிமூன்றுக்கும் மேற்பட்டவர்கள் காயமடைத்திருந்தனர். விடிவதற்குள் குண்டு போட்ட விசயம் காட்டுத்தீ போல பரவி விட்டது. மீண்டும் கப்பல் வந்து குண்டு போடப்போவதாக வதந்தி பரவியதால் நவராத்திரி கொலுக்களை வீட்டிலேயே எறிந்துவிட்டு ஊரை விட்டு ஓடி விடுவது என மக்கள் மாட்டு வண்டிகளில், குதிரை வண்டிகளில் ஊரைக் காலி செய்து கூட்டம் கூட்டமாகக் கிளம்பி விட்டனர். செயின்ட் ஜார்ஜ் கோட்டையிலிருந்து உதகமண்டலத்திலிருந்த கவர்னருக்கு தாக்குதல் குறித்து இரவே தந்தி அனுப்பப்பட்டது. வைசிராய் அலுவலகத்திற்கு அடுத்த தந்தி அனுப்பப்பட்டது. பின்னர் விரிவான அறிக்கை எழுதி கடிதம் அனுப்பப்பட்டது. துறைமுகம் இராணுவத்தின் கட்டுப்பாட்டில் வந்தது. வரிசையாக பீரங்கி வாகனங்கள் பல இடங்களில் கடலை நோக்கி தயாராக வைக்கப்பட்டன.

ஊட்டிக்கு வந்திருந்த கவர்னர் இந்தத் தாக்குதலை அறிந்து மிகவும் கலவரமடைந்திருந்தார். இந்தத் தாக்குதலுக்கு அடுத்த நாள் சமஸ்தானத்து மந்திரிகள் மற்றும் பிரதிநிதிகளுடன் முக்கிய ஆலோசனையில் ஈடுபட்டார். ஏற்கனவே சமஸ்தானங்கள் உறுதி கொடுத்த நிதியைப் பெறுவது மற்றும் போர் மாநாடு டெல்லியில் நடப்பதற்கு முன் செய்ய வேண்டிய முன்னேற்பாடுகள், பரந்துபட்ட மக்களைப் போரில் பங்கெடுக்கச் செய்யவேண்டிய விளம்பரப் பணி ஆகியவை முக்கிய ஆலோசனையாக இருந்தது. மேலும் பள்ளி, கல்லூரி மாணவர்கள், விவசாயம் பாதித்த பகுதி மக்கள், கிராமத்துத் தொழிலாளர்கள், தாழ்த்தப்பட்டோர் என எல்லோரையும் போரில் பங்கு பெறவைக்க ஏதுவாக அரசு இயந்திரம் முடுக்கப்பட, அவர் ஏற்கெனவே பிறப்பித்த உத்தரவுகள் எவ்வளவு தூரம் நடைமுறைப் படுத்தப்பட்டிருக்கிறது என ஆலோசித்தார். இரவு துறைமுகத்தின் மீது நடந்த தாக்குதலுக்குப் பின் ஜெர்மனுக்கு எதிரான பிரச்சாரத்தைப் பத்திரிக்கைகள் முன்னெடுக்க வேண்டியும், தேசபக்தி மற்றும் விசுவாசம் குறித்தும் பிரச்சாரங்கள் கொண்டு செல்லவும் வலியுறுத்தினார்.

ஜமீன்தார், கலெக்டர், தாசில்தார், கிராம முன்சீப், பள்ளி ஆசிரியர்கள் என எல்லோரும் போருக்கு ஆட்களை அவரவருக்கு உள்ள தகுதி அடிப்படையில் இராணுவத்தில் சேர்த்து விட வேண்டும். எவரையும் இராணுவத்தில் சேர்த்துக்கொள்ளலாம். எல்லோரும் சண்டைக்கு என போக

வேண்டியதில்லை, படித்தவர்கள் இராணுவத்தில் குமாஸ்தாக்களாகவோ அல்லது தந்தி அடிப்பவர்களாகவோகூட போகலாம். தொழிலாளியாகக் கூட சேரலாம். முடிதிருத்துபவர், சலவைத் தொழிலாளி, துப்புரவுப் பணியாளர், குதிரை ஓட்டுபவர், சமையல்காரர் என எல்லோரும் சேரலாம். எந்தத் தொழிலும் தெரியாவிட்டாலும் பிரச்சனையில்லை. படிப்பு என்று எதுவும் அந்தக் கூலியாட்கள் படைக்குத் தேவையில்லை. மூட்டைச் சுமக்கத் தெம்பிருந்தால் போதும். வயதும் தடையில்லை, உடலில் தெம்பும் சக்தியுமிருந்தால் சிறுவர்களைக்கூட படையில் சேர்த்துக்கொள்ளலாம். பஞ்சம் பாதித்த பகுதியில் போரில் சேருவதால் ஏற்படும் நன்மைகள் மற்றும் சம்பளம் பற்றி பிரச்சாரம் செய்ய ஏற்கனவே மாவட்டம் வாரியாக குழுக்கள் பிரிக்கப்பட்டிருந்தன. அதற்காக நோட்டீசுகள் அச்சடிக்கப்பட்டு விநியோகிக்கப்பட்டன. பிரச்சாரக் குழு இந்த வேலை குறுகிய பணி மட்டுமே எனத் தெளிவுபடுத்தியது. ஒருவர் தொடர்ந்து பணி புரிய விருப்பப்பட்டால் அவர் தொடர்ந்து வேலை செய்யலாம். இராணுவத்தில் சேரும்போது ரூபாய் ஐம்பது பரிசு, பின் குறுகிய கால பயிற்சி எடுத்த பின்பு ரூபாய் பதினைந்து தரப்படும். மேலும் கூடுதல் களப்பணிக்கு சம்பளம் உண்டு. இதுவன்றி மாதச் சம்பளம் ரூபாய் பதினொன்று, கூடுதலாக ஆறு மாதத்திற்கு ஒருமுறை ரூபாய் அறுபது போனஸ் தரப்படும். அரசாங்கம் மக்களைத் தூங்கவிடாது செய்ய வேறு ஒன்றையும் சொன்னது. வேலை காலத்தில் காயம் காரணமாகவோ அல்லது நோய்வாய்ப்பட்டோ திரும்பியவர்கள் மீண்டும் இராணுவத்தில் சேர்த்துக்கொள்ளப்படுவார்கள், எதிர்பாராதவிதமாக இறந்து போனால், குடும்பத்திற்கு பென்சன் வரும். இறந்தவன் மனைவி வேறு கல்யாணம் செய்து கொண்டால்கூட பென்சன் உண்டு என்ற செய்தி கிராமங்கள் தோறும் கொண்டு சேர்க்கப்பட்டது. பெண்கள் முட்டுக்கட்டை போடக்கூடாது என்பதில் அரசாங்கம் கவனமாக இருந்தது.

போருக்கு ஆள் பிடித்து விடாதவர்களின் பதவியைப் பறிக்கவும் உத்தரவு இருந்ததால் அதிகாரிகள் காய்ச்சல் கண்டு ஆள் சேர்க்கும் வேலைகளில் இறங்கினர். அரசு அறிவித்த சலுகைகள் மக்களை ஈர்ப்பதற்கு முன் பட்டினி அவர்களைத் தானாக இராணுவத்தின் பக்கம் சேர்த்தது. பிரச்சாரக் குழுவில் பாதிரியார்களும் அனைத்து மதகுருமார்களும் மறைமுகமாக வேலை செய்தனர். பொதுவான நியாயங்களைப் பேசுவது போல யுத்தத்தின் பக்கம் மக்களைத் தள்ளினர். பள்ளி ஆசிரியர்கள் வேறு யுக்திகளைக் கையாண்டனர். சாகசங்கள், அரசு வேலை, சமூக மரியாதை கூடவே நாட்டு விசுவாசம் என்ற நறுமணம் கலந்த கஞ்சா புகை போடவேண்டியது அவர்கள் வேலை. அவர்கள் மாணவர்களின் நலனில் இருந்து பேசுவதாக பேச்சு இருக்கவேண்டும் என்பதே பிரச்சாரக்குழு கூறியுள்ள வழிகாட்டு நெறி முறை. ஏற்கனவே போருக்காக சமஸ்தானங்கள் செய்யும் பங்களிப்புக்கு ஈடாக சமஸ்தானங்களுக்கு தனியாட்சி உரிமையோ அல்லது அதற்கு

இணையான பலனோ வழங்கப்படும் என்ற ஆங்கிலேய மகாராணியின் உறுதியை மீண்டும் அவர் தெளிவுபடுத்தினார்.

கவர்னர் அன்று மதியம் பள்ளி மாணவர்களுக்கான கால்பந்து போட்டி பரிசு வழங்கும் நிகழ்வில் பங்கேற்க அவர் ஏற்கனவே ஒத்துக்கொண்டிருந்த நிகழ்வை இரத்து செய்து விடலாமா என அதிகாரிகள் கேட்டபோது வேண்டாம், தன் சார்பில் தனது மனைவி பங்கேற்பார் என அவர்களிடம் கூறினார். கடந்த பிப்ரவரி மாதம் 24ஆம் தேதி இராமேஸ்வரம் - பாம்பன் இரயில் பாலத்தைத் திறந்து வைக்கும்போது அந்தக் கட்டுமானப் பணியை ஏற்றுக்கொண்டிருந்த ஜெர்மன் பொறியாளர் ஸ்கீசரை (Scherzer) வானளாவப் புகழ்ந்தார். அறுநூறு பேரைக் கொண்டு, இரண்டே ஆண்டுகளில் அதுவும் வெறும் இருபது இலட்ச ரூபாயில் பாலம் கட்டப்பட்டது. கடலில் பாலம் கட்டுவது வெகு சிக்கலான பணி என்பதை அங்கு ஆய்வு செய்யச் சென்றபோது அவர் அறிந்திருந்தார். கடல் காற்று ஆட்களை தூக்கி வீசும் வீரியம் கொண்டது. பாலத்தின் கட்டுமான சமயத்தில் ஆய்வுக்குச் சென்றிருந்தபோது ஒரு கால் பகுதி கட்டுமானம் இருந்தபோதே வீசிய காற்றில் திருமதி பெண்ட்லேண்ட் தான் கடலில் விழப்போகின்றேன் என கடவுளைக் கூப்பிட்டு, அவரைக் கெட்டியாகப் பிடித்துக்கொண்டதை அவர் மறக்கவில்லை. ஆனால் கட்டுமானத்தின்போது ஒரு மனித இழப்பும் இல்லாமல் பாலம் கட்டிய அந்த ஜெர்மானியரை பாராட்டிய சுவடு மறைவதற்குள் ஜெர்மனியுடன் போர் வந்து சேர்ந்தது அவருக்கு உள்ளுக்குள் வருத்தமே. இன்னும் சில கட்டுமானங்களை அவர்களிடம் ஒப்படைக்க அவர் திட்டமிட்டிருந்தார். திறமையாளர்கள் என்பது உண்மை. அந்தத் திறமை காரணமாகத்தானே போர் வந்துள்ளது. ஏற்கனவே உலகம் என்ற இஞ்சி கேக்கை முன்னமே பல திறமைசாலிகள் பங்கிட்டுக் கொண்டதால் புதிய திறமைசாலிக்கு கேக் கிடைக்கவில்லை. பங்கு கேட்டு சண்டை நடக்கிறது. சாப்பிடுபவர் சிலர்; அதனை இரசிப்பவர்கள் பலர். அவர்களைத் தொடர்ந்து இரசிக்க பழக்கிக்கொண்டே இருக்கவேண்டும். சாப்பிடுவதைக் காட்டிலும் அது இனிமையானதுதானே! இதுதான் அரசியல். தனது நீண்ட கனத்த மீசையைத் தடவிக்கொண்டார். ஒடுங்கிய அவர் கன்னத்தில் கைவைத்து சிறிது நேரம் பழையவற்றை எண்ணினார். தான் சான்ரஸ் இராயல் மிலிட்டரி கல்லூரியில் படித்ததும், அதன் பின் ஐந்தாவது ராயல் ஐரிஸ் லான்சரில் சூடானைக் கைப்பற்றப் போனது என தனது வாழ்க்கை இராணுவத்துடன் தொடர்புடையது என்றபோதும், தாராளவாத தத்துவ சிந்தனையைக் கொண்ட தன்னால் போரைப் புகழ முடியவில்லையே, என ஒரு கணம் யோசித்தார். தாம் எங்கோ விடுபட்டுப் போவதாக உணர்ந்து, திரும்பவும் கவர்னராக மாறி தொண்டையினைச் செருமிக்கொண்டார். 'மெட்ராசில் போருக்குத் தேவையான பொருட்களை உற்பத்தி செய்ய ஊக்குவித்துள்ளேன். உள்ளூர் தொழில் வளர்கிறது. இங்கிலாந்திலிருந்து எல்லாவற்றையும் இறக்குமதி செய்வது இப்போதில்லையே. நம்மைச்

சார்ந்தவர்களும் பிழைக்க வழி செய்துள்ளோமே' என்று தனக்குத் தானே சமாதானம் சொல்லிக்கொண்டார். பின் மெட்ராஸ் போர் நிதியை பெருக்குவது எப்படி என ஆலோசிப்பதும், கடற்கரை பாதுகாப்பை அதிகரிப்பதும் முக்கியம் எனக் கூறிக்கொண்டார். தனது செயலாளரை அழைத்து வைசிராய்க்கு அனுப்ப வேண்டிய அறிக்கை தொடர்பாக சில ஆலோசனைகளைத் தெரிவித்தார். கூடவே மெட்ராஸ் சென்றுவிட்டு உடனே திரும்பவும் உதகமண்டலம் வர இருப்பதால் அடுத்தநாள் தனக்கு மட்டும் பயண ஏற்பாட்டைச் செய்ய உத்தரவிட்டார்.

அன்று மதியம் திருமதி. பரோனஸ் பெண்ட்லேண்ட் பூ வேலைப்பாடுகள் நெய்யப்பட்ட நீண்ட வெண்ணிற முழுக்கை அங்கியையும் அதே நிற கால் சிராயையும் அணிந்திருந்தார். இடுப்பில் கரு நிற பெல்ட்டை கட்டியிருந்தார். தலையில் வட்ட வடிவ தொப்பியிருந்தது. அதில் வெண்பட்டில் நெய்த பூக்கள் இருந்தன. சற்று மெலிந்தவர். நல்ல உயரம். சிரித்த முகத்துடன் இருக்க அவர் விரும்பினார். கையிலிருந்த கைக்குட்டையில் முகத்தை அவ்வப்போது ஒத்திக்கொண்டார். மைதானத்தில் அவர் அமரும்போது கையசைத்தார். அவருக்கு பள்ளி விழாக்களில் பங்கேற்பது விருப்பமான ஒன்றுதான். எனவே அவர் மறுக்காமல் ஒப்புக்கொண்டார். தவிரவும், தற்போதைய நிலையில் கவர்னர் இந்த நிகழ்வில் பங்கேற்றால் அது தேவையில்லாத அரசியலாக்கப்படும்.

வில்லியம்ஸும் அவன் அம்மா ரோசியை அழைத்து வந்திருந்தான். அவள் மகன் பரிசு வாங்குவதைப் பார்க்கக் காத்திருந்தாள். அவள் நேற்றிலிருந்து அவனுடைய கோட்டை சலவை செய்து சுருக்கமின்றி நேர்த்தியாக தேய்த்துத் தருவதிலும், அந்தக் கோட்டில் ரோஜாவைச் செருகி அழகுபடுத்துவதிலும் மிகுந்த கவனம் எடுத்துக்கொண்டாள். பல சமயங்கள் அவள் முகத்தில் ஏனோ இருள் சூழ்ந்தது. அவள் கணவனின் நினைவுகள் அவளைத் தொடர்ந்து வாட்டிக்கொண்டே இருந்தது. ஏதும் நடக்கவில்லை என அவள் தனது மகனின் முன்னே காட்டிக்கொள்ள விரும்பினாள். வில்லியம்ஸ் பரிசு வாங்கும் நிகழ்வில் ஹெர்பட் இருந்திருந்தால் எப்படி இருந்திருக்கும் என எண்ணும்போது கண்ணீர் வடிந்து கொண்டே இருந்தது. வெகு சிரமப்பட்டு அவள் அதனைக் கைக்குட்டையால் துடைத்துக்கொண்டாள். அவள் அணிந்திருந்த வட்ட வடிவத் தொப்பியை சற்று நெற்றியை நோக்கி இறக்கிக்கொண்டாள். மாட்சிமை தாங்கிய திருமதி பரோனஸ் பெண்ட்லேண்ட் பேசும்போது ஆங்கிலப் பேரரசின் மீது விசுவாசம் மற்றும் பக்தியை வலியுறுத்தினார். அரசி எல்லோரையும் குழந்தையைப் போல அரவணைக்கின்றார். நாட்டின் பாதுகாப்பும், விளையாட்டும் முக்கியம், நாம் பலமாக உள்ளோம் எனப் பேசினார். அவர் பரிசுக் கோப்பையைத் தரும்போது அவரிடமிருந்து இரண்டாவதாக வில்லியம்ஸ் நின்றான். புகைப்படம் எடுத்துக்கொண்டனர். லாரன்ஸ்

அசைலம் பள்ளியின் பெருமை மிக்க நிகழ்வு அது. இறுதியில் போரில் சேர்வதற்கான நோட்டிஸ் சிலவற்றை மாணவர்கள் மத்தியில் திருமதி பரோனஸ் பெண்ட்லேண்ட் கொடுத்தார். அவரிடம் துண்டறிக்கையை வாங்க பலரும் போட்டி போட்டனர். கூடவே அந்தத் துண்டறிக்கையை அரசாங்க ஊழியர்கள் எல்லோருக்கும் வழங்கினர். சிலர் வெகு ஆர்வமாக விசாரிப்புகளையும் செய்தனர். விசாரித்தவர்கள் விழா மைதானத்தின் ஓரமாக மூன்று பெஞ்சுகளில் உட்கார்ந்து நோட்டு புத்தகங்களில் விசாரித்தவர்களின் விபரங்களைக் குறித்துக்கொண்டிருந்தவர்கள் பக்கம் அனுப்பப்பட்டனர். அதில் ஒருவன் ஆங்கிலேயன். இராணுவச் சீருடையில் இருந்தான். அவனுக்கு வயது பத்தொன்பதோ இருபதோ இருக்கலாம். சலவை செய்த புதிய சீருடையில் இருந்தான். கம்பீரமாகவும், புன்னகையுடனும் அவன் பேச முயன்றான். அவன் சீருடையில் மூன்று பதக்கங்கள் இருந்தன.

ரோசி தன் கணவனை எண்ணிக்கொண்டிருந்தபோது அவள் கையில் ஒரு நோட்டிஸ் திணிக்கப்பட்டது. அது இரண்டாக மடிக்கப்பட்டிருந்தது. ஒரு இராணுவ வீரனின் ஓவியம் வரையப்பட்டிருந்தது. அவனுக்கு வயது பதினாறுதான் இருக்கும். வில்லியம்ஸ் போலவே இருந்தான். பாய்னட் செருகப்பட்டுள்ள துப்பாக்கியை இடது கையில் பிடித்தபடி வலது கையில் தனது தொப்பியைச் சரி செய்து கொண்டிருந்தான் அல்லது தூரத்தில் எதையோ உற்று நோக்குகிறான். அவன் முதுகுப் பை மற்றும் குடிநீர் பாட்டில்கள் சகிதம் இருந்தான். அவன் பின்னே லண்டன் வரைபடம். கூடவே “பையன்களே வாருங்கள். நீங்கள் தேவைப்படுகின்றீர்கள்” என்ற வாசகம் கூட்டு எழுத்தில் எழுதப்பட்டிருந்தது. அவள் கை நடுங்கியது. அந்த நோட்டிசை நழுவ விடுவது அவமரியாதையான செயல். எனவே அவசர அவசரமாக தனது கைப்பையில் திணித்துக்கொண்டாள். அந்த நோட்டீஸ் வில்லியம்ஸின் பார்வைக்குப் போயிருக்கக் கூடாது என நினைத்தாள்.

அந்த இரவில் நல்ல மழை பெய்து கொண்டிருந்தது. மழைத் துளிகள் கண்ணாடி சன்னலுக்கு அப்பால் வழிந்தோடிக்கொண்டிருந்தன. அவ்வப்போது லேசான மின்னல் வெட்டு. அது ரோசிக்கு எதையோ நினைவு படுத்தியது. அவள் பக்கத்தில் ஹெர்பட் இருந்தான். எப்போதும் புன்னகை தவழும் அந்த முகத்துடன், அவளின் கன்னங்களை வருடுகிறான். பின்னர் அவளை ஆரத்தழுவ அவளின் இடுப்பில் கைவைத்தான். அவள் உதட்டில் ஆழமாக முத்தமிட்டான். அவளைச் சரியச் செய்து தலையை வருடினான். அவளுக்குச் சிரிப்பு வந்தது. அவனின் கை விரல்களை விளையாட்டாக கடிக்க எத்தனித்தாள். அவன் அவளை ஆரத்தழுவுகின்றான். அவளின் கழுத்தில் வெளிப்படும் அவளின் வாசம் மீது அவனுக்கு அவ்வளவு காமம். அவளுக்கும் அவனின் மார்பின் மீது. அவன் வருடியபடியே அவளைச் சாய்க்கின்றான். அவனின் பாரத்தை உணர்கின்றான். சில நொடிகளில் ஈரம் சூழ்கிறது. மின்னல் வெட்டி பக்கத்தில் எங்கோ இடி இறங்குகின்றது. இருளில் மின்னல் வெளிச்சம் விட்டு விட்டு மறைகின்றது. அவளுக்கு தூக்கம் கலைந்தது. எழுந்து தண்ணீர் குடித்தாள். பக்கத்து அறையில் வில்லியம்ஸ் நன்கு உறங்கிக் கொண்டிருந்தான். அதன் பிறகு அவளுக்குத் தூக்கம் வரவில்லை. வெகு நேரம் சன்னலைப் பார்த்துக்கொண்டே இருந்தாள். மழை அவளோடு எதையோ உரையாட அழைத்தது. படுக்கை அருகில் இருந்த மேசையில் மெழுகுவர்த்தியை ஏற்றினாள். அவ் வெளிச்சத்தில் மேசை மீதிருந்த ஹெர்பர்டின் முகம் தெரிந்தது. வெகு நேரம் அவனை உற்றுப் பார்த்தாள். வெளியே மழை. அதற்குத்தான் அந்தக் கருப்பழகியையும் அந்த வெள்ளைக்கார இளைஞனையும் நன்கு தெரியுமே. அவர்கள் இணைந்து கிடந்ததற்கு அதுவல்லவோ சாட்சி!

இதே போன்ற ஒரு மழையில் அவர்கள் சந்தித்துக்கொண்டார்கள்.

மலை இரயில் துவங்குவதற்கு மூன்று ஆண்டுகளுக்கு முன்பு இரயில் பாதை பணிகள் பாதியில் நிற்கும்போது, புதிய கம்பெனியான மெட்ராஸ் இரயில்வே கம்பெனி மீண்டும் இரயில் பாதை பணியைத் துவங்கிய காலத்தில் வந்த பொறியாளர் குழுவில் இருந்த உதவிப் பொறியாளன்

அவன். 1896ஆம் ஆண்டு அவள் மெட்ராஸ் மருத்துவக் கல்லூரியில் பேறு கால மருத்துவச் சான்றிதழ் படிப்பு முடித்து மருத்துவச்சியாக ஊட்டிக்கு வந்திருந்த சமயம். அவளின் கருமையான உயர்ந்த நிறம், விரிந்த கண்கள், முகத்தில் விழும் தலையின் முடி என அவள் ஏதோ வகையில் அவனைக் கவர்ந்திருந்தாள். இரயில் ரோடு கட்டுமானப் பணிக்கு வந்து தங்கியிருந்த தொழிலாளியின் மனைவி பிரசவ வலியில் துடித்துக்கொண்டிருந்தபோது இதே போன்ற மழையில் அவன் கம்பெனியின் குதிரை வண்டியில் எடுத்து வந்து புனித பர்த்தொலொனி மருத்துவமனையில் சேர்த்தான். அங்கே அவள்தான் பிரசவம் பார்த்து தாயையும் சேயையும் காப்பாற்றினாள். அடுத்த நாள் ஏனோ அவளுக்கு நன்றி சொல்ல அவன் சென்று அவளுடன் பேசிய பின் பல சமயம் சந்திக்க வேண்டியிருந்தது. இதேபோன்ற ஒரு மழையில் அவனின் குடையில் அவள் மருத்துவமனை வந்தாள். அந்த மழையில்தான் அவன் அவளிடம் காதலைச் சொன்னான்.

அவள் பஞ்சத்திற்குப் பின் கிருத்துவ மிசனரி பள்ளியில் சேர்க்கப்பட்ட ஆதரவற்ற குழந்தை. அவளுக்கு எல்லாமே திருச்சபைதான். இரண்டாண்டு காதலுக்கு மருத்துவமனையும், இரயில்பாதையும், மழையும் சாட்சிகள். அவள் வெள்ளைக்காரனிடம் எச்சரிக்கையாக இருக்கவேண்டும் என்றார்கள். அவனிடமோ திருமணமின்றி வாழப் பார் என்றார்கள். இருவரும் காதலில் நேர்மையாய் இருந்ததால் யூனியன் சர்ச்சில் திருமணம் நடந்தது. இங்கிலாந்து சென்று மேற்கத்திய மருத்துவத்தில் பட்டயப் படிப்பு படிக்கவேண்டும் என்பதே அவளின் கனவு. அது நிறைவேறும் முன் காதல், திருமணம் பின் அடுத்த ஆண்டே வில்லியம்ஸும் பிறந்தான். தனது குடும்பத்தாரிடம் மனைவியையும், மகனையும் அழைத்துச் சென்று காட்ட அவன் பெரிய ஆர்வம் காட்டவில்லை. ஆனால் அது அவர்களுக்குத் தெரியும். அவன் தாயாருக்கு அதில் பெரிய உடன்பாடில்லை. இருந்தாலும் அவளைப்பற்றி அவனுக்குக் கவலையில்லை. அவனுக்கு மனைவி மருத்துவச்சியாய் இருப்பதால் கூடுதல் பெருமைதான். அவன் ரோசிக்கு பெரும் ஆதரவாய் இருந்திருக்கின்றான். அவளை இங்கிலாந்து அழைத்துச் சென்று மருத்துவம் படிக்க வைக்க வேண்டும் என அவனும் நினைத்திருந்தான். அவள் பெரும்பாலும் பிரசவத்தில் ஆபத்தைக் குறைத்து மருத்துவமனைக்கு நல்ல பெயரை வாங்கித்தந்தாள். மருத்துவமனையில் பிரசவ அறை போதுமானதாக இல்லை என்பதை அறிந்து வள்ளல் ஏ.ஆர். ஹஜித் பக்கீர் முகமது சைய்த் பிரசவ வார்டைக் கட்டிக்கொடுத்தார். ஆங்கிலேயர்கள் மத்தியிலும் ரோசிக்கு நல்ல அறிமுகமிருந்தது. அவள் ஹெர்பட் என்ற இளம் பொறியாளனின் மனைவி என்பதால் மட்டும் அல்ல. அவள் ஒரு நல்ல மகப்பேறு மருத்துவச்சி என்பதால்.

போயர் போரில் தென்னாப்பிரிக்காவிலிருந்து பிடித்து வரப்பட்ட கைதிகளில் பெண்களும் குழந்தைகளும் இருந்தனர். அந்த இருபத்து

அய்ந்தாயிரம் கைதிகள் கப்பலில் ஏற்றப்பட்ட பின் இலங்கையில் வைக்கப்பட்டிருந்தவர்கள் இட நெருக்கடி காரணமாக பெல்லாரியிலும், திருச்சிராப்பள்ளியிலும் ஊட்டியிலும் தங்க வைக்கப்பட்டிருந்தனர். ஊட்டி கேத்தி ப்ரோலி முகாமில் இருந்த எண்ணூறுக்கும் மேற்பட்டவர்களில் இருந்த பெண்கள் பெரும்பாலும் போராளிகளுக்கு ரொட்டி கொடுத்து உதவியவர்கள். குடும்பமாக சிறைபடுத்தப்பட்டு, கணவனை ஒரு முகாமிலும் மனைவியை மற்றொரு முகாமிலும் ஏனோ அவர்களுக்கு வைக்கத் தோன்றியது. அதில் திருச்சி முகாமிலிருந்த டீவில்லிரியஸ் அந்தப் போராட்டத்தின் தளபதிகளில் ஒருவன், அவன் மனைவி நிறைமாத கர்ப்பிணியாக இருந்தாள். திடீரென நடு இரவில் அவளுக்குப் பிரசவ வலி கண்டது. குழந்தை இயல்பாக இன்றி திரும்பியிருந்தது. அவளுக்கு ஏதேனும் பாதிப்பென்றால் அது பெரும் சிக்கலாகும். அந்த இரவில் மழையில் நனைந்தவாறே அவளை மருத்துவமனைக்குக் கொண்டு வந்திருந்தார்கள். அவள் பெயர் ஹென்ரினா. ரோசி, ஹென்ரினாவின் வயிற்றில் கைவைத்து பரிசோதித்தபோது குழந்தை தலைகீழாக திரும்பியிருந்தது தெரிந்தது. அதனைக் கைகளைக் கொண்டு திருப்புவது அதிக வலி தரக்கூடியது, ஆபத்தானதும் கூட. ஹென்ரினா துவண்டு போயிருந்தாள். அவள் அலறல் மருத்துவமனை எங்கும் எதிரொலித்தது. ரோசி ஒரு கணம் ஆண்டவனிடம் வேண்டிக் கொண்டாள். பின் ஒரு சிறு குடுவையில் குளிர்ந்த சில்லிடும் பனி நீரை நிரப்பி அந்தப் பாத்திரத்தை அவளின் வயிற்றின் மேல் குழந்தையின் தலை உள்ள பக்கம் வைத்தாள். அந்தப் பாத்திரத்தின் குளிர்ச்சி தாயின் தோலினைக் கடந்து சிசுவைத் தொட்டதும் சிசு அந்தக் குளிர்ச்சியைத் தவிர்க்க தன் உடலை வேறு பக்கம் மெல்லத் திருப்பியது. இரண்டு மூன்று முறை இதுபோல முயன்றபோது, சிசு தனது இயல்பான நிலைக்குத் திரும்பி விட்டிருந்தது. வலியின்றி அமைதியானாள். ஹென்ரினாவுக்கு கண்ணீர் கண்களின் ஓரத்தில் தேங்கியிருந்தது. பின் அவள் நிதானமாய் சுவாசித்தாள். எந்தப் பாதிப்புமில்லை. விடியும்போது ஹென்ரினா பிரசவ வலி கண்டு இயல்பாக குழந்தை பெற்றாள். ஹென்ரினா தன் குழந்தையினைக் கையில் வாங்கி தனது முலைப்பால் தரும்போது அருகில் நின்ற ரோசியின் கையைப் பற்றி தனது கண்ணீர் வழியாக நன்றியை சொன்னாள். எவ்வளவு சிக்கலான நேரத்திலும் நிதானமாகச் செயல்படுவதே ரோசியின் இயல்பு. சிக்கலாக மாற இருந்த பிரசவத்தை ரோசி சாமார்த்தியமாகக் கையாண்டு தாயையும் சேயையும் காப்பாற்றியதற்காக மருத்துவ அதிகாரி அவளை அழைத்து தனது பாராட்டைத் தெரிவித்தார். அதன் பின்பு இரண்டு வாரங்கள் கழித்து ஹென்ரினா மருத்துவமனைக்கு வரும்போது ரோசியின் கைகளைப் பிடித்து இரகசியமாய்ச் சொன்னாள். திருச்சி முகாமிலிருந்து இந்திய சிப்பாயின் சீருடை அணிந்து என் கணவர் தப்பிப் போய் விட்டார். அனேகமாக புதுச்சேரி போய் அங்கிருந்து கப்பலில் கிளம்பியிருப்பார். அவரின் கடைசிக் கடிதத்தில் உங்களுக்கு அவர் தனது நன்றியைத் தெரிவிக்கச்

சொல்லியிருந்தார் என்றாள். பின் அவளின் கைகளைப் பற்றியவாறே அவள் கண்களை உற்று நோக்கிச் சொன்னாள் "நிறம் சார்ந்த வேறுபாடு எண்ணங்கள் எங்கள் ஆட்கள் போல எனக்கும் இருந்தது. அதை நான் மாற்றிக்கொள்ள வேண்டும்" என அவள் கூறும்போது அவள் கண்கள் கலங்கியிருந்தன. ரோசி அவளின் கரங்களைப் பற்றி "ஆண்டவர் உயர்ந்தவர். உன் குடும்பத்திற்காகவும் உங்கள் விடுதலைக்கும் நான் பிரார்த்திக்கின்றேன்" என்றாள். அதன் பின் ஒரு சில மாதங்களில் போயர் கைதிகள் முகாம் காலி செய்யப்பட்டு, அனைவரும் அங்கிருந்து கூட்டிச் செல்லப்பட்டுவிட்டனர். இரவு உணவின் போது தொடரும் அன்றாடப் பகிர்தல் அவர்களிடம் கூடுதல் நெருக்கத்தைத் தந்தது. அவளின் மருத்துவப் பணியைச் செய்ய அவளுக்கு அவன் கொடுத்த ஊக்கம் பலமாய் இருந்தது. எந்த நிலையிலும் ரோசி தனது தைரியத்தை இழப்பதில்லை என்பது அவளுக்குக் கூடுதல் பலம். அந்தப் பண்பை அவள் ஒரு போதும் கைவிட்டு விடக்கூடாது என்று ஹெர்பட் பல முறை அவளின் தோள்களைப் பற்றியபடி சொல்லியுள்ளான்.

எல்லாம் முறையாகப் போய்க் கொண்டே இருந்தது. ஹெர்பட் ஆஸ்திரேலியாவில் இரயில் பாதை திட்டத்திற்கு பணி மாறுதல் செய்யப்பட்டிருந்தான். ரோசி தனிமையில் இருக்கப் பழகிக்கொண்டிருந்தாள். அவன் வழக்கம் போல கிருஸ்துமஸ் காலங்களிலும் அதன் பிறகு மே மாதங்களிலும் வீட்டிற்கு வரும் நிலை இருந்தது. ரோசி திட்டவட்டமாகக் கூறிவிட்டாள், அவன் வேலையை விட்டுவிட வேண்டும் அல்லது வில்லியம்ஸையும் அவளையும் அவனுடன் அழைத்துச் செல்லவேண்டும். அவனோ இலண்டன் செல்லும் வாய்ப்புக்காகக் காத்துக்கொண்டிருந்தான். அவன் மனைவியையும் மகனையும் இலண்டன் கூட்டிச் சென்ற பின் எடின் பர்க்கில் மேற்கத்திய மருத்துவ படிப்பில் அவளைச் சேர்த்துவிட அவன் விரும்பினான். அதற்கான நிதி உதவியையும் பெற தலைமைப் பொறியாளன் மூலம் அவன் இலண்டனில் சில தொடர்புகளையும் பெற்றிருந்தான். அதனை நோக்கி அவன் முன்னேறும் நிலையில் அவன் அவசரமான எந்த முடிவையும் எடுக்கத் தயாராக இல்லை. ரோசி இந்த முயற்சிகள் மீது பெரிய நம்பிக்கையில்லாதவள். அவளுக்கு அவன் அருகில் இருந்தால் மட்டும் போதும்.

1909இல் மெல்பர்ன் துறைமுகத்திலிருந்து அவன் கப்பலில் இலண்டன் சென்றதும் சில முயற்சிகளை முடித்துவிட்டு ரோசிக்கு கடிதம் எழுத விரும்பினான். மனைவியையும் குழந்தையையும் பிரிந்திருப்பது அவனுக்கும் பெரும் சிரமமாகவே இருந்தது. பையனின் மாற்றத்தைக் கண்டு இரசிக்க வேண்டிய தருணம் அது என்பது அவனுக்கும் தெரியும். ஆனாலும் அர்ப்பணிப்பும் திறமையும் உள்ள மனைவியின் மருத்துவக் கனவை அவன் சீக்கிரம் நனவாக்கி விடுவான். இலண்டனில் அவனுக்குப் பணி உயர்வுடன்

வேலை உத்திரவாதம் தரப்பட்டிருந்தது. அவன், ரோசி அவனைப் பிரிந்து வாடும் தனிமை நிலையை உணர்ந்துள்ளதாகவும், அவளின் மருத்துவக் கனவை அவன் விரைவில் நிறைவேற்ற முயற்சிப்பதாகவும் டர்பன் துறைமுகத்தில் ஜூலை 7ஆம் தேதி கடிதத்தை அஞ்சலில் சேர்த்திருந்தான். பின் 20ஆம் தேதி அக் கப்பல் கேப்டவுன் வரும்போது வேறு கடிதம் அஞ்சலில் சேர்ப்பதாகவும் உறுதி கொடுத்திருந்தான். அதன் பின்பு 27ஆம் தேதி இரவு அந்தக் கப்பல் லண்டனை நோக்கிய அதன் பயணத்தில் தன் எல்லா தொடர்புகளையும் துண்டித்து கொண்டது. தென்னாப்பிரிக்க கடல் பகுதியில் இருந்த மோசமான அலையோ அல்லது கப்பலில் இருந்த அதிக சுமையோ கப்பல் காணாமல் போனதற்குக் காரணமாக இருக்கலாம். தொடுவானத்தில் அக் கப்பலிலிருந்து புகை வந்ததாகவும், ஒரு வெடிப்பு ஏற்பட்டதாகவும் தகவல்கள் பலவாறு வந்தன. அந்தக் கப்பல் அட்லாண்டிக் பெருங்கடலில் மூழ்கியபோது ஹெர்பட் பல இரவுகளில் ரோசியின் காதலை எண்ணி, பிரிவில் அவளைக் கூடுதலாய்க் காதலித்து உருகி எழுதிய உணர்ச்சி ததும்பும் கடிதமும், அவன் நெஞ்சில் இருந்த பெரும் கனவும், காதலும் உப்புத் தண்ணீரில் நனைந்து, மூழ்கி மறைந்தது.

கப்பல் மூழ்கிய செய்தி வந்து அவள் சுக்குநூறாய் உடைந்துபோன பின்பு சில நாட்கள் கழித்து ஹெர்பட் கடற்பயணத்தின்போது டர்பன் துறைமுகத்தில் அஞ்சல் செய்த கடிதம் வந்து சேர்ந்தது. அது துயரத்தின் வலியை மேலும் கூடுதலாக்கியது. உண்மையில் அவள் தனது வாழ்வில் முதல் முறையாகத் தான் ஆதரவற்று நிற்பதை உணர்ந்தாள். ஆனால் வில்லியம்ஸின் கண்களில் தெரிந்த அச்சத்தை அவள் உணர்ந்த பின்பு கண்களைத் துடைத்துக்கொண்டு அவள் அவனுக்கு அம்மா இருக்கின்றேன் எனக் காட்ட வேண்டிய நிலைக்குத் தள்ளப்பட்டாள். மருத்துவமனையில் தன்னைக் கரைத்துக்கொள்ள விரும்பினாள். தனக்கு ஒரு வெளிச்சத்தைக் காட்டி பின் பறித்துக் கொண்டதற்காய் அவள் மனதுக்குள் ஆண்டவனுடன் சண்டையிட்டாள். ஆனாலும் காலம் பலவற்றைத் தாங்கவும், கடக்கவும் சக்தி தரத்தான் செய்கின்றது. பல சமயம் இரவுகளில் தடைபடும் தூக்கம் பலவற்றைப் பற்றி அச்சம் கொள்ள வைக்கக்கூடியது. அந்த இரவுகள் ஒரு தாதியைப் போல அவளுக்கு எதையோ பேசக்கூடியவை. அந்தப் பேச்சுகள் இனிமையற்றவை. தவிர்க்கப்படவேண்டியவை. கற்பனைக்குள் புதைக்கக் கூடியவை. பல சமயம் மிகுந்த சோர்வைத் தரக்கூடியவை.

அவள் தனது அறையிலிருந்து வெளியே வந்து வில்லியம்ஸ் அறையை எட்டிப்பார்த்தாள். அவன் நன்றாக உறங்கிக்கொண்டிருந்தான். கம்பளிப் போர்வை படுக்கையின் ஓரமாக சுருண்டு கிடந்தது. அவன் கைகளை கால்களுக்கு இடையே செருகி படுத்துக் கிடந்தான். அவள் அவனுக்குப் போர்த்திவிட்டுப் போகும்போது அவன் படுக்கைக்குப் பக்கத்திலிருந்த மேசையில் மைதானத்தில் கொடுக்கப்பட்ட நோட்டீஸ் இருந்தது. அதை

தூக்கி எறிந்து விடலாம் எனக் கருதினாள். பெரிய நோட்டு புத்தகம். அது அவன் தயாரித்துள்ள ஆல்பம். ஆர்வமாக அதனைப் புரட்டினாள். உள்ளே போருக்காகக் கொடுக்கப்பட்ட நோட்டீஸ்கள், போர் தொடர்பாக மெட்ராஸ் மெயில் பத்திரிக்கையில் வெளிவந்திருக்கும் புகைப்படத்தினை அழகாக அவன் கத்தரித்து ஒட்டியிருந்தான். வித விதமான துப்பாக்கிகள், கனரகத் துப்பாக்கிகள் என எல்லாமும் இருந்தன. ஒரு கணம் அவனை நினைத்துப் பூரித்தாள். ஆனால் ஏன் இந்தப் பையன் போரைச் சிலாகிக்கின்றான்? என அவளுக்குள் கேட்டுக்கொண்டள். மீண்டும் தனது உள்ளுணர்விடம் உலகமே போரைக் கொண்டாடும்போது அவன் மட்டும் எப்படி விடுபடுவான்? குழந்தையிடம் நமது குழப்பங்களையும், அச்சங்களையும் கொட்டுவது மடத்தனம் என நினைத்துக்கொண்டு நகர்ந்தாள்.

முன்னறையில் சுவரின் மீதிருந்த சிறிய இயேசுவின் சிலை முன் இருந்த மெழுகுவர்த்தியை ஏற்றினாள். பெரிய கோரிக்கைகள் எதுவும் அவள் ஆண்டவனிடம் கோரவில்லை. தூங்கவேண்டும் என்று மட்டும் கேட்டுக்கொண்டாள். பின் அவள் அறைக்குச் சென்று படுக்கையில் படுத்து சில நிமிடங்களில் உறங்கிப்போனாள்.

செப்டம்பர் 25ஆம் தேதி வெள்ளிக்கிழமை காலை ஏழு மணியளவில் ஊட்டியிலிருந்து வந்த இரயிலில் கவர்னர் பெண்ட்லேண்ட் மெட்ராஸ் சென்ட்ரல் இரயில் நிலையம் வந்து இறங்கினார். அவருக்காக அதிகாரிகள் காத்திருந்தனர். அவர் பத்து நிமிடம் இரயில் நிலையத்தில் அதிகாரிகளுடன் கலந்துரையாடினார். பாதுகாப்பு ஏற்பாடுகளைப் பற்றிக் கேட்டார். பின்னர் காரில் ஏறித் துறைமுகத்தைப் பார்வையிட்டார். குண்டு விழுந்த பகுதிகளையும், உடைந்த கட்டிடப் பகுதிகளையும் பார்வையிட்டார். அப்போது துறைமுகத்தில் சேதமான சரக்குக் கப்பலைப் பார்த்து குண்டு வந்த திசையைக் கேட்டறிந்து, பின் காயம்பட்டவர்களைப் பார்க்க வேண்டும் என அவர் விரும்பியதால், அவரின் கார் அதிகாரிகள் புடை சூழ அரசு மருத்துவமனைக்குச் சென்றது. ஏற்கனவே கவர்னர் வரக்கூடும் என்ற முன்னெச்சரிக்கையில் அன்று மருத்துவமனை சுகாதாரமானதாகவும், கிருமிநாசினி தெளிக்கப்பட்டும் இருந்தது. கவர்னர் காயம்பட்டவர்களைத் தொட்டு ஆறுதல் சொன்னார். அவர்களுக்கு கொடுக்கப்பட்டுள்ள சிகிச்சை பற்றி டாக்டரிடம் கேட்டுத் தெரிந்துகொண்டு அவர்களுக்குத் தைரியம் சொன்னார். அதன் பின்பு அவர் மருத்துவமனை வாசலுக்கு வரும்போது மரணமடைந்த மூவரில் ஒரு குடும்பத்தினர் தங்களுக்குக் கவர்னர் உதவ வேண்டும் என்று மனுவுடன் காத்திருந்தனர். அவர்களிடம் மனுவைப் பெற்றுக்கொண்டு ஆவன செய்வதாக உறுதியளித்தார். பின் காலை சுமார் பத்து மணியளவில் அவர் ஆளுனர் மாளிகைக்குச் சென்று சேர்ந்தார்.

சிறிது நேரத்திற்குப் பின் அங்கு போர் நிதி தருவதற்காக வந்திருந்த சிலரை ஒரு சேர சந்தித்தார். அவர்கள் மெட்ராஸ் தாக்கப்பட்டுள்ள சூழலில் மக்கள் அச்சத்தில் உள்ளதையும், மேலும் பலர் நகரத்தை விட்டு வெளியேறுவதாகவும், அரசாங்கம் அம் மக்களின் அச்சத்தைப் போக்க வேண்டியது அவசியம் எனவும் கேட்டுக்கொண்டனர். அப்போது இடைமறித்த காவல்துறை அதிகாரி, தாங்கள் இரவு பகல் பாராது மக்களின் அச்சம் போக்க வேலை செய்வதாகவும், தான் தூங்கியே மூன்று நாட்கள் ஆனதாகவும் கூறி முடித்தார். கவர்னர் தொண்டையைச்

செருமிக் கொண்டு காவல்துறை அதிகாரியைப் பார்த்தார். பின் தனது மேசையிலிருந்த கண்ணாடி டம்ளரிலிருந்து கொஞ்சம் தண்ணீரைக் குடித்து விட்டு, “கடல் பகுதியில் ரோந்துக் கப்பல்கள், கடற்படை படகுகள் தொடர் கண்காணிப்பில் உள்ளன. நமது கடற் பகுதிக்குள் அவர்கள் இனி எப்போதும் நுழைய முடியாது. நடந்தது நடந்ததாக இருக்கட்டும். நீங்கள் நாட்டின் பாதுகாப்புக்காக நிதி மட்டும் கொடுத்தால் போதாது. நாட்டைப் பாதுகாக்க இராணுவத்தில் ஆட்களைச் சேர்க்கவும் உதவ வேண்டும்” எனக் கேட்டுக்கொண்டார். எல்லோரும் அதற்காக கடுமையாக உழைக்கப்போவதாக அவரிடம் வாக்குறுதி அளித்துவிட்டு கலைந்து சென்றனர்.

கவர்னர்க்கு காங்கிரஸ் கட்சி தொடர்ந்து ஆதரவு தந்தது. கடந்த ஐந்து மாதங்களுக்கு முன் முதல் முறையாக அவர் காங்கிரஸ் கட்சி நடத்திய காங்கிரஸ் பொது மாநாட்டில் பங்கேற்றிருந்தார். மெட்ராஸ் நுங்கம்பாக்கம் டவுட்டன் இல்லத்தின் முன்பு இருந்த புல் வெளியில் அந்த மாநாடு நடந்தது. போரில் ஆங்கிலேயப் பேரரசு உள்ள நிலையில் அதற்கு நிபந்தனையற்ற ஆதரவு தருவதாக தீர்மானம் நிறைவேற்றும்போது அவர் அந்த அரங்கில் இருந்தார். அதற்குப் பின் பேசிய சீனிவாச அய்யர் அரசுக்கு தங்கள் செயல்பாட்டில் வேறுபட்ட பார்வை இருந்தபோதும் அரசை மிகுந்த பொறுப்புணர்வுடன் ஆதரிப்பதாகப் பேசினார். அவருக்குப் பின்னே பேசியவர்கள் எல்லோருமே அரசாங்கத்தின் மீது தங்களின் நம்பிக்கையை உறுதிப்படுத்தினர். இத்தனைக்கும் அரசின் பத்திரிக்கை தணிக்கை சட்டத்தை காங்கிரஸ் விமர்சிக்கும் மனநிலையில் உள்ளதாக உளவுப் பிரிவினர் அவருக்குத் தகவல் கொடுத்திருந்தனர். ஆனால் அதுபோல எந்த தர்மசங்கடமும் கவர்னருக்கு ஏற்படவில்லை. காங்கிரஸ் மாநாட்டில் கலந்துகொண்ட முதல் கவர்னர் என்ற பெருமையுடன் அங்கிருந்து கிளம்பும் போது அந்த டவுட்டன் இல்லத்தை உற்று நோக்கினார். ஜான் டவுட்டனின் வீடு அது. அவர்தான் திப்பு சுல்தானின் மகன்களை பணயக் கைதிகளாக இந்த இல்லத்தில் வைத்திருந்தார். ஜான் டவுட்டனுக்கு ஏனோ நன்றி சொல்ல வேண்டும் எனக் கருதியபடி அங்கிருந்து காரில் கிளம்பினார். அவரை காங்கிரஸ் சைக்கிள் அணித் தொண்டர்கள் இருபுறமும் நின்று கூட்டத்தை முறைப்படுத்தி அனுப்பி வைத்தனர். புன்னகையுடன் அவர்களைப் பார்த்துக் கையசைத்தது அவருக்கு நினைவு வந்தது. காங்கிரஸ் எல்லா ஊர்களிலும் போருக்கு ஆட்களை அனுப்ப உதவுகின்றது. சில இடங்களில் நேரிடையாக வந்து நிற்காவிட்டாலும் எவரையும் தடுப்பதில்லை. எந்த முன் நிபந்தனையுமின்றி மோகன்தாஸ் கரம்சந்த் காந்தி போருக்கு ஆதரவாக பிரச்சாரம் செய்வதையும், அவ்வாறு நிபந்தனையுடன் ஆதரிக்கவேண்டும் என்ற வாதங்களை அவர் புறக்கணித்திருப்பதும் அரசுக்கு நல்ல சாதகமான சூழல். தென்னாப்பிரிக்காவில் மோகன்தாஸ் கரம்சந்த் காந்தி இருந்த போது போயர் போரில் ஆங்கில அரசை ஆதரித்து செயல்பட்டதையும்

நினைத்துப் பார்த்தார். மேலும் தற்போது மூன்று மாதங்களுக்கு முன் பாலகங்காதர திலகர் தேசத் துரோக வழக்கில் சிறைவாசம் முடிந்து விடுதலையான நிலையில், அவரும் போரில் ஆங்கிலேய அரசுக்கு ஆதரவாக இருப்பதையும் சாதகமாகப் பயன்படுத்த வேண்டும்.

பின்னர் உயர் அதிகாரிகளை அழைத்து மெட்ராஸ் மாநிலத்தில் போர் நிதி கூடுதலாக இருக்கவேண்டும், அது முக்கியம் என்றும் மக்களிடம் போர் ஆதரவு பிரச்சாரத்திற்கு எல்லோரும் கூடுதல் ஒத்துழைப்பு தரவேண்டும் என்றும், குறிப்பாக கிராமங்களில் அந்தக் கருத்தை கொண்டுசெல்ல வேண்டும் என்றும் கூறினார்.

தொடர்ந்து மெட்ராஸின் கடற்கரையை ஒட்டிய பகுதிகளிலிருந்து குடியிருப்புவாசிகள் அவர்கள் கையில் தூக்கிச்செல்ல முடியும் சாமான்களுடன் வெளியூர் செல்ல சென்ட்ரல் இரயில் நிலையம் வந்தவாறு இருந்ததால் அந்தப் பகுதியில் பெரும் போக்குவரத்து நெருக்கடி ஏற்பட்டது. கிளம்பும் ரயில்களில் பெரும் கூட்டம் முண்டியடித்தது. உணவுப் பொருட்கள் விற்பனை தடைபட்டிருந்ததால் உணவு கிடைப்பதில் சிக்கலும், விலை ஏற்றமும் நிகழ்ந்திருந்தது. பெரும்பாலானவர்கள் மாட்டு வண்டிகளில் தங்கள் உறவினர்களின் ஊர்களுக்குச் சென்றதால் வரிசையாக மாட்டு வண்டிகள் சாலைகளில் தென்பட்டன. கவர்னர் மெட்ராஸ் வந்த பின்பும் நிலைமை இயல்பாகவில்லை. இரண்டு நாள் மட்டுமே அவர் மெட்ராஸிலிருந்தார். பின் மீண்டும் ஊட்டிக்கு ரயிலேறி விட்டார். இது பத்திரிக்கைகளில் வெளியானபோது மீண்டும் எம்டன் கப்பல் வந்து குண்டு போடப்போகின்றது, எனவேதான் கவர்னர் வசதியாக ஊட்டி போய் விட்டார் என பேச்சுகள் மக்கள் மத்தியில் நிலவியது. அதன் தொடர்ச்சியாக கூடுதலான மக்கள் வெளியூர் சென்றனர். ஆனால் கடற்கரையோரமிருந்த மீனவக் குப்பங்களிலிருந்து பெரும்பாலும் எவரும் எங்கும் செல்லவில்லை. ஆனால் கடலுக்குள் வெகு தூரம் செல்லவில்லை. ஒருவேளை குண்டு விழுந்தால் சீக்கிரம் வெளியேறி ஓடி விடுவது பற்றி அவர்கள் தங்களுக்குள் பேசிக்கொண்டிருந்தனர். இரண்டொரு வாரங்களுக்குப் பின் நிலைமை சற்று இயல்பானது. வெளியூர் சென்றவர்கள் மெல்ல ஊர் திரும்பிக்கொண்டிருந்தனர். ஜெர்மானியர்களைப் பற்றிய விவாதங்கள் மக்கள் மத்தியில் முக்கியத்துவம் பெற்றன. ஜெர்மானியர்கள் மிகக் கொடுமைக்காரர்கள் என்ற கருத்து இரயில்வே அலுவலகத்திற்கு பின்புறமிருந்த சன நெருக்கடி மிக்க குஜிலி பஜாரில் உலாவியது. குறிப்பாக ஜெர்மனியில் மனிதர்களைக் கொன்று உறுப்புகளை எடுக்கின்ற ஒரு பேக்டரி இருக்கிறது என்ற அளவுக்குக்கூட ஒரு கருத்து நிலவியது. மேலும் எம்டன் கப்பல் குண்டு போட்டபோது மக்கள் பட்ட வேதனைகளும் பாடல் வடிவில் சிறு புத்தகமாக அங்கு விற்பனை செய்யப்பட்டது. ஆங்கிலேய துருப்புகள் துறைமுகத்திலிருந்து திருப்பிச் சுட்டதால் எம்டன்

கப்பல் பின் வாங்கி ஓடியது என அப் பாடல் அமைக்கப்பட்டிருந்தது. மக்களிடமும் அந்தக் கருத்து இருந்தது.

அன்று மெட்ராஸில் குண்டு வீசிய பின் அந்தக் கப்பல் வங்கக்கடலில் தென்புறமாகப் பயணித்து இலங்கையைச் சுற்றி வந்து பின் கிழக்குப் புறமாக மாலத்தீவு கடற்பகுதி வரை சென்று திரும்பவும் தென் திசையில் பயணித்து இந்தியப் பெருங்கடலில் இருந்த டீக்கோ காசியா தீவு சென்றது. அத்தீவு ஆங்கிலேயர் கட்டுப்பாட்டில் உள்ளது. கப்பலின் முன் பகுதியில் சிறு சேதமும் அதன் இஞ்சினில் கொஞ்சம் வேலையும் இருந்தது. அது சரி செய்யப்படவில்லை என்றால் நடுக்கடலில் அது நின்றுபோக வாய்ப்பிருந்தது. எம்டன் தன்னை ஒரு சாதாரண சரக்குக் கப்பல் போல காட்டிக் கொண்டது. அதன் அடையாளத்தையும் அதன் பெயரையும் அது மறைத்துக் கொண்டது. அத் தீவிலிருந்தவர்களுக்கு மெட்ராஸில் அது குண்டு வீசிய தகவல் செல்லவில்லை. அவர்கள் அதனைச் சரக்குக் கப்பல் என்றே கருதினர். அத் தீவில் அது தனது பிரச்சனைகளைச் சரி செய்து கொஞ்சம் ஓய்வெடுத்துக்கொண்டது. பின்னர் அங்கிருந்து கிளம்பி வடக்கு நோக்கிப் பயணித்து மீண்டும் லட்சத்தீவு நெருங்கி பின் மாலத்தீவு வரை வந்து அதன் பின் மேற்காக பயணம் செய்து இலங்கையைத் தாண்டி ஆஸ்திரேலியா கடல் எல்லைக்குச் சென்றது.

எம்டன் இதே போல சுற்றிக்கொண்டே இருந்தது. அதற்குள் அது ஐம்பது நாட்களைத் தாண்டி இருந்தது. அதற்கு ஏதோ பெரிய திட்டம் இருந்திருக்கக் கூடும். ஒரு ஊதாரி போல கடலில் இலக்கற்று பயணிப்பது போன்றிருந்தது அதன் பயணம். வழியில் தனது தேவைக்கேற்ப அதன் கொடியை மாற்றிக்கொண்டது. சரக்குக் கப்பல்கள் தென்படும்போது அது சோதனை செய்யவரும் அரசு அதிகாரிகள் போல சமிக்கை செய்து படகில் தனது அதிகாரிகளை அனுப்பி வைத்து சரக்குக் கப்பல் கேப்டன்களிடம் ஆவணங்களைச் சரிபார்ப்பது போலச் செய்யும். அந்தக் கப்பல் நேச நாடுகளைச் சார்ந்தது எனத் தெரிய வரும்போது தனக்குத் தேவையானதை எடுத்துக்கொண்டு கப்பலில் உள்ள ஆட்களை தனது தனிப் படகுகளில் அனுப்பி விட்டு விடும் அல்லது தனது கப்பலுக்குக் கொண்டு வந்துவிடும். அதன் பின் அந்தக் கப்பலை மூழ்கடிக்கும். அதன் நோக்கம் தொடர் பீதியை ஏற்படுத்துவது. அதன் மூலம் சரக்குப் பரிவர்த்தனையைத் தடுப்பது.

வங்காள விரிகுடா மற்றும் இந்தியப் பெருங்கடலில் அது தனது ஆதிக்கத்தை நிலைநாட்ட விரும்பியது. அது சுற்றித்திரிந்த காலத்தில் இருபத்தி ஐந்து பொதுக் கப்பல்களை சேதப்படுத்தியது அல்லது மூழ்கடித்தது. பேங்காக் கடல் பரப்பில் இரண்டு நேசநாட்டுப் போர்க் கப்பல்களை அழித்திருந்தது. அதன் பிறகு பிரிட்டன் படைக்குப் போய்க் கொண்டிருக்கும் ஆஸ்திரேலியா மற்றும் நியூசிலாந்து வீரர்களைத் தாக்க

ஒரு வேளை அது திட்டமிட்டிருந்திருக்கலாம். இந்தியப் பெருங்கடலில் தென் பகுதியில் ஆஸ்திரேலியாவுக்கும் இலங்கைக்கும் இடையே இருந்த ஆஸ்திரேலியாவின் கொக்கொஸ் தீவில் கடற்கரையோரமாக அது வரும் போது தூரத்தில் அது ஆஸ்திரேலியா இராயல் நேவியின் கப்பலான சிட்னியை எதிர்கொள்ள வேண்டி வந்தது. உடனடியாக அது தன்னை ஒரு சரக்குக் கப்பல் போலக் காட்டி வேறு பக்கம் போய் விட்டது, இத்தனைக்கும் எம்டனைத் தேடும் முயற்சியில் இராயல் நேவி இருந்தது. அது இன்னும் போர் புரிந்த அனுபவம் இல்லாத புதியவனாக இருந்தது. அதன் கேப்டன் தூரத்தில் எம்டன் கப்பலைப் பார்த்து சரக்குக் கப்பல் எனக் கருதிக்கொண்டார். அடுத்த நாள் எம்டன் கொக்கொஸ் தீவின் ஒரு பகுதியான வடக்கு கீலிங் தீவின் துறைமுகத்தை நெருங்கியது. அந்தத் தீவில் பிரிட்டன் நீர் மூழ்கிக் கப்பலுக்குத் தொடர்பு தரும் ஒயர்லஸ் டவர் மற்றும் அதன் கேபிள் ஆண்டனா இருந்தது. ஒருபுறம் இலங்கையிலிருந்தும் மற்றொரு புறம் ஆப்பிரிக்காவிலிருந்தும் பிரிட்டன் தகவல் பெற அந்தத் தீவில் பொருத்தப்பட்டிருந்த ஒயர்லஸ் கேபிள்கள் மற்றும் கருவிகள் முக்கியமானதாக இருந்தன.

எம்டன் அந்தத் தீவின் துறைமுகத்தின் ஓரம் நங்கூரம் பாய்ச்சி நின்ற பின் தனது படை வீரர்களைச் சிறு படகுகளின் மூலம் அனுப்பியது. அப்போது அது தனது ஜெர்மானியக் கொடியை ஏற்றிக்கொண்டது. அவர்கள் நெருங்குவதைப் பார்த்த ஒயர்லஸ் பணியாளர்கள் உடனடியாக எம்டன் தங்கள் கரையில் நிற்பதாக தகவலை ஒயர்லெஸ் மூலம் அனுப்பினர். அதன் பின்பு அவர்கள் பாதுகாப்பான இடங்களுக்கு ஓடி விட்டனர். கொக்கொஸ் தீவில் கரையேறிய ஜெர்மன் படையினர் ஒயர்லஸ் கருவிகளையும், அதன் ஒயர்களையும் இரும்புக் கோடாரியால் வெட்டி சேதப்படுத்தினர். பின்னர் நீண்ட ஆண்டனா கோபுரங்களை வெடிவைத்து வீழ்த்தினர். பின்னர் கடற்கரையில் அவர்கள் ஓய்வெடுத்துக்கொண்டிருந்தனர்.

ஆஸ்திரேலியா இராயல் நேவி அந்தத் தகவலை சிட்னி கப்பலுக்கு தெரியப்படுத்தி அதனை எச்சரிக்கை செய்து எம்டனை எதிர்கொள்ள உத்தரவிட்டது. நவம்பர் 9ஆம் தேதி காலையில் சிட்னி கப்பல் எம்டனை நெருங்கியது. தூரத்தில் அதனைக் கண்டதும் அதன் மீது தாக்குதல் தொடுக்கப் போவதாக தனது விளக்கினை அணைத்துக் காட்டி சவால் சமிக்கை செய்தது. எம்டன் உடனடியாக கரையில் இருந்த அதன் வீரர்களை கப்பலுக்கு வர எச்சரிக்கை சங்கை ஊதியது. அவர்கள் அடித்துப் பிடித்து கப்பலில் வந்து ஏறினர். எம்டன் தனது கப்பலில் இருந்த நீண்ட கனரகத் துப்பாக்கியின் மூலம் சிட்னியைப் பார்த்துச் சுட்டது. ஆனால் சிட்னியின் வேகம் காரணமாக எம்டனின் இலக்கிலிருந்து எளிதில் தள்ளிச் சென்றது.

எம்டன் அதனை நோக்கி தொடர்ந்து சுட்டது. ஆனால் அதனால் பெரிதாக சிட்னியைத் தாக்கமுடியவில்லை. ஆனால் சிட்னி கப்பலிருந்து வந்த சக்திவாய்ந்த ஆறு 154 மில்லி மீட்டர் துப்பாக்கிகளின் குண்டுகள் சரியாக எம்டனைத் தாக்கி அதனை நிர்மூலம் செய்தன. தொடர்ந்து சிட்னியின் கனரகத் துப்பாக்கிகள் எம்டனை துளைத்தெடுத்தன. அதன் பின்பு சிட்னியின் நீர் மூழ்கி குண்டு எம்டனைத் நோக்கிப் பாய்ச்சப்பட்டது. அது எம்டனின் இன்ஜின் பகுதியை உருக்குலைத்தது. குறிப்பாக அதன் ஸ்டேரிங்க் கியர் சிதைந்து போனது. எம்டன் தனது சக்தியையும் கட்டுப்பாட்டையும் இழந்து தத்தளித்தது. அலைகளில் சிக்கி எம்டன் கரையை நோக்கிச் சென்று தரை தட்டியது. அது உடைந்து, உருக்குலைந்த நிலையில் அதன் கொம்பு போன்ற புகை போக்கிகள் மூன்றும் முறிந்து சரிந்திருந்தன. அதனிடமிருந்து பெரிய தாக்குதல் இல்லை. அது தரை தட்டும் நிலைக்கு வந்திருந்தது. அடுத்த நாள் அதிகாலை நான்கு மணியளவில் சிட்னி அதன் அருகில் நெருங்கியது. எம்டன் போராட்டத்தைக் கைவிட்டு சரணடைந்து போக அதற்கு ஏற்கனவே உத்தரவு வந்திருந்தது. எம்டன் சரணாகதிக்கு தயாராகி தகவலை சிட்னி கப்பலுக்கு அனுப்பியது. அப்போதும் ஜெர்மன் கொடி அதில் பறந்துகொண்டே இருந்தது. சிட்னி பக்கத்தில் வந்து சுட்டது. தீயும் புகையும் சூழ்ந்திருந்த எம்டனில் உடனடியாக வெள்ளைக் கொடி ஏற்றப்பட்டது.

உயிர் பிழைக்க வாய்ப்புள்ளவர்களுக்கு சிட்னியில் மற்றும் தீவில் சிகிச்சை தரப்பட்டது. அதன் பின் அத் தீவின் அருகில் வந்த ஒரு ரஷ்யக் கப்பலில் போர்க் கைதிகளாக எம்டன் கப்பலில் இருந்தவர்கள் ஆஸ்திரேலியா அனுப்பி வைக்கப்பட்டனர். கேப்டன் வான் முல்லரும் அவருடன் சில அதிகாரிகளும் கைது செய்யப்பட்டு மால்டாவுக்கு அனுப்பப்பட்டனர். மொத்தம் அந்தக் கப்பலில் இருந்தவர்கள் 360 பேர்கள். கப்பலின் உள்ளே 134 பேரின் குண்டு துளைத்த உடல்களைக் கண்டனர். மற்றவர்கள் காயம் அடைந்திருந்தனர்.

சிட்னி கப்பலில் மூன்று பேர் இறந்து போயிருந்தனர். ஒருவர் மோசமான காயம் பட்டிருந்தார். ஒரு சில நாட்களில் அவரும் இறந்து போனார். இத் தாக்குதலுக்குப் பின் ஒரு வாரம் கழித்து இறந்த உடல்கள் தீவில் அடக்கம் செய்யப்பட்டன. எம்டன் நாசம் செய்யப்பட்ட செய்தி மெட்ராஸை அடைந்த பின் மெட்ராஸ்வாசிகள் நிம்மதி அடைந்தனர். வெளியூர் சென்றவர்களில் மீதமிருந்தவர்களும் ஊர் திரும்பத் தயாராயினர். அந்த செய்தி வந்த அன்று இரவு மெட்ராஸில் பெரும்பாலானவர்கள் நிம்மதியாக தூங்கச் சென்றனர்.

உணவுப் பஞ்சம் கிராமங்களில் பெரிதாகத் தீர்ந்து விடவில்லை. சம்பளம் மற்றும் மூன்று வேலை உணவு கிடைக்குமென்றால் விவசாயத்தை விட்டு விட்டு ஓடி வரத் தயாராகவே விவசாயக்கூலிகளும், சிறு விவசாயிகளும் இருந்தனர். வானத்தை எதிர் நோக்கி வாழ்க்கையை ஓட்டுவது அவ்வளவு நம்பிக்கைத் தருவதாக இல்லை. எப்போது வேண்டுமானாலும் பெரும் பஞ்சம் வரக்கூடும். ஊர் ஊராக உணவு தேடி பிச்சை எடுத்ததையும், எறும்பு புற்றுகளைத் தேடிக் கண்டுபிடித்து அதனைத் தோண்டி எறும்பு சேகரித்த தானியத்தை எடுத்து வந்து உண்டதையும் வாய்ப்புக் கிடைக்கும் போதெல்லாம் அவர்கள் தங்கள் குழந்தைகளுக்குச் சொல்லிக்கொண்டே இருந்தனர். வீதி எங்கும் செத்துக் கிடந்தவர்களின் எலும்பும் வெற்றுத் தோல் மட்டும் மூடிய எலும்புக்கூட்டு மனிதர்கள், கவளம் சோற்றுக்காய் ஊர் ஊராய் ஓடிய அவர்களின் கடந்த காலம் இன்னும் அவர்கள் நினைவுகளில் இருந்தது. நிரந்தரமான வருவாயைத் தேடிக்கொள்வது எல்லோருக்கும் நல்லது என்ற எண்ணம் நிறைந்திருந்த கிராமங்களில் இராணுவத்தில் சேர்ந்தால் பரிசு, போனஸ் சம்பளம் தருவதாக பிரச்சாரம் மேற்கொள்ளப்பட்டது. தவிரவும், பட்டாளத்தில் சாதி இருக்காது. வெள்ளைக்காரனும் நாமும்கூட சமம். துப்பாக்கி வேறு கையில் இருக்கும். செத்து செத்து இங்கே பிழைப்பதை விட பட்டாளம் சம்பளம், பென்சன் தரும், கூடவே மரியாதையைத் தரும். பண்ணையார், கிராம மணியகாரன், கோயில் பூசாரி, பள்ளிக்கூட ஆசிரியர் என எல்லோரும் அதையே பேசியதால் அது பொதுக் கருத்தானது. இது எல்லாவற்றையும் விட மூன்றுவேளை வயிறார சாப்பாடு கிடைக்கும் என்பதால் பெற்றோர்களே குழந்தைகளை அனுப்பத் தயாராயினர்.

முறையாகப் பயிற்சி பெற்ற இராணுவம் தவிர தற்காலிகமாக மூன்று மாத குறுகிய கால பயிற்சி கொடுத்து இளம் அதிகாரிகளும், சிப்பாய்களும் தேர்வு செய்யப்பட்டனர். கூடவே தன்னார்வலர்களும் தேர்வு செய்யப்பட்டனர். சில முகவர்கள் மூலம் ஒப்பந்த அடிப்படையில் தொழிலாளர் பட்டாளம் என்று பின்னர் அழைக்கப்பட்ட கூலிப் பட்டாளம் மற்றும் சுமை தூக்குவோர் பட்டாளம் தேர்வு செய்யப்பட்டது. கூலிப் பட்டாளத்தில் எல்லாவகைத்

தொழிலாளர்களும் தேர்வு செய்யப்பட்டனர். குறிப்பாக ரொட்டி தயாரிப்பவர்கள், சமையல்காரர்கள், கசாப்பு போடத் தெரிந்தவர்கள், தோட்டக்காரர்கள், மந்தை மேய்க்கத் தெரிந்தவர்கள், கட்டுமானத் தொழிலாளர்கள், செருப்பு தைப்பவர்கள், துப்புரவுப் பணியாளர்கள். சலவைத் தொழிலாளர்கள், சவரத் தொழிலாளர்கள், டெய்லர்கள் மற்றும் மூட்டைத் தூக்குபவர்கள் அனைவரும் அதில் அடக்கம். இந்தத் தொழில் அரைகுறையாகத் தெரிந்தால்கூட பட்டாளத்தில் பழகிக்கொள்ளலாம். சண்டை போடும் சிப்பாய்க்கு உதவுவது இந்தக் கூலிப் பட்டாளத்தின் பணி. அவர்கள் நேரிடையாக சண்டைக்குப் போக வேண்டியதில்லை. மாதாமாதம் சம்பளம் வீட்டுக்கு வந்து விடும். கிராமத்தில் இந்த உழைப்பாளர்களுக்கு அடிமைத்தனமும் அவமரியாதையும் மட்டுமே இருந்திருக்கும். மேலும் பலர் கடல் எப்படி இருக்கும் என நேரில் பார்க்கலாம். கப்பலில் போகலாம். தங்களின் எல்லா இடர்பாடுகளுக்கும் தீர்வாக பட்டாளத்தில் சேர்வதை அவர்கள் எல்லா இடங்களிலும் கேட்டுக்கொண்டே இருந்தனர். இயல்பானத் தயக்கங்களிலிருந்து விடுபட்டு முதலில் பட்டாளத்தில் சேர்ந்தவர்கள் அவர்கள் வீட்டுக்கு எழுதிய கடிதங்கள் சில பகுதிகள் வெட்டிய நிலையில் வந்து சேர்ந்தன. சென்சார் செய்யப்பட்ட கடிதங்கள். ஒரு சிலர் தங்கள் நிலைமை கடுமையாக இருப்பதாக சென்சாருக்கு தப்பிய கடிதங்களில் எழுதியிருந்தனர். ஆனால் அது பெரிதாக எடுபடவில்லை. போர் துவங்கிய ஓராண்டுக்குள் எல்லா கிராமத்திலும் பாதி ஆண்கள் தங்கள் பெயர்களை பட்டாளத்தில் பதிவு செய்து அழைப்புக்காக காத்திருந்தனர்.

ஏழைக் குடும்பத்தைச் சார்ந்த பதினான்கு வயதுள்ள சிறுவர்களுக்கும் வயதை அதிகமாக எழுதி முகவர்கள் போருக்கு அனுப்பி வைத்தனர். இரயில்கள் ஆட்களை துறைமுகத்திற்கு அழைத்துச் சென்றவண்ணம் இருந்தது. இரயில் ஏறும்போது பெரியவர்கள் கால்களில் விழுந்து கண்கலங்கியபடி போவதும், குடும்பங்கள் பிரியாவிடை தருவதும், உறவுகளின் உருவம் மறையும் வரை அவர்களை இரயிலில் பட்டாளத்திற்கு செல்பவன் உற்று நோக்கியபடி இருப்பதும் இரயில் நிலையங்களில் தினமும் காணும் காட்சி. மேலும் இரயில் நிலையம், தபால் நிலையம், அரசு அலுவலகங்கள், கிராம சாவடி என எல்லா இடங்களிலும் மீசை வைத்த ஆங்கிலேயத் தொப்பிக்காரன் “பிரிட்டனுக்கு நீங்கள் தேவை, கடவுள் அரசரைக் காக்கட்டும்” என பார்க்கின்றவர்களை நோக்கிக் கையை சுட்டிக்காட்டுவது போன்ற போஸ்டர்கள் ஒட்டப்பட்டிருந்தன.

வில்லியம்ஸ்க்கு பதினேழு வயதே பூர்த்தியாகி இருந்தது. மெட்ரிக்குலேசன் இறுதித் தேர்வு வரப்போகின்ற காலக்கட்டத்தில் அவளுக்கு அவனைப்பற்றிய கவலை அதிகரித்தது. அவன் இராணுவத்தில் சேர வேண்டும் என்பதில் உறுதியாக இருந்தான். ரோசியோ அவன் எப்படியாவது மருத்துவப் பட்டப்படிப்பில் சேர வேண்டும் என்று கருதினாள். தன்னால் நிறைவேறாத ஒரு கனவை அவன் நிறைவேற்ற வேண்டும் என்பது அவள் கனவு. அவளின் நிலையை அவனுக்குப் புரியவைக்க முயன்றபோதும், அவன் இராணுவத்தில் சேர்வதில் குறியாக இருந்தான். அரசுப் பதவி வகிக்கும் பெரும்பாலான ஆங்கிலேயர்கள் இராணுவப் பள்ளியில் படித்தவர்கள். ஆனால் அவர்கள் ஆங்கிலேயர்கள். வில்லியம்ஸோ அவளுக்குப் பிறந்தவன். ஆங்கிலேயராக இல்லாதவர்கள் திறமைசாலிகள் என்றாலும் அங்கீகாரம் இல்லையே, ஆங்கிலேயனாக இருப்பதுதான் இங்கே அடிப்படைத் தகுதி. அவளைப் போன்ற கருந்தோல் உடையவர்கள் 'உள்ளூர்வாசிகள்'. இப்போதுதான் அவர்களை இந்தியர் என்று அழைக்கும்படி கூறப்பட்டுள்ளது. போருக்குப் போவதால் என்ன மாறிவிடப்போகின்றது. அதை வீட்டில்கூட பேச முடியாத நிலை உள்ளது. வில்லியம்ஸ் நல்ல அறிவாளி. அவனுக்கு மருத்துவம் எளிதாகக் கைகூடும். ஹெர்பட் இருந்திருந்தாலும் இதே மாதிரி சொல்லியிருப்பான். பெற்றோர்களின் பேச்சை இவர்கள் கேட்கும் நிலையில் இல்லை.

ஆஸ்திரியா இளவரசன் பர்டினன்டையும் அவன் மனைவியையும் போஸ்னியாவின் வீதியில் ஒரு பள்ளி மாணவன் சுட்டுக் கொன்றதற்காக, தென்னிந்தியாவில் ஊட்டியிலிருக்கும் அவள் மகன் எதற்காக சண்டைக்குப் போகவேண்டும்? ஏன் புரியாமல் அடம் பிடிக்கின்றான். ஏற்கனவே அவள் கணவனை இழந்தாகிவிட்டது. இப்போது மகன் பட்டாளத்திற்குப் போக விரும்புகின்றான். எதைக் கொண்டு அவனுக்குப் புரிய வைப்பது. அவள் தனக்குள் ஒரு பெரும் போராட்டத்தை நடத்திக்கொண்டிருந்தாள். இப்போதெல்லாம் வெகு நேரம் தேவாலயத்திற்குச் சென்று ஜெபம் செய்கின்றாள். அவளுக்கே அது சலிப்பூட்டுகின்றது. மகன், அவனைச் சார்ந்து

அம்மா இருப்பதாக நினைக்கக் கூடாது. அது சிறு வயது வாலிபனுக்கு பெரும் சுமையைத் தரக்கூடியது. மேலும் அவனோ தனது வயதில் கிடைத்திருக்கும் மிகப்பெரிய சாகசம் இந்தப் போர் என்று கருதுகின்றான். இதே மனநிலையிலேயே பல இளைஞர்களும் வளர்க்கப்பட்டுள்ளனர். தேவாலயத்தில் கடந்த ஞாயிறு காலை வழிபாட்டின்போதுகூட பாதிரியார் பைபிளின் உபாகமம் 20ஆம் அதிகாரத்தைப் படிக்கின்றார்.

"நீ உன் எதிரிகளுக்கு எதிராக போர் செய்யப் புறப்பட்டுப் போகையில் குதிரைகளையும், இரதங்களையும் அதிகமான கூட்டத்தையும் கண்டால் பயப்படவேண்டாம். உன்னை எகிப்து தேசத்திலிருந்து புறப்பட வைத்த உன் தேவனாகிய கர்த்தர் உன்னோடு இருக்கிறார்."

கட்டமைக்கப்படும் கருத்து எனும் பெரும் அலையில் துரும்பென அவள் சிக்கிக்கொண்டுள்ளாள். அவள் அவளின் எல்லா சுமைகளையும் மகன் வில்லியம்ஸ் மீது சுமத்தாமல் விட்டு விடுவது நல்லது. அவனுக்கு எதுவும் நடக்காது. பத்திரமாய் அவன் திரும்பி வருவான் என்ற நம்பிக்கையை மட்டும் பத்திரப்படுத்திக் கொண்டுள்ளாள்.

அன்று இரவு பள்ளி ஆசிரியன் எட்வர்டின் மகன் டக்ளஸ், அவன் வில்லியம்ஸ் உடன் பள்ளி கால்பந்து அணியில் இருந்தவன், அவன் இராணுவத்தில் சேர பெற்றோர்கள் சம்மதம் தரத் தயங்கியதற்காக கோவித்துக்கொண்டு வீட்டுக்கு வராமல் இருந்துள்ளான். வில்லியம்ஸும் அவனின் நண்பர்களும் சென்று தேடினார்கள். நடு இரவில் சர்ச்சுக்குப் பின்புறம் கல்லறைத் தோட்டத்தில் உட்கார்ந்திருந்தவனைக் கண்டுபிடித்துக் கூட்டி வந்தார்கள். அடுத்த நாள் ஆசிரியனும் அவன் மனைவியும் இராணுவ ஆள் சேர்ப்பு முகாமுக்கு அவனைப் பதிவு செய்துள்ளனர். இத்தனைக்கும் அவன் இன்னும் மெட்ரிக்குலேசன் பரிட்சை எழுதக்கூட இல்லை. ஆனால் பெற்றோருக்கு வேறு வழியில்லை.

அவளுக்கு அவள் முன்பு ஒருமுறை பிரசவம் பார்த்த தென்னாப்பிரிக்காவின் போயர் போர் கைதியின் முகம் நினைவில் வந்தது. போர் துயரத்தைத் தவிர எதை விட்டுச் செல்கிறது. அவள் மகனிடம் உரையாட சக்தியற்றவளாக இருக்கின்றாளா? அவள் சாலையில் எதையோ யோசித்தவாறே நடந்து வருகின்றாள். அவளைக் கடந்து ஒரு இராணுவ லாரி வெலிங்டனை நோக்கிச் செல்கிறது. அதில் ஒருவன் தலையை நீட்டி அவளைப் பார்த்து கையசைக்கின்றான். அவன் டக்ளஸ்.

"சீக்கிரம் பிரான்ஸ் போகப்போறேன் திருமதி ரோசி. வில்லியம்ஸைக் கேட்டதாகச் சொல்லவும்." வண்டி சென்று கொண்டிருக்கிறது. அவன் முகத்தில்தான் எவ்வளவு உற்சாகம். இன்னமும் அவன் முகத்தில் வாலிபனுக்கான முதிர்ச்சிகூட வரவில்லை. அவள் வெகுநேரம் விடை

கொடுக்க அவனுக்காகக் கைகளைத் தூக்கியபடியே இருந்தாள். வண்டி தூரப்போய் மறைந்து விட்டது. வெண்ணிற மேகப்புகை ஒரு நிமிடம் அங்கு புகை மண்டலம் போல் கடந்து போகின்றது. அவள் இன்னும் அந்தச் சாலையைப் பார்த்துக்கொண்டே உள்ளாள். அவனின் கண்களில் இருந்த நம்பிக்கைக்கும் முகத்தில் தெரிந்த மகிழ்ச்சிக்கும் எது ஈடாகும். அவன் அவனுக்குப் பிடித்த வாழ்க்கையை வாழப் போய்க்கொண்டிருக்கின்றான். கர்த்தர் அவனை வழி நடத்த வேண்டும் என வேண்டினாள்.

வில்லியம்ஸ் உடன் அவள் சில நாட்களாக முகத்தைக் கடுமையாக வைத்திருந்ததற்காக வேதனைப்பட்டாள். இரவு உணவின்போது தனது மகனுக்குத் துணையாக நிற்கும்படி ஆண்டவரை வாய்விட்டு வேண்டினாள். அதன் பின்பு சாப்பிடும்போது அவள் டக்ளஸை ரோட்டில் பார்த்ததைக் கூறினாள். அவன் எதையோ பேச முயன்றான், பின் தயங்கி நிறுத்தினான்.

"எனக்கு நீ இரண்டு உறுதிகள் கொடுத்தால், நான் உன் விருப்பத்திற்கு தடையாக இருக்க மாட்டேன்." வில்லியம்ஸ் அவளை ஏறிட்டுப் பார்த்தான். அவள் கண்களில் மிகுந்த கலக்கமிருந்தது. அவனைப் பார்க்க அவள் ஏனோ தயங்கினாள். அவள், ஒரு தாய் தனது மகனுக்குத் தரக்கூடாத அனுமதியைத் தருவதாகவே கருதினாள். அவனை அவளால் தடுக்க முடியாது எனக் கருதினாள். அவளுக்கு வேறு வழி தெரியவில்லை. ஆனால் இராணுவத்திற்குப் போவதை அவன் பெரும் சாகசமாகக் கருதுகின்றான். அந்தக் கனவுகளை அவன் நேர் கொள்வதே நல்லது. ஒரு சராசரித் தாயாக தனது மகன் சாவுக்கு அருகில் போகின்றான் என அவனுக்கு அச்சத்தை அவள் காட்டக்கூடாது என நினைத்தாள். உண்மையை அவன் எதிர்கொள்ளும்போது அது அவன் முன் நேரே இருக்கும். அது மலையளவு இருந்தாலும் எதிர் கொள்வது எளிது. ஆனால் பீதி அவனை முடமாக்கிவிடும். வாழ்க்கை முழுதும் அவனின் குணாம்சத்தை அது சிதைக்கும். அவன் யாராக மாறுவது என்ற பதின்ம வயதில் உள்ளான். அவன் காணும் உண்மைகள் என்னை விடச் சிறந்த தாயாக அவனுக்கு இருக்கும். அவன் திரும்பி வரவேண்டும் என்பது மட்டுமே, கர்த்தரிடம் தனது கோரிக்கை என அவள் வேண்டிக்கொண்டாள். அவள் பல சமயம் தனக்குள்ளேயே ஓர் உரையாடலை நடத்தி இந்த நிலையை எட்டினாள். இப்போது அவளிடம் பெரும் குழப்பங்கள் இல்லை.

"முதல்லே நீ மெட்ரிக்குலேசன் பரிச்சை எழுதணும், அதன் பின்பே இராணுவத்தில் சேரணும். இரண்டாவதாக இராணுவத்திலிருந்து திரும்பி வந்ததும் மருத்துவம் படிக்கணும்."

அவன் அதற்குச் சம்மதித்தான். அவனின் தாய்க்கு நன்றி சொன்னான். அவளோ தனது கண்கள் கலங்கி அவன் முன் அழுவதைத் தவிர்க்கவே பார்த்தாள். அவன் அவள் கைகளைப் பற்றியபடி அவனை நம்பச் சென்னான்.

வில்லியம்ஸ் மெட்ரிகுலேசன் தேர்வு எழுதி முடித்த அடுத்த ஒரு வாரத்தில் இராணுவத்தில் சேர்ந்தான். அவன் அப்பா ஒரு ஆங்கிலேயன் என்பது அவனுக்கு கூடுதல் ஆதரவாய் இருந்தது. அவனின் ஆங்கிலம் அவனுக்குக் கை கொடுத்தது. அவன் ஜூனியர் அதிகாரியாக பயிற்சிக்குத் தேர்வாவதில் எந்தச் சிரமமும் இருக்கவில்லை. வெலிங்டனில் ஒரு மாத குறுகிய கால அடிப்படைப் பயிற்சிக்குப் பின் அவன் 'இந்தியன் எக்ஸ்பிடிசனரி போர்ஸ் டி'இல் தேர்வாகியிருந்தான். அந்தப் படை பிரித்தானியத்தின் மெசபடோமியா அரணுக்குச் செல்லுகின்றது. ஓராண்டுக்கு முன் பஸ்ரா நகரைக் கைப்பற்றிய பிரிட்டிஷ் இந்தியப் படைப்பிரிவுடன் சேர்ந்து கொள்ள இருந்தது அந்தப் படைப்பிரிவு.

அவன் சீருடையில் வாலிபனாகத் தெரிந்தான். அவன் அணிந்திருந்த காக்கி நிறச் சட்டையில் பிரஸ் பாக்கெட்டுகள் இருந்தன. அது அவர்களின் தனிப்பட்ட பொருள்களை வைப்பதற்கு. அதில் முக்கியமாக படை வீரர்களின் ஏபி 64 பே புத்தகம் இருக்க வேண்டும். அதில் படை வீரர்களின் எல்லாக் குறிப்புகளும் இடம் பெற்றிருக்கும். உள் பாக்கட்டில் காயம் பட்டால் கட்டுப் போடும் ஃபஸ்ட் பீல்ட் டிரசிங் இருக்கும். படைப்பிரிவின் பேட்ஜ் பாக்கெட் மேலேயும், தோள் பட்டைகளில் இருந்த சட்டை பிளாப்பின் மேல் பகுதியில் போர் வீரரின் தகுதியைக் குறிக்கும் குறியீடும் அதன் கீழ் பகுதியில் அந்த நபரின் திறமைக்குத் தந்த பாராட்டுக் குறியீடும் இருந்தது. தோள்களில் தொங்கும் சோல்டர் ஸ்டார்ப் கயிறு சட்டை பாக்கெட்டு மேல் பகுதி பிரஸ் பொத்தானோடு இணைந்திருந்தது. முதுகில் தொங்கிக்கொள்ள இருந்த பையில் துப்பாக்கியின் பாய்னெட்டை செருகும் இடமிருந்தது. அதனுள் சாப்பாட்டுப் பாத்திரம், கூடாரத் துணி, குடிநீர் பாத்திரம் இருக்கும். பையின் மேல் பகுதியில் குத்துக் கோடாரி செருகப்பட்டிருந்தது. இடுப்பில் கேட்ரெஜ் பெல்ட் இருந்தது. அதில் முதலுதவிப்பை மற்றும் தோட்டா பைகள் இருந்தன. படைவீரர்கள் நீள காக்கித் துணியை முழங்காலிலிருந்து கீழே அழுத்தமாகச் சுற்றியிருந்தனர். அந்தப் பட்டிக்குக் கீழே கடினமான பூட்ஸ்களை அணிந்திருந்தனர். அந்த பூட்ஸ்களின் கீழே துருத்திக்கொண்டிருந்தன திருகாணிகள். வட்டவடிவத் தொப்பிகளை அணிந்திருந்தனர். கையில் என்ஃபீல்ட் துப்பாக்கி இருந்தது. அதே சமயம் படைவீரர்கள் பெரும்பாலும் முழங்கால் அளவு அரைக்கால் டவுசர் அணிந்திருந்தனர். ஒவ்வொரு படைப்பிரிவுக்கும் தக்கபடி தொப்பி அல்லது தலைப்பாகையில் மாற்றம் இருந்தது. இந்தியாவிலிருந்து சென்ற பெரும்பாலான படையணிகளின் வீரர்கள் தலைப்பாகை மற்றும் காக்கி அரைக்கால் டவுசர் அணிந்திருந்தனர்.

பம்பாய் துறைமுகத்திலிருந்து அவர்கள் கப்பல் ஏற வேண்டும். அதற்காக அவர்கள் ஜூன் மாதம் 25ஆம் தேதி கோயம்புத்தூரிலிருந்து இரயில் பிடித்தனர். வில்லியம்ஸ் அவன் அம்மாவுக்கு ஊட்டியிலேயே விடை கொடுத்துவிட்டான். கோயம்புத்தூர் இரயில் நிலையத்தில் அவர்கள் போகும் வண்டியில் பயணம் செய்யும் வண்டியில் தொழிலாளர் பட்டாளம் ஏற்கனவே வந்திருந்தது. அவர்கள் பெரும்பாலானவர்கள் கேரளா மாப்பிள்ளை முஸ்லீம்கள். முகவர்கள் அவர்களை வேலைக்கு அழைத்து வருகின்றனர்.

படைப்பிரிவுக்கு வருபவர்களும் இருந்தனர். அவர்கள் இரயில் ஏறும் போது அவர்களின் உறவினர்கள் வந்திருந்தனர். ஒரு வயதான முஸ்லீம் பெரியவர் கண்களைக் கசக்கிக்கொண்டு அவர் மகனை இரயில் ஏற்றிவிட வந்திருந்தவர் கண்ணீரைத் துடைத்தபடி கைத்தடியின் தாங்கலில் நின்றிருந்தார். திடீரென மயங்கிக் கீழே சாய்ந்தார். மகன் அவரை மடியில் சாய்த்துக்கொண்டான். வாப்பா... வாப்பா என்றான். வில்லியம்ஸ் தனது தண்ணீர்க் குடுவையை எடுத்துக் கொடுத்தான். தண்ணீரை முகத்தில் தெளித்துக் குடிப்பதற்குக் கொஞ்சம் கொடுத்ததும் பெரியவர் கண் விழித்தார். அவரின் நீண்ட தாடி தண்ணீரால் நனைந்திருந்தது. "ஒன்றுமில்லை மகனே, வெறும் களைப்புதான். உன்னைப் விட்டு பிரிந்ததே இல்லைதானே. அதுவும் சேர்ந்து கண்களைக் கட்டி விட்டது. மற்றபடி நீ தைரியமாக போய் விட்டு வா" என்றார். அந்தப் பெரியவரின் மனைவி அவரை ஆறுதலாகப் பிடித்துக்கொண்டாள்.

"அம்மா அப்பாவைப் பார்த்துக்கொள்" என்றான் அவன். "போய் விட்டு வா இக்பால்" என்றாள் அவன் அம்மா. போய் விட்டு வா... எனப் பலமுறை அழுத்தமாகச் சொன்னாள். அப்போதுதான் அது பலிக்கும் என அவள் கருதியிருக்கக்கூடும். இன்னும் இரயில் புறப்பட சில நிமிடங்கள் இருந்தது. அவனுக்கு ஏனோ அவன் அம்மா ஞாபகம் வந்தது. அவளை அவன் நேற்று ஊட்டியிலேயே வரவேண்டாம் எனக் கூறிவிட்டான். அவளைப் பார்க்க வேண்டும் எனத் தோன்றியது, கூட்டத்தையே பார்த்துக்கொண்டிருந்தான். அவன் அம்மா கூட்டத்திலிருந்து வருகின்றாள். அவன் ஏதோ கனவு எனக் கருதினான். ரோசி அவனைப் பார்த்து கண்கலங்கியபடி புன்னகைத்தாள். அவன் கையைப் பிடித்தாள். அது கனவல்ல. அம்மாதான்!

கலெக்டர் ஆபிசில் வேலை இருந்தது, அதற்காகத்தான் வந்தேன் என இரயில் நிலையத்தினை ஒட்டிய கலெக்டர் ஆபீஸை நோக்கிக் கையைக் காட்டினாள். அவள் பொய்தான் சொல்லுகிறாள். "அம்மா" என அவளைக் கட்டிக்கொண்டான். அவனால் எதுவும் பேசமுடியவில்லை. "போய் விட்டு வா மகனே" என்றாள். எல்லா அம்மாக்களும் ஒரே மாதிரிதானோ. மீண்டும் சொன்னாள். போய் விட்டு வா மகனே." அவன் திருப்பிச் சொல்லவேண்டும் என்ற தொனி அவளிடமிருந்தது.

"அம்மா நிச்சயம் நல்லபடி வருவேன்" என கண் கலங்கினான்.

"கர்த்தர் உன்னோடு துணையாய் இருப்பார்" என மரகதக் கற்கள் பின்னிய சிலுவைச் சங்கிலியை அவனின் கையில் திணித்தாள். அது அவன் அப்பா ஹெர்பட்டினுடையது. அதனை வாங்கி கழுத்தில் அணிந்து கொண்டான். அவள் தனது கைப்பையிலிருந்து சிறிய தூக்குப் போசியினை எடுத்துக் கொடுத்தாள். அதில் சர்க்கரைப் பணியாரம் இருந்தது. இரயில் நிலையத்தில் மணி அடிக்கின்றனர். இரயில் சங்கு ஊதுகிறது. பிளாட்பாரத்தில் நின்றிருந்த பேண்ட் வாத்தியக் குழு படை வாத்தியம் இசைக்கின்றது. அவள் வில்லியம்ஸின் உச்சியை முத்தமிட்டு அவனில் இருந்த அவளின் மணத்தை நுகர்ந்து அவனுக்கு வழியனுப்பினாள். கரும் புகையைக் கக்கியபடி இரயில் மெல்ல வேகம் பிடித்தது. அவளும் அவளைப்போல வழியனுப்ப வந்திருந்தவர்களும் புகையில் மறைந்து போயினர். இரயில் நல்ல வேகம் பிடித்துப் போய்க் கொண்டிருந்தது. சன்னலையே பார்த்துக்கொண்டிருந்த இக்பால் கண்ணிலிருந்து கண்ணீர் வழிந்துகொண்டே இருந்தது. வில்லியம்ஸ் அவன் கையிலிருந்த தூக்குப் போசியைத் திறந்து அதிலிருந்த சர்க்கரைப் பணியாரத்தை இக்பாலிடம் புன்னகைத்தபடி நீட்டினான். அவன் தயங்கியபோது, வில்லியம்ஸ் புன்னகைத்தான். இக்பால் ஒரு பணியாரத்தை எடுத்துக்கொண்டான். மற்ற எல்லோரிடமும் நீட்டினான். ஆளுக்கு ஒன்றை எடுத்துக்கொண்டனர். பின் அவன் பக்கத்திலிருந்தவர்களிடம் "என் பெயர் வில்லியம்ஸ்" எனக் கையை நீட்டினான்.

இரண்டாம் நாள் அவர்கள் பம்பாய் சென்றடைந்தனர். அதன் பிறகு இரண்டு நாள் கழித்து பம்பாய் அலெக்சான்ரா துறைமுகத்தில் இராணுவத்தினர் பலர் பரபரப்புடன் கப்பல் ஏறிக்கொண்டிருந்தனர். ஒரு கப்பல் மராத்தா படை வீரர்களின் படைப்பிரிவு 6வது பூனா படை அணியைச் சார்ந்தது. எல்லாப் படைப்பிரிவுகளிலும் அவர்களுடன் சுமை தூக்குவோர் பிரிவு மற்றும் பணியாளர்கள் படைப்பிரிவும் சேர்ந்து பயணித்தது. அந்தக் கப்பல் உலகத்தின் ஏதேனும் ஒரு மூலையில் போய் அவர்களை இறக்கி விடும். ஐரோப்பாவோ அல்லது வேறு எங்கோ. இப்போது பாண்டு வாத்தியம் வாசிக்கப்படுகின்றது.

அவன் பயணிக்கும் கப்பல் "எச்.எம்.எஸ்.மெட்ராஸ்". அது ஒரு மருத்துவமனைக் கப்பல். மெட்ராஸ் போர் நிதியில் கடந்த ஆண்டு

புதிதாக வாங்கப்பட்டது அது. பொதுவாக படைவீரர்கள் போக்குவரத்துக்கு அதனைப் பயன்படுத்துவதில்லை. ஆனால் இந்த முறை வீரர்கள் அவர்களுக்கான உணவைத் தாங்களே தயாரித்துக்கொள்ளவேண்டும். கப்பலின் சமையல் பாத்திரம் உட்பட எதையும் பயன்படுத்தக்கூடாது. அவர்களுக்கு கப்பலில் உணவு தயாரித்துத் தரப்படாது என்ற முன் ஒப்புதலுடன் படை அணி பயணம் செய்ய அனுமதிக்கப்பட்டுள்ளது. ஜூலை 2ஆம் தேதி காலை 9.30 மணிக்கு கப்பல் துறைமுகத்திலிருந்து கிளம்பத் தயாரானது. கப்பலின் ஹாரன் அடிக்கப்பட்டதும் துறைமுகத்தில் வரிசையாக அணி வகுத்திருந்த இராணுவ இசைக்குழு திரும்பவும் இரண்டு நாளைக்கு முன் வாசித்த பாடலை வாசித்தனர். அது ஒரு ஸ்காட் மொழியின் பிரியாவிடைப் பாடல்,

பழைய அறிமுகத்தை மறக்க வேண்டுமா,
ஒருபோதும் நினைத்ததில்லை;
அன்பின் தீப்பிழம்புகள் அணைக்கப்பட்டன,
மற்றும் முற்றிலும் கடந்து போய்விட்டது.

உமது இனிமையான இதயம் இப்போது மிகவும் குளிராக வளர்ந்ததா,
உன்னுடைய அன்பான மார்பகம்;
உன்னால் ஒருபோதும் பிரதிபலிக்க முடியாது
பழைய நீண்ட, இணைபிரியாதவற்றை.

கோரஸ்

"பழைய நீண்ட இணைபிரியாதவை, என் ஜோ,
பழைய நீண்ட இணைபிரியாதவை,
உங்களால் ஒருபோதும் பிரதிபலிக்க முடியாது,
பழைய நீண்ட இணைபிரியாதவற்றை"

கப்பல் மெட்ராஸ் அரேபிக்கடலில் தனது பயணத்தைத் துவங்கியது. பலர் தன் வாழ்நாளில் முதல் முறையாக அப்போதுதான் கப்பலைப் பார்த்திருந்தனர். கப்பல் பயணம் வில்லியம்ஸுக்கும் புதிது. கப்பல் துறைமுகத்தை விட்டு மெல்ல விலகிக் கொண்டே இருந்தது. துறைமுகத்தில் வாசிக்கப்படும் இசை அருகி முடிந்தது. இப்போது சுற்றிலும் தண்ணீர் மட்டுமே. அந்தக் கப்பலின் முகப்புப் பகுதி வெள்ளை நிறத்திலும், அதற்கு மேலே புகைப்போக்கி மஞ்சள் நிறத்திலும் இருந்தது. அதன் வெளிப் பக்கம் மருத்துவக் கப்பல் எனக் காட்டும் வகையில் ஜெனிவா கிராஸ் என்ற சிகப்பு சிலுவை வரையப்பட்டிருந்தது. இரவில் விளக்கு ஒளியில் அந்தக் குறியீடு பிரதிபலித்தது. கடலைப் பார்த்ததும் குதூகலித்தவர்களுக்கு அடுத்த நாள் எப்போது கரை தென்படும் என சலிப்பு வந்தது. கடலில் பகலில் வெப்பம் கடுமையாகவே இருந்தது. இரவு நேரங்களில் மழை பொழிந்து கப்பலை அசைத்தது. விடியும்போது கடல் அமைதியாகத் தெரிந்தது. அரிதாக தூரத்தில் ஏதேனும் கப்பல்கள் தென்பட்டு மறையும்.

அந்தப் பயணத்திற்கு ஏழு மாதங்களுக்கு முன்பு பிரிட்டிஷ் இந்தியப் படை பெர்சிய வளைகுடாவைக் கைப்பற்ற புறப்பட்டுப் போனது. அவர்கள் நோக்கம் பிரிட்டிஷ் அரசுக்குச் சொந்தமான பெட்ரோலிய எண்ணெய்க் கிணறுகளைக் காப்பாற்றுவது எனக் கூறப்பட்டது. 1901ஆம் ஆண்டு பெர்சிய வளைகுடா பகுதியில் எண்ணெய்க் கிணறு கண்டுபிடிக்கப்பட்டது. அப்போது அங்கு எண்ணெய்க் கிணறு தோண்ட பெர்சிய மன்னர் ஷா ஆங்கிலேயரான வில்லியம் டி ஆர்கி என்பவருக்கு அனுமதி வழங்கினார். எட்டாண்டுகள் நடத்தப்பட்ட சோதனையின் இறுதியில் கருண் நதிப் படுகையான அவாஸ் என்ற இடத்தில் எண்ணெய் கண்டுபிடிக்கப்பட்டது. அங்கே இருந்து குழாய்கள் மூலம் சாட் பகுதியில் உள்ள அபாடன் தீவுக்கு கொண்டுவரப்பட்டு சுத்திகரிக்கப்பட்டது. அந்த நிறுவனம் ஆங்கிலோ பெர்சியன் ஆயில் கம்பெனி.

பின்னர் அதன் பெரும்பாலான பங்குகளை பிரிட்டிஷ் அரசு சொந்தமாக்கிக் கொண்டது. போர் துவங்கிய பின்னர் அந்த நிறுவனத்தை ஒருவேளை ஜெர்மானியர்கள் கைப்பற்றினால் தங்களுக்கு பெரும் பாதிப்பு ஏற்படும் என அரசாங்கம் கருதியது. மேலும் ஏற்கனவே ஒட்டாமன் துருக்கிப் படைகள் ஜெர்மனியோடு சேர்ந்துகொண்டு பாக்தாத்திலிருந்து நேரிடையாக துருக்கி வழியாக ஜெர்மன் தலைநகர் பெர்லின் போக ஒரு இரயில் பாதை அமைத்துக்கொண்டிருந்தனர். அதற்கு ஜெர்மன் நிதி உதவி செய்து வந்தது. மேலும் துருக்கி தன்னை உலக முஸ்லிம் சமூகத்தின் தலைமை என கூறிக்கொண்டு முஸ்லிம்கள் பிரித்தானிய அரசுக்கு எதிராகப் புனிதப் போர் தொடுக்க வேண்டும் எனக் கூறி உள்ளது. வளைகுடாப் பகுதியில் தனது இருப்பு இல்லாவிட்டால் துருக்கி வளைகுடா வழியாக ஆப்கான் எல்லையிலிருந்து இந்தியாவின் ஒன்றுபட்ட பஞ்சாப் பகுதியைக் கைப்பற்றவோ அல்லது கலகம் விளைவிக்கவோ வாய்ப்புள்ளது. மேலும் ஜெர்மானியக் கப்பலான எம்டனை ஒட்டாமன் துருக்கிப் படைகளுக்கு ஜெர்மன் விற்க உள்ளதாகவும் அது வளைகுடாப் பகுதியில் தனது ஆதிக்கத்தைச் செலுத்த உள்ளதாகவும் ஒரு வதந்தி அரசு மத்தியில்

நிலவியது. எனவே வளைகுடாவில் தனது கால்களை பிரித்தானிய அரசு பதிக்க விரும்பியது. அந்த நடவடிக்கையை இந்தியாவின் சிம்லாவில் உள்ள மையம் கண்காணிக்கும். இந்திய எக்ஸ்பிடிசனரி போர்ஸ் டி அதற்கான நடவடிக்கைக்கு அனுப்பப்பட்டது.

அது அங்கு சென்றபோது மெசபடோமியாவின் ஈராக் பாதுகாப்புக்கான பொறுப்பை ஒட்டாமன் துருக்கியின் 6வது படைப் பிரிவு ஏற்றிருந்தது. சுமார் ஒன்பதாயிரம் பேர் கொண்ட படைப் பிரிவு இருந்தது. அதில் அரேபியர்கள் கூடுதலாக இருந்தனர். அவர்களுக்கு துருக்கியின் மீதும் வெறுப்பு இருந்தது. பெரிய பயிற்சி மற்றும் ஆயுதம் குறைவாக இருந்தது. எனவே போர்ஸ் டி தனது இலக்கை எளிதில் அடைய முடியும் என நினைத்தது. வளைகுடாப் பகுதியில் ஆங்கிலேய அரசின் வணிகக் கப்பல்களுக்கு பாதுகாப்பு கொடுத்து வந்த எச்.எம்.எஸ் ஓடின் கப்பல் இந்த இராணுவ நடவடிக்கையில் பிரித்தானியப் படைக்கு பாதுகாப்பு கொடுக்க உத்தரவிடப்பட்டிருந்தது. ஒருவேளை எம்டன் கப்பல் துருக்கிப் படைக்கு ஆதரவாக வரலாம் என்ற அச்சம் இருந்தது.

16 வது பூனா படைப்பிரிவு வளைகுடா துறைமுகமான அல் பாவ்-வின் மீது நவம்பர் 6ஆம் தேதி தனது திடீர்த் தாக்குதலைத் தொடுத்தது. படைப் பிரிவிலிருந்த சுமார் 600 பேர் கொண்ட பிரிட்டிஷ் இந்தியப் படை தரையிறங்க ஏதுவாக ஓடின் கப்பல் கோட்டையை நோக்கி செல் தாக்குதல் நடத்தியது. அந்த நிலையில் ஆழமற்ற சகதியில் இறங்கி எளிதில் கரை ஏறினர். மேலும் மலைப் பகுதியிலிருந்து வந்த துப்பாக்கிக் குண்டுகளுடன் சிறிய எதிர்ப்பை எதிர் கொண்டனர். ஆனால் கோட்டையிலிருந்த பிம்பாஷி ஆன தளபதி மீது துப்பாக்கி குண்டு விழுந்ததும், கோட்டையைக் கைவிட்டு விட்டு துருக்கியத் துருப்புகள் ஓடிவிட்டனர். அந்தக் கோட்டை பலவீனமான வீரர்களால் பாதுகாக்கப்பட்டது. கோட்டைக்குள் ஏராளமான துப்பாக்கிகள் பிரிட்டிஷ் படைக்குக் கிடைத்தன. துருக்கியைப் பொறுத்தவரையில் அந்த துறைமுகத்தை இழந்தது அதற்குப் பெரிய இழப்பு. பிரிட்டிஷ் அரசுக்கோ பாக்தாத்தைக் கைப்பற்றினால்தான் வளைகுடாவை முழுவதும் கட்டுக்குள் வைத்துக்கொள்ள முடியும், எனவே அது அடுத்து பஸ்ராவை நோக்கி முன்னேற உத்தரவிட்டது.

நவம்பர் 5ஆம் தேதி பிரிட்டிஷ் அரசு ஒட்டாமன் துருக்கிப் பேரரசுக்கு எதிரான போரை அறிவித்தது. நவம்பர் 7ஆம் தேதி பஸ்ராவை நோக்கி 105 கிலோ மீட்டர் தூரம் பிரிட்டிஷ் இந்தியப் படைகள் தனது பயணத்தைத் துவக்கின. வழியில் இந்தியப் படைகளின் கூடாரத்தை நோக்கி அதிகாலையில் துப்பாக்கிச்சூடு நடத்தப்பட்டது. எனினும் பெரும் பாதிப்புகள் ஏற்படவில்லை. ஒட்டாமன் அரசர் பிரிட்டிஷ்க்கு எதிராக புனிதப் போர் புரியுமாறு எல்லோருக்கும் உத்தரவிட்டிருந்தார்.

அந்த அறிக்கை ஈராக்கின் எல்லா சுன்னிஸ் மசூதியிலும் படிக்கப்பட்டும் இருந்தது. இதன் தொடர்ச்சியாக படைப் பிரிவு மீது சிறு துப்பாக்கித் தாக்குதல்கள் நடந்தன. ஆனாலும் பிரிட்டிஷ் இந்தியப் படைப்பிரிவு முன்னேறியது. நவம்பர் மாதம் 15ஆம் தேதி பாலைவனத்தில் ஷய்கன் என்ற இடத்தில் ஒட்டாமன் படை தற்காப்புத் தாக்குதல் நடத்தியது. அப் படை வீரர்களில் சுமார் 250 பேர் பலியாயினர். எனினும் பிரிட்டிஷ் படை முன்னேறியது. பின் சகில் என்ற இடத்தில் பதுங்குகுழியில் இருந்தும், பேரிச்சை மரங்களுக்கும், மண் சுவர்களுக்கும் பின்னால் மறைந்து நின்று ஒட்டாமன் படை தாக்குதலை நடத்தியது. குண்டுகள் எங்கிருந்து வருகின்றது எனத் தெரியாமல் பிரிட்டிஷ் இந்தியப் படை தடுமாறியது. பின் பதுங்குகுழிக்குள் குண்டு வீசித் தாக்கியது. மண் சுவர்கள் விரைவில் வீழ்ந்தன. இதில் ஒட்டாமன் படையினர் சுமார் 1000 பேரும் பிரிட்டிஷ் இந்தியப் படையினர் 350 பேரும் மரணமடைந்திருந்தனர்.

தொடர்ந்து டைகரிஸ் நதியிலிருந்து ஒட்டாமன் படைகள் படகுகள் மூலம் துப்பாக்கித் தாக்குதலை மேற்கொண்டது. அது பலனளிக்காத நிலையில் ஒட்டாமன் படைகள் நகரை விட்டு வெளியேறின. இந்தக் கலவரத்தின் தொடர்ச்சியாக பல வழிப்பறிச் சம்பவங்கள் நடந்தன. உடனடியாக அதை பிரிட்டிஷ் படைகள் தடுத்து, பஸ்ரா நகரை 19ஆம் தேதி தனது கட்டுப்பாட்டுக்குள் கொண்டுவந்தது. அதனால் பிரிட்டிஷ் எண்ணெய்க் கிணறுகள் பாதுகாப்பு வளையத்துக்குள் வந்துவிட்டன.

வணிக நகரமான பஸ்ராவை இழந்த பின்பு ஒட்டாமன் படைகள் வடக்கு நோக்கி டைகரிஸ் ஆற்றைத் தொட்டபடி மேலே முன்னேறும் பிரிட்டிஷ் இந்தியப் படை இந்தியன் எக்ஸ்பிடிசனரி போர்ஸ் டி பிரிவைத் தடுக்க எண்ணியது. பஸ்ராவிலிருந்து சுமார் 73 கிலோ மீட்டர் வடக்கில் இருந்த குர்நாஹ் நகரை நோக்கி படைப்பிரிவு டி முன்னேறியது. குர்நாஹ் சிறு நகரம். அதுதான் யூப்ரடிஸ் நதியும் டைகரிஸ் நதியும் இணையும் இடம். இரு நதிகளும் இணைந்த பிறகு சட்டல் அரப் என்ற பெயர் கொண்டு பெர்சியன் வளைகுடாவில் கடலில் கலக்கும் வரை அந்த ஆறு நீள்கிறது. இரண்டு ஆறுகளின் ஆளுமைக்கு இந்த இடம் முக்கியமானது.

இந்தியப் படைகளான 104 வெஸ்லி ரைஃபில் மற்றும் 110 மராத்தா படைப்பிரிவு, யூப்ரடிஸ் நதிக்கு அப்பாலிருந்த படைப் பிரிவுகளின் தாக்குதலைத் தடுத்து முன்னேறியது. ஆங்கிலேய நார்போல் ரெஜிமண்ட் மற்றும் ராயல் நேவி ஆகியவை டைகரிஸ் ஆற்றிலிருந்து ஒட்டாமன் படைகள் மீது தாக்குதலைத் தொடுத்தன. திறந்த நிலத்தில் முன்னேறிய படையால் ஆற்றைக் குறுக்காக கடக்க இயலாத நிலை இருந்தது. யூப்ரடிஸ் நதியிலிருந்த ராயல் நேவி தொடர்ந்து ஒட்டாமன் இலக்கை சுட்டுக்கொண்டே இருந்தது. ஆனால் ஆற்றின் குறுக்கே முன்னேற

முடியவில்லை. 6ஆம் தேதி ரஜபுத்திர படை மற்றும் 110 வது காலாட்படை, நார்போல் ரெஜிமண்ட் படைகளுக்கு ஓய்வு கொடுத்து அந்த இடத்தில் நின்று புதிதாகத் தாக்கினர். டைகரிஸ் ஆற்றைக் கடந்து செல்ல வழி கண்டுபிடித்து முன்னேறினர். அதனால் ஒட்டாமன் படைப்பிரிவு பின்வாங்க முடியாது சிக்கிக்கொண்டது. இறுதியில் அது சரண்டர் ஆவதற்கு பேச்சுவார்த்தை நடத்தியது. நகரில் அணிவகுப்பு செய்து கைது ஆவதாகக் கூறினர். பிரிட்டிஷ் இதை ஏற்கவில்லை, இறுதியில் 9ஆம் தேதி ஒட்டாமன் படையின் கர்னல் சுபி பே வாலி என்ற பஸ்ராவின் ஆளுனர் படைகளுடன் பிரிட்டிஷிடம் சரணடைந்தார். அவர்களில் 42 ஒட்டாமன் படை அதிகாரிகளும் 989 வீரர்களும் இருந்தனர். அவர்கள் இந்தியா மற்றும் பர்மா பிரிட்டிஷ் போர்க் கைதி முகாம்களுக்கு அனுப்பப்பட்டனர். இந்தியப் படையில் 27 பேர் மரணமடைந்திருந்தனர், 242 பேர்கள் காயம் பட்டிருந்தனர். இந்த வெற்றி பாக்தாத்தை நோக்கி முன்னேறும் டி படை பிரிவுக்கு நம்பிக்கை தந்தது.

ஏப்ரல் 12ஆம் தேதி ஒட்டாமன் படைத் தளபதி சைலேமான் அஸ்கரி தலைமையில் சுமார் 18000 படைகள் பஸ்ராவின் தென்மேற்கே ஷைபாவா நகரைச் சுற்றி பிரிட்டிஷ் படைகள் மீது தாக்குதல் நடத்தத் திட்டமிட்டிருந்தது. ஒட்டாமன் படையில் சுமார் 4000 பேர்கள் மட்டும் வழக்கமான இராணுவத்தினர். மற்றவர்கள் குர்து மற்றும் அரேபியர்கள். அவர்கள் சண்டையிட அழைத்து வரப்பட்டிருந்தனர். அந்தப் பகுதியில் அப்போது கடுமையான மழை பெய்ததால் ஒரு பெரும் பகுதியைத் தண்ணீர் குட்டையாக மாற்றியிருந்தது. பிரிட்டிஷ் படைப் பிரிவான டி அந் நகரில் வலுவான அகழி மற்றும் அதனைச் சுற்றி கம்பி வேலிகளையும் அமைத்து எதிரியை நன்கு தாக்கும் நிலையில் இருந்தது. அதிகாலை 5 மணிக்குத் துவங்கிய தாக்குதல் இரவு வரை நீடித்தது, பின்னர் அடுத்த நாள் ஒட்டாமன் படைகள் பின் வாங்கின. வேறு வழிகளில் பஸ்ராவை அவர்கள் கைப்பற்ற முயலும் என்பதால் ஹரியானா படைப் பிரிவு அவர்களைத் தாக்க அனுப்பப்பட்டது. ஆனால் அது பெரிய வெற்றி பெறவில்லை. பஞ்சாப் படைப்பிரிவு அரேபியர்கள் மீது தாக்குதல் நடத்தி அவர்களை விரட்டினர். தொடர்ந்து துப்பாக்கிச் சண்டை ஓயாது இருந்தபோது குண்டுகள் தீரத் துவங்கியதால் துப்பாக்கியின் பாய்னட் கத்திகளைக் கொண்டு எதிரிகளை இந்தியப் படை குத்திக் கொன்று முன்னேறியது. அவர்களைத் தொடர்ந்து மற்ற இந்தியப் படைகளும் முன்னேறினர். ஒட்டாமன் படை பின் வாங்கியது. ஒட்டாமன் தளபதி சுலைமான் அஸ்காரி மரபான போர் வீரர்கள் இல்லாத அரபுப் படை பின் வாங்கி ஓடுவதைக் கண்டார். அவர் கடுமையாக காயமடைந்திருந்தார். அவர் பஸ்ரா மருத்துவமனையில் சேர்க்கப்பட்டிருந்தார். அந்தத் தோல்வியின் மன உளைச்சலிலிருந்து அவரால் மீள முடியவில்லை. தனது படையைச் சார்ந்த அரேபியர்கள் பின் வாங்கியதை எண்ணி குற்ற உணர்ச்சி கொண்டார். ஓர்

இளம் துருக்கி புரட்சியாளனாய் தனது வாழ்க்கையில் அரசியல் பயணம் துவங்கியதையும் தன்னை நம்பிய நாட்டுக்கு தன்னால் அவமானம் நிகழ்ந்து விட்டதாகவும் கருதிய அவர் மருத்துவமனையில் தனது துப்பாக்கியால் சுட்டுக்கொண்டு தற்கொலை செய்து கொண்டார்.

அதன் பிறகு தொடர்ந்து டைகரிஸ் நதியைப் பின் தொடர்ந்து பாக்தாத்தை நெருக்கும் நோக்கில் அமாராவை நோக்கி முன்னேறியது பிரிட்டிஷ் படை. டைகரிஸ் நதியின் வெள்ளப்போக்கால் ஆங்காங்கே தீவுகளும், சதுப்பு நிலங்களும் உருவாகியிருந்தன. இந்தப் பகுதியை அடைவது சிரமம் என்ற நிலையில் ஒட்டாமன் படைகள் அந்த இடங்களில் தற்காப்பு அரண் அமைத்து இருந்தன. அமாராவைக் கைப்பற்றினால்தான் முழுதாக ஒட்டாமனைத் துரத்த முடியும் என 6 வது பிரிட்டிஷ் படைப்பிரிவு முடிவு செய்திருந்தது. ஜெனரல் டவுன்செண்ட் உத்தரவின்படி டைகரிஸ் நதியில் அப் பகுதி மக்கள் பயன்படுத்தும் சிறிய படகான கேனோவில் இயந்திரத் துப்பாக்கி மற்றும் சிறிய ரக பீரங்கிகளை ஏற்றி ஐந்து முதல் பத்து பேர் கொண்ட குழுவாக நதியின் கிழக்கு மற்றும் மேற்குக் கரைகளில் பல குழுக்களாகப் பிரிந்து மே மாதம் 31ஆம் தேதி நடு இரவில் 22வது பஞ்சாபி படைப் பிரிவு தாக்குதலைத் துவங்கியது. ஒட்டாமன் படைகள் பதிலுக்குத் தாக்கின. நதியில் இருந்த பிரிட்டிஷ் துப்பாக்கிப் படகான எஸ்பிகல் தனது உக்கிரமான தாக்குதலைத் தொடுத்து படகுக் குழுவுக்கு உதவியது. காலை ஆறு மணியளவில் மேற்குக் கரையில் ஆக்ஸ்போர்ட் பக்கிங்ஹாம் படை, மராத்தா படைப்பிரிவு ஆகியவை இணைந்த 17 வது படைப்பிரிவானது தாக்குதலை முன்னெடுத்தது. மதியம் 11.30 மணிக்கு தாக்குதலை நிறுத்தி ஓய்வெடுக்க உத்தரவு வரும் வரை சண்டை நீடித்தது.

மறுநாள் மீண்டும் காலை சுமார் அய்ந்தரை மணியளவில் பிரிட்டிஷ் படைகள் தாக்குதல் நடத்தின. இம் முறை பெரிய எதிர்த் தாக்குதல் எதுவும் நிகழவில்லை. வானில் வட்டமடித்த ஒரு பிரிட்டிஷ் விமானி ஒட்டாமன் படைகள் பின் வாங்கியதை அறிவித்தார். தொடர்ந்து ஒட்டாமன் வீரர்கள் சென்ற மர்மரஸ் என்ற படகை விரட்டிச் சென்றது பிரிட்டிஷ் படகு. மாலை மூன்று மணியளவில் ஒட்டாமன் படைகள் டைகரிஸ் நதியின் மேற்குக் கரையில் கரையேறின. அங்கு தீர்க்கதரிசி எஸ்ராவின் கல்லறை மண்டபம் இருந்தது. அப் பகுதியானது யூதர்களுக்கும், இஸ்லாமியர்களுக்கும் புனித இடம். மஞ்சள் வண்ண செங்கற்களால் கட்டப்பட்ட மண்டபம், நீல நிற மாடம் இருந்தது. வானத்திலிருந்து தெய்வீக ஒளிக்கீற்று இந்த தீர்க்கதரிசியின் கல்லறையில் படுவதாக ஒரு நம்பிக்கை உண்டு. இது சண்டைக்கான இடமல்ல. இந்த இடத்தில் ஆற்றில் போதுமான தண்ணீர் இல்லாததால் பெரிய படகுகள் செல்வது சிரமமாக இருந்தது. ஒருநாள் இதுபோன்ற விரட்டியடிப்புக்குப் பின் ஜூன் 3ஆம் தேதி அமாரா நகரை பிரிட்டிஷ் படகான சைத்தன் நெருங்கியது. அது ஒட்டாமன் படையை ஏற்றி வந்த

ஒரு நீராவிப் படகை மூழ்கடித்தது. அதன் பின்னர் நதியின் மேற்கு பகுதிக் காடுகளிலிருந்து ஒட்டாமன் படைகள் சரண்டராக விருப்பம் தெரிவித்து சைகை செய்தன. ஒட்டாமன் படைகள் ஆயுதங்களை ஒப்படைத்தன. அப்போது அந்தப் படகில் ஒன்பது பேர் மட்டுமே இருந்தனர். அவர்கள் தகவல் கொடுத்ததன் அடிப்படையில் 41 வது பிரிட்டிஷ் படை விரைந்து வந்தது. அன்று சுமார் 300 ஒட்டாமன் படை வீரர்கள் சரணடைந்தனர். மற்ற பகுதியிலும் சேர்த்து சுமார் 800 பேர் சரணடைந்த பின்பு அமாரா நகரம் பிரிட்டிஷ் கட்டுப்பாட்டுக்குள் வந்தது. பிரிட்டிஷ் இந்தியப் படையை தலைமை தாங்கும் மேஜர் ஜெனரல் டவுன்செண்ட்க்கு பாராட்டுகள் குவிந்தன.

பாக்தாத்தை நோக்கி மேலும் முன்னேற உத்தரவு வந்தது. பாக்தாத்தின் சுல்தான் என்ற கற்பனைக்கு அவர் சென்றார். பிரிட்டிஷ் முறையில் சுல்தான் இல்லாததால் தான் மெசபடோமியாவின் வருங்கால கவர்னர் என பெருமை பட்டுக்கொண்டிருந்தார். தன்னை வெள்ளைக் குதிரையுடன் அவரின் மேல் அதிகாரி ஜெனரல் நிக்சன் பாக்தாத்தில் வரவேற்கும் நாள் வெகுதூரம் இல்லை எனக் கனவு கண்டுகொண்டிருந்தார். அவர் வெள்ளைக்கார மேட்டிமையில் வாழ்ந்து வந்த மனிதர். தன்னை முன்னிலைப்படுத்திக் கொள்வது அவரின் குணமாக இருந்தது.

அரபிக்கடலில் மெட்ராஸ் கப்பலில் பெரும்பாலான புதிய கடற்பயணிகளுக்கு முதல் நாளே வாந்தி வந்தது. ஏற்கனவே கப்பல் ஏறும் சமயம் அதிகம் சாப்பிடக்கூடாது என அறிவுரை வழங்கப்பட்டிருந்தும் அது முறையாக சென்று சேராததால் பலர் வாந்தி எடுத்தனர். தலைவலியும், மயக்கம் போன்ற நிலையையும் எதிர்கொண்டனர். நல்ல வேளையாக மருத்துவக் கப்பலாக இருந்ததால் டாக்டர்கள் அவர்களைப் பரிசோதிக்க முடிந்தது. கொஞ்சம் இஞ்சித் துண்டை சாப்பிட்டால் இந்தப் பிரச்சனை தீர்ந்து விடும் என்று சாப்பிடக் கொடுத்தனர்.

கப்பலில் இருந்த பெங்கால் ஆம்புலன்ஸ் படைப்பிரிவின் கேப்டன் கல்யாண். வில்லியம்ஸை விட சுமார் பத்து வயது மூத்தவன். உயர் மருத்துவப் படிப்பை லண்டனின் லிவர்பூலில் படிக்கும்போது அவன் போரில் பங்கெடுக்க வந்ததுள்ளான். அவன் எளிதில் பழகும் இயல்புடன் இருந்ததால், தனக்கும் வாந்தியும், காய்ச்சலும் வருமா? என பயந்து கடல் காய்ச்சல் பற்றி விளக்கம் கேட்டான்.

“இது கொஞ்சம் கடல் காய்ச்சல், நிறைய உளவியல் பிரச்சனைகள்” என்றான் கல்யாண்.

கப்பலில் காலரா அல்லது வயிற்றுப்போக்கு வராமல் இருக்க தினமும் தொடர்ந்து கிருமிநாசினி தெளிக்கப்பட்டது. அதுவரை காலரா தடுப்பூசி போட்டுக்கொள்ளாதவர்களுக்கு காலரா தடுப்பூசியான பெர்னன் குத்தி விடப்பட்டது. யாருக்கேனும் வயிற்றுப்போக்கு போன்ற பிரச்சனை இருந்தால் கப்பலில் தனிமைப்படுத்த தனி அறை ஒதுக்கீடு செய்யப்பட்டது. கொஞ்சம் அலட்சியம் முழுக் கப்பலையும் நோயாளியாக்கி விடும். குடிப்பதற்கு பொட்டாசியம் பர்மாங்கனேட் கலந்த ஊதா நிறத் தண்ணீர் வழங்கப்பட்டது. அதன் சுவை மற்றும் மருந்து வாடை காரணமாக பலர் அதனைக் குடிக்கத் தவிர்த்தனர். குறைந்தபட்சம் காய்ச்சிக் குடிக்க டாக்டர்கள் கேட்டுக்கொண்டனர். அவர்கள் கப்பல் பயணத்தில் கடுமையான காலநிலையைச் சந்தித்தனர். பகலில் கடும் வெப்பம்

சுட்டெரித்தது. இரவில் அதே அளவு குளிர் வாட்டியது. அந்தக் குளிரை மெட்ராஸ் மாகாணத்திலிருந்தும், பம்பாயிலிருந்தும் சென்றவர்களால் எதிர் கொள்வது கடினமாக இருந்தது, எச்.எம்.எஸ். மெட்ராஸ் கப்பல் ஒரு வார பயணத்திற்குப் பிறகு பெர்சியன் வளைகுடாவைத் தொட்டது.

அங்கிருந்து சட்டல் அரப் நதியின் வழியாக பஸ்ரா துறைமுகத்தில் அவர்களை இறக்கி விட்டது. பஸ்ரா துறைமுகத்தை அவன் சிறு வயதிலிருந்து அறிந்திருக்கிறான். ஆயிரத்து ஒரு இரவுகள் கதையில் சிந்துபாத் தனது முதல் கடல் பயணத்தை இங்கே இருந்துதான் துவங்கினான்.

வில்லியம்ஸ் கற்பனை செய்திருந்த பஸ்ராவுக்கும் அவன் தரையிறங்கிய துறைமுகத்திற்கும் பெரிய வேறுபாடு இருந்தது. நெருக்கடியான துறைமுகம் அது. அதற்கு அப்பால் தூரத்தில் ஆங்காங்கே பூசாத மண் வீடுகள். உள்ளூர் ஆட்கள், அரேபியர்கள் தலையில் உருமாலையுடன் முழு அங்கி அணிந்திருந்தனர். பெண்களும் அதே போன்று வேறு வண்ண உடைகளில் தலையில் முக்காடு அணிந்திருந்தனர். அத்துறைமுகத்திற்கு வரும் வரை பெரிய பேரிச்சை மரங்களின் வனம் இருந்தது. ஏராளமான பேரிச்சைப் பழ மூட்டைகள் துறைமுகத்தில் அடுக்கப்பட்டிருந்தன. அவைகள் ஒட்டக வண்டிகளில் வந்திருந்தன. குதிரை வண்டிகளும், சரக்குப் போக்குவரத்திற்கும், உள்ளூர்வாசிகளின் உபயோகத்திற்கும் ஒட்டகமும் இருந்தது.

துறைமுகம் பிரிட்டிஷ் இந்திய இராணுவத்தின் கட்டுப்பாட்டில் இருந்தது. அரேபியர்கள் யாரை ஆதரிக்கின்றார்கள் என்பது ஒட்டாமன் படைக்கு விளங்கவில்லை. அதே சமயம், ஆங்காங்கே இரவுகளில் அரேபியர்கள் பிரிட்டிஷ் படைகளைத் தாக்குவதால் பிரிட்டிஷ் படைகளும் அவர்களை சந்தேகக் கண் கொண்டு பார்க்கும் போக்கே இருந்தது. முன்னணிப் படைப் பிரிவு பாக்தாத்தைக் கைப்பற்றும் நோக்கில் அமாரா நகரில் இருந்தது. படைகளுக்குத் தேவையான எல்லாத் தேவைகளும் அடிப்படை முகாமான பஸ்ராவிலிருந்தே சென்று கொண்டிருந்தது. இது மெசபடோமியா நிலத்தினை உலகின் பிற பகுதிகளுடன் இணைக்கும் முக்கிய மையம். பிரிட்டிஷ் படைப்பிரிவான டி-இல் பன்னிரெண்டுக்கும் மேற்பட்ட வெவ்வேறு பிரிட்டிஷ், இந்தியப் படை அணிகள் இணைந்திருந்தன. இதில் ஆம்புலன்ஸ் பிரிவு மற்றும் இரண்டு கழுதைப் பட்டாளமும் அடக்கம். குதிரைகள், கழுதைகள் என சுமார் 1300 விலங்குகள் இதில் பயன்படுத்தப்பட்டன. இந்த படைப்பிரிவுகளின் முக்கிய மையமாக அது இருந்தது.

அப்பகுதியில் முறையான தார்ச் சாலைகள் இல்லை. சாலைகள் அமைக்கக்கூட கற்களை வேறு இடத்திலிருந்து கொண்டு வரவேண்டும். போக்குவரத்துக்கு ஆற்றை விட்டால் பாலைவனப்பகுதியில்தான் செல்லவேண்டும். பெரும்பாலும் ஆற்றை ஒட்டி பேரிச்சை மரங்களும் அதற்கு அப்பால் பாலைவனப்பகுதியில் ஒட்டக முள் செடி என்ற ஒரு

வகை கருவேல மரம் வளர்ந்திருந்தது. அதன் முட்கள் நீண்டு இருந்ததால் பல சமயம் அது கால்களைக் குத்தி நடப்பதைக் கடுமையாக்கி விடும்.

இச்சூழலில் டைகரிஸ் நதியில் சென்றால் பாக்தாத் போய்விட முடியும். வழியில் மீட்ட நகரங்களை தக்கவைத்தபடி பாக்தாத்தைக் கைப்பற்ற செல்லும் படையில் பம்பாய் துறைமுகத்திலிருந்து அவர்களுக்கு முன் கிளம்பி வந்த கப்பலில் இருந்த மராத்தா ரெஜிமண்டும் பஸ்ரா வந்திருந்தது. அவர்கள் துறைமுகத்தில் இறங்கியபோது மராத்தா ரெஜிமண்ட் படைப்பிரிவினர் ஏற்கனவே உள்ள படையுடன் செல்ல துறைமுகத்தில் காத்திருந்தனர். நீராவிப் படகுகள் பஸ்ராவின் சட்டல் அல் அரப் நதியில் கிளம்பி குர்நாக்கை அடைந்த பின்பு வட கிழக்கில் டைகரிஸ் நதியில் அமாரா போயாக வேண்டும். சுமார் 200 கிலோமீட்டர் பயணம் அது.

வில்லியம்ஸ் இருந்த படைப் பிரிவை கேப்டன் பூரி வழி நடத்தினார். அவர்களுடன் பெங்கால் ஆம்புலன்ஸ் கார்ப் கேப்டன் கல்யாண் அந்தப் படைப்பிரிவில் இருந்த ஓர் இளம் அதிகாரி என்ற முறையில் வில்லியம்ஸ் டாக்டர் குழுக்களுடன் இருக்கவேண்டும் என்றும் டைகரிஸின் வடக்கில் தாக்குதல் முனையிலிருந்து ஒரு மருத்துவமனைப் படகு ஆட்களை ஏற்றிக்கொண்டு வருவதாகவும் எனவே உடன் இருந்து உதவ வேண்டும் என உத்தரவிட்டிருந்தான். அவர்கள் துறைமுகத்தில் அப்போது தூரத்தில் ஒரு படகு வருவதைப் பார்த்தனர். அவர்கள் எதிர்பார்த்திருந்த படகு அதுதான். அந்தப் படகு துறைமுகம் வந்தபோது ஸ்ட்ரெச்சரைத் தூக்கிக்கொண்டு மேலே சென்றனர். பலர் படகின் தளத்தில் படுத்துக்கிடந்தனர். பலர் மயங்கிய நிலையில் இருந்தனர். படகில் ஏறியதும் ஒரே மலத்தின் வாடை அடித்தது. தரைத் தளத்தில் கிடந்த ஒருவனின் கால்களுக்கு கீழே அவனின் பேண்ட் கழண்டு அவன் அம்மணமாகக் கிடந்தான். அவனைச்சுற்றிலும் ஈக்கள் வட்டமடித்தன. வில்லியம்ஸ் அவசரமாகக் கைக்குட்டையை எடுத்து முகத்தில் கட்டிக்கொண்டான். டாக்டர் கல்யாண் அவனைக் கடுமையாகப் பார்த்தார். அவன் தனது முகத்தில் கட்டியிருந்த கைக்குட்டையை கழட்ட முயன்றான். பரவாயில்லை விடு என்றான் கேப்டன். விழுந்து கிடந்தவனின் முகத்தைச் சுற்றி சவ ஈக்கள் மொய்த்தன. அவன் படுத்துக்கிடந்த இடத்தில் திரவமாக மலமும் இரத்தமும் கலந்து தேங்கிக்கிடந்தது. சுமார் இருபதுக்கும் மேற்பட்டவர்கள் அங்கே கிடந்தனர். அவர்களில் சிலரது உடல்கள் கடுமையாக சிதைந்திருந்தன. சிலரின் நாடித்துடிப்பு பலகீனமாய் இருந்தது. சிலர் இறந்து விட்டனர். வில்லியம்ஸ்க்கு தலை சுற்றி வாந்தி வருவது போலிருந்தது. அவன் அவசரமாக படகிலிருந்து இறங்கிப்போய் ஆற்றில் வாந்தி எடுத்தான். அவன் கண்களில் வாந்தி எடுத்ததால் கண்ணீர் முட்டியிருந்தது. அவன் திரும்பிப் பார்க்கும்போது கேப்டன் கல்யாண் அவனைப் பார்த்து முட்டாள் பயலே என்றது கேட்டது. கேப்டனின் கையில் இரத்தத்தின் வாடை.

அவன் கைகளைக் கழுவ தனது பெங்கால் மருத்துவப் பிரிவு ஆர்டலியிடம் தண்ணீரும் சோப்பும் எடுத்து வரச் சொல்லிக்கொண்டிருந்தான்.

"டைகரிஸ் ஆற்றுத் தண்ணீரை அப்படியே குடித்தால் துப்பாக்கிக் காயத்துடன் காலராவையும் சேர்ந்து அனுபவிக்க வேண்டும்."

நிலைமை மோசமானவர்கள் உடனடியாக குதிரை வண்டி ஆம்புலன்ஸ் மூலம் மருத்துவமனைக்கு அனுப்பி வைக்கப்பட்டனர்.

டைகரிஸ் நதியில் கரையில் எடுக்கும் தண்ணீர் மிக அசுத்தமானது. எல்லா சாக்கடைகளும் ஆற்றில் கலக்கின்றன. தண்ணீரை பொட்டாசியம் பர்மாங்கெனேட் அல்லது படிகாரம், குளோரின் போட்டு கலக்கி கிருமி சுத்தி செய்து குடிக்க வேண்டும். அப்படியே குடித்தால் எல்லா வீரர்களும் சாகவேண்டி வரும் என பிரிட்டிஷ் டாக்டர் ஒருவர் கேப்டன் கல்யாணிடம் பேசிக்கொண்டிருந்தான். பின் அங்கிருந்து நகரும்போது வில்லியம்ஸைப் பார்த்த கல்யாண், "எதுக்கு இப்படி அருவருப்பு படுகின்றாய். இரத்தத்தையும், மலத்தையும் பார்த்துப் பழகிக் கொள். இது போர்க்களம். நீ ஒரு இளம் இராணுவ அதிகாரி. பள்ளிக்கூட மாணவனில்லை. உன்னை மாற்றிக்கொள்" எனக் கடிந்து கொண்டான்.

வில்லியம்ஸ்க்கு அவனின் அம்மா ஞாபகம் வந்தது. அவள் இரத்தத்தைக் கண்டு எந்த அருவருப்பும் அடைந்ததில்லை. எத்தனை உதிரங்களையும், கவிச்சிகளையும் அவள் பார்த்து மருத்துவச்சியானாள். அவளின் மகனான அவனின் செயல் அவனுக்கு வேதனையாக இருந்தது. அவனைக் கட்டுப்படுத்த இயலாமல் வாந்தி வருகின்றது என்றாலும், வில்லியம்ஸ் தனது நிலையை மாற்றிக்கொள்ள வேண்டும். மருத்துவம் பார்க்கும் இடத்தில் அவன் அதற்கு பொருத்தமானவனாக மாற வேண்டும். கல்யாண் சரியாகத்தான் குறிப்பிடுகின்றார்.

வில்லியம்ஸ் உடம்பை விறைப்பாக்கிக் கொண்டு தனது செயலுக்காக கேப்டன் கல்யாணிடம் மன்னிப்புக் கோரினான்.

"எல்லாம் போகப் போக சரியாகிவிடும்" என்றான் கேப்டன் கல்யாண், தனது கைகளை முழங்கை வரை சோப்புப் போட்டு நன்றாகக் கழுவியபடி.

பஸ்ராவில் படைவீரர்கள் நகரத்தின் ஓரத்தில் வரிசையாக நாணல் புற்கள் வேயப்பட்ட குடிசைகளில் தங்க வைக்கப்பட்டனர். அது ஏற்கனவே இங்கே உள்ளூர் மக்கள் குடியிருந்த இடம். அவர்களை வெளியேறச் சொல்லிவிட்டு அந்த இடங்களை இராணுவ வீரர்கள் தங்கும் இடமாகவும், படையணி முகாமாகவும் மாற்றியிருந்தனர்.

அன்று வில்லியம்ஸுக்கு விடுப்பு தந்திருந்தனர். அவன் ஊரைச்சுற்றிப் பார்க்க நினைத்து கடைவீதிக்குப் போகலாம் என நினைத்தான். தனியே போகத் தயக்கம் இருந்தது. ஆனால் பிரிட்டிஷ் மற்றும் இந்தியப் படை வீரர்கள் நிறையப் பேர் கடைவீதிக்குச் சென்று கொண்டிருந்தனர். அஷ்கர் கடைத்தெருவில் அரேபியர்கள் அழுக்கடைந்து காணப்படுவதாகவே அவன் கருதினான். தெருவில் கடைகள், வீடுகளை வெறும் செங்கற்களை மட்டுமே வைத்துக் கட்டியிருந்தனர். சுவர் மேல் பூச்சு எதுவும் இல்லை. செங்கற்கள் வெறுமனே துருத்திக்கொண்டிருந்தன. கடைவீதியில் இனிப்பு பலகாரங்கள், பேரிச்சைகள் மற்றும் சில பாத்திரக்கடைகள். கொஞ்சம் கூட்டமிருந்தது. பாத்திரக்கடையில் கை வேலைப்பாடுகள் நிறைந்த தாமிரக் காப்பி பாத்திரத்தை அவன் பார்த்தான். அவன் அம்மாவுக்கு அதனை வாங்கிக்கொடுக்கலாம் என நினைத்து விலையைக் கேட்டான். பாத்திரக்கடைக்காரன் ஐந்து ரூபாய் சொன்னான். அவனுக்கு அந்த விலை மிக அதிகம் எனத் தோன்றியது. அது அவனின் ஒரு வார சம்பளப் பணம். அவன் வேண்டாம் என வெளியே வந்தான். பாத்திரக்கடைக்காரன் அந்தப் பாத்திரத்தை கையில் எடுத்துக்கொண்டு விலையைக் குறைத்து தருவதாக விரல் சைகையில் கூறினான். வில்லியம்ஸ்க்கு தான் ஏமாற்றப்பட்டுவிடுவோம் எனத் தோன்றியது. எனவே அந்தப் பாத்திரம் வாங்குவதை அவன் விரும்பவில்லை. அவன் கடைவீதியில் சாலைக்கு வந்துவிட்டான். கடைக்காரன் ஒவ்வொரு ரூபாயாகக் குறைத்து கடைசியில் ஒரு ரூபாய்க்கு வாங்கிக்கொள்ளக் கூறி முகத்தைக் கடுப்பாக்கி வழி மறித்து நின்றான். கைகலப்பு ஆகிவிடும் சூழல் நிலவியது.

சலிப்போடு ஒரு ரூபாயை எடுத்துக் கொடுத்தான். பாத்திரக்கடைக்காரன் அராபியில் அவனை ஏதோ சொல்லி திட்டிவிட்டுச் சென்றான். வில்லியம்ஸ் கையிலிருந்த காப்பி பாத்திரத்தைப் பார்த்தான். சாலையில் அதேபோன்ற பாத்திரத்தில் ஒரு காப்பி விற்பவன் மர பெஞ்சில் காப்பி விற்றுக்கொண்டிருந்தான். அவன் வில்லியம்ஸைப் பார்த்துக் கொண்டிருந்தான். அவன் கடையில் காப்பி குடித்துக்கொண்டிருந்த மற்றொரு இளைஞன் வில்லியம்ஸிடம் ஆங்கிலத்தில் “இந்தப் பாத்திரத்தை வாங்க உங்களுக்கு விருப்பம் இல்லையா?” என்றான்

“விருப்பம்தான். ஆனால் ஒரு ரூபாய் விலை அதிகமோ?” என்றான் வில்லியம்ஸ்.

“பாத்திரக்காரன் உங்களை சரியாகத்தான் திட்டியுள்ளான்” எனச் சிரித்தான். வில்லியம்ஸ்க்கு கொஞ்சம் வெட்கமாக இருந்தது. இருந்த போதும் தன்னைத் திட்டியதை அறிந்துகொள்ள விரும்பினான். “என்ன திட்டினான்?” எனக் கேட்டான்.

“தவறாக நினைக்காவிட்டால் சொல்லுகின்றேன். நீங்கள்தான் இங்கே ஏமாற்ற வந்திருப்பதாகவும், உங்களை யாரும் ஏமாற்றவில்லை என சொல்லிவிட்டு சென்றான்.”

வில்லியம்ஸ்க்கு அதில் கெட்ட வார்த்தைகள் இல்லாதது கொஞ்சம் நிம்மதியாக இருந்தது. அந்த அரேபி இளைஞன் அவனுக்கு நிம்மதியைக் கொடுத்திருந்தான். அவன் வில்லியம்ஸிடம் காப்பி குடிக்கின்றீர்களா என்றான். அவனுக்கு அந்த இளைஞனுடன் கொஞ்சம் பேசவேண்டும் எனத் தோன்றியது. சரி எனத் தலையசைத்தான். சூடான இனிப்பான காபி வந்தது.

“உங்களுக்கு எப்படி ஆங்கிலம் தெரிகின்றது?”

“நான் இங்கே ஆங்கிலம் கற்றுக்கொடுக்கும் வகுப்பு எடுத்து வருகின்றேன். அடன் எண்ணெய்க் கிணறு தோண்டும் பணியில் வேலை செய்து வந்தேன். ஆஸ்திரேலிய அதிகாரியுடன் மூன்று வருடம் வேலையில் இருந்தேன்” என்றான்.

“நாங்கள் கப்பல் ஏறும்போது, இங்கே பிரிட்டிஷ் படையை சேக்குகள் வரவேற்பதாகவும், ஒட்டாமன் படையை நீங்கள் எல்லோரும் வெறுப்பதாகவும் சொன்னார்கள்.”

“ஐநூறு வருடமாக ஒட்டாமன் பேரரசு எங்களை ஆள்கிறது. ஆனாலும் எங்கள் மக்கள் அதை அந்நிய படையாகத்தான் பார்க்கிறார்கள். துருக்கியருக்கு இந்த அரேபிய மண்ணை வெறும் மெசபடோமியாவாக வைத்துக்கொள்ளவேண்டும் அவ்வளவுதான். அவர்களைப் போலத்தான் நீங்களும்.” அவன் சுற்றிலும் பார்த்தான். பின் தன் குரலைத் தாழ்த்தி,

“நீங்க தோற்கக் கூடாது என பலர் நினைப்பது உண்மைதான். அது பிரிட்டிஷ் மேல் உள்ள பாசத்தால் அல்ல. ஒருவேளை ஒட்டாமன் படை உங்களை வெற்றி கொண்டு திரும்பவும் இங்கே வந்தால் எங்களின் தோலை உரித்து உப்புக்கண்டம் போட்டு விடுவார்கள். உங்களுக்குப் பாத்திரம் விற்றவன், காப்பி விற்றவன், உங்களோடு பேசியவன் எல்லோரும் அவ்வளவுதான், ஏராளமான உளவாளிகள் அவர்களுக்கு உண்டு” என்றான். அந்த அரேபிய இளைஞனின் கண்களில் சற்று அச்சம் இருந்தது. அவன் அங்கிருந்து சற்று கலவர மனநிலையிலேயே சென்றான். கடைசி வரை அவன் பெயரை கேட்காமல் விட்டுவிட்டோமே என வில்லியம்ஸ் கருதினான்.

மூன்று நாள் கழித்து துறைமுகத்திலிருந்து மெட்ராஸ் கப்பல் திரும்பவும் பம்பாய் போக இருந்தது. அன்று காலை படை ரோல்காலின்போது அணிகள் முழு சீருடையில் உடனே துறைமுகத்திற்குப் போக உத்தரவு வந்தது. அவர்கள் துறைமுகத்தில் காத்திருந்தபோது இந்த முழு மெசபடோமியா போர் அரணை வழி நடத்துகின்ற ஜெனரல் டவுன்செண்ட் தனி நீராவிப் படகில் அமாராவிலிருந்து பஸ்ரா வந்து மெட்ராஸ் கப்பலில் ஏறினார். அவர் படை அணிவகுப்பைப் பார்க்கும் நிலையில் இல்லை. மிகவும் சோர்ந்து போயிருந்தார். அவருக்கு வயிற்றுப் போக்கு பாதிப்பு ஏற்பட்டதால் ஒரு வேளை அது காலரா தொற்றாக இருக்கக் கூடும் என பயந்து மருத்துவ விடுப்பு எடுத்துக்கொண்டு பம்பாய்க்கு சிகிச்சைக்காகப் போய்க்கொண்டுள்ளார்.

படை அணிகளைப் பார்த்து தனது கைகளை மட்டும் ஆட்டினார். கேப்டன் பூரி அவருக்கு மரியாதை செய்ய தனது வாளை நெஞ்சுக்கு நேராக உயர்த்தி நின்றார். கப்பல் துறைமுகத்திலிருந்து விலகி சட்டல் அரப் நதியில் பயணித்து மறைந்தது. நாளை வில்லியம்ஸ் இருந்த படைக்குழு அல் அமாரா போக இதே துறைமுகத்திற்கு வரவேண்டும்.

அங்கு வெயில் அவ்வளவு சூட்டை உருவாக்கிக்கொண்டிருந்தது. உதகமண்டலம் போன்ற இடத்திலிருந்து வந்த வில்லியம்ஸ்க்கும், அவனைக் காட்டிலும் இலண்டனிலிருந்து வந்துள்ள படைப்பிரிவுக்கும் அந்த வெப்பம் மிகவும் தாங்க இயலாத ஒன்று. ஏதேனும் ஒரு வகையில் இந்த வெப்பத்திற்கு உடம்பைப் பழக்க வேண்டும். இல்லாவிடில் இந்த சூடு ஆட்களைச் சாகடித்துவிடும். அதிகாரிகளுக்கு சன் ஹெல்மட் என்ற வட்ட வடிவ தொப்பி வழங்கப்பட்டிருந்தது. ஆனால் படைவீரர்களுக்கு அது இல்லை. அதுவும் மராத்தா படைப்பிரிவினரும், பஞ்சாப் படைப்பிரிவினரும் தலைப்பாகை அணிந்திருந்தனர். முறையான இராணுவ படைப்பிரிவுகளைத் தவிர தன்னார்வலர்கள் மற்றும் ஃபாலோயர் என்று அழைக்கப்பட்ட தொழிலாளர்கள் ஆகியோர் அரைக்கால் சட்டை அணிந்திருந்தனர். வெயிலும் குளிரும் அதிகமாகவே

அவர்களைத் தாக்கும். ஆனால் அவர்கள் அதை ஒரு பொருட்டாகவே கருதுவதில்லை. படைப்பிரிவுகள் அணிவகுத்து நின்றபடி இருந்தபோது நேற்று வயிற்றுப்போக்கால் மயங்கிக்கிடந்தவர்களில் எட்டுப் பேர் மருத்துவமனையில் உயிரிழந்து விட்டனர் என்ற செய்தியைக் கேப்டன் டாக்டர் கல்யாண் சொன்னான். பின்னர் படைப்பிரிவை வழி நடத்தும் கேப்டன் பூரி முன்னணி படை அரணில் காலராவும், வயிற்றுப்போக்கும் வேகமாகப் பரவிக்கொண்டுள்ளது என்பதையும், எதிரியின் குண்டுகளை விட அது ஆபத்தானது என்பதையும் சுட்டிக்காட்டினார்.

“படகு நடு ஆற்றில் போகும்போது மட்டும் படகில் இருந்தபடி குடிக்க தண்ணீர் எடுத்துக்கொள்ளவேண்டும். அதே சமயம் அதில் எச்சரிக்கையாக இல்லாவிட்டால் ஆற்றில் விழுந்து சாக நேரிடும். நாளை காலையில் உங்கள் பயணம் அமாராவை நோக்கித் துவங்க உள்ளது. எந்நேரமும் நீங்கள் தாக்கப்படக்கூடும் என்ற எச்சரிக்கை அவசியம். அதிகாரிகளின் அனுமதியின்றி அணியை விட்டுப் பிரியக்கூடாது. சேர்ந்தே இருக்க வேண்டும். உங்களைச் சுட குறிபார்த்துக் கொண்டிருப்பவரை உங்களுக்குத் தெரியாது. சாகும்போதும்கூட சுட்டது யார் எனத் தெரியாது. எப்போதும் உங்கள் துப்பாக்கிகளை தயாராக வைத்துக் கொள்ளுங்கள்” என எச்சரிக்கை செய்தார்.

அவருக்கு ஒட்டாமன் படையின் ஸ்னைப்பர் துப்பாக்கிகளைப் பற்றி நன்கு தெரிந்திருந்தது. இறுதியாக,

“உள்ளூர் அரபுகள் மீது எச்சரிக்கை தேவை. அவர்களைப் பொறுத்தவரையில் நாம் ஒருவகையில் ஆக்கிரமிப்பாளர்கள்தான். தவிரவும், துருக்கி மன்னர் பிரிட்டிஷ்க்கு எதிராக புனிதப் போரை அறிவித்துள்ளார். வெளியே எச்சரிக்கை தேவை. நமக்குள்ளும் எச்சரிக்கையாக இருக்கவேண்டும்” என்றார். அவர் சொன்ன தொனி நமக்குள்ளும் சிலர் நம்மைத் தாக்கக் கூடும் என ஐயப்படும் விதமாய் இருந்தது.

உத்தரவை மீறுவது அல்லது கீழ்ப்படியாமல் இருப்பது பெரும் குற்றங்கள் என்பதையும் அதற்கு உடனடியாக இராணுவ மன்றம் மரணதண்டனை வழங்கும் என்பதையும், பிரிட்டிஷ் சாம்ராஜ்ஜியத்தின் வீரனாக சாவது நமக்கும் நமது குடும்பத்திற்கும் எல்லோருக்கும் மரியாதை எனவும் துரோகத்திற்குக் கொஞ்சமும் இடமில்லை என்பதையும் குறிப்பிட்டார்.

கலைந்து போகும்போது வில்லியம்ஸ்க்கு மெட்ராஸில் வரும்போது மெட்ராஸ் தொழிலாளர் பட்டாளத்தைச் சார்ந்த ராமன் என்பவர், “போர்க்களத்தில் சாகின்றவர்கள் சொர்க்கத்திற்குப் போவார்கள்” என்று சொன்னது நினைவுக்கு வந்தது. நேற்று வயிற்றுப்போக்கில் இறந்தவர்கள் அந்தக் கணக்கில் வருவார்களா? சொர்க்கத்திற்கா அல்லது வேறு எங்கு என

அவனுக்கு கேட்க வேண்டும் எனத் தோன்றியது. அன்று படைப்பிரிவில் உள்ளவர்களுக்கு கடிதம் போட தபால் அட்டையைப் பிரித்துக் கொடுக்கும் வேலை அவனுக்குக் கொடுக்கப்பட்டிருந்தது. அது பீல்ட் சர்வீஸ் போஸ்ட் கார்டு. அதின் முன்பக்கம் ஏற்கனவே ஆங்கிலத்தில்,

"இதில் கையெழுத்து மற்றும் தேதி தவிர எதுவும் எழுதக்கூடாது. தேவையில்லாததை அடித்துவிடலாம். ஏதேனும் எழுதினால் இந்தக் கார்டு கிழிக்கப்படும்" என அடிக்கோடிடப்பட்டிருந்தது. அதன் கீழே கீழ்கண்ட வாசகங்கள் இருந்தன.

"நான் நன்றாக உள்ளேன்"

"நான் மருத்துவமனையில் அனுமதிக்கப்பட்டுள்ளேன், காயம் காரணம், உடல் நிலை பாதிப்பு"

"விரைவில் குணமடைந்துவிடுவேன்"

"நான் உங்கள் கடிதத்தை, தந்தியை, பார்சலைப் பெற்றேன்"

"தங்களிடமிருந்து விரைவில் எதிர்பார்க்கின்றேன்"

"உங்களிடமிருந்து கடிதம் வரவில்லை"

"தாமதமாக வந்தது"

"வெகு நாட்களுக்கு முன் கடிதம் வந்தது"

"கையெழுத்து மட்டும்"

"நாள்"

ஆகியவை அச்சடிக்கப்பட்டிருந்தன. அதில் தேவையில்லாததை அடித்து விட்டு கையெழுத்துப் போட்டால் போதும். அவர்கள் இப்போதுதான் இங்கு வந்து சேர்ந்துள்ளார்கள் என்பதால் "நான் நன்றாக உள்ளேன்" என்பதைத் தவிர மற்றவற்றை அடித்துவிட்டு கையெழுத்து, தேதி மட்டும் போட்டால் போதும். முகவரியை ஆங்கிலத்தில் எழுத வேண்டும். படைப்பிரிவில் உள்ளவர்களில் பெரும்பான்மையானவர்கள் எழுதப் படிக்கத் தெரியாதவர்கள். அல்லது கொஞ்சம் தெரிந்தவர்கள். ஆங்கிலத்தில் உள்ளவற்றைப் படிக்க இயலாதவர்கள். அவர்களுக்கு அவனைப் போன்றவர்கள் உதவவேண்டும் என்பதால் அவனுக்கு அந்தப் பணி வழங்கப்பட்டது. கடிதம் என்றதும் அவர்கள் தங்களின் ஊர் உறவுகளைப்பற்றி நலம் விசாரிக்க விரும்பினர். ஆனால் அந்தப் போஸ்ட் கார்டு பட்டாளத்துக்குப் போனவன் சாகவில்லை என்பதைச் சொல்லும் ஓர் ஒற்றைப் பயன்பாடு என்பது பலரும் அறியாத ஒன்று. இந்த வகை போஸ்ட் கார்டு கடிதத்தை தணிக்கை செய்யும் வேலையைப் பெரும்பாலும் குறைத்திருந்தது. கடிதம் எழுத அனுமதிக்கப்பட்டபோது போர் பற்றிய பல உண்மைகளை அவர்கள் கடிதத்தில் எழுதியதால் அதனால் அடுத்த படையணி ஆள் சேர்க்கை பாதித்ததால் இந்த நடவடிக்கையாக இருக்கலாம். போருக்குப் போனவன் குடும்பத்தைச் சார்ந்தவர்களை ஒரு

கற்பனையிலும், குருட்டு நம்பிக்கையிலும் வாழப் பழக்குவதே நல்லது. உண்மை எப்போதும் கேள்விகளை உருவாக்கிக் கொண்டும், தீராத கலக்கத்தையும் ஏற்படுத்தி விடும். பட்டாளத்துக்காரன் "உயிரோடு உள்ளேன்" எனக் கூறும் ஒற்றை வாசகம் ஆயிரம் பக்கக் கடிதத்திற்குச் சமமானதுதானே?

அவன் தனது தாயாருக்கு ஒரு போஸ்ட் கார்டில் "நான் நலம்" என்பதை விட்டு விட்டு மற்றதை அடித்துக் கொடுத்தான்.

இன்று அவர்களிடம் ஒப்படைக்கப்படும் போஸ்ட் கார்டில் எழுதி நாளை அவர்கள் அந்தக் கடிதங்களை அஞ்சல் செய்ய துறைமுகத்தில் உள்ள இராணுவத் தபால் அலுவலரிடம் ஒப்படைத்துவிட்டு வடகிழக்கே நதியில் பயணத்தைத் தொடரவேண்டும்.

அடுத்த நாள் காலையில் இரண்டு நீராவிப் படகுகளில் துறைமுகத்திலிருந்து அவர்கள் படையணிகள் பயணத்தைத் தொடங்கின. அந்த நீராவிப் படகுகள் ஓரத்தில் பெரும் இரும்புத் தடுப்புகள் இருந்தன. அதே போன்று படகின் மையத்தில் சுற்றிலும் மணல் மூட்டைகள் அடுக்கப்பட்டு அதில் ஒரு கனரகத் துப்பாக்கியும் பொருத்தப்பட்டிருந்தது. பயணத்தின் போது படைவீரர்கள் அவரவர் ஊரின் பாடல்களைப் பாடி பயணத்தைக் களைப்பின்றி மாற்றிக்கொள்ள இருந்தனர். நீராவிப் படகு நடு ஆற்றில் செல்லும்போது கூடுமானவரை தண்ணீர் எடுத்துக்கொள்ள படையணி முயன்றது. ஆனால் அதில் கவனம் இல்லாவிட்டால் ஆற்றில் விழ நேரிடும். சட்டல் அரப் ஆற்றில் தண்ணீரின் ஓட்டத்தை எதிர்த்து படகு 120 கிலோ மீட்டர் வடக்கே பயணம் செய்தால் குர்னா வரும். அங்கு ஒரு நாள் தங்கி அடுத்த நாள் டைகரிஸ் நதியில் பயணம் செய்வது அவர்கள் திட்டம். ஆனால் படகு அதிக வேகமாக செல்லமுடியவில்லை. மாலை ஆனதும் நதியின் கரையில் படகை நிறுத்திக் கரையில் கூடாரம் அமைத்துத் தங்கினர். கூடாரத்திற்கு வெளியே ஆயுதம் ஏந்திய ஒரு படைக்குழு காவல் காக்க வேண்டும். அடுத்த நாள் காலையில் அவர்கள் தங்கியிருந்த இடங்களைச் சுற்றி ஆற்றின் கரையோரமாக பேரிச்சை மரங்கள் சூழ்ந்த வனம் இருந்ததைப் பார்த்தனர். மீண்டும் அடுத்த நாள் காலையில் ஆற்றில் பயணம் தொடர்ந்தது. அடுத்த நாள் மாலையில் குர்னாவை அடைந்தனர். குர்னா பிரிட்டிஷ் கட்டுப்பாட்டில் இருந்தபோதும் அவ்வப்போது சில திடீர்த் தாக்குதல்கள் தொலைக்குறி துப்பாக்கிகள் மூலம் நடைபெற்றன. இரவுகளில் மிகவும் கவனமாக இருக்க வேண்டும். அவர்கள் குர்னாவின் வடகிழக்கே டைகரிஸ் நதியின் கரையில் கூடாரம் அமைத்துத் தங்கியிருந்தனர். குர்னாவில்தான் விவிலியத்தில் குறிப்பிடும் ஏதேன் தோட்டம் இருந்தது. இங்கேதான் ஆதாம் மற்றும் ஏவாள் இருவரும் சபிக்கப்பட்டனர். துயரத்தின் நிலம் இது. இன்றும் அது அதைப் பிரதிபலிக்கின்றது. ஆற்று சந்திப்புக்கு வடகிழக்காக டைகரிஸ் நதியின் கரைக்கு அப்பால் நீண்ட மணல் வெளி இருந்தது. ஆற்றின் கரையிலிருந்து சற்றுத் தள்ளி கூடாரம் அமைக்கப்பட்டது. அன்று பாரா பணியைச் செய்யும் குழுவினைக் கண்காணிக்கும்

பொறுப்பு வில்லியம்ஸ்க்கு தரப்பட்டிருந்தது. தங்கும் கூடாரத்திலிருந்து சற்றுத் தூரத்தில் கழிப்பறைக் கூடாரம் அமைக்கப்பட்டிருந்தது. இரவு பத்துமணி அளவில் ஒருவர் நடந்து வருவது தெரிந்தது. வில்லியம்ஸ் எச்சரிக்கையோடு நின்றபோது அது கேப்டன் கல்யாண் எனத் தெரிந்தது. அவன் கழிப்பறைக்குச் சென்று கொண்டிருந்தான். எனவே வில்லியம்ஸை அங்கேயே இருக்கும்படியும் தான் கழிப்பறைக்குப் போவதாகவும் கூறினான். நல்ல கரிய இரவாய் இருந்ததால் வில்லியம்ஸ் துணைக்கு வர விரும்புவதாகக் கூறினான். அவனோ, அவன் பின் தொடரக்கூடாது எனக் கட்டாயமாகக் கூறிவிட்டான். கேப்டனுக்கு யாரேனும் பக்கத்தில் இருப்பது என்பது கூச்சத்தை ஏற்படுத்தும், இயற்கை அழைப்பை சரியாக நிறைவேற்ற முடியாது போகலாம். அவனைத் தனியே அனுப்பவும் மனமின்றி உடன் செல்லவும் முடியாத நிலையில் அவன் தடுமாறி நின்றான். இருந்தபோதும் அவன் கையிலிருந்த *303* ரைஃபில் மீது முழு கவனத்தையும் வைத்து கேப்டன் கல்யாண் போவதைப் பார்த்துக் கொண்டிருந்தான்.

கேப்டன் கல்யாண் கழிப்பறைக் கூடாரத்தை நெருங்கும்போது அங்கு மாலையில் போடப்பட்ட கூடாரத்தையும் அதில் இருந்த இரும்பாலான கழிப்பறை மேடையையும் அங்குக் காணவில்லை. சற்றுத் தூரத்தில் இருளில் ஒரு அரேபியன் அதனை எடுத்துக்கொண்டு போய்க்கொண்டிருந்தான். கேப்டனுக்கோ வில்லியம்ஸைக் கூப்பிட்டால், அதன் பின்பு இயற்கை அழைப்பை நிறைவேற்ற முடியாது போகும். வயிறு வேறு கலக்கிக்கொண்டிருந்தது. அவன் மணலில் கொஞ்சம் பள்ளம் தோண்டி உட்கார்ந்து, வந்த வேலையை முடித்துவிட்டு எழும்போது இருளில் இருந்து அவனை நோக்கி வந்த ஒரு துப்பாக்கிக் குண்டு அவனுக்கு வெகு அருகில் விழுந்தது. அவன் அப்படியே மணலில் படுத்துக்கொண்டான். அதன் பின்பு தொடர்ந்து துப்பாக்கி வெடித்தது. அடுத்த நொடி வில்லியம்ஸ் தனது துப்பாக்கியால் துப்பாக்கி வெடித்த திசையை நோக்கிச் சராமாரியாகச் சுட்டான். கேப்டனைக் குனிந்தபடியே இழுத்துக்கொண்டு வந்துவிட்டான். பாராவில் இருந்தவர்களும் சேர்ந்து நின்று சுட்டனர். அதன் பிறகு எதிர்ப் பக்கமிருந்து எந்தத் துப்பாக்கிச் சப்தமும் இல்லை. இருள் சூழ்ந்திருந்ததாலும் அப்பகுதி நிலவியல் அமைப்பு பற்றி அவர்களுக்கு சிறிதே தெரியும் என்பதாலும் துப்பாக்கியில் சுட்டவனைத் தேட முயற்சிக்கவில்லை. படைப்பிரிவு கூடாரத்திற்குக் கூடுதல் பாதுகாப்பு போடப்பட்டது. அதனால் அன்று முழு படையணியும் தூங்கச் செல்லவில்லை.

அடுத்த நாள் காலையில் படையணியை வழி நடத்தும் கேப்டன் பூரி, வில்லியம்ஸின் செயலை ஒருபுறம் பாராட்டினாலும், மறுபுறம் அவன் கேப்டன் கல்யாணை தனியே அனுப்பியிருக்கக்கூடாது எனக்கூறி அந்த அலட்சியத்திற்காக ஓர் எச்சரிக்கை செய்து அனுப்பினார். அவர்

துப்பாக்கிக் குண்டு வந்த இடத்தைப் பார்த்தபோது, சிறு மணல் மேட்டில் வசதியாக மறைந்துகொண்டு சுடப்பட்டதை அங்கு சிதறிக்கிடந்த வெடித்த தோட்டாக்களின் குப்பிகள் உறுதிப்படுத்தின. இது சில அரேபிய விடுதலைக் குழுக்களின் வேலையாக இருக்க வேண்டும். ஏனெனில் ஒட்டாமன் இராணுவத்தினர் சுட்டிருந்தால் அந்தச் சண்டை ஒருபோதும் குறுகிய நேரம் மற்றும் சில தோட்டாக்களில் நின்றிருக்காது. சுட்டவன் எதிர்த் தாக்குதல் இருக்காது என நம்பியிருக்கக் கூடும். பதில் தாக்குதல் வந்ததும் மணல் குன்றைப் பயன்படுத்தி தரையில் ஊர்ந்து தப்பித்திருக்க வேண்டும். தாக்குதல் நடத்தியவன் கழிப்பறைக் கூடாரத்தை எடுத்துச் சென்றவனா? அல்லது உடன் வந்தவனா? எனத் தெரியவில்லை. ஆனால் அரேபிகள் சிறு குழுவாகச் செயல்பட்டுக் கொண்டிருந்தார்கள். அவர்கள் மண்ணில் பிரிட்டிஷ் கால்பதித்ததற்கு ஒருவகை எதிர்ப்பாக இருந்திருக்கக் கூடும்.

அவர்கள் தங்கள் பயணத்தை மீண்டும் டைகரிஸ் நதியில் தொடரத் தயாரானபோது, அவர்கள் தங்கியிருந்த குர்னாவிலிருந்து யூப்ரடிஸ் நதியின் மேலே வடமேற்கே உள்ள நசிரியா நகரிலிருந்த துருக்கிப் படைகளைத் துரத்திவிட்டு அந்த நகரைக் கைப்பற்ற பிரிட்டிஷ் துருப்புகள் படகுகளில் போய்க் கொண்டிருந்தனர். அது சீக்கியர்களும் முஸ்லிம்களும் இணைந்த 24வது பஞ்சாப் படைப்பிரிவு. ஜெனரல் ஜார்ஜ் கோரிசன் அதனை வழி நடத்துகின்றார். ஒட்டாமன் துருக்கிப் படைகளின் முக்கியக் கேந்திரமாக அந்த நகரம் இருந்தது. மேலும் அங்கிருந்த அரேபி குடிகளுக்குத் துருக்கியும், பிரிட்டனும் எதிரிகள். அவர்களின் மண்ணில் அன்னியர் கால் பதிப்பதை அரேபிகள் விரும்பவில்லை.

படகில் இருந்தவர்கள் கைகளை உயர்த்தி ஆரவாரம் செய்தனர். வில்லியம்ஸ் தனது தொப்பியைக் கழட்டி உயர்த்தி பிடித்து மீண்டும் அணிந்து கொண்டான். மதிய வேளையில் வெப்பத்தின் அளவு 115 பாரன்ஹீட் என்ற அளவில் இருந்தது. டைகரிஸ் ஆற்றில் ஆங்காங்கே இருந்த மணல் திட்டுகள் படகின் வேகத்தை மட்டுப்படுத்தின. ஆற்றின் கரை ஓரமாக எருமைகள் தலைகளை மட்டும் காட்டியபடி நதியில் இருந்தன. படகின் சப்தத்தையும் அது நெருங்குவதையும் பார்த்து அலட்சியமாக விலகி கரை ஏறின. கரையின் வலது புறத்தில் நீண்ட சதுப்பு நிலம் சூழ்ந்துள்ளது. நெடிய புற்களும் தண்ணீரும் கலந்த பகுதி. டைகரிஸ் நதியின் ஊடே இந்தச் சதுப்பு நிலம் ஆங்காங்கே வந்துகொண்டே இருந்தது. தெற்கு மெசபடோமியாவின் முகம் இது. நாகரிகத் தொட்டில் இந்தச் சதுப்பு வெளியிலிருந்துதான் தோன்றியது. இந்தக் கரையோரத்தில் வசிக்கும் மக்கள் சதுப்பு நில அரேபியர்கள். பண்டைய சுமேரியாவின் நெடிய வரலாறு அவர்களுக்குச் சொந்தமானது. இந்தச் சதுப்பு வெளியின் ஓரத்தில் சற்றுத் தூரத்தில் இடைவெளி விட்டுவிட்டு முழுவதும் மண்

பூசப்பட்ட வெறும் செங்கற்களால் மட்டும் கட்டப்பட்ட சிறு வீடுகள் இருந்தன. ஆங்காங்கே தெரியும் சில வீடுகளில் சில அரேபியர்களின் குடும்பங்கள் தெரிந்தன. சில சமயம் அவர்கள் ஒட்டகங்களில் சிறு கூட்டமாக வரிசையாகப் பயணிப்பதைக் காணமுடிந்தது. மற்றபடி எங்கும் வெப்பமும் வெறுமையும் பாலையின் வெளிறிய வண்ணமும்தான். படகு டைகரிஸில் கரை ஒதுங்கி நிற்கும்போது கரையில் ஓர் அரேபியச் சிறுமி விளையாடிக்கொண்டிருந்தாள். அவள் தலை கலைந்து, முகத்தில் புழுதியின் அழுக்கு அப்பிய நிலையில் அவள் படையணியினர்களைப் பார்த்துக் கையை நீட்டினாள். வில்லியம்ஸ் தனது பையிலிருந்து ஒரு சிறு டின்னில் இருந்த பதப்படுத்தப்பட்ட மாட்டுக்கறியையும் கூடவே ஜாமையும் கொடுத்தான். அவள் வாங்கிக்கொண்ட பின், அதனைப் பார்த்து இரண்டு பெண்கள் ஓடிவந்து கையை நீட்டினர். அவர்கள் அழுக்கடைந்த முழு நீண்ட அங்கியை அணிந்திருந்தனர். அவர்கள் கையிலும் கொஞ்சம் சாப்பிடும் பொருட்களை மற்றவர்கள் கொடுத்ததும் அவர்கள் வாங்கிக்கொண்டனர். அந்தப் பெண்ணின் முகம்தான் எவ்வளவு அழகு. ஒரு நீண்ட முகம், அதற்குப் பொருத்தமாக செதுக்கியது போன்ற மூக்கு, அவ்வளவு பிரகாசமான கண்கள். அது எதையோ பேசுவது போன்று இருந்தது. பெர்சிய அழகு, அரேபிய அழகு எனப் பலவற்றை அவன் கேள்விப்பட்டுள்ளான். அது முற்றிலும் உண்மை. ஏதோ ஒரு வசியம் அந்த முகத்தில் இருந்தது. அவளைப் பார்த்துக்கொண்டே இருக்கலாம் போலிருந்தது. அவள் இரண்டுமுறை திரும்பிப்பார்த்து பின் போய்விட்டாள். பின்னர் சிலர் ஒரு கூடையில் முட்டைகளைக் கொண்டு வந்து விற்பனை செய்தனர். பன்னிரெண்டு முட்டைகளை அவர்கள் இரண்டணா அளவு பணத்துக்கு கொடுத்தனர். பின்னர் படகு கிளம்பும்போது கையசைத்தனர். அவர்கள் செல்லும் பாதையில் ஆங்காங்கே கருவேலம் மரங்கள் நிறைந்திருந்தன. அந்த இரண்டு விரல் நீளமிருந்த முள் செடியை ஓர் ஒட்டகம் மிக அநாயாசமாய்த் தின்று கொண்டிருந்தது.

படகில் பயணிக்கும் இவர்களுக்கும் இந்த மண்ணுக்கும் அந்த ஒட்டகத்தில் கரைக்கு அப்பால் பயணிப்பவர்களுக்கும் என்ன தொடர்பு? பிரிட்டிஷ் அரசர் இங்கு ஏன் வரவேண்டும்? அம்மாவுக்கு இது பற்றி ஏதாவது தெரிந்திருந்ததா? என வில்லியம்ஸ் குழம்பினான். பின் அதிகம் யோசிக்காமல் இருக்க படகில் வருவோரைப் பார்த்தான். இக்பாலும் அவனுடைய கூட்டாளிகளும் வட்டவடிவமாக உட்கார்ந்து பாட்டுப் பாடிக் கொண்டிருந்தார்கள். இக்பால் அந்தப் பாடலை சப்தமாகப் பாடினான். மற்றவர்களையும் சேர்ந்து பாடச்சொன்னான்.

"கண்ணனூர் தீட்சிதத்தில், அந்தபுர கோட்டூர் களரியில் படித்தவனப்பா ஆனந்தன், நாட்டுக்கோர் நல்லவனப்பா..."

அவனுக்கு அந்தப் பாடலைப்பாட எந்தத் தயக்கமும் இல்லை. வில்லியம்ஸ் அவர்களுடன் சேர்ந்து கைதட்டினான். அந்தப் படகு டைகரிஸில் பயணித்துக்கொண்டே இருந்தது. இக்பாலுடன் சேர்ந்து பாடுபவர்கள் இயந்திரத் துப்பாக்கிக் குழுவினர். தாக்குதலின்போது ஆறு பேர் ஒரு குழுவாக இருப்பார்கள். அவர்களுக்கு விக்கர்ஸ் இயந்திரத் துப்பாக்கி தரப்பட்டிருந்தது. இக்பாலுக்கு இயந்திரத் துப்பாக்கியின் எல்லா மெக்கானிசமும் தெரியும். தாக்குதல் சமயம் துப்பாக்கி சுடாமல் நின்று போனாலோ அல்லது வேறு சிரமங்கள் வந்தாலோ உடனடியாக துப்பாக்கியின் பிரச்சனையை சரி செய்யவேண்டும். அதனைக் கழட்டி பின் மாட்டிவிட வேண்டும். ஒரு நிமிடத்தில் சுமார் 500 தோட்டாக்கள் அதில் வெடித்துச் சிதறும். அதற்குத் தக்கபடி தோட்டா பயணிக்கும். பெல்டில் துப்பாக்கிக் குண்டுகளை நிரப்பி வைக்கவேண்டும். அதேபோல அதனை தூக்கி வரவும் சரியான இடத்தில் அதனைப் பொருத்தவும் ஆட்கள் தேவை.

வில்லியம்ஸ் அவனை கோயம்புத்தூர் இரயிலில் சந்தித்தபோது இக்பால் தன்னை 'மெசின் கன்னர்' எனக் குறிப்பிட்டுவிட்டு பின் தற்கொலைப் படை எனக்கூறி சிரித்ததை அவன் மறக்கவில்லை. போரில் அந்தக் குழுவின் பணி மிக முக்கியமானது. அதிகம் தாக்குதலுக்குள்ளாக வாய்ப்புள்ள

ஒரு படைக்குழு. ஒருவன் கீழே விழுந்தால் நொடியில் அடுத்தவன் துப்பாக்கியை இயக்கவேண்டும். எல்லோரும் எல்லாவற்றுக்கும் தயாராக இருக்க வேண்டும். அதனைத் தற்கொலைப் படை என போர் முனையில் குறிப்பிடுவது பொருத்தமானதே. இக்பால் ஒரு மலையாளி. அவன் குழுவில் இருந்த இருவர் மராத்தா ரெஜிமண்ட்டைச் சேர்ந்த ராணாவும், கிருஷ்ணன் பட்டும். சாமத்தியுடன் மெட்ராஸ் ரெஜிமண்டின் தொழிலாளர் படையிலிருந்து வந்த தமிழர்கள் வீரன், ராமன் இருந்தனர். இவர்களில் இக்பாலும், கிருஷ்ணன் பட்டும் இயந்திரத் துப்பாக்கியை இயக்குபவர்கள். ராணாவும் சாமத்தியும் தோட்டாக்களை பெல்டில் நிரப்புபவர்கள். வீரனும், ராமனும் துப்பாக்கியினையும் மற்ற உபகரணங்களையும் தோட்டா பெட்டிகளையும் கொண்டுவந்து சேர்ப்பவர்கள். ஆனால் இந்தக் குழுவினர் ஒரு சில நாட்களில் எல்லா வேலைகளையும் கற்றுக்கொள்ளவேண்டும். இல்லாவிடில் ஒரு நொடியில் எதுவும் இல்லாமல் போய்விடும். வீரனும் ராமனும் கூடுதலாக அவசர காலத்தில் முதலுதவிப் பெட்டியைத் திறந்து காயத்திற்குக் கட்டுப்போடும் பணியையும் செய்ய வேண்டும். இந்தக் குழுவில் ராமனுக்கு மட்டும் வயது சற்று அதிகம். பட்டாளத்திற்கு ஏற்ற முரட்டு உருவம். ஆனால் அவன் ஓர் அப்பாவி கிராமத்தான். எப்போதும் நெற்றியில் திருநீறு பூசிக்கொள்வது மட்டுமல்ல, எல்லோருக்கும் வைத்துவிடுவான். இக்பாலுக்கு வைத்துவிட்டால்கூட இக்பால் பேசாமல் நெற்றியைக் காட்டுவான். காலையில் அவனின் வள்ளலார் பாட்டுதான் பல சமயம் குழுவை எழுப்பும். அந்தக் குழுவை இக்பாலும், மலாபாண்டும் வழி நடத்துவார்கள். ஆனால் எல்லோரும் ஒத்த மனநிலையில் செயல்பட வேண்டும். அவர்கள் சேர்ந்து பாடினார்கள். இக்பாலையும் ராமனையும், வீரனையும் தவிர மற்றவர்களுக்கு அந்த மலையாளப் பாட்டின் அர்த்தம் தெரியாது. ஆனால் எல்லோரும் உற்சாகமாகவே பாடினர். அந்தப் படகு அமாரா போய்ச் சேர்ந்தது.

அமாராவை நெருங்கியதும் வில்லியம்ஸ் கண்களில் முதலில் தென்பட்டது ஒரு நெடிய தூக்கு மரம். உயரமான மேட்டின் மையத்தில் ஒரு மேடை மீது கடினமான மரத்தால் பிணைக்கப்பட்ட குறுக்குச் சட்டம் உயரே இருந்தது. அந்த மைதானம் வெறிச்சோடி இருந்தபோதும், அந்தத் தூக்கு மரத்தில் எந்தக் கயிறும் இல்லாதபோதும் அது எதையோ சங்கடமான ஒன்றை உணர்த்தியது. ஒரு சிறு அச்சம்கூட அவனுக்கு வந்தது. அவன் அந்தத் தூக்கு மரத்தைப் பார்க்க விரும்பவில்லை.

பஸ்ரா துறைமுகத்தில் அமாராவிலிருந்து வந்த மருத்துவப் படகை அவன் மறக்கவில்லை. தெருவில் ஓடும் சாக்கடைகள் ஆற்றில் கலப்பதும், எங்கும் அழுக்கடைந்தது போலக் காணப்படும் அந்த நகரின் தோற்றமும், கடுமையான வெயில் கூடவே, படகில் வரும்போது இரவெல்லாம் கடித்து வதை புரிந்த கொசுக்கள் என எல்லாம் சேர்ந்து படையணிகளுக்கு

தொடர்ந்து மலேரியா மற்றும் வயிற்றுப்போக்கை உருவாக்கி இருந்தது. கூடவே காலரா அச்சம் மிகுதியாக இருந்தது.

அவர்கள் ஒட்டாமன் துருக்கிப் படையை நேரிடையாக எதிர் கொள்ளும் நேரம் வந்திருந்தது. செப்டம்பர் 24ஆம் தேதி டைகரிஸ் நதியை ஒட்டி வடக்கே முன்னேறினர். அந்த ஆறு வளைந்து திரும்பும் இடமான எஸ்சின் என்ற இடத்தை நெருக்கும்போது அவர்களை எதிர்கொள்ள துருக்கிப் படைகள் தயாராக இருந்தன. அந்த இடத்திற்கும் குட் அல் அமாராவிற்கும் சுமார் இருபது கிலோமீட்டர் இடைவெளி இருக்கலாம். டைகரிஸ் நதியின் வலது கரையோரமாக பதுங்குகுழிகள் தோண்டி அது சுவடா சதுப்பு நிலம் வரை இருக்கும்படி அமைத்திருந்தனர். மற்றொரு பதுங்குகுழியை அந்தச் சதுப்பு வெளிக்கும் அப்பால் இருந்த அடபா சதுப்பு நிலம் வரை அமைத்திருந்தனர். அதற்காக துருக்கிப் படைகள் பல நாள் தயாரிப்பு செய்திருக்க வேண்டும். மேலும் டைகரிஸ் நதியில் எஸ்சின் மற்றும் குட் அல் அமராவிற்கு இடையில் ஒரு மிதக்கும் பாலத்தையும் அமைத்திருந்தது. நதியின் ஒரு பக்கம் இருந்து அடுத்த பக்கம் போக அவர்களுக்கு அது பயன்படும் வகையில் இருந்தது. மேலும் இந்தத் தாக்குதலுக்கு துருக்கி வசம் 38 பீரங்கிகள் இருந்தன.

பிரிட்டிஷ் படையில் இரண்டாவது டோர்செட் படைப்பிரிவும், 117 மராத்தா படைப் பிரிவும் டைகரிசின் இடது கரைப் பக்கம் அதிக அளவில் குவிக்கப்பட்டன. இந்தப் படைப்பிரிவுகள் துருக்கிப் படைகளுக்கும் சதுப்பு வெளிகளுக்கும் அப்பால் போய் பின் பக்கவாட்டிலும், பின்புறமாகவும் தாக்க வேண்டும். பஞ்சாப் மற்றும் அகமத் நகர் படைப்பிரிவு, வெஸ்லி ரைஃபில் ஆகியவை துருக்கியின் பதுங்குகுழிகளைத் தாக்குவது, பெல்காம் படைப்பிரிவு மற்றும் குதிரைப் படைப்பிரிவு சதுப்பு நிலத்தின் ஓரத்திலிருந்து தாக்குவதற்குத் திட்டமிட்டிருந்தனர்.

வில்லியம்ஸ் இருந்த படைக்குழு சதுப்பு நிலத்தின் ஓரமாக வந்து துருக்கியின் பதுங்குகுழிகளைத் தாக்கவேண்டும். வில்லியம்ஸ் குழுவினர் தாக்குதலுக்கு தயாராக இருந்தனர். தூரத்தில் ஒட்டகங்கள் மற்றும் துருப்புகளின் நடமாட்டம் தெரிந்தது. அவர்களை டைகரிஸ் நதியை ஒட்டி வடக்கே விரட்டினால் சுமார் நூறு மைல்களில் பாக்தாத் வந்துவிடும். இந்த ஆண்டு கிருஸ்துமஸை பாக்தாத்தில் கொண்டாடுவோம் என எல்லோரும் சொல்லிக்கொண்டிருந்தனர்.

செப்டம்பர் 27ஆம் தேதி இரவு பூனா படைப்பிரிவிலிருந்த இரண்டு வீரர்கள் மற்றும் ஒரு அவில்தார் ஆகியோர் பிரிட்டிஷ் முகாமிலிருந்து துருக்கிப் படை அரணை நோக்கி ஓடியபோது, பாரா வீரன் தனது விசில் சப்தம் மூலம் எச்சரிக்கை செய்தான். இது அவ்வப்போது அரிதாக நிகழ்ந்து கொண்டுதான் இருந்தது. அவ்வாறு ஓடுபவனை சில சமயம் எதிரி துருப்புகள் கொல்லும்

அல்லது அகப்பட்டு விட்டால் அடுத்த நாளே சொந்த துருப்புக்களே சுட்டுக்கொல்லும். துருக்கி முகாமில் தஞ்சம் அடைந்த அவர்கள் பிரிட்டிஷ் தாக்குதல் வியூகத்தை துருக்கிகளிடம் சொல்லியும் விட்டனர். ஆனால் துருக்கித் தளபதி நூருதீன் இதனை நம்ப மறுத்துவிட்டான். இதுபோன்ற தாக்குதல் தற்கொலைக்குச் சமம் எனக்கூறி நம்ப மறுத்துவிட்டான்.

ஆனால் அடுத்த நாள் இரவு இரண்டு மணியளவில் தாக்குதல் தொடங்கியது. சதுப்பு நிலத்தில் சென்ற பிரிட்டிஷ் படைகள் குறிப்பாக குதிரைப்படைகள் அதன் சகதியில் சிக்கித் திண்டாடின. இருண்ட வானின் அடிப்பகுதியில் கனரகத் துப்பாக்கிகளின் குண்டுகளும், செல் வெடித்துச் சிதறும் தீப்பிழம்பும் வெளிச்சமிட்டு அணைந்தது. எங்கும் வெடிச்சத்தமும் இயந்திர துப்பாக்கிகளின் தொடர் ஓசையும் செல் செல்லும் தீப்பிழம்பும் தெரிந்தது. பக்கவாட்டில் பிரிட்டிஷ் படைகள் முன்னேறித் தாக்கின. துருக்கிப் படைகள் நேர் எதிரே அவர்களை எதிர்பார்த்தே காத்திருந்தனர். டைகரிஸ் நதியிலிருந்து கடற்படை படகுகள் குண்டு வீசின. ஆனால் நதியின் குறுக்கே இரும்புக் கேபிள்களை கட்டி படகுகளை நிர்மூலமாக்க துருக்கிப் படை திட்டமிட்டிருந்தது. படகின் கனரகத் துப்பாக்கியால் சுட்டு அந்த இரும்புக் கேபிள்களை இணைத்திருக்கும் கம்பியைத் துண்டிக்க முயன்றனர். அது அவ்வளவு எளிதாக இல்லாதபோது இழுவைப் படகான காமட்டைப் பயன்படுத்தி அதை இழுக்க லெப்டினட் கமாண்டர் குக்சன் உத்தரவிட்டார். ஆனால் அதுவும் எளிதாக இல்லை. கம்பியைத் துண்டித்து படகுகளை விடுவிக்க துருப்புகள் ஆற்றில் குதித்தபோது சரமாரியான துருக்கியின் துப்பாக்கிச்சூட்டுக்கு இலக்காகின. அந்த சமயம் லெப்டினட் கமாண்டர் குக்சன் தானே ஒரு இரும்புக் கோடாரியை எடுத்துக்கொண்டு டைகரிஸில் குதித்து கேபிளை ஓங்கி வெட்டத் துவங்கினார். அடுத்த நொடி சரமாரியாகத் துப்பாக்கிக் குண்டுகள் அவரைத் துளைத்தன. ஆற்றில் சரிந்தவரை மீட்டு படகுக்கு எடுத்து வரும்போது உயிர் பிரிந்திருந்தது. அதே சமயம் கேபிள் அறுபட்டு படகுகள் முன்னேறத் துவங்கின. படகிலிருந்த கனரகத் துப்பாக்கி துருக்கியின் பதுங்குகுழிகளை நோக்கிச் சுட்டு அவர்களைப் பின் வாங்கச் செய்தது. அதே சமயம் சதுப்பு நிலத்தின் பக்கவாட்டிலிருந்து வந்த தாக்குதல் துருக்கிப்படைக்கு கூடுதல் சேதத்தை ஏற்படுத்தியதால் அது பின்வாங்கி வடக்குப் பக்கம் நகர்ந்தது. அதற்கு முன் பிரிட்டிஷ் படைகள் 1300 துருக்கிப் படையினரை போர்க் கைதிகளாக கைது செய்திருந்தன. அந்தத் துருப்புகள் முழு நேர போர் வீரர்கள் கிடையாது. பெரும்பாலானோர் துருக்கி விவசாயிகள் மற்றும் தொழிலாளர்கள். ஆனால் அவர்கள் சிறந்த போர் வீரர்கள் என்பதில் எவருக்கும் சந்தேகமில்லை. ஓட்டாமன் துருக்கிப் படைகள் பின்வாங்கி குட் அல் அமாரா நகரை விட்டு வடக்கே வெகு தூரம் சென்றுவிட்டனர்.

காலை ஒன்பது மணி வரை கடுமையாக நீடித்த சண்டை அதற்குப் பின்னர் ஓய்ந்தது. சதுப்பு நிலத்தின் ஓரமாயிருந்த அரேபிகளின் வீடுகள் தரைமட்டமாய்க் கிடந்தன. அந்த வீட்டின் ஓரமாய் ஒரு வெண்ணிற ஆட்டுக்குட்டி படுத்துக்கிடந்தது. அதன் கால்களில் இரத்தம் வழிந்து கிடந்தது. அது செல் சிதறல் தாக்குதலுக்கு உள்ளாகியிருக்கும். அதன் தாய் ஆடு இறந்து போயிருக்கக் கூடும். அந்த வீட்டின் அரேபி, வீட்டை விட்டு வெளியேறாமல் இருந்திருக்க வேண்டும். அந்த வீடு பாதி எரிந்து கிடந்தது. சீக்கிரம் அந்த ஆட்டுக்குட்டியும் செத்துப் போய் விடும். அந்த ஆட்டுக்குட்டி வில்லியம்ஸைப் பார்த்துக் கத்தியது. துப்பாக்கியைத் தோளில் போட்டுக்கொண்டு அவன் அதனைத் தூக்கினான். அதன் கால்கள் முறிந்திருக்கக் கூடும். அதன் கண்கள் அவனையே பார்ப்பதுபோல உணர்ந்தான். ஏனோ, அதனை விட்டுவிட்டு வர மனமில்லை. அப்போது இயந்திரத் துப்பாக்கிக் குழுவில் இக்பாலுடன் ராணாவும் ராமனும் இருந்தார்கள். ராணாவிடம் ஆட்டுக்குட்டியைக் காட்டினான். அவன் முதலுதவிப் பெட்டியிலிருந்து துணி எடுத்து காலில் வழியும் இரத்தத்திற்கு கட்டுப் போட்டுவிட்டான்.

"ஆட்டுக் குட்டியை இங்கேயே விட்டுவிட்டு வந்தால் அது செத்துப் போய் விடும். முகாமுக்குக் கொண்டுபோய் மருந்து போட்டுவிட்டால் சரியாகி விடும்" என இயந்திரத் துப்பாக்கிப் பெட்டியின் மேலே அதனைப் படுக்கவைத்து தூக்கிச் சென்றார்கள். ஆட்டுக்குட்டி எந்தச் சப்தமுமின்றி படுத்துக்கொண்டது.

அந்நேரம் அவர்களின் தலைக்கு மேலே ஒரு ஹாப் பிளைட் விமானம் பறந்து சென்றது. எல்லோரும் தலையைத் தூக்கி அதனைப் பார்த்தார்கள். அதனைப் பார்த்து அவர்கள் கையசைத்தனர். விமான ஓட்டி தன்னைப் பார்த்து கை அசைத்ததாக ராணா சொல்லிக்கொண்டே இருந்தான். அது ஆஸ்திரேலியா பிளையிங் கார்ஃப்ஸ் விமானம். பாக்தாத்தை நோக்கி முன்னேறும் அவர்களுக்கு உதவ வந்துள்ளது.

"ராணாவைப் பார்த்து கை அசைத்தீர்களா என்று அவர்களைப் பார்த்து கேட்டு விடுவோம், நம்ம ஆஸ்திரேலியாகாரர்கள்தான்" என்றான் வில்லியம்ஸ்.

"எப்படி சார் காத்துலே அந்த உயரத்திலே பறக்குது?" என்றபடியே வானத்தைப் பார்த்துக்கொண்டே இருந்தான் ராணா.

"இந்தப் பகுதி போருக்காக மொத்தம் மூன்று விமானங்களை ஆஸ்திரேலியப் படை கொண்டு வந்தது. நாம், குர்னாவிலிருந்து டைகரிஸில் வரும்போது ஆற்றில் பார்த்தோமே, அந்த விமானம் இரண்டு பேர் போகக்கூடியது. அதுவும் அதேபோன்ற இன்னொரு விமானமும் யூப்ரடிஸ் நதிக்கரையில்

உள்ள நஸ்ரியாவில் நடந்த சண்டைக்கு உதவ பஸ்ராவிலிருந்து நஸ்ரியாவுக்கு போயின. ஆரம்பத்தில் காலநிலை நன்றாகத்தான் இருந்தது. ஆனால் திடீரென வடக்கு நோக்கி ஷமல் புழுதிப் புயல் கடுமையாக வீசியது. அந்தப் புயலின் பிறப்பிடமே யூப்ரடிஸ் மற்றும் டைகரிஸ்க்கு இடைப்பட்ட பாலைவனம்தான். அந்த ஷமல் காற்றில் இரண்டு விமானமும் சிக்கிக்கொண்டன. அதில் ஒரு விமானம் சமாளித்து புழுதிப்புயலைக் கடந்து போய்விட்டது. ஆனால் ஒரு விமானம் பறக்கமுடியாமல் மணல் வெளியில் விழுந்து விட்டது. அதன் முன் பாகத்திலிருந்த காற்றாடி கழன்று போயிருந்தது. அந்த விமானத்திலிருந்த இரண்டு பேருக்கும் அதைச் சரி செய்யத் தெரியும். அவர்களுக்கு மணல்வெளி என்பதால் கடுமையான அடியுமில்லை. அவர்கள் காற்றாடியைச் சரி செய்து கொண்டிருக்கும்போது சில அரபுக் குழுக்கள் அவர்களை நோக்கி வருவதைப் பார்த்தாங்க. ஆரம்பத்தில் அவங்க உதவத்தான் வருகின்றார்கள் என நினைத்து கையாட்டினாங்க. ஆனால் அவங்க தூரத்திலிருந்தே சுட ஆரம்பிச்சுட்டாங்க. இரண்டு பேரும் அவங்க துப்பாக்கியில சுட்டுக்கொண்டே விமானத்தை கைவிட்டு ஓடினாங்க. எல்லா இடமும் ஒரே மாதிரி மணல் இருந்தது. அவர்களை அந்த அரேபிக் குழு துரத்தியது. நான்கு மைல் தூரம் அந்த இளைஞர்கள் ஓடினாங்க. துப்பாக்கியில் குண்டும் தீர்ந்து போகும் நிலையில் இருந்தது. கடுமையான தாகமும், களைப்பும் வாட்டிய வேளையில், அவர்கள் சில கருவேலம் மரங்களைக் கண்டு அதன் பின்னே உட்கார்ந்திருந்தபோது, அந்த அரேபிகளால் பிடிக்கப்பட்டாங்க. அதன் பின்பு அவர்களைப்பற்றி தகவல் இல்லை. அனேகமாக அவர்கள் இருவரும் கொல்லப்பட்டிருக்கக் கூடும். விமானத்தை விட விமானியின் உயிர் முக்கியமானது. இறந்தவர்கள் இருவரும் என்னைப் போல பள்ளிப்படிப்பு முடித்து விமானப் பள்ளியில் பயிற்சி பெற்று வந்தவர்கள். என் வயதை விட ஒரு வயது கூடுதலா இருக்கலாம்.”

“துப்பாக்கி குண்டு பாய்ந்தா, ஒரு நொடிதான் வலி. அப்புறம் வலி தெரியாது. மயக்கம் வரும். போய்ச் சேர்ந்து விடலாம். பிடித்து சித்ரவதை அனுபவித்து சாவது கொடூரம்” என்றான் இக்பால்.

“குண்டு பாயும்போது உடனே வலி தெரியாது. சில நொடிக்குப் பின்னேதான் சுடப்பட்டதே தெரியும். மெல்ல வலி உருவாகும். என்னோட தோள்களில் குண்டு உரசிப் போயிருக்கு. இரத்தம் வழிந்ததைப் பார்த்த போதுதான் எனக்கு குண்டு சதையைப் பிய்த்து சென்றதே தெரிந்தது” என தனது வலது கையில் குண்டு பிய்த்த தழும்பைக் காட்டினான் சாமத்தி.

“நாங்க குடும்ப கஷ்டத்துக்கு பட்டாளத்துக்கு வந்துட்டோம். உங்கள மாதிரி இங்கிலீஷ் பேசர ஆளுக எதுக்கு இதுலே வந்தீங்க” என வீரன் மணலில் சிக்கிய வண்டியின் சக்கரத்தைத் தள்ளியபடி கேட்டான்.

“அது ஒரு சாகசம். இந்த வாய்ப்பு நமக்குதான் கிடைக்கும்.” வில்லியம்ஸ் தனது சட்டைக் காலரைத் தூக்கி விட்டுக்கொண்டான்.

“சார், நீங்க எவனோ சொன்ன பொய்யை நம்பி வந்துட்டீங்க. இதுக்கு பேருதான் விதி, அருட்பெரும்ஜோதி” என்றான் ராமன். அவனின் முறுக்கிய மீசையினுள் சில நரை முடிகள் நீட்டிக்கொண்டிருந்தன.

“நீங்க வெள்ளைக்காரரா சார்?” ராணா சற்றுத் தாழ்மையாக மெதுவாகக் கேட்டான். அந்தத் தொனி தவறாக எடுக்க வேண்டாம், பிரியப்பட்டால் சொல்லுங்கள் என்ற பொருள் கொண்டிருந்தது.

“அப்பா வெள்ளைக்காரர், அம்மா மதராஸ் தமிழச்சி” என்றான்.

“அதுதானே... வெள்ளைக்காரங்க தைரியமானவங்க. போருக்கு சந்தோசமா குழந்தைகளை அனுப்பி வைப்பாங்க, அப்படித்தானே அப்பா அனுப்பி வைத்தார்?” ராணாவின் பேச்சில் எந்தக் கபடமும் இல்லை.

“இல்லை. அவர் உயிரோடு இல்லை. அம்மா மட்டும்தான். அம்மாவுக்கு நான் இங்கே வருவதில் சந்தோஷமில்லை. நான்தான் பிரியப்பட்டு வந்திருக்கேன்.”

“துரை. உங்களுக்கு பக்கத்திலே நாங்க இருக்கோம். பத்திரமா பாத்துக்குவோம்” என்றான் ராமன்.

“நான் துரையா?”

“வெள்ளைக்காரன் எல்லோரும் எங்களுக்கு துரைதான். வெள்ளைக்காரர் மகனும் துரைதான்” உறுதியாகச் சொன்னான் ராமன்.

“புரியலையே” என்றான் வேண்டுமென்றே.

“எங்க ஊரிலே பண்ணையார் மகனை சின்ன பண்ணையாருன்னு கூப்பிடுவோம். அது மாதிரி நீங்க சின்ன துரை.”

“வெள்ளைக்காரனைப் பொருத்தவரை உங்களுக்கும் எனக்கும் எந்த வித்தியாசமும் இல்லை. அவங்களைத்தவிர வேற யாரையாவது துரைன்னு சொன்னீங்க அவங்களோட கடும் கோபத்துக்கு ஆளாக வேண்டி வரும். அதுதான் வெள்ளைக்காரன். என்னை சார்ன்னு கூப்பிட்டா போதும்.”

அவர்களின் பயணம் அன்று முடிவுக்கு வந்தது.

அவர்களின் இரண்டு படைப்பிரிவுகள் குட் நகரில் நுழைந்தன. அந்த நகரத்தில் டைகரிஸ் நதி பாம்பு போல வளைந்து செல்வதைக் கண்டார்கள். நதி வடக்கிலிருந்து தெற்கு நோக்கி சரிந்து மீண்டும் வடக்கில் உயர்ந்து பயணிக்கின்றது. இதனால் மூன்று பக்கமும் டைகரிஸ் நதியால் சூழப்பட்ட வளைகுடா பகுதி அது. டைகரிஸ் அந்த நகரின் எல்லை. மேல் பகுதியில் தூரத்தில் பழைய கோட்டை இருக்கிறது. அதற்கும் அப்பால் மணல் குன்றுகள். அவர்கள் நகரில் நுழைந்தபோது துருக்கிப் படைகள் அவசரமாக வெளியேறிய சுவடுகள் இருந்தன. குதிரைத் தீவனங்கள், அவர்கள் பயன்படுத்திய சமையல் பாத்திரங்கள் அப்படியே கிடந்தன. அவற்றை எடுக்க பிரிட்டிஷ் படை வீரர் எவரும் விரும்பவில்லை. ஆனால் உள்ளூர் மக்கள் அந்தப் பாத்திரங்களை எடுத்துக்கொண்டனர். அவர்கள் செல்லும்போது அங்கே அரேபிப் பெண்கள் குலவையிட்டு அவர்களை வரவேற்றனர். அரேபியர்கள் பிரிட்டிஷ் படையை ஆதரிப்பார்கள் என சொன்னது அவனுக்கு நினைவுக்கு வந்தது. ஆனால் அதைப் பொதுக்கருத்தாக ஏற்க முடியாது. ஊர் ஊருக்கு மாறும். வில்லியம்ஸ் அந்தப் பெண்களில் அந்த அழகியைத் தேடினான். அவள் இல்லாவிட்டாலும் அதே போல பல பெண்கள் இருந்தனர். அவர்கள் ஆயில் டின்களில் ஆற்றிலிருந்து தண்ணீர் எடுத்துச் சென்று கொண்டிருந்தனர். ஆற்றின் கரையில் சிறிய பெலும் என்ற நாட்டுப்படகுகள் நிறுத்தப்பட்டிருந்தன. மாவட்ட சேக் வந்திருந்தார். அவரும் பிரிட்டிஷ் படையைப் பார்த்துக் கையை அசைத்தார். நதியிலிருந்து ஒரு நீண்ட சாலை ஊருக்குள் சென்றது. அந்த சாலையில் வட்டவடிவ கோபுரம் கொண்ட மசூதியும் அதனைச் சுற்றி உயர்ந்த ஸ்தூபிகளும் இருந்தன. அதற்கப்பால் சற்றுத் தொலைவில் செராய் என்ற சேக்கின் நிர்வாக அலுவலகம் இருந்தது. இரண்டு கடைவீதிகளும் சேக் வீடும் அதனைச் சுற்றி நிறைய வீடுகளும் நெருக்கமாக இருந்தன. அது ஓர் அரேபி அடையாளம் தாங்கிய ஊர்.

வில்லியம்ஸ் ஊரின் நுழைவாயிலில் ஒரு தூக்கு மரம் நிற்பதைக் கண்டான். அந்த ஊர் அரை மைல் நீளமும் கால் மைல் அகலமும் இருக்கும். வீதிகள்

எங்கும் புழுதிப் புகையேறி இருந்தது. தெருவில் எங்குப் பார்த்தாலும் சாணக்குவியல். ஈக்கள் எல்லா இடங்களிலும் மொய்த்தன. இந்த பாலைவன ஈக்கள் அவ்வளவு சாதுக்கள் கிடையாது. பொது சுகாதாரம் அப்பகுதியில் அவ்வளவாக இல்லை.

அவர்களின் படையணி அங்கு அதிக நாள் தங்கப்போவதில்லை என்பதும் பாக்தாத்தை நோக்கி முன்னேறுவதே பிரிட்டிஷ் படைகளின் நோக்கம் என்பதையும் அறிந்து நகரவாசிகள் சற்று நிம்மதியாக இருந்தனர். அந்த நகரத்தில் சுமார் ஆறாயிரம் அரேபியர்கள் இருந்தார்கள். காயம் பட்டவர்களுக்கு மருத்துவ சிகிச்சை எடுத்துக்கொண்டும், மோசமான காயம்பட்டவர்களை படகு மூலம் பஸ்ரா அனுப்பியும் விட்டபின் சற்று ஓய்வு கிடைத்தது. இதற்கும் அப்பால் வடக்கே செல்லமாட்டோம் என படையணிக்குள் ஒரு நம்பிக்கை இருந்தது. புதிய கூடுதல் படையணியும் உணவு மற்றும் மருந்து கையிருப்பும் விரைவில் வரும் எனக் கூறியிருந்தனர்.

டைகரிஸ் நதியின் ஓரத்தில் முகாமிருந்தது. இரவு முழுதும் டைகரிஸில் தவளைகள் ஒன்று சேர்ந்து கத்திக்கொண்டே இருந்தன. சில நிமிடங்கள் அந்த ஒலி ஓயும். பின் ஒரு தவளை கத்தத் துவங்க எல்லாத் தவளைகளும் கத்தத் துவங்கும். அந்த நகரின் சாக்கடைகள் நதியில் வந்து கலந்து ஓடியது விடிந்த பின்தான் தெரிந்தது. ஆனால் நதியின் வடபுறம் குளிக்க ஏதுவாக இருந்தது. நேரமும் கிடைத்தது. ஆற்றில் கத்திக்கொண்டு குளித்துக் கொண்டிருப்பவர்களை தண்ணீர் எடுக்க வந்த அரேபி பெண்கள் உற்று நோக்கியபடி இருந்தனர். சிலர் சிரித்து விட்டு தண்ணீர் எடுத்துச் சென்றனர்.

வில்லியம்ஸ் மற்றும் இயந்திரத் துப்பாக்கி இக்பால் குழுவும் ஆட்டுக்குட்டிக்கு வைத்தியம் பார்ப்பதில் கூடுதல் கவனம் செலுத்தினர். வில்லியம்ஸ் நதியின் ஓரம் வளர்ந்திருந்த புற்களைக் கொஞ்சம் பிய்த்து தனது பேண்ட் பாக்கெட்டில் திணித்துவந்து அதற்குப் போட்டான். அது அன்று சாப்பிடும் நிலையில் இல்லை. அது செத்துப் போய்விடுமோ என அவன் கவலைப்பட்டான். ஆனால் ராணா மட்டும் அது அதிர்ச்சியில் உள்ளதாகவும் இரண்டு நாளில் சரியாகிவிடும் என்றும் சொன்னான். அடுத்த நாள் ஆட்டுக்குட்டி கொஞ்சம் புற்களைத் தின்றது. அதன் கால்களில் இருந்த காயம் காரணமாய் எழுந்து நிற்க மட்டும் முடியவில்லை. ஆனால் அது தான் குணமாகி வருகின்றேன் என கூறுவது போல கனைத்தும் தலையை ஆட்டியும், அதன் சின்ன வாலை ஆட்டியும் உறுதிப்படுத்தியது.

ஆனால் அந்த ஓய்வு நிரந்தரமாக இருக்கவில்லை. பாக்தாத்தை நோக்கி அவர்கள் புறப்பட உத்தரவு வந்தது. தலைமைத் தளபதி ஜெனரல் நிக்சன் பாக்தாத்தைக் கைப்பற்றுவதில் உறுதியாக இருந்தார். ஆனால் களத்தில் படை நடத்தும் ஜெனரல் டவுன்செண்டுக்கு அதில் உடன்பாடில்லை. இருந்தபோதும் ஒரு நூறு மைல் பயணத்தில் பாக்தாத் வந்துவிடும்

என்பதாலும், அந்த வெற்றி மூலம் தான் பாக்தாத் ஆளுநராக முடியும் என நம்பியதாலும், மேலும் முந்தைய தாக்குதலில் துருக்கிப் படைகளுக்கு பெருத்த சேதத்தையும் அதன் பீரங்கிகளில் பாதியை அழித்தும் விட்டிருந்ததால் அவர்களை விரட்டுவது சிரமமற்றதாகவே இருக்கும் எனக் கருதினார். துருக்கிப் படையணிகள் பிரிட்டிஷ் படையணியை விடக் குறைவாகவும், பலகீனமானதாக இருப்பதாகவும், அரேபியர்கள் விரைவில் துருக்கியருக்கு எதிராகக் கலகம் செய்வார்கள் எனவும் அதற்கு பிரிட்டிஷ் படைகளின் வெற்றி உதவும் எனவும் ரகசியத் தகவல்கள் கிடைத்திருந்தன. ஜெனரல் டவுன்செண்ட் பிரிட்டிஷ் படையணிகளை வடக்கு நோக்கி நகர்த்தினார். குட் அல் அமாராவில் அந்த ஊரைப் பாதுகாக்கவும், அங்கே வைக்கப்பட்டிருந்த துருக்கி போர்க் கைதிகளின் காவலுக்காகவும், காயம்பட்டு மருத்துவமனையில் உள்ள தங்களின் படையணிகளுக்காகவும் கொஞ்சம் படைகள் குட் நகரில் தங்கிக் கொண்டன.

ஒரு நாளைக்கு இருபது மைல் தூரம் பயணம் செய்ய வேண்டியிருந்தது. பாலைவன மணலில் பீரங்கிகளின் சக்கரம் சிக்கி சிரமப்படுத்தியது. கழுதைப் படை அணி மற்றும் குதிரை வண்டிகள் கடுமையாக உழைத்து அதனை இழுத்துச் சென்றன. வீரர்கள், சுமை தூக்குபவர்கள் என சுமார் பதினோராயிரம் வீரர்களைக் கொண்ட படை அணி நகர்ந்தது.

அந் நேரம் ஒட்டாமன் துருக்கிப் படைகளுக்கு ஜெர்மன் தளபதி கோல்ட்ச் பதவி ஏற்றிருந்தார். துருக்கி இராணுவத்தைப் பலப்படுத்த அவருக்கு பதவி வழங்கப்பட்டிருந்தது. ருஷ்யப் படைகளைத் தடுக்கவும், நெருங்கி வரும் பிரிட்டிஷ் படைகளை எதிர் கொள்ளவும் அந்த ஏற்பாடு. ஆனால் துருக்கிப் படைகளுக்கு முக்கியமாக, அதன் தளபதிகளுக்கு இதில் பெருத்த கருத்து வேறுபாடு இருந்தது. வேறு வழியின்றி துருக்கி சக்கரவர்த்தியின் உத்தரவுகளை வெளிப்படையாக விமர்சிக்க இயலாது பற்களைக் கடித்துக்கொண்டிருந்தனர்.

அவர்களுடன் ஆட்டுக்குட்டியும் பயணித்தது. அது இரண்டு கழுதைகள் இழுத்து வரும் இயந்திரத் துப்பாக்கிகள் இருந்த பெட்டிக்கு அருகில் உட்கார்ந்து வந்தது. குட் அல் அமாராவில் அதனைச் சில அரேபிகள் விலைக்குக் கேட்டனர். கொஞ்சம் வளர்ந்த பின் அதனை அவர்கள் கபாப்புக்கு கசாப்பு போட்டுவிடுவார்கள். ஆட்டுக்குட்டியை எவரிடமும் கொடுக்க முடியாது. வேறுவழியின்றி அவர்களுடன் அதனைக் கூட்டிச் சென்றனர். ஆட்டுக்குட்டியும் அவர்களுடன் நன்கு பழகிக்கொண்டது. அது ஆட்களை அடையாளம் கண்டு கனைத்து அவர்களின் அன்பையும் பெற்றது. அந்த ஆட்டுக்குட்டி ஏதோ ஒரு வகையில் அவர்களுக்கு உள்ளூர் நினைவை மீட்டுக் கொடுத்தது. வில்லியம்ஸ் அதனை பேபி எனக் கூப்பிடுவதைப் பார்த்து எல்லோரும் அதனை பேபி என்றே அழைத்தனர். அதுவும் அந்த வார்த்தைக்குப் பழகிக்கொண்டது. எனவே அதற்கு கொஞ்சம் கூடுதல் புற்களும் இலைகளும் கிடைத்தன. ஒரு வகையில் பயணக் களைப்பை பேபி போக்கியது. ஆனால் பாலைவனத்தில் பயணம் செய்வது மிக மிகக் கடினமானதாக இருந்தது. வெப்பம். அதே சமயம் தண்ணீர் முழுவதையும் குடிக்கக் கூடாது. ரேசன் அளவு முக்கியம். டைகரிஸ் நதியை ஒட்டியே பயணம் என்ற போதும் டைகரிஸ் தண்ணீரை அப்படியே குடித்தால் வயிற்றுப் போக்கையோ வேறு பிரச்சனைகளையோ எதிர்கொள்ள வேண்டி வரும் என்பதால் சுத்திகரிக்கப்பட்ட நீரைப் பயன்படுத்தினர்.

பகலில் தூரத்தில் ஏதேனும் சிறு கிராமங்களோ அல்லது மரத்தின் நிழலோ தெரிந்தால் ஓய்வெடுத்து ஓய்வெடுத்து பயணம் மேற்கொண்டார்கள்.

அல் அஜிஸி என்ற ஊர் டைகரிஸ் நதியின் கரையில் குட் அல் அமாராவிலிருந்து 80 மைல் தூரத்தில் வடக்கே இருந்தது. நான்காம் நாள் இரவு அவர்கள் அங்கு வந்து சேர்ந்திருந்தார்கள். நதிக்கு அப்பால் கூடாரம் அமைத்துத் தங்கியிருந்தனர். அப்போது பிரிட்டிஷ் படையணிகள் சிறு சிறு குழுக்களாக சில மைல்கள் முன்னேயும் பின்னேயும் வந்து கொண்டிருந்தன. அவர்கள் தங்கியிருந்த இடத்தில் பேரிச்சை மரங்கள் நிறைந்திருந்தன. கூடாரங்களைச் சுற்றி பாதுகாப்புக்காக படைக் குழுக்கள் பிரிக்கப்பட்டிருந்தன. அவர்கள் கவனத்துடன் பாரா பணியைச் செய்தனர். உள்ளூர் அரேபியர்களோ அல்லது துருக்கிப் படையினரோ தாக்கிவிடக்கூடாது என்பதற்குக் கூடுதல் கவனம் கொடுக்கப்பட்டிருந்தது. இரவில் கடுங்குளிர் அடித்தது. பாலைவனக்குளிர் என்பது மிகக் கடுமையானது. குளிர் எலும்புகளில் குத்துவது போல இருக்கும். பேரிச்சை மரத்தின் ஓலைகள் மற்றும் மரப்பட்டைகளைச் சேகரித்து, மணலைச் சற்றுப் பள்ளமாக்கி அதில் தீ மூட்டி இக்பாலின் இயந்திரத் துப்பாக்கிக் குழுவினர் குளிர் காய்ந்து கொண்டிருந்தனர். வில்லியம்ஸிடம் குட் அல் அமராவில் ஜூனியர் அதிகாரி கோட்டாவில் கிடைத்த ஒரு ஜானிவாக்கர் முழு பிராந்தி பாட்டில் இருந்தது. அவன் அதனை எடுத்துக்கொண்டு அங்கு சென்றதும் அவர்கள் மகிழ்ச்சியின் எல்லைக்குச் சென்றனர். ராணா பதப்படுத்தி வைத்திருந்த எலுமிச்சம் பழ ஊறுகாய் கொண்டுவந்து கொடுத்தான். அது காரமும் புளிப்பும் கலந்து எச்சிலை ஊறச் செய்தது. அந்த இரவில் வானில் அரை வட்ட நிலவு மேகத்தில் மறைந்து மறைந்து வானில் தெரிந்தது. அதன் பிரதிபலிப்பு டைகரிஸில் தெரிந்தது. குளிர் காற்று ஒருபுறம் வீசியபோதும் நெருப்பின் கதகதப்பு மறுபுறம் இதமாய் இருந்தது. பிராந்தியின் நெடியும் மெதுவாக அது உள்ளே செல்லும்போது காரமும் அதனைத் தொடர்ந்து தலையில் உருவாகும் சிறு கிறுகிறுப்பும் இதமாக இருந்தது. தூரத்தில் கூர்கா படையணிகள் தீயைச் சுற்றி ஆடிக்கொண்டும் சிரித்துக்கொண்டும் இருந்தார்கள். அவர்களுக்கு மற்ற படையணியோடு கலப்பதில் சிறு தயக்கம் இருந்தது. ஆனால் சாவைப்பற்றி அச்சமின்றி முன்னேறுபவர்கள். இந்த மகிழ்ச்சியும் சிரிப்பும் நீடிப்பது குறித்து எந்த உத்தரவாதமும் எவருக்குமில்லை. இருக்கும் நொடியை வாழ்ந்து விடவேண்டும் என்பதே போர்க்களத்தில் உள்ளவனின் வாழ்வு. வில்லியம்ஸ் அவனுக்கு எதிரில் இருந்த இக்பாலைப் பார்த்தான். அவன் முகத்தில் ஒரு நிறைவு தெரிந்தது. அவன் பிராந்தி சாப்பிடவில்லை. அவனிடம் பாட்டுப் பாடச் சொல்லலாம். இருந்தபோதும் அன்றிரவு அவன் பிராந்தியை தவிர்த்தது வில்லியம்ஸ்க்கு ஆச்சரியமாகவே இருந்தது. “வீட்டு நினைவு வந்து விட்டதா இக்பால். பிராந்தி குடிக்கவில்லை?” என்று கேட்டான்.

“இல்லை, ஒரு வேண்டுதல். வீட்டை விட்டு வரும்போது தங்கை கர்ப்பமாக இருந்தாள். அவள் நல்லமுறையில் மருமகனைப் பெற்றெடுக்க வேண்டும் என்று நினைத்துக்கொண்டே உள்ளேன். தனியாக இருக்கும் போது ஏனோ தங்கையின் முகம் வந்து போகின்றது. அவளுக்காக ஆண்டவனிடம் வேண்டிக்கொண்டேன். அண்ணன் ஊர் திரும்பினால் மருமகனைக் காட்ட அவள் காத்திருப்பாள். நாம் இரண்டு நாளில் ஸ்டசிபன் போவோம். அங்கே நான்கு மாடங்களைக்கொண்ட சுலைமான் மசூதி உள்ளது. அங்குதான் ஹசரத் சல்மான் பார்சி முகமது அடக்கம் செய்யப்பட்டுள்ளார். அது ஒரு புனித இடம். அங்கு என்னுடைய வேண்டுதலை வைப்பேன்.” இக்பாலின் கண்கள் கலங்கியிருந்தன. தீயின் வெளிச்சத்தில் கண்களின் ஓரத்தில் திரண்டிருந்த அந்தத் துளியில் நெருப்பின் சிறு பிரதிபலிப்பிருந்தது. வில்லியம்ஸ் எழுந்து வந்து இக்பாலின் அருகில் உட்கார்ந்து அவனின் தோள்களில் கையை வைத்து,

“நீ மருமகனுக்காக வேண்டிக்கொள்கிறாய், நான் மருமகளுக்காக வேண்டிக்கொள்கிறேன். தங்கையைச் சந்திக்கும்போது இந்த அண்ணனை பற்றிக் கூறு இக்பால்.”

“நிச்சயமாக, எல்லா அண்ணன்களைப் பற்றியும் சொல்வேன்” என்றான்.

“நாம போகும்போது அந்த ஆட்டுக்குட்டியையும் கூட்டிகிட்டு போறோம்...” என்றான் ராணா. எல்லோரும் சிரித்தனர். ஆட்டுக்குட்டி கூடாரத்தின் கம்பில் கயிற்றில் கட்டப்பட்டு இருந்தது. வாய்ப்புக் கிடைக்கும் போதெல்லாம் என்ன செடியை, புற்களை ஆடு விரும்பித் தின்னும் என உள்ளூர் ஆட்களிடம் ராணா கேட்டுத் தெரிந்து வைத்துக்கொண்டிருந்தான். எனவே போகும் இடங்களில் அதற்கு ஏதோ ஒரு செடி கொடி கிடைத்துக்கொண்டே இருந்தது.

“உனது தங்கை பெயரென்ன இக்பால்” என்றான் வில்லியம்ஸ்.

“பாத்திமா. சின்ன வயதிலிருந்து இந்த ஆட்டுக்குட்டி மாதிரி என்னோட சுற்றி வருவா. அவள் நன்றாக இருக்க வேண்டும்” என்றான் இக்பால்.

“இக்பால், நாம ஏன் அந்த ஆட்டுக்குட்டிக்கு தங்கையோட பெயரை வைக்கக் கூடாது. இனிமேல் அதைப் பாத்திமான்னு கூப்பிடுவேன். நீ தப்பாக நினைக்க மாட்டாயே?”

“எனக்கு அதிலே மகிழ்ச்சிதான். நான் வீட்டிலே இருக்கறது போல இருக்கு. ஒருவருக்கு ஒருவர் அன்பையும் நேசிப்பையும் தரும்போதுதான் அல்லா நம்மை ஏற்றுக்கொள்வார்.”

வில்லியம்ஸ் பிராந்தியை பாட்டிலில் இருந்து கொஞ்சம் ஊற்றிக்கொண்டு மற்றவர்களுக்கும் ஊற்றிக் கொள்ள நீட்டினான்.

"அந்த மசூதியில் எப்படி நாங்க வழிபடனும்?"

"எப்படி வேண்டுமானாலும்" என்றான் இக்பால்.

வில்லியம்ஸ் அந்த மசூதியைப் பற்றித் தெரிந்துகொள்ள வேண்டி இக்பாலிடம் கேட்டான். பின் உள்ளங் கைகளை நெருப்பின் பக்கம் நீட்டி கொஞ்சம் சூடேற்றிக்கொண்டான். நெருப்பின் கங்குகள் சடசடத்தன.

"இங்கே இருந்து கிழக்கே இருக்கற பெர்சியாவில் இஸ்பான் என்ற ஊருக்குப் பக்கம்தான் ஹசரத் சல்மான் பார்சி பிறந்தது. அவரோட சொந்த பேரு ருஷ்பே, அவரின் அப்பா வசதியானவர். ஒரு தீவிரமான பார்சி மத போதகர். வீட்டில் எப்போதும் அணையா நெருப்பை ஏற்றி அதை வழிபட்டு வந்தார். மகனை வீட்டை விட்டு வெளியே அவர் அனுப்பியதே இல்லை. ஏதோ காரணத்திற்காக அவர் வளர்ந்த பிறகும்கூட வீட்டைவிட்டு வெளியே விடவே இல்லை. சல்மானுக்கு தினமும் அணையா நெருப்பைப் பாதுகாப்பதுதான் வேலை. ஒரு சமயம் அவரின் அப்பா, அவருடைய வேலையாக வெளியே போய் வர சல்மானை அனுப்பி வைத்தார். அவர் நகரத்தோட தெருவில் போகும்போது ஒரு தேவாலயத்தில் வழிபாட்டு சப்தம் கேட்டு அவர் அந்த தேவாலயத்திற்குள் சென்றார். அன்று முழுவதும் அவர் கிருஸ்துவ மதம் குறித்து விரிவாகத் தெரிந்து கொண்டார். அது அவரை ஈர்த்தது. வீடு திரும்பியதும் அவரின் அப்பாவிடம் தேவாலயம் போனதையும், அந்த மதம் அவருக்குப் பிடித்திருப்பதையும் சொன்னார். சல்மானின் தந்தை பயந்து போனார், மிகவும் கோபப்பட்டார். இது பார்சி மதத்திற்கு எதிரானது என்றும் இனிமேல் வீட்டைவிட்டு போகக்கூடாது எனவும் உத்தரவிட்டார். மேலும் தனது மந்திர சக்தியால் ஒரு சங்கிலியில் அவரை வீட்டில் கட்டிப் போட்டார். சல்மானுக்கு தேவாலயத்திலிருந்து சிரியாவுக்கு ஒரு யாத்திரைக் குழு செல்ல உள்ளது தெரியும் என்பதால் அவரின் தந்தை பூட்டிய சங்கிலியை உடைத்து எறிந்துவிட்டு வீட்டை விட்டு வெளியேறி கிருஸ்துவ யாத்திரைக் குழுவோடு சிரியா டமஸ்கஸ் நகருக்குச் சென்றார். அங்கே அவர் சிறந்த கிருஸ்துவ பக்திமானைக் காண ஆர்வமாய் இருந்தார். பெரிய பாதிரியாரிடம் போய்ச் சேர்ந்தார். அந்தப் பாதிரியார் நிறைய உதவிகளை மற்றவர்களுக்குச் செய்து அவர்களைத் தன் பக்கம் வைத்திருந்தார். அவர் அவ்வளவு இறைபக்தி உள்ளவராக சல்மானுக்குத் தெரியவில்லை. ஊழலும், பேராசையும் உள்ள மனிதனாகவே அந்தப் பாதிரியார் இருந்தார். அவர் விரைவில் செத்துப் போனார். அப்போது அந்தப் பாதிரியாரின் பேராசைத்தனத்தை தேவாலயத்திற்கு வருபவர்களிடம், அந்த மனிதர் சேர்த்து வைத்திருந்த பொன்னையும், வெள்ளியையும் காட்டி அம்பலப்படுத்தினார். பின்னர்

அம் மக்கள் வேறு ஒரு பக்தி உள்ள பாதிரியாரைத் தேர்வு செய்தனர். ஒரு நாள் அந்தப் பாதிரியாரும் மரணப்படுக்கையில் வீழ்ந்தபோது இனி தான் யாரிடம் போய்ப் பணி புரிவது எனக் கேட்டார். அதற்கு அந்தப் பாதிரியார் அவரை இங்கே உள்ள மொசூல் நகருக்குச் சென்று ஒரு பாதிரியாரை பார்க்கச் சொல்லிவிட்டு இறந்து போனார். சல்மானும் சிரியாவிலிருந்து மொசூல் நகருக்கு வந்து அந்தக் குறிப்பிட்ட பாதிரியாரை பார்க்கச் சென்ற போது அவரும் மரணபடுக்கையில் இருந்தார். அவர் நான்காவதாக வேறு பாதிரியாரைப் பார்க்கச் சொன்னார். அந்தப் பாதிரியாரோ ரோம் அருகில் உள்ள அமுரியா என்ற ஊரில் உள்ள மற்றொரு பாதிரியாரைப் பார்க்கச் சொன்னார். பின்னர் சல்மான் அந்த ஊருக்குப் போனபோது அவருக்கு அதிர்ச்சி காத்திருந்தது. அவரும் மரணபடுக்கையில் கிடந்தார். ஆனால் விரைவில் ஒரு தீர்க்கதரிசியை சல்மான் சந்திப்பார் என்றும் அந்தத் தீர்க்கதரிசி பேரிச்சை மரங்கள் அடர்ந்த நகரத்திற்கு வருவார் என்றும், அவருக்குத் தனித்த அடையாளம் இருக்கும், அவர் யாசகம் பெற மாட்டார் என்றும் கூறினார்.

சல்மான் பேரிச்சை மரங்கள் சூழ்ந்த நகருக்கு செல்லத் திட்டமிட்டிருந்த போது ஒரு அரேபி அவரை அந்த ஊருக்குக் கூட்டிச் செல்வதாகவும் அதற்குத் தனக்கு காசு தரவேண்டும் எனவும் சொன்னான். அவனை நம்பி சல்மான் சென்றார். ஆனால் அந்த அரேபி நம்பிக்கைத் துரோகம் செய்து சல்மானை ஒரு யூத வணிகரிடம் அடிமையாக விற்று விட்டான். அந்த யூதன் சல்மானை மதினாவுக்கு கூட்டி வந்தான். அந்த மதினா நகரைச் சுற்றி பேரிச்சை மரங்கள் சூழ்ந்திருந்தன. சல்மான் இந்த ஊரில் தீர்க்கதரிசியைச் சந்திக்கமுடியும் என்ற நம்பிக்கையில் அடிமையாக வாழ்ந்தார். ஒரு நாள் பேரிச்சை மரத்தில் இருந்தபோது கீழே எஜமானரிடம் வந்த அவரின் உறவினர் ஒருவன், தீர்க்கதரிசி என்று கூறிக்கொண்டு ஒருவர் ஊருக்குள் வந்திருப்பதாகக் கூறினார். உடனே மரத்திலிருந்து குதித்து சல்மான் விரிவாக அது பற்றிக் கூறக் கேட்டார். ஆனால் எஜமான் சல்மானை அடித்து வேலை செய்யத் துரத்தினான். ஆனாலும் சல்மான் ஒரு வழியாக அந்தத் தீர்க்கதரிசியைப் போய்ப் பார்த்தார். தனது கைகளில் கொண்டு வந்த பேரிச்சம் பழங்களை யாசகமாகத் தருவதாகக் கூறி அவருக்குக் கொடுத்தார். ஆனால் தீர்க்கதரிசி அதனை வாங்க மறுத்துவிட்டார். பின் அதே பழங்களைப் பரிசாகத் தருவதாகக் கூறிக் கொடுத்தபோது அதனை அவர் ஏற்றுக்கொண்டார். அப்போது தீர்க்கதரிசியின் முதுகில் இறைத் தூதர் என்ற முத்திரையை சல்மான் கண்டார். அவர்தான் நபிகள் என்பதை அறிந்தார். நபிகளைக் காண தான் பட்ட துயரங்களை சல்மான் கூறினார். அதனைக் கேட்ட நபிகள் சல்மானின் எஜமானனுக்கு 300 பேரிச்சை மரங்களை நட்டுக் கொடுத்தும், 1600 காசுகளையும் சல்மானுக்கு ஈடாகத் தந்து சல்மானுக்கு சுதந்திரம் பெற்றுத்தந்தார். பின்னர் நபியுடன் எல்லாப் போர்களிலும் பங்கெடுத்தார் சல்மான். திருக்குரானை பெர்சிய

மொழியில் மொழிபெயர்த்தார். மதினா நகரை எதிரிகளின் படை தாக்க வந்தபோது நகரைச் சுற்றி பதுங்குகுழி அமைத்துப் புதிய போர் வடிவத்தை உருவாக்கினார். பின்னர் ஸ்டசிபன் நகரத்தில் கவர்னராக இருந்தார். அவருக்கு 5000 திர்ஹாம் பணம் தரப்பட்டது. எல்லாவற்றையும் ஏழைகளுக்கு வழங்கினார். ஒரே ஒரு ஆடை மட்டுமே வைத்திருந்தார். இறுதியில் அவரின் எழுபத்தி எட்டாம் வயதில், நபிகள் சல்மானின் கனவில் கூறியபடி ஒரு வெள்ளிக்கிழமை அவர் மரணமடைந்தார். அவரை அடக்கம் செய்த இடத்தில் சல்மான் அல் பார்சி மசூதி உள்ளது... யா அல்லா" என்றான் இக்பால். எல்லோருக்கும் அந்த மசூதியைப் பார்க்கவேண்டும் என்ற ஆர்வம் வந்திருந்தது.

"மசூதியில் வேண்டினால் நல்லது நடக்கும்தானே?" என்றான் இக்பாலைப் பார்த்து சாமத்தி. "உனக்கு ஏன் அவ்வளவு சந்தேகம்?" என்றான் இக்பால் கொஞ்சம் கோபமாக.

"இல்லை. நான் கப்பல் ஏறக் கிளம்பும்போது என் மனைவி எங்கள் குழந்தையோடு வந்து வழியனுப்பி வைத்தாள். அவனுக்கு ஒரு வயதுதான் முடிந்திருக்கிறது. அவன் பெயர் சோனு. அவன் நல்லபடி இருக்க வேண்டும். நான் இங்கே வந்தாலும் அவங்க நல்லபடியா இருப்பாங்கன்னு தினமும் கடவுளிடம் வேண்டிக்கொண்டுதான் உறங்கச் செல்வேன். அவனின் குல்லா ஒன்றை எடுத்து வந்திருக்கின்றேன். அதில் அவனின் மணம் இருக்கின்றது. அவன் வளர்ந்து பெரிய ஆளா வரணும். பெரிய படிப்பு படிக்க வைப்பேன். எனக்கு ஏதாவது ஆனாகூட மனைவிக்குப் பென்சன் போகும். அவன் படிக்கனும். விதர்பாவிலிருந்து பாம்பே போய் அவன் படிக்கனுன்னு சொல்லிட்டுத்தான் வந்தேன். சோனுவுக்காக நானும் வேண்டிக்குவேன்."

சாமத்தியின் கண்கள் கலங்கியிருந்தன. அந்த ஒரு வயதுக் குழந்தையைவிட்டு அவன் வெகுதூரம் வந்திருக்கின்றான். அவன் இளம் மனைவி அந்தப் பிரிவுத் துயரை எவ்வாறு தாங்குவாள். அதுவும் அவன் கிராமத்திலிருந்து கிளம்பும்போது அவளின் கன்னங்களில் முத்தமிட்டபோது அவள் கலங்கிய கண்களுடன் கூச்சப்பட்டபோது அவன் அவளிடம் சொன்னான். "நான் நிச்சயம் திரும்பி வருவேன். ஒருவேளை அதற்கு விதி இடம் தரவில்லை என்றால், நீ விதவையாக மட்டும் வாழக்கூடாது. அது பாதுகாப்பானது அல்ல. உனக்கு வாழ்க்கை முழுவதும் பென்சன் வரும். குழந்தையைப் பார்த்துக்கொள்" என்றான். அவன் மனைவியோ மீண்டும் அழத் துவங்கியபோது பட்டாளத்துக்குப் போகும்போது அழக்கூடாது என்று அவளைக் கண்டித்து சமாதானம் செய்து வந்தான். பாம்பே வரை அவனுடன் அவனின் தகப்பனார் வந்திருந்தார். அவர் ஒரு விதர்பா விவசாயி. நம்பிக்கைகளை எல்லாம் இயற்கையின் மீது போட்டுவிட்டு

வெறுமனே நின்ற சாமானியர். லங்கோடு வேட்டியும் தலையில் பெரிய உருமாலையும் பெரிய மீசையும் வைத்திருந்த மனிதர் அவர். கப்பலேறும் போது துறைமுகத்தில் "மகனே, பத்திரமாகத் திரும்பி வா" என்றார். அவரின் கால்களில் சாமத்தி விழுந்து வணங்கி எழுந்தபோது அவனின் தோள்களை நடுங்கும் கரங்களில் பற்றியபடி திரும்பி வந்து விடுவாய்தானே? என நா தழுதழுக்க கண்கலங்கினார். "வருவேன். வராவிட்டால் என் மனைவிக்கு வேறு வாழ்க்கையை நீங்க அமைத்துக் கொடுக்க வேண்டும்" என்று அவர் முன் கைகளை நீட்டி சத்தியம் கேட்டான். தந்தைக்கு இது பெரிய தர்மசங்கடத்தை ஏற்படுத்தியது. அவர் தனது உருமாலையை உருவி வாயில் வைத்து சப்தம் வெளியே வராமல் அழுதார். அவரை சாமத்தி அணைத்துக்கொண்டு "வருவேன் அப்பா. தைரியமாகப் போ" என்றான் உறுதியோடு. அவன் உள்ளத்தில் அவனின் குடும்பத்தின் நிலையும் மனைவியும் கண்முன் வந்து போவார்கள். அவனின் சம்பளம் வீட்டுக்குப் போகும். அவர்கள் பட்டினியின்றி உறங்குவார்கள். அதைவிட வேறு என்ன வேண்டும். அவனுக்கு அவ்வப்போது அந்த நினைவுகள் வரும் போது கொஞ்சம் மனம் சோர்வாகும். ஆனால் மிடுக்கோடு மீசையைத் தடவிக்கொண்டே ஓடவேண்டும், காதைப் பிளக்கும் குண்டு சப்தங்களுக்கு நடுவில் இயந்திரத் துப்பாக்கியிலிருந்து தண்ணீர் போல சிதறும் வெற்று குண்டுகளின் ஊடே நிதானமாய் யோசிக்காமல் கடப்பதே நல்லது என அவன் கருதியிருந்தான்.

கொஞ்ச நேரத்தில் அந்தத் தீக்குவியலைச் சுற்றி சூழ்ந்திருந்த மனித நெகிழ்ச்சி எல்லோரையும் கண்களுக்கு தெரியாத பாசக்கயிற்றில் சுற்றிக் கட்டியது.

"இக்பாலுவுடைய பிறக்கப்போகின்ற மருமகன் அல்லது மருமகள், அப்புறம் சாமத்தியோட சோனு, எல்லாரோட குடும்பத்துக்காகவும் நாம வேண்டுவோம்." அவன் நெருப்பின் முன் மண்டியிட்டு வணங்கி எழுந்தான். பின் சாமத்தியின் கழுத்தை தன் கரங்களால் வளைத்து அவன் கண்களில் வழிந்த கண்ணீரைத் துடைத்து விட்டான். அம்மாவை நினைக்கக்கூடாது என்று கருதினான். அவனுக்கு அங்கு கண்கலங்கப் பிடிக்கவில்லை. இக்பாலிடம் ஒரு பாட்டுப் பாடும்படி கூறினான். தூரத்தில் கூர்கா ரெஜிமண்ட் கூடாரத்திலிருந்து அவர்களின் பாட்டும் கைதட்டலும் மெல்லியதாகக் கேட்டது. டைகரிசில் நதியின் ஓட்டத்தில் நிலவு சிதறல்களாய்த் தெரிந்தது. தூரத்தில் ஃபயர்பிளை மற்றும் காமட் என்ற இரண்டு பீரங்கிப் படகுகளின் முகப்பு விளக்குகள் வடக்கேயிருந்து ஏதேனும் துருக்கிப் படகுகள் வருகின்றதா எனக் கண்காணித்தபடி டைகரிசில் வெளிச்சத்தைப் பாய்ச்சிக்கொண்டிருந்தன.

அஜிஸிலிருந்து வெறும் நாற்பது மைல் தூரம்தான் பாக்தாத். ஆனால் பிரிட்டிஷ் படைகள் முகாமிட்ட இடத்திலிருந்து பாக்தாத்தை நோக்கி தொடர்ந்து நகரவில்லை. பிரிட்டிஷ் போருக்கான அரசு செயலரும், மந்திரியுமான லார்ட் ஹெர்பட் கிச்சன்னர் படைகள் பாக்தாத்தை நோக்கி முன்னேறுவதை எதிர்த்தார். ஆனால் அப்பகுதி போரின் தளபதியான நிக்சன் பாக்தாத்தைக் கைப்பற்றுவதில் குறியாக இருந்தார். கடந்த சில மாதங்களுக்கு முன் துருக்கியின் தார்தன்நெல்லர் கடல்பகுதியான கல்லிபோலியைக் கைப்பற்றினால் ரஷ்யப் படைகள் கருங்கடல் வழியாக தங்களுக்கு இணைப்பை ஏற்படுத்தும் என்பதற்காகத் துருக்கியில் ஆசியாவையும் ஐரோப்பாவையும் இணைக்கும் வாசலாகிய அப்பகுதியைக் கைப்பற்ற பிரிட்டிஷ் படைகள் அதன் கடற்கரையில் இறங்கியபோது ஒட்டாமன் துருக்கிப் படைகள் பதுங்குகுழிகளிலிருந்து பெரும் தாக்குதலைக் கொடுத்தன. பிப்ரவரியிலிருந்து அங்கு நடந்த சண்டையில் ஏராளமான இந்திய, ஆஸ்திரேலிய, பிரிட்டிஷ் படைகள் மற்றும் பிரெஞ்சுப் படைகள் என நேசப் படைகள் கடும் பின்னடைவைச் சந்தித்தன. டிசம்பரில் அந்த முயற்சியைக் கைவிட்டுத் திரும்பியபோது சுமார் இரண்டரை இலட்சம் படைகள் பாதிக்கப்பட்டிருந்தன. அதில் சாவு எண்ணிக்கை மட்டும் நாற்பத்தி ஆறாயிரம். அந்தத் தோல்வியின் அவமானத்திற்குப் பழி வாங்க பாக்தாத்தைப் பிடிப்பதுதான் சரியாக இருக்கும் என்பதே ஜெனரல் நிக்சனின் திட்டம். ஆனால் போதிய ஆயுதங்கள், துருப்புகள் மற்றும் உணவு, மருந்து இன்றி இந்த முயற்சியில் இறங்குவதற்கு களத்தில் நின்ற ஜெனரல் டவுன்செண்ட் விரும்பவில்லை. எனினும் அவரைப் பல வகையில் சமாதானம் செய்து நிக்சன் பாக்தாத்தை நோக்கி நடக்கச் செய்தார். ஆனால் தற்போது அரசின் போருக்கான செயலாளர் கிச்சன்னரும் அந்தத் திட்டத்தை எதிர்த்ததால் படைகள் அல் அஜிஸிலேயே இருக்கும் நிலை உருவானது.

அஜிஸில் அவர்கள் முகாமிட்டிருந்த இடத்துக்கு சற்றுத் தூரத்தில் ஒரு சில மண் குடிசைகள் மட்டுமே இருந்தன. அந்த வீடுகளிலும் ஆள் நடமாட்டம் எதுவுமில்லை. அந்தக் குடிசைவாசிகள் படை முன்னேறுவதை அறிந்து

வேறு பகுதிக்கு இடம் பெயர்ந்திருக்கக் கூடும். காற்று வீசும்போது அது உடல் முழுதும் மண்ணை வாரி இறைத்துவிடும். அரேபியர்களின் உடை இந்தப் புழுதியிலிருந்தும், வெயில் மற்றும் குளிரிலிருந்தும் அவர்களுக்குப் பாதுகாப்பு வழங்கி வருகின்றது. இந்தியப் படை பிரிவுகளின் தலைப்பாகை பல சமயம் புழுதியிலிருந்து நன்கு முகத்தை மூட உதவியது. அதே சமயம் வசந்த காலத்தில் தாரஸ் மற்றும் ஜக்கோரஸ் மலைகளிலிருந்து வரும் பல்வேறு சிற்றோடைகள் டைகரிஸ் நதியாகி வழிந்து ஓடுகின்றது. அவை இந் நதியின் கரைகளில் உள்ள உடைப்புகளில் வழிந்து உயிர்ப்பைத் தக்கவைக்கும் சதுப்பு நிலமாக மாற்றி விட்டிருந்தது. ஒரு புறம் பாலைவனம் மற்றொரு புறம் சதுப்பு நிலம். ஆற்றில்கூட அச் சமயங்களில் செம்மண் நிறத்திலேயே தண்ணீர் ஓடியது. டைகரிஸில் மண் கலந்த தண்ணீரில் குளிக்க முடிந்தது. சிலர் ஓய்வு நேரத்தில் டைகரிஸில் தூண்டில் போட்டு மீன் பிடித்தனர். டைகரிஸ் நதியிலிருந்து அவர்களைத் தாண்டி ஒட்டாமன் படைக்கான உதவிகள் செல்வதைத் தடுப்பதற்காக அவர்கள் ஆற்றில் செல்லும் மிதவைகள், பரிசல்கள் மற்றும் படகுகளைக் கண்காணித்து வந்தனர். அரேபியர்களின் ஒட்டகத் தோலினால் ஆன குபர் பரிசல்கள் போய் வந்தன. அதன் எண்ணிக்கைகூட பிரிட்டிஷ் சோதனை காரணமாக வெகுவாகக் குறைந்தது.

ஆஸ்திரேலிய ராயல் ஏர் கார்ப்ஸின் ஹாஃப் ஏர் கிராப் என்ற விமானம் அஜிஸியில் தரை இறங்க வசதியாக தரைப்பகுதியை சமன் செய்யும் வேலை ஒரேநாளில் செய்து முடிக்கப்பட்டிருந்தது. நதியின் மேற்குக் கரையில் மணலில் கருவேலம் மரங்கள் இருந்த பகுதியில் சில மரங்களை வெட்டி அகற்றிவிட்டு அங்கிருந்த மண்ணை நன்கு தட்டி தற்காலிக ஓடுதளத்தை உருவாக்கினார்கள். அதன் ஒரு ஓரத்தில் விமானம் உள் செல்லும் அளவு ஒரு தகர செட்டும் போடப்பட்டது. அதன் பின்பு அடுத்த நாள் காலையில் விமானத்தின் சப்தம் கேட்டபோது எல்லாப் படை அணியும் வானத்தைப் பார்த்துக்கொண்டிருந்தனர். பைனாகுலரில் ஜெனரல் டவுன்செண்ட் விமானம் வருவதைப் பார்த்தார். விமானத்தின் தரை இறக்கத்திற்காக கொடிகளை ஆஸ்திரேலியப் படையினர் அசைத்தனர். அந்த விமானம் தரை இறங்கி சிறிது தூரம் சென்று நின்றது. சுமார் பத்தடி நீளமிருக்கும் விமானத்தின் அடியிலும் அதற்கு மேலேயும் இரண்டு பட்டையான இறக்கைத் தகடுகள் பொருத்தப்பட்டிருந்தன. அதிலிருந்து இரண்டு பேர் இறங்கினர். இருவருமே பைலட்டுகள். அவர்களை எல்லோரும் கைகளை ஆட்டி வரவேற்றனர். விமானத்தை ஓட்டி வந்தவனுக்கு வில்லியம்ஸை விட ஐந்து வயது கூடுதலாக இருக்கலாம். மற்றவன் அவன் வயது வெள்ளைக்காரன். விமானம் நின்ற பின்பு சைக்கிள் டயரை விடக் கொஞ்சம் பெரிதாக இருந்த அதன் சக்கரத்தைப் பிடித்துத் தள்ளியபடி தகர செட்டுக்குள் கொண்டுபோய் நிறுத்தினான் விமான மெக்கானிக். பின்னர் அதன் மூக்குப் பகுதியில் இருந்த காற்றாடிக்கு கொஞ்சம் ஆயில்

விட்டான். அந்தக் காற்றாடியை இஞ்சின் ஓடத் துவங்கும்போது கையால் சுற்றி விட்டால்தான் அது வேகமாக சுற்றத் தொடங்கும். விமானத்தில் வந்தவர்கள் உயர் அதிகாரிகளைச் சந்திக்கக் கூட்டிச் செல்லப்பட்டனர்.

அந்த விமானம் அங்கு வந்தது எல்லோருக்கும் பெருமையாகவே இருந்தது. அப்போதிருந்து ஏழு ஆண்டுகளுக்கு முன் ஒரு விமானம் இங்கிலாந்திலிருந்து பிரான்ஸுக்கு ஆங்கிலக் கால்வாயைக் கடந்து பறந்ததற்குப் பின்னர் அவ்வளவு விரைவில் அது பிரிட்டிஷ் படையில் இடம் பெற்றதும் மேலும் அதை அருகில் நின்று பார்ப்பதும் வில்லியம்ஸைப் பொருத்து அவன் போரில் எதிர் நோக்கியிருந்த சாகசத்தின் ஒரு பகுதிதான்.

வானிலிருந்து குண்டு வீசுவதற்கு விமானம் வந்துள்ளது என்று வேடிக்கை பார்க்க வந்த படைவீரர்கள் பேசிக்கொண்டனர். விமானத்தை ஒருவன் ஓட்ட மற்றவன் பின் இருக்கையில் இருந்து செல் குண்டுகளைத் தூக்கி சரியாகக் குறிபார்த்து கீழே போட்டால் போதும், கீழே விழுந்ததும் அந்த தாக்குதல் அதிர்வில் வெடித்துச் சிதறும் குண்டுகள் பெரும் சேதத்தை உண்டாக்கும். சில குண்டுகளில் நூற்றுக்கணக்கான சிறு அம்புகள் போன்ற ஆணிகள் பயன்படுத்தப்பட்டன. அவை எதிரியின் உறுதியையும் நம்பிக்கையையும் சிதைக்கும். எல்லாப் போர்களும் ஆயுதங்களை மட்டும் வைத்து முடிவாவதில்லை. போரிடுவோரின் நம்பிக்கையும் பெரும் பங்கு வகிக்கின்றது. துருக்கியின் படையிலோ ஒரு விமானம்கூட கிடையாது.

ஸ்டசிபனில் குவிக்கப்பட்டு வரும் துருக்கிப் படைகளைப் பற்றி வரும் தகவல்கள் அங்கு ஒரு பெரும் தாக்குதலுக்கு தயாராக வேண்டி இருப்பதை உணர்த்தியது. எனவே அஜிஸி வந்தபோது இருந்த லேசான மனநிலை இப்போது பொதுவாக இல்லை. துருக்கிப் படையை எதிர் கொள்வது தொடர்பாக நாள்தோறும் இராணுவப் பயிற்சிகளும் காலை, மாலைகளில் படையணிகளின் அணி வகுப்புகளும் நடந்தன.

விமானம் இருந்த பகுதியில் பாதுகாப்புப் பணிக்கு ஒவ்வொரு நாளும் ஒரு படையணி பொறுப்பேற்றிருந்தது. அது சிப்ட் முறையில் இருந்தது. இயந்திரத் துப்பாக்கிக் குழுக்களும் விமான எதிர்ப்புப் பீரங்கிகளும் அந்த சிப்டில் உண்டு. துருக்கியிடம் விமானம் இல்லாவிட்டாலும் ஜெர்மனியிடம் விமானம் உண்டு. அது சில மாதங்களுக்கு முன்பு லண்டனில் குண்டு வீசியதும், பக்கிங்ஹாம் அரண்மனை மீது குண்டு போட முயன்றதும் நடந்திருந்தது. ஜெர்மனி மீது பிரிட்டிஷ் விமானங்களின் பதில் தாக்குதலுக்குப் பின்பே அந்தத் தாக்குதல் மட்டுப்பட்டது.

விமானத்தின் இரண்டு பைலட்டுகளில் இளையவனான ஈட்ஸை விமானத்திற்கான பாரா பணியின்போது வில்லியம்ஸ் சந்தித்துப் பேசி இருந்தான். வானில் பறப்பவனுக்கு படைப்பிரிவில் தனி மரியாதைதான்.

அவனைத் தெரியும் என்பதே ஒரு பெருமைதான். ஈட்ஸுடன் பேசும்போது அவனின் அப்பா ஹெர்பட் ஆஸ்திரேலியக் கப்பலில் மூழ்கியதை அவன் சொன்ன பின்பு அவன் வில்லியம்ஸுடன் மிகவும் நெருங்கி விட்டான். வில்லியம்ஸுக்காக வேதனைப்பட்டான். பின் ஒரு சிகரெட்டை ஈட்ஸ் தனது பாக்கெட்டிலிருந்து எடுத்து வில்லியம்ஸிடம் புன்னகையுடன் நீட்டினான். அவர்களின் நட்பு சில நாட்கள் தொடர்ந்தது.

நவம்பர் 12ஆம் தேதி இரவில் காவல் புரியும் குழுவிற்கு வில்லியம்ஸ் மேற்பார்வை செய்திருந்தான். இரவிலிருந்து விடியும் வரை அவர்களின் பாதுகாப்பில் விமானம் இருக்கும். அன்று இரவு வெகுநேரம் உயர் அதிகாரிகள் விமானம் இருந்த இடத்திற்கு வந்து ஈட்ஸ் மற்றும் மற்றொரு பைலட்டுடன் பேசிவிட்டுச் சென்றார்கள். அவர்கள் பேசும்போது ஒரு வரைபடத்தைச் சுட்டிக்காட்டி பேசிச் சென்றார்கள். அவர்கள் சென்ற பின்பு ஈட்ஸ் தனது கூடாரத்திற்குப் போகும் முன்பு வில்லியம்ஸைக் கூப்பிட்டான். இருவரும் சிகரெட் புகைத்தனர். காலையில் ஈட்ஸ் வடக்கே எதிரிகளின் எல்லைக்குச் சென்றுவர வேண்டும் எனச் சொன்னான். அது வழக்கமான ஒன்றுதான். ஸ்டசிபனில் துருக்கிப் படைகளின் படையணிகள் மற்றும் பதுங்குகுழிகள் பற்றி அறியும் அல்லது அவற்றைப் புகைப்படம் எடுத்து வரும் வழக்கமான உளவு பறத்தலாக இருக்கலாம். ஆனால் ஈட்ஸ் சிறு பதட்டத்துடன் இருந்தான். வில்லியம்ஸ் குட் நைட் சொல்லி அவனை கூடாரத்திற்கு அனுப்பி வைத்தான். இரவில் குளிர் கடுமையாக இருந்தது. இயந்திரத் துப்பாக்கி அணியும், விமான எதிர்ப்பு துப்பாக்கிப் பிரிவும் சின்னக் கூடாரம் அமைத்திருந்தனர். இருந்தபோதும் அந்தப் பாலைவனக் குளிருக்கு அது தாக்குப்பிடிக்கக் கூடியதாக இல்லை. இரவில் ஆர்டலிகள் தரும் சூடான தேநீர் மட்டும் கொஞ்சம் ஆறுதலாக இருந்தது.

அதிகாலை நான்கு மணிக்கெல்லாம் ஈட்ஸூம் மற்றொரு பைலட்டும் வந்து விட்டனர். இருள் சூழ்ந்தே இருந்தது. அவர்கள் தலைக் கவசங்கள் மற்றும் வேறொரு தோள் பையையும் கொண்டு வந்தனர். அந்தப் பையினை பாதுகாப்பாக வைக்கவேண்டும் என கேப்டன் சொல்லிக்கொண்டே இருந்தான். இரண்டு தகர டின்களில் பெட்ரோல் கொண்டு வரப்பட்டு விமானத்தில் வைக்கப்பட்டது. அதன் பின்பு ஈட்ஸ் தனது இடுப்பு பெல்ட்டைச் சுற்றி கம்பிகளை வெட்டும் வெட்டுக் கத்திரி இரண்டை செருகிக் கொண்டான். சட்டையின் மேல் பையில் பாதரசம் நிரப்பிய வெடிகுண்டுகளையும், மற்றொரு பையில் டெட்டனேட்டர்களையும் தீப்பற்றக்கூடிய கன் காட்டனை விமானத்தில் கால் வைக்கும் இடத்தில் வைத்தான். கூடவே மூன்று மில்ஸ் பாம் என்ற அன்னாச்சிப் பழ வடிவில் இருக்கும் கையெறி குண்டுகளை இடுப்பு பெல்டில் செருகி இருந்தான். உள்ளே பாதரசம் உள்ளது, குலுங்கும்போது எச்சரிக்கையாக இருக்கவேண்டும் என ஹவில்தார் எச்சரிக்கை செய்தான். மேல் கோட்டில் வரைபடம் இருந்ததையும், இடுப்பில் கைத்துப்பாக்கியையும் உறுதி செய்து கொண்டான். அவர்கள் அன்று வழக்கமான இராணுவ பூட்டுகள் அணியாமல் கேன்வாஸ் சூக்களை அணிந்திருந்தனர். கீழ் வானம் சிறிது நேரத்தில் மெல்லச் சிவந்தது. ஆனாலும் இருட்டு அகலவில்லை. அது விமானம் பறக்க ஏற்ற தருணம். பைலட் விமானத்தை ஸ்டார்ட் செய்தபோது கீழே இருந்த மெக்கானிக் விமானத்தின் முன்னே இருந்த காற்றாடியை அழுத்தி சுற்றி விட்டான். காற்றாடி வேகமாகச் சுழன்றது. விமானம் சில அடிகள் தரையில் ஓடி வானில் ஏறிக்கொண்டது. அது புள்ளியாக சிவந்த அடிவானத்தில் மறையும் வரை வில்லியம்ஸ் பார்த்துக்கொண்டே இருந்தான். விமானம் பறந்து விட்டதால் பாதுகாப்புப் பணி அன்று நிறைவுக்கு வரும் எனக் கருதினான். ஆனால் தொடர்ந்து பணி செய்ய உத்தரவிட்டிருந்தனர். உயர் அதிகாரிகள் அவர்களின் கூடாரங்களுக்கு உறங்கச் சென்றனர். வில்லியம்ஸ் ஒரு சிகரெட்டைப் பற்றவைத்துப் புகைத்தான். ஈட்ஸ் எதையோ பெரிதாக செய்யப் பறக்கின்றான். பழக இனியவன் என எண்ணிக்கொண்டான். விமானத்தின் சப்தம் அவனின்

மனதில் கேட்டுக்கொண்டே இருந்தது. சிகரெட்டின் புகையை நன்கு இழுத்து அதனை சுருள் வடிவில் ஊதினான். குளிரில் அது சில நிமிடங்கள் கரையாது மிதந்தது.

விமானம் டைகரிஸ் நதிக்கு மேலே பறந்து கொண்டிருந்தது. இன்னமும் இருட்டு இருக்கின்றது என்ற போதும் அடி வானத்தின் சிவப்பு விமானம் பயணிக்க ஏதுவாக இருந்தது. சுமார் ஆயிரம் அடிக்கு மேலே பறந்து கொண்டிருந்தனர். டைகரிஸைத் தொடர்ந்து வடக்கு நோக்கிப் பயணித்தனர். டைகரிஸ் ஒரு பாம்பு போல சுருண்டு நீண்டுகொண்டே இருந்தது. அவர்கள் பாக்தாத்தை நோக்கிப் பயணிப்பது இலக்காக இருந்தது. விடிவதற்குள் அவர்கள் சுமார் நாற்பது மைல் பயணத்தை முடித்து திரும்ப வேண்டும். காலம் அவர்களைப் பொருத்து ஓடிக்கொண்டே இருந்தது. சிறிது தூரப் பயணத்தில் அவர்கள் எல் குட்டினியாவின் மேலே பறந்தபோது துருக்கிப் படையினரின் முகாமிலிருந்து விமான சப்தம் கேட்டு படை வீரர்கள் கண்களைக் கசக்கிக்கொண்டு பீதியோடு எழுந்து ஓடி குண்டு வீச்சிலிருந்து தப்பிக்க நாலா புறமும் சிதறி ஓடினர். அவர்கள் அதற்காக வரவில்லை. ஈட்ஸும் விமான பைலட்டும் சிரித்தார்கள். திடீரென துருக்கி விமான எதிர்ப்பு பீரங்கிகள் வானில் மத்தாப்பு வெடிப்பதைப் போல விமானத்தை நோக்கிச் சுடத் துவங்கி வாணவேடிக்கை செய்து கொண்டிருந்தனர். அவர்கள் விமானம் அந்தப் பீரங்கிகளின் தாக்குதலிருந்து வெகு தொலைவைக் கடந்திருந்தது. ஈட்ஸ் தனது கோட்டிலிருந்த வரைபடத்தைச் சரி பார்த்துக்கொண்டான். அவர்கள் லஜ் கடந்ததும் ஸ்டசிபன் இருக்கும் சிதிலமடைந்த வளைந்த பெரிய வாசல் தனியே தெரிந்தது. அதனைச் சுற்றி எல் வடிவில் மூன்றுக்கும் மேற்பட்ட பதுங்கு குழிகளை துருக்கி அமைத்திருந்தது. ஏராளமான கூடாரங்கள் இருந்தன. டைகரிஸின் இடது கரையிலிருந்து வலது கரைக்கு ஏராளமானவர்கள் கடந்து கொண்டிருந்தார்கள். சல்மான் பாக் மசூதி இருந்த இடத்திலிருந்து ஏராளமான இராணுவ வண்டிகள் வரிசையாக ஸ்டசிபன் நோக்கி வந்து கொண்டிருந்தன. அவை பாக்தாத்திலிருந்து வருபவை. பதுங்குகுழிகள் பல மைல் நீளம் உள்ளதாக இருந்தன. அந்தப் பதுங்குகுழிகளில் ஆட்கள் நிரம்பி இருந்தார்கள். அதே நேரம் புதிய பதுங்குகுழிகள் தோண்டப்பட்டுக்கொண்டும் இருந்தன. மொத்தத்தில் துருக்கியினர் பெரும் தயாரிப்புடன் இருந்தனர்.

விரைந்து அதைத் தாண்டிப் பறந்ததும் சிறிது நேரத்தில் டைகரிஸின் வளைவில் தூரத்தில் பாக்தாத் தெரிந்தது. அதற்குள் அவர்கள் ஒரு மணி நேரம் பறந்திருந்தார்கள். அவர்களின் கையிலிருந்த வரைபடத்தில் பாக்தாத்தின் முன்னே தந்திக் கம்பங்களை வட்டமிட்டுக் குறித்திருந்தனர். ஆனால் அந்த இடத்தில் உண்மையில் பெரிய நீண்ட சாலை இருந்தது. ஆயிரக்கணக்கான ஒட்டகங்கள் ஆட்களைச் சுமந்து வரிசையாக பாக்தாத்தை

நோக்கிச் சென்றுகொண்டிருந்தன. மேலும் ராணுவ வண்டிகள், தடுப்பு அரண்கள் என அந்தச் சாலையில் பெரும் பாதுகாப்பு வளையம் இருந்தது. தரை இறங்கிய அடுத்த நொடி தாக்குதலுக்கு உள்ளாக எல்லா வாய்ப்புகளும் உண்டு. அங்கிருந்து மேற்கு நோக்கிப் பறந்தனர். பாக்தாத் இப்போது அவர்கள் பின்னே இருந்தது. அங்கு அவர்களின் வலப்புறமாக ஒரு பெரிய ஏரி இருந்தது. அதன் அருகில் தந்திக் கம்பம் வடக்கு நோக்கித் திரும்பி ஒரு மைலுக்கும் அப்பால் சென்றது. அங்கு ஆட்கள் நடமாட்டம் அதிகம் இல்லை. அந்தச் சாலையில் விமானத்தை, ஒரு வட்டமிட்டு தாழப் பறந்து இறக்கினான். விமானம் கீழே இறங்கும்போது படீரென சப்தம் கேட்டது. விமானத்தின் ஒருபகுதி தந்திக் கம்பத்தில் உரசியிருந்தது.

விமானம் இறங்கும்போதே ஈட்ஸ் வசதியாகத் தனது கோட்டைக் கழட்டியிருந்தான். விமானம் இறங்கியதும் பைலட் அதை இயக்கத்திலேயே வைத்திருக்க வேண்டும். அதே சமயம் டின்களில் கொண்டுவந்த பெட்ரோலையும், லூப்ரிகெண்ட் ஆயிலையும் ஊற்றி நிரப்பியிருக்க வேண்டும். ஈட்ஸ் தந்திக் கம்பங்களை வெடிவைத்துத் தகர்த்ததும் ஓடி வந்து விமானத்தில் ஏறிவிடுவான். விமானம் அதே சாலையில் சிறிது தூரம் ஓடி மேலே எழும்பிவிட வேண்டும். மீண்டும் சரியாக ஒரு மணி நேரத்தில் அஜிஸி அடைவதுதான் அவர்களின் திட்டம். பாக்தாத்திலிருந்து மேற்கு மற்றும் வடக்குப் பகுதியினை நோக்கிச் செல்லும் தந்தித் தொடர்பை தகர்ப்பதுதான் அவர்களுக்கு வழங்கப்பட்ட பணி. பாக்தாத்தில் முகாமிட்டுள்ள ஜெனரல் கோல்ட்ச் உத்தரவிட்டால் வடக்கே உள்ள மொசூலிலும் மற்றும் துருக்கியின் அனடோலியாவிலிருந்தும் பீரங்கிகளுடனும், கனரகத் துப்பாக்கிகளுடனும் கூடுதல் துருக்கிப் படைகள் வந்து சேரும் என்பதால் அந்தச் செய்தித் தொடர்பை அறுபடச் செய்வதே இலக்கு.

விமானம் சாலையில் இறங்கியபோது கம்பத்தில் உரசியதில் அதன் முன் பகுதியில் இருந்த காற்றாடியில் சேதம் ஏற்பட்டிருந்தது. பைலட் ஈட்ஸை நம்பிக்கையின்றிப் பார்த்தான். ஆனால் அதற்கு நேரமில்லை. ஏற்கனவே திட்டமிட்டவற்றைச் செய்யச் சொல்லிவிட்டு, விமானத்தில் கொண்டு வந்திருந்த வெடிபொருள் சுருளையை தனது கழுத்தில் மாலை போல போட்டுக்கொண்டு, ஈட்ஸ் தந்தி கம்பத்தை நோக்கி ஓடினான். அவனுக்குத் திரும்பிப் பறக்க முடியாது எனத் தெரிந்திருந்தது. ஆனாலும் ஏதேனும் மகிமை நடக்கும் என்றும், அரேபிகளின் கைகளில் சிக்குவதற்குள் வந்த வேலையை முடிக்க வேண்டும் என்றும் அவன் முடிவு செய்திருந்தான். விமானத்திலிருந்து கூடுதல் சத்தம் வந்தது. பைலட் எரிபொருளை நிரப்பிக்கொண்டிருந்தான். ஈட்ஸ் தந்திக் கம்பத்தில் வேகமாக ஏற அவன் அன்று அணிந்திருந்த கேன்வாஸ் பூட்ஸ் உதவிகரமாக இருந்தது. தந்திக் கம்பத்தில் டெட்டனேட்டர் சுற்றிக் கட்டி பியூஸ் ஒயரை ஜேப்பிலிருந்து

எடுத்து இணைப்பு கொடுத்து இறங்கினான். தூரத்தில் குதிரையில் சிலர் வந்து கொண்டிருந்தார்கள். கன் காட்டன் பஞ்சில் தீவைத்து ஊதி விட விறுவிறுவென தீ ஏறி படீர் எனக் கம்பம் வெடித்துச் சிதறியது. புகை சூழ்ந்தது. அடுத்த நொடி அவன் விமானத்தை நோக்கி ஓடினான். குதிரையில் வந்தவர்கள் பக்கம் வந்து விட்டார்கள். ஈட்ஸ் விமானியை பின் சீட்டில் உட்காரச் சொல்லிவிட்டு அவன் விமானத்தினை உயர எழுப்ப கியரை இயக்கினான். சில அடிகள் அது ஓடியது. அவன் எதிர் பார்த்த அதிசயம் இதுதான். எங்களைக் கைவிட்டு விடாதே மேலே எழும்பு என்று விமானத்திடம் கத்தினான். கொஞ்சம் மேலே எழும்பப் பார்த்து மீண்டும் கீழே இறங்கியது. மீண்டும் அதனை ஓட வைத்தபோது அதன் இஞ்சினிலிருந்து கரும் புகையைக் கக்கியபடி அதன் சப்தம் நின்று போனது. மீண்டும் அவன் கீழே குதித்தான். இப்போது பைலட் முன்னே விமான இருக்கைக்கு வந்திருந்தான். ஈட்ஸ் விமானத்தின் காற்றாடியை அழுத்தி சுற்றி விட்டான். அது வழக்கத்திற்கு மாறாக கத்தியபடி சுற்றியது. அந்தக் காற்றாடி எதிலோ உரசியபடி சப்தமிட்டது. அவன் ஓடி வந்து பின் இருக்கையில் உட்கார்ந்தான். விமானம் எழும்பி மீண்டும் தடுமாறி அரேபியக் குதிரைப்படையினரின் மையத்தில் விழுந்தது. எல்லாம் முடிந்தது என பைலட் அவனைப் பார்த்தான். அவனும் ஆமாம் என அமைதியாகக் கண் சிமிட்டினான். அவன் தகர்த்த தந்திக் கம்பத்திலிருந்து இன்னமும் புகை வந்து கொண்டிருந்தது. அவன் தனது இடுப்பில் இருந்த கைத்துப்பாக்கியை எடுத்து இடுப்பின் பின்புறம் செருகிக்கொண்டான். இருவரும் விமானத்திலிருந்து கீழே இறங்கி விழுந்ததும் அரேபிகள் சரமாரியாக அவர்களைத் தாக்கினர். துப்பாக்கிகளின் பின்புறம் உடம்பின் சதைகளில் இறங்கிக்கொண்டிருந்தன. எல்லா எலும்புகளையும் எண்ணுவது இதுதான் போல. அவன் நெற்றியில் வழிந்த இரத்தம் கண்ணை மறைத்தது. பைலட்டின் தலையிலிருந்து இரத்தம் வழிந்து கொண்டிருந்தது. அந் நேரம் ஓர் உள்ளூர் ஊர்க்காவல் படை அதிகாரி கூட்டத்தை விலக்கி வந்து ஈட்ஸைத் தூக்க கையை நீட்டினார். சற்று வயதான நபர். அவரின் கண்களில் அவ்வளவு கோபமில்லை. பைலட்டையும் அடிக்க வேண்டாம் என்று சொன்னார். அடிப்பது நிறுத்தப்பட்டது. அப்போது அங்கு வந்த அரேபி உள்ளூர்த் தலைவர்கள் அவர்களை நோக்கிக் கையை நீட்டி கடுமையாக ஊர்க்காவல் படையினரிடம் ஏதோ பேசினர். ஊர்க்காவல் படை அதிகாரி அலட்சியமாக தோள்களைக் குலுக்கியபடியும் கைகளை அகல விரித்தும் அவர்களைப் பார்த்து எதையோ சொன்னார். கோபம் தீராத அந்த அரேபிகள் பைலட்டின் முகத்தில் ஒரு குத்து விட்டுச் சென்றனர். ஈட்ஸ் முதுகுப் பக்கம் செருகி வைத்திருந்த துப்பாக்கியை எடுத்து அதன் காட்ரேஜைக் கழட்டி ஊர்க் காவல் படை அதிகாரியிடம் கொடுத்தான். அதன் பின் காவல் படையினர் அரேபியர்களிடமிருந்து சற்று விலக்கியபடி அவர்கள் இருவரையும் கூட்டிக்கொண்டு போலிஸ் ஸ்டேசன் நோக்கி நடந்தனர். அந்தச் சமயம் அவர்கள் அணிந்திருந்த தொப்பி

மற்றும் எல்லாப் பொருள்களையும் அரேபியர்கள் பிடுங்கிக்கொண்டார்கள் ஈட்ஸின் பாக்கெட்டிலிருந்த சிகரெட் பாக்கெட்டை எவனோ எடுத்தான். பைலட்டின் மேல் கோட்டை தலைக்கு மேலே இழுத்துக் கழட்டினர். விமானத்திற்குள் ஏதேனும் பொருட்கள் உள்ளதா எனச் சோதனையிட்டனர். கையில் கிடைத்ததை எடுத்துச் சென்றனர். கடைசியாக வந்த ஒரு அரேபி எதுவும் இல்லாததால் விமானத்தை இரண்டு முறை சுட்டான். அது போல செய்ய வேண்டாம் என அதைத் தடுக்க ஈட்ஸ் ஊர்க்காவல் படை அதிகாரியிடம் கோரினான். பின்னர் சந்து போன்ற இடத்திலிருந்த போலிஸ் ஸ்டேசனுக்குக் கூட்டிச் சென்றனர். அங்கு போகும்போது ஈட்ஸின் கையிலிருந்த கைக்கடிகாரத்தை ஊர்க் காவல் அதிகாரி கழட்டி அவனின் பாக்கெட்டில் போட்டுக்கொண்டான். அவனை உயிரோடு காப்பாற்றியதற்கு அந்தக் கடிகாரம் குறைந்த வெகுமதிதான். ஈட்ஸ் அதைப் பெரிதாக எடுத்துக்கொள்ளவில்லை. ஏற்கனவே பைலட்டும் ஈட்ஸும் எதிரியிடம் சிக்கிக்கொண்டால் இருவரும் ஒரே மாதிரி பேச வேண்டும் என்ற முடிவின்படி பேசத் தயாராயிருந்தனர். இன்னும் ஒரு வாரத்தில் அஜிஸியில் உள்ள பிரிட்டிஷ் படை பாக்தாத்தைக் கைப்பற்றும். அப்போது தாங்களும் விடுவிக்கப் படுவோம் என நம்பிக்கை கொண்டிருந்தனர். அது வரை சமாளித்தாக வேண்டும். காவல் நிலையத்திற்கு வந்த அரேபியர்கள் அவர்களிடம் வாக்கு வாதத்தில் ஈடுபட்டனர். பின்னர் ஏதோ அவர்களைப் பார்த்துக் கடுமையாகப் பேசிவிட்டுச் சென்றார்கள். அவர்களின் பேச்சு புரியாவிட்டாலும், அவர்கள் கொலை வெறியில் இருந்தனர் என்று மட்டும் புரிந்தது. ஊர்க்காவல் அதிகாரி சைகை மொழியில் சொன்னதில் இருந்து அவர்கள் அறிந்துகொண்டது யாதெனில், அவர்களின் தலைகளை வெட்டி சல்மான் பாக்கில் உள்ள துருக்கி அதிகாரிகளுக்கு அனுப்ப வேண்டும் என பிடிபட்ட இடத்திலிருந்து அரேபிகள் தொடர்ந்து கேட்டதாகவும், அதற்கு ஊர்க்காவல் அதிகாரி அவர்கள் உயிருடன் இருந்தால்தான் அதிக நன்மை எனக் கூறி அவர்களை சமாளித்ததாகவும் புரிந்துகொண்டு அதிர்ந்தார்கள். அதன் பின்பு காவல் நிலையத்திலிருந்து மருத்துவமனைக்கு கூட்டிச் சென்றார்கள். இப்போது கூட்டம் கூடுதலாக வந்திருந்தது. ஈட்ஸ் அவமரியாதையைக் குறைக்கவும் அச்சத்தை வெளிக்காட்டாமல் இருக்கவும் நினைத்தான். அவனுக்கு சிகரெட் பிடிக்கவேண்டும் போல் இருந்தது. ஊர்க்காவல் அதிகாரியிடம் ஒரு சிகரெட் வாங்கி அதைப் புகைத்தான். பைலட்டுக்கும் ஒன்றை வாங்கிக் கொடுத்தான். ஆனால் பைலட் இரண்டு முறை புகையை இழுத்து பின் அதனை அணைத்து விட்டான். வெறும் செங்கற்களால் கட்டப்பட்ட வீடுகள். எந்த வீடும் காரை பூசப்பட்டதாக இல்லை. வழியின் இரண்டு பக்கமும் பெண்கள் அவர்களைப் பார்த்து குலவையிடுவது போல லா... லா... என சப்தமிட்டார்கள். கடை வீதியில் இருந்தவர்கள் கடைகளை மூடிவிட்டு இவர்களையே பார்த்தார்கள். ஆண்களில் சிலர் கத்தியைக் காட்டி நாக்கைக் கடித்து அவர்களைப் பார்த்தார்கள். அவர்களுக்குத் தலையை

வெட்டி அனுப்புவதுதான் நினைவுக்கு வந்தது. சிகரெட்டின் புகையை வேகமாக உறிஞ்சி சற்று நெஞ்சிலேயே வைத்து மெதுவாக ஊதினான். வீட்டின் சன்னல்கள் வழியாக பெண்கள் எட்டிப் பார்த்தார்கள். சிறுவர்கள் பைத்தியக்காரன் பின்னே பின் தொடர்ந்து வருவது போல அவர்கள் பின்னே வந்தார்கள். சில சிறுவர்கள் கைகளை உயர்த்திக் காட்டினார்கள். ஓர் அரேபி குண்டாந்தடியை எடுத்து பைலட்டினை நோக்கி வேகமாக வீசினான். நல்ல வேளையாக அந்தத் தடி பைலட்டின் மீது படவில்லை. பைலட் ஒரு கணம் அதிர்ந்து போய் பீதியுடன் ஈட்ஸை நோக்கினான். அவன் மீதி இருந்த கொஞ்சம் சிகரெட்டை அவன் முன் நீட்டி வாங்கிக்கொள் எனத் தலையாட்டினான். அவன் அதனை வாங்கி இரண்டுமுறை இழுத்து விட்டு தூக்கி எறிந்தான்.

மருத்துவமனையில் காயத்திற்கு கட்டுப்போட்டு விட்டனர். சிறிது நேரம் ஓய்வு கிடைத்தது. உடல் வலியைக் காட்டிலும் எதிர்கொண்ட அவமரியாதை கூடுதலாக வலித்தது. விமானம் மட்டும் மேலே எழும்பியிருந்தால் காலை எட்டு மணிக்கெல்லாம் அஜிஸி திரும்பி இருப்பார்கள். மேலும் அவர்கள் ஸ்டசிபனில் பார்த்த காட்சிகள், போர் யுக்தி வகுக்க பயனுள்ளதாகப் போயிருக்கும்.

மருத்துவமனையில் அவர்களின் பாதுகாப்புக்கு காவலர்கள் நியமிக்கப் பட்டனர். மாலையில் பாக்தாத் கவர்னர் மருத்துவமனைக்கு வந்தார். அந்த துருக்கிய அதிகாரி சரளமாக பிரெஞ்சில் பேசினார். அவர் இருவருக்கும் ஒரு பாட்டில் விஸ்கி வாங்கி வந்திருந்தார். அவர், பாக்தாத்தில் பறந்ததன் நோக்கத்தைத் தெரிந்துகொள்ள விரும்பினார். ஈட்ஸ் தாங்கள் அஜிஸி போவதற்கு வந்தபோது அதிகாலை இருளில் வழி தடுமாறி இங்கு வந்து தந்திக் கம்பத்தில் மோதி விழுந்து விட்டதாகக் கூறினான். அதற்கு பைலட்டும் தலையாட்டினான். அதுதான் அவர்கள் ஏற்கெனவே பேசி முடிவு செய்து வைத்திருந்தது.

கவர்னர் போன பின்பு மருத்துவமனை ஜன்னல் வழியாக அவர்கள் பார்த்த போது பாக்தாத்திலிருந்து நூற்றுக்கணக்கான அரேபியர்கள் ஸ்டசிபன் நோக்கி போருக்கு அனுப்பப்பட்டுக் கொண்டிருந்தனர். குடும்பத்தினர் அவர்களைப் பார்த்துக்கொண்டே கண்ணீர் மல்க பின்னாலேயே வெகு தூரம் வந்தனர். போருக்குப் போகின்ற அரேபியர்களும் முழு மனதாகச் செல்லவில்லை. துருக்கிகள் அவர்களைக் கட்டாயப்படுத்திதான் போர் முனைக்குக் கூட்டிச் செல்கின்றனர். இவர்களில் பலர் முன்னணித் தாக்குதல் பதுங்குகுழிக்கு அனுப்பப்படக்கூடும். அவர்களுக்கு துருக்கியும் பிரிட்டிஷ் படையும் ஒன்றுதான். போருக்குப் போக பிரியமில்லாத அந்த அரேபியர்களை நான்கு நான்கு பேராகக் கட்டி அழைத்துச் சென்றனர். ஸ்டசிபன் நோக்கி நிறையத் துருப்புகளை துருக்கிப் படைகள் திருப்பிக்கொண்டிருந்தன.

அஜிஸியில் விடிந்த பின்பு காலை ஏழு மணியிலிருந்து வானத்தை உற்று நோக்கிக் காத்திருந்தனர் பிரிட்டிஷ் அதிகாரிகள். ஜெனரல் டவுன்செண்ட் விமானிகள் இருவரும் திரும்ப வந்தவுடன் அழைத்து வரச்சொல்லி உத்தரவிட்டிருந்தார். கேப்டன் நிறைய சிகரெட்டுகளைப் புகைத்தவாறு வானையே பார்த்துக்கொண்டிருந்தான். கேப்டன் கல்யாண் முகர்ஜி மெடிக்கல் கார்ப்ஸ் குழு விமானிகள் ஏதேனும் காயம்பட்டு திரும்பி வந்தால் சிகிச்சை தரத் தயாராக இருந்தான். காலை பத்து மணிக்கு மேலே வில்லியம்ஸ் கேப்டன் கல்யாணிடம் இரவு காவல் பணி பார்த்தவர்களை இன்னமும் விடுவிக்காமல் இருப்பதைக் கேட்டான்.

"உனக்கு அந்தப் பைலட்டைத் தெரியுமா?"

"ஈட்ஸ், எனக்கு நண்பன்தான். ஏதாவது தகவல் உண்டா சார்?"

"தகவல் எதுவுமில்லை. ஆனால் அவர்கள் இன்னேரம் திரும்பி வந்திருக்க வேண்டும். அந்த மிசன் பல சமயம் ஒரு வழிப் பாதை மாதிரிதான். எதிரியின் எல்லைக்குள் போய் தந்திக் கம்பங்களை தகர்த்துவிட்டு வரவேண்டும். இருந்த மூன்று விமானங்களில் ஒன்று ஏற்கனவே பறி கொடுக்கப்பட்டுவிட்டது. இன்றைக்கு அவர்கள் திரும்பாவிட்டால் மற்றொன்று, விமானங்களைக் காட்டிலும் விமானிகளைப் பறி கொடுப்பது பெரிய இழப்பு." பெருமூச்சுக்குப் பின் வடக்கு வானத்தையே வெறித்துப் பார்ப்பதைத் தவிர்த்து ஒரு வில்ஸ் சிகரெட்டை எடுத்துப் பற்ற வைத்து, வில்லியம்ஸிடம் ஒன்றை நீட்டினான்.

வில்லியம்ஸ் ஈட்ஸ் முகத்தை நியாபகப்படுத்திக்கொண்டான். அவனுக்கு எதுவும் மோசமாக நிகழ்ந்து விடக்கூடாது என ஒருமுறை நெஞ்சார வேண்டிக்கொள்ளத் தோன்றியது. சில நொடிகள் கண்களை மூடிக்கொண்டான். பின்னர் சிகரெட் இருக்கும் கைகளில் நெஞ்சில் சிலுவை வரைந்து கொண்டான். அதன் பின் சிகரெட்டை இழுத்துக்கொண்டான்.

பிரிட்டிஷ் படைகளுக்கு அந்த ஓய்வு அதிகம் நீடிக்கவில்லை. நவம்பர் 15ஆம் தேதி அஜிஸியிலிருந்து அவர்கள் பாக்தாத்தை நோக்கிக் கிளம்ப உத்தரவு வந்தது. நடப்பதற்கு ஏதுவாக ஆயுதங்கள், அவசியமான கூடாரங்கள் மற்றும் சிறிய தோள் பை தவிர மற்ற பொருட்களை நீராவிப் படகுகளில் போட்டு விட்டனர். படைப்பிரிவுகள் பாலைவனத்தில் நடக்கும்போது அதற்கு இணையாக டைகரிஸ் நதியில் படகுகள் ஒருபுறம் முன்னேறிக் கொண்டிருந்தன.

பாக்தாத்தை நெருங்கும் முன் அவர்கள் துருக்கிப் படைகளின் தாக்குதலை எதிர்கொள்ள வேண்டியிருக்கும் என்ற எச்சரிக்கையும், துருக்கிப் படையின் எண்ணிக்கை கூடுதலாக உள்ளதும் அலுவலர்களுக்கு எச்சரிக்கப்பட்டிருந்தது.

அவர்கள் கடந்த அக்டோபர் 5ஆம் தேதி அஜிஸி வந்தபோது அங்கிருந்து பாக்தாத் வரை வெறும் 6100 ராணுவத்தினரைக் கொண்ட துருக்கிப் படை மட்டுமே அப்பகுதியில் இருந்தது. உண்மையில் இது பிரிட்டிஷ் படையினரின் அளவில் பாதி மட்டுமே. ஆனால் பிரிட்டிஷ் படை பாக்தாத்தை நோக்கி முன்னேறுவது தொடர்பாக, டெல்லியிலிருந்து போரை வழி நடத்தியவர்களுக்கும் லண்டனில் இருந்த பிரிட்டிஷ் உயர்மட்ட ஆட்சியாளர்களுக்குமிடையே இருந்த கருத்து வேறுபாட்டால் நாற்பது நாட்கள் அஜிஸியில் படைகள் வெறுமனே பொழுதைப் போக்கின. இந்தக் காலத்தில் துருக்கிப் படைகள் ஐந்து மடங்கு கூடுதல் படைகளை வரவழைத்து கொண்டன. ஸ்டசிபன் பகுதியில் அது தடுப்பரண் அமைத்துக் கொண்டது.

படைப் பிரிவுகள் அஜிஸியிலிருந்து முன்னேறும்போது கள அதிகாரிகளுக்கு தெளிவான தாக்குதல் திட்டம் கொடுக்கப்பட்டிருந்தது. பாக்தாத் வரை படை அணிகள் எவ்விதம் பிரிந்து முன்னேறி தாக்குதல் நடத்த வேண்டும் என்ற தெளிவான வழிமுறைகளை ஜெனரல் டவுன்செண்ட் வழங்கி இருந்தார். அல் அமராவில் தாக்கியது போன்று நான்கு குழுக்களாகப் பிரிந்து எதிரிகளைச் சூழ்ந்து தாக்குவது அவர்களின் முக்கியத் திட்டம். இம்முறை இந்தத் திட்டத்தை கொஞ்சம் ரகசியமாக வைத்துக்கொள்ள முயன்றனர். துருக்கியர்கள் ஸ்டசிபனில் பல மைல்கள் பதுங்குகுழிகளை அமைத்திருப்பதாகவும் பிரிட்டிஷ் படைகளை அதற்கு முன்னமே தாக்கக் கூடும் எனவும் கருதினர். படைகளில் பீரங்கிகளையும், கனரகத் துப்பாக்கிகளையும் நகர்த்திக்கொண்டு முன்னேறுவதற்கு கழுதைகள் கூடுதலாக உதவின. ஜியர் என்ற இடத்தை அடைந்தபோது படைப்பிரிவுகள் நீண்ட வரிசையில் தனித்தனியாக பிரிந்து முன்னேறின. ஆனால் அங்கிருந்து துருக்கிப் படை பின்வாங்கிச் சென்றிருந்தது. அவர்களின் பதுங்குகுழிகள் மட்டுமே இருந்தன.

அதன் பின்பு அவர்கள் தொடர்ந்து வடக்கே முன்னேறும்போது இரவு சமயத்தில் லஜ் என்ற ஊரை அடைந்தனர். அங்கிருந்து சுமார் எட்டு மைல்

தூரத்தில்தான் ஸ்டசிபன் உள்ளது. இரவில் படைகள் லஜ் பகுதியில் கூடாரம் அமைத்துத் தங்கின. அன்றைய இரவு மட்டுமே நிம்மதியாகத் தூங்க முடியும் என்றும் அவர்கள் எதிரிகளை நெருங்கி விட்டார்கள் என்றும் தகவல் கிடைத்தது. ஆனால் வில்லியம்ஸ்க்கு தூக்கம் வரவில்லை. குளிர் மிகவும் கடுமையாக இருந்தது. நாளை இரவோ அல்லது அடுத்த நாளோ இந்தக் குளிரையும் இரவையும் உணர முடியுமா என்பது போன்ற நினைவுகள் அவனுக்கு வந்தன. அஜிஸியில் இருந்த கொண்டாட்டம் எதுவும் இல்லை. இக்பால் கூடாரத்திலிருந்து விளக்கு எரிந்துகொண்டே இருந்தது. ஆட்டுக்குட்டி குளிரில் சிரமப்படும் எனக் கருதி அவன் எட்டிப் பார்த்தான். அது கூடாரக் கம்பில் கட்டப்படவில்லை. அது கூடாரத்திற்குள் அவர்கள் பக்கத்தில் படுத்திருக்கும். அவனுக்கு ஏனோ அவனது அம்மாவின் நினைவு வந்தது. வானில் தெரியும் அந்த மூன்று நட்சத்திரங்களுக்குக் கீழே அவன் வீட்டிலிருந்து அவன் அம்மா அவனை நினைத்துக்கொண்டிருக்கக் கூடும். அவள் சரியாகத் தூங்குவாளா? எப்போதும் அவனை நினைத்துக்கொண்டே இருப்பாளா? அவன் அந்த நினைவில் சிறிது நேரத்தில் கம்பளியை மீண்டும் இறுக்கமாக இழுத்துப் போர்த்திக்கொண்டு உறங்கிப்போனான்.

அடுத்த நாள் விடிந்தபோது ஆட்டுக்குட்டி இப்போது இக்பாலின் கூடாரக் கம்பத்தில் கட்டப்பட்டிருந்தது. அதன் அருகில் கொஞ்சம் புற்கள் கிடந்தன. அது அதனை மென்று கொண்டிருந்தது.

“பாத்திமா… இரவிலே எங்கே போனே?” என்றான் ஆட்டுக்குட்டியைப் பார்த்தபடி வில்லியம்ஸ். சப்பாத்தி மாவு தேய்த்துக்கொண்டிருந்த ராணா “அது எங்களுடன் வந்து படுத்துக்கொண்டது. கனைத்துக்கொண்டே இருந்தது. பசியாக இருந்திருக்கும். அதனாலே காலையில் ஆற்றங்கரையிலிருந்து புல்லை அறுத்து வந்து போட்டேன். நல்லா சாப்பிடுது” எனப் புன்னகைத்தான். பின்னர்,

“சார் நீங்க காலையிலே அந்தப் பெயரை மறந்திருப்பீங்கன்னு நினைத்தேன்.”

“பாத்திமா என்ற பெயரையா? அவ்வளவு போதையா என்ன? எனக்கு ரொம்ப நெகிழ்ச்சியா இருந்தது.”

ராணா “ஏய்… பாத்திமா, எல்லா புல்லையும் இன்னைக்கே வயிறு முட்ட சாப்பிடு, நாளைக்கு உன்னை கவனிக்க முடியாது” என ஆட்டுக்குட்டியிடம் சொல்லியபடியே சப்பாத்தி மாவைப் பிசைந்தவாறு புன்னகைத்தான்.

காலையில் இருந்தே படைவீரர்கள் விரைவாகத் தயார்படுத்தப்பட்டனர். கேப்டன் கல்யாண் பெங்கால் மருத்துவப் படைப்பிரிவிற்கு மருத்துவ முகாம் அமைக்கும் இடம் பற்றியும் மேலும் விரைவாக ஸ்ட்ரெச்சர் தூக்குபவர்கள் காயம்பட்டவர்களைத் தூக்கி வருவது பற்றியும் கூறிக்கொண்டிருந்தார். அது ஒரு வழக்கமான உத்தரவு என்ற போதும் ஸ்டசிபனில் குவிக்கப்பட்டுள்ள துருக்கிப் படைகள் மற்றும் அவர்களுக்குக் கிடைத்துள்ள 54 நாட்கள் அவகாசம் போன்றவை நிலைமையை வேறு விதத்தில் மாற்றி விடுமோ என உயர்மட்ட அதிகாரிகள் சற்றுக் கலங்கியிருந்தனர். இந்த நீண்ட நாள் காத்திருப்பில் மருந்துப் பொருட்கள் கணிசமாகக் குறைந்திருந்தன. புதிய மருந்துப் பொருட்கள் வந்து சேர வேண்டும். காயத்திற்குப் போடும் ஆண்டி செப்டிக் மருந்துகள் குறைந்திருந்தது பற்றி ஏற்கெனவே தகவல் தரப்பட்டிருந்தது. அதே சமயம் ஜெனரல் நிக்சன் களத்தில் நிற்கும் டவுன்செண்டுக்கு உறுதி கொடுத்தது போல புதிய படை அணிகள் வந்து சேரவில்லை. மேலும் பிரிட்டிஷ் விமானம் திரும்பி வந்திருக்குமேயானால் துருக்கிப் படையணிகள் பற்றி பல தெளிவான புகைப்படங்கள் கிடைத்திருக்கும். ஆனாலும் துருக்கியின் படை நிலை குறித்து அவர்கள் ஓரளவு சரியாகவே கணித்திருந்தனர். அவர்களின் பதினோராயிரம் படையினர் அதைக் காட்டிலும் இருமடங்கு துருக்கிப் படையை எதிர்கொள்ள வேண்டும்.

அன்று நவம்பர் 21ஆம் தேதி, ஞாயிற்றுக்கிழமை. அது ஒரு வழக்கமான ஞாயிறு போல இருக்கவில்லை. அன்று காலையில் பெரும்பாலான பிரிட்டிஷ் வீரர்கள் பிரார்த்தனையில் ஈடுபட்டனர். படையினரில் உள்ள மருத்துவரான பிரிட்டிஷ் பாதிரியார் மணல் வெளியில் நடத்திய வழிபாட்டில் நூற்றுக்கும் மேலே பங்கேற்றிருந்தனர். அவனும் அன்று முழங்காலிட்டு ஜெபம் செய்தான். ஏதோ கொஞ்சம் தெம்பு வந்ததாக உணர்ந்தான். ரயில் ஏறும்போது அவன் அம்மா கொடுத்த மரகதக் கற்கள் நிறைந்த சிலுவைச் சங்கிலியை அணிந்து கொண்டான். அன்றைய பொழுது அது போன்றே கழிந்தது. இரவு சரியாக ஒன்பது மணிக்கு படையணிகள் முன்னேற

உத்தரவு வந்தது. புறப்படும் இடத்திலிருந்தே நான்கு படைப் பிரிவுகளாகப் பிரிந்து வரிசையாகச் செல்வது என்றும், முன்பு நடந்த தாக்குதல் போன்றே பக்கவாட்டில் தாக்குதல் தொடுத்து துருக்கிப் படைகளை வடக்கு நோக்கி விரட்டுவது என்பதே திட்டம். அவர்கள் வழக்கம் போல டைகரிஸின் இடது புறமாக பாலைவனத்தில் முன்னேறினர்.

நடு இரவில் அவர்கள் ஸ்டசிபனுக்கு ஐந்து மைல்களுக்கு முன்னே முன்னேறியிருந்தனர். அந்த இரவு கடுமையான குளிர்க் காற்று வீசியது. அந்த இடம் பாலைவனத்தின் மணல் பகுதி. சில மணல் குன்றுகளைத் தவிர பெரும்பாலும் சமதளமாக இருந்தது. இதுபோன்ற இடம் மிகவும் ஆபத்தானது. பதுங்குகுழிகளில் மறைந்துள்ள எதிரிகள் ஈசல்களைப் போல சுட்டு வீழ்த்தி விடுவார்கள். உடனடியாக நீளமான அகழி தோண்ட உத்தரவிட்டிருந்தனர். எல்லோரும் சேர்ந்து செய்ய வேண்டிய பணி அது. அங்கிருந்து பார்க்கும்போது இரவில் தூரத்தில் மணல்வெளியில் உயர்ந்த மதில்சுவரும் வளைந்த மாடமும் தனியே தெரிந்தது. ஐந்து மைல்களுக்கு அப்பால் சாதாரணமாகப் பார்க்கக்கூடிய அளவு அதன் உயரம் இருந்தது. அந்த சிதைந்த வளைந்த மாடம். ஸ்டசிபனின் அடையாளமான மாடம். சுமார் இரண்டாயிம் ஆண்டுகளுக்கு முன் கி.மு 120இல் பாரசீகப் பேரரசின் பார்த்தியன் அரசர் கோஸ்ரோஸ் 1 கட்டிய கோட்டையின் சிதிலம். ஒரு காலத்தில் புகழ் பெற்ற நகரம் அங்கு இருந்தது. வணிகமும், கலையும் வளர்ந்த நாகரிகத் தொட்டில்களில் ஒன்று. இப்போது அதன் சிதிலங்கள் மட்டுமே. இதேபோன்று ஆயிரத்து ஐநூறு ஆண்டுகளுக்கு முன் கி.பி 363 மே மாதத்தில் அந்தக் கோட்டையைச் சுற்றியும் அவர்கள் பதுங்குகுழி தோண்டும் இடங்களில் ஒரு பெரும் யுத்தம் நடந்திருந்தது. ரோம சக்கரவர்த்தியான கான்ஸ்டேனியஸ் இறந்த பின்பு அவனின் உறவினரான ஜூலியன் ஆட்சிப் பொறுப்பை ஏற்றதும் ரோம சாம்ராஜ்ஜியத்திற்கு அச்சுறுத்தல் என ஸ்டசிபனை ஆண்டு வந்த பெர்சிய அரசைக் கருதினான். பெர்சிய அரசு டைகரிஸின் நதி பாயும் பகுதியை தனது கட்டுபாட்டில் வைத்திருந்தது. சுமார் 18000 ரோமப் படைகள் இந்தக் கோட்டையை நெருங்கும்போது பாரசீகக் குதிரைப்படை வீரர்கள் உடல் முழுதும் உலோகக் கவசங்களை தாங்களும் அணிந்து குதிரைகளுக்கும் அணிவித்துக் காத்திருந்தனர். அதன் பின்பு யானைப்படைகள். ஆனால் அந்தப் போரில் வெறும் 70 ரோமானிய படைவீரர்களை மட்டும் இழந்து அந்தக் கோட்டையை தனது முற்றுகைக்குள் கொண்டு வந்தான். ஆனால் அதற்குள் அவனின் ஒரு படைப் பிரிவு அவனை வந்து சேரவில்லை, அது எங்கோ வழி தவறி விட்டது. பாரசீக மன்னன் முற்றுகையை விலக்கினால் தனது நிலப்பரப்பில் பல பகுதிகளை ஜூலியானுக்குத் தருவதாக வாக்களித்தான். ஆனாலும் ஜூலியான் முதலில் சம்மதிக்கவில்லை. பின்னர் தனது படையணியை தேடுவதற்காகவும் அதிக நேரம் தாக்குப் பிடிக்க முடியாது என்பதற்காகவும் அந்த முற்றுகையை விலக்கி மீண்டும் பெரும் படையணியோடு திரும்பும்

நோக்கில் கிளம்பினான். ஜூன் 26ஆம் தேதி போரில் அவன் அணியும் கவச உடைகளை அணியக்கூட படைகளை இடைநிறுத்தாமல், அலட்சியமாக தனது படைகளை கூச்சலிட்டு உற்சாகப்படுத்தி நடத்தினான். அப்போது மறைவிலிருந்து மிகச் சரியாக வந்த ஒரு ஈட்டியால் உடலின் பக்கவாட்டில் குத்தப்பட்டு காயமடைந்தவன் அன்று இரவே உயிரிழந்தான். அதன் பின் தலைவரை இழந்த படைகள் அங்கிருந்து பின் வாங்கிச் சென்றன.

அந்தக் கோட்டையின் வாசலும் அதனை ஒட்டிய வலது புற சுவரும் மட்டுமே இப்போது நின்று கொண்டுள்ளது. சுமார் 40 மீட்டர் உயரம் இருக்கும் அந்த வாசல் 50 மீட்டர் நீளமுடையது. எனவேதான் அது இவ்வளவு தூரத்திலிருந்தும் நன்கு தெரிகின்றது.

அவர்கள் குழிகளைத் தோண்டும்போது களைப்படைந்து அப்படியே படுத்துக்கொண்டனர். ஒட்டாமன் துருக்கிப் படையைப் பொருத்து அது நான்கு படையணிகளைக் கொண்டிருந்தது. 35 மற்றும் 38 ஆவது படையணிகள் முழுக்க அரேபியர்களைக் கொண்டது. 45 மற்றும் 51 படையணிகள் துருக்கியர்களைக் கொண்டது. அந்தப் படைப்பிரிவுகள் புதிதாக உருவாக்கப்பட்டவை. இவைகளின்றி படை வீரர்கள் தேவைப்படும்போது பயன்படுத்தவும் இருந்தனர். அவர்கள் 18000 எம்ஆர்ரும் 52 பீரங்கித் துப்பாக்கிகளையும் கொண்டிருந்தனர். அவர்கள் பல நாட்கள் அகழி தோண்டியிருக்க வேண்டும். மூன்று வரிசைகளில் அகழிகள் இருந்தன. முதல் வரிசையிலிருந்து இரண்டாம் வரிசை வடக்காக இரண்டு மைல் தள்ளி இருந்தது. அதற்கு அப்பால் மூன்றாம் வரிசை. மூன்றாம் வரிசைப் அகழி டைகரிஸ் ஆற்றின் கரையோரம் வரும் வகையில் இருந்தது. அந்த நீண்ட அகழி சுமார் 20 அடி உயரமிருக்கும். அதே சமயம் 50 அடி நீளம் இருந்தது. ஆறு மைல் தூரம் அவை பரவியிருந்தன. இந்த மூன்று அகழிகளுக்கும் தொடர்புப் பாதை இருந்தது. டைகரிஸ் நதியின் மேற்குப் பக்கமிருந்து கிழக்குக் கரைக்கு வர அந்தப் பதுங்குகுழிகள் உதவும் வகையில் அமைக்கப்பட்டிருந்தன. கிழக்குக் கரையில் அவர்கள் சண்டையிட இருந்தார்கள். மேற்குக் கரையில் துருக்கி ராணுவம் தனது ரிசர்வ் படைகளைக் குவித்து வைத்திருந்தது. பிரிட்டிஷ் படைகள் வடக்கே நெடுவரிசையில் மூன்று பிரிவாக இருந்தன. ஏ, பி, சி என முறையே பிரிக்கப்பட்டிருந்தன. வில்லியம்ஸின் படை அணி சி பிரிவில் இருந்தது. பி பிரிவில் பஞ்சாப் மற்றும் கூர்க்கா படைப்பிரிவுகள் மற்றும் 119 காலாட்படை இருந்தன. போருக்கு மிகப் பழக்கமான அனுபவம் மிக்க நேர்த்தியான வீரர்கள் அவர்கள். எனவே அவர்கள் முதல் அகழிகளைக் கைப்பற்றுவது என ஏற்கெனவே முடிவு செய்யப்பட்டிருந்தது. அதே சமயம் அவர்களுக்கு உதவியாக டைகரிஸ் நதியில் உள்ள காமட் மற்றும் ஃபயர்பிளை ஆகிய பிரிட்டிஷ் பீரங்கிப் படகுகள் ஒத்துழைப்பை வழங்கும் வகையில் எதிரிகளின் முன்னேற்றத்தைக் குண்டு வீசித் தடுக்க வேண்டும்.

ஏ மற்றும் சி பிரிவுகள் பக்கவாட்டில் தாக்கி துருக்கிப் படைகளை நிலைகுலைக்க வேண்டும்.

விடியும் சமயம் போரைத் துவக்கப் போவதாக ஏற்கெனவே அறிவிக்கப்பட்டிருந்தது. அதிகாலையில் துருக்கிப் படைகள் இரண்டாம் அகழியில் வெகு சர்வ சாதாரணமாக வெளியே தெரியும் அளவு வந்து கொண்டிருந்தார்கள். ஏராளமான ஒட்டகங்களில் துருக்கிப் படையினர் இருந்தனர். அந்த ஒட்டகப் படை மிகப்பெரியது. ஒரு பெரும் அமைதி நிலவியது. துருக்கியின் குதிரைப்படையினர் சிலர் அவர்களை நோக்கி முன்னேறி வந்தனர். அதனைத் தாக்க அகழியிலிருந்து பிரிட்டிஷ் வீரர்கள் தங்களின் துப்பாக்கிகளைத் தயாராகவே வைத்திருந்தனர். ஆனால் சிறிது தூரம் தெற்கே முன்னேறிவிட்டு திரும்பவும் வடக்கே சென்று விட்டனர். அந்நேரம் டைகரிஸின் மேற்குக் கரையிலிருந்து திடீரென துருக்கி பீரங்கிகள் வெடித்தன. அதன் இலக்கு நதியில் இருந்த பிரிட்டிஷ் படகுகள். அதனை நோக்கி முதல் தாக்குதலைத் துவங்கின. அதன் பின்பு தீப்பிழம்பு அங்கு இருபுறமும் வெடித்துச் சிதறியது. தொடர் எறி குண்டுகள் மாறி மாறி வீசப்பட்டன. ஆயிரக்கணக்கான இயந்திரத் துப்பாக்கிகள் சடசடத்தன. பிரிட்டிஷ் அகழியிலிருந்து வடக்கே முன்னேறும் நோக்கில் துருக்கிப் படைகளை விரட்ட பி படையணி அந்த அகழிகளில் தொடர் குண்டு வீச்சு நடத்தியது. ஆனால் திட்டமிட்ட படி நதியிலிருந்து அந்தத் தாக்குதலுக்கு படகுகளின் பீரங்கிகள் வழியாக வரவேண்டிய ஆதரவு வந்து சேரவில்லை. படகுகள் முதல் தாக்குதலில் நிலைகுலைந்து சமாளித்து நின்றன. மேலும் அந்தப் படகுகள் வடக்கு நோக்கி முன்னேறுவதைத் தடுக்கும் வகையில் நதியில் தடைகள் இருந்தன. அவர்கள் நதியை இரண்டாக வெட்டியிருந்தனர். படகு இயல்பாகக் கடந்துபோக இயலாதவாறு தடைகளை அமைத்திருந்தனர். மேலும் டைகரிஸில் தண்ணீருக்கு அடியில் அவர்கள் வெடிகளைக் கட்டிவைத்து, படகு உரசியதும் பெரும் வெடிப்பை ஏற்படுத்தி படகை மூழ்கடிக்கத் திட்டமிட்டிருந்தனர். அந்தக் கண்ணிவெடிகளை ஃபயர்பிளை படகின் பீரங்கி தகர்த்தது. பின் அகழிகளை நோக்கிச் சுட்டது. இருந்த போதிலும் அதனால் அதிகம் முன்னேற முடியவில்லை.

வில்லியம்ஸ் இருந்த சி நெடுவரிசை டைகரிஸ் ஓரமாகச் சென்று பக்கவாட்டில் துருக்கிப் படைகளைத் தாக்க முன்னேறியது. துருக்கியின் பீரங்கி குண்டுகள் அவர்களின் அருகில் வந்து வெடித்துச் சிதறின. அவர்களுடன் வந்து கொண்டிருந்த படை வீரர்கள் ஒரு நொடியில் சதை சிதறல்களாக உருக்குலைந்து கொண்டிருந்தனர். பக்கவாட்டில் பிரிட்டிஷ் படையணி தாக்கி முன்னேறும் என்பதைத் துருக்கியர்கள் கடந்த போரின் போது பெற்ற தோல்வியிலிருந்து உணர்ந்திருக்க வேண்டும். துருக்கியர்கள் பக்கவாட்டில் முன்னேறும் படைகளைத் தாக்க வெகு தயாரிப்புகளுடன்

இருந்திருக்கின்றனர் என்பதை அன்றைய தாக்குதல் வெளிப்படுத்தியது. சி படை அணி அதிகம் முன்னேற முடியவில்லை. ஆட்கள் இரண்டு பக்கமும் செத்து விழுந்துகொண்டே இருந்தார்கள். அடுத்தவர்கள் அதனைப் பொருட்படுத்தாது முன்னேறும் நிலையிலும் இருந்தார்கள். மேலும் இயந்திரத் துப்பாக்கிகள் முன்னேறும் படைகள் மீது குண்டு மழை பொழிந்தன. துருக்கிகள் வசதியாக காப்பு அரண்களை அமைத்து உட்கார்ந்துகொண்டு முன்னேறும் பிரிட்டிஷ் படைகளைத் தாக்கினர். ஆனாலும் பிரிட்டிஷ் இந்தியப் படை ஓர் உயரிய வீரத்தைக் காட்டியது.

பஞ்சாப் படையில் சீக்கியரும், முஸ்லீம்களும் இருந்தனர். கராச்சி, ராவல்பிண்டி, இஸ்லாமாபாத் என்று மட்டுமில்லாது ஆப்கான் எல்லைப்புற பிரிட்டிஷ் பகுதியிலிருந்தும் அவர்கள் வந்திருந்தனர். அவர்கள் இஸ்லாமிய மார்க்கத்தைக் கடுமையாகப் பின்பற்றுபவர்கள். எதிர்த்துப் போரிடும் துருக்கியர்களும் இஸ்லாமியர்கள். துருக்கி மன்னன் முஸ்லீம்கள் பிரிட்டிஷ்க்கு ஆதரவாகப் போராடக்கூடாது என வேண்டுகோள் வைத்திருந்தார். மேலும் ஸ்டசிபன் ஒரு வகையில் அவர்களின் புனித இடம். இறைத்தூதரின் நண்பரான சல்மானின் சமாதி உள்ள இடம். எனவே முஸ்லீம் வீரர்கள் முறையாக சண்டையிட மாட்டார்கள் என மேஜர் ஜெனரல் டவுன்செண்ட் நம்பினார். எனவே பஞ்சாப் படைகள் வேண்டாம் எனக் கடிதம் எழுதும் அளவு அவரின் பாதகப் பார்வை இருந்தது. ஆனால் இவற்றுக்கு அப்பால் தங்களின் இன்னுயிர்களை முஸ்லீம்கள் பிரிட்டிஷ்க்காக வழங்கிக்கொண்டிருந்தனர். டவுன்செண்டின் யூகம் அவரின் தோல் நிறத்தின் வெளிப்பாடு. அது ஒரு வகை மன நோய். பஞ்சாப் படையணியோ நம்பியவனை ஒருபோதும் கைவிடாது என தங்களின் இரத்தத்தை சிந்தி டவுன்செண்டைக் கடந்து போனது.

பெங்கால் மெடிக்கல் கார்ப்ஸ் கூடாரத்தின் மீதும் குண்டு விழுந்தது. அங்கே சில டாக்டர்கள் இருந்தார்கள். அதேபோல தொழிலாளி பட்டாளத்தைச் சார்ந்தவர்களும் கொல்லப்பட்டனர். அவர்கள் போரிடுபவர்களுக்குத் தண்ணீரும் தேவையான குண்டுகளையும் தர ஓடிக் கொண்டிருந்தனர். குண்டுகளுக்கு தலைகளின் எண்ணிக்கை மட்டுமே இலக்கு. ஒரு பிரிட்டிஷ் பீரங்கி குண்டு, துருக்கிப் படை அகழி நோக்கிச் செல்லாமல் வேகமின்றி அவர்களின் படையணி மீதே விழுந்து வெடித்தது. இதுபோன்ற விபத்துகளும் போரில் ஓர் அங்கம்.

பி படையணி அகழிகளிலிருந்து வெளியேறி துருக்கி அகழியை நோக்கி வடக்கே முன்னேறியது. தொடர்ந்து துருக்கியின் இயந்திரத் துப்பாக்கிகள் தண்ணீர் போல தோட்டாக்களை இறைத்து அந்த முன்னேற்றத்தைத் தடுக்க முயன்றது. இருந்தபோதும், பி படையணியில் ஆட்கள் வீழ்ந்து கொண்டிருந்தபோதும் அவர்களைத் தாண்டி முன்னேறினர். துருக்கி

பதுங்குகுழிகளுக்கு முன்பு போடப்பட்டிருந்த முட்கம்பித் தடுப்புகளை பெங்களூர் டர்பிடோ என்ற நீளமான இரும்புக் குழாய் வெடியை வைத்து தூரமாக ஒயர் மூலம் மெக்கர் பெட்டியில் இணைத்து, மெக்கர் பெட்டியை அழுத்தி வெடியை வெடிக்கச் செய்தனர். இந்த குழாய் வெடி முள் கம்பிகளையும் இரும்புச் சட்டகங்களையும் தூக்கி வீசியது. அவர்கள் துருக்கி படையின் அகழிகளில் இறங்கினர். அங்கே இயந்திரத் துப்பாக்கிக் குழுவினரைச் சுட்டு நிர்மூலமாக்கிய பின் பி படையணி வேகமாக முன்னேறியது. துருக்கிப் படைகள் இரண்டாம் அகழிக்குள் சென்றிருந்தனர். அவர்களை விரட்டிச் சென்றபோது டைகரிஸின் மேற்குப்புற மறுகரையிலிருந்து துருக்கிப் படையின் 35ஆம் படைப்பிரிவுப் படைகள் கூடுதலாக வந்து இரண்டாம் பதுங்குகுழி பிரிட்டிஷ் படை வசம் செல்லாமல் தடுத்தனர். துருக்கிப் படையில் கூடுதலாக வந்த படைப்பிரிவில் போரிட்டவர்கள் அப்பகுதி அரேபியர்கள். அவர்கள் முறையான போர்ப் பயிற்சி பெற்றவர்கள் அல்ல. துருக்கிப் படையில்கூட பெரும்பாலும் விவசாயிகள் போர் புரிய வந்திருந்தனர். அவர்கள் நூற்றுக்கணக்கில் பிரிட்டிஷ் பி நெடு அணியின் தாக்குதலில் விழுந்தனர். ஆனால் அவர்கள் இரண்டாம் அகழியை விட்டுக் கொடுக்கவில்லை. பி படையணிக்கு அப்போது ஆட்கள் குறைவாக இருந்தனர். மேலும் அந்தப் படையணி முழுக்க திறந்த வெளியில் இருந்தது. கடும் வெயிலால் இரண்டாம் அகழிக்குப் பக்கம் இருந்த கோட்டைச் சிதிலத்திற்கு அருகில் முன்னேறும் பிரிட்டிஷ் படையின் கண்களை கூசச் செய்த மணல் வெளியில் தெரிந்த கானல்நீர்க் காட்சி சலனம், சரியாகக் குறிவைத்துச் சுடுவதற்குப் பெரும் இடையூறாக இருந்தது.

ஜெனரல் டவுன்செண்ட், சி படையணி பக்கவாட்டில் துருக்கியின் தாக்குதலை உடைத்து முன்னேற உத்தரவிட்டிருந்தார். ஆனால் அது அவ்வளவு எளிமையாக இருக்கவில்லை. படையணிகள் பெரும் தாக்குதலைத் தொடுத்தபோதும், துருக்கிப் படைகளுக்கு சேதம் விளைந்த போதும் அதனை ஈடு செய்யும் விதமாக புதிய படை வந்துகொண்டே இருந்தது. இக்பாலின் இயந்திரத் துப்பாக்கிக் குழுவில் இக்பாலும் சாமத்தியும் மாறி மாறி இயந்திரத் துப்பாக்கியை இயக்கினர். அவர்கள் தோண்டியிருந்த அகழிக் குழிகள் டைகரிஸை ஒட்டி இருந்தது. நதியில் ஓர் உடைப்பை ஏற்படுத்தி அகழிக் குழிக்குள் தண்ணீர் உள்ளே போகும்படி செய்து விட்டார்கள். அதைச் சரி செய்யப் போவோரை தொலைகுறித் துப்பாக்கிகள் மூலம் சுட்டனர். தண்ணீர் குபு குபு என உட்புகுந்தது, பாதித் தண்ணீரில் நின்று சுட வேண்டி இருந்தது. அந்நேரம் இக்பாலுக்கு தோளில் ஒரு குண்டு உரசிப் போனது. இயந்திரத் துப்பாக்கிகளை இயந்திர துப்பாக்கிகள் எதிர் கொள்வதைப் போலவே தொலைகுறித் துப்பாக்கிகள் குறிவைத்துத் தாக்குவது நடந்தது. மதியம் ஒரு மணியளவில் இக்பாலுக்கு கையில் காயமானது. ஆனால் அது பெரிய காயமில்லை.

அந்த சமயம் சாமத்தி இயந்திரத் துப்பாக்கியைச் சுட்டுக்கொண்டிருந்தான். அவன் பேரிச்சை மரம் நிறைந்திருந்த பகுதியில் துருக்கி அகழிக் குழியின் பக்கவாட்டு அரணைத் தாக்கிக்கொண்டிருந்தான். ராணா பைனாக்குலர் மூலம் குனிந்து படுத்தபடி பார்த்து துருக்கிப் படைகளின் நடமாட்டத்தைச் சொல்லிக்கொண்டிருந்தான். வீரனும், ராமனும் துப்பாக்கி பெல்டுகளில் தோட்டாக்களை நிரப்பிக்கொண்டிருந்தனர். இக்பால் கையைப் பிடித்துக்கொண்டிருந்தான். காயத்திற்கு கட்டிய துணியை இரத்தம் நனைத்திருந்தது. ராணா ஒரு தொலைகுறி துப்பாக்கிக்காரனை பைனாக்குலரில் பார்த்தான். அவன் பேரிச்சை மரத்திற்கு கீழே குழியில் இருந்தான். அவனை நோக்கித்தான் தனது இலக்கை வைத்திருக்க வேண்டும் எனக் கருதி, அந்தப் பக்கம் இயந்திரத் துப்பாக்கியைப் பேரிச்சை மரத்திற்குக் கீழே திருப்புமாறு கத்தினான். சாமத்தி துப்பாக்கியை அதை நோக்கித் திருப்பினான். படீர் என்ற சப்தம் கேட்டது. இயந்திரத் துப்பாக்கி நின்று போனது. சாமத்தி பின் நோக்கிச் சரிந்தான். கீழே சரிந்தவனை இக்பால் தாங்கிப் பிடிக்க முயன்றான். சாமத்தியின் இடது கண்ணில் ஒரு துளையிருந்தது. குண்டு தலை வழியே வெளியேறியிருந்தது. ஒரு நொடி மட்டும் அவன் மற்றொரு கண்ணால் இக்பாலைப் பார்த்தான். அவன் கரம் இக்பாலின் கரத்தைப் பிடித்திருந்தது. அடுத்த நொடி அவன் அமைதியானான். ராணாவும், ராமனும், வீரனும் அவனை உலுக்கினர். இக்பாலின் மீது சூடான சாமத்தியின் இரத்தம் வழிந்து தேங்கி இருந்த தண்ணீரில் கலந்தது. மண் நிறத்திலிருந்த தண்ணீர் இரத்த நிறமானது. சாமத்தி போல பலரின் இரத்தம் கலந்திருக்கும். அடுத்த நொடி இக்பால் சாமத்தியைச் சாய்த்துப் படுக்க வைத்துவிட்டு குண்டு வந்த திசையை நோக்கி வெறி பிடித்தவன் போல கத்திக்கொண்டே சுட்டான். இயந்திர துப்பாக்கி கைகளைப் பின்னுக்குத் தள்ளியது. எல்லோரும் கடுமையாக வெறி பிடித்தவர்கள் போல கத்தினர். 'விடாதே... விடாதே...' என்றான் ராணா. குண்டு பெல்டுகளை செருகிக்கொண்டே இருந்தான் ராமன். பேரிச்சை மரம் பீய்ந்து கீழே சாய்ந்தது. வீரன் மட்டும் சாமத்திக்கு உயிரிருக்கின்றதா என சோதித்துப் பார்த்தான். எல்லோர் கண்களிலும் கண்ணீர் பெருக்கெடுத்தது.

வில்லியம்ஸ் படையினரைப் பின்வாங்கச் சொல்ல வந்தபோது அவன் சாமத்தியின் உயிரற்ற உடலைப் பார்த்தான். சாமத்தியின் ஈரமான உடலைத் தூக்கும்போது அரைக்கால் பேண்ட் ஜேப்பில் அவனின் குழந்தையின் குல்லா வைத்திருந்தான். சாமத்தியின் சம்பள நோட்டான 'பே புக்'கை அவனின் சட்டை ஜேப்பிலிருந்து வில்லியம்ஸ் எடுத்தான். அவன் கண்களிலும் நீர் கோடிட்டது. சாமத்தியின் உடலை அகழிக் குழியிலிருந்து வெளியே கொண்டு வரும்போது, வெகு நேரம் குளிர்ந்த நீரில் நின்றதால் எல்லோருக்கும் நடுக்கம் வந்தது. எல்லோரும் நின்று சாமத்தியின் உடல் முன்னே சல்யூட் அடித்தனர். யாரோ ஒருவன் சூடான கஞ்சி கொண்டு

வந்து கொடுத்தான். அது அந்நேரம் ஆறுதலாக இருந்தது. இக்பால் தனது காயத்திற்கு கூடுதல் சிகிச்சை தேவையில்லை எனக் கூறி விட்டான். இயந்திரத் துப்பாக்கியை இயக்க மற்றொரு நபர் நியமிக்கப்படும் வரை ராணா அந்த வேலையை பொறுப்பெடுத்துக் கொண்டான். மோசமாகக் காயம் அடைந்தவர்கள் ஆம்புலன்ஸ் டாக்சி என்ற வண்டிகளில் திரும்பவும் தென்பகுதியில் உள்ள லஜ் பகுதிக்கு அனுப்பப்பட்டனர்.

தூரத்தில் துருக்கியின் ஏ அகழிக்குழியில் இருந்த பல துருக்கிப் படை வீரர்கள் கைது செய்யப்பட்டு அழைத்து வரப்பட்டார்கள். அந்த அகழிக் குழியிலிருந்து நிறைய கோட்டுகளையும் சில கம்பளிகளையும் எடுத்து வந்திருந்தனர். நடுங்கிக் கொண்டிருந்தவர்களுக்கு கம்பளிகளைப் போர்த்தி விட்டனர். இக்பாலுக்கு ஏற்பட்ட காயத்திலிருந்து இரத்தம் வழிந்ததால் அவன் அகழிக் குழியில் இருந்த மருத்துவமனைக்கு வந்து காயத்திற்கு கட்டுப் போட்டுக்கொண்டான். பின்னர் பழைய அகழிக்குழியில் தண்ணீர் புகுந்திருந்ததால், அதற்குப் பக்கத்தில் தொழிலாளர் பட்டாளம் தோண்டியிருந்த குழியில் இயந்திரத் துப்பாக்கிக் குழு பொறுப்பெடுத்துக் கொண்டது. அடுத்த நாள் பெரும் தாக்குதல் எதுவும் இல்லை. அகழிக் குழிக்கு மேலே சூரியன் நேரே வந்து நின்றது. அப்போது இக்பாலுக்கு கையில் வலி தெரியாதிருக்க கொஞ்சம் பிராந்தியும் கூடவே தகர டின்னில் இருந்த பதப்படுத்தப்பட்ட பாலையும் வில்லியம்ஸ் வந்து கொடுக்க ஏற்பாடு செய்திருந்தான்.

இப்போது துப்பாக்கித் தாக்குதல் ஓய்ந்திருந்தது. தொலைகுறித் துப்பாக்கித் தாக்குதல் நடக்கும் என்பதால் எச்சரிக்கையுடன் இருந்தனர். பிரிட்டிஷ் அகழிக் குழிக்கும் துருக்கியின் முதலாவது ஏ அகழிக் குழிக்கும் நடுவே இருந்த மணல் பகுதியில் ஏராளமான பஞ்சாப் மற்றும் கூர்க்கா படை வீரர்களின் உயிரற்ற சடலங்கள் கிடந்தன. காயம் பட்ட பலர் நகரமுடியாமல் காலையிலிருந்து இரவு வரை துடித்துக்கொண்டிருந்தனர். மாலையில் ஆம்புலன்ஸ் கார்ப்ஸ் அவர்களை ஸ்ட்ரெச்சரில் எடுத்து வந்தது. அது அவ்வளவு எளிதாக இல்லை. அவ்வப்போது துருக்கிப் பக்கமிருந்து துப்பாக்கிகள் வெடித்தன. ஆம்புலஸ் ஸ்ட்ரெச்சர் தூக்குபவர்களும் துப்பாக்கி குண்டுக்கு இலக்காகி கீழே சரிந்தனர். ஒருவன் இறந்த பின்பு சிறிது நேரம் கழித்து அடுத்தவன் ஸ்ட்ரெச்சர் தூக்க வேண்டும். துருக்கியின் ஏ அகழிக்குழியை பிரிட்டிஷ் படைகள் கைப்பற்றிய பின்பு, ஏராளமான துருக்கிப் படை வீரர்களின் சடலங்கள் கிடந்தன. பல உடல்கள் கனரகத் துப்பாக்கி மற்றும் பீரங்கித் தாக்குதலில் முற்றிலும் சிதைந்த நிலையில் கிடந்தன. இதன் அருகில் நின்றே பசிக்கு ஏதாவது சாப்பிட்டுக்கொள்ளவேண்டும். இரண்டு பக்கமும் சடலங்களையும் காயம்பட்டவர்களையும் அப்புறப்படுத்தும் வகையில் சில மணி நேரம் போர் நிறுத்தம் அதிகாரப்பூர்வமாக அறிவிக்கப்படும் வரை, சடலங்களையும் காயம் பட்டவர்களையும் அப்புறப்படுத்துவது மட்டுமல்ல, தண்ணீர் தருவதுகூட இயலாத ஒன்று. பலர் உரிய சிகிச்சை கிடைக்காமல் காத்திருந்து காத்திருந்து மெல்ல மெல்ல சாவதும் உண்டு. காயம் பட்டு நெளிபவர்களை பல சமயம் துப்பாக்கிக் குண்டுகள் பதம் பார்த்து விடும். அன்று காயம் பட்டு உயிர் பிழைத்திருப்பவர்களை ஒரு வழியாக மாலைக்கு மேல் ஸ்ட்ரெச்சரில் எடுத்து வந்து ஆம்புலன்ஸ் டாக்ஸி என்ற குதிரை வண்டிகளில் தெற்கே எட்டு மைல் தொலைவில் இருந்த லஜ்க்கு அனுப்பிவைத்தனர். அந்த வண்டிகள் சக்கரங்களுக்கு மேல் எந்த ஸ்பிரிங் வசதியும் இல்லாதவை. அதன் அதிர்வு காயம்பட்டுக் கிடப்பவர்களை மேலும் கதறச் செய்தது. இறந்த உடல்களை செஞ்சிலுவை சங்கத்தினர் இரண்டு புறமும் எடுத்துக் கொடுக்க முன் வந்தனர். அந்த இடத்தில் இறந்த படைவீரர்கள் அளவுக்குப் படைப்பிரிவில் ஈடுபட்ட

குதிரைகள், கழுதைகள், ஒட்டகங்கள் செத்தும் குண்டுக் காயங்களுடனும் கிடந்தன. முக்கியமாக ஒட்டகங்களும், குதிரை மற்றும் கோவேறு கழுதைகள். அவற்றின் மரண ஓலம் சகிக்க முடியாதது. தொடர்ந்து கேட்க முடியாதது. மேலும் மரண அச்சம் தரக்கூடியது. அவைகளின் கழுத்துத் தமனியை கூரிய கத்தியில் ஆழமாக அறுத்து விட்டால் போதும், அது அடுத்த நொடி அமைதியாகும். சலனமற்ற அதன் திறந்த கண்கள் அவனை நன்றியோடுதான் பார்க்கும். அதைத் துணிந்து செய்பவன் அங்கே கருணை உள்ளம் படைத்தவன் எனக் கருதப்படுவான்.

அன்று இரவு படையணியில் காயம்பட்டவர் மற்றும் திரும்பாதவர்கள் கணக்குப் பார்க்கப்பட்டது. சாமத்தி உள்ளிட்ட பலர் திரும்பி வரவில்லை. பெரும்பாலும் காயம்பட்டவர்கள் களத்திலிருந்து மீட்கப்பட்டுவிட்டனர். மொத்தப் படையணி எண்ணிக்கையையும் காயம்பட்டவர்கள் மற்றும் தற்போது திரும்பியவர்கள் அல்லது களத்தில் காவல் அரண் செய்து கொண்டிருப்பவர்கள் எண்ணிக்கையையும் கழித்துப் பார்த்தபொழுது சுமார் 5000 பேர்கள் விடுபட்டிருந்தது தெரிந்தது. இதுபோன்ற ஒரு இழப்பை எப்போதும் பிரிட்டிஷ் படை இப்பகுதியில் சந்தித்ததில்லை. கடந்த சில மாதங்களுக்கு முன் துருக்கியின் கல்லிபோலியில் ஒரு பெரும் இழப்பைச் சந்தித்தது. ஆனால் ஒரே நாளில் இவ்வளவு இழப்பை எதிர் நோக்கவில்லை. பிரிட்டிஷ் படைகளின் பாதிப்பைக் காட்டிலும் துருக்கிப் படை இரண்டு மடங்கு பாதிப்பை எதிர்கொண்டது. காயமடைந்தவர்கள் நூற்றுக்கணக்கில் பாக்தாத் கொண்டு செல்லப்பட்டனர்.

அன்றைய தினம் மதியத்திற்கு மேலே துருக்கிப் படைகள் முதலாம் அகழியைக் கைப்பற்ற ஒரு தாக்குதலை நடத்தின. ஆனால் அது வெற்றி பெறவில்லை. சி படையணிகள் இருந்த நதிக்கரையை ஒட்டிய பகுதியில் ஒரு செல் குண்டு பெரும் சப்தத்துடன் வெடித்தது. அதில் யாரும் காயம் அடையவில்லை என்ற போதும் ராமனின் உடல் நடுக்கம் நிற்காமல் இருந்தது. அவனை ஓய்வு எடுத்துக்கொள்ளும் படி கூறிவிட்டனர். இரவு அகழிக் குழியிலிருந்து ராணா வெளியேறி, அவர்கள் கூடாரத்தில் கட்டி விட்டு வந்த ஆட்டுக்குட்டியை அவிழ்த்துவிட்டு ஓடி விடு என்றான். அங்கொன்றும் இங்கொன்றுமாக குண்டுகள் விழுந்து கொண்டிருந்தன. அந்த ஆட்டுக்குட்டி அவன் கால்களையே சுற்றிக்கொண்டிருந்தது. அவன் வேறுவழியின்றி திரும்பவும் அதைக் கட்டிவிட்டு குடிக்கத் தண்ணீரைத் தகர டின்னில் எடுத்துக்கொண்டு அகழிக்குழிக்குள் வரும்போது இருட்டில் ஒரு உருவம் வருவதைப் பார்த்தான். அவன் ஆறடி உயரம் இருப்பான். அவன் ராணாவின் முன்வந்து கொஞ்சம் தண்ணீர் தரும்படி சைகையில் கேட்டான். ராணா செய்வதறியாது உறைந்து போனவன் போல, அவனிடம் டின்னை நீட்டினான். அவன் டின்னில் வாயை வைத்து சிந்தாது குடித்தான். அவ்வளவு தாகம் அவனுக்கு. பின் ஒரு பெருமூச்சு விட்டு ஆசுவாசப்படுத்திக் கொண்டு

ராணாவைப் பார்த்து நன்றியோடு புன்னகைத்து விட்டு இருளில் மறைந்து விட்டான். அவன் ஒரு துருக்கி வீரன். தன்னைப் போல அவனும் ஒரு ஏழை விவசாயியின் மகன் என ராணா கருதினான். 'அவன் என்ன நினைத்து நான் கட்டாயம் தண்ணீர் தருவேன் என என்னிடம் வந்தான்' என அவனையே கேட்டுக்கொண்டான். துருக்கி வீரனை ஒரு போதும் எதிரியாகக் கருத ராணாவின் மனது இடம் தரவில்லை. ராணா சுற்றிலும் பார்த்தான். எவரும் இல்லை. ராணா அவனைப் பார்த்ததை பற்றி எவரிடமும் பேசவில்லை. அதன் பின்பு இரவு முழுதும் அவ்வப்போது ஸ்டார் செல் வெடிக்கும் சப்தமும் அதற்கு பதில் மறுபுறத்திலிருந்து செல் வந்து எப்போவாவது விழுவதும் நிகழ்ந்தது.

நவம்பர் 24 விடிந்ததும் இருபுறமும் எந்தத் துப்பாக்கிச் சப்தமும் இல்லை. காலை 7.15 மணியளவில் வில்லியம்ஸ் இயந்திரத் துப்பாக்கிப் படைக்குழுவை அகழிக்குழியிலிருந்து வெளியே வருமாறும் திரும்பப் போகின்றோம் எனவும் சி பிரிவு படையணியை அழைத்துக்கொண்டிருந்தான். பிரிட்டிஷ் மற்றும் ஒட்டாமன் துருக்கித் தளபதிகள் தற்காலிக போர் நிறுத்தம் செய்திருந்தனர். போர்க் களத்தில் இரு தரப்பினருக்கும் பொதுவான இடத்திலும், எதிர்த்தரப்புப் பகுதியிலும் இறந்து கிடந்தவர்களை எடுப்பதற்கு செஞ்சிலுவைச் சங்கத்தின் மேற்பார்வையில் குழுக்கள் வந்தன. சிதைந்த உடல்கள் எடுத்துச் செல்லப்பட்டன. அதில் இறந்ததாகக் கருதப்பட்ட சிலருக்கு உயிர் இருந்தது. ஏ பதுங்கு குழியிலும் அதற்கு முன்பிருந்த பொதுவான நிலப்பரப்பிலும் ஏராளமான வீரர்களின் உடல்கள் கிடந்தன. அதுமட்டுமன்றி சிதைந்த மனித உடலின் பாகங்களும் கிடந்தன. இறந்து கிடந்தவரின் கைகளில் கட்டப்பட்ட டேக்குகளை 'நாய் டேக்குகள்' என்று அழைத்தனர். அதில் உள்ள விபரங்களை வைத்து இறந்தவரின் பெயரையும், படையணி பற்றியும் அறிந்து கொண்டனர். பலருக்கு அவர்களின் சம்பளப் புத்தகத்தின் குறிப்பும் உதவிகரமாக இருந்தது. படையணி அதிகாரிகள் இந்தத் தகவலை அவர்களின் குடும்பத்திற்குத் தெரியப்படுத்த வேண்டும். இறந்தவர்களின் விபரங்களை தலைமையகத்திற்கு தந்தி வழியாகத் தெரியப்படுத்தினால் அவர்கள் குடும்பத்தினருக்கு சண்டையில் இறந்ததையும் அதற்காக பிரிட்டிஷ் அரசின் போர் செயலர் லார்ட் கிச்சன்கர் அல்லது இந்தியப் அரசு செயலாளர் வருத்தப்படுவதாகவும் குடும்பத்தினருக்கு தந்தி அனுப்பி விடுவார்கள். அந் நாட்களில் இறந்தவனின் கிராமத்தில் தந்தி கொண்டு வரும் தபால்காரன் சாவை அறிவிக்கக் கூடியவன்.

உடல்கள் கிடைத்ததும் நேரமின்மை காரணமாக அந்தந்தப் படையணிகள் அதனைப் பெரும் குழிகளில் நிரப்பி மண்ணைப்போட்டு மூடின. அந்தச் சமயம் அவரவர்கள் தங்களின் வழக்கப்படி பிரார்த்தனை செய்து கொண்டனர். பிரிட்டிஷ் இந்தியப் படைகளில் மூன்றில் ஒரு பங்கு

படையினர் செத்துப் போயிருந்தனர் அல்லது கடுமையான காயமடைந்து முடமாகி மருத்துவமனைக்கு அனுப்பப்பட்டிருந்தனர். அங்கிருந்து படகுகள் மூலம் மோசமாகக் காயம்பட்டவர்களை தெற்கே பஸ்ராவுக்கு அனுப்பும் நடவடிக்கை எடுக்கப்பட்டது. பகலில் கடும் வெயிலும் இரவில் கடும் குளிரும் உள்ள நிலையில் காயம்பட்டவர்கள் திறந்த படகுகளில் பயணிப்பது அவ்வளவு பாதுகாப்பற்றதுதான். இருந்த போதும் அவர்களுக்கு வேறு வழியில்லை. பஸ்ரா போய்ச் சேர சில நாட்கள் ஆகும் அதுவரை காயம்பட்டவர்கள் பொறுத்துக்கொள்ள வேண்டும். அவசரத் தேவைக்கு கரையில் உள்ள பிரிட்டிஷ் துருப்புகளிடம் அல்லது மருத்துவமனைகளைப் பயன்படுத்திக் கொள்ள அறிவுறுத்தி அனுப்பப்பட்டது. இயந்திரத் துப்பாக்கிக் குழுவின் ராமன் அதுபோன்ற படகில் அனுப்பப்படவிருந்தான். அந்தப் படகின் பெயர் மெஜிட்டி. அது ஒரு திறந்த படகு. மேலே சிறு இரும்புத் தடுப்பு மட்டும் கூடாரமாக இருந்தது. மருத்துவப் படை பணியாளர் இருவர் இருந்தனர். ஒரு சில நாட்களுக்குத் தேவையான உணவு மட்டும் படகில் இருந்தது. காயம்பட்டவர்கள் திறந்த படகில் பகலில் வெயிலையும் இரவில் கடுங்குளிரையும் சமாளித்தும் மறுபுறம் குண்டுக் காயத்திலிருந்து உயிரை தக்கவைத்தும் சில நாட்கள் பயணம் செய்து பஸ்ரா மருத்துவமனைக்குப் போகவேண்டும். அவர்கள் போய்ச் சேர்வதற்கு முன் காலநிலை என்ற மோசமான எதிரியை வெல்ல வேண்டும். பின் காயங்கள் புரையோடாமல், புழுக்கள் வைக்காமல் காப்பாற்றப்பட வேண்டும். வழியில் கரையிலிருந்து மறைந்திருந்து எந்த எதிரியின் துப்பாக்கியும் வெடிக்கக் கூடாது.

மேஜர் ஜெனரல் டவுன்செண்ட்க்கு துவக்கத்திலிருந்தே பாக்தாத்தை நோக்கி முன்னேறுவதில் உடன்பாடில்லை. பஸ்ராவைக் கைப்பற்றினால் போதும் அல்லது அதற்கு அப்பால் குர்ணா வரை பிரிட்டிஷ் படைகள் பிடித்தால் போதும் எனக் கருதியிருந்தார். ஆனால் கூடுதல் படையணிகளைத் தருவதாக ஜெனரல் நிக்சன் கொடுத்த வாக்குறுதியையும் நம்பினார். மேலும் உயர் அதிகாரியின் வார்த்தையைத் தட்டமுடியாத தர்ம சங்கடத்தில் முன்னேறினார். கூடுதல் படைகளோ, போருக்குத் தேவையான சப்ளைகளோ எதுவும் வரவில்லை. ஒரு வகையில் அது நம்பிக்கை தவறுவது. மூன்றில் ஒரு பங்கு படைகளை இழந்த பின்பும், கூடுதல் உதவி வரும் என்பதற்கு எந்த உறுதியும் இல்லாத சூழலில் போர் புரிவது தற்கொலைக்குச் சமமானது. இருக்கும் படைகளையும் இழக்கும் நிலை வரும். ஆனால் துருக்கி படைகளுக்கோ பாக்தாத், மொசூலில் இருந்தும் துருக்கியின் கல்லிபோலி போன்ற பகுதிகளிலிருந்தும் தேவைக்கு கூடுதல் படைகள் வரத் தயாராக இருந்தன. தற்காலிகமாக ஜெனரல் டவுன்செண்ட் தெற்கு நோக்கிப் பின்வாங்குவது என முடிவு செய்தார்.

இயந்திரத் துப்பாக்கிக் குழுவிலிருந்த ராமனின் உடலில் நடுக்கம் இருந்து கொண்டே இருந்தது. கேப்டன் கல்யாண் அவனைப் பரிசோதித்துவிட்டு அது செல் ஷாக் பாதிப்பு, சரியாக சில நாள் பிடிக்கும் என்றான். நீராவிப் படகில் போட்ட அவர்களின் பொருட்கள் அந்தப் படகோடு எரிந்து போயிருந்தன. ராணா ஓடிச் சென்று கூடாரத்தில் இருந்த மீதிப் பொருட்களையும் கூடாரத்தின் துணிகளையும் எடுத்துக்கொண்டு முக்கியமாக ஆட்டுக்குட்டியையும் தூக்கிக்கொண்டு வந்தான்.

அவர்கள் புறப்படுவதற்கு முன் ஒரு அணிவகுப்பு நடந்தது. இறந்த வீரர்களுக்கு அஞ்சலி இசைக்கப்பட்டது. ஜெனரல் டவுன்செண்ட் அந்த அணிவகுப்பு மரியாதையை ஏற்றுக்கொண்டபின் ஒரு மெகா போனில் பேசினார். “நவீன போர் வரலாற்றில் ஒரு ராணுவம் ஸ்டசிபனில் பிரிட்டிஷ் படைகள் போராடியதைப் போல எங்கும் போராடி இருக்க முடியாது. இதை நாம் பின்னடைவு என்றோ அல்லது புறமுதுகு காட்டுதல் என்றோ

கருதத் தேவையில்லை. உங்கள் தியாகத்திற்கு நான் சாட்சியாவேன். நாம் தற்போது பின் வாங்குகின்றோம். தோற்கவில்லை. நமது கவுரமான இந்தப் பின்வாங்குதலை வரலாறு என்றென்றும் நினைவு கூறும்" என்றார். அவர் மிகவும் உணர்ச்சிவசப்பட்ட நிலையில் பேசினார். அவரின் கண்கள் கலங்கி இருந்தன.

இந்தப் போர் தொடங்கும்போது 12000 பிரிட்டிஷ் இந்தியப் படைகள் இருந்தன. அதில் 4200 போர் வீரர்கள் காயம் காரணமாகவும் அல்லது கொல்லப்பட்ட வகையிலும் படையில் இல்லை. மேஜர் ஜெனரல் டவுன்செண்ட் மூன்றில் ஒரு பங்கு பிரிட்டிஷ் அதிகாரிகளை இழந்திருந்தார். இந்தியப் அதிகாரிகள் பாதிக்கும் மேற்பட்டோர் இறந்து போயிருந்தனர். அவரின் பூனே படையணியில் மட்டும் மூன்றில் ஒரு பங்கு இல்லாமல் போயிருந்தது.

துருக்கி படைத் தளபதி நூருதின் படையில் 6188 படை வீரர்கள் கொல்லப்பட்டிருந்தனர். 3500 படை வீரர்களுக்கும் மேலாக மோசமாக காயம் அடைந்திருந்தனர். அதுவன்றி 1230 படை வீரர்களை பிரிட்டிஷ் இந்தியப் படை, போர்க் கைதிகளாக சிறைபிடித்துச் சென்றிருந்தது. அது மோசமான இழப்பு. ஆனால் அதைப் போல கூடுதல் படைகளை பெற்றுக்கொள்ள சில நாட்கள் பிடிக்கும். எனவே அவர் பாக்தாத்தை நோக்கிப் பின் வாங்கும் சிந்தனையில் இருந்தார். ஆனால் பிரிட்டிஷ் படை பின்வாங்குவதை அறிந்ததும், தனது முடிவை மாற்றிக்கொண்டார். அந்த பின்வாங்கும் படைகளை விரட்டுவது என முடிவு செய்தார். இப்போது அவர்கள் முறை.

படைப்பிரிவுகள் குழுக்களாக தெற்கு நோக்கிப் பின்வாங்கிக் கொண்டிருந்தன. முதலில் அவர்கள் எட்டு மைல் தெற்கே லஜ் போய் சேரவேண்டும். அதன் பின் அடுத்த நிலைப்பாட்டை ஜெனரல் டவுன்செண்ட் அறிவிக்க இருந்தார். திரும்பி வரும்போது குதிரை, கழுதை வண்டிகள் காயம்பட்டு நடக்க முடியாதவர்களுக்கு கொடுக்கப்பட்டிருந்தன. மற்றவர்கள் நடந்து வந்தனர். பாலைவன மணலில் புதைந்து கிடந்த ஒட்டக முள் என்ற கருவேல மரத்தின் முட்கள் எல்லோரின் கால்களையும் குத்தி சேதப்படுத்தின. மேலும் அரைக் கால் டவுசர் அணிந்திருந்தவர்களின் முழங்கால் வரை அது கிழித்து காயம் ஏற்படுத்தியது. லஜ் வந்தபோதே படையணிகளில் மோசமாக காயம்பட்ட சிலர் இறந்து போயிருந்தனர். அங்கு ஏற்கனவே இருந்த சில மருத்துவக் குழுக்கள் மருத்துவ உதவி செய்ய அதன் முகாமில் காத்திருந்தன.

லஜ் வரும்போது மாலையாகி விட்டது. காலையிலிருந்து யாரும் சாப்பிடவில்லை. பசியும் சோர்வும் வாட்டியது. அவர்களின் தோள் பைகளில் அவசர கால ரேசன் தானியம் இருந்தது. கொஞ்சம் ஓட்ஸ் மற்றும் கோதுமை ரொட்டி. ஒரு சிறிய டின் பாலாடைக் கட்டி மற்றும் கொஞ்சம் பேரிச்சை பழங்கள். வில்லியம்ஸ் ஒவ்வொரு முறையும் அவனின் குழுவினர் வந்து சேர்ந்துள்ளனரா எனக் கணக்கு எடுத்து அதிகாரிகளுக்கு தெரியப்படுத்திக் கொண்டிருந்தான். இரவு சுமார் எட்டு மணியளவில் அவன் அதிகாரிகளைச் சந்தித்துவிட்டு இயந்திரத் துப்பாக்கிக் குழுவினரிடம் வந்தான். அவர்கள் ஒரு குட்டையான மரத்தைச் சுற்றி அமர்ந்திருந்தார்கள். குளிருக்கு தணப்பு போட்டிருந்தார்கள். மரத்தின் காய்ந்த சுள்ளிகள் நன்கு எரிந்தன. அப்போது ராணா ஆட்டுக்குட்டிக்கு கொஞ்சம் கருவேல மரத்தின் கொழுந்து இலைகளைப் பறித்து வந்து போட்டிருந்தான். மேலும் கொஞ்சம் கோதுமைக் கஞ்சியை வில்லியம்ஸ்க்கு குடிக்கக் கொடுத்தான். அது அந்தக் குளிருக்கு மிகவும் இதமாக இருந்தது. குண்டு உரசிப் போன இக்பாலின் கை சற்று வீங்கி இருந்தது. அப்போது பேச்சு சாமத்தி பற்றித் திரும்பியது. அவனின் இறப்பைக் குடும்பத்திற்கு தெரிவிக்க ஏற்கெனவே

செய்தி அனுப்பப்பட்டதையும் இன்னும் ஒரு சில நாட்களில் அந்தச் செய்தி அவர்கள் குடும்பத்திற்கு தெரிவிக்கப்படும் எனவும் தெரிவித்தான். போரில் செத்துப்போன வீரனுக்காக அரசாங்கம் கொஞ்சம் விளைநிலம் தரும். அதில் அவனின் மகன் சோனு வளர்ந்து விவசாயம் செய்வான். அவன் இளம் மனைவியின், குழந்தையின் நினைவுகளுடன் வாழ்ந்த வீரன் அவன். வில்லியம்ஸ் எரியும் தணலைப் பார்த்துக்கொண்டே இருந்தான். குழுவினர் பேசும் பேச்சு அவனுக்குக் கேட்காமல், அவன் நினைவுகள் எங்கோ பயணித்துக்கொண்டிருந்தன. இறந்த வீரனின் பொருட்களை தலைமை நிலையத்தில் ஒப்படைப்பது இளநிலை அதிகாரியின் பணி. அவன் சாமத்தியின் பெட்டியை அவ்வாறு ஒப்படைக்கத் திறந்து பார்க்கையில், அவனின் குழந்தையின் துணியோடு ஒரு பூப்போட்ட சேலையும் அதில் இருந்தது. அது அவனின் மனைவியுடையதாக இருக்கக் கூடும். இளம் மனைவியைப் பிரிந்து வந்த ஓர் இளைஞன் அவளின் சேலையில் இருந்து வரும் அவளின் வாசத்தை உள்வாங்கி நினைவுகளில் காலத்தைக் கடத்தியிருப்பான். வில்லியம்ஸ் கண்களில் கண்ணீர் பெருக்கெடுத்தது. சாமத்தியின் மரணத்தை அந்தக் குடும்பம் எப்படி எதிர்கொள்ளும். ‘களத்தில் கொல்லப்பட்டார்’ என்ற ஆங்கில செய்தியை விதர்பாவில் கிராமத்து தந்திக்காரன் படித்துச் சொல்லும்போது அவன் மனைவிக்கு அதனை எதிர்கொள்ளும் தைரியத்தை ஆண்டவன் வழங்க வேண்டும் என நினைத்தான். அவன் குழுவினரிடம் எதையும் பகிர்ந்து கொள்ளவில்லை. எவர் ஒருவரும் மற்றவருக்காக அனுதாபப்பட முடியாது. எல்லோரும் ஒரே படகில் பயணிக்கின்றோம். அவன் ஆட்டுக்குட்டியைப் பார்த்தான். அது கொழுந்து செடியைத் தின்றபடி ராணாவின் மடிக்கு அருகில் வந்து படுத்துக்கொண்டு அதுவும் தணல் காய்ந்தது. அப்போது எல்லாக் குழுவிலும் பெரும்பாலானவர்களின் பேச்சு அவர்களை விட்டுச் செத்துபோன நண்பர்கள் பற்றியதாக இருந்தது. இந்த நண்பர்கள் வெவ்வேறு பின்புலம் கொண்டவர்கள். சில மாதங்களுக்கு முன் சந்தித்தார்கள், பழகினார்கள். இந்த ஆட்டுக்குட்டியைப் போல ஒவ்வொருவரும் மற்றவரிடம் அன்பு கொண்டிருந்தனர். சிலர் விடை பெற்றுக்கொண்டனர். மற்றவர்களும் விடை பெறத்தான் வேண்டும். இந்த ஆட்டுக் குட்டியும் சேர்த்துத்தான். அதுதானே யுத்தத்தின் நெறி. அவன் எதை எதையோ யோசித்தான். அவன் வயதில் அவ்வளவு யோசனை தேவையில்லை. அவன் எதிர்பார்த்த சாகசத்தை அவன் அனுபவித்து விட்டான். அந்தச் சாகசத்தை அவன் விரும்பவில்லை. மனிதனைக் கொல்வது அவ்வளவு சாகசமானது அல்ல. துப்பாக்கியை அழுத்தும்போது வேண்டாம், வேண்டாம் எனக் கையைப் பிடித்து மற்றொரு மனது கெஞ்சியதை அவன் உணர்ந்திருந்தான். அதை விரட்டிவிட்டு துப்பாக்கி விசையை அழுத்திய பின்பு அந்த மனசு தனியாக இருக்கும்போது வந்து ஏதோ ஒரு வகையில் ஓலமிட்டு அழுகின்றது அல்லது

குத்திக் காட்டுகின்றது. இன்னும் கொஞ்சம் மரத்துப் போகவேண்டும், அப்போதுதான் இந்த அவஸ்தை இருக்காது என அவன் கருதினான்.

தூரத்தில் பஞ்சாப் படையணியைச் சார்ந்த தலையில் காயம்பட்டு கட்டுப்போட்ட ஒரு இளைஞன் அவனின் காற்றைத் துளைக்கும் குரலில் சூஃபி ஞானி புல்ஷாவின் உருதுப் பாடலை பாடத்துவங்கினான்.

“இறைவன் மனிதனாக கீழே இறங்கி வந்தான்
அவனே மானாகவும் இருக்கின்றான், புலியாகவும் இருக்கின்றான்
அவன் கொல்லவும் செய்கின்றான், கொல்லப்பட்டும் சாகின்றான்
அவன் அரசனாகவும் இருக்கின்றான், அடிமையாகவும் வாடுகின்றான்
அவன் விற்கவும் செய்கின்றான், விற்கப்பட்டும் போகின்றான்
கடவுள் மனிதனாக கீழே இறங்கி வந்தான்...
நானோ ஒரு பொம்மலாட்ட பொம்மை, ஆட்டி வைப்பவன் அவனே
நானோ அவனின் கயிற்றசைவில் ஆடும் பொம்மை
கடவுள் மனிதனாக கீழே இறங்கி வந்தான்...”

அந்தப் பாடலை அவன் உருக்கமாகப் பாடினான். ஏதோ ஒரு வகையில் அது அவனை உலுக்கியது. இருள் சூழ்ந்த பாலை நிலம், மனதில் துக்கம், எரியும் தணலின் வெப்பம், சோர்வு என எல்லாம் கலந்து அவனை கொஞ்சம் உறங்கச் சொன்னது. அவன் உட்கார்ந்த இடத்திலேயே படுத்துக் கண் மூடினான். அவன் கண்களில் ஓரத்தில் கண்ணீர் தேங்கியிருந்து மெல்ல வழிந்திருந்தது. ராணா எழுந்து சென்று வில்லியம்ஸின் தோள் பையிலிருந்த கம்பளியை எடுத்து அவனுக்குப் போர்த்தி விட்டான். அந்தப் பையை அவன் தலைக்கு அணைப்புக் கொடுத்தான். மற்றவர்கள் வெகு நேரம் பேசிக்கொண்டிருந்தனர்.

டவுன்செண்டின் கூடாரத்தில், அவர் படை அதிகாரிகளுடன் ஆலோசனை நடத்த அவர்களை அழைத்திருந்தபோது, பிரிட்டிஷ் இந்தியப் படையின் சீனியர் கமாண்டர் ஜெனரல். சர் ஜான் நிக்சன் அனுப்பியிருந்த தந்தி லஜ்ஜில் இருந்த குதிரை வண்டியில் பொருத்தப்பட்டிருந்த தந்தி வாகனத்திற்கு வந்தது. அது உடனடியாக கள தளபதியான ஜெனரல் டவுன்செண்ட் கைகளுக்கு வந்து சேர்ந்தது. அத்தந்தியில் ஸ்டசிபனை விட்டு பின்வாங்கி நகர வேண்டாம் என்றும் விரைவில் அரேபியர்கள் துருக்கிக்கு எதிராக கலகம் செய்ய இருப்பதாகவும், ஸ்டசிபனில் பிரிட்டிஷ் படை இருப்பது அவர்களுக்கு நம்பிக்கை தரும் என எழுதியிருந்தார்.

அந்தத் தந்தியைப் படித்த டவுன்செண்ட் மிகவும் கோபமும், வேதனையும் அடைந்தார். எங்கோ உட்கார்ந்துகொண்டு உத்தரவுகளைப் பிறப்பிக்கும் நாற்காலி தளபதி என்றும் தன்னையும் தன் படையையும் நிர்க்கதியாய் விட்டுவிட்டு இப்போது உத்தரவு வேறு போடுகின்றான். வேசி மகன் என்று

கெட்ட வார்த்தையில் கொஞ்ச நேரம் திட்டினார். ஸ்டசிபனை விட்டுக் கொடுப்பதில்லை என துருக்கி ராணுவம் உறுதியாய் இருந்தது. அது மிக சர்வசாதாரணமாக 60000 துருக்கி போர் வீரர்களைக் களத்துக்கு கொண்டு வர முடியும். ஆயுதம், போர் வீரர்கள், உணவு, மருந்து என எந்த சப்ளையும் இல்லாத ஒரு ராணுவப் பிரிவு எவ்வளவு காலம் ஓய்வின்றிச் சண்டையிடும் என்ற சின்ன கணக்குகூடத் தெரியாதவன் என திட்டித் தீர்த்தார். மேலும் மேலும் வடக்கு நோக்கி முன்னேற வேண்டாம் என்ற களத்தில் உள்ள தனது வார்த்தையை மதித்திருந்தால் இவ்வளவு வீரர்களையும் அதிகாரிகளையும், படகுகளையும் இழந்திருக்கத் தேவையில்லை எனவும் கூறினர். அதன் பின்பு தனது தனிச் செயலாளரை அழைத்து தான் கூறுவதைக் குறிப்பெடுத்துக் கொள்ளக் கூறினார்.

"எனது படைவீரர்கள் ஏற்கனவே மிகவும் களைத்து விட்டனர். அவர்களின் சக்தி தீர்ந்து விட்டது. மற்றுமொரு போர் அவர்களைப் பொறுத்து பேரழிவில் முடியும். நான் ஏற்கனவே அவர்களை லஜ்ஜிக்கு பின்வாங்க உத்தரவிட்டு விட்டேன். அதற்கு நியாயமான மற்றும் தீர்க்கமான காரணங்கள் உள்ளது."

பின் உடனடியாக அதனை ஜெனரல் ஜான் நிக்சனுக்குத் தந்தியாக கொடுக்க உத்தரவிட்டார். அவன் தலைவணங்கியபடி போய்விட்டான். ராணுவ ஜெனரல்கள் அவரைச் சந்திக்க காத்திருந்தனர். ஆனால் உடனடியாக அவர்களை அழைத்துப் பேசும் மனநிலையில் அவர் இல்லை. தனது வேலைக்காரனை அழைத்துக் கொஞ்சம் விஸ்கி வேண்டும் என்றார். அவன் உடனடியாகக் கொண்டு வந்து கொடுத்தான். மூன்று மிடர்கள் குடித்த பின்பு ஜெனரல்களை வரச் சொன்னார். அவர்கள் வந்ததும் வருந்துகின்றேன் என்றார். எதற்கு என ஜெனரல்களுக்கு விளங்கவில்லை. பல காரணிகளை அதற்கு அர்த்தப்படுத்தலாம். பின்னர் அவர்களைப் பின்தொடர்ந்து துருக்கிப் படை வருவதைப் பற்றியும் அதன் நிலை குறித்தும் கேட்டறிந்தார். சிறிது நேர விவாதத்திற்குப் பின் குட் அல் அமாரா போய் விடுவது என்றும் அதுவே பாதுகாப்பானது என்றும், அதற்குள் கூடுதல் படை அங்கு வந்து விடும் எனவும் காலையில் அப் பகுதியிலிருந்து படைகள் கிளம்பவும் பேசி முடிவு செய்து ஜெனரல்கள் கிளம்பினர். அப்போது "எவரேனும் தன்னுடன் விஸ்கி சாப்பிட வருகின்றீர்களா?" என்றார் டவுன்செண்ட். அது ஒரு மரியாதை மற்றும் சம்பிரதாய அழைப்பு எனக் கருதி ஜெனரல்கள் மறுத்தனர்.

பாக்தாத் மருத்துவமனையில் சிகிச்சை பெற்று வந்த ஈட்ஸ் மற்றும் பைலட் இருந்த மருத்துவமனை பராமரிப்பு மிக மோசமாக இருந்தது. அது அழுக்கடைந்து சுகாதாரமற்றதாக இருந்தது. பாக்தாத் மருத்துவர்கள் மருத்துவம் பார்ப்பதில் ஒரு அலட்சியம் இருந்தது. இந்த அலட்சியம் அல்லது துரிதமின்மைக்கு காரணத்தை அறிய முடியவில்லை. ஆனால் அதுவே அங்கு வழக்கமாக இருந்தது.

ஈட்ஸ்க்கும், பைலட்டுக்கும் ஒரு சார்ஜன் மற்றும் சிலர் பாதுகாப்பு கொடுத்து வந்தனர். எனவே அவர்களைப் பொருத்து கொஞ்சம் கவனிப்பு இருந்தது. ஆனால் அந்தக் கவனிப்பும் விரைவில் காணாமல் போனது. ஸ்டசிபன் தாக்குதல் துவங்கியதும் அங்கிருந்து டைகரிஸ் நதியில் நீராவிப் படகுகள் வழியாக வடக்கே காயம்பட்டவர்கள் கொண்டு வரப்பட்டனர். துவக்கத்தில் அரேபியர்கள் மருத்துவமனைக்கு வந்து சேர்ந்தார்கள். முகம் வீங்கி தசை பிய்ந்து இரத்தக் காயங்களுடன் வந்தவர்கள் தங்களுக்கு அவசர உதவி வரும் என நம்பிக்கையுடன் வந்திருக்கக் கூடும். ஆனால் அவர்களை மருத்துவமனைக்கு உள்ளே கொண்டு செல்லக்கூட அங்கே பணியாளர்களோ ஸ்ட்ரெச்சர்களோ கிடையாது. காயம்பட்டவர்களை அழைத்து வந்தவர்களே சிரமப்பட்டு உள்ளே கொண்டு வந்தனர். கால்களில் எலும்புகள் பிய்ந்தோ அல்லது சிதைந்தோ கிடந்தவர்கள்கூட எவரும் முறையாக எடுத்து வரப்படவில்லை. சிலர் நொண்டியபடியோ அல்லது உட்கார்ந்தவாக்கில் நகர்ந்தோ கடும் வலிகளுடன் வாய்விட்டுக் கத்தியபடி மருத்துவமனை வந்து சேர்ந்தனர்.

ஈட்ஸ் முதன் முதலில் மருத்துவமனைக்கு வந்தபோது அவன் ஜன்னல் வழியே கட்டாயப்படுத்தி அழைத்துச் செல்லப்பட்ட ஓர் அரேபி கூட்டத்தைப் பார்த்தான். அதில் இருந்தவர்கள்கூட இந்தக் காயம் பட்டவர்களில் எவரேனும் இருக்கக்கூடும் எனக் கருதினான். அதன் பின்பு அந்த எண்ணிக்கை அதிகமானது. அடுத்த நாள் ஏராளமான துருக்கியர்கள் மருத்துவமனையில் சேர்க்கப்பட்டனர். கனரகத் துப்பாக்கியின் சிதறல்கள் மற்றும் செல் வெடித்த சிதறல்கள் என அவர்களின் உடல் தசைகள்

கிழிந்திருந்தன. பலருக்கு மோசமான குண்டுக் காயம் இருந்தது. பலர் மருத்துவமனைக்கு வந்த சில மணி நேரத்தில் இறந்து போயினர். மற்றவர்கள் உயிருக்குப் போராடிக்கொண்டிருந்தனர். செத்துப் போவதும் அவர்களின் உடல்களை மருத்துவமனையிலிருந்து அப்புறப்படுத்துவதும் மிக இயல்பாக நடந்து கொண்டிருந்தது. ஈட்ஸையும் பைலட்டையும் பாதுகாப்பு கருதி வேறொரு தனி அறைக்கு மாற்றியிருந்தனர். ஆனால் அங்கிருந்து பொது வார்டினைத் தொடர்ந்து கண்காணித்து வந்தனர்.

துருக்கியர்கள் இயல்பாகவே அரேபியர்களைக் காட்டிலும் கொஞ்சம் அமைதியாக இருப்பதாக அவன் உணர்ந்தான். அதற்கு அரேபியர்களைக் கட்டாயப்படுத்தி போருக்குக் கூட்டிச் சென்றது ஏதேனும் ஒரு வகையில் காரணமாக இருக்கலாம். அவர்கள் வந்து சேர்ந்த மூன்றாம் நாள் தலையில் கனரகக் குண்டுச் சிதறல்கள் தாக்கியதில் காயமடைந்த ஒரு நடுவயது துருக்கி வீரன் சுவாசிப்பதற்கு கடுமையாக போராடி வந்தான். அவன் தலையிலிருந்து இரத்தம் வடிவது நின்றபாடில்லை. மருத்துவமனை உதவியாளன் அவனின் தலையைத் தூக்கியும் நெஞ்சைத் தடவிவிட்டும் அவன் சுவாசிக்க உதவி வந்தான்.

அன்று மதியம் சுமார் ஒரு மணி அளவில் ஒரு துருக்கிப் படை வீரன் எல்லோரையும் சப்தமின்றி இருக்கச் சொல்லிவிட்டு ஒரு நாற்காலியின் மீது நின்று ஒரு அறிக்கையைப் படித்தான். ஸ்டசிபனில் துருக்கிப் படை வெற்றி பெற்று விட்டதாக அந்த அறிக்கையில் இருந்தது. காயம்பட்டு சிகிச்சை எடுத்து வந்த துருக்கி மற்றும் அரேபி வீரர்கள் தங்களின் வலிகளையும் பொருட்படுத்தாது ஆரவாரம் செய்தனர். மூச்சுத் திணறிக்கொண்டிருக்கும் துருக்கி வீரன் இதைக் கேட்டதும் ஒரு நிமிடம் அவனின் எல்லா சக்திகளையும் திரட்டி ‘அல்லாவுக்கு நன்றிகள்’ என மலர்ச்சியுடன் வாய்விட்டுச் சொன்னான். அதன் பின் ஒரு மேல் மூச்சு பலமாக வந்தது. அவனின் கண்கள் மூடின. அவன் சிறிது சிறிதாக சுவாசிப்பதை சில நிமிடங்களில் நிறுத்திக்கொண்டான்.

ஈட்ஸும், பைலட்டும் ஒருவரை ஒருவர் மிகுந்த சோகத்துடன் பார்த்துக்கொண்டனர். பைலட் கண்களிலிருந்து கண்ணீர் பெருக்கெடுத்தது. பைலட்டின் வலது கை முறிந்திருந்தது. அவன் இடது கரத்தில் கண்ணீரைத் துடைத்துக்கொண்டான். தலையில் ஏற்பட்ட காயம் முழுதாக ஆறவில்லை. ஈட்ஸ் நெற்றியில் ஓரளவுக்குக் காயம் ஆறியிருந்தது. உடல் முழுதும் சில கன்றிய, கிழிந்த காயங்கள் இருந்தன. அந்தக் காயங்களில் ஏனோ அப்போது வலி எடுத்தது.

ஜெனரல் டவுன்செண்ட் தலைமையிலான அந்தப் படை தோற்றுப் போகும் என நினைத்துக்கூட பார்த்ததில்லை. அவர்கள் பாக்தாத்தை வெற்றி கொண்டு இவர்களை மீட்டுப் போவார்கள் என்றும் அவர்களின்

வீரதீர செயலுக்காக அவர்களைப் பாராட்டுவார்கள் என்றும் அது குறித்த சிந்தனையில் அவர்கள் நாட்களைக் கடத்தி வந்தனர். முதல் முறையாக இருவரும் தங்களை முழுமையான கைதிகளாக உணர்ந்தனர். அன்று இரவு இருவரும் தூங்கவில்லை. தேவையற்ற கற்பனைக்குள் மூழ்கிக் கிடந்தான் ஈட்ஸ். அவ்வப்போது பைலட் இனி என்ன நடக்கும் என கேட்டுக்கொண்டே இருந்தான்.

விடிந்ததும் காலை ஆறு மணிக்கெல்லாம் அவர்கள் மருத்துவமனையிலிருந்து கிளம்ப உத்தரவு வந்தது. அவர்களின் பாதுகாப்புக்குப் பொறுப்பேற்று வந்த சார்ஜணுக்கு இருபத்தைந்து வயதுதான் இருக்கும். அவன் காலை 9 மணிக்கெல்லாம் பாக்தாத்தைத் தாண்டியிருக்க வேண்டும் என பாதுகாவலர்களிடம் சொன்னான். ஈட்ஸ் அவனிடம், “எங்களை எங்கே கூட்டிச் செல்லப் போகின்றீர்கள்?” என்றான்.

“மொசூல்” என்று பதிலளிதான் சார்ஜண்ட். பாக்தாத்திலிருந்து இன்னும் வடக்கே டைகரிஸ் நதியை ஒட்டியே சுமார் 250 மைல்கள் பயணத்திற்கு அவர்கள் தங்களின் மனதைத் தயார் செய்து கொண்டனர்.

ஸ்டசிபன் வெற்றி நிலைக்காது என்பதாலும், மீண்டும் பிரிட்டிஷ் படை முன்னேறும் என்ற அச்சத்தில்கூட பாக்தாத்திலிருந்து அவர்களை தள்ளிக் கொண்டு செல்வது நிகழ்ந்திருக்கும். ஒரு குதிரை வண்டியில் அவர்கள் ஏற்றப்பட்டனர். அப்போது சார்ஜண்ட் வண்டியை அவனின் வீட்டுக்கு விடச்சொன்னான். தனது பயணப் பெட்டியை எடுத்துக்கொண்டு வந்து விடுவதாகவும் சொன்னான். பாக்தாத் தெருக்களில் ஆடு, மாடு மேய்வதும் அதன் சாணம் சாலைகள் எங்கும் இறைந்து கிடப்பதும் இயல்பாக இருந்தது. எல்லா வீடுகளும் காரைப்பூச்சு இன்றி வெறும் செங்கற்கள் துருத்திக்கொண்டிருந்தன.

சாலையின் ஓரமிருந்த அதுபோன்ற ஒரு வீட்டின் வாசலில் வண்டி நின்றதும் அவன் விரைவில் வந்துவிடுவதாகக் கூறி ஒரு கணம் அமைதியாக ஈட்ஸையும், பைலட்டையும் பார்த்தான். பாதுகாவலர்கள் பத்திரமாகப் பார்த்துக்கொள்கின்றோம் போய் வாருங்கள் என்பது போல தலையசைத்தனர். அப்போது சார்ஜண்ட் “ஏதாவது சாப்பிடுகின்றீர்களா?” என்றான். பாதுகாவலர்கள் வேண்டாம் என்றனர். ஈட்ஸ் “தங்கள் விருப்பம் போல” என்றான். சார்ஜண்ட் இவ்வளவு விருந்தோம்பல் தெரிந்தவனாக இருப்பது ஈட்ஸை ஆச்சரியப்படுத்தியது. ஆனால் அவர்கள் சார்ஜண்டுக்கு தேவையின்றி சிரமத்தைக் கொடுத்து விட்டதாக பாதுகாவலர்கள் நினைத்து அவர்களைக் கடுப்புடன் பார்த்தனர். ஆனால் இனி எப்போது சாப்பிடுவோம் என எந்த உறுதியும் இல்லாதபோது கிடைக்கும் உணவை தட்டிக்கழிப்பது கூடாது என்பது இராணுவத்தில் அறிந்த பாடம்.

வீட்டிற்குள்ளிருந்து சில பெண்களின் பேச்சு சப்தம் கேட்டது. ஒரு நடுத்தர வயது பெண் ஒரு தட்டில் பத்து சமூன் ரொட்டிகளைக் கொண்டு வந்து கொடுத்தாள். அது சார்ஜண்டின் தாயாராக இருக்கலாம். அவளுக்குப் பின்னே இரண்டு இளம் பெண்கள் ஈட்ஸையும், பைலட்டையும் பார்க்க வந்திருந்தார்கள். ஒருத்திக்கு பதினேழு மற்றொரு பெண்ணுக்கு பதினைந்து வயதிருக்கலாம். அந்தப் பெண்கள் வாசலின் கதவுக்கு அப்பால் நின்று கொண்டனர். அவர்கள் எந்த முக்காடும் போடவில்லை. ஈட்ஸுக்கு ரொட்டி சாப்பிடுவதை விட அவர்களைப் பார்த்துக்கொண்டே இருக்கலாம் எனத் தோன்றியது. சிலைகள் செதுக்கும்போது வடிவமைக்கப்படும் நேர்த்தியான முகம். அந்தக் கண்களில் அவ்வளவு வசீகரம். அது எதையோ பேசியது. நீண்ட மூக்கு, அவள் உதடுகள் ஏனோ அவ்வளவு மென்மையாக சிவந்து இருந்தன. தாயார் அவளின் மகளைப் பார்ப்பதாக நினைக்கக்கூடாதென்று அவ்வப்போது முகத்தை வேறுபக்கம் திருப்பிக்கொண்டான். ஆனால் அந்தப் பெண்கள் அவனையே பார்த்துக்கொண்டிருந்தார்கள். அவன் அது போன்ற அரேபிய அழகியை ஆயிரத்தொரு இரவுக் கதைகளில் மட்டுமே அறிந்திருக்கின்றான். அன்றுதான் முதல் முறையாகப் பார்க்கின்றான். உலகத்தில் அரேபிய அழகு தனித்துவமானதுதான். மூத்தவள் குறும்புடன் கண் சிமிட்டுகின்றாள். சமூன் ரொட்டியின் மேலே வெள்ளை எள் தூவப்பட்டிருந்தது. இனிப்பும், உப்பும் ஒரு சேர கலந்த ரொட்டி அது. அவன் ரொட்டி கொடுத்த அம்மாவுக்கு நன்றி சொன்னான். அவன் நன்றி சொன்ன உடல் மொழியைப் பார்த்து அந்தப் பெண்கள் சிரித்து விட்டு, கண் சிமிட்டிவிட்டுப் போய்விட்டார்கள். இருவரும் விமான ஓட்டிகள் என்பதால் அது அவர்களுக்கு ஆச்சர்யத்தை ஏற்படுத்தியிருக்கக் கூடும். சில நிமிடங்களில் சார்ஜண்ட் பெட்டியுடன் வந்தபோது ஈட்ஸும், பைலட்டும் தங்களுக்கு ரொட்டி கொடுத்ததற்காக நன்றி சொன்னார்கள். அவன் புன்னகையுடன் ஏற்றுக்கொண்டான். அந்த வண்டி மொசூலை நோக்கி தனது பயணத்தைத் தொடர்ந்தது.

நவம்பர் 27 காலையில் படையணிகள் லஜ்ஜிலிருந்து குழுக்கள் குழுக்களாகக் கிளம்பினர். அவர்கள் அங்கிருந்து நேரே அஜிஸிக்கு வந்து அங்கிருந்து குட்-ஐ அடைய வேண்டும். உணவு கையிருப்பு இல்லை. பாதுகாக்கப்பட்ட குடிநீர் குறைவாக இருந்தது. எதிரிகள் பின்னே வந்து கொண்டிருக்கின்ற காரணத்தால் அவர்கள் கூடுமானவரை நிற்காமல் நடக்க உத்தரவிடப்பட்டது. லஜ்ஜிலிருந்து அந்தப் பாலைவனம் திரும்பும் வழியெங்கும் நடக்க இயலாதவாறு புதைமணல் போல மாறி இருந்தது. ஒருபுறம் பகலின் வெப்பம் நடப்பவர்களின் எல்லா சக்திகளையும் உறிஞ்சி எடுத்தது. மறுபுறம் போதிய உணவின்மையும் போரின் காயமும் படைகளை அந்த தூரத்தை எளிதில் கடக்க முடியாதவாறு செய்திருந்தது. அதே பகுதியைக் கடந்துதான் அவர்கள் ஸ்டசிபன் வந்திருந்தார்கள். ஆனால் அப்போது போதிய வாகனங்கள் இருந்தன. இவ்வளவு களைப்பையும் காயத்தையும் அவர்கள் பெற்றிருக்கவில்லை. குறிப்பாக சாப்பிடுவதற்கு அவசரகால ரேசன் மட்டும் இருந்தது. அதுவும் நேற்றோடு முடிந்து போயிருந்தது.

படையணிகள் ஒரு சேர நடக்க முடியவில்லை. சிலர் குழுக்களாக முன் சென்றனர். சிலர் காயம் மற்றும் சோர்வு காரணமாக பின்தங்கி வந்து கொண்டிருந்தனர். அஜிஸி நெருங்குவதற்கு சுமார் பத்து மைல்கள் முன்பாக ஒரு மணல் குன்றைத் தாண்டி அவர்கள் கீழே இறங்கிச் செல்ல வேண்டியிருந்தனர். அந்த இடத்தில் சில ஒட்டக முள் மரங்கள் இருந்தன. வெகு தூரத்தில் சில மண் வீடுகள் இருந்தன. அங்கே எந்த ஆள் நடமாட்டமும் இல்லை. அவை கைவிடப்பட்டிருக்க வேண்டும்.

வில்லியம்ஸ் தனது குழுவுடன் மணல் குன்றிலிருந்து கீழே இறங்கும்போது நான்கைந்து அரேபியர்கள் யாரையோ மணலில் அழுத்துவது போன்று தெரிந்தது. தலையை மணலில் புதைத்துக்கொண்ட மனிதன் கால்களை உதறி உயிருக்குப் போராடுவது தெரிந்தது. அது உள்ளூர்வாசிகளா? என சந்தேகப்படும்போது அது நம்ம ஆள் என இக்பால் சப்தம் போட்டான். உடனே வில்லியம்ஸ் தனது துப்பாக்கியை எடுத்து அவர்களை நோக்கி சுட்டபடி ஓடினான். அவர்கள் குப்புறக் கிடந்தவனை மண்ணில்

அழுத்துவதை விட்டுவிட்டு திருப்பிச் சுட்டுக்கொண்டே பின்னோக்கி ஓடினர். தூரத்தில் அவர்களின் இரண்டு ஒட்டகங்கள் நின்று கொண்டிருந்தன. வில்லியம்ஸின் துப்பாக்கியிலிருந்து வந்த ஒரு குண்டு ஒரு அரேபியின் தலையினைத் துளைக்க அவன் சரிந்து விழுந்தான். அவனுக்கு நாற்பது வயதிருக்கும். இரத்த வெள்ளத்தில் அவனின் நீலநிறக் கண்கள் திறந்தே இருந்தன. அதனைச் சுற்றி இரத்தம் வழிந்து முகத்தை நனைத்தது. அப்போது அவனுக்குத் துணையாக பின்னே வந்த பஞ்சாப் படைக் குழுவினரும் அரேபியர்களை நோக்கி சரமாரியாக சுடத் துவங்கினர். அரேபிகள் பின் வாங்கி ஒட்டகத்தில் ஏறி அதைக் கூச்சலிட்டு விரட்டினர். அந்த ஒட்டகத்தை நோக்கிச் சுட்டபோது மற்றொருவன் ஒட்டகத்தின் மீது சரிந்தான். ஆனால் அந்த ஒட்டகத்தையும் சேர்த்து விரட்டிக் கூச்சலிட்ட அந்தச் சிறிய கூட்டம் மணல் குன்றின் பின்னே தப்பித்து வேகமாக மறைந்துபோய் விட்டது.

கீழே மண்ணில் புதைந்து கிடந்த பிரிட்டிஷ் இந்தியப் படைவீரன் தலையிலும் கையிலும் கட்டுகள் கட்டியிருந்தான். அவனுக்கு கண்கள் நெட்டிக்கொண்டிருந்தது. தனது குடிநீர்க் குடுவையிலிருந்து அவனுக்கு தண்ணீரைப் புகட்டினான். அந்த தண்ணீர் அவனின் வாய்க்குள் சென்று திரும்பி விட்டது. அவன் அப்போதுதான் இறந்து போயிருந்தான். இன்னமும் உடல் சூடு இருந்தது. அவனின் உடமைகளை எல்லாம் அவர்கள் களவாடி இருக்க வேண்டும். அவனுக்கு அப்பால் மற்றொரு வீரன் கழுத்தறுபட்டுக் கிடந்தான். கழுத்தில் ஆழமான வெட்டுக் காயமிருந்தது. அவர்கள் அந்த ஒட்டக முள் மரத்தின் நிழலில் உட்கார்ந்திருக்கும் போது அவர்களை அரேபிகள் பின்புறமாக வந்து தாக்கியிருக்க கூடும். திடீரெனத் தாக்கி, கூரிய கத்தியின் ஒரே ஆழமான இழுப்பில் அது நிகழ்ந்திருக்கும். அவனுக்குப் பதினேழு வயதுதான் இருக்கும். இருவரும் பூனா படை வீரர்கள். அவனின் தோள் பையும் இல்லை. அவர்கள் அந்த உடைமைகளுக்காக கொல்லப்பட்டிருக்கவேண்டும். சில நிமிடங்களுக்கு முன் பார்த்திருந்தால் இரண்டு வீரர்களைக் காப்பாற்றியிருக்கலாம்.

பின்னே வந்த படையணிகள் அதன் பின்பு சேர்ந்து பயணிக்கவும், தனித்து எவரும் நடக்க வேண்டாம் எனவும் எச்சரிக்கை செய்தனர். மிகவும் காயம்பட்டவர்கள், சோர்ந்தவர்களை கூடுமானவரை உடனிருந்து கூட்டிச் செல்ல முடிவு செய்தனர். ஆனால் மிகவும் மெதுவாகக் கடக்க முடியாது. எந்நேரமும் துருக்கிப் படைகள் அவர்களைத் துரத்திக்கொண்டு வர எல்லா வாய்ப்புகளும் உள்ளதை அவர்கள் அறிவார்கள். இறந்து கிடந்தவர்களின் ‘டாக் டேக்’குகள் மற்றும் பே புத்தகங்களை எடுத்துக்கொண்டு அவர்களை அங்கேயே புதைத்து விட்டுக் கிளம்பினர்.

அதன்பின் அதிகம் பேசும் நிலையில் யாரும் இல்லை. படைவீரர்கள் தங்களின் துப்பாக்கிகளைச் சுடத் தயாராகப் பிடித்தபடியே நடந்தனர்.

அவர்கள் சுமார் மூன்று மைல் தூரம் வந்தபோது பிரிட்டிஷ் இந்திய வீரர்கள் இரண்டு ஸ்ட்ரெச்சர்களை எடுத்துகொண்டு வந்து கொண்டிருந்தனர். அவர்களைத் தடுத்து நிறுத்தி விபரம் கேட்டபோது, அவர்கள் நடக்க முடியாமல் ஓய்வெடுத்துக் கொண்டுள்ள காயம்பட்ட இரண்டு பூனா படை வீரர்களைக் கூட்டி வருவதற்காக போவதாகச் சொன்னார்கள். அவர்களிடம் இருவரின் விபரம் உள்ள அவர்களின் வட்ட வடிவ 'டாக் டேக்'கையும், சம்பளப் புத்தகத்தையும் ஒப்படைத்து "எல்லாம் முடிந்து விட்டது. திரும்பி வாருங்கள்" என்றான் வில்லியம்ஸ். அதில் ஒருவன் அதே இடத்தில் மண்டியிட்டு அழுதான். அவன் அழுவது கழுத்து அறுபட்டுக் கிடந்த அந்த இளைஞனுக்காக எனத் தெரிந்தது. இறந்தவன் அவனின் தம்பி முறை. இருவரும் ஒரு சேர ராணுவத்திற்கு வந்தவர்கள். அவன் புதைக்கப்பட்ட இடத்தையாவது பார்க்க வேண்டும் என்று அடம் பிடித்தான். சூரியன் மறைந்துவிட்ட நேரமது. இனி ஒவ்வொரு நிமிடமும் இருள் சூழும். அங்கு திரும்பிச் செல்வது பாதுகாப்பானதல்ல என வில்லியம்ஸ் பூனே படையின் அவில்தாரிடம் சொன்னான். அந்த அதிகாரி நிலையைப் புரிந்து கொண்டு அவனைத் தேற்றி சற்று உத்தரவிடும் வகையில் குரலை உயர்த்தி, அழுது கொண்டிருந்தவனை அவர்களுடன் முன்னோக்கி நடக்கச் சொன்னான்.

அந்த இரவில் கொஞ்சம் நிலவு வெளிச்சம் இருந்தது. அவர்கள் திறந்த வெளியில் இருந்தார்கள். மணல் மேட்டில் மறைந்திருக்கும் எந்த ஒரு துப்பாக்கி விசைக்கும் அவர்கள் ஒரு எளிய இலக்காகவே இருப்பார்கள். அவர்கள் இரவில் எங்கும் நிற்காமல் தொடர்ந்து நடக்கவேண்டும் என்பதே உத்தரவாயிருந்தது. அந்த இரவில் தம்பியைப் பறி கொடுத்தவன் ஓயாது தேம்பிக்கொண்டே வந்தான். வில்லியம்ஸும் மற்றவர்களும் இரவில் ஆட்களின் வித்தியாசமான நடமாட்டம் ஏதேனும் இருக்கின்றதா என நிலவொளியில் கவனித்தபடி முன்னே நடந்தனர்.

உறைய வைக்கும் பாலை நில கடும் குளிர் அவர்களின் எலும்பு வரை சென்று ஊசி போலக் குத்தியது. தீ போட்டுக் குளிர் காய்வதற்கான நேரமில்லை. அவர்கள் இடைவிடாது நடந்துகொண்டே இருந்தனர். விடியும் தருவாயில் கால் நன்றாக வலி கண்டது. சதுப்பு வெளிக்கு அப்பால் கீழ் வானம் சிவக்கத் துவங்கியிருந்தது. சிறுநீர் கழித்து விட்டுக் கொஞ்சம் உட்கார்ந்து போகலாம் என வில்லியம்ஸ் கூறினான். எல்லோரும் களைத்திருந்தனர். உட்கார்ந்த இடத்தில் சில சுண்ணாம்புக் கற்கள் கிடந்தன. கொஞ்சம் புற்களும் சிறிது தூரத்தில் ஒட்டக முள் மரமும் இருந்தது. அங்கொன்றும் இங்கொன்றுமாய் சதுப்பு நிலப் பறவைகள் சப்தமிட்டன. அவனுக்குத் தூக்கம் கண்ணைச் சுற்றியது. அதற்கு ஒரு போக்கு காட்ட அவன் ஒரு நொடி தரையில் படுத்தான். அடுத்த நொடி அவன் முதுகு அம்பைப் பாய்ச்சியது போல எரியத் துவங்கியது. அவன் துள்ளிக்குதித்து கத்தினான். ராணா தரையில் எதுவோ ஊர்ந்து செல்வதைப் பார்த்தான்.

அது ஒரு பெரிய கருந்தேள். கொடுக்கை தூக்கிக் கொண்டு ஊர்ந்து போய்க்கொண்டிருந்தது. கால் பூட்சுகளில் அதை அழுத்திக் கொன்றான். வில்லியம்ஸ் முதுகைச் சொறிந்தபடி கத்தினான். சட்டையைக் கழட்டி எறிந்தான். ராணா அவன் தோள் பையிலிருந்து தண்ணீரைச் சுத்தப்படுத்த வைத்திருந்த படிகாரக் கல்லில் சில சொட்டு தண்ணீர் விட்டு, அதனை லேசாகச் சுரண்டி அந்தத் தண்ணீரை வில்லியம்ஸ் முதுகிலிருந்த கடிவாயில் படும்படி செய்தான்.

“சார்... இந்த தேள் கடிச்சா எதுவும் ஆகாது... ஒரு நாள் வலி இருக்கும். இங்கே செந்தேள்தான் ஆபத்து” என்றான் ராணா.

வில்லியம்ஸ் இருப்பு கொள்ளாமல் அங்கும் இங்கும் நகர்ந்தபடி முதுகைத் தேய்ந்துக்கொண்டே இருந்தான். அரை மணி நேரத்திற்குப் பின்பு அவர்கள் மீண்டும் நடக்கத் துவங்கினர். வில்லியம்ஸ்க்கு மனதில் பலதும் ஓடிக்கொண்டிருந்தது. போகும் வழியில் தான் மயங்கி விழுந்து விட்டால் என்ன ஆவது எனக் கருதினான். அவனுக்கு வழியில் கொல்லப்பட்ட இரண்டு வீரர்களின் முகம் வந்தது.

“வழியில் மயக்கம் எதுவும் வராதே?” எனக் கேட்டான்.

இக்பாலும் ராணாவும் “தொட்டில் கட்டியாவது உங்களைத் தூக்கிகிட்டு போயிடுவோம்” எனக் கூறினர்.

“குண்டடி பட்டு சாகலாம், தேள் கடி வாங்கி சாகலாமா? அதுக்கா இவ்வளவு கஷ்டப்பட்டு இங்கே வந்தோம்?” என வலி, தூக்கமின்மை, சோர்வு என எல்லாம் கலந்து அவனின் வார்த்தை தடுமாற்றம் அடைந்தது. அவர்கள் தொடர்ந்து நடந்து அஜிஸி வந்து சேரும்போது நண்பகல் ஆகியிருந்தது.

அங்கு ஜெனரல் டவுன்செண்ட் எல்லா படைகளும் வந்து சேரக் காத்திருந்தார். டைகரிஸில் ஃபயர்பிளை மற்றும் காமட் ஆகிய இரண்டு பீரங்கிப் படகுகள் வந்திருந்தன. அவை ஸ்டசிபனில் பெரும் தாக்குதலுக்கு உள்ளாகி இருந்தன என்றபோதும் அவை ஒரு வழியாக சமாளித்து வந்திருந்தன.

படையணிகள் அஜிஸி வந்து சேர்ந்தபோது கூடுதல் துருக்கிப் படைகள் லஜ் வந்து விட்டதாகவும் வெறும் முப்பத்தைந்து மைல் பயணத்தில் அவர்களை அவர்கள் நெருங்கிவிட முடியும் என்றும் அஜிஸியில் இருந்து சண்டையிடுவது போதிய ராணுவத் தேவைகளைப் பூர்த்தி செய்யாது என்றும் மாற்று வழிகளில் உதவிகள் வந்து சேர குட் அல் அமாரா சரியாக இருக்கும் என்றும் ஜெனரல் டவுன்செண்ட் கருதினார். எனவே எல்லாப் படைகளையும் ஒரு சேர குட் நோக்கி நடக்க உத்தரவிட்டார். மிக முக்கியமாக வழியில் எந்த ஓர் இடத்திலும் துருக்கிப் படைகளை எதிர் கொள்ளும் வாய்ப்பு உள்ளதால் அதற்குப் படை வீரர்கள் தயாராக இருக்க உத்தரவிடப்பட்டது.

நவம்பர் 26ஆம் தேதி டைகரிஸில் தண்ணீர் மட்டம் குறைந்து போனது. ஆங்காங்கே மணல் மேடுகள் தெரியத் துவங்கின. டைகரிஸ் கரை ஓரம் நிறுத்தி வைக்கப்பட்ட, ஃபயர்பிளை மற்றும் சூசன் ஆகிய கனரக துப்பாக்கிப் படகுகளும் கரை தட்டி நின்றன. இழுவைப் படகுகளான காமட் மற்றும் சைத்தான் ஆகியவை கரை தட்டி நின்றபோதும், காமட் தன்னை ஈர சேற்று மணலிலிருந்து விடுவித்துக்கொண்டு ஃபயர்பிளை படகைச் சுற்றி வந்து அதனுடன் தன்னை இரும்புக் கயிற்றால் பிணைத்துக்கொண்டு அதனை மீட்க இழுத்தது. அப்போது டைகரிஸின் மேற்குக் கரையிலிருந்து தொடர்ந்து அரபுக்குழுக்கள் துப்பாக்கிச் சூடு நடத்தி படகை மீட்கும் முயற்சிக்கு பெரும் இடையூறு விளைவித்தனர். முன்னணிப் படைகள் தெற்கே நகர்ந்திருந்தன. ஃபயர்பிளை நன்றாக மண்ணில் சிக்கி இருந்தது. தண்ணீர் மட்டம் உயர்ந்தால்தான் அதனை எளிதில் மீட்க முடியும் என்ற நிலையில் காமட் அதன் முழு சக்தியையும் உபயோகித்து இழுத்த போதும், அது நகரவில்லை. அதே சமயம் அரபுக் குழுக்கள் தற்காலிக பதுங்கு குழிகளைத் தோண்டி தாக்கினர். அவர்களைப் பொறுத்து படகும் அதற்கு துணையாய் நிற்கும் இந்தியப் படைப் பிரிவும் துப்பாக்கி இலக்குக்கு ஏதுவாய் திறந்த வெளியில் இருந்தனர். அவர்கள் மறைந்து கொள்ள எந்த இடமுமில்லை. ஃபயர்பிளை படகின் துப்பாக்கிகளைக் குண்டுகள் வரும் பதுங்குகுழிப் பக்கம் திருப்பிச் சுடும்போது துருக்கி படைகள் டைகரிஸை நெருங்கி விட்டன. சுமனா என்ற அந்தப் படகின் கனரகத் துப்பாக்கி ஃபயர்பிளையின் இஞ்சினின் நீராவிக் கொதிகலன் மீது குண்டுவீசி அதனை நிர்மூலமாக்கியது. அதன் செயல்பாடுகள் நின்று போனது. சுமனாவிலிருந்த துருக்கி வீரர்கள் ஃபயர்பிளையை சூழ்ந்தபோது அதனைக் கைவிட்டு அதில் இருந்தவர்கள் டைகரிஸில் குதித்துத் தப்பித்தனர். இழுவைப் படகான காமட்டிலிருந்தவர்களும் தப்பிக்கக் குதித்தனர். துருக்கிப் படை வீரர்கள் ஃபயர்பிளை படகில் ஏறிக்கொண்டனர். காமட் இழுவைப் படகில் தேவையானவற்றை எடுத்துக்கொண்டு அதனைத் தீயிட்டுக் கொளுத்தினர். ஃபயர்பிளை துருக்கி கட்டுப்பாட்டில் போய்விட்டது. அந்நேரம் துருக்கிக் குதிரைப் படையும் அத்தாக்குதலில் பங்கெடுத்தது. துருக்கிப்

படைகள் சில மைல்கள் பின்தங்கி இருப்பதாக ஜெனரல் டவுன்செண்ட் நம்பிக்கொண்டிருந்தார். ஆனால் துருக்கி காலாட்படையோ அஜிஸி வந்து சேர்ந்திருந்தது.

டவுன்செண்ட், அஜிஸியிலிருந்து கிளம்பும்போது குலசாடி என்ற இடத்தில் தங்கிச் செல்வதாக திட்டமிட்டிருந்தார். ஆனால் அது அவ்வளவு பாதுகாப்பாக இல்லை என்பதால், அவர் அம் அட் துபலி என்ற இடத்தில் தங்குவதாக முடிவு செய்தார். ஆனால் அதனை எதிர்பார்த்த துருக்கிப் படைகள் அம் அட் துபலியை நோக்கி விரைந்து கொண்டிருந்தன.

டிசம்பர் 1ஆம் தேதி அதிகாலையில் துருக்கிப் படை முகாமை நோக்கி பிரிட்டிஷ் படைகள் கனரகத் துப்பாக்கி மற்றும் செல் குண்டுத் தாக்குதலைத் தொடுக்கும்போது, பிரிட்டிஷ் படைகளுக்கும் துருக்கிப் படைக்குமிடையே வெறும் இரண்டு மைல் தூரம்தான் இருந்தது. துருக்கிப் படைகள் தாங்கள்தான் முதல் தாக்குதலைத் தொடுக்க உள்ளதாகவும், பிரிட்டிஷ் இந்தியப் படைகள் பின்னோக்கி ஓட மட்டுமே செய்வதாகவும் அவர்கள் நினைத்திருந்த சமயம் அது. அந்தத் தாக்குதலை துருக்கிப் படை எதிர்பார்க்கவில்லை. சில மணி நேரம் தொடர்ந்து இடைவிடாது செல்கள் துருக்கி முகாமை நாசம் செய்தன. துருக்கிப் படைகள் சுதாரித்து திருப்பித் தாக்கின. பிரிட்டிஷ் இந்திய இயந்திரப் படைப் பிரிவுகள் துருக்கிப் படைகளின் பக்கவாட்டில் தாக்கின. நன்றாக விடியும் வரை அந்தத் தாக்குதல் தொடர்ந்தது. வில்லியம்ஸ் ஒரு சில நொடிகளில் கொல்லப்பட்டிருக்கும் சூழலிலிருந்து பிழைத்தான். அவன் முன்னோக்கி ஓடும்போது அவனின் கால்கள் மணலில் சிக்கிக்கொண்டு அவன் நிலைகுலைந்து நின்ற நொடி ஒரு ஸ்டார் செல் அவனுக்கு அருகில் வந்ததைக் கண்டு தரையோடு தரையாக சற்று பள்ளமான பகுதியில் படுத்துக் கொண்டான். அதன் வெடி சப்தத்தில் சில நிமிடங்கள் அவன் நிலைகுலைந்து போனான். அந்த சப்தம் அவன் காதுக்குள் கேட்டுக்கொண்டே இருந்தது. அந்தப் பகுதியில் பெரிய பள்ளம் போன்று செல் விழுந்த இடம் இருந்தது. துருக்கியின் துப்பாக்கிகள் ஓயும் வரை நடந்த தாக்குதல் முடியும்போது துருக்கியின் படைப்பிரிவு பெரும் சேதாரத்திற்கு உள்ளாகி இருந்தது. சுமார் 1500 துருக்கி வீரர்கள் அந்தத் தாக்குதலில் சில மணி நேரத்தில் கொல்லப்பட்டிருந்தனர். இந்தியத் தரப்பில் சுமார் 500 வீரர்களை அது இழந்திருந்தது. இரு பக்கமும் பெரும்பாலானவர்கள் காயமடைந்திருந்தனர். பிரிட்டிஷ் படைப்பிரிவில் போதிய மருந்துகள் கையிருப்பு குறைந்திருந்தது. பிரிட்டிஷ் படையைப் பொறுத்து, அதற்கு ஆள் சேதம் ஒப்பீட்டளவில் குறைவு என்ற போதும் அது மூன்று நீராவி கனரக துப்பாக்கிப் படகுகளை துருக்கியிடம் பறிகொடுத்து விட்டது.

அப்பொழுது ஒரு விமானம் அவர்களுக்கு மேலே வட்டமிட்டுப் பறந்து பாக்தாத்தை நோக்கிப் பறந்தது. அது நல்ல காட்சியல்ல. ஏனெனில் அது ஒரு ஜெர்மன் விமானம். ஜெர்மானியர்கள், துருக்கிக்கு ஆதரவாக அந்த விமானத்தை அப் பகுதியில் களம் இறக்கக் கொண்டு வந்திருக்கக் கூடும். நிச்சயம் துருக்கியர்க்கு விமானமோ, அதனை ஓட்டும் பயிற்சியோ ஏதுமில்லை.

காயம்பட்டோருக்கு முறையாக காயத்திற்கு கட்டு போடக்கூட அவகாசம் அங்கு இல்லை. நடக்க முடியாதவர்களை ஸ்ட்ரெச்சரில் தூக்கிக்கொண்டு ஓடினர். உயிர் பிழைக்கும் வாய்ப்புள்ளவர்களை மட்டும் ஸ்ட்ரெச்சரில் எடுத்துக் கொள்வது என கேப்டன் கல்யாண் முகர்ஜி தொழிலாளி பட்டாளத்திற்கு அறிவுறுத்தியிருந்தார். அந்தச் சூழலில் சக வீரர்கள் தங்கள் படை அணியினரை தோள்களில் மாறி மாறி சுமந்து வந்தனர். வழியில் மோசமாகக் காயம்பட்ட சிலர் இறந்தனர். வழக்கம் போல அவர்களின் டாக் டேக்குகள் மற்றும் பே புத்தகங்களையும் உடமையையும் எடுத்துக்கொண்டு வழியிலேயே அடக்கம் செய்து நடந்தனர். அது ஓர் அவசர நிகழ்வு. எவருக்கும் உணவும் இல்லை. துப்பாக்கியையும் வண்டிகளையும், உடமைகளையும் கொண்டு வந்து சேர்ப்பது அந்தக் கணத்தில் மிக முக்கியமானது.

பாகம் 2

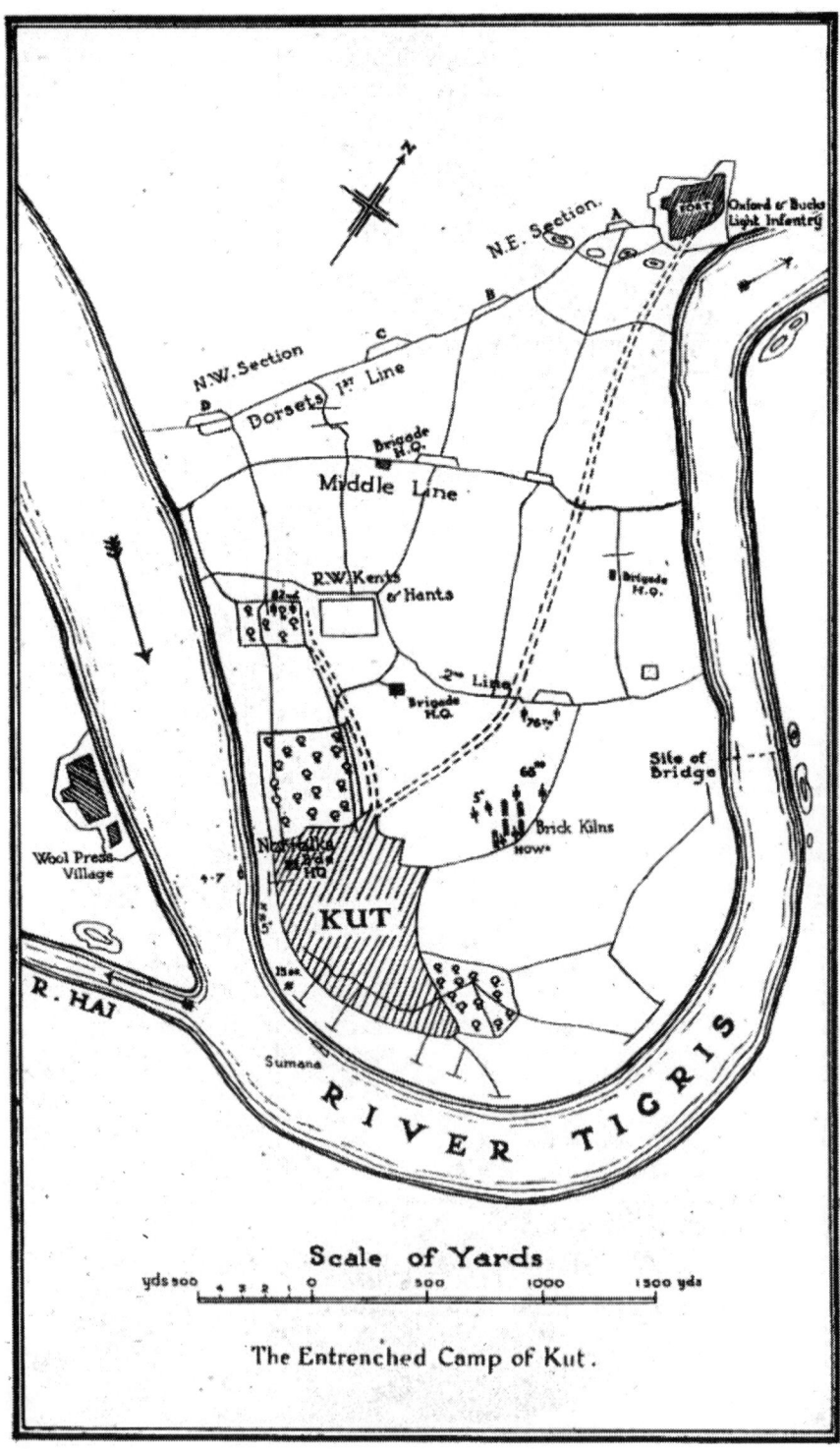

The Entrenched Camp of Kut.

அவர்கள் நாற்பத்தி நான்கு மைல்களை முப்பத்தி நான்கு மணி நேரத்தில் கடந்து குட் அல் அமாராவை அடைந்தபோது டிசம்பர் 2ஆம் தேதி இரவு பதினோரு மணியாகி இருந்தது. படையணியின் முதல் வரிசையான தலைப்பகுதியைத் தொடர்ந்து படையணி வந்துகொண்டே இருந்தது. விடியும் தருவாயில் அதன் வால் பகுதி என்ற இறுதிப் படையணிக் குழுவும் அந்த நகர் வந்து சேர்ந்தது. அதற்குள் வந்து சேர்ந்தவர்கள் ஆங்காங்கே அப்படியே படுத்து உறங்கத் துவங்கினர். குளிர் கடுமையாக வாட்டியது. பக்கெட்டுகளில் இருந்த தண்ணீர் காலையில் உறைந்து காணப்படும் அளவு குளிர். போர்வைகள் மற்றும் கணப்புத் தீ போன்றவை தந்த கொஞ்சம் வெப்பம் அவர்களைச் சற்று உறங்க அனுமதித்தது. சிறிது நேர கண் அயர்வு அவர்களுக்கு ஆறுதலாக இருந்தது. விடிந்த பின் அணிவகுப்பு நடந்தது. அந்த அணி வகுப்புக்கு சிறிது நேரத்திற்கு முன்பு வரை படையின் பிற்பகுதி குட் நகருக்கு வந்து கொண்டிருந்தது.

அப்போது ஏராளமான காயம் பட்டவர்கள் இருந்தனர். மருத்துவப் படை அதிகாரிகள் உடனடியாக ஒரு மருத்துவமனை உருவாக்கப்பட வேண்டும் என்பதை ஜெனரல் டவுன்செண்டிடம் தெரிவித்திருந்தனர். இல்லாவிட்டால் பெருமளவு காயம்பட்டவர்களை காப்பாற்ற முடியாத நிலை உருவாகும் என்பதைத் தெளிவுபடுத்தினர். அப்போது குட் இராணுவ ஆளுனர் அங்கு வந்திருந்தார். அவருக்கு சுமார் அறுபது வயதிருக்கும். குட் நகரத்தை பரம்பரையாக அவர்களின் குடும்பம் நிர்வகித்து வந்தது. துருக்கி ராணுவப் படையோ, பிரிட்டிஷ் படையோ வந்து போகும். ஆனால் உள்ளூரில் உள்ள ஆறாயிரம் மக்களைப் பாதுகாக்க வேண்டிய பெரும் பொறுப்பு அவர் முன் இருந்தது. உள்ளூர் அரேபிகளுக்கும் அது தெரியும். எனவேதான் கடந்த செப்டம்பர் மாதம் பிரிட்டிஷ் படைகள் முதல் முறையாக வந்தபோது, அவர்களை இந்தப் பெண்கள் குலவையிட்டு வரவேற்றனர்.

அந்த மக்கள் சம்மர் பழங்குடி குழுக்களைச் சார்ந்தவர்கள். சியா இஸ்லாமியக் குழுக்கள். அவர்களின் உறவுகள் ஈரான் எல்லை வரை விரிந்திருந்தனர். சதுப்பு நிலங்கள் அவர்களின் கண்காணிப்பில் இருந்தன. அவர்கள்

தொடர்ந்து அப்பகுதியில் தங்களின் ஆட்சியை நிறுவி வந்திருந்தனர். ஒட்டாமன் துருக்கி அரசு அவர்களை ஆட்சி செய்தபோதும் நிர்வாகம் முழுவதும் இப் பழங்குடித் தலைவர்களின் கட்டுப்பாட்டில் இருந்தது. நிலங்களைப் பிரித்து வழங்குவது, வரி வசூல் செய்வது என இவர்களின் கட்டுப்பாட்டில் அந்நகரம் இருந்தது. அடிக்கடி ஓர் இனக்குழுவுக்கும் மற்றோர் இனக்குழுவுக்கும் சண்டை வெடிக்கும் போதெல்லாம் டைகரிஸ் நதியில் பயணிக்கும் நீராவிப் படகுகள் அவர்களின் இலக்காக இருந்தது. பல முறை துருக்கிப் படகுகள் துப்பாக்கித் தாக்குதலுக்கு உள்ளாகி இருந்தன. சில சமயம் பிரிட்டிஷ் படகுகள் கடும் தாக்குதலுக்கு உள்ளாகின. பத்தாண்டுகளுக்கு முன் கலிப்பா என்ற பிரிட்டிஷ் படகு தாக்கப்பட்டது. அந்தப் படகை தாக்கிய கட்பன் என்ற இனக்குழு தலைவன் மீது பஸ்ராவில் இருக்கும் துருக்கி அரசு நடவடிக்கை எடுக்க வேண்டும் என பலமுறை பிரிடிட்டிஷ் அரசு கேட்டுக் கொண்டும் எந்த நடவடிக்கையும் துருக்கி எடுக்கவில்லை. முடிவில் இது முரடர்களின் நிலம், அரேபிக்களோ முரடர்கள் என்ன செய்ய எனக் கையை விரித்தது துருக்கி.

ஸ்டசிபனிலிருந்து காயம்பட்டவர்களை டைகரிஸ் வழியாக பஸ்ராவுக்கு ஏற்றிச் சென்றுள்ள மெஜ்ஜிட்டி என்ற படகும் சில ஆண்டுகளுக்கு முன் இக் குழுக்களால் சிறைபிடிக்கப்பட்டு பின் விடுவிக்கப்பட்டதே. இந்த அரேபி இனக்குழுக்கள், குடும்ப கௌரவம் மற்றும் அதன் மரியாதைக்காக எந்த அளவிற்கும் முரட்டுத்தனமாக நடந்து கொள்வர். தனது குடும்பத்தில் கொல்லப்பட்ட ஒருவனுடைய மரணத்திற்குப் பழி வாங்குவது, அந்தக் குலங்களின் பெரும் கௌரவப் பிரச்சனை. கடத்தப்பட்டோ அல்லது எங்காவது பறிக்கப்பட்டோ ஏதோ ஒரு வழியில் அவர்களின் கைகளில் ஆயுதங்கள் இருந்தன. அந்த ஆயுதங்கள் குழு சண்டையில் இரத்தம் சிதறக் காரணமாகவும் இருந்தன. ஒரு பெரிய தாத்தாவின் வழி வந்த ஆண்களால் குடும்பமாகப் பிணைக்கப்பட்ட குழுக்கள் அவர்களுடையது. பல குழுக்கள் சேர்ந்து ஒரு குலம். அந்தக் குலங்கள் இணைந்து ஆஷிரா என்ற பழங்குடி சமூகத்தை உருவாக்கி உள்ளது. அந்த ஆஷிராவிற்கு தலைவர்தான் ஷேக். அவர் அந்தப் பகுதியின் நிர்வாகத்தைக் கவனிக்கின்றவர். அவரே அப்பகுதி மக்களின் கால்நடை மேய்ச்சல் நிலங்களையும், விவசாய விளைநிலங்களையும் பாதுகாக்கின்றவர். நீதி, நிர்வாகம் தொடங்கி திருமணம் வரை எல்லாம் அவரின் பொறுப்பு. அவரின் உத்தரவிற்குப் பின்பே, அவர்கள் பார்த்த மேடு தட்டிய மைதானத்தின் உயர்ந்த தூக்கு மரத்தில் தண்டனை நிறைவேற்றப்படும். அவரே, ஒட்டாமன் துருக்கிக்கு அப் பகுதியின் தொடர்பில் இருப்பவர். காலங்காலமாக பழங்குடி குழுக்களின் நிர்வாகத்திற்குள் உள்ள அப்பகுதியில் மக்களின் அனைத்துத் தேவைகளையும் பராமரிக்கவேண்டியவர் அவர்.

அன்று காலை அணிவகுப்பு முடிந்த பின்பு குட் அல் அமாராவின் ஷேக் ஜெனரல் டவுன்செண்டை சந்தித்து முகமன் சொன்னார். நீண்ட ஒரு பச்சை வர்ண அங்கியையும் தலையில் உருமாலைக் கட்டான கெப்பியா கட்டியிருந்தார். வட்டவடிவமான முகம். கொஞ்சம் நரைத்த தாடி குறைவாக வளர்ந்திருந்தது. அவருக்குக் கட்டையான குரல். அவ்வப்போது தொண்டையைச் செருமிக்கொண்டார். அவருடன் அவரின் சகோதரர்கள் இருவர் மற்றும் சில குழுக்களின் தலைவர்களும் வந்திருந்தனர். அவர்களில் ஒரு யூதரும் இருந்தார்.

கடந்த செப்டம்பர் மாதம் பிரிட்டிஷ் இந்தியப் படைகள் இப் பகுதியில் தங்கியபோது அவர் படைத்தளபதியை சந்தித்திருந்தார். எனவே தன்னைப் பற்றி அவர் புதிதாக அறிமுகம் செய்துகொள்ளவில்லை. ஆனால் தனது தம்பி பைசல் அல் ஹுசைன் என்பவரை அறிமுகம் செய்து வைத்தார். அவருக்கு சுமார் ஐம்பத்தி ஐந்து. வயதிருக்கும் ஷேக்கை விட சற்று உயரம் குறைந்த ஆனால் ஒடுங்கிய முகமும் சற்று நீலநிறக் கண்களும் கொண்ட மனிதன். ஷேக்குக்கு அடுத்து மரியாதைக்குரிய மனிதர் அவர். மேலும் தன்னுடன் வந்திருந்த யூத கிருஸ்துவக் குடும்பங்கள் பிரதிநிதியையும் அறிமுகம் செய்து வைத்தார். ஜெனரல், கிருஸ்துவர்கள் வசிப்பதையும் அங்கு அவர்களுக்கு என உள்ள ஒரு பழைய தேவாலயத்தைப் பற்றியும் கேட்டுத் தெரிந்து கொண்டார். சிறிது நேரம் அறிமுகம் மற்றும் வழக்கமான விசாரிப்புகள் மட்டும் நடந்தது. டவுன்செண்டுக்கு அப்பகுதி அரேபியர்களைப் பற்றித் தெரியும் என்பதால் "நான் மனதை இறுக்கமாக்கிக்கொண்டு சில முடிவுகள் எடுக்க இருக்கின்றேன். அனேகமாக நீங்கள் விரைவில் இந்த ஊரைக் காலி செய்து எங்கள் வசம் ஒப்படைத்து விட்டுப் போகும் நிலை வரும்" எனத் தெரிவித்தார். வந்திருந்தவர்கள் கலக்கமடைந்தனர். சுமார் பனிரெண்டாயிரம் படைகள் மற்றும் ஆயுதங்களுக்கும், கனரக பீரங்கிகளுக்கும் உத்தரவிடும் அதிகாரி என்பதால் அவர்கள் கோபத்தைக் காட்ட இயலவில்லை. ஆனால் பெரும் கலக்கம் அடைந்தனர்.

"அதுபோன்ற மோசமான ஒரு நிலைப்பாட்டை ஜெனரல் எடுக்க வேண்டாம், பிரிட்டிஷ் படைகளுக்கு நாங்கள் முழு ஒத்துழைப்பு தருகின்றோம். எங்கள் மண் எங்களுக்கு உயிரானது. ஊரிலிருந்து எம் மக்களை எந்த நிலையிலும் அப்புறப்படுத்த வேண்டாம்" எனக் கெஞ்சிக் கேட்டுக்கொண்டார் ஷேக். மற்றவர்களும் அதனை ஆமோதித்தனர். ஷேக்கின் கண்கள் கலங்கியிருந்தன. சுமார் ஆறாயிரம் மக்களையும், அவர்களின் கால்நடைகளையும் இந்தக் கடும் குளிர்காலத்தில் இந்தப் பாலைவன நிலத்தில் எங்குக் கூட்டிச் செல்வது என்பதை அவரால் கற்பனை கூட செய்ய இயலவில்லை. மேலும் இந்த நிலத்திற்காக அவர்கள் பல உயிர்களைப் பறி கொடுத்திருக்கின்றனர். நிலம் அவர்களின் சுயமரியாதை.

அது உயிரை விட மேலானது. நிலத்தை விட்டுப் போவது தற்கொலைக்குச் சமம். அதற்குப் பதில் உயிரை இழக்கலாம் எனக் கருதினர்.

ஜெனரல் டவுன்செண்ட் சற்று யோசித்தார். இது குறித்து போர் தலைமையகத்துடனும் பேச வேண்டும். எனவே அவர் எந்த முடிவும் எடுக்காமல்,

“யோசிக்கிறேன். ஆனால் உங்களின் ஒத்துழைப்பைப் பொருத்து அது முடிவாகும்” என்றார்.

ஷேக்கும் சில தினங்களில் பிரிட்டிஷ் இந்தியப் படைகள் போய்விடும் என்பதால் அதுவரை பிரச்சனையின்றி ராணுவத்தை அனுப்பி வைப்பது என முடிவாக இருந்தார். குளிர்க் காலத்தில் அவ்வூர் மக்களை இடர்ப்படுத்தாமல் இருப்பது அவரின் பொறுப்புணர்வும், தலைமைப்பண்புமாக இருந்தது.

அவர்கள் போகும்போது ஒரு தற்காலிக மருத்துவமனைக்கு ஏற்ற இடம் எதுவாக இருக்கும் என ஜெனரல் கேட்டார். நகரின் கடைத்தெருவில் உள்ள ஒரு பெரிய கட்டிடத்தை அவர்கள் பயன்படுத்திக்கொள்ளலாம் என்றார் ஷேக். அந்தக் கட்டிடம் ஒரு பழைய மண்டபம். வெகுகாலம் தானிய மண்டியாக இருந்தது. தற்போது அது பயன்பாடின்றி இருந்தது. ஜெனரல், தனது தளபதிகளை அது குறித்து ஆய்வு செய்து இன்றே மருத்துவமனைப் பணிகளைத் தொடங்க மருத்துவப் படையணிக்கு உத்தரவிட்டார். ஷேக்கும் உள்ளூர் ஆட்களை அனுப்பி இன்றைக்குள் அந்த இடத்தை தூய்மைப்படுத்தித் தருவதாகக் கூறிச் சென்றார். தொழிலாளர் பட்டாளத்தைச் சார்ந்தவர்களும் பெங்கால் மருத்துவக் குழுவினரும் கேப்டன் கல்யாண் பொறுப்பில் ஓரிரு நாளில் மருத்துவமனைக்கான பகுதியாக அந்தக் கட்டிடத்தை மாற்ற உத்தரவிட்டார்.

துருக்கியின் தாரஸ் மலைகளிலிருந்து வரும் டைகரிஸ் நதி தெற்கே ஓடி வரும்போது பாக்தாத்தைத் தாண்டி குட் அல் அமாராவை அடையும்போது அதிலிருந்து ஹை என்ற கிளை நதி பிரிந்து அது சற்று தென் மேற்காக நூறு மைல்கள் ஓடி இறுதியில் நசிரியாவில் யூப்ரடிஸ் நதியுடன் கலந்து விடுகின்றது. குட்டில் பிரியாத டைகரிஸ் நதியோ குர்ணா வரை வருகின்றது. நசிரியாவில் யூப்ரடிஸ் நதியுடன் சேர்ந்த ஹை நதி அதோடு அய்க்கியமான பின், யூப்ரடிஸ் நதி மீண்டும் முப்பது மைல்கள் கிழக்கு நோக்கிப் பாய்ந்து அல் குர்ணாவில் டைகரிஸ் நதியுடன் இணைந்து கொள்கின்றது. குட்டைப் பொருத்து அதன் கிழக்கே டைகரிஸ் நதியும், மேற்கே ஹை நதியும் ஓடுகின்றன. குட் நகரம் டைகரிஸ் நதியின் வளைகுடாவால் மூன்று புறமும் சூழப்பட்டுள்ளது. அதன் வடக்குப் புறம் மணல் வெளிகள் உள்ளன. அந்தப் பகுதியில் நகரிலிருந்து சுமார் ஆறு மைல் தொலைவில் வட கிழக்கில் பழைய மண் சுவர் கோட்டை உள்ளது. அதனை ஒட்டியே படைக்கான பயன்பாட்டில் இல்லா தொகுதி வீடுகள் உள்ளன. அந்த வீடுகளில் துப்பாக்கி சுடுவதற்கு ஏதுவாக இடைவெளிகள் இருந்தன. டைகரிஸ் நதிக்கு அப்பால் கம்பளி என்ற பெயரில் அழைக்கப்பட்ட சிறு கிராமம் இருந்தது. அதில் ஒரு பழைய மதுபானத் தொழிற்சாலை இருந்தது. அப்பகுதியில் பழைய மிதவைப் பாலம் ஒன்றும் இருந்தது.

கடைத்தெருவில் இருந்த பழைய மண்டியில் மருத்துவமனைக்கான இடத்தைப் பார்வையிட கேப்டன் டாக்டர் கல்யாணின் குழுவினரோடு வில்லியம்ஸ் போகும்போது, டைகரிஸ் நதிக்கு செல்லும் சாலையில் ஒரு தற்காலிக மருத்துவக் கூடாரம் இருந்தது. அதில் பலர் கிடத்தப்பட்டிருந்தனர். எல்லோரும் ஸ்டசிபனிலிருந்து வந்து சேர்ந்தவர்கள். அவன் சண்டை முடிந்த அன்று படகில் ஏற்றிவிட்ட ஆட்களில் சிலர் இன்னும் உயிரோடிருந்தனர். அவன் அங்கு படுத்துக்கிடந்தவர்களிடையே தேடியபோது இயந்திரத் துப்பாக்கிக் குழுவில் தொழிலாளியாக இருந்த ராமன் படுத்துக் கிடந்தான். அவன் ராமன் பஸ்ரா போய்ச் சேர்ந்திருப்பான் என்று நினைத்திருந்தான். ஆனால் குட்டில் அவனைச் சந்திப்பான் என அவன் கருதியிருக்கவில்லை. அவன் ராமனின் அருகில் சென்று அவனைக் குனிந்து பார்த்தான். ராமனின்

உடலில் இன்னமும் நடுக்கமிருந்தது. அவன், அவனின் நடுங்கும் கைகளைப் பற்றியபோது ராமன் திரும்பிப் பார்த்தான். அவன் மிகவும் களைத்துக் காணப்பட்டான். சில நிமிடங்கள் அவனைப் பார்த்தபின் அவன் கண்களில் நீர் கோடிட்டது. ராணா எங்கே? என்றான். இருக்கின்றார்கள் என தலையசைத்தான். படகு குட்டைக் கடந்து போகும்போது ஓரளவுக்குப் பிரச்சனையில்லாதவர்களை குட்டில் கரையிறக்கிவிட்டுச் சென்றதை அறிந்தான். சீக்கிரம் வந்து முகாமிற்கு அழைத்துப் போவதாகக் கூறிச் சென்றான்.

கடைவீதியில் மண்டியானது எருமை மற்றும் காய்ந்த ஆட்டுச் சாணத்தால் நிரம்பிக்கிடந்தது. கால்நடை வாசம் அடிக்கும் இடமாக இருந்தது. அதற்கு அப்பால் சில இறைச்சிக்கடைகள் இருந்தன. தேநீர் மற்றும் மசால் சேர்க்கப்பட்ட இறைச்சிகளைக் குத்தி நெருப்பில் வாட்டி எடுக்கும் கபாப் விற்பனை செய்யும் சிறு கடைகள் இருந்தன. சில தானிய மண்டிகளும் இருந்தன. அப்பகுதி வழக்கமாக மக்கள் கூடும் இடம். தானியம் மற்றும் பொருட்களை வாங்க மக்கள் வந்து போய்க் கொண்டிருந்தனர். உயர்ந்த செங்கல் சுவரால் ஆன மண்டியைச் சுற்றி இருந்த கடைத்தெரு முழுதும் மருத்துவமனைக்கு வேண்டும் என்பதை அங்கு வந்திருந்த ஷேக்கிடம் கல்யாண் கூறிவிட்டான். அதைத் தெருவில் இருந்த வியாபாரிகளிடம் சொன்னபோது, அவர்கள் வியாபாரம் செய்வது பாதிக்கும், தங்களின் வாழ்நிலையும் பாதிக்கும் என்பதை கவலையுடன் ஷேக்கிடம் சொன்னார்கள். அது தற்காலிக ஏற்பாடு என்றும் சற்று அப்பால் சென்று வியாபாரம் செய்யுங்கள் எனவும் சமாதானப்படுத்தினார்.

உள்ளூர்ப் பெண்கள் மற்றும் ஆண்கள் சிலர் வந்து மண்டியை சுத்தம் செய்துகொண்டிருந்தனர். மாட்டுச் சாணத்தில் வில்லியம்ஸின் பூட்ஸ் சறுக்கியது. அவன் தடுமாறி ஒரு பெண்ணைப் பிடித்து நின்றான். மற்ற பெண்கள் அதைக்கண்டு சிரித்தனர். அவன் அந்தப் பெண்ணிடம் மன்னிப்புக் கேட்டான். அவனுக்குச் சற்று வெட்கமாகவும் இருந்தது. அந்தப் பெண் பச்சை வர்ண பைஜாமா அணிந்திருந்தாள். முகம் மட்டும் தெரிந்தது. அவள் கண்கள் அவனுக்கு மிகவும் பிடித்திருந்தன. இந்த மண்ணில் எல்லாப் பெண்களிடமும் ஒரு வசீகரம் இருக்கின்றது. அவர்களின் கண்கள் மீது அவனுக்கு எப்போதும் ஒரு கவர்ச்சி உண்டு. அவளுக்கு மொழி தெரியவில்லை என்றபோதும், அவள் முகத்தில் சிறு வெட்கம் கலந்த சங்கடத்தை வெளிப்படுத்தினாள். அவன் கையை தலைக்கு கீழே தாழ்த்தி நன்றி சொல்லிவிட்டுப் போனான்.

சற்று தூரம் போய் அவன் அவளைத் திரும்பிப் பார்த்தான். அந்தப் பெண்கள் சாணி வழுக்கிய வீரனைக் கிண்டலடித்துக் கொண்டிருந்தனர். ஷேக்கின் தம்பி பைசல் அல் ஹுசன் அவர்களை அதட்டும் சப்தம் கேட்டது. அதன்

துருக்கியின் தாரஸ் மலைகளிலிருந்து வரும் டைகரிஸ் நதி தெற்கே ஓடி வரும்போது பாக்தாத்தைத் தாண்டி குட் அல் அமாராவை அடையும்போது அதிலிருந்து ஹை என்ற கிளை நதி பிரிந்து அது சற்று தென் மேற்காக நூறு மைல்கள் ஓடி இறுதியில் நசிரியாவில் யூப்ரடிஸ் நதியுடன் கலந்து விடுகின்றது. குட்டில் பிரியாத டைகரிஸ் நதியோ குர்ணா வரை வருகின்றது. நசிரியாவில் யூப்ரடிஸ் நதியுடன் சேர்ந்த ஹை நதி அதோடு அய்க்கியமான பின், யூப்ரடிஸ் நதி மீண்டும் முப்பது மைல்கள் கிழக்கு நோக்கிப் பாய்ந்து அல் குர்ணாவில் டைகரிஸ் நதியுடன் இணைந்து கொள்கின்றது. குட்டைப் பொருத்து அதன் கிழக்கே டைகரிஸ் நதியும், மேற்கே ஹை நதியும் ஓடுகின்றன. குட் நகரம் டைகரிஸ் நதியின் வளைகுடாவால் மூன்று புறமும் சூழப்பட்டுள்ளது. அதன் வடக்குப் புறம் மணல் வெளிகள் உள்ளன. அந்தப் பகுதியில் நகரிலிருந்து சுமார் ஆறு மைல் தொலைவில் வட கிழக்கில் பழைய மண் சுவர் கோட்டை உள்ளது. அதனை ஒட்டியே படைக்கான பயன்பாட்டில் இல்லா தொகுதி வீடுகள் உள்ளன. அந்த வீடுகளில் துப்பாக்கி சுடுவதற்கு ஏதுவாக இடைவெளிகள் இருந்தன. டைகரிஸ் நதிக்கு அப்பால் கம்பளி என்ற பெயரில் அழைக்கப்பட்ட சிறு கிராமம் இருந்தது. அதில் ஒரு பழைய மதுபானத் தொழிற்சாலை இருந்தது. அப்பகுதியில் பழைய மிதவைப் பாலம் ஒன்றும் இருந்தது.

கடைத்தெருவில் இருந்த பழைய மண்டியில் மருத்துவமனைக்கான இடத்தைப் பார்வையிட கேப்டன் டாக்டர் கல்யாணின் குழுவினரோடு வில்லியம்ஸ் போகும்போது, டைகரிஸ் நதிக்கு செல்லும் சாலையில் ஒரு தற்காலிக மருத்துவக் கூடாரம் இருந்தது. அதில் பலர் கிடத்தப்பட்டிருந்தனர். எல்லோரும் ஸ்டசிபனிலிருந்து வந்து சேர்ந்தவர்கள். அவன் சண்டை முடிந்த அன்று படகில் ஏற்றிவிட்ட ஆட்களில் சிலர் இன்னும் உயிரோடிருந்தனர். அவன் அங்கு படுத்துக்கிடந்தவர்களிடையே தேடியபோது இயந்திரத் துப்பாக்கிக் குழுவில் தொழிலாளியாக இருந்த ராமன் படுத்துக் கிடந்தான். அவன் ராமன் பஸ்ரா போய்ச் சேர்ந்திருப்பான் என்று நினைத்திருந்தான். ஆனால் குட்டில் அவனைச் சந்திப்பான் என அவன் கருதியிருக்கவில்லை. அவன் ராமனின் அருகில் சென்று அவனைக் குனிந்து பார்த்தான். ராமனின்

உடலில் இன்னமும் நடுக்கமிருந்தது. அவன், அவனின் நடுங்கும் கைகளைப் பற்றியபோது ராமன் திரும்பிப் பார்த்தான். அவன் மிகவும் களைத்துக் காணப்பட்டான். சில நிமிடங்கள் அவனைப் பார்த்தபின் அவன் கண்களில் நீர் கோடிட்டது. ராணா எங்கே? என்றான். இருக்கின்றார்கள் என தலையசைத்தான். படகு குட்டைக் கடந்து போகும்போது ஓரளவுக்குப் பிரச்சனையில்லாதவர்களை குட்டில் கரையிறக்கிவிட்டுச் சென்றதை அறிந்தான். சீக்கிரம் வந்து முகாமிற்கு அழைத்துப் போவதாகக் கூறிச் சென்றான்.

கடைவீதியில் மண்டியானது எருமை மற்றும் காய்ந்த ஆட்டுச் சாணத்தால் நிரம்பிக்கிடந்தது. கால்நடை வாசம் அடிக்கும் இடமாக இருந்தது. அதற்கு அப்பால் சில இறைச்சிக்கடைகள் இருந்தன. தேநீர் மற்றும் மசால் சேர்க்கப்பட்ட இறைச்சிகளைக் குத்தி நெருப்பில் வாட்டி எடுக்கும் கபாப் விற்பனை செய்யும் சிறு கடைகள் இருந்தன. சில தானிய மண்டிகளும் இருந்தன. அப்பகுதி வழக்கமாக மக்கள் கூடும் இடம். தானியம் மற்றும் பொருட்களை வாங்க மக்கள் வந்து போய்க் கொண்டிருந்தனர். உயர்ந்த செங்கல் சுவரால் ஆன மண்டியைச் சுற்றி இருந்த கடைத்தெரு முழுதும் மருத்துவமனைக்கு வேண்டும் என்பதை அங்கு வந்திருந்த ஷேக்கிடம் கல்யாண் கூறிவிட்டான். அதைத் தெருவில் இருந்த வியாபாரிகளிடம் சொன்னபோது, அவர்கள் வியாபாரம் செய்வது பாதிக்கும், தங்களின் வாழ்நிலையும் பாதிக்கும் என்பதை கவலையுடன் ஷேக்கிடம் சொன்னார்கள். அது தற்காலிக ஏற்பாடு என்றும் சற்று அப்பால் சென்று வியாபாரம் செய்யுங்கள் எனவும் சமாதானப்படுத்தினார்.

உள்ளூர்ப் பெண்கள் மற்றும் ஆண்கள் சிலர் வந்து மண்டியை சுத்தம் செய்துகொண்டிருந்தனர். மாட்டுச் சாணத்தில் வில்லியம்ஸின் பூட்ஸ் சறுக்கியது. அவன் தடுமாறி ஒரு பெண்ணைப் பிடித்து நின்றான். மற்ற பெண்கள் அதைக்கண்டு சிரித்தனர். அவன் அந்தப் பெண்ணிடம் மன்னிப்புக் கேட்டான். அவனுக்குச் சற்று வெட்கமாகவும் இருந்தது. அந்தப் பெண் பச்சை வர்ண பைஜாமா அணிந்திருந்தாள். முகம் மட்டும் தெரிந்தது. அவள் கண்கள் அவனுக்கு மிகவும் பிடித்திருந்தன. இந்த மண்ணில் எல்லாப் பெண்களிடமும் ஒரு வசீகரம் இருக்கின்றது. அவர்களின் கண்கள் மீது அவனுக்கு எப்போதும் ஒரு கவர்ச்சி உண்டு. அவளுக்கு மொழி தெரியவில்லை என்றபோதும், அவள் முகத்தில் சிறு வெட்கம் கலந்த சங்கடத்தை வெளிப்படுத்தினாள். அவன் கையை தலைக்கு கீழே தாழ்த்தி நன்றி சொல்லிவிட்டுப் போனான்.

சற்று தூரம் போய் அவன் அவளைத் திரும்பிப் பார்த்தான். அந்தப் பெண்கள் சாணி வழுக்கிய வீரனைக் கிண்டலடித்துக் கொண்டிருந்தனர். ஷேக்கின் தம்பி பைசல் அல் ஹுசன் அவர்களை அதட்டும் சப்தம் கேட்டது. அதன்

பின் அந்தப் பெண்கள் தரையைப் பெருக்குவதில் கவனம் குவித்திருந்தனர். ஆனாலும் அவன் அவர்களைக் கடந்து போகும்போது அவர்கள் சிரிக்காமல் இல்லை. அவன் சாணி இருக்கின்றதா என எச்சரிக்கையோடு அடி எடுத்து வைத்தான். அவனை விழாமல் தாங்கிப் பிடித்தவளை அவன் மீண்டும் பார்த்தான். அவளுக்கு அவனின் வயதுதானிருக்கும். அவள் வெண்ணிற கை முழுதும் சாணி அப்பியிருந்தது. அவளின் தலை முடியில் ஒரு கற்றை அவள் முகத்தின் நேரே சரிந்து முகத்தை மறைத்தது. அவள் அதனை இடது கை புயத்தினைக்கொண்டு சரி செய்ய முயன்று தோற்றாள். அவளின் நீண்ட மூக்கும் உதடும், அவனை இன்னும் சற்று நேரம் பார்க்கச் சொன்னது. அவன் அவளை உற்றுப் பார்ப்பதைக் கண்டு மீண்டும் அவளுக்குச் சிரிப்பு வந்தது. பின் அவனை செல்லமாக மிரட்டுவது போல அவள் கண்களை உருட்டினாள். பின் தரையை சுத்தம் செய்வதுபோல இருந்தாள். ஆனால் கடைக்கண் பார்வையில் தன்னை உற்று நோக்கும் அவனை அவள் பார்க்காமல் இல்லை. அவள் ஒரு பாலைவனத்து மலர் என அவன் நினைத்துக்கொண்டான்.

கேப்டன் கல்யாண், அவனை வெளியே போய் கடைவீதியிலிருந்த கடைகள் காலி செய்யப்பட்டு விட்டனவா எனப் பார்க்கச் சொன்னார். அவன் அங்கு போகும்போது கடைக்காரர்கள் பிரிட்டிஷ் இந்தியப் படைகளை சபித்துக்கொண்டே அவர்களின் கடைச் சாமான்களை எடுத்துக்கொண்டு கிளம்பினர். அவர்களை ஷேக் சமாதானம் செய்தார். மீண்டும் வில்லியம்ஸ்க்கு மண்டிக்குள் செல்லவேண்டி மனது அடித்தது. அது அவனுக்கு இனம் புரியாத தவிப்பைத் தந்தது. அது அவனுக்குப் புது உணர்வு. ஏதோ ஒரு பாரம் அவனுக்குள் இருந்தது. இதயம் சற்று வேகமாகத் துடிப்பதை உணர்ந்தான். சாவை பக்கத்தில் எதிர்கொள்ளும் சூழல்கள் கடந்துபோகும்போதுகூட இவ்வளவு பாரமில்லை. எல்லாவற்றுக்கும் அவளின் அந்தக் கண்களும் வசியமிக்க சிரிப்பும்தான் காரணம். ஏதோ ஒரு கண்களுக்குத் தெரியாத கயிற்றில் அவன் கட்டுப்பட்டு இழுப்பதைப் போல உணர்ந்தான். மீண்டும் மண்டிக்குள் செல்ல போனபோது அதன் வாசலில் அப்பெண்கள் வெளியே வந்து கொண்டிருந்தனர். அவன் வாசலின் ஓரத்தில் நின்று அவளைக் கவனித்தான். அவனைக் கண்டதும் மீண்டும் அந்தப் பெண்கள் சிரித்தனர். அவள் அவனையே பார்த்துக்கொண்டு கடக்கும்போது லேசாக அவனை முட்டியில் இடித்து வெளியேறினாள். அவன் சூழலை மறந்து அவளையே பார்த்துக்கொண்டிருந்தான். அவள் போகும்போது அவனைச் சில முறை திரும்பிப் பார்த்துவிட்டுச் சென்றாள்.

அவனை யாரோ பலமாக உலுக்குவதை உணர சில நொடிகள் பிடித்தது. கேப்டன் கல்யாண் அவனை முறைத்துப் பார்த்தான்.

“உன்னை கவனித்துக்கொண்டுதான் இருக்கின்றேன். நீ சரியா இல்லை. இவங்க தலையை வெட்டுகிற அரேபிகள். இது ஷேக்கோட தம்பி மகள்.

பார்த்து தலையை வெட்டி விட போறானுக" என்றான் அவன் தோளில் கையை வைத்து.

வில்லியம்ஸ் அவள் போன திசையைப் பார்த்தபடியே சொன்னான், "கேப்டன் அவளுக்காக தலையை இழக்கலாம். அது தகும்" எனப் புன்னகைத்தான்.

"ஒழிந்து போடா" என்றான் மெல்லப் புன்னகைத்தவாறு கேப்டன் கல்யாண்.

அன்று மாலையே அங்கு மருத்துவமனை அமைக்கப்பட்டது. பெங்கால் மருத்துவப் படையணி மற்றும் பக்கிங்ஹாம் படையணி, ஆஸ்திரேலியப் படையணி மருத்துவர்கள் பொறுப்பெடுத்துக்கொண்டனர். அதுவன்றி தேவைப்படும்போது, அந்த வீதிகளில் தற்காலிகக் கூடாரங்கள் அமைத்துக்கொள்ள முடிவு செய்யப்பட்டது. சுமார் எண்ணூறு வீரர்கள் ஏதோ ஒரு வகையில் காயம்பட்டு குட் திரும்பி இருந்தனர். இதில் அதிகம் காயம்பட்டு மருத்துவ சிகிச்சை தொடர்ந்து தேவைப்படுவோர் மட்டும் மருத்துவமனையில் அனுமதிக்கப்பட்டனர். அதுவன்றி நிரந்தர ஊனமடைந்தவர்கள் அல்லது உடனே காயம் ஆறாத நிலை உள்ளவர்களை அவர்களின் படைப் பிரிவுகள் தங்கும் கூடாரத்திற்கு அருகில் மருத்துவக் கூடாரம் அமைத்துப் பராமரிக்க முடிவானது.

ராமனை அவன் தங்கும் கூடாரத்திற்கு அருகில் இருந்த மருத்துவ முகாமுக்குக் கூட்டிப் போனான். அங்கு சில மருத்துவ உதவியாளர்கள் மட்டுமே இருந்தனர். ராமனின் நடையில் இருந்த நடுக்கம் மற்றும் துள்ளல் இன்னமும் முழுதாகக் குறையவில்லை. அதற்குச் சில நாட்கள் ஆகும். ராமனைக் கண்டதும் ராணா ஓடி வந்து அவனைக் கட்டித் தழுவிக் கொண்டான். அவன் கண்களில் கண்ணீர் வழிந்தோடியது. அவனை அங்கு சந்திப்போம் என அந்த இயந்திரத் துப்பாக்கிப் படையணி நினைத்திருக்கவில்லை. ராமன் தனது கண்ணீரைத் துடைத்துக்கொண்டு ஆட்டுக்குட்டி இருக்கின்றதா? எனக் கேட்டான்.

ராணா ஆட்டுக்குட்டியைத் தூக்கி வந்து அவன் அருகில் வைத்தான். அவன் தனது நடுங்கும் விரல்களால் அதனை வருடி விட்டான். அது அவன் கால்களை நக்கிக்கொண்டு சிறு வாலை வேகமாக ஆட்டியபடி குதித்து முட்டச் செய்தது. அது அவ்வளவு விரைவில் ராமனைக் கண்டு கொண்டது. அன்று கைவசமிருந்த ரேசன் பிரித்துத் தரப்பட்டது. ஓட்ஸ் கஞ்சியும் கோதுமை ரொட்டியும் கிடைத்தது.

அன்றைய இரவில் அவ்வளவு களைப்பு மிஞ்சியிருந்தது. வில்லியம்ஸ் சிறிது நேரம் தூங்கலாம் என்று நினைத்தபோது அவனை கேப்டன் கல்யாண் கூட்டி வரச்சொன்னதாக ஒரு சிப்பாய் வந்தான். அவன் கோவேறு கழுதைகள் படையணியைச் சார்ந்தவன். அவனுடன் வேறு ஒரு சிப்பாயும் இரண்டு கோவேறு கழுதைகள் பூட்டிய வண்டியில் வந்திருந்தனர். அவன் அவர்கள் வண்டியில் ஏறினான். இரவில் நிலவு வெளிச்சத்தில் சாலை தெளிவாக இருந்தது. மேலும் வழியில் பல பகுதிகளில் படைப்பிரிவுகளின் முகாம்கள் இருந்தன. ஆள் நடமாட்டம் இருந்தது. நகரத்திலிருந்து ஆறு மைல்கள் வடக்கே தள்ளியிருந்த கோட்டை அருகில் கேப்டன் கல்யாண் இருந்தான். அவன் அங்கு சென்றபோது கோட்டையில் ஹோவிசர், இரண்டு துப்பாக்கிகளை டைகரிஸ் நதியை நோக்கி மேற்குப் புறமாகவும் மேலும் வடக்கு திசையில் நீண்டிருந்த மணல் வெளியை நோக்கியும் பொருத்திக்கொண்டிருந்தனர். அப்பகுதி மிகவும் பரபரப்பாக இருந்தது. அந்த ஏற்பாடுகள் மற்றும் பரபரப்பைக் கண்டபோது குட்டிலிருந்து படைகள் இப்போதைக்கு பின்வாங்குவது போலத் தெரியவில்லை.

வில்லியம்ஸைப் பார்த்ததும் கேப்டன் அவனைத் தனியே அழைத்து சற்று ரகசியமாகச் சொன்னான். “ஜெனரல் டவுன்செண்ட் தலைமை அலுவலகத்திற்கு சென்று வர ஒரு நம்பகமான அதிகாரி வேண்டும் என கேட்டிருந்தார். அது இந்திய அதிகாரியாக இருக்க வேண்டும் என்று அவர் எதிர்பார்த்ததால் நான் உன் பெயரைச் சொல்லியுள்ளேன். எனது நம்பிக்கையையும், மரியாதையையும் நீ காப்பாற்றவேண்டும்” என அவன் கையைப் பிடித்துக் குலுக்கினான். அது உண்மையில் ‘என் பெயரைக் கெடுத்து விடாதே பெரிய இடம்’ எனக் கெஞ்சுவது போன்றே இருந்தது.

வில்லியம்ஸ் கேப்டன் கல்யாணிடமிருந்து இரண்டு அடிகள் பின் வாங்கி உடலை விறைப்பாக்கி சல்யூட் அடித்தான். வில்லியம்ஸ் அதை மிகவும் பயபக்தியுடன் செய்யவில்லை என கேப்டனுக்கும் தெரியும். இருந்த போதும் அவனை அருகில் அழைத்துச் சொன்னான்,

“குட்டிலிருந்து நாம் உடனே பின்வாங்கப் போவதில்லை. இங்கிருந்து துருக்கிப் படை டைகரிஸை ஒட்டி முன்னேறினால் நிச்சயம் நாம் பஸ்ராவை இழந்து விடுவோம். அல்லது அவர்கள் ஹை நதி வழியாக கீழே இறங்கினால் நிச்சயம் நஸ்ரியாவில் இருக்கும் சிறிய பிரிட்டிஷ் படையை நாசம் செய்து அதைக் கைப்பற்றி விடுவார்கள். எனவே இங்கேயே தங்கி துருக்கிப் படைகளின் முன்னேற்றத்தைத் தடுப்பதும் முடிந்தால் மீண்டும் முன்னேறுவதும் நமது திட்டம். துருக்கிப் படைகள் நம்மை நெருங்கி விட்டார்கள். வெறும் எட்டு மைல்களில் உள்ளார்கள். நாளை அவர்களை நாம் பார்க்க முடியும். இந்த ஊரைச் சுற்றி முழுவதும் பாதுகாப்பு அரண் அமைக்கப்படுகின்றது. நம்மை மீட்க மீட்புப் படையை அனுப்புகின்றனர். அவர்கள் வரும்வரை நாம் இங்கேயே நின்று சண்டையிடவேண்டும். ஸ்டசிபனில் மிக அதிகமான அதிகாரிகள் கொல்லப்பட்டு விட்டனர். அடுத்த கட்ட அதிகாரியான உங்களைப் போன்றோர் மிகப் பொறுப்புடன் செயல்பட வேண்டும்.”

“நம்பிக்கையைக் காப்பாற்றுவேன் கேப்டன்” என்றான். அன்று இரவு கடுங்குளிர் வாட்டியது. வடக்கே இருந்து குளிர் காற்று மிகவும் வேகமாக வீசியது. கணப்பு நெருப்பு எரிந்து கொண்டிருந்தது. கேப்டன் கொஞ்சம் விஸ்கியை ஊற்றி அவனுக்குக் கொடுத்தான். அதில் கொஞ்சம் தண்ணீர் விட்டு “சியர்ஸ்” சொல்லி டம்ளரை லேசாக முட்டிவிட்டு ஒரு வாய் குடித்தான். டைகரிஸ் நதி நீரில் விஸ்கியை இனி கலக்கக் கூடாது. எவ்வளவு நல்ல விஸ்கியையும் இது நாசம் செய்து விடும் என்றான். வில்லியம்ஸும் அதனை உணர்ந்தான். சுவை மாறி இருந்தது. கேப்டன் தனது பாக்கெட்டில் இருந்த இரண்டு சிகரெட்டுகளில் ஒன்றை அவனிடம் கொடுத்தான். பின் அவனே அவனுக்கு கைகளைக் குவித்து காற்றில் அணையாதவாறு பற்றவைத்தான். அந்தக் குளிருக்கு அந்த சிகரெட்டின் புகை சற்று ஆறுதலாக இருந்தது. பனிக்காற்றின் அடர்த்தியால் சிகரெட் புகை எளிதில் காற்றில் கரையாது அவர்களைச் சுற்றி சுழன்றது. அவன் ஏதோ யோசனையில் அங்கிருந்து மேற்கே டைகரிஸைப் பார்த்தான். கரையில் சிறு வெளிச்சம் தெரிந்தது. அது இரவு மீன்பிடிக்கும் மீனவர்களாக இருக்க வேண்டும். குளிர்காற்று டைகரிஸில் சிறிய அலைகளை எழுப்பிக்கொண்டிருந்தது. அந்த நகரம் ஒரு போருக்குத் தயாராகின்றது. அவன் காலையில் கடைவீதியில் பார்த்த மனிதர்கள், குழந்தைகள், எப்போதும் மறக்கமுடியாத குறும்புத்தனமான முட்டி இடி கொடுத்த வசீகரமான அந்தப் பெண் என எல்லோரும் இனி குண்டுகளை எதிர்கொள்ள வேண்டும். வடக்கே சில ஒட்டகங்கள் போய்க்கொண்டிருந்தன. அது மேலே நிலவொளியில் மங்கித் தெரிந்தது. சிகரெட் நெருப்பின் வெப்பம் அது தீர்ந்து போனதையும் தன்னை விட்டுவிடும்படியும் சொன்னது. அவன் நடுவிரல் மற்றும் பெருவிரலில் அதனைப் பிடித்து வாயில் வைத்து கடைசி இழுவையை இழுத்து அதனை வீசினான். இருளில் குட் நகரின் மசூதியின் மினாரில் இரண்டு

லாந்தர் விளக்குகள் எரிந்து கொண்டிருந்தன. அந்த நகரம் அமைதியாக இருந்தது. வானில் நட்சத்திரம் வெகுவாகப் பூத்திருந்தது. அவன் அதை வெகுநேரம் ரசித்துக்கொண்டே இருந்தான். அப்போது அங்கு தணப்புக்கு போடப்பட்டிருந்த தீக்குவையைச் சுற்றி உட்கார்ந்திருந்த கூட்டத்தில் ஒரு உள்ளூர்க்காரன் யாழ் போன்ற ஒரு வாத்தியத்தை வாசித்தான். அதன் இசை கிறங்கச் செய்யக்கூடியது. அவன் சிறிய மூங்கில் வில்லைக்கொண்டு அதன் நாணை மீட்டினான். அந்நேரம் அவன் நிலவொளியையும் டைகரிஸில் அதன் பிரதிபலிப்பையும் பார்த்தான். அவள் ஏதோ அவனிடம் சொல்வது போல கற்பனை செய்தான். நதியின் கரையில் அவள் அவனுடன் நடந்து வருவது போல. தனக்கு இந்த குட்டில் ஏதோ நிகழ்ந்து விட்டது என்று மட்டும் அவன் கருதினான். அப்போது கேப்டன் கல்யாண் அவன் தோளில் கையை வைத்துச் சொன்னான்,

“இந்த அமைதி, இனி எப்போதும் இரவில் நாம் இருக்கும் வரை இருக்காது. இந்த இசை எதையோ நினைக்க வைக்கின்றது. அது எங்கோ கூட்டிப் போகின்றது. இந்த இசைக்கருவியின் பெயர் ரீபாப். அக்பரின் அவையிலிருந்த இசைமேதை தான்சே இந்த யாழை வாசிப்பதில் தேர்ந்தவன்.”

“கேப்டன், நீங்க காதல் திருமணமா?”

கேப்டனிடமிருந்து பதில் வரவில்லை. எனவே வில்லியம்ஸ் திரும்பிப் பார்த்தான். கல்யாண் நதியைப் பார்த்துக்கொண்டே இருந்தான். அவன் கண்களில் கண்ணீர் கோடிட்டது. வில்லியம்ஸ் கேட்ட கேள்வி கல்யாணை எங்கோ கூட்டிப் போயிருக்கின்றது. மீண்டும் நதியைப் பார்த்தான். ரீபாப் இசை எதையோ மீட்டியது. அப்போது கேப்டனின் வாய் முணுமுணுத்தது சப்தமாக.

> “நான் உன்னை எண்ணற்ற வடிவங்களில், எண்ணற்ற முறை நேசித்தேன்.
> வாழ்க்கையில், வாழ்க்கைக்குப் பின்னும்.
> வயதிலும், அதற்குப் பிறகும், என்றென்றும்.
> என் எழுத்துப்பிழை மிக்க இதயம்
> உனக்காக பாடல்களால் ஒரு ஆபரணத்தை செய்துள்ளது.
> அதைப் பரிசாக கழுத்தில் அணிந்து கொள்.
> வாழ்க்கையில், வாழ்க்கைக்குப் பின்
> வயதிலும், அதற்குப் பிறகும்.”

கேப்டன் வில்லியம்ஸைப் பார்த்து மெல்லச் சிரித்தான். “இது என்னுடைய கவிதை அல்ல. தாகூருடையது. எனக்கு கல்கத்தாவின் ஹூக்ளி நதிக்கரை நினைவுக்கு வருகின்றது. கல்கத்தாவிலும் இதே வானம்தான் இருக்கும். இதன்கீழ் தூரத்தில் என் வீடு இருக்கும். என் மனைவி நானில்லா

வெற்றிடத்தை எப்படிக் கடந்து செல்வாள் என்பதை நினைக்கக் கடினமாக உள்ளது. அது ஒரு அவஸ்தை. தவிப்பு நிறைந்தது. பிரியப் பிரிய சேரத்தோன்றும். மனதளவில் நம்மை முடமாக்கும். உனக்கு இப்போ புரியாது. ஆனா இன்னைக்கு அந்த ஷேக்கு தம்பி பொண்ணு உன்னையே பார்த்துகிட்டு இருந்தாள். அதுக்கு என்ன அர்த்தம் என்று தெரியவில்லை. தாகூர் சொன்ன மாதிரி எந்த வடிவத்தில் இருந்தால் என்ன? ஆனால் தலை பத்திரம். பயப்படாதே, உன் பின்னால் பிரிட்டிஷ் சாம்ராஜ்ஜியம் இருக்கின்றது, பதிமூன்றாயிரம் நமது எண்ணிக்கை. ஜெனரலையும் சேர்த்திக்குவோம்" எனச் சிரித்தான்.

வில்லியம்ஸ் கேப்டனிடமிருந்து விடை பெறுவதற்கு முன், "நாளை காலை சரியான நேரத்தில் ஜெனரல் டவுன்செண்டின் தலைமையகத்திற்கு வந்துவிட வேண்டும். வரும்போது சீருடை சரியாகவும், நேர்த்தியாகவும் இருக்கவேண்டும்" என்று சொல்லி அனுப்பினான்.

அவர்கள் வண்டியை கோவேறு கழுதை சாதாரணமாக இழுத்துச் சென்றது. அந்த நிலம் சற்று கெட்டியாக இருந்ததால் வண்டி ஓட்டிச் செல்ல பிரச்சனை எதுவும் இல்லை. அவர்கள் இருவரும் பூனா படைப்பிரிவினர். வண்டி ஓட்டியை ஒரு பாட்டுப் பாடச் சொன்னான் வில்லியம்ஸ். அவனுக்கு சிரிப்புதான் வந்தது. அவன் வெட்கப்பட்டான். வண்டியில் உடன் அமர்ந்து வந்த அவன் வயதை ஒத்தவன் மராத்தியில் எதையோ பாடினான். அதைக் கேட்டு வண்டி ஓட்டியவன் சிரித்தான். அப்போது பக்கவாட்டிலிருந்து மணல்மேட்டுக்கு அப்பாலிருந்து அவர்களை நோக்கித் துப்பாக்கி ஒன்று வெடித்தது. சுற்றிலும் கந்தகப் புகை வாடை. அது ஒரு பழைய மசில் லோட் துப்பாக்கியாக இருக்க வேண்டும். அடுத்த நொடி வண்டி ஓட்டி கீழே குதித்துப் படுத்துக்கொண்டான். வில்லியம்ஸும் அவனுடன் வந்த சிப்பாயும் கீழே மணலில் படுத்துக்கொண்டனர். வில்லியம்ஸ் அவனின் துப்பாக்கியை லோட் செய்து குண்டு வந்த திசையில் இரண்டு முறை சுட்டான். அவனுடன் வந்த சிப்பாயும் சேர்ந்து சுட்டான். தூரத்தில் எவனோ ஒருவன் ஆற்றில் குதித்து நீந்துவது தெரிந்தது. சிப்பாய் அதை நோக்கி ஓட முயன்றபோது வில்லியம்ஸ் அவனைத் தடுத்து நிறுத்தினான். துப்பாக்கி வெடிக்கும் சப்தம் கேட்டு கோட்டையில் இருந்த படைக்குழு குதிரை வீரர்கள் அங்கு வந்து சேர்ந்தார்கள். அவர்கள் டார்ச் விளக்குகளை அடித்துத் தேடியபோது எவருமில்லை. அவன் நதியின் கரையை அடைந்து தப்பித்திருக்கக் கூடும். அது அழையா விருந்தாளிகளுக்குத் தரும் முதல் மரியாதை. அதன் பின் வண்டியில் படுத்தபடி லோட் செய்த துப்பாக்கியை இருபுறமும் நீட்டி நோட்டமிட்டபடி எச்சரிக்கையோடு நகரை அடைந்தனர்.

அந்தத் துப்பாக்கிக் குண்டு அவனை நோக்கிப் பாயாமல் இருந்திருந்தால் இரவு அவன் கனவு கண்டிருப்பான். அல்லது அரேபிய அழகியரைப் பற்றி

கற்பனையிலாவது இலயித்திருந்திருப்பான். குடித்த விஸ்கியின் மயமயப்பு சிறிதுகூட அதன்பின் அவனிடம் இல்லை. அவன் மகிழமுடியாத ஒரு சூழலில் அவன் உள்ளான் என அவனுக்குத் தோன்றியது. ஆட்டுக்குட்டி கனைக்கும் சிறு சப்தத்தையும் தாண்டி தூரத்தில் ஒருவனின் குறட்டைச் சப்தம் வந்து கொண்டிருந்தது. கம்பளியை இழுத்துப் போர்த்திக்கொண்டான். கனத்த கூடாரத் துணியைத் தாண்டி குளிர் உள்ளே புகுந்து வாட்டியது. ஏனோ அவனுக்கு அப்போது அம்மாவின் முகம் நினைவுக்கு வந்தது. காலையில் ஒரு கடிதம் எழுத வாய்ப்பு கிடைத்தால் நன்றாக இருக்கும் என்று கருதினான். சிறிது நேரத்தில் தூங்கிப் போனான்.

இன்னும் முழுதாக விடிந்திராத போதே குட் விழித்துக்கொண்டது. அந்த இடையூறு ஏற்படுத்தும் சப்தம் அவனை எழுப்பியது. அவன் எழுந்து பார்த்தபோது கீழ் வானம் வெளுத்திருந்தது. சதுப்பு வெளிகளிலிருந்து பறவைகள் டைகரிஸ் நோக்கிப் பறந்து வந்தன. ஆனால் எல்லோரும் பார்த்தது டைகரிஸின் அடுத்த கரைக்கும் அப்பால் தூரத்தில் கூட்டமாகச் சென்றுகொண்டிருந்த ஒட்டகக் கூட்டம். துருக்கியர்கள் அவர்களை நெருங்கி விட்டார்கள். ஆனால் உடனடியாக எந்தச் சண்டையும் நிகழப் போவதில்லை. துருக்கியரும் குட்டிலிருக்கும் பிரிட்டிஷ் இந்தியப் படைகளும் திறந்த வெளியில் நிற்கின்றனர். தூரத்தில் நகரவாசிகளும் கூட்டம் கூட்டமாக நின்று நதிக்கு அப்பால் சில மைல்கள் தூரத்தில் தொடுவானத்தை ஒட்டி நிழல் உருவங்களாய்த் தெரியும் அந்த ஒட்டகங்களைப் பார்த்தனர். வில்லியம்ஸ் அவசரமாகத் தயாராகிக் கிளம்பி தலைமைச் செயலகத்திற்கு ஓடினான்.

அந்தக் கட்டிடம் ஷேக்கின் கட்டிடத்திற்குச் செல்லும் சாலையிலிருந்தது. மேற்குப் புறமாக செல்லும் சாலையில் அமைந்திருந்தது. அது ஒரு பழைய விருந்தினர் தங்கும் விடுதி. முதல் மாடி மற்றும் மேலே மொட்டை மாடியைக் கொண்டது. அந்த மாடிக்குச் சற்றுத் தள்ளி தந்தி வண்டி ஒன்று நிறுத்தப்பட்டிருந்தது. அது சாதாரணமாக குதிரை பூட்டி எங்கு வேண்டுமானாலும் கொண்டு செல்லும் வண்டி. பிரிட்டிஷ் அரசும் ராணுவத் தலைமையும் தொடர்பு கொள்ளும் ஒரே சாதனம் அங்கு அது மட்டுமே. ஜெனரல் டவுன்செண்ட் வீட்டின் முன்னே டாக்டர் கல்யாண் காத்திருந்தான். உள்ளே ராணுவத் தளபதிகளுடன் முக்கிய ஆலோசனைகளில் ஜெனரல் ஈடுபட்டு வந்ததால் அவர்கள் வெளியே காத்திருந்தனர். ஜெனரலின் வீட்டு மொட்டை மாடியில் சுற்றிலும் மண் நிரப்பப்பட்ட மூட்டைகளை அடுக்கும் வேலைகளில் தொழிலாளர் பட்டாளத்து ஆட்களும் சிப்பாய்களும் ஈடுபட்டிருந்தனர். அந்த மாடியில் நின்று குட் நகரைத் தெளிவாகப் பார்க்க முடியும். அதேபோன்று அந்தக் கட்டிடத்தின் வாசலிலும் சாலையை மறைத்து இருபுறமும் மணல் மூட்டைகள் மற்றும் முட்கம்பி வேலிகளைப்போட்டு, ஒரு பாதுகாக்கப்பட்ட வாசல் வழியாக

மட்டும் ஜெனரல் அலுவலகம் வரும் வகையில் தடுப்பு உருவாக்கப்பட்டுக் கொண்டிருந்தது. வில்லியம்ஸுக்கு ஜெனரல் டவுன்செண்ட்டை நெருங்கமாகப் பார்ப்பதும் பேசுவதும் ஒரு வகையான லேசான அச்ச உணர்வையும் இதயத்துடிப்பையும் வேகப்படுத்தியது. அவன் சற்று அங்கும் இங்கும் நடந்து கொண்டே இருந்தான்.

“இரவு தூங்க முடிந்ததா?” என்றான் கேப்டன் கல்யாண் வில்லியம்ஸிடம்.

“ஒரு நொடி முன்னே சென்றிருந்தால் எல்லாம் முடிந்திருக்கும் கேப்டன். இரவு வேளையில் ஏதோ ஒரு சிறு நடுக்கத்தால் துப்பாக்கி நடுங்கியிருக்கும், அதனால் தப்பித்தேன். இது ஒரு நல்ல வரவேற்பு. குடித்த விஸ்கியின் மயமயப்பும் ஒரு நொடியில் இல்லாமல் போய்விட்டது. நெஞ்சு வெகு நேரம் படபடத்தது. எப்படித் தூங்க முடியும்.”

“மேஜர் ஜெனரல் கவனத்திற்கு அந்தத் தாக்குதல் குறித்துக் கொண்டு சென்றிருக்கின்றோம். அதுபற்றிகூட அவர் உன்னிடம் ஏதேனும் கேட்கக் கூடும். காலையில் சில முடிவுகளை அவர்கள் எடுத்து விட்டார்கள். நேற்று கோட்டையில் ஹோவிசர் பீரங்கி அமைக்கப்பட்ட அந்த வடகிழக்கு பகுதியானது 16 வது படைப்பிரிவின் பொறுப்பில் போய்விட்டது. அதன் இடப்புறம் டைகரிஸ் நதியை ஒட்டி வட மேற்குப் பகுதியை பிரிகேடியர் ஜெனரல் ஹாமில்டனின் 17 வது படை பாதுகாக்கும். இந்த ஊரையும் நதிக்கு அப்பால் உள்ள கம்பளி கிராமத்தையும் 18 வது படைப்பிரிவு பாதுகாக்கும். நமது படை இந்த 18 வது படைப்பிரிவில் இருக்கின்றது. ஊரின் கிழக்குப் பகுதியில் வளைந்து உள்ள டைகரிஸ் கரையோரம் இருந்த பழைய செங்கல் சூளைப் பக்கம் பீரங்கிப் படைப் பிரிவு இருக்கும். ஆனால் உன்னை மேஜர் ஜெனரல் பொது ரிசர்வு படையில் இருக்கச் சொல்லியுள்ளார். அது மேஜர் ஜெனரலின் கட்டுப்பாட்டில் உள்ள படைப்பிரிவு. அவரின் பாதுகாப்பு மற்றும் அவரின் செய்திகளை எல்லாப் படைப்பிரிவுக்கும் கொண்டு செல்ல வேண்டிய பொறுப்பான பணி. விளையாட்டுப்பிள்ளை போல இருந்து விடாதே.”

“நான் பார்த்துக்கொள்கிறேன் கேப்டன். என்னைச் சிபாரிசு செய்த உங்களுக்கு நல்ல பெயரைக் கட்டாயம் பெற்றுத்தருவேன்” என்றான் வில்லியம்ஸ்.

சிறிது நேரத்தில் மூன்று ஜெனரல்கள் வெளியே வந்தனர். அந்த மூவரும் முறையே 16 முதல் 18 படைப்பிரிவுகளை வழி நடத்துபவர்கள். 18 வது படைப்பிரிவின் ஜெனரல் ஹாமில்டன், கேப்டன் கல்யாணைப் பார்த்தபோது கேப்டன் கல்யாணும், வில்லியம்ஸும் விறைப்பாக நின்று சல்யூட் அடித்தனர்.

“நீ சொன்ன ஜூனியர் ஆபிஸர் இந்தப் பையனா?” என்று கேட்டபடியே சிகரெட்டைப் பற்ற வைத்தார் ஹாமில்டன்.

“ஆமாங்க சார்” என உடலை விறைப்பாக்கியபடி சொன்னான் கேப்டன் கல்யாண்.

“நல்ல பெயரை எடுக்க வேண்டும் இளைஞனே” என்றார் ஜெனரல் ஹாமில்டன். அந்த ஆங்கிலேய அதிகாரிகள் சாமானிய இளநிலை அதிகாரிகளிடம் பேசுவதே அரிது.

“நம்பகமா இருப்பேன் சார்” என்றான் வில்லியம்ஸ்.

“நல்லது உள்ளே போங்கள்” எனச் சொல்லிவிட்டு அவர் போய் விட்டார்.

அவர்களுக்கு உள்ளே வர அனுமதி கிடைத்ததும் அவர்கள் உள்ளே சென்ற போது, அந்தப் பெரிய அறையின் சுவர் ஓரமாகப் போடப்பட்டிருந்த மேசையில் முன்னே அமர்ந்து மேஜர் ஜெனரல் டவுன்செண்ட் சிகரெட் குடித்துக்கொண்டிருந்தார். அந்த மேசைக்கு அப்பால் மாடிக்குச் செல்லும் படிக்கட்டுகள் இருந்தன. அவரின் கால்களுக்குக் கீழே ஒரு கொழுத்த செட்லேண்ட் சிப் டாக் வகையைச் சார்ந்த நாய் படுத்துக்கொண்டிருந்தது. அதன் உயரம் மற்றும் கம்பீரம் அச்சம் கொள்ளச் செய்யக்கூடியது. அவரின் வேலைக்காரர் மேசையில் இருந்த சூடான தேநீரை ஊற்றிக்கொடுத்தார். இரண்டு மடக்கு தேநீரைக் குடித்து விட்டு ஒரு முறை சிகரெட்டை இழுத்து புகைவிட்ட பின் அவர்களை மேஜர் ஜெனரல் பார்த்தார். கேப்டனும், வில்லியம்ஸூம் சல்யூட் அடித்தனர்.

“இந்த பையன்தானா? பெயர் என்ன...?”

“வில்லியம்ஸ்... சார்” அதனைச் சப்தமாக சொல்லும்போது கொஞ்சம் நடுக்கம்கூட வந்தது.

அவனின் உரத்த சப்தத்தைக் கேட்டு படுத்துக் கிடந்த அந்த நாய் உறுமலுடன் அவனை நோக்கியது. அதனை ஜெனரல் டவுன்செண்ட் அதட்டினார்.

“யேய்... ஸ்பாட் அமைதியா இரு” என்றார். அது அமைதியாகி விட்டது.

“உன்னுடைய தகவல்களைக் கேட்டுத் தெரிந்து கொண்டேன். உங்கப்பாவுக்காக வருந்துகிறேன்” என்றார்.

“நன்றி சார்” என்றான் விரைப்பான குரலில்.

அப்போது ஷேக் அங்கு வந்துள்ளதாகவும் அவர் உள்ளே வர அனுமதி கேட்டு சிப்பாய் வந்தான். அவர்களுக்கு விடை கொடுக்காமல் ஷேக்கை வரச் சொன்னார். ஷேக் வணக்கம் சொல்லி முடித்ததும் அவர் நாற்காலியில் அமர்ந்த பின் அவரிடம் “உங்களை நாங்கள் நம்புகின்றோம். ஆனால் ஊரில் பல எதிரிகளும், துருக்கி உளவாளிகளும் இருக்கின்றார்கள். அவர்களைக்

கண்டுபிடித்துத் தரவேண்டும். இதோ இந்தப் பையனை நேற்று இரவு சுட முயற்சி நடந்திருக்கின்றது. அது எங்கள் படையின் மீது நடக்கும் தாக்குதல். என்ன செய்யப் போகின்றீர்கள்?" என்றார் மேஜர் ஜெனரல் டவுன்செண்ட். மொழிபெயர்ப்பாளன் மொழி பெயர்த்தான்.

ஷேக் வில்லியம்ஸைப் பரிதாபமாகப் பார்த்தார். வில்லியம்ஸ் நேற்றே அந்தத் தாக்குதலை மறந்துவிட்டான். கேப்டன் கல்யாண் அதனை மேஜர் ஜெனரலின் கவனத்திற்குக் கொண்டுபோய்விட்டார்.

ஷேக் உரிய நடவடிக்கை எடுப்பதாக உறுதி கூறினார். அவர் ஒரு இருதலைக்கொள்ளி எறும்பு. மேஜர் ஜெனரல் அந்த சமாதானத்தை ஏற்பதாக இல்லை. "தாங்கள் எங்களுக்கு உதவுகின்றவர் என்பதில் சந்தேகம் இல்லை. ஆனால் தங்களால் நிலைமையைக் கட்டுப்படுத்த முடியாது. துருக்கியர்கள் தேவையற்ற இடையூறுகளைத் தருவார்கள். எங்கள் படையணிகளின் உயிரையும், மரியாதையையும் காப்பாற்றவேண்டிய பொறுப்பு எங்களுக்கு இருக்கின்றது. எனவே நாங்கள் ஒரு முடிவெடுத்து விட்டோம். குட் நகரைப் பராமரிக்க மிலிட்டரி காவலர்களை நாங்கள் நியமித்து உள்ளோம். அவர்கள் அந்தப் பாதுகாப்பு பணியை மேற்கொள்வார்கள். துரோகம் மற்றும் துருக்கியருக்கு உளவு வேலை பார்ப்பது மரணதண்டனைக் குற்றங்கள் என்பதை நாங்கள் வெளியிட உள்ளோம். நீங்கள் இதனை ஆதரிக்க வேண்டும்."

ஷேக் தனது குழுக்களுடன் பேச அனுமதி கோரினார். மொழிபெயர்ப்பாளன் பேசும்போதே மேஜர் ஜெனரல் குறுக்கிட்டார். "முடியாது" என்றார் அழுத்தமாக. பின் சில நொடிகள் அங்கு அமைதி நிலவியது.

"அவர்கள் உங்கள் உயிரையும்கூட எடுக்கத் துணிவார்கள். நான் உங்களுக்கு உத்தரவிடுகின்றேன். வேண்டுகோளாக அல்ல. இதனை அறிவிக்க மட்டும் செய்யுங்கள். மேலும் உங்கள் ஊரில் உள்ள முக்கிய மனிதர்கள் இருபது பேர்களின் பட்டியல் எனக்கு வேண்டும். எனக்கு அவர்களிடம் சில ஆலோசனைகள் தேவைப்படுகின்றது" என்றார். ஷேக் தயக்கத்துடன் பார்த்தபோது "உங்களை எல்லாவற்றிலும் சேர்த்துக் கொள்வது உங்களின் பாதுகாப்பை கேள்விக்குறியாக்கும். மேலும் நீங்கள் ஒரு பெரிய மனிதர். என்ன புரிந்ததா?" என்றார்.

மேஜர் ஜெனரல், வில்லியம்ஸைக் குறித்துக்கொள்ளச் சொன்னார். அவன் உடனே தனது சட்டைப் பையிலிருந்து சிறிய நோட்டை எடுத்து தயாரானான். ஷேக் அரசியலில் தேர்ந்தவர். அவர் எதையோ புரிந்தவராக முக்கிய மனிதர்களின் பெயர்களைச் சொல்லத் துவங்கினார். முதல் பெயர் "பைசல் அல் ஹுசைன் என் தம்பி..." அவர் வரிசையாகச் சொல்லும் பட்டியலில் குட் மௌலி, யூத கிருஸ்துவரும் இருந்தார்கள். "இவர்கள் இருபது பேரும் நாளை காலை ஊரை ஒட்டி உள்ள 18 வது படையணி

மையத்திற்கு வரவேண்டும். கேப்டன் டாக்டர் கல்யாணிடம் வருகைப் பதிவு செய்யவேண்டும்.'' பின் கல்யாணைப் பார்த்து "அவர்கள் வந்த பின் எனக்கு அறிக்கை வரவேண்டும்'' என்றார். ஷேக்கிடம் "துருக்கிப் படைகள் ஒரு தாக்குதலுக்குத் தயாராகின்றன. ஊர் மக்கள் குண்டுவீச்சிலிருந்து தப்பிக்க பதுங்குகுழிகளைத் தோண்டிக் கொள்வது நல்லது. எங்களைத் தாண்டிதான் உங்கள் மக்களுக்கு ஏதாவது பாதிப்பு வரும். ஆனால் நாங்கள் விடமாட்டோம். இருந்தபோதும் எச்சரிக்கை தருவது நல்லது. உங்கள் மக்கள் எங்களுக்கு ஒத்துழைப்பு தரவேண்டும். நகரின் வடக்கே உள்ள திறந்த மணல் வெளியில் அகழி பறிக்க தன்னார்வலர்களை தாங்கள் இன்றோ நாளையோ அனுப்ப வேண்டும். அவர்களின் பாதுகாப்புக்கு நாங்கள் பொறுப்பேற்கின்றோம்.''

ஷேக் மக்களுடன் கலந்து பேசி சொல்வதாகக் கூறிச்சென்றார். அவரின் நடை தளர்ந்திருந்தது. குட்டில் ஒரு போரை அதுவும் பல்லாயிரக்கணக்கான வீரர்கள் மற்றும் கனரக பீரங்கிகள் பங்கேற்கும் போரை அவர் விரும்பவில்லை. ஆனால் ஏதோ ஒரு வகையில் அது அவர்கள் மீதும் நகரத்தின் மீதும் திணிக்கப்படுகின்றது.

அவர் போன பின்பு மேஜர் ஜெனரல் டவுன்செண்ட் கேப்டன் கல்யாணிடம் "அந்த இருபது பேர்களும் நாளை உங்களிடம் வந்த பின்பு அவர்களை உங்கள் கட்டுப்பாட்டுக்குள் வைத்துக்கொள்ளுங்கள். மீண்டும் திரும்ப அனுமதிக்காதீர்கள். நம்மைப் பொறுத்த அளவில் அவர்கள் பணயக் கைதிகள்தான். ஆனால் விருந்தினர், ஆலோசகர் என எதையாவது சொல்லுங்கள். அவர்கள் நம் வசம் இருக்கும்போது அத்துமீற எவருக்கும் இந்த ஊரில் துணிவு வராது. அரேபிகளிடம் உள்ள ஆயுதங்களையும் சேகரிக்க வேண்டும். மேலும் வீடில்லாமல் இங்கே தங்கியுள்ள ஆட்களையும் வெளியேற்ற வேண்டும். இல்லாவிட்டால் நமது ஆட்களைத் தாக்கிக்கொண்டே இருப்பார்கள். அதுபோன்ற துரோகிகள் கையில் கிடைத்தால் அன்று மாலையே கொன்று விட வேண்டும்'' என்றார்.

அப்போது வெளியே நிறுத்தப்பட்டிருந்த தந்தி வண்டியிலிருந்து பஸ்ரா தலைமையகத்திலிருந்து பிரிகேடியர் ஜெனரல் நிக்சனின் தந்தியைக் கொண்டு வந்து தனிச் செயலரிடம் கொடுத்தான் வீரன். அந்தத் தந்தியை வாங்காமல் படிக்கச் சொன்னார்.

"குட்டில் நிலைகொள்ளும் உங்கள் முடிவை அறிந்தேன். உங்கள் படை அந்த உறுதியையும் வீரத்தையும் காட்டும் என நம்புகின்றேன். விரைவில் தங்களை மீட்க மீட்புப் படை வரும்.'' அப்போது மீண்டும் ஒரு சிகரெட்டைப் பற்றவைத்துக்கொண்டார். எழுந்து நின்ற நாயைத் தடவிக்கொடுத்தார். பின் தனது தனிச்செயலரிடம் ஒரு பணித்துறை அறிவிப்பினை படையணிகளுக்கு கொடுக்க உள்ளதாகவும் அதைக்

குறிப்பெடுக்கவும் சொன்னார். அவர் தனது பாக்கெட்டில் இருந்த பெரிய நோட்டை எடுத்து பேனாவை திறந்து வைத்து தயாராக நின்றதும், சொல்லத் துவங்கினார்,

“நான் குட் அல் அமாராவைப் பாதுகாக்க முடிவு செய்து விட்டேன். இங்கிருந்து நகர மாட்டேன். பஸ்ராவிலிருந்து மீட்புப் படை இங்கே நம்மை மீட்க வர உள்ளது. இந்த நகரை இழக்காமல் தக்கவைத்துக்கொள்வதே பிரிட்டிஷ் பேரரசருக்கு நாம் செலுத்தும் மரியாதை. நாம் போர் அகழிகளை வேகமாகவும், ஆழமாகவும் தோண்ட வேண்டும். எதிரிகளின் பீரங்கி குண்டுகளும் செல் வீச்சுகளும் நம்மை பாதிக்காத அளவு அகழிகளின் ஆழம் தேவை. எதிரிகள் எட்டு அல்லது ஒன்பது மைல் தொலைவில் உள்ளனர். தைரியமாகவும், கட்டுப்பாட்டுடனும் பணி புரியுங்கள்.

இங்கணம் மேஜர் ஜெனரல் சர் சார்லஸ் வீரி பெரர்ஸ் டவுன்செண்ட்”

அதனை உடனே தட்டச்சு செய்து படைகளுக்கு அனுப்பக் கூறிவிட்டு மாடியில் மணல் முட்டை அடுக்கும் வேலையைப் பார்க்கச் சென்றார். அவர் பின்னே நாயும் படிக்கட்டு ஏறியது. அறிக்கைப் பிரதிகளை எடுத்து கையொப்பம் வாங்கிக் கொடுத்தால் அதனைச் சேர்க்க கேப்டன் கல்யாணும், வில்லியம்ஸூம் நின்று கொண்டிருந்தனர்.

தனிச் செயலர் சற்று பருத்த ஆங்கிலேயன். தனது வட்ட வடிவக் கண்ணாடியை ஒருமுறை துடைத்துப் போட்டுக்கொண்டு மரத்தால் ஆன அடிபாகம் கொண்ட தட்டச்சு இயந்திரத்தில் மேஜர் ஜெனரலின் உத்தரவை தட்டச்சு செய்தார். அப்போது அங்கு மேஜருக்கு தேநீர் கொண்டு வந்த அவரின் உதவியாளர், தேயிலைக் குவளையுடன் ஜெனரல் எங்கே என சைகையில் பார்வையை உயர்த்தி தனிச் செயலாளனிடம் நின்றான். தட்டச்சு செய்தபடியே மேலே கையைக் காட்டினான் செயலன். “தேநீர் சாப்பிடுகின்றீர்களா?” எனக் கேட்டான் உதவியாளன். அந்த உபசரிப்பை அதிசயமாகப் பார்த்தான் வில்லியம்ஸ். அப்போது செயலன் தட்டச்சு செய்வதை நிறுத்தி இருவரும் என்ன பதில் சொல்லப்போகின்றார்கள் என்பது போலப் பார்த்தான். அவசரமாக கேப்டன் கல்யாண் “நன்றி வேண்டாம்” என்றான். எதுவும் வழக்கத்திற்கு மாறாக நடக்கவில்லை என்ற திருப்தியில் மீண்டும் தட்டச்சு செய்தான் தனிச் செயலன். உதவியாளன் படிக்கட்டு ஏறி மேலே போகும்போது தனிச் செயலன் தனக்குத் தேநீர் கிடைக்குமா? என்றான். ஆனால் காதில் வாங்கிக்கொள்ளாதது போல உதவியாளன் படிக்கட்டில் மேலே ஏறிவிட்டான். தனிச்செயலன் தன்னை நின்று கொண்டிருக்கும் இருவரும் கவனிக்கின்றனரா? என இருவரையும் நோட்டமிட்டான். இருவரும் வேறு எங்கோ முகத்தைத் திருப்பிக்கொண்டனர். வில்லியம்ஸ் சிரிப்பை அடக்க முடியாமல் தனிச்

செயலனுக்கு முதுகைக் காட்டி நின்றான். கேப்டன் அவனை முறைத்து சிரித்துவிடாதே என கண்களால் சைகை செய்தான். தனிச் செயலன் தொண்டையைக் கனமாக கனைத்துக் கொண்டான். அந்த ஒரு கனைப்பில் வில்லியம்ஸுக்கு, இது மேஜர் ஜெனரல் அலுவலகம் இந்திய இளம் அதிகாரியே, எனச் சுட்டிக்காட்டுவது போன்றிருந்தது. லண்டனில் இராணுவ மையத்திலோ அல்லது இந்தியாவில் சிம்லா மைய தலைமை அலுவலகத்திலோ பணி செய்யவேண்டிய தன்னை பாலைவனத்தில் கொண்டு வந்து நிறுத்தியது மட்டுமல்ல, அதுவும் கொஞ்சம் தேநீருக்காக சின்னப்பையன் முன்னே அவமானப்படவேண்டியுள்ளது. எல்லாம் இந்த மேஜர் ஜெனரல் சமையல்காரனுக்கு தரும் இடம் என நினைத்துக்கொண்டான். இந்தக் குழப்பத்தில் தட்டச்சில் பிழை வந்துவிடப்போகின்றது என பயந்து தட்டச்சு செய்வதை நிறுத்தினான். பின் வில்லியம்ஸைப் பார்த்தபடியே போய்க் கொஞ்சம் தண்ணீர் குடித்துவிட்டு வந்து தட்டச்சு செய்தான். வில்லியம்ஸ் தலையைக் குனிந்து நின்றான். தனிச் செயலனைப் பார்த்தால் சிரித்து விடுவேன் என நினைத்தான். கேப்டனுக்கு இப்போது சிரிப்பை அடக்க முடியாத நிலை வந்தது. வெளியே போய் சிரித்துவிட்டு வந்து விடலாம் என அவனும் நினைத்தான். ஆனால் இப்போது மேலே இருந்து அந்த நாய் கீழே இறங்கியது. அதன் பின்னே மேஜர் ஜெனரல் டவுன்செண்ட் வந்தார். அவர் பின்னே அந்த உதவியாளன் வந்தான். நாய் அவர்களிடம் வாலாட்டி வந்தபோது “ஸ்பாட், இங்கே வா” என்றார். அது அவரின் மேசைக்குக் கீழே அமர்ந்து கொண்டது. உதவியாளன் வில்லியம்ஸை மீண்டும் பார்த்து தேநீர் சாப்பிடுகின்றீர்களா என்றான். அப்போது இருவரையும் தனிச்செயலன் கடுகடுப்பாகப் பார்த்தான். வாய் வரை வரும் சிரிப்பை அவனால் அடக்க முடியாமல் திணறினான். மேஜர் ஜெனரல் முன் சிரிப்பு வெடித்துவிடாமல் அங்கிருந்து நகர, “தண்ணீர் மட்டும் போதும். நானே வந்து குடித்துக்கொள்கிறேன். மன்னிக்கவும் அய்யா” என்றான். அவர் அவனைப் போகச் சொன்னார். அவன் தண்ணீர் குடிப்பதற்குப் பதிலாக சுவற்றுக்கு அப்பால் போய்க் கொஞ்சம் சிரித்துக்கொண்டான். அப்போது தனிச் செயலனிடம் மேஜர் ஜெனரல் “பாருங்கள் செயலரே, எவ்வளவு மரியாதை தெரிந்த பையனாக இருக்கின்றான். தண்ணீர் குடிக்கக்கூட அனுமதி கேட்கிறான்” எனப் பெருமிதப்பட்டார். தனிச் செயலர் அப்போது கேப்டனைப் பார்த்து முறைத்தான். கேப்டன் கல்யாண் மீண்டும் வேறு எங்கோ பார்வையைத் திருப்பினான். வில்லியம்ஸ் இப்போது திரும்பவும் வந்து சேர்ந்தான். அப்போது மேஜர் ஜெனரல் தனிச் செயலனைப் பார்த்து “கம்யூனிக்ஸ்ஸை இவ்வளவு நேரமாகவா தட்டச்சு செய்கின்றீர்கள். சில வரிகள்தானே, அதற்கு இவ்வளவு நேரமா?” என சப்தமாகக் கேட்டார். தனிச் செயலனுக்கு அழுகை வருவது போல ஆனது. கண்கள் பேச முடியாது சிவந்து போனது. பின் மேஜர் ஜெனரல் தன்னை சுதாரித்துக்கொண்டு “போரில் இந்த மாதிரி சூழல்கள் சகஜம்.

எப்போதும் வீட்டைப் பற்றியே நினைத்தால் வாழ்க்கை ரணமாகிவிடும். பாருங்கள் சின்னப் பையன். அப்பா இல்லை. அம்மாவை மட்டும் தனியே விட்டு வந்துள்ளான், நேற்று சாகத் திரிந்தான். இன்று அவன் சந்தோசமாகத்தானே இருக்கின்றான். உங்களுக்குத் தெரியும், நானும் இரண்டு பெண்குழந்தைகளை விட்டு விட்டு வந்துள்ளேன்" என்றார். பின் கேப்டன் கல்யாணைப் பார்த்து "உங்களுக்கு எத்தனைக் குழந்தைகள்?" எனக் கேட்டார்.

"ஒரே பெண் குழந்தை சார்."

"பாருங்கள், எல்லோரும் உங்களைப் போலத்தான். சரி தேநீர் சாப்பிடுங்கள்" என்றார். அதனை வேண்டாம் என தனிச் செயலன் மறுத்தான். பரவாயில்லை என உதவியாளனை அழைத்தார். அவன் வந்ததும் தனிச் செயலனுக்கு தேநீர் கொண்டு வா என்றார். அப்போது "நீங்களும் சாப்பிடுங்கள் கொண்டு வருகின்றேன்" என வில்லியம்ஸையும், கேப்டனையும் பார்த்துச் சொன்னான். இருவரும் தயங்கியபோது குடியுங்கள் என மேஜர் ஜெனரல் சொன்னார். அப்போது தனிச் செயலன் தட்டச்சில் ஐந்து பிரதிகளை எடுத்திருந்தான். மேஜர் ஜெனரலிடம் கையொப்பம் பெற அவற்றை மேசை மீது வைத்தான். கையொப்பம் போட்ட பின் அவற்றில் ஒன்றைத் தவிர நான்கை ஒவ்வொரு படையணி ஜெனரல்களிடம் சேர்த்து அறிவிக்கச் சொன்னார். பின் நகரத்திற்குள் இருக்கும் அரேபிகளின் ஆயுதங்களை வாங்கி வைக்கவேண்டும். அவை நம்மை நோக்கி எப்போது வேண்டுமானாலும் திரும்பும் எனக் கூறினார். ஆனால் அது உள்ளூர் ஆட்களுக்கு பிரச்சனையாக இன்றி ஷேக் மூலம் செய்ய வேண்டும் என்றார். அதன் பின் அவர்கள் அங்கிருந்து அனுமதி பெற்று வெளியே செல்லக்கோரும் போது உதவியாளன் சூடான தேநீரைக் கொண்டுவந்தான். அதை முதலில் வில்லியம்ஸுக்கு கொடுத்தான். இறுதியாக தனிச் செயலனுக்கு கொடுத்தான். அந்தத் தேநீர் சுவை மிகுந்திருந்தது. தனிச் செயலனுக்கு இன்னும் முகத்தில் கோபம் அடங்கவில்லை. அதனை உணர்ந்துகொண்ட மேஜர் ஜெனரல் உதவியாளனிடம், "ரீகன் உனது மகனுக்கு இந்தப் பையன் வயதிருக்குமா?" என்றார்.

"இவன் மாதிரிதான் இருப்பான்" என்று முகம் மலர பதிலளித்தான் உதவியாளன். அவன் கண்களில் மெல்லிய கண்ணீர் கோடிட்டது. இப்போது தனிச் செயலன் முகத்தில் கோபம் மறைந்திருந்தது.

"என்னதான் போராக இருந்தாலும் மனிதன் மனதோடுதானே வாழ வேண்டியுள்ளது. அதோடு போரிடுவதுதான் எல்லாவற்றையும் விடப் பெரும் சவால். இதோ இந்த சண்டையிலும் இந்த ஸ்பாட் என்னோடுதானே சுற்றுகிறது" என அதனைத் தடவிக்கொடுத்தார். அந்த நாய் மீண்டும் தடவிக்கொடு என சொல்வது போல அவரின் கையை நக்கியது. இப்போது

தான் சிரித்திருக்கக் கூடாது எனக் கருதினான். அவர்கள் வெளியே வந்த போது அவனைக் கடுப்போடு கேப்டன் கல்யாண் பார்த்தான். உன்னை மாதிரி சின்னப் பையன் என்பது சரிதான். எதுக்கு சிரித்தான்? எனக் கேட்டு அவனும் மெல்ல சிரித்தான்.

“நீங்களும் சிரித்தீர்கள்தானே கேப்டன்?”

“உண்மைதான். ஆனால் நாம் சமாளிக்க வேண்டும். பெரிய இடம் புரிந்ததா?”

“நான் சிரித்திருக்கக் கூடாது என்று கருதுகிறேன்” என்றான் வில்லியம்ஸ். அவனை உதவியாளன் ரீகனின் உபசரிப்பு நெகிழ்ச்சிப்படுத்தியிருந்தது. அவனின் வயதுள்ள, அவனைப்போன்ற மகனைப் பிரிந்து வந்த தந்தை ஏதோ ஓர் இடத்தில் அந்த அன்பையும் பாசத்தையும் காட்டுகின்றார். அதையும் சேமித்து வைக்கமுடியாதுதான். தனது அம்மா தன் மீது காட்டும் அந்த அன்பை எவரிடம் காட்டித்தீர்ப்பாள் என நினைத்தான். ஏனோ அவனுக்குக் கண்களில் கண்ணீர் ததும்பியது. அவள் மருத்துவமனையில் பிரசவிக்க வரும் பெண்களிடமும் அவர்களின் பச்சிளம் குழந்தைகளிடமும் காட்டுவாள். எனில் எப்போதும் அவனைத்தானே நினைத்து ஏங்கிக் கொண்டிருப்பாள். அவள் தனித்து நிற்பாள். தனியே அவளுக்கு அவளே உரையாடிக் கொள்வதைத் தவிர அவளுக்கு வேறு என்ன வழி இருக்கும். இடைவிடாது ஆண்டவனிடம் ஜெபித்துக் கிடப்பாள். அவளுக்கு அவனைப்போன்ற வயதுள்ள ஒருவனைப் பார்க்கும் எல்லா கணங்களிலும் மகனின் முகம் நினைவுக்கு வந்துதானே தீரும். மேஜர் ஜெனரலுக்கு அது புரிகின்றது, கேப்டன் கல்யாணால் உணர முடிகின்றது. அவனால் அதை உணர முடியாமல் இருந்தது அவனின் அந்த இளம் வயது காரணமாக இருக்கலாம். அவனுக்கு வேதனையாகவும் கொஞ்சம் குற்ற உணர்வாகவும் இருந்தது. ஆனால் அதை அவன் கடந்து போவது ஒரு வகையில் நன்மையே. இல்லாவிடில் அவன் நாள்தோறும் அம்மாவை நினைத்துக் கிடக்க வேண்டும். வாழ்க்கை கடக்க முடியாத சுமையாகிவிடும். அவன் அந்த நினைவுகளிலிருந்து விடுபட்டு சாலையைப் பார்த்தான்.

சாலையில் வரிசையாக கோவேறு கழுதை படையணி வண்டிகளைத் தொழிலாளர் படையணியினர் அந்த மைதானத்திற்கு கொண்டு சென்று கொண்டிருந்தனர். அந்த மைதானத்தில் மேடுதட்டிய உயர்ந்த இடத்தில் தூக்கு மரத்தின் மரக்கம்பம் இருந்தது. அது நகரின் சற்று மேடான பகுதியில் நின்று பார்த்தாலே நன்கு தெரியும் உயரத்தில் இருந்தது. அந்த ஊரின் அரேபியப் பழங்குடிக் குழுவின் தீர்ப்பின்படி அந்தக் கம்பத்தில் தூக்கில் ஏற்றப்படுவது நடக்கும். ஆனால் தூக்கில் தொங்குபவன் உடலை மற்றவர்கள் காண்பதற்காகவே அந்த மைதானத்தின் மண்மேட்டின் மேல் அந்தத் தூக்கு மரம் நிற்கிறது. அந்த மைதானத்தில் பாலை மணல் சமமாகக் கிடந்தது. அதன் ஓர் ஓரத்தில் படையணி வண்டிகளை வரிசையாக நிறுத்திக்கொண்டிருந்தனர். அதில் பெரும்பாலும் கோவேறு கழுதை வண்டிகள், சில குதிரை வண்டிகளும் இருந்தன. அவைகள் படைக்களங்கள் மற்றும் சரக்குகளைக் கொண்டு செல்லப் பயன்படுபவை. அவர்கள் வண்டியை நிறுத்திவிட்டு கழுதைகளையும் குதிரைகளையும் மட்டும் தனியாக நடத்திச் சென்றனர். கழுதைகள் சில உற்சாகமாக மற்றதுடன் சண்டையிட்டும் கனைத்துக்கொண்டும் இருந்தன. அதனை இழுத்துச் செல்வது பெரும் சிரமமாக இருந்தது. அதன் நான்குகால் பாய்ச்சல் குதியில், மணல் தரையில் புழுதி எழும்பி புகையைப்போல கட்சியளித்தது. அந்த மைதானத்தின் மற்றொரு பக்கத்தில் சதுப்பு நிலத்துக் காய்ந்த புற்களாலும் பேரிச்ச மரக்கீற்றுக்களாலும் இருபுறமும் சரிந்த ஒரு பெரிய பந்தல் வேய்ந்து கொண்டிருந்தனர். அத்துடன் சில கழுதை வண்டிகளில் நூற்றுக்கும் மேற்பட்ட அரவைக் கற்களைக் கொண்டுவந்து சேர்த்துக்கொண்டிருந்தனர். அது தானியத்தை அரைக்கும் கூடாரமாகப்போகிறது என்பதை அவன் அனுமானித்தான். பெரும்பாலும் தொழிலாளர் பட்டாளத்தைச் சார்ந்தவர்களில் ஒரு பகுதியினர் இந்தப் பணியில் ஈடுபட்டுக்கொண்டிருந்தனர். வில்லியம்ஸூம் கேப்டன் கல்யாணும் ஜெனரல்களின் கூடாரங்களில் அந்தப் பணித்துறை பொது அறிவிப்பைக் கொடுத்த பின்பு வில்லியம்ஸ் ஒரு கோவேறுக் கழுதை வண்டியில் வடமேற்கு முகாமுக்குக் கிளம்பினான். வண்டியோட்டியுடன்

ஒரு சிப்பாய் துப்பாக்கியைப் பாதுகாப்பாய் பிடித்தபடி வண்டியில் வந்து கொண்டிருந்தான். வெயில் மிகக் கடுமையாக சுட்டெரித்தது. நகரிலிருந்து வடக்கு பகுதி மட்டும்தான் மணல் வெளியாக இருந்த திறந்த பகுதி. மற்ற மூன்று புறமும் டைகரிஸ் நதியால் வளைக்கப்பட்டிருந்தது.

ஒரு தலைகீழாய் கவிழ்க்கப்பட்ட முக்கோணம் போல அப்பகுதி இருந்தது. அந்த முக்கோணத்தின் கூர்மையான மையப்புள்ளியில் குட் நகரம் இருந்தது. அந்த நகரை ஒட்டி மத்திய படைப்பிரிவு முகாமிருந்தது. முக்கோணத்தின் மேலே இடது புறம் சுமார் ஆறு மைல் தூரத்தில் டைகரிஸை ஒட்டி வடமேற்குப் படையணி முகாம் தயாராகிக்கொண்டிருந்தது. முக்கோணத்தின் வலப்புறம் கோட்டை சுவற்றை ஒட்டி அதே தூரத்தில் வடகிழக்கு படையணி இருந்தது. நேற்று இரவில் வில்லியம்ஸ் அந்தப் படையணிக்குப் போய் வரும்போதுதான் துப்பாக்கிச்சூட்டை எதிர் கொண்டான். இப்போது வடமேற்கு படை முகாமுக்கும் வடகிழக்கு முகாமுக்கும் இடையே நீண்ட முதல் அகழி தோண்டும் பணிகள் துவங்கியிருந்தது. அந்த அகழி ஒரு அரை வட்ட வடிவில் இருந்தது. அதற்கு அடுத்து சுமார் இரண்டு மைல் கீழே நகரை நோக்கி அதே அரை வட்டத்தில் மீண்டும் ஒரு அகழி தோண்டப்பட்டுக் கொண்டிருந்தது. அது நடு லைன். அதற்கும் கீழே சுமார் ஒன்னரை மைல் தூரத்தில் டைகரிஸை ஒட்டி இருந்த பேரிச்சை மரங்களின் தோப்பிலிருந்து நீண்டு, மீண்டும் அடுத்த பக்கம் டைகரிஸ் நதிக்கரை வரை மூன்றாவது லைன் அகழி தோண்டும் பணி நடந்து கொண்டிருந்தது. டைகரிஸ் நதியின்மேல் ஒரு மிதக்கும் பாலம் அதைக் கடக்கப் போடப்பட்டிருந்தது. இந்த மூன்று முகாம்களையும் மேஜர் ஜெனரல் தலைமை நிலையத்துடன் இணைக்கும் வகையில் தொலைபேசி கம்பிகள் நடப்பட்டன. அவை தரையோடு தரையாக பதிக்கப்பட்டுக் கொண்டிருந்தன. வில்லியம்ஸ் பயணித்துக்கொண்டிருந்த வடக்குப் பக்கம் நீண்ட திறந்த மணல் வெளி இருந்தது. தூரத்தில் சில மணல் குன்றுகளும் தெரிந்தன. வடமேற்கு படையணியான 16 வது படைப்பிரிவு தனது அகழியை வடகிழக்கு படைப்பிரிவு உள்ள கோட்டை வரை தோண்டும் பணி நடந்து கொண்டிருந்தது. மணல் சில இடங்களில் இலகுவாகவும் ஒரு சில இடங்களில் கெட்டிப்பட்டும் இருந்தது. அன்று இரவும் அந்தப் பணி தொடர்ந்தது. விடிவதற்குள் ஆட்கள் நின்றால் மறைந்துபோகும் அளவு உயரமாக அகழி தோண்டப்பட்டிருந்தது. சில இடங்களில் சுமார் பதினைந்து அடி ஆழம்வரை தோண்டியிருந்தனர். மூன்று முதல் ஐந்து படைவீரர்கள் கால் வைத்து மேலே ஏறி நின்று துப்பாக்கி நீட்டி சுட ஏதுவாக படிக்கட்டு போல மண்ணில் வெட்டியிருந்தனர்.

வில்லியம்ஸ் வடகிழக்குப் படையணி வரை சென்று மீண்டும் குட் திரும்பும்போது மாலை நெருங்கிக்கொண்டிருந்தது. அந்நேரம் அங்கிருந்த சுமார் ஆயிரத்து ஐநூறு குதிரைப்படை வீரர்களின் படையணி தங்கள்

குதிரைகளுடன் டைகரிஸின் கரையை ஒட்டி தெற்கே செல்ல ஆயத்தமாக அணிவகுப்பு நடத்தினர். அவர்களுடன் கோவேறு கழுதை படையின் ஓர் அணியும் இருந்தது. அவர்கள் வண்டிகளுடன் ஆயத்தமாக நின்றனர். அவர்களின் அணிவகுப்பு மரியாதையை மேஜர் ஜெனரல் குட்டின் அந்த பெரிய மைதானத்தில் ஏற்றுக்கொண்டார். அந்தப் படை அணியானது பாக்தாத்தை நோக்கி வரும் மீட்புப் படையோடு சேர்ந்து இங்கே மீண்டும் வரும். அதற்காக அவர்கள் தெற்கே அலி- அல்- கார்பிக்கு செல்கின்றனர். அவர்களுடன் வழிகாட்டவும் பாதுகாப்புக்கும் அரேபி படைப்பிரிவு ஒன்றும் சென்றது.

குட் மைதானத்தில் தானிய அரவைக் கற்கள் பயன்படுத்த போடப்பட்ட கூரை வேயும் பணி முடிந்திருந்தது. ஆட்கள் அரவைக் கற்களில் வேலைசெய்ய ஏதுவான இடைவெளியில் அவை போடப்பட்டிருந்தன. தானியத்தை ஒரு கையில் அரவைக் கல்லின் மையக்குழியில் கொட்டியபடி மறு கையால் மேல் கல்லின் முளைக் குச்சியினைச் சுற்றி தானியத்தை அரைக்கவேண்டும். சுமார் நூறுக்கும் மேற்பட்ட அரவைக் கற்கள் அங்கு இருந்தன.

விடிந்தபோது தூரத்தில் துருக்கிப் படைகளைக் காண முடிந்தது. வட கிழக்கு மற்றும் வட மேற்குப் படை அரண்களுக்கு வடக்கே மணல் குன்றுக்கு அருகில் அவர்கள் தென்பட்டார்கள். நேற்றுத் தோண்டிய அகழியான முதல் பாதுகாப்புக் கோட்டிலிருந்து சுமார் ஐந்து மைல் தூரத்தில் இருந்தனர். அவர்களும் அகழிகளைத் தோண்டிக்கொண்டிருந்தனர். பிரிட்டிஷ் இந்தியப் படைகளின் அகழிக்கு இணையாக அந்த அகழிகளை அவர்கள் தோண்டினர். அகழி தோண்டுவதில் துருக்கிப் படைகள் சாமார்த்தியசாலிகள். அவர்கள் எலிகள் வளைகளைத் தோண்டுவது போல வேகமாகத் தோண்டிக் கொண்டிருந்தனர். அந்த தொலைவு கோட்டையிலிருந்த மற்றும் வடகிழக்கு படையணி அரணில் இருந்த ஹோவிசர் பீரங்கிகளின் தாக்குதல் இலக்குக்கு அப்பால் இருந்தது. அதேதான் துருக்கி படைகளின் கனரக பீரங்கிகளுக்கும். இன்னமும் நெருங்கும்போதே தாக்குதல் இலக்கு சரியாக இருக்கும். துருக்கிப் படைகளை பார்த்ததும் தாக்க பிரிட்டிஷ் இந்தியப் படைகள் தயாராக இல்லை. அந்த முதல் பாதுகாப்பு அகழியைத் தாண்டிச் செல்லும் எண்ணம் அவர்களுக்கு இல்லை. முதல் அகழிக்கு முன் அதைத் தாண்டி எதிரிகள் வருவதைத் தடுக்க ஆளுயர சுருள் முள் வேலிகள் வரிசையாக அமைக்கப்பட்டன. இந்த முள் வேலிகளைத் தாண்டுபவர்கள் இதில் சிக்கிக்கொள்ளும் வாய்ப்பு மிகுதி.

தூரத்தில் துருக்கிப் படைகளும் தங்களைத் தயார்படுத்திக்கொண்டு இருந்தனர். ஆனால் துருக்கிப் படைகளுக்கு பாக்தாத்திலிருந்து புதிய படைகள் வந்து கொண்டிருந்தன. அவர்கள் பிரிட்டிஷ் படைகளை ஓடச் செய்யமுடியும் என்ற நம்பிக்கையை கல்லிபோலி போர் கொடுத்திருந்தது.

கடந்த மார்ச் மாதத்திலிருந்து அந்தப் பகுதியைப் பிடிக்க நடைபெறும் போரில் துருக்கியின் கையே ஓங்கி இருக்கின்றது. துருக்கியின் படைகளில் தன்னார்வலர்கள், விவசாயிகள், தொழிலாளர்கள் என இருந்தபோதும் அவர்கள் பிரிட்டிஷ், பிரெஞ்சு, ஆஸ்திரேலியப் படைகளை அப் பகுதியிலிருந்து விரட்டுவதில் வெற்றி பெற்று வந்தனர். ஜெர்மானியர்கள் துருக்கியுடன் நின்றனர். அந்தப் பகுதியே ஐரோப்பாவின் நுழைவாயில் என்பதால் அது மிகுந்த ராணுவ முக்கியத்துவம் வாய்ந்தது. அதனை எளிதில் வெற்றி கொண்டு விடலாம் என தலைமைத் தளபதி அட்மீரல் வின்ஸ்டன் சர்ச்சில் மற்றும் சில ராணுவ ஜெனரல்கள் தப்புக் கணக்குப் போட்டிருந்தனர். கடலிலிருந்து கரையை நெருங்கும்போதே நூற்றுக்கணக்கான துருக்கித் துப்பாக்கிகள் மற்றும் ஜெர்மானிய பீரங்கிகள் அவர்களை நாசம் செய்தன. துருக்கியர்களைப் பொறுத்தவரை கடற்கரையை ஒட்டிய உயர்ந்த மேடுகளில் அவர்கள் அகழியும், பதுங்கு குழிகளும் வெட்டித் தயாராகக் காத்திருந்தனர். பிரிட்டிஷ், பிரெஞ்சுப் படைகளோ திறந்த வெளியில் நின்றன. குண்டுகள் எங்கிருந்து வருகிறது என்பதை உணர்வதற்குள் பலருக்குக் குண்டு காயம்பட்டது. பலர் செத்து போயினர். அந்தக் காலகட்டத்தில் பிரிட்டிஷ், பிரெஞ்சுப் படைகள் தோல்வியின் விளிம்பிலேயே கல்லிபோலியில் இருந்தன. சுமார் இரண்டு லட்சம் பிரிட்டிஷ், நியூசிலாந்து, ஆஸ்திரேலியப் படைகளும் பிரெஞ்சுப் படையினரும் அந் நாள் வரை உயிரிழந்திருந்தனர். அந்தப் போர்க்களத்தில் சீறிப் பாயும் துப்பாக்கிக் குண்டுகளுக்கும் மேலே மனிதர்களை மொய்த்து கடித்துச் செல்லும் ஈக்களின் கூட்டம் பரவிக்கிடந்தது. எல்லா உணவிலும் ஈக்கள் கிடந்தன. குடிநீர் பெரும் சவாலாக இருந்தது. கடுமையான கால நிலையைச் சமாளிக்க முடியவிலை. மேலும் சுட்டுக்கொல்லப்பட்ட மனித உடல்களை அப்புறப்படுத்த இயலாத அளவு தொலைகுறி துப்பாக்கிகள் இரவு பகல் பாராது சுட்டுக்கொண்டிருந்தன. அகழியிலிருந்து கொஞ்சம் எட்டிப் பார்த்தால்கூட தலை சிதறிவிடும். இரவு பகல் என எப்போதும் இதுதான் நிலையாக இருந்தது. திறந்த வெளிகளில் செத்துக் கிடந்தவர்களின் பிணங்களைக்கூட அப்புறப்படுத்த முடியாததால் அவை அழுகி நாறிக் கிடந்தன. படைகளும் அந்த பகுதியிலேயே அகழிக் கோடுகளில் இருந்தன. அந்த நாற்றம், சுகாதாரமின்மையிலும் அவர்கள் தங்களை நிலைநிறுத்திக் கொண்டனர். இறந்த சிப்பாய்களின் சிதைந்த உடல்களில் ஏராளமான சவ ஈக்களும், புழுக்களும் உருவாகின. இதன் தொடர்ச்சியால் வயிற்றுப் போக்கு மற்றும் தொற்று நோய்கள் வீரர்களை விரைவாகக் கொன்றன.

அந்தப் போர் துருக்கியருக்கு மனதளவில் புதிய நம்பிக்கைகளை ஏற்படுத்தியிருந்தது. கல்லிபோலியில் ஏற்பட்டுக்கொண்டிருக்கும் அவமரியாதையைக் களையவே அவர்கள் குட்டில் நின்று சண்டையிட வேண்டியுள்ளது. நிக்சன் பஸ்ராவில் உட்கார்ந்துகொண்டு மேலே மேலே பாக்தாத்தை நெருங்குமாறு சொல்லிக்கொண்டே உள்ளார். தந்தியும்

அவ்வாறே அனுப்பினார். ஆனால் அது இருக்கும் படைகளை இழப்பதில் முடியும் என்பதால் மேஜர் ஜெனரல் டவுன்செண்ட் பின்வாங்கினார். மீட்புப் படைகள் வந்து சேர்ந்துவிட்டால் மீண்டும் பாக்தாத்தைக் கைப்பற்ற இந்தப் படை முன்னேறும் என்பதே அவர்களின் திட்டம். அதுவரை துருக்கி தெற்கே கீழே முன்னேறாமல் தடுக்கும் இடம் இந்த குட் நகரம். பொதுமக்கள் நெருக்கமாக இருக்கும் இடங்களில் அவர்கள் சண்டையை நடத்தியதில்லை. ஆனால் குட் அதன் களமாக இருக்கின்றது. துருக்கியருக்கு குட்டின் அரேபிகளைப்பற்றி எந்த அக்கறையும் இருக்காது. ஒரு வகையில் அவர்கள் எளிய இலக்காக ஆகிக்கொண்டிருந்தனர். துப்பாக்கிக் குண்டுக்கு ஒரு ராணுவ வீரனுக்கும், உள்ளூர்க்காரனுக்கும் எந்த வித்தியாசமும் தெரிய வாய்ப்பில்லை. ஏதோ விரும்பத்தகாதது நடக்கப் போகின்றது. ஊரை விட்டு பிரிட்டிஷ் படைகள் சுமார் ஆறு மைல் தள்ளிப்போனால் தெற்கே எசின் உள்ளது. ஆனால் இவர்கள் அங்கு சென்றால் இந்த ஊரை துருக்கியர் கைப்பற்றிக் கொள்வார்கள். மேலும் படையணிக்கு உணவு இங்கேதான் கிடைக்கும். எசினில் எதுவும் கிடைக்காது. தள்ளிப்போனால் உணவின்றி படைகள் கடும் இடரை எதிர் கொள்ளும். கூடுதலாக துருக்கியர்கள் ஹை நதி வழியாக குட்டிலிருந்து நஸ்ரியா போவதை இங்கிருந்தால் தடுக்கவும் முடியும். நஸ்ரியாவில் முகாமிட்டுள்ள பிரிட்டிஷ் படை சிறிய படை அணியே. வேறு வழியில்லை. மீட்புப் படை வரும் வரை குட் வாசிகளுக்கு இடர்மிகு காலம்தான். துருக்கியர்கள் பிரிட்டிஷ் படைகள் மீதிருக்கும் கோபத்தை குட் நகரவாசிகள் மீதும் காட்டலாம். அவர்களுக்கு இரண்டு பக்கமும் பிரச்சனைதான்.

அன்று காலையில் மத்தியப் படையணி முகாமுக்குக் குட்டைச் சார்ந்த முக்கிய நபர்கள் இருபது பேர் வந்திருந்தார்கள். அந்தக் குழுவை ஷேக்கின் சகோதரர் பைசல் அல் ஹுசைன் முன்னடத்தி வந்தார். எல்லோரையும் போல அரேபித் தலைப்பாகை அணிந்திருந்தார். அரேபிப் பழங்குடி சமூகத்தில் பல சண்டைகளைச் சந்தித்த மனிதன். வந்திருந்தவர்களில் மிகவும் மதிக்கத்தக்கவர். ஷேக்கின் சகோதரர் என்பதைக் காட்டிலும் ஷேக்கின் இடத்தை அவர் இல்லா காலத்தில் நிரப்பும் தகுதி உடையவர். அந்த உள்ளூர்க் குழுக்களில் பலதரப்பட்ட சமூகக் கிளைக் குழுக்களின் தலைவர்கள் இருந்தார்கள். அவர்கள் அந்த மக்களை தங்கள் கட்டுக்குள் வைத்திருப்பவர்கள்தான். அவர்கள் மேஜர் ஜெனரலுடன் விவாதிக்க அல்லது ஆலோசனை கூற அழைக்கப்பட்டிருப்பதாகவே நம்பி வந்தனர். ஆனால் அவர்கள் டவுன்செண்டை சந்திக்க முடியவில்லை. அவர்கள் கேப்டன் கல்யாணைச் சந்தித்தனர். அவ்வளவு இளம் வயதுக்காரருடன் சந்திப்பை அவர்கள் எதிர்பார்க்கவில்லை. ஆனால் கேப்டன் ஒரு டாக்டர் என்பதால் அவர் மீது கொஞ்சம் மரியாதையும் வைத்திருந்தனர். மேஜர் ஜெனரலை சந்திக்க வந்ததாகவே அவர்கள் கூறினர். அப்போது கேப்டனுக்குப் பேச சிறிது தயக்கம் இருந்தது. அவர்களை வேதனைப்படுத்தாது மேஜர் ஜெனரலின் முடிவைச் சொல்ல விரும்பினான். அவன், அவர்கள் வந்ததற்காக நன்றி எனப் பேச்சைத் துவங்கினான். அவர்களின் கலாச்சாரம், பாரம்பரியம் பற்றி தாங்கள் அதிகம் தெரிந்து வைத்திருப்பதாகவும் அவர்களைச் சந்தித்ததில் மகிழ்ச்சி எனவும் பேசினான். வந்தவர்களும் இயல்பாக தங்களின் நன்றியைத் தெரிவித்தனர். பின் கேப்டன்,

“இந்த நகரின் நன்மை மற்றும் போர் சூழலைக் கணக்கில் கொண்டு மேஜர் ஜெனரல் எடுத்த முடிவின்படி நீங்கள் எங்களுடன் கொஞ்ச காலம் இருக்க வேண்டும். அதாவது இந்த முகாமில் எங்கள் கட்டுப்பாட்டில்.” அவன் அதைத் தயக்கத்துடன் சொல்லி முடித்தான். வந்தவர்களின் முகம் இருண்டது. சிலருக்குக் கோபம்கூட வந்தது. எவரும் அதனை வெளிப்படுத்தவில்லை.

"எங்களை ஆலோசனைக்கு அழைத்தீர்கள் என நம்பி வந்தோம். ஆனால் கைதியாக்குவீர்கள் என நினைக்கவில்லை" என தனது கைகளை கட்டிக்கொண்டு அலட்சியமாக அவனைப் பார்த்தார். மொழிபெயர்ப்பாளன் அதை ஆங்கிலத்தில் சொல்லி முடித்தான். மற்றவர்களும் பேசினர். சில நிமிடம் அங்கு ஒரு கசகசப்பான சூழல் நிலவியது.

அமைதி எனச் சொன்னான் கேப்டன். ஒரு நொடி பேச்சு நின்றது. மொழி பெயர்ப்பாளனைப் பார்த்துவிட்டு கறாராகப் பேசினான் கேப்டன்.

"உங்கள் சுயமரியாதைக்கு எந்தச் சிறு களங்கத்தையும் அனுமதிக்க மாட்டோம். நீங்கள் எங்கள் விருந்தினர்கள்தான். ஆனால் நீங்கள் இங்கு இருப்பது மட்டும்தான் உங்கள் மக்களைக் கட்டுப்படுத்த உதவும். துருக்கியின் உளவாளிகள் உங்கள் ஊரில் உண்டு. அவர்கள் எங்களை விரோதிகளாகக் காட்ட எதையும் செய்வார்கள். அவர்கள் மக்களை திசைத்திருப்பாமல் இருக்க எங்களுடன் நீங்கள் இருப்பது உதவும். நீங்கள் உங்கள் குடும்பத்தாரை சந்திப்பதையோ அல்லது வீட்டு உணவை சாப்பிடுவதையோ, உங்கள் மத பண்பாடு பழக்கங்களிலோ நாங்கள் தலையிட மாட்டோம். மேலும் அதற்கு உதவுவோம். நீங்களும் எங்களுக்கு ஒத்துழைப்புக் கொடுங்கள். இது உத்தரவுதான். ஆனாலும் நான் உங்களிடம் கேட்டுக்கொள்கின்றேன்."

அந் நேரம் சிப்பாய்கள் சிலர் அங்கு சூழ்ந்தனர். அவர்களிடம் அக் குழுவை அழைத்துச் செல்ல உத்தரவிட்டான். அப்போது பைசல் அல் ஹுசைன் உள்ளூர் யூத கிருத்துவரை விட்டுவிடும்படி கூறினார். ஆனால் தான் எந்த முடிவையும் எடுக்க முடியாத நிலையில் இருப்பதை கேப்டன் கல்யாண் தெரிவித்தான். அப்போது அந்த யூதர்,

"நான் மட்டும் வீட்டுக்குப் போவதை விரும்பவில்லை. போனால் எல்லோரும் போகவேண்டும். அல்லது உங்களுடன்தான் இருப்பேன்" எனத் திட்டவட்டமாக பைசல் அல் ஹுசைனிடம் கூறிவிட்டு கேப்டனை முறைத்தபடி நடந்தான்.

அன்றைய தினம் குட் நகரின் காவல் பணி பிரிட்டிஷ் மிலிட்டரி போலிஸ் வசம் சென்றது. அவர்கள் அதற்கு முன் காவல்துறை என்ற அமைப்புக்கு பழக்கப்பட்டிருக்கவில்லை. ஷேக்குக்கு தனது தம்பி உட்பட இருபது ஊர்த் தலைவர்கள் பிணைக்கைதிகள் போல ராணுவம் பிடித்து வைத்திருப்பதில் உடன்பாடில்லை. ஆனாலும் அவர் மேஜர் ஜெனரலிடம் மட்டுமே அதனைப் பேச முடியும். ஆனால் அவரைச் சமாதானம் செய்யும் நோக்கில் அது தற்காலிக ஏற்பாடு என்றும் ஊரில் அவர்களின் உயிருக்கு துருக்கி படைகளாலும் அவர்கள் நியமித்துள்ள உள்ளூர் உளவாளிகளாலும் அச்சுறுத்தல் உள்ளதாகவும் கூறினர். ஆனால் அந்தக் கதைகளை ஷேக்

நம்பும் நிலையில் இல்லை. இறுதியில் முகாம்களில் சுதந்திரமாக இருக்கும் உத்தரவாதத்தையும், குடும்பத்தினர் எப்போது வேண்டுமானாலும் சந்திக்க வந்து போகும் சுதந்திரத்தையும் உறுதி செய்வதாகக் கூறி சமாதானம் செய்தனர்.

அதன் பின்பு வீடுகளில் உள்ளவர்கள் தங்களின் துப்பாக்கிகளை கொண்டுவந்து மிலிட்டரி போலிஸ் அலுவலகத்தில் ஒப்படைக்கவேண்டும் என்று அறிவிக்கப்பட்டது. சில பயன்படாத பழுதான துப்பாக்கிகள் மட்டும் ஒப்படைக்கப்பட்டன. உள்ளூர்வாசிகளுக்கு அவர்களின் துப்பாக்கி குடும்ப சொத்து மற்றும் பலருக்கு அது உயிர். பிரிட்டிஷ்காரர்களை நம்பி அதனை இழக்க எவரும் தயாராக இல்லை. அவர்கள் அவசர அவசரமாக தங்களின் துப்பாக்கிகளை எண்ணெய் தடவி பின் கெட்டியான துணியால் நன்கு சுற்றி மண்ணில் புதைத்து வைத்தனர். துப்பாக்கிகள் போதுமானவை வெளிவராத காரணத்தால், படைவீரர்கள் வீடு வீடாகச் சோதனை செய்ய அனுப்பப்பட்டனர். குட் தெருக்கள் வரிசையான செங்கற்களால் ஆன கட்டிடங்களால் நிறைந்தவை. சில கட்டிடங்கள் இரண்டு மாடிகள் இருந்தன. பொதுவில் மாடி வீடுகள் நிறைய இருந்தன. மாடம் போன்ற ஜன்னல் வைத்தவை அவை. அதற்கு மேலே மொட்டை மாடி இருந்தது.

தெருக்கள் வரிசையாக இருந்தன. பெரும்பாலும் அந்த வரிசைகளில் நின்று பார்க்கும்போது மசூதியும் அதன் கூம்பு வடிவ மினாரும் தெரியும் வகையில் இருந்தது. நகரத்தின் பாதுகாப்பை 18 வது படையணி கவனித்து வந்ததால் அது வீடு வீடாகச் சென்று சோதனை செய்தது. பெரும்பாலும் அது ஓர் எச்சரிக்கை நடவடிக்கை மட்டுமே. அதன் மூலம் அவர்களின் ஆயுதங்கள் தடை செய்யப்படுகின்றது என்ற அறிவிப்பினைச் சொல்வதும், அவர்கள் பிரிட்டிஷ் படையின் கட்டுப்பாட்டில் இருக்கின்றார்கள் என்பதை வெளிப்படுத்துவதும் முக்கிய நோக்கம். கள நிலவரத்தை அறிந்து மேஜர் ஜெனரலுக்கு அறிக்கை சொல்வதற்காக வில்லியம்ஸ் ஒரு படைக்குழுவுடன் சென்றான்.

அந்தப் படைக்குழு சென்ற பகுதி முழுவதும் மாடி வீடுகள் இருந்தன. அவர்கள் வீடுகளுக்குள் ராணுவத்தினர் வருவதை விரும்பவில்லை. ஒரு வீட்டின் வாசல் முழுதும் ஒருபுறம் மாடுகளும் மற்றொரு புறம் ஆடுகளும் கட்டப்பட்டிருந்தன. ஒருபுறம் நான்கு ஒட்டகங்கள் மெல்ல அசைபோட்டபடி படுத்துக் கிடந்தன. வீட்டின் உள் செல்லும்போது சிறு சலசலப்பு ஏற்பட்டது. அங்கிருந்த பெண்களும் பணியாளர்களும் சிப்பாய்கள் உள்ளே நுழைவதை விரும்பவில்லை என்பது அந்த எதிர்ப்புக் குரல்களில் எதிரொலித்தது. வில்லியம்ஸ் வீட்டினருகே இருந்ததால் அங்கே சென்றான். அந்தப் பெண்களில் பளிச்சிடும் அந்த அழகியை அவன் பார்த்தான். அவனைக் கண்டதும் சிப்பாய்கள் அமைதியாயினர்.

பெண்கள் அவனிடம் பேச முன் வந்தனர். அவள் அவனை வைத்த கண் வாங்காமல் பார்த்துக் கொண்டிருந்தாள். வீட்டிற்குள் வருவது எங்களை மரியாதை குறைவாக நடத்துவது என்று அந்த பருத்த பெண் கூறிக்கொண்டிருந்தாள். அந்த வீடு பைசல் அல் ஹுசைன் வீடு என உடன் வந்த அரேபி மொழிபெயர்ப்பாளன் சொன்னான். வில்லியம்ஸ் உடனடியாக படைவீரர்களை வீட்டைவிட்டு வெளியேறச் சொன்னான். மேலும் சப்தம் கேட்டு அங்கு வந்திருந்த படையினரை 'ஒன்றுமில்லை கலைந்து போங்கள்' எனக் கூறினான். மொழிபெயர்ப்பாளன் அதனை அவர்களிடம் சொன்னான். அரேபியில் அவர்கள் பேசும் மொழியை ஓரளவு அவனால் புரிந்து கொள்ள முடிந்தாலும் அவன் திருப்பிப் பேசுவதில் தடுமாற்றம் இருந்தது. அவன் அரேபியில் 'அஸிபொன்' என்றான். மன்னிக்கவும் என்ற பொருள் அது. அவன் மொழி உச்சரிப்பைக் கேட்டு வசீகரக் கண்களைச் சிமிட்டி அவள் சிரித்தாள். அவளை அவள் தாய் அடக்கினாள். "அய்னி, என்ன சிரிப்பு மரியாதையின்றி" என்றாள். அவள் சிரிப்பை நிறுத்திவிட்டு அவனை ஒருமுறை முறைத்துப் பார்த்தாள். அதுவும்கூட வேறு ஒரு அழகைக் காட்டியது. அவனைப் பொறுத்தவரையில் அவளை நாள் முழுதும் பார்த்துக்கொண்டே இருக்கலாம்.

வில்லியம்ஸ் ஒரு சில நாட்களுக்கு முன் தன்னைச் சுட வந்து ஆற்றில் குதித்து ஓடியவனைப் பற்றியும், அதுபோல படைவீரர்கள் மீது தாக்குதல் நிகழ வாய்ப்பிருப்பதையும் சொன்னான். மேலும் ஹுசைன் எங்களின் விருந்தினர் என்றான். மொழிபெயர்ப்பாளன் ஜூனியர் அதிகாரி இவ்வளவு கதையை இந்தப் பெண்களிடம் சொல்லவேண்டுமா? எனக் குழம்பினான். அந்தக் கதையைக் கேட்ட அவள் அம்மா அய்னியை பால் கொண்டு வந்து கொடுக்கச் சொன்னாள். அவள் ஓடிப்போய் ஒரு குவளையில் காய்ச்சிய ஆட்டுப்பால் கொண்டுவந்து கொடுத்தாள். அவன் மொழிபெயர்ப்பாளனை குடிக்கின்றாயா? என்றான். அவன் வேண்டாம் என மறுத்தான். அதை அவன் வெளியே சொல்லாமல் இருக்க மொழிபெயர்ப்பாளனை கொஞ்சம் பால் குடிக்கச் சொன்னான். அப்போது வீட்டிற்குள் இருந்து ஒரு சிறுவன் ஓடிவந்து நின்றான். அவனுக்குப் பத்து வயதிருக்கும். அவனின் அம்மாவின் பின்னே நின்று அவனைப் பார்த்தான். வில்லியம்ஸ் அவனுக்கு கையை நீட்டி கை குலுக்க நின்றான். அப்போது அய்னி தனது தம்பியின் கையை இழுத்து அவனிடம் கை குலுக்கச் செய்தாள். அப்போது அவள் கண்களில் கொஞ்சம் நேசம் தெரிந்தது.

"என் பெயர் வில்லியம்ஸ்" என்றான் அந்தச் சிறுவனிடம். அவன் தயங்கியபோது அய்னி "இவன் பெயர் நசீம்" என்றாள். அவன் தன்னை வில்லியம்ஸ் என்றும் அவனை நசீம் என்றும் சுட்டிக் காட்டி, அவளை சுட்டி நின்றான். அவள் "அயினி" என்றாள். அப்போது வெளியே இருந்து

யாரோ அழைக்கும் சப்தம் கேட்டு அவன் “சுக்ரன்” என நன்றி கூறிவிட்டு அங்கிருந்து வெளியேறினான்.

மொழிபெயர்ப்பாளனிடம் ‘அய்னி’ என்றாள் அரேபியில் என்ன அர்த்தம் என்றான். மொழிபெயர்ப்பாளனுக்கு வில்லியம்ஸின் இத்தனை பேச்சுக்கும் காரணம் ஓரளவுக்குப் புரிந்தது.

சற்றுப் புன்னகையுடன் “அதற்கு வசந்த மலர் என்று பெயர்” என்றான்.

அதைக் கேட்டதும் அவன் திரும்பிப் பார்த்தான். அவள் அவனையே பார்த்துக்கொண்டிருக்கின்றாள். அவள் வசந்த மலர்தான்.

வெளியே கேப்டன் கல்யாண் இருந்தான். அவன் வெளியே நின்று சிலவற்றை அனுமானித்தவனாய், வீதியில் இருந்து அந்த வீட்டினுள் எட்டிப் பார்த்தான்.

“கேப்டன் போகலாம், இது பைசல் அல் ஹுசைன் வீடு” என்றான்.

“அவள் இருக்கின்றாளா?” என கண் சிமிட்டினான் கேப்டன்.

“அவள் பெயர் அய்னி. அதன் பொருள் வசந்த மலராம்” என்றான்.

மொழிபெயர்ப்பாளனைப் பார்த்தான். அவனும் மெல்லப் புன்னகைத்தான்.

“வந்த வேலையைப் பாருங்க, வேண்டாத வேலை வேண்டாம்” என மெல்லக் கடிந்துகொண்டான் கேப்டன். அப்போது வில்லியம்ஸ் மொழிபெயர்ப்பாளனைப் பார்த்து,

“பெரிதாக எடுத்துக்கொள்ளாதே. கேப்டன் எப்போதும் இப்படிதான்” என்பது போல கண் சிமிட்டினான். அவர்கள் அதன்பின் மதியம் வரை சோதனையில் ஈடுபட்டனர். சில பழைய துப்பாக்கிகள் மட்டும் கிடைத்தன. கூடவே அவர்கள் பொதுமக்கள் பதுங்குகுழிகளைத் தோண்டிக்கொள்ளுமாறும் கூறிச் சென்றனர். நகரத்தின் அமைதி விரைவில் முடிவுக்கு வரும் என்பதை சொல்லாமல் சொல்லிச் சென்றனர்.

மதிய வேளையில் மேஜர் ஜெனரல் அலுவலகம் சென்றனர். அன்றைய சோதனை குறித்து மேஜர் ஜெனரலிடம் கேப்டன் கூறினான். அப்போது தந்தி வண்டிக்கு வந்த செய்தியினை மேஜர் ஜெனரல் அலுவலகத்திற்குக் கொண்டு வந்தனர். அதனை வில்லியம்ஸ் வாங்கி மேஜர் ஜெனரலின் தனிச் செயலரிடம் கொடுத்தான். அதனை அவன் வாசித்தான். அது பஸ்ரா தலைமையகச் செய்தி. நிக்சன் அனுப்பியது. மீட்புப் படைகள் வர இரண்டு மாதம் பிடிக்கும் என்றும் அதுவரை இங்கே எல்லாவற்றையும் மேஜர் ஜெனரல் சமாளிக்க வேண்டும் என்ற செய்தியைப் படித்தபோது மேஜர் ஜெனரல் முகம் இறுக்கமானது. அவர் தனது மேசை மீதிருந்த மாஸ்பெரோ சிகரெட் டப்பாவிலிருந்து ஒன்றை எடுத்துப் பற்ற வைத்தார். இது நல்ல செய்தி இல்லை என்பது அவரின் முக இறுக்கத்தில் தெரிந்தது. பின் தனிச் செயலரிடம் “இரண்டு மாத கால தாமதம் நமது படைகளை துருக்கிப் படை முழுதாகச் சுற்றி வளைக்கக் காரணமாகிவிடும். அது மீட்பு நடவடிக்கையை மிகவும் சிரமமானதாக மாற்றும் எனக் கருதுகின்றேன். விரைந்து மீட்புப் படை வரவேண்டும்” என்றார். அதனை எழுதிக்கொண்ட செயலன் அதனை பதில் தந்தியாக அடிக்க எழுதிக் கொடுத்தான். வில்லியம்ஸ் அதனை வாங்கிச் சென்று வெளியே தந்தி வண்டியில் கொடுத்தான். அது பஸ்ராவுக்கு தந்தியாக அனுப்பப்பட்டது.

பின் அன்று மாலை ஜெனரல்களின் அவசரச் சந்திப்பு நடந்தது. ஜெனரல்கள் தங்களின் கார்களில் வந்து சேர்ந்தனர். சுமார் ஒரு மணி நேரம் விவாதித்தனர். பின்னர் அவர்கள் தங்கள் படை கேப்டன்களுக்கு சில கட்டளைகளைப் பிறப்பித்தனர். முதலாவதாக ஒரே இடத்தில் வெடி மருந்துகள் மற்றும் இதர ஆயுதங்களை வைக்கக் கூடாது. அதைப் பிரித்து பாதுகாப்பான இடங்களில் வைக்கவேண்டும். கைவசம் உள்ள ஆயுத விவரங்களை உடனே தலைமைக்குத் தெரிவிக்க வேண்டும். அதேபோன்று கையிருப்பு உணவுப் பொருட்கள் குறித்தும் சொல்ல வேண்டும். எத்தனை நாட்களுக்கு அது தாக்குபிடிக்கும் என்ற கணக்கையும் சொல்ல உத்தரவிட்டனர். பின்னர் அதிகாரிகள் தங்களின் தொழிலாளிகள்

படையினர் முன் முக்கியமான விபரங்களை வெளிப்படையாகப் பேசுவதை மற்றும் விவாதிப்பதை தவிர்க்க வேண்டும் என எச்சரித்தனர். அன்றைய நாள் கிடைத்த ஒட்டு மொத்தத் தகவல்களின் தொகுப்புக்குப் பின் மேஜர் ஜெனரல் அலுவலகத்தில் பிரிட்டிஷ் படைகள் மற்றும் இந்தியப் படைகள் உணவுப் பொருட்கள் அறுபது நாட்களும் எரி பொருட்கள் இருபத்தியொரு நாட்களும், கால்நடைத் தீவனம் பதினேழு நாட்களும் தாங்கும் எனக் கூறினர்.

ஆயுதங்களைப் பொறுத்தவரையில் ஒரு துப்பாக்கி 800 ரவுண்ட் சுடும் அளவு குண்டுகள் இருந்தன. தென்பகுதி படையணியான 18 வது படைப்பிரிவின் சிறு படை டைகரிஸ் ஆற்றை மிதவைப் பாலம் வழியாக கடந்து அப்பால் போய், அங்கிருந்த கம்பளி என்ற பொருள் வரும் உள்பிரஸ் பகுதிக்கு காவல் சென்றனர். அங்கும் சில கனரகத் துப்பாக்கிகளை நிறுவினர். அப் பகுதியிலும் அகழி தோண்டினர். ஆனால் அவர்களுக்கு அப்பால் சுமார் இரண்டு மைல் தூரத்தில் துருக்கியர்கள் அகழிகளைத் தோண்டிக்கொண்டிருந்தனர். அந்தப் பணி இரவு பகலாக நடந்தது. விடியும்போது குட் நகரத்தில் உள்ளவர்கள் தங்கள் வீடுகளின் முன்னேயோ அல்லது பின் புறத்திலோ பதுங்குகுழிகளைத் தோண்டி, அக்குழிகள் மீது உறுதியான பேரிச்சம் மரங்களை வெட்டி வந்து வரிசையாக கூரை போல அடுக்கி வைத்து பாதுகாப்பை உறுதி செய்தனர். நகரவாசிகள் அப்போது பிரிட்டிஷ் படைகளை சபித்துக் கிடந்தனர்.

அய்னி வீட்டின் முன்னே கால்நடைகள் இருந்த பகுதியில் ஓரமாக பதுங்குகுழி தோண்டிக்கொண்டனர். இந்தப் பதுங்குகுழிகளுக்கு எந்த அவசியமும் இருக்காது, இது வேண்டாத வேலை என்றே எல்லோரும் கருதினர். இருந்தபோதும் எதற்கும் இருந்து விட்டுப் போகட்டும் என ஒருவரைப் பார்த்து மற்றவர் அரை மனதுடன் தோண்டினர். சிலர் இதனை அலட்சியம் செய்தனர். ஒரு சில நாட்களில் குட் நகரம் இயல்பு நிலைக்கு வந்துவிடும் என அதிகமானோர் கருதினர். துருக்கியின் புதிய படைகள் பாக்தாத்திலிருந்து வந்துகொண்டே இருந்தன. நகரின் வடக்குப் பகுதியில் இருந்த மணல் வெளியில் கோட்டைப் பகுதியிலிருந்து மேற்கே வடமேற்குப் படையணி வரை வளைவாகத் தோண்டப்பட்ட நீண்ட அகழிக்கு அப்பால் ஆறு மைல் தூரத்தில் இருந்த துருக்கிப் படையின் அகழியானது இப்போது மூன்றாவது அகழியாக மாறியிருந்தது.

அவர்கள் கோட்டையை நோக்கி பழைய அகழியிலிருந்து சுமார் ஒன்னரை மைல் தூரத்தில் ஓர் அகழியையும் அதற்கும் முன்னே இரண்டு மைல் தூரத்தில் மற்றொரு அகழியையும் தோண்டியிருந்தனர். இரண்டு நாட்களில் இரவு பகலாக அவர்கள் அந்த அகழிகளைத் தோண்டியுள்ளனர். இன்னமும் அகழியை ஆழப்படுத்தும் பணியில் அவர்கள் இருந்தார்கள். ஆக பிரிட்டிஷ்

இந்தியப் படைகளின் அகழிக்கு சுமார் இரண்டரை மைல் தூரத்தில் அவர்கள் நெருங்கியிருந்தனர். இந்த மூன்று அகழிகளுக்குமிடையே தொடர்புப் பாதை இருந்தது. மேலும் டைகரிஸ் நதிக்கு அப்பால் இருந்த கம்பளி கிராமத்தில் இருந்த படைகளுக்கும் அப்பால் தூரத்தில் அவர்கள் ஓர் அகழிப் பள்ளம் தோண்டி வந்தனர். குட்டிலிருந்து பிரியும் ஹை நதிக்கு அப்பால் ஆறு மைல் தள்ளி அவர்கள் சூழ்ந்திருந்தனர்.

அன்று அந்த நகரம் இயல்பாக இல்லை. ஓர் ஊழிக்கு முன் நிலவும் அமைதி அது. நகருக்கு வடக்கே இருந்த மூன்று அகழிப் பள்ளங்களையும் நகரை ஒட்டியிருந்த மத்திய படையணிப்பிரிவையொட்டி ஒரு நேர்க் கோட்டு அகழி ஆறு மைல் தூரம் இணைத்தது. ஹோவிசர் வகை பீரங்கிகள் மற்றும் கனரகத் துப்பாக்கிகள், இயந்திரத் துப்பாக்கி படைக் குழுக்கள் கோட்டைப் பக்கமிருந்த முதலாவது அகழியில் கூடுதலாகவும் அதே சமயம் சுற்றிலும் உள்ள துருக்கியர்களின் பதுங்குகுழிகளை நோக்கியும் என எல்லாத் திசைகளிலும் வைக்கப்பட்டது. தாக்குதலை முதலில் தொடுக்கும் எண்ணம் பிரிட்டிஷ் படைகளுக்கு இல்லை. அவர்கள் காத்திருந்தனர். அதே சமயம் அகழிகளை ஆழப்படுத்தும் பணிகளும் மேலும் திறந்த வெளிகளில் அகழியைச் சுற்றி முள் கம்பி வேலிகளைப் பொருத்துவதும் நடந்தது.

அன்று மத்திய படையணி பிரிவுக்கு அவர்கள் பணயக்கைதிகளாக வைத்திருக்கும் இருபது பேர்களின் குடும்பத்தினர் சந்திக்க அனுமதிக்கப்பட்டிருந்தது. எனவே கேப்டன் கல்யாணும் வில்லியம்ஸும் அங்கு சென்றனர். முகாமுக்கு வெளியே சில பேரிச்சை மரங்களும் மேலும் சில கருவேலம் மரங்களும் இருந்தன. அதன் நிழலில் குடும்பத்தினர் உட்கார்ந்திருந்தனர். அவர்கள் தங்கள் வீடுகளிருந்து உணவு கொண்டு வந்திருந்தனர். வில்லியம்ஸ் வெளியே நின்று கொண்டான். கேப்டன் கல்யாண் முகாமுக்குள் அவர்களைக் கூட்டி வரச் சென்றான். வில்லியம்ஸ் அய்னியைத் தேடினான். அவளும் அவளின் அம்மா, தம்பி மரத்தின் நிழலில் நின்று கொண்டிருந்தனர். அவன் அந்தச் சிறுவனை நோக்கிச் சென்றான். “ஹாய் நசீம்” எனக் கையை நீட்டினான். சிறுவன் தயக்கத்துடன் அவனுக்குக் கையை நீட்டினான். அப்போது அய்னி அவனிடம் கண் சிமிட்டினாள். அந்த வசீகரப் புன்னகைக்குத்தான் அவன் காத்திருந்தான். அவள் அம்மா அவனை அடையாளம் கண்டுகொண்டாள். அவன் “நசீம் நல்ல பெயர்” என்றான். உண்மையில் அவன் அவளைப் பார்த்துதான் கூறினான். அவன் வசந்த மலரைத்தான் நினைத்திருந்தான். அவன் சொன்னதைக் கேட்டு அய்னி அவன் கூறவந்ததைப் புரிந்தவளாக மெல்லத் தலையாட்டினாள்.

கேப்டன் கல்யாண் பைசல் அல் ஹுசைன் மற்றும் அவருடன் வந்திருப்பவர்களைக் கூட்டி வந்தான். ஹுசைனைக் கண்டதும் அவரின்

மகன் நசீம் ஓடிப்போய் அவரைக் கட்டிக்கொண்டான். அவர் உட்கார்ந்து அவனுக்கு முத்தமிட்டார். பின்னர் அய்னி ஓடிவந்து அவரின் கையைப் பிடித்துக்கொண்டாள். ஓர் உணர்ச்சிகரமான கணம் அது. அதேபோல முகாமில் வைக்கப்பட்டிருந்தவர்களின் குடும்பத்தினரும் மரத்தடியில் உட்கார்ந்து வீட்டிலிருந்து கொண்டுவந்திருந்த உணவுகளை உண்டு முடித்தனர். அப்போது அய்னியின் தாய் வில்லியம்ஸை சுட்டிக்காட்டி எதையோ சொன்னாள். கேப்டன் கல்யாண் வில்லியம்ஸிடம், "என்ன உன்னைக் காட்டி ஏதோ சொல்லறாங்க என்ன செய்தாய். ஒரு வேளை நீ அவள் மகளைத் தின்பதைப் போல பார்ப்பதை சொல்கின்றாளோ?" என்றான்.

வில்லியம்ஸ் சிறு புன்னகை மட்டும் செய்தான். கொஞ்சம் பொறாமைதான் கேப்டன் என்பதைப் போன்று அவன் பார்வை இருந்தது. சிறிது நேரத்தில் குடும்பத்தினர் அங்கிருந்து போக நிர்பந்திக்கப்பட்டனர். எப்போது வேண்டுமானாலும் துருக்கியின் அகழிகளிலிருந்து குண்டுகள் வெடிக்கும் என்ற நிலை இருந்தது. போகும்போதும் அய்னி அவன் மட்டும் அறிய கண் சிமிட்டி தலையசைத்து விடை பெற்றாள். முகாமுக்குத் திரும்பும்போது பைசல் அல் ஹுசைன் தனது வீட்டில் தனது மரியாதைக்குக் களங்கமின்றி நடந்து கொண்டதற்காக வில்லியம்ஸிக்கு நன்றி தெரிவித்து, இறைவன் நல்லது செய்யட்டும் எனக் கூறிச் சென்றார். கேப்டன் கல்யாண் வில்லியம்ஸை உற்றுப் பார்த்தான். அதன் பொருள் நன்றி சொல்பவன் உண்மை விவரமறியா முரடன் என்பதுதான்.

துருக்கிப் படைகள் தாக்குதலுக்குத் தயாராகி விட்டன என்பதுதான் ஆற்றின் அடுத்த பக்கமிருந்து வந்த ரகசியத் தகவல். அதை ஷேக் உறுதி செய்திருந்தார். எனவே எப்போதும் தாக்குதலை எதிர்கொள்ளத் தயார் நிலையில் படைகள் வைக்கப்பட்டிருந்தன. அது ஓர் அசாதாரணமான நிலை. போரை விடப் பரபரப்பை ஏற்படுத்தியது. அன்று மாலை வரை எந்த குண்டும் போரைத் துவங்கவில்லை. ஆனால் தூரத்தில் துருக்கிப் படைகள் முதல் அகழிப் பள்ளத்தில் தென்படுவதையும் அவர்கள் தயாராகி வருவதையும் கோட்டையில் உள்ள வடகிழக்குப் படையணி தொலைபேசி வாயிலாக மேஜர் ஜெனரலின் தலைமை அலுவலகத்திற்குச் சொன்னது.

அன்று பஸ்ராவில் உள்ள தலைமையகத்திற்கு மேஜர் ஜெனரல் அனுப்பும் தந்தியில் "படைப்பிரிவினை கூடுமான அளவு இழக்காமல் இருப்பது நல்லது. மெசபடோமியாவில் படைகளை இழப்பது மிகுந்த பாதிப்பை ஏற்படுத்தும். ரஷ்யப் படைகள் விரைவில் பாக்தாத் வரப்போவதாக வரும் செய்திகள் நம்பிக்கை தருகின்றது. அதுபோல நடப்பது நமக்கு நல்லது" எனச் சொன்னார். ரஷ்யப் படைகள் வந்தால் குட்டில் நாம் சுற்றி வளைக்கப்பட்டுள்ளது போன்று பாக்தாத்தில் துருக்கி மேஜர் ஜெனரல் ஜெர்மானிய கோல்ட்ச் வளைக்கப்படுவார் என்று தனிச் செயலாளரிடம் கூறி தனது செல்ல நாய் ஸ்பாட்டை தடவிக்கொடுத்து மெல்லச் சிரித்தார். பின்னர் ஒரு சிகரெட்டைப் புகைத்தபடி மாடிக்குப் போய் பைனாக்குலரில் வடக்கே மணல்வெளியில் தெரியும் துருக்கி அகழிகளைப் பார்த்தார். மேஜர் ஜெனரல் அலுவலகத்திற்குப் பாதுகாப்பு ஏற்பாடுகள் கூடுதலாக்கி வைக்கப்பட்டிருந்தன. மணல் மூட்டைகள் மற்றும் பாதுகாப்பு அரணுக்கான முள்வேலிகள் அமைக்கப்பட்டிருந்தன. மேஜர் ஜெனரல் அலுவலகம் முன் இரண்டு வோக்ஸ்ஹால் கார்கள் நிறுத்தப்பட்டிருந்தன. அவை நான்கு சிலிண்டர் கொண்ட சுமார் 4000 சிசி சக்தியுள்ளவை. ஒன்று மேஜர் ஜெனரலின் பயணத்திற்கு மற்றொன்று பொதுத் தேவைக்கு. அது அந்த ஆண்டுதான் படைக்கு வந்த புது வரவு. அந்தக் கார் மீது மேஜர் ஜெனரலுக்கு பிரியமுண்டு. அவர் மாடியில் பைனாக்குலரிலிருந்து தனது பார்வையை விலக்கிய பின்பு கீழே நிற்கும் தனது காரைப் பார்த்தார். அதன் பளபளப்புக்கு எந்தக் குறைவுமில்லை என்பதை உறுதி செய்து

கொண்டார். அந்தக் காரை திறந்த வெளியில் நிறுத்துவதில் அவருக்கு உடன்பாடில்லை. அதைக் கனத்த கூரையுள்ள ஓர் இடத்திற்கு மாற்றவேண்டும் என நினைத்தார். ஆனால் இரண்டு புறமும் உயரமான மாடி வீடுகள் உள்ள தெருவில் அது நிற்பதால் குண்டு வீச்சுக்கு நேரிடையாக இலக்காகாது என சமாதனம் சொல்லிக்கொண்டார்.

அப்போது பஸ்ராவின் தலைமையகத்திலிருந்து வந்த தந்தி, குட் நகரிலிருந்து சில தினங்களுக்கு முன் கிளம்பிச் சென்ற குதிரைப்படையணி எந்தப் பிரச்சனையுமின்றி அலி கார்பி போய்ச் சேர்ந்துவிட்டார்கள் எனக் குறிப்பிட்டது. அவர்கள் மீட்புப் படைகளுடன் இணைந்து மீண்டும் இங்கே வந்து துருக்கியின் முற்றுகையை முறியடிப்பார்கள். அது கொஞ்சம் ஆசுவாசப்படுத்த இடம் கொடுத்தது.

அன்று இரவு அவருக்குத் தூக்கம் வரவில்லை. கோட்டையின் வடகிழக்கு மற்றும் வடமேற்குப் படையணிகளுடன் தொலைபேசித் தொடர்பில் இருந்தார். இதனால் வீரர்களும் தூங்க முடியவில்லை. விடியற்காலையில் போர் துவங்கிவிடும் என எதிர்பார்க்கப்பட்டது.

காலை சுமார் ஏழு மணியளவில் துருக்கியின் முதலாவது அகழியிலிருந்து ஒரு வெள்ளைக்கொடி உயர்ந்தது. உடனடியாக கோட்டையிலிருந்த வடமேற்கு படையணியின் தொலைபேசி வழியாக மேஜர் ஜெனரல் அலுவலகத்திற்குத் தகவல் தரப்பட்டது. அது எல்லாப் படையணிகளுக்கும் சொல்லப்பட்டது. மேஜர் ஜெனரல் வடமேற்குப் படையணியைப் பதிலுக்குச் சமாதான சமிக்கை தர வெள்ளைக் கொடியை காட்டச் சொன்னார். சில நிமிடங்களில் கோட்டையிலிருந்து வெள்ளைக்கொடி அசைக்கப்பட்டது. துருக்கி அகழியிலிருந்து இரண்டு பேர் வெளியே வந்து நின்றார்கள். ஒருவன் வெள்ளைக்கொடி ஏந்தியிருந்தான். மற்றவன் தனது தொப்பியைக் கழற்றி அசைத்தான். ஒரு ஆங்கிலேயக் கேப்டன் பதிலுக்கு தனது தொப்பியைக் கழட்டி அவர்களைப் பார்த்து அசைத்தான். அதன் பின்பு சில நிமிடம் நின்றார்கள். பின்னர் துருக்கியின் அகழிக்கும் பிரிட்டிஷ் முதல் அகழிக்கோட்டுக்கும் இடையே உள்ள அந்த மணல்வெளியில் நடந்து வந்தனர். கோட்டையிலிருந்தும் ஒரு கேப்டனும் மற்றொரு படைவீரனும் அவர்களை நோக்கி நடந்து சென்றனர். அவர்கள் இரு அகழிக்குமிடையே சுமார் ஒரு மைல் இடைவெளியில் சந்தித்துக் கொண்டனர். பின் பிரிட்டிஷ் கேப்டன், வந்த துருக்கிப் படை வீரர்களை கோட்டையை நோக்கி அழைத்து வந்து சற்று தூரத்தில் அவர்களை நிறுத்திவிட்டு கோட்டைக்குத் திரும்பி ஜெனரல் டெல்மையினிடம் பேசினான். அவர் உடனடியாக தொலைபேசியில் துருக்கி மேஜர் ஜெனரலின் கடிதத்துடன் நமது மேஜர் ஜெனரலைச் சந்திக்க ஒரு துருக்கி கேப்டன் வந்திருப்பதாகச் சொன்னார்.

மேஜர் ஜெனரல் வெளியே நிற்கும் காரை எடுத்துக்கொண்டு சென்று உடனடியாக அந்த துருக்கிக் கேப்டனை அழைத்து வர கல்யாணுக்கு உத்தரவிட்டார். வில்லியம்ஸ் அந்தக் காரை ஓட்டினான். பின் இருக்கையில் இரண்டு சிப்பாய்கள் ஏறிக்கொண்டனர். முன் இருக்கையில் கேப்டன் கல்யாண் அமர்ந்து கொண்டான். கார் சில நிமிடங்களில் கோட்டையை அடைந்தது. அதன் பின்பு கேப்டன் கல்யாணும் வில்லியம்ஸும் ஜெனரல் டெல்மையினைச் சந்தித்தனர். அவர் அவர்களை வந்திருக்கும் துருக்கிப் படையினரிடம் அழைத்துச் செல்ல உத்தரவிட்டார்.

அந்த ஆங்கிலேயக் கேப்டன் அவர்களை தூரத்தில் மணல் வெளியில் நிற்கும் இருவரிடமும் அழைத்துச் சென்றான். அவர்கள் சம்பிரதாய கைக்குலுக்கலைச் செய்துகொண்டு அறிமுகப்படுத்திக்கொண்டனர். துருக்கிக் கேப்டன் தன்னை எல்மி பே என அறிமுகம் செய்து கொண்டான். அவன் முறுக்கி விடப்பட்ட நீண்ட மீசையும் பழுப்பு நிறக் கண்களும் ஒடுங்கிய லேசான தாடி முளைத்த முகமுமாக இருந்தான்.

கேப்டன் கல்யாண் அவனை மட்டும் அழைத்துச் செல்வதாகவும் கண்களைக் கட்டி அழைத்துச் செல்ல உள்ளதாகவும் அதற்காக மன்னிக்க வேண்டும், அது வழக்கமான ஒரு நடைமுறை எனச் சொன்னான். கேப்டன் எல்மி பே அதனால் தனக்கு எந்த சிரமமும் இல்லை சம்மதம் என்றான்.

வில்லியம்ஸ் தனது பேண்ட் ஜோப்பிலிருந்து கைக்குட்டையை எடுத்து மூன்றாக மடித்து துருக்கிக் கேப்டனின் கண்களைக் கட்டினான். வெள்ளைக்கொடியைப் பிடித்திருந்த துருக்கிப் போர் வீரனை அங்கேயே காத்திருக்கச் சொல்லிவிட்டு, அவனைக் கைத்தாங்கலாக அழைத்து காரின் பின் சீட்டில் ஏற்றினார்கள் அவரின் இரண்டு பக்கமும் இரண்டு வீரர்கள் நெருக்கி ஏறிக்கொண்டார்கள். தங்களுக்கு ஏற்படும் இந்தச் சிரமத்திற்கும் மன்னிக்க வேண்டும் என்றான் கேப்டன் கல்யாண். ஒரு சிரமுமில்லை தங்களின் நடவடிக்கைகளை மரியாதைக்குரிய செயலாகவே கருதுகின்றேன். போரின் நடைமுறை சிரமங்கள் எங்களுக்குத் தெரியும் என்றான். அவன் சிரமப்பட்டு ஆங்கிலம் பேசினான். தனக்கு பிரெஞ்சு நன்றாக வரும் என்றும் ஆனால் ஆங்கிலம் சற்று சிரமப்பட்டு பேசவேண்டி உள்ளதாகவும் குறிப்பிட்டான். அப்போது வில்லியம்ஸ் "மேஜர் ஜெனரலுக்கு நன்றாக பிரெஞ்சு தெரியும். அவரின் மனைவி அலீஸ் பெர்ரர்ஸ் டவுன்செண்ட் பிரெஞ்சுக்காரர்" என்றான். "அல்லாவுக்கு நன்றி. எனது தயக்கத்தை உடைத்தீர்கள்" என்றான் துருக்கிக் கேப்டன். கேப்டன் கல்யாண், மேஜர் ஜெனரல் குடும்ப விசயங்களையெல்லாம் தெரிந்து வைத்துள்ள வில்லியம்ஸை ஆச்சர்யத்துடன் பார்த்தான். அவனோ மெல்லப் புன்னகைத்தவாறு வேகமாக காரை ஓட்டிக்கொண்டு குட் நகரில் உள்ள மேஜர் ஜெனரல் தலைமைச் செயலகத்தை அடைந்தான்.

கண்கள் கட்டப்பட்ட நிலையிலேயே அவனை உள்ளே அழைத்துச் சென்று மேஜர் ஜெனரல் மேசை இருக்கை முன்பு அமரவைத்து கண்களைக் கட்டியிருந்த துணியை அகற்றினர். சில நொடிகள் அவன் கண்களைக் கசக்கி பின் இயல்பான நிலைக்கு வந்தான். அப்போது மேஜர் ஜெனரல் மாடியிலிருந்து பைனாக்குலரை எடுத்துக்கொண்டு இறங்கி வந்தார். அவர் கார் வருவதைக் கவனித்துக்கொண்டிருந்திருக்க வேண்டும். துருக்கி கேப்டன் அவரை பார்த்ததும் எழுந்து நின்று சல்யூட் செய்தான். கேப்டன் எல்மி பே என தன்னை பிரெஞ்சில் அறிமுகம் செய்தான். மேஜர் ஜெனரலுக்கு அதைக் கேட்டபோது அவரின் மனைவியின் நினைவு வந்திருக்க வேண்டும். புன்னகைத்தார்.

"மேஜர் ஜெனரல் எப்படி உள்ளார்?" என நலம் விசாரித்தார். கேப்டனுக்கு தேநீர் கொண்டு வரச்சொன்னார். உதவியாளன் சில நிமிடங்களில் தேநீர் கொண்டு வந்தான். கேப்டன் எல்மி பே தங்களின் மேஜர் ஜெனரல் நூருதீன் பாட்ஷா கொடுத்த கடிதத்தை பணிவுடன் கொடுத்தான். துருக்கிக் கேப்டனை தேநீரைக் குடிக்கச் சொல்லிவிட்டு கடிதத்தைப் படித்தார். அந்த கடிதம் ஒரு எளிய கடிதம். அது பிரிட்டிஷ் படைகள் துருக்கிப் படைகளிடம் சரணடையுமாறும், இருபக்கமும் உள்ள படைகளும் மேலும் குட் வாசிகளும் தேவையற்று இரத்தம் சிந்துவதைத் தவிர்க்குமாறும் வேண்டுகோள் வைத்திருந்தார். கேப்டன் எல்மி பே மேஜர் ஜெனரல் முகத்தைப் பார்த்தபடி தேநீர் அருந்தினார். டவுன்செண்ட் முகம் கடிதத்தைப் படித்ததும் இருளடையும் என நினைத்தான். ஆனால் டவுன்செண்ட் முறுவலித்தார். கேப்டனைப் பார்த்தார். பின்பு அவரே கைப்பட ஒரு கடிதத்தை எழுதி, அதை அவரே ஒரு உறையிலிட்டு ஒட்டினார். பின் உறையின் மேலே மேஜர் ஜெனரல் நூருதீன் பாட்ஷா, ஆறாவது படையணி, ஒட்டாமன் பேரரசு என எழுதினார். அந்தக் கடிதத்தை கேப்டன் எல்மி பே வசம் ஒப்படைத்தார். அது தனிச் செயலருக்கு வித்தியாசமாகப் பட்டது. பின்னர் மேஜர் ஜெனரல் டவுன்செண்ட் சுற்றியுள்ளவர்களைப் பார்த்தார். மற்றவர்கள் புரியாது நிற்பதை அறிந்தார்.

"முதலில் இந்தப் போர்க்கால மரியாதைக்கு எனது நன்றியைச் சொல்லுங்கள் கேப்டன். போர் துவங்குவதற்கு முன் இது போல சரண்டராக வேண்டுகோள் வைப்பது ஒரு சம்பிரதாயம்தான். நாங்கள் சரண்டராக இங்கே வரவில்லை. போரிட வந்துள்ளோம். உங்களின் மேஜர் ஜெனரலுக்கு எனது நன்றிகள். நான் இதைக் கடிதத்தில் குறிப்பிட்டுள்ளேன். ஆனால் தாங்களும் எனது படைகளும் இதை அறிவது நல்லதே" என எழுந்து நின்று கையைக் குலுக்க நீட்டினார். கேப்டன் எல்மி பே இரண்டு கைகளிலும் அவரின் கையைக் குலுக்கினான். பின் வில்லியம்ஸ் கேப்டன் எல்மி பேவின் கண்களைக் கட்டி அவனைக் காரில் கொண்டுபோய் உட்கார வைத்தான். திரும்பவும்

இரண்டு சிப்பாய்கள் அவருடன் அமர்ந்து கொண்டனர். கேப்டன் கல்யாண் முன் இருக்கையில் அமர கார் கோட்டையை நோக்கி வேகமெடுத்தது.

காரில் இருந்த கேப்டன் எல்மி பே "தேநீர் சிறப்பாக இருந்தது. நன்றி சொல்ல மறந்துவிட்டேன்" என்றான். "பரவாயில்லை கேப்டன்" என்றான் கல்யாண். சில நிமிடங்களில் கார் கோட்டையை அடைந்ததும் கோட்டைக்கு அப்பால் இருவருக்கும் இடையே உள்ள மணல்வெளியில் நின்று கொண்டிருந்த துருக்கி சிப்பாயிடம் கேப்டன் எல்மி பேவைக் கொண்டுபோய் நிறுத்தியபின் அவரின் கண் கட்டுகளை அவிழ்த்து விட்டான் வில்லியம்ஸ். அவர்களுக்கு நன்றி சொல்லியபடி தூரத்தில் உள்ள அவர்களின் அகழிப் பள்ளத்தை நோக்கி அவர்கள் இருவரும் நடந்தனர்.

வில்லியம்ஸும் கேப்டன் கல்யாண் மற்றும் வடமேற்குப் படையணிக் கேப்டனும் திரும்பி கோட்டை நோக்கி வந்தனர். அவர்கள் ஜெனரல் டெல்மையினை பார்த்தனர். அவர்,

"சீக்கிரம் திரும்புங்கள், தாக்குதல் சில நிமிடங்களில் துவங்கிவிடும்" என்றார்.

அவர்களின் கார் வேகமெடுத்து குட் நகரை அடைந்தது. அதன் பின்பு சில நிமிடங்கள் அமைதி நிலவியது. பறவைகளின் சப்தத்தைத் தவிர வேறு எந்தச் சிறு சப்தமுமில்லை. அகழிகளில் இயந்திரத் துப்பாக்கிக் குழுக்களும் பீரங்கி மற்றும் கனரகத் துப்பாக்கிப் பிரிவினரும் அந்தத் தருணத்திற்குக் காத்திருந்தனர்.

தலைமை அலுவலகத்தில் மேஜர் ஜெனரல் ஓர் அறிக்கையை அவர் படையணிகளுக்குச் சொல்ல விரும்பினார். அதை அவர் சொல்லச் சொல்ல தனிச்செயலன் வேகமாக தட்டச்சு செய்யத் துவங்கியிருந்தான்.

"நாம் ஒரு இக்கட்டான காலத்தை எதிர் கொள்ளப்போகின்றோம். எந்நேரத்திலும் குண்டுவீச்சு துவங்க உள்ளது. குண்டுவீச்சின் தாக்கத்தையும், சேதத்தையும் காட்டிலும் கூடுதலாக நமது மன தைரியத்தை அது அதிகம் பாதிக்கக் கூடியதாக இருக்கலாம். நாம் நம்பிக்கையுடனும் உறுதியுடனும் இதைக் கடக்கவேண்டும்." அந்த அறிக்கை தொலைபேசி வழியாக உடனடியாக படையணிகளுக்குப் போய்ச் சேர்ந்தது. அதன் பின் பஸ்ராவில் உள்ள போர்த் தலைமைக்கு விரைவில் மீட்புப் படை வரவேண்டும் என்றும் போர் வீரர்கள் மிகுந்த மனச்சோர்வோடு உள்ளதைக் குறிப்பிட்டு தந்தி அனுப்பினார்.

மதிய உணவை படையணிகள் ஏறக்குறைய சாப்பிட்டு முடிக்கும் நேரத்தில் துருக்கியின் முதல் அகழிப் பக்கமிருந்து காற்றைக்கிழித்து கீச்சிட்டு துருக்கியின் 10.5 செ.மீ பீரங்கியின் குண்டு வந்து வடமேற்குக் கோட்டையின் சுவர் மீது விழுந்து பெரும் வெடிப்புடன் போரைத் துவக்கி

வைத்தது. அந்தக் கோட்டையின் மண் சுவரில் விரிசல் ஏற்பட்டது. சிலர் சிதறல்களில் தூக்கி வீசப்பட்டனர். அடுத்த நொடி எந்த அவகாசமுமின்றி துருக்கிப் படைகளின் மழை போன்ற குண்டுகள் கோட்டையைத் தாக்கிக்கொண்டே இருந்தன. அதன் தொடர்ச்சியாக கனரகத் துப்பாக்கிகள் முழங்கின. அந்தத் தாக்குதல் ஒரு நொடி குறைந்தபோது பிரிட்டிஷ் இந்தியப் படைகளின் தாக்குதல் நாலா புறமும் துவங்கியது. சில நாட்கள் கேட்காத மற்றும் படைகள் வெறுத்த அந்தக் குண்டுச் சிதறல் மற்றும் காற்றினைத் துளைத்துச் செல்லும் சப்தங்கள் இடைவெளி இல்லாமல் கேட்டுக்கொண்டே இருந்தன.

வடமேற்குப் படையணியின் கோட்டைச் சுவர் விரிசல் கண்டபோது மேலும் அது வீழாமல் இருக்க, அப்பகுதியில் கூடுதல் கவனத்தை செலுத்திக்கொண்டிருந்தான் கேப்டன் கேரிபன். அவன் அங்கிருந்த ஹோவிசர் பீரங்கியை மாற்றி துருக்கிப் படைகளின் குண்டுவீச்சை சமாளிக்க உத்தரவிட்டுக்கொண்டிருந்தான். துருக்கிப் படையணியிலிருந்து வந்தத் துப்பாக்கியின் மூன்று குண்டுகள் கேப்டன் கேர்பன் வயிற்றில் இரண்டும், மற்றொன்று அவனின் கழுத்துப்பகுதியையும் உரசிப் போனது. அவன் கீழே விழுந்ததும் சூடான இரத்தம் சிதறியது. கேப்டன் முதலில் ஒரு கைக்குட்டையை எடுத்து தனது கழுத்தில் வைக்க முயன்றான். மற்றவர்கள் மருத்துவப் படையணியை அழைக்க சப்தமிட்டனர். அவர்கள் வந்து கழுத்தில் சில சுற்றுகள் சுற்றி இரத்தப்போக்கினைத் தடுக்க முயன்றனர். பெரிய வெற்றி கிடைக்கவில்லை. ஜெனரல் டெல்மெயின் அவனை மருத்துவமனைக்குத் தூக்கிப் போகச் சொன்னார். ஆனால் ஓர் அடிகூட நிமிர்ந்து பார்க்க இயலாதவாறு குண்டுகள் விழுந்துகொண்டே இருந்தன. கேப்டனை அப்படியே மருத்துவப் படையணி வசம் ஒப்படைத்து விட்டு துப்பாக்கிகளால் துருக்கியின் அகழி நோக்கி தொடர்ந்து சுட்டனர். இப்போது கேப்டனுக்கு மூச்சுத் திணறல் போல இருந்தது. அவன் தடுமாறி "சிகரெட்" என்றான். ஜெனரல் ஒரு சிகரெட்டை எடுத்து அவன் வாயில் வைத்துப் பற்ற வைத்தார். கேப்டன் ஒருமுறை புகையை இழுத்தான். பின் அவனிடமிருந்து எந்தச் சலனமுமில்லை. மெல்ல புகை வாயிலிருந்து வெளியேறியது. கேப்டனின் கண்கள் திறந்தபடி அசைவற்றுப் போயின. ஜெனரல் அவனின் தொப்பியைக் கழட்டினார். அவர் கண்களில் லேசாக கண்ணீர் கோடிட்டது. வேகமாக அந்த இடத்திலிருந்து நகர்ந்து மற்றொரு ஜூனியர் அதிகாரியை கேப்டன் நிலையை எடுத்துக்கொள்ள கட்டளை பிறப்பித்துவிட்டு, தொலைநோக்கியைக் கையில் பிடித்துக்கொண்டு அகழிக் கோட்டுக்குள் இறங்கி அங்கு சுட்டுக்கொண்டிருக்கும் படையணியுடன் நின்றார்.

சுமார் மூன்றரை மணி நேரம் குண்டு வீச்சு தொடர்ந்து பின் ஓய்வடைந்தது. குட் நகரத்திலிருந்து கரும்புகை வந்தது. நகரின் சில கட்டிடங்கள்

அருகில் இருந்த கால்நடைத் தீவனப் பொருட்கள் தீப்பற்றி எரிந்தன. உள்ளூர் தீயணைப்புப் படை அதனை அணைத்தது. சுமார் ஐந்து மணி அளவில் துருக்கிப் பக்கமிருந்து குண்டு வீச்சு நின்றது. எனவே பிரிட்டிஷ் இந்தியப் படைகள் எந்தத் தாக்குதலையும் அதன் பின்பு துவங்கவில்லை. கூடுமானவரை துப்பாக்கிக் குண்டுகளைப் பாதுகாக்க வேண்டும். விரயம் செய்யக்கூடாது. ஆனால் துப்பாக்கி குண்டு தண்ணீர் போல பயன்படுத்தப்படாவிட்டால் எதிரியை எந்தச் சிறு அச்சுறுத்தலுக்கும் ஆளாக்க முடியாது.

வடமேற்குப் படையணி ஜெனரல் மேஜர் ஜெனரல் டவுன்செண்ட்டுக்கு தனது கேப்டன் கேரிபன் மரணமடைந்ததைச் சொன்னார். அந்த இளைஞனின் மரணம் தன்னை மிகவும் உலுக்குவதாகக் குறிப்பிட்டார். அன்று காலை துருக்கி கேப்டன் அவர்களின் அகழியிலிருந்து வெள்ளைக் கொடியுடன் வந்தபோது அவனை வரவேற்று அழைத்து வந்தது கேப்டன் கேரிபன். எந்தச் சிறு அச்சத்தையும் களத்தில் காட்டாத வீரன். அவனைப்பற்றி மேஜர் ஜெனரலுக்கு நன்கு தெரியும். அன்று நடந்த தாக்குதலில் ஒட்டுமொத்த சாவு முப்பது. நகரில் டைகரிஸ் நதியின் தென்புறம் நதியை ஒட்டி இரண்டு வெவ்வேறு இடங்களை அவர்கள் தேர்வு செய்து வைத்திருந்தனர். ஒன்று பிரிட்டிஷ் படைவீரர்களை அடக்கம் செய்ய, அதிலிருந்து சற்று தள்ளி மற்றொரு இடம் இந்தியர்களை அடக்கம் செய்ய. கேப்டன் கேரிபன் உடல் அடக்கம் இரவோடு இரவாக பிரிட்டிஷ் கல்லறைக்கென ஒதுக்கப்பட்ட இடத்தில் நடந்தது. அன்றைய தாக்குதலுக்குப் பின்பு நகரில் பதுங்குகுழி தோண்டாதவர்கள் இரவோடு இரவாக தோண்டிக்கொள்ளத் துவங்கியிருந்தனர்.

மீண்டும் காலையில் குண்டுவீச்சு துவங்கியது. அது இடைவிடாது நிகழ்ந்தது. சில மணி நேரங்களுக்குப் பின்பு குண்டு சப்தம் நின்றது. இரவுகளில் சேதாரமடைந்திருந்த கம்பி வேலிகளைச் சரி செய்ய வெளியே வரும் படைவீரர்களை ஸ்னைப்பர் துப்பாக்கிகளில் துருக்கியர்கள் சுட்டனர். அதே போல இரவுகளில் டைகரிஸ் நதிக்கரையிலிருந்த படையணிகள் மற்றும் தண்ணீர் எடுக்கச் செல்லும் தண்ணீர் வண்டிகள் மீது துப்பாக்கிச்சூடு நடத்தப்பட்டது. தொழிலாளி பட்டாளத்தைச் சார்ந்த தண்ணீர் வண்டிக்காரன் ஒருவன் நெற்றியில் குண்டு பாய்ந்து வண்டியில் சரிந்து விட்டான். அந்தக் கழுதை வண்டி தானாகவே இழுத்துக்கொண்டு தெற்குப் படையணி முகாமுக்கு வந்து சேர்ந்தது.

அதன் பின்பு இருபதுக்கும் மேற்பட்ட படைவீரர்களைக் கொண்ட சிறு படைக்குழு ஆற்றின் கரையை இரவு பதுங்கியபடி கண்காணித்தது. அப்போது ஒரு அரேபிக்குழு துப்பாக்கிகளுடன் இருளில் நடந்து வருவது தெரிந்தது. அவர்களில் முன்னே வந்தவனை சுட்டு வீழ்த்தினர். பின்னர் இடைவிடாத துப்பாக்கி சூடு. நான்கு பேர் இறந்துவிட்டனர். பனிரெண்டு பேர் ஆயுதங்களைக் கீழே வைத்து சரணடைந்தனர்.

அவர்கள் இரவு தெற்கு பட்டாலியன் முகாமிற்குக் கொண்டு வரப்பட்டனர். அவர்களில் உள்ளூர்வாசிகளும் பாதிப்பேர் இருந்தனர். துருக்கிப் படையின் தொடர்பில் இருந்தவர்கள் அவர்கள். இரவு இராணுவ நீதிமன்றத்தில் நிறுத்தப்பட்டு அவர்கள் மீது கொலை மற்றும் போர்க் குற்றம் சுமத்தப்பட்டது. நீதிமன்றக் குழு மரணதண்டனை வழங்க உத்தரவிட்டது. அதைக் கேட்டதும் பாதிக்கு மேற்பட்டோர் இறைவனைச் சப்தமாக வேண்டினர். மேஜர் ஜெனரல் காலையில் சூரியன் உதிக்கும் முன் தண்டனையை நிறைவேற்ற உத்தரவிட்டார். அந்தச் செய்தி உள்ளூர்வாசிகளுக்கும் சம்மந்தப்பட்டவர்களின் குடும்பத்தாருக்கும் தெரிவிக்கப்பட்டது.

காலையில் படையணியின் முன்னே இருந்த மைதானத்தில் அவர்கள் நிறுத்தப்பட்டனர். அவர்களின் குடும்பத்தார் மற்றும் ஊர்க்காரர்கள் அங்கே

அந்நேரம் வந்திருந்தனர். ஒருத்தி தனது கைக்குழந்தையை உயர்த்திக் காட்டி சப்தமிட்டு அழுது கொண்டிருந்தாள். அவள் கணவன் ஓர் இளைஞன். அவனுக்குச் சுமார் இருபத்தி ஐந்து வயதிருக்கும். அவன் தன் குழந்தையைப் பார்க்க அனுமதிக்குமாறு கேட்டான். கேப்டன் கல்யாண் அதற்கு அனுமதி கொடுத்தான். அவனை அவன் மனைவி முன் அழைத்துச் சென்றனர். அவன் கைகள் பின்னே கட்டப்பட்டிருந்தன. கட்டை அவிழ்த்துவிட முடியாது என மறுத்துவிட்டனர். அவள் ஒரு கையில் குழந்தையைப் பிடித்தபடி மறுகையால் அவனைக் கட்டிக்கொண்டாள். பின் குழந்தையைத் தூக்கி அவன் முகத்திற்கு நேரே நீட்டினாள். அவன் அதற்கு முத்தமிட்டான். பின்னர் அவன் அவளிடம் எதையோ சொல்லி விடைபெற்றுத் திரும்பினான். அவள் தரையில் படுத்து கத்திக்கொண்டிருந்தாள். வரிசையாக பனிரெண்டு பேரும் நிற்கவைக்கப்பட்டு கண்கள் கட்டப்பட்டன. அவர்கள் ஒரு செங்கல் சுவற்றின் முன் நிற்க வைக்கப்பட்டனர். பின்னர் பனிரெண்டு பேர் கொண்ட குழு அவர்களுக்கு எதிரே வந்து நின்றது. மார்சல் மன்ற அதிகாரி தலையசைத்ததும் துப்பாக்கிகளின் விசைகளை லோடு செய்தனர். பின் அடுத்த சமிக்கையில் துப்பாக்கிகள் சீராக வெடித்தன. பனிரெண்டு பேரும் கீழே விழும்போது அவள் குழந்தையை நழுவவிட்டுக் கத்தினாள். சில நொடிகளுக்குப் பின் கேப்டன் கல்யாண் அவர்களின் நாடிகளைப் பிடித்துப் பார்த்து இறந்ததை உறுதி செய்தார். குட் வாசிகள் பலரும் இதைப் பார்க்க வேண்டும் என மேஜர் ஜெனரல் நினைத்தார். மேலும் அங்கிருந்தவர்களிடம் படைவீரர்களைக் கொலை செய்தால் நாங்கள் பணயக் கைதியாக வைத்திருக்கும் ஆட்களை வரிசையாகக் கொல்வோம் என எச்சரிக்கை செய்யப்பட்டது. அப்போது பெருத்த சலசலப்பு ஏற்பட்டது. கூட்டம் கலைந்து செல்லும்போது சூரியன் அடிவானத்திலிருந்து வெளியே வந்து நல்ல வெளிச்சத்தைக் கொடுத்திருந்தது. அந்தப் பெண் தரையில் புரண்டு அழுதுகொண்டே இருந்தாள். அழுகை கூச்சல் மேலிட்டது. கொல்லப்பட்டோரின் உறவினர்கள் வந்து உடலைப் பெற்றுக்கொள்ள அனுமதிக்கப்பட்டது.

அதன் பிறகு சுமார் இரண்டு மணி நேரம் கழித்து துருக்கிப் படைகளின் பக்கமிருந்து குண்டுவீச்சுத் துவங்கியது. இம்முறை நகரத்தைக் குறி வைத்து அந்தத் தாக்குதல் இருந்தது. மேஜர் ஜெனரல் தலைமைச் செயலகத்திற்கு அருகில் தொடர்ந்து குண்டு விழுந்தது. குண்டு விழுந்த அதிர்வில் மேல்மாடியில் வரிசையாக அடுக்கி வைக்கப்பட்டிருந்த மணல் மூட்டைகள் விழுந்து சிதறின. அதன் பின்பு குண்டு வந்த திசையை நோக்கி பிரிட்டிஷ் பீரங்கி தொடர்ந்து சுட, துருக்கி குண்டுவீச்சு மட்டுப்பட்டது. துருக்கியருக்கு தலைமை நிலையத்தின் இடத்தை யாரோ சொல்லியிருக்க வேண்டும். எனவே தொடர்ந்து அந்தக் கட்டிடத்தைக் குறிவைத்துத் தாக்கினர். அதனைத் தடுக்க கூடுதலாக குண்டுகள் வந்த திசைகளை நோக்கிப் பிரிட்டிஷ் கனரகத் துப்பாக்கிகள் சுட்டு மேலும் பாதிப்பு ஏற்படாமல் தடுத்தனர்.

அடுத்த நாள் விடிந்த பின்பு மேஜர் ஜெனரலுக்கு வந்த தந்தி அன்று இந்தியாவிலிருந்து மேஜர் ஜெனரல் அலிமர் தலைமையில் மீட்புப் படை புறப்பட்டு விட்டது என்ற தகவலைத் தாங்கியிருந்தது. அலிமரின் பெயரைக் கேட்ட மாத்திரத்தில் டவுன்செண்ட்டுக்கு நிம்மதியும் நம்பிக்கையும் வந்தது. இருபது ஆண்டுகளுக்கு முன்பு இந்தியாவின் வடமேற்கு எல்லை மாகாணத்தில் கைபர் பள்ளத்தாக்கில் ஆப்கான் எல்லையை ஒட்டி இருந்த சித்ரால் கோட்டையைக் காக்க படைகளோடு சென்றபோது டவுன்செண்ட் ஓர் இளம் பிரிட்டிஷ் அதிகாரியாக இருந்தார். ஹுன்சா பழங்குடி குழுக்கள் அவரையும் அவரின் படைகளையும் கோட்டையில் சுற்றி வளைத்துக்கொண்டனர். கோட்டைக்குள்ளே இருந்த உணவுகள் சில வாரங்களில் தீர்ந்து போயின. இருப்பதைத் தின்று உயிர் பிழைக்கவேண்டிய நிலையில் தங்களின் குதிரைகளைக் கொன்று தின்று உயிர் பிழைத்த நாட்களை டவுன்செண்ட் மறக்கவில்லை. நாற்பத்தி ஆறாம் நாள் லெப்டினட் ஜெனரல் பெண்டன் அலிமர் மீட்புப் படையுடன் வந்து, அந்த முற்றுகையை உடைத்து பழங்குடிப் படைகளை விரட்டி தன்னை மீட்ட அந்த நாட்களும், அதன் நினைவுகளும், அதன் பின்பு அவர் லண்டன் சென்றபோது பக்கிங்ஹாம் அரண்மனையில் விக்டோரியா மகாராணி தனக்கு விருந்து கொடுத்ததையும் அந்த விருந்தில் அவரின் அருகில் அமர்ந்து விருந்துண்டதையும், படைப்பிரிவில் ஒரு கேப்டனுக்கு அரிதாய் கிடைக்கும் ஆர்டர் ஆப் பாத் என்ற பட்டத்தைத் தான் மகாராணியிடமிருந்து பெற்றதையும் அவர் என்றும் நினைவில் வைத்திருந்தார். அவை எல்லாவற்றுக்கும் நாற்பத்தி ஆறு நாள் கோட்டை முற்றுகையைத் தாங்கி நின்ற தனது மன உறுதிதான் மிக முக்கியக் காரணம். மீண்டும் அதே லெப்டினட் ஜெனரல் அலிமர் இருபது ஆண்டுகள் கழித்து தன்னை மீட்க வருவது டவுன்செண்டுக்கு நம்பிக்கையைத் தந்தது. மீட்புப் படை ஓரிரு வாரங்களில் வந்து விடும் என்பதால் அவர் சற்று ஆறுதல் அடைந்தபோது தூரத்தில் துருக்கிப் படையணியின் அகழியில் இருந்து ஒரு குண்டு சீறி வந்து வெடித்துச் சிதறும் ஓசை கேட்டது.

இந்த முறை பெரும்பாலும் பொதுமக்களின் வீடுகள் மீது குண்டுகள் விழுந்தன. குண்டு சிதறல்களில் குடும்பம் குடும்பமாக பலர் கொல்லப்பட்டனர். குழந்தைகளின் பலி அதிகமானது. டிசம்பர் 11ஆம் தேதி அவர்கள் நினைவிலிருந்து என்றும் அகலாது. சுமார் இருநூறு பேர் அன்று மட்டும் குண்டு வீச்சுக்குப் பலியாயிருந்தனர். நகரத்தில் இருந்த தீயணைப்பு துறைக்கு கட்டிட இடிபாடுகளில் இருந்து மக்களை மீட்பது பெரும் சவாலாகவும் முழு வேலையாகவும் ஆனது. நகரில் எல்லாத் தெருக்களும் அழுகையாலும், சவ ஊர்வலங்களாலும் நிரம்பியிருந்தது. இந்த மக்களை வைத்துக்கொண்டு போரை எதிர் கொள்வது கூடுதல் சிரமம் என்பதை மேஜர் ஜெனரல் உணர்ந்தார். அவர் அந்த மக்களை வெளியேற்றி நகரை வெறுமையாக்கி, படைகள் அந்த வீடுகளை எடுத்துக்கொள்வது

என முடிவு செய்தார். அது பற்றி ஒரு தந்தியையும் தலைமையகத்திற்கு அனுப்பி வைத்தார்.

அடுத்த நாள் மாலை 6.30 மணியளவில் கோட்டையிலிருந்து வடக்குப் பகுதியை நோக்கி இடைவிடாது பிரிட்டிஷ் இந்தியப் படைகள் சுட்டன. அந்தத் தாக்குதலை துருக்கிப் படைகள் எதிர்பார்க்கவில்லை. அனைத்துப் படைகளும் ஒரே நேரத்தில் தாக்கின. தோட்டாக்களும் வெடி பொருட்களும் தண்ணீர் போல கரைந்தன. சுமார் ஒரு மணி நேரத்திற்குப்பின் துப்பாக்கிச்சூடு நிறுத்தப்பட்டு அந்த இடம் அமைதியானது. துருக்கிப் படைகளின் குண்டுவீச்சில் அன்று 88 பேர் மரணமடைந்திருந்தனர். துருக்கிப் பக்கம் ஆயிரத்திற்கும் மேல் சேதம் நிகழ்ந்திருக்கக் கூடும். அது துருக்கி, குட் நகரப் பொதுமக்கள் மீது நிகழ்த்திய தாக்குதலுக்கு பதிலடி.

அடுத்த நாள் துருக்கிப் படைகள் எந்தத் தாக்குதலையும் தொடுக்கவில்லை. அது தனது தோட்டாக்களைச் சேமித்துக்கொள்ள முடிவு செய்திருக்கலாம். ஆனால் துருக்கியின் அகழிகளிலிருந்து ஸ்னைப்பர் துப்பாக்கிகள் டைகரிஸ் ஆற்றின் கரையோரம் தண்ணீர் எடுக்க வரும் உள்ளூர் ஆட்கள் மீது தாக்குதலைத் தொடுத்தன. அதில் பெண்களும் சிறுமிகளும் உயிரிழந்தனர். அதன் பிறகு பிரிட்டிஷ் மேஜர் பூத் இதனைத் தடுக்க நியமிக்கப்பட்டார். அவரின் ஸ்னைப்பர் துப்பாக்கிக் குழுவினர் துருக்கிப் படைகள் மீது தொடர்ந்து துப்பாக்கியில் பொருத்தப்பட்டிருந்த தொலைநோக்கி வழியாகப் பார்த்து சுட்டுக்கொண்டே இருந்தனர்.

ஒருநாள் கழித்து பிரிட்டிஷ் தலைமை அரசியல் அதிகாரி ஜெனரல் சர் பெர்ஸி கோக்ஸ், குட் நகருக்கு வந்திருந்தார். இந்த இக்கட்டான நேரத்தில் அவர் நேரில் வருவது அவசியம் எனக் கருதியிருக்க வேண்டும். ஒட்டாமன் துருக்கிப் படைகள் அரேபியர்களை வெறும் அடிமைகளாகவும், அடியாட்களாகவும் வைத்திருப்பதாகவும் எனவே துருக்கிப் படைகளுக்கு எதிராக அவர்கள் கலகம் செய்ய வேண்டும் என அரேபி பழங்குடி குழுவினருடன் தொடர்ந்து கருத்தியல் ரீதியாகப் பிரச்சாரம் செய்து வருபவர்களில் அவரும் ஒருவர். லாரன்ஸ் உடன் சேர்ந்து அரேபியாவில் அதுபோன்ற அரசியல் கருத்தாக்கத்தை அவர் பிரிட்டிஷ் அரசுக்காக முன்னெடுத்து வந்தார். அந்த அரசியல் அரேபியர்களை தங்களின் ஆதரவாளர்களாக வைத்துக்கொள்ள உதவும் என்பதையும் விட துருக்கியின் பக்கமிருந்து அவர்களை எதிர் நிலையில் தள்ளுவதன் மூலம் தனது நலன் பாதுகாக்கப்படும் என இங்கிலாந்து கருதியது. இந்த அரசியல் பின்னணியில் அரேபியர்களுக்கு பிரிட்டிஷ் அரசு நண்பன் என்ற பிம்பம் எந்தச் சூழ்நிலையிலும் உடைபடுவதை ஜெனரல் ப்ரஸி கோக்ஸ் அனுமதிக்க விரும்பவில்லை. எனவே இக்கட்டான மற்றும் அபாயமான காலகட்டத்தில்கூட அவர் குட் வரும் நிலையில் இருந்தார்.

அவர் தலைமை நிலையத்தில் மேஜர் ஜெனரல் டவுன்செண்ட்டை சந்தித்தபோது அரேபிய மக்களை நகரத்திலிருந்து வெளியேற்றும் முடிவைக் கைவிடவேண்டும் என்றார். டவுன்செண்ட் தனது முடிவில் உறுதியாக இருப்பதாகவும் மக்களை வைத்துக்கொண்டு சண்டையிடுவது மிகுந்த கடினமாக இருப்பதையும் சொன்னார். ஆனால் அந்த முடிவால் ஒட்டுமொத்த அரேபி சமூகத்திடமிருந்தும் பிரிட்டன் தனிமைப்பட்டு விடும் என்பதையும், அதைத் துருக்கிப் படைகள் தங்களுக்கு சாதகமாக்கிக் கொள்ளும் எனச் சொன்னார். களத்தில் முடிவு எடுக்கும் அதிகாரம் ஜெனரல் டவுன்செண்டுக்கு உண்டு என்றபோதும் அது பிரிட்டனின் மொத்த அரசியல் நிலையைக் கேள்விக்குள்ளாக்குவது சரியல்ல என்பதையும் மேலும் கடுமையான இந்தக் குளிர்காலத்தில் பாலைவனப்பகுதியில் பெண்களையும் குழந்தைகளையும் வெளியேற்றினால் அவர்கள் குளிரில் உறைந்து, விரைத்து செத்துப் போய்விடுவார்கள் என்றார். காலையில் துவங்கி மதியம் வரை நடந்த விவாதத்தின் இறுதியில் ஜெனரல் பெர்ஸி கோக்ஸின் வேண்டுகோளை மேஜர் ஜெனரல் டவுன்செண்ட் ஏற்றுக்கொண்டார். ஆனால் குட் நகரில் சொந்த வீடில்லாதவர்களை வெளியேற்றி விடுவதாகத் தெரிவித்தார். அவர்கள் சுமார் 500 நபர்கள் இருப்பார்கள் என்பதால் அதில் பெர்ஸி கோக்ஸ் தலையிட விரும்பவில்லை. ஆனால் பெண்களையும் குழந்தைகளையும் அதில் சேர்க்கவேண்டாம் என்பதை மட்டும் உறுதியுடன் கேட்டுக்கொண்டார். அதன் பின் அன்றே அவர் குட்டிலிருந்து பஸ்ரா நோக்கித் தனது பயணத்தைத் தொடர்ந்தார்.

ஸ்டசிபன் போரின்போது காயம் பட்டவர்களை பிரிட்டிஷ் இந்தியப் படைகள் மெஜிட்டி மற்றும் வார்லா என்ற இரண்டு படகுகளின் மூலம் சிகிச்சைக்காக பஸ்ராவுக்கு அனுப்பி வைத்தனர். அந்தப் படகுகள் டிசம்பர் 17ஆம் தேதிதான் பஸ்ரா துறைமுகம் போய்ச் சேர்ந்தன. அதில் மெஜிட்டி படகில் நிழலுக்கு என எந்த மேற்கூரையும் இருந்திருக்கவில்லை. அந்தப் படகு பஸ்ரா துறைமுகம் வரும்போது மருத்துவக்குழு அதில் காயம்பட்டவர்களுக்கு சிகிச்சை அளிக்கக் காத்திருந்தது. இருபத்தி ஐந்து நாள் பயணம் செய்து அந்தப் படகு பஸ்ராவை வந்து அடைந்தது. கடுமையாகக் காயம்பட்டிருந்தவர்கள் பலர் உடனடி சிகிச்சையில்லாத காரணத்தால் ஏற்கனவே வழியில் மரணமடைந்து விட்டனர். மீதி உயிர் பிழைத்த சிலரே பஸ்ரா வந்தடைந்தனர்.

மெஜிட்டி துறைமுகம் வந்தபோது அந்தப் பெரிய படகின் ஓரங்களில் சுற்றிலும் நீண்ட கயிறுகள் தொங்கிக்கொண்டிருந்தன. அவை காற்றில் அசைந்து கொண்டிருந்தன. அதன் தோற்றம் அதுவரை எந்தப் படகுக்கும் இல்லாதவாறு இருந்தது. அந்தப் படகு துறைமுகம் வந்து நின்றபோது அதன் மேற்பரப்பில் குவியலாகக் காயம்பட்டவர்கள் படுத்துக் கிடந்தனர். மருத்துவக்குழு அவர்களைச் சென்று பார்த்தபோது கடுமையான கெட்ட வாடை படகு முழுதும் அடித்தது. காயம்பட்டவர்கள் பல நாட்கள் குளிக்காமல் முகத்தில் ஆங்காங்கே எதுவோ அப்பிய நிலையில் கிடந்தனர். அவர்கள் ஈரமான ஏதோ ஒன்றில் புரண்டு கிடந்தனர். கடுமையாக கை கால்கள் எலும்பு முறிவு கண்டவர்கள் அசைய முடியாத நிலையில் கிடந்தனர்.

மருத்துவக் குழு அருகில்போய் பார்த்தபோதுதான் அவர்கள் வயிற்றுப்போக்கினால் மனிதர்கள் கழித்த மனிதக் கழிவுகளில் புரண்டு கிடப்பதும் அதன் காரணமாகவே அந்தப் படகு முழுதும் கெட்ட வாடை அடிப்பதையும் உணர்ந்தனர். மேலும் படகின் பல பகுதிகளில் வாந்தியும் குவியலாகக் கிடந்தது. படகின் ஓரத்தில் காற்றில் அசைந்து கிடப்பது கயிறு அல்ல, அது மனித கழிவுகளின் காய்ந்த வடிவம் என்பதை

அருகில் சென்றபோதே உணர்ந்தனர். அந்தப் படகு முழுதும் மலமும், வாந்தியும் காய்ந்தும் காயாமலும் சிதறிக்கிடந்தது. அதில் ஒரு பகுதி காயம்பட்டவர்களின் முகங்களில், உடலில் அப்பிக் கிடந்தது. சுமார் 30 அடி சுற்று அளவில் அந்த மனிதக் கழிவுகள் நிரம்பி கிடந்தன. ஈக்கள் மொய்த்தபடி இருந்தன. புழுக்களும் நெளிந்து கொண்டிருந்தன. இந்திய மருத்துவ சர்வீசை சார்ந்த மேஜர் கார்டர் என்ற மருத்துவர் தனது மருத்துவக் குழுவோடு மெஜிட்டியில் ஏறி காயம்பட்டுக் கிடக்கும் படைவீரர்களை சோதனை செய்ய முயன்றார். கடுமையான துர்நாற்றம் அடித்தபோதும் முகம் சுளிக்கவோ அதனை வெளிக்காட்டவோ கூடாது என அவர் மிகுந்த கட்டுப்பாட்டுடன் இருந்தார். எனவே அவரின் மருத்துவக் குழுவும் அவரைப் பார்த்து அதேபோல செய்ய முயன்றது. மெஜிட்டியில் கிடந்த ஒரு போர் வீரனின் இடுப்பு எலும்பு துப்பாக்கித் தாக்குதலில் முறிந்து அவன் நகர முடியாமல் வலியில் கத்தினான். முறையான உணவு மற்றும் பல நாட்கள் நம்பிக்கையின்றிக் கதறி சக்தியற்றிருந்த அவன் மருத்துவரைக் கண்டதும் அவரை ஏறெடுத்துப் பார்த்தான். அவனின் டவுசர் நனைந்து கிடந்தது. அது இரத்த போக்கினால் எனக் கருதிய மருத்துவர் தனது கைகளை அந்த டவுசரில் நுழைத்து தொட்டுப் பார்த்துவிட்டு, கையை வெளியே எடுத்தார். கையின் மணிக்கட்டு வரை சிகப்பான திரவம் ஒட்டியிருந்தது. அதில் சில புழுக்கள் நெளிந்ததன. அது இரத்தமில்லை என்பதும் அது அந்த மனிதனின் இரத்தபேதி என்பதையும் அறிந்தார். அதுபோன்ற சங்கடத்தை அவர் தனது வாழ்வில் எப்போதும் அனுபவித்ததில்லை. அது தன்னை நிலைகுலையச் செய்துவிட்டது எனக் கருதி அவர் சக மருத்துவர்கள் மற்றும் ஊழியர்கள் துரிதமாகப் பணி செய்ய கடுமையாகக் கத்தினார்.

அவர் தன் வாழ்வில் ஒருபோதும் அதுபோல நடந்து கொண்டதில்லை. எவ்வளவு சீக்கிரம் அந்தப் படகில் இருந்து ஆட்களை வெளியேற்ற வேண்டுமோ அவ்வளவு சீக்கிரம் செய்ய உத்தரவிட்டார். சில முறை தனது கைகளைச் சுத்தம் செய்தார். அவரை அறியாமல் அவருக்கு கண்ணீர் பெருக்கெடுத்தது. அந்தப் போர் வீரர்கள் அவர்களின் குடும்பத்திற்கு மதிப்புமிக்க மனிதர்களாக இருப்பார்கள். நாட்டிற்காக தங்களைத் தியாகம் செய்யப் போருக்கு வந்திருப்பார்கள். அவர்கள் சக மனிதர்களாகக்கூட நடத்தப்படவில்லை எனக் கருதினார். அன்று இரவு எவ்வளவுதான் புரண்டு புரண்டு படுத்தபோதும் அவரால் உறங்க முடியவில்லை. அந்த துர்நாற்றத்தை சில நிமிடங்கள் சுவாசித்த தனக்கு ஏற்பட்ட வேதனையை விட இருபத்தி ஐந்து நாட்கள் அதனைத் தாங்கி பயணம் செய்து வந்த காயம்பட்டவர்கள், வழியில் செத்துப் போனவர்கள் என எல்லோரின் துயரத்தையும் எண்ணினார். அவர் படுக்கையிலிருந்து எழுந்து உட்கார்ந்து அவரின் கண்ணீரை கட்டுப்படுத்த வெகுநேரம் முயன்றார். பின் பிரிட்டிஷ் இந்திய வைஸ்ராய்க்கும் மற்றும் போர் செயலருக்கும் இதனைக் கடிதமாக எழுதுவது என முடிவு செய்து எழுந்து தனது மேசைக்குச் சென்றார்.

குட்டில் அன்று இரவு முதல் அகழிக்கோட்டிலிருந்து பிரிட்டிஷ் இந்தியப் படைகள் துப்பாக்கி பாய்னட்டுகளுடன் துருக்கி அகழியை நோக்கிப் பாய்ந்து சென்று அந்த அகழியில் குதித்து, கூடுமானவரை பாய்னட்டுகளைப் பயன்படுத்திக் குத்தி அகழியில் இருந்த சில துருக்கிப் படையினரைக் கொன்று திரும்பின. ஆனாலும் குண்டுவீச்சு இரு புறமும் தொடர்ந்தது. அதன் பிறகு இரண்டு நாட்கள் கழித்து மீண்டும் இரவு துருக்கியின் அகழியினை நோக்கிச் சென்ற இந்தியப் படையினர் அந்த அகழியில் குதித்து 11 துருக்கியர்களை கைது செய்து அவர்களை இழுத்துக்கொண்டு பத்திரமாக வடமேற்குப் படையணியின் கோட்டையை வந்தடைந்தனர். பின்னர் விடிந்ததும் அவர்களின் கண்களைக் கட்டி மேஜர் ஜெனரல் தலைமையகம் அழைத்துச் சென்றனர். அவர்கள் துருக்கியின் 39வது படைப் பிரிவைச் சார்ந்தவர்கள். அவர்களிடம் மேஜர் ஜெனரல் விசாரித்தபோது அவர்கள் வெளிப்படையாகவும் வெள்ளந்தியாகவும் அவர்கள் அறிந்ததைச் சொல்ல முயன்றனர். அவர்கள் விவசாயிகள் என்பது அவர்களின் அந்த வெளிப்படைத்தன்மைக்கு ஒரு காரணமாக இருந்தது. அவர்களின் எத்தனை படைப்பிரிவு குட்டைச் சூழ்ந்துள்ளது என்பதை மேஜர் ஜெனரல் அறிய விரும்பினார். அவர்கள் துருக்கி ஒட்டாமன் படையின் 35, 38, 45 மற்றும் 51 ஆகிய படைகள் தற்போது குட்டை வளைத்துள்ளதையும், மேலும் கூடுதலாக 52 மற்றும் 26வது படைகள் வர உள்ளதாகவும் கூறினர். அவர்கள் சொன்ன கணக்கை வைத்துப் பார்த்தால் சுமார் 40,000 படை வீரர்களால் தாங்கள் சூழப்படப் போகின்றோம் என்பதை மேஜர் ஜெனரல் அறிந்தார். அது விரும்பத்தகாத நிலை. உடனே அந்தக் கைதிகளை அனுப்பிவிட்டு பஸ்ரா தலைமை நிலையத்திற்கு ஒரு தந்தியைக் கொடுத்தார். அதில் சுமார் 40,000 துருக்கிப் படை வீரர்களால் தாங்கள் சூழ இருப்பதையும் ரஷ்ய உதவியைப் பெற முயற்சிக்க வேண்டும் என்றும் குறிப்பிட்டிருந்தார். தொடர்ந்து குண்டுகளும் கனரகத் துப்பாக்கிகளும் வெடித்த நிலையில் குட்டில் சராசரி சாவு நாள் ஒன்றுக்கு 40 முதல் 50 வரை இருந்தது.

துருக்கிப் படைகளுக்கு கோட்டை கண்களை உறுத்திக்கொண்டே இருந்தது. அதைத் தகர்க்க தொடர்ந்து அவர்கள் அதனை நோக்கிச் சுட்டுக்கொண்டே இருந்தனர். கோட்டையை ஒட்டி இருந்த கனத்த தொகுப்பு மதில்சுவர் குண்டு வீச்சு தாக்குதலால் விழும் நிலைக்குத் தள்ளப்பட்டது. துருக்கிப் படைகளிடம் கூடுதல் வெடி மருந்து இருந்திருந்தால் நிச்சயம் அந்தக் கோட்டையைத் தகர்ப்பதை முதல் வேலையாகச் செய்திருப்பார்கள். அது அவர்களைப் பொறுத்து பிரிட்டிஷ் இந்தியப் படைகளின் மனஉறுதியைத் தகர்க்கும் செயல் எனக் கருதியிருக்க கூடும்.

மேலும் துருக்கிப் படைகள் பாரசீகத்திற்குள் அதாவது ஈரானில் நுழைந்து விட்டதாகவும் ஒரு தகவல் ரஷ்யப் படைத் தரப்பிலிருந்து மேஜர் ஜெனரல் அலுவலகத்திற்கு வந்தது. சுமார் 20,000 துருக்கியர்கள் ஈரான் சென்று

விட்டதாகவும் அங்கிருந்து ஆப்கான் வழியாக இந்தியப் பகுதியினை அவர்கள் நெருங்க வாய்ப்புள்ளதாகவும் ஒரு வதந்தி உலாவியது. இந்நிலையில் குட்டில் எந்த வீடும் குண்டு வீச்சிலிருந்து தப்பவில்லை. எல்லா வீடுகளின் மேல் கூரைகளும் உடைந்து சேதாரமாகிக் கிடந்தன. எங்கு பார்த்தாலும் உடைந்த செங்கற்களின் குவியலாக அந் நகரம் காட்சி தந்தது. மாடியில் நின்று காணும்போது அதன் உருக்குலைந்த தோற்றம் துருக்கி குண்டுவீச்சு பொதுமக்களை நோக்கி இருந்ததை தெளிவாகக் காட்டுவதாக இருந்தது. மக்களைத் தங்கள் அடிப்படைத் தேவைக்குக்கூட வெளியே வரமுடியாத நிலைக்குக் குண்டுவீச்சு தள்ளியது. அவர்கள் உடைந்த வீடுகளிலும் பதுங்குகுழிகளிலும் முடக்கப்பட்டனர்.

அன்று டிசம்பர் 24ஆம் தேதி. அன்றைய இரவு ஒரு கிருஸ்துமஸ் இரவு. அந்த இரவில் சண்டையில்லாது இருந்தால் நிம்மதியாக இருக்கும் என படைப் பிரிவுகள் கருதின. இந்தத் தினத்தை பாக்தாத்தில் கொண்டாடுவோம் என எல்லாப் படையணிகளும் கருதியிருந்தன. பலருக்கு கிருஸ்துமஸ் தினத்தில் தங்கள் வீடுகள் பற்றிய நினைவு வந்தது. இன்னும் விடியாத கருக்கல் சூழ்ந்திருந்த பனிக்கால காலையில் சுமார் 5 மணியளவில் துருக்கிப் பக்கமிருந்து பெரும் குண்டுவீச்சுத் தாக்குதல் தொடங்கியது. கூடவே துருக்கியின் அகழியிலிருந்து அதன் படை வீரர்கள் கோட்டையை நோக்கி விரைந்து வந்தனர். அவர்களின் நோக்கம் கோட்டையின் முன் இருந்த கம்பி வேலியைத் தகர்த்து கோட்டையைக் கைப்பற்றுவதுதான். மேலும் அதேபோன்ற முயற்சி டைகரிஸ் ஆற்றுக்கு மறுகரையில் இருந்த கம்பளி கிராமத்திலும் நிகழ்ந்தது. வடமேற்குப் படையணி வேகமாகச் செயல்பட்டு முதல் அகழியிலிருந்து வந்த துருக்கிப் படையினரை நோக்கி தொடர்ந்து சுட்டனர். அவர்கள் யாருக்கும் சொந்தமற்ற இடைப்பட்ட நிலத்தைத் தாண்டி கோட்டைக்கு முன்பிருந்த கம்பி வேலியைத் தாண்டவும் தகர்க்கவும் முயன்றனர்.

பிரிட்டிஷ் இந்தியப் படைகள் அதை முறியடிக்கும் முயற்சியில் கடுமையாக இடைவிடாது சுட்டன. துருக்கி வீரர்கள் பலரின் உடல்கள் கம்பி வேலியில் சிக்கியபடி அந்தரத்தில் தொங்கிய நிலையில் அந்த வீரர்களின் உயிர் பிரிந்திருந்தது. காலை 8.30 மணி வரை தொடர்ந்து துப்பாக்கி சூடு நடந்தது. அதன் பின் ஒரு வழியாக துருக்கிப் படைகள் சுடுவதை நிறுத்தின.

கம்பியில் தலைகீழாய்த் தொங்கிய துருக்கிப் படை வீரர்களின் உடல்களில் இருந்து குருதி வடிந்துகொண்டே இருந்தது. கோட்டை, துருக்கியர்களைத் தொடர்ந்து மனரீதியாக இடையூறு செய்துகொண்டே இருந்தது. எனவே அதனைக் கைப்பற்ற அந்தக் கம்பி வேலிகளை அவர்கள் தகர்க்க முயன்றுள்ளனர். பிரிட்டிஷ் இந்தியப் படைகளின் அகழி கோட்டுக்கும் துருக்கிகளின் அகழிக்கும் இடையே இருந்த நிலத்தில் துருக்கிப் படையினரின் உடல்கள் சிதறிக்கிடந்தன. அவர்கள்

அன்று அதுபோன்ற பெரும் தாக்குதலைத் தொடுத்ததன் பின்னணியை பின்னரே அறிய முடிந்தது. அன்று மதியம் பாக்தாத்திலிருந்து துருக்கி பீல்ட் மார்சல் கோல்ட்ஸ் வந்திருந்தார் என்பதை பிரிட்டிஷ் படைகள் கண்டுகொண்டன. மேலும் அவருடன் புதிய படைகள் வந்து துருக்கிப் படைகளுடன் சேர்ந்து கொண்டிருந்தன. தூரத்தில் பாதுகாப்பு அரணுடன் கார்கள் செல்வதைக் காண முடிந்தது. அதற்கு பிறகு சில நிமிடங்களில் பெரும் குண்டு வீச்சு துருக்கிப் பக்கமிருந்து நடத்தப்பட்டது. கோட்டையில் கம்பி வேலிகளில் தலைகீழாய்த் தொங்கும் துருக்கிய உடல்களை அவர்கள் அவமரியாதையாகக் கருதியிருக்கக் கூடும். அதேபோன்று திறந்தவெளியில் நின்று துருக்கிப் படைகள் மீண்டும் தாக்குதலைத் தொடுத்தனர். இது மிகவும் ஆச்சரியமான ஒன்றாக இருந்தது. இதற்குத் துருக்கிப் படைகளுக்கு கிடைத்த கூடுதல் படைபலம் காரணமாக இருக்கலாம்.

துருக்கிகள் தொடர்ந்து கோட்டையை நோக்கி வர முயன்றனர். துப்பாக்கிகளுக்கு இலக்கான போதும் வெறித்தனமாக அதைச் செய்தனர். மதியம் சுமார் 2 மணியளவில் கோட்டைக்கும் துருக்கி அகழிக்கும் இடைப்பட்ட பகுதியில் மட்டும் சுமார் இருநூறுக்கும் மேற்பட்ட துருக்கிப் படைவீரர்களின் உடல்கள் சிதறிக் கிடந்தன.

அதே சமயம் துருக்கியின் 12 செ.மீ பீரங்கியின் குண்டு ஒன்று மேஜர் ஜெனரல் அலுவலகத்தைக் குறிவைத்துத் தாக்கி, அந்தக் கட்டிடத்தின் மேற்கூரையை நிர்மூலமாக்கியது. மேல்தளத்தில் இருந்த கேப்டன் பெக், லெப்டினல் கானல் கோட்டனி மற்றும் அவரின் பணி அதிகாரி கேப்டன் கார்னெட் ஆகியோர் அந்தத் தாக்குதலில் கடுமையான காயம் அடைந்தனர். அப்போது மேஜர் ஜெனரல் அலுவலகத்திற்கு வெளியே இருந்த வில்லியம்ஸ் மேஜர் ஜெனரலை முதலில் தேடினான். அவர் கீழ்த் தளத்தில் இருந்தார். மாடிப்பகுதி புகை மூட்டத்தாலும் இடிபாடுகளாலும் சூழ்ந்திருந்தது. குண்டு வெடித்த பின்பு சில நிமிடங்கள் கழித்துதான் மூன்று அதிகாரிகள் காயம்பட்டுக் கிடப்பதைப் பார்த்தனர். மூன்று பேரையும் அவசரமாகக் காரில் போட்டுக்கொண்டு வில்லியம்ஸ் மருத்துவமனையில் சேர்க்கச் சென்றான்.

மருத்துவமனைக்கு அருகில் கார் சென்றபோது துருக்கியின் ஒரு பீரங்கி செல் மருத்துவமனை கூரை மீது விழுந்து வெடித்தது. அந்த இடம் புகை மண்டலமானது. அடுத்த சில நொடிகளில் மற்றொரு செல் மருத்துவமனையின் முன் வாசலில் விழுந்து வெடித்தது. மருத்துவமனையில் உள்ளே சிகிச்சை பெற்று வந்தவர்கள் அவசரமாக திறந்த வெளிக்கு கொண்டுவரப்பட்டனர். சாலையில் அவர்கள் படுக்க வைக்கப்பட்டனர். வில்லியம்ஸ் மருத்துவமனைக்குள் ஓடினான். அவன் மருத்துவர்களை இடிபாடுகளிலிருந்து மீட்கவே உள்ளே சென்றான். மருத்துவமனையில்

இருந்த கூரையின் கால் பகுதி உடைந்து சிதறல்கள் கிடந்தன. அந்த சிதறல்களில் அதன் கீழ் படுக்கையில் இருந்தவர்கள் கடுமையான காயம் அடைந்திருந்தனர். பெங்கால் மருத்துவப் படையணியைச் சார்ந்த சில ஊழியர்கள் காயம்பட்டிருந்தபோதும் அவர்கள் சிகிச்சை பெற்று வந்தோரைக் காப்பதற்கு முக்கியத்துவம் கொடுத்தனர். அந்நேரம் ஒரே கந்தகப் புகை வாடை அங்கு சூழ்ந்திருந்தது. கேப்டன் கல்யாண் சில நிமிடங்களில் அங்கு விரைந்து வந்தான். அப்போது வில்லியம்ஸ் அவனிடம் காரில் காயம்பட்டிருந்தவர்களைக் காட்டினான். கேப்டன் கல்யாண் பெக்கைப் பரிசோதிக்கும்போது அவர் அமைதியாக இருந்தார். அவரிடம் எந்த அசைவுமில்லை. அவரின் நாடி துடிக்கவில்லை. அவரைக் காரிலிருந்து கீழே இறக்கி அவரின் நெஞ்சை அழுத்திப் பார்த்தான். எந்த அசைவுமில்லை. பெக் மருத்துவமனைக்கு வரும் முன்பே உயிரிழந்திருந்தார். மற்ற இருவரின் நிலைமை மிகவும் மோசமாக இருந்தது. அவர்கள் இருவர் மட்டும் அவர்களைத் தூக்கிக்கொண்டு சென்று சாலையின் ஓரத்தில் படுக்க வைத்து அவர்களின் தலைகளில் கட்டுப் போட்டனர். அவர்களுக்கு மேல் மூச்சு வாங்கியது. சுவாசிக்கப் போராடினர். ஜெர்மன் க்ரூப் ஆர்டிலரி கனரகத் துப்பாக்கியின் அந்த செல்கள் குண்டு மேஜர் ஜெனரலைக் குறிவைத்து எறியப்பட்டது. மேலும் மருத்துவமனை மீதான தாக்குதலும் திட்டமிடப்பட்டதுதான். இந்தத் தாக்குதல்கள் பிரிட்டிஷ் இந்தியப் படைகளின் மன உறுதியைச் சிதைக்கும் எனக் கருதியிருக்கக் கூடும்.

மேஜர் ஜெனரல் டவுன்செண்ட் தனது அலுவலகத்தில் "இந்தத் தாக்குதலை நிச்சயம் பீல்டு மார்சல் கோல்ட்ஸ் ஏற்க மாட்டார். இது போர் மரபுக்குப் புறம்பானது. ஒரு மரபு சார்ந்த ராணுவம் இதைச் செய்யாது. மேலும், இது துருக்கிப் படையின் தான்தோன்றித்தனமான கத்துக் குட்டிகள் செயலாக இருக்கலாம்" எனவும் கூறிக்கொண்டிருந்தார். அப்போது மருத்துவமனையில் அனுமதிக்கப்பட்ட இருவரும் மரணமடைந்த செய்தி தலைமை அலுவலகம் வந்தது.

அது மிக மோசமான ஒரு கிருஸ்துமஸ் இரவு. எவருக்கும் ஆண்டவனை நினைக்கக்கூட அவகாசம் இல்லை. அந்த இரவில் தாக்குதல் நடக்கும் என எதிர்பார்த்து இருந்தனர். கடும் குளிர் வாட்டியது. அதிகாலையில் வானில் விடிவெள்ளி தெரிந்தது. அந்த நட்சத்திரம் ஆயிரம் நினைவுகளை வில்லியம்ஸுக்குக் காட்டியுள்ளது. அவன் அந்தக் கணத்தில் அவன் அம்மாவை நினைத்தான். அவனுக்குக் கண்கள் கலங்கின. அம்மா தேவாலயம் போயிருப்பாளோ அல்லது வீட்டிலேயே இருந்திருப்பாளோ என நினைத்தான். எவரிடமாவது மெரி கிருஸ்துமஸ் சொல்ல விரும்பினான்.

அந் நேரம் மணி அதிகாலை 2 மணி. அப்போது அகழியின் அருகிலிருந்து துருக்கியின் பீரங்கி செல் ஒன்று சப்தத்தோடு காற்றைக் கிழித்து வந்து விழுந்தது. அதன் தொடர்ச்சியாக ஏராளமான துருக்கிப் படைகள் அகழியிலிருந்து வெளியேறி வடகிழக்குப் படையணியைக் கைப்பற்றும் நோக்கில் மணல் வெளியில் முன்னேறி வந்தன. அந்த முன்னேற்றத்தைத் தடுக்க வடமேற்குப் படையணியினர் கோட்டையிலிருந்து ஹோவிசர் பீரங்கியில் தொடர்ந்து சுட்டனர். கவனம் முழுவதும் வடகிழக்குப் படையணியின் மீது குவிந்திருந்தபோது, வடமேற்கே கோட்டையைக் கைப்பற்றும் நோக்கில் பெரும் படை முன்னேறியது. கோட்டையைப் பாதுகாக்க சுமார் 200 வீரர்கள் அகழி வழியாக முன்னேறி அரண் அமைத்து நின்றனர். துப்பாக்கிகள், பீரங்கிகள், மெசின்கன்கள் எனத் தொடர்ந்து பொழிந்த நெருப்புமழைக்குப் பின் ஏராளமான துருக்கிப் படையினர் திறந்த வெளியில் சிதறி விழுந்தனர். தொடர் தாக்குதலில் அவர்கள் பின் வாங்கி ஓடினர். விடிந்த பிறகும் குண்டு விழுந்துகொண்டே இருந்தது. கோட்டையைக் காத்து வந்த ஆக்ஸ்போர்ட் படையணி பெரும் சேதத்தைச் சந்தித்தது. அதேபோன்று இந்தியப் படையணியான 103 மராத்தா காலாட்படை தனது பலத்தில் முக்கால் பகுதியை இழந்து நின்றது. பிரிட்டிஷ் இந்தியப் படைகளின் சாவு அன்றைய தினம் மட்டும் 315. மேலும் வேறு பகுதிகளில் குண்டு விழுந்ததில் 67 பேர்கள் உயிரிழந்திருந்தனர். ஏராளமான துருக்கிப் படைகள் உயிரிழந்து திறந்த வெளியில் மணலில் கிடந்தனர். சிலர்

துடித்துக்கொண்டு இருந்தனர். அந்த திறந்த வெளியில் எவர் வந்தாலும் ஸ்னைப்பர் துப்பாக்கி இரண்டு புறமும் இடைவிடாது சுட்டுக்கொண்டே இருந்தது. காயம்பட்டுக் கிடப்பவர்கள் அப்படியே எந்த உதவியுமின்றி கொஞ்சம் கொஞ்சமாக சாவதைத் தவிர வேறு வழியில்லை. போர் நிறுத்தம் செய்யும்போது மட்டுமே அந்த வீரர்களுக்கு மருத்துவ உதவி கிடைக்கும். கொஞ்சம் நகர்ந்து செல்லும் நிலையில் இருப்பவர்களையும் பைனாக்குலர் ஸ்னைப்பர் துப்பாக்கிகள் சுட்டு வீழ்த்தின. பகல் வெப்பம் அதிகரித்த போது பெரும்பாலான உடல்கள் அசைவின்றிப் போயின. இன்னமும் நேற்று முள்வேலியில் சிக்கிக் கொல்லப்பட்டுக் கிடந்த உடல்கள் அப்படியே கிடக்கின்றன. அவர்கள் முன்னோக்கி அகழி தோண்டி வந்து உடல்களை எடுக்கும் நோக்கில் அகழியைத் தோண்டத் துவங்கினர். அது அவ்வளவு எளிதல்ல. தூரத்தில் துருக்கிப் படையின் சில கார்கள் கிளம்பிச் சென்றன. பீல்ட் மார்சல் கோல்ட்ஸ் மீண்டும் பாக்தாத் கிளம்பி விட்டார். அதன் பிறகு குட்டிலிருந்து சுமார் எட்டு மைல் தூரத்தில் டைகரிஸின் இடது கரையிலிருந்து வலது கரைக்குத் துருக்கிப் படைகள் நகர்ந்தன. அது பின் வாங்குதலாக இருக்கும் என துவக்கத்தில் கருதப்பட்டது. ஆனால் அவர்கள் இரண்டு புறமும் தங்கள் நிலையை நிறுத்திக்கொண்டனர். பிரிட்டிஷ் இந்தியப் படைகளுக்குத் திறந்திருந்த மேற்குப் பக்கத்தையும் அவர்கள் இப்போது சூழ்ந்தனர்.

அடுத்த நாள் வழக்கம் போல குண்டுவீச்சு இருந்தது. ஆனால் அகழியைக் கைப்பற்றும் நோக்கில் எந்தச் செயலுமோ அல்லது முன்னேறி வருவதோ இல்லை. இரவு ஒரு பஞ்சாப் படை வீரன் முதல் அகழியிலிருந்து வெளியேறி துருக்கி அகழியை நோக்கி ஓடியுள்ளான். அதுபோல படையைக் கைவிட்டு ஓடுவது மரண தண்டனைக்குரிய குற்றம். அந்த வீரர்களை எவரும் கொல்ல முடியும். ஓடிய வீரனை நோக்கி துப்பாக்கி வெடித்துள்ளது. ஆனால் அவன் தப்பித்துத் துருக்கி அகழிக்குச் சென்று விட்டான். அடுத்த நாள் இரவும் மற்றொரு 66வது படையணி வீரன் ஒருவன் இதேபோல துருக்கிப் பக்கம் ஓடிவிட்டான். இது போரிடும் படைகளின் உறுதியைக் குலைக்கும் செயல்.

இன்னமும் திறந்த வெளிகளில் மனித உடல்கள் அப்படியே கிடந்தன. கோட்டையின் முள்வேலியில் சிக்கிக் கிடக்கும் உடல்கள் உப்பி நாற்றம் கண்டன. விடிந்த பின்பு துருக்கி அகழியிலிருந்து வெள்ளைக்கொடி வெளிப்பட்டது. இம் முறை ஒரு வீரன் மட்டும் வெள்ளைக் கொடியுடன் நடந்து கோட்டையை நோக்கி வந்தான். அவனைக் கோட்டையிலிருந்த கேப்டன் கல்யாண் சந்தித்தான். துருக்கி வீரன் அவர்களின் படை வீரர்களின் உடல்களை அடக்கம் செய்ய போர் நிறுத்தம் செய்ய வேண்டும் என்ற கடிதத்தைக் கொடுத்தான். பின் அவன் அந்த இடத்திலேயே நின்று கொண்டான். கடிதத்தைப் பெற்றுக்கொண்டு கேப்டன் தொலைபேசி

வழியாக மேஜர் ஜெனரலிடம் பேசினான். மேஜர் ஜெனரல் போர் நிறுத்தம் செய்யத் தயாராக இருப்பதாகவும் ஆனால் துருக்கி பீல்ட் மார்சல் கோல்ட்ஸ் அதற்கான கடிதம் தர வேண்டும் என்றும் நான்கு மணி நேரம் வாய்ப்பு தரப்படும், இரு தரப்பும் உடல்களை எடுத்துக் கொள்ளலாம் எனவும் தெரிவித்தார். அந்தத் தகவல் துருக்கி வீரனிடம் சொல்லப்பட்டதும் அவன் வெள்ளைக்கொடியோடு திரும்பவும் அவர்கள் அகழிக்குள் சென்று விட்டான். உடல்கள் அங்கேயே உப்பி நாறிக்கொண்டிருந்தன. சில பாறு கழுகுகள் மற்றும் காக்கைகள் அங்கே தொடர்ந்து வட்டமடித்தன. கம்பி வேலியில் தொங்கும் உடல்களிலிருந்து திரவம் சொட்டியதால் கோட்டையில் நாற்றம் கூடுதலாக இருந்தது. மழை தூறும்போது கூடுதல் வாடை அடித்தது.

குட் நகரில் மற்றொரு பெரும் பிரச்சனை எழுந்தது. அந் நகரின் பெரும்பாலானவர்கள் டைகரிஸ் ஆற்றிலிருந்து தண்ணீர் எடுத்து வந்து குடிக்கப் பயன்படுத்துவதே வழக்கம். பொதுவாக மாலையில் பெண்கள் தங்கள் தலையில் வரிசையாக மூன்று குடங்களை வைத்தும் இடுப்பில் ஒரு குடத்தையோ அல்லது இரண்டு குடத்தையோ வைத்துத் தண்ணீர் எடுத்துச் செல்வார்கள். படையணிகளின் தண்ணீர் தேவையும் டைகரிஸை நம்பியே இருந்தது. டைகரிஸ் நதியின் ஓரத்தில் கலங்கலான தண்ணீரும் சில சமயம் கால்நடைகள் எருமைகள் கலங்கடித்த தண்ணீரும் சேறும் சகதியுமாய் வரும் என்பதால் பொதுவாகப் பெண்கள் தண்ணீர் எடுப்பதற்கு சில படித்துறைகள் போன்ற பகுதியைப் பயன்படுத்தி வந்தனர்.

அந்தப் படித்துறைகளுக்கு அப்பால் சில அடிகள் தள்ளி கழுதை வண்டிகளில் குடிநீர் உருளைகளைக்கொண்ட வண்டியில் குடிநீரை தொழிலாளர் படையணியைச் சார்ந்தவர்கள் கொண்டுவந்து கொண்டிருந்தனர். அது படைப்பிரிவுகள் எதுவும் இல்லாத பகுதி. அங்கு எந்தப் படை தொடர்பான செயல்பாடுகளும் நடைபெறவுமில்லை. ஆனால் அங்கொன்றும் இங்கொன்றுமாக சில துப்பாக்கிக் குண்டுகள் அந்தப் பகுதியில் வெடிக்கத் துவங்கியிருந்தது. முதலில் படையணிகளின் குடிநீர் கழுதை வண்டிகளை நோக்கி வந்த துப்பாக்கிக் குண்டுகள் இரண்டு பெண்களைச் சுட்டு விட்டது. அந்தப் பெண்களுடன் வந்திருந்த ஒரு சிறுமி ஆற்றின் ஓரம் சிப்பியும், கூழாங்கற்களும் சேகரிக்கக் குனிந்தவள் ஒரு நொடியில் குண்டு பாய்ந்து இறந்து போயிருந்தாள். இத்தனைக்கும் அது வழக்கமாக சிறுவர்கள் கரையோரம் குளித்தும் விளையாடியும் வரும் ஓர் இடம். இந்த இடம் குறித்து குறிப்பான தகவல்களை குட் நகரவாசிகள் எவரேனும் துருக்கிப் படைகளுக்குச் சொல்லியிருக்க வேண்டும். எனவே அவர்கள் மறு கரையின் பதுங்குகுழிகளுக்கு அப்பாலிருந்து சுட்டிருக்க வேண்டும். இதன் பிறகு நகரின் ஷேக் உடனடியாக மக்களின் பாதுகாப்பை உறுதி செய்யக் கேட்டிருந்ததால், தெற்குப் படைப்பிரிவு சில ஸ்னைப்பர் துப்பாக்கி

படையினரையும் சில கண்காணிப்பு வீரர்களையும் ஆற்றங்கரையில் பாதுகாப்புக்குப் போட்டிருந்தது. ஆனால் அந்தப் பாதுகாப்பு என்பது மாலை சுமார் ஆறு மணி வரை இருந்தது. அதற்கு பின்பு இருட்டி விடும். அங்கு எவரும் தண்ணீர் எடுக்கச் செல்வதில்லை.

அன்று மாலை ஆறு மணிக்கு மேல் இருக்கும். வில்லியம்ஸ் மேஜர் ஜெனரல் அலுவலகத்திற்கு தெற்குப் படையணியிலிருந்து சைக்கிளில் வந்து கொண்டிருந்தான். அந்த சைக்கிளின் முன் பாரில் துப்பாக்கி ஒன்று தொங்கிக்கொண்டிருந்தது. நகரில் சுற்றுவதற்கு அது எளிய வாகனமாக இருந்தது. அப்போது சற்று இருள் சூழ்ந்திருந்தது. பொதுவாக அந்நேரம் துருக்கிப் படைகளிலிருந்து குண்டு வீச்சு நடக்கும் நேரமாகவும் இருந்தது. பெரும்பாலும் இருள் சூழ்ந்த பின் நடமாட்டம் தடுக்கப்பட்டிருந்தது. அவன் அய்னி வீட்டு வழியாக சைக்கிளில் கடந்தபோது அவள் இருக்கின்றாளா என இயல்பாக அவனின் கண்கள் தேடின. அப்போது அவள் வீட்டிலிருந்து நசீம் நசீம் என அவள் கத்துவது கேட்டது. அவள் தனது தம்பியை அழைக்கின்றாள். ஆனால் அந்தக் குரலில் ஒரு பதட்டம் இருந்தது. அவன் சைக்கிளை நிறுத்திப் பார்த்தபோது அவள் வீதிக்கு வந்து நசீம் எனக் குரல் கொடுத்தாள். அவள், அவன் நிற்பதைக் கவனிக்கும் நிலையில் இல்லை. அவள் பதட்டத்துடன் இருந்தாள். நிலைமை இயல்பாக இல்லை. அவள் தாயும் நசீம் எனக் கத்தினாள். அவள் தம்பி நசீம் வீட்டில் இல்லை. அவனை அந்தக் குடும்பம் தேடுகின்றது.

வில்லியம்ஸ் “என்ன?” எனக் கேட்டான்.

“என் தம்பியைக் காணவில்லை” என்றாள்.

அவள் தாய் பக்கத்து வீடுகளிலும் அந்தச் சிறுவன் விளையாடும் இடங்களிலும் போய் அவனை விசாரித்தாள். ஒரு சிறுவன் நசீமும் மற்றொரு பையனும் படித்துறைப் பக்கம் கிட்டிப்புல் விளையாடிக் கொண்டிருந்ததைப் பார்த்ததாகச் சொன்னான். அதைக் கேட்டு அய்னி பித்துப் பிடித்தவள் போல நசீம் என அழைத்துக்கொண்டே ஆற்றை நோக்கி ஓடினாள். அவள் தாயும் ஓட முடியாமல் ஓடினாள். வில்லியம்ஸ் அவளை வீட்டிலிருக்கச் சொன்னான். இது வெளியே வரும் நேரமல்ல என்றான். அவன் அம்மா மூச்சு வாங்கி நின்றே விட்டாள். ஆனால் அய்னி ஆற்றை நோக்கி ஓடினாள். வில்லியம்ஸ் சைக்கிளை வேகமாக மிதித்து அவள் முன்னே போய் அவளை வீட்டுக்குப் போகச் சொன்னான். அவன் போய் நசீமைக் கூட்டி வருவதாகச் சொன்னான். ஆனால் அவள் கேட்க மறுத்தாள். வில்லியம்ஸின் சைக்கிளின் பின் இருக்கையில் ஏறி உட்கார்ந்து ஆற்றுப் பக்கம் போகச் சொன்னாள். அவன் வேகமாக சைக்கிளை மிதித்தான். அவர்கள் ஆற்றுப் படித்துறைப் பக்கம் போன போது அங்கு யாரும் இல்லை. ஆனால் தூரத்தில் சில சிறுவர்கள்

சப்தமிடுவது கேட்டது. அங்கு ஓடும்போது இருளில் இருவர் இரண்டு சிறுவர்களை வலுக்கட்டாயமாக இழுப்பது தெரிந்தது. அதில் ஒரு பையன் நசீம்தான். அந்த இரண்டு பேரும் முகத்தை மூடியிருந்தனர். வில்லியம்ஸ் அவர்களை நோக்கி ஓடும்போது அவன் பின்னே அய்னி ஓடி வந்தாள். அவள் முன்னோக்கிச் செல்லாமல் அவன் தடுத்தான். வில்லியம்ஸ் சப்தம் போடும்போது ஒருவன் ஒரு கத்தியை எடுத்துக் காட்டினான். அப்போது வில்லியம்ஸ் தனது கைத் துப்பாக்கியை எடுத்துச் சுட முயன்றான். அவனை நோக்கிக் குறி வைத்தபோது அவன் நசீமின் பின்னே தன்னை மறைத்துக் கொள்ள முயன்றான். வில்லியம்ஸ் நெருங்கும்போது அவர்கள் இருவரும் சிறுவர்களை விட்டுவிட்டு அவன் கையில் உள்ள துப்பாக்கியைப் பறிக்க வந்தனர். வில்லியம்ஸ் நசீமை தன் பக்கம் வைத்துக்கொண்டு, அவர்களை ஆற்றின் அருகிலேயே இருக்கும்படி துப்பாக்கியை நீட்டினான். அப்போது தூரத்தில் சிலர் வரும் சப்தம் கேட்டதும் ஒருவன் மணலை அள்ளி அவர்கள் மீது வீசினான். பின்னர் இருவரும் ஆற்றில் குதித்து மூழ்கி தூரத்தில் எழுந்து நீந்தினர். வில்லியம்ஸ் தனது துப்பாக்கியால் அவர்களை நோக்கிச் சுட்டான். அப்போது ஆற்றுக்கு ஓரமிருந்த புதர்களின் பின்னாலிருந்து அவர்களை நோக்கித் துப்பாக்கிக் குண்டுகள் சீறிப்பாய்ந்து வந்தன. வில்லியம்ஸ் அய்னியையும் நசீமையும் தரையோடு தரையாக படுக்குமாறு தலையை அழுத்தினான். சில நிமிடங்கள் அவர்கள் சுட்டார்கள். அதன்பின் வில்லியம்ஸ் தனது கைத்துப்பாக்கியால் குண்டு வந்த திசையை நோக்கிச் சுட்டான். இப்போது அந்தப் பக்கமிருந்து எந்த எதிர்த் தாக்குதலும் இல்லை. அது உள்ளூரில் உள்ள சில துருக்கி ஆதரவுக் குழுக்களின் வேலைதான். பலர் இதில் இயக்கமாக இல்லாவிட்டாலும், துருக்கிகள் தரும் கூலிக்கு துப்பாக்கி தூக்கி இருப்பவர்கள். அவர்கள் இது போல படை வீரர்களின் மீது தொடர்ந்து ஹோலோ தோட்டாக்களால் சுட்டுக் காயப்படுத்தி வந்தவர்கள். அந்தத் தோட்டாக்களின் முனைகள் ஈயத்தால் ஆனவை. அவை உடலின்மீது படும் வேகத்தில் முனை விரிந்து கூடுதல் காயத்தை உருவாக்கக் கூடியவை. இவர்கள் பெரும் பிரச்சனையாக இருந்தனர். இந்தக் கூலிப்படைகள் கிடைத்தால் ஊர் அறிய சுட்டு எச்சரிக்கை தர பிரிட்டிஷ் இந்தியப் படைகள் காத்திருந்தன.

அப்போது அய்னியின் அம்மாவும் அக்கம் பக்கம் உள்ளவர்களும் அங்கு வந்து சேர்ந்தனர். அவர்கள் நசீமை சூழ்ந்து கொண்டனர். அந்தக் கூட்டத்தைப் பார்த்து உள்ளூர் காவல் பணியில் ஈடுபட்டிருந்த சிப்பாய்கள் வந்தனர். அப்போது ஆற்றின் அடுத்த கரைக்கு அப்பால் துருக்கிப் பதுங்கு குழிகளிலிருந்து துப்பாக்கிகள் வெடிக்க துவங்கின. அவர்களை விரைவாக அங்கிருந்து அப்புறப்படுத்திய பின்பு அங்கு ஸ்னைப்பர் துப்பாக்கிக் குழு வந்து தூரத்தில் ஆற்றின் இடது கரையில் துப்பாக்கி குண்டு வந்த திசையில் சுட்டனர். சற்று நேரத்தில் அந்த இடம் அமைதியானது. பின்பு அவன் தன்னோடு இரண்டு பேரை அழைத்துக்கொண்டு அந்தப் புதர் பக்கம்

போய்த் தேடிப்பார்த்தான். அங்கு யாருமில்லை. அதற்கு மேலே தூரத்தில் படை முகாம் இருந்தது. அங்கு வரை அவர்கள் போய்ப் பார்த்தனர். படை முகாம் முன்னே இருந்த கூர்க்காப் படையின் பாதுகாவலனுக்கு அவர்களை அடையாளம் தெரியவில்லை. அவனுக்கு ஆங்கிலமும் தெரியவில்லை. அவன் தன்னை அதிகாரி எனச் சொன்னது கூர்க்கா வீரனுக்குப் புரியவில்லை. அவன் எதிரிப் படையினைப் பார்த்து பீதி அடைந்தவனைப்போல செயல்பட்டான். அது விவாதிக்கவும், விளக்கம் தருவதற்கான நேரமும் அல்ல. ஒரு நொடியில் எதுவும் நடக்கலாம். அவன் மூர்க்கமானவனாகவும், முட்டாளாகவும் இருந்தான். அந்த இடத்திலிருந்து வேகமாக விலகிப் போவது சரியானது என வந்தவர்களுக்குச் சொன்னான். அவர்கள் வேகமாக அங்கிருந்து சிதறி ஓடிவிட்டனர்.

இப்போது வில்லியம்ஸ் அந்த படையணியிலிருந்து தூரமாக வந்திருந்தான். உடன் வந்த ஆட்கள் வேறு திசையில் போயிருக்க வேண்டும். திரும்பவும் அந்தப் பக்கம் போவது ஆபத்தாகவே முடியும். ஆற்றங்கரையில் சைக்கிள் கிடந்தபோதும் அதைப் போய் எடுக்கும் சூழல் இல்லை. காலையில் பார்த்துக்கொள்வதே நல்லது. அவன் வந்திருந்த இடம் மிகக் கடுமையான இருட்டாக இருந்தது. அவன் தட்டுத் தடுமாறி முன்னே சென்றான். அது மணல்வெளியாக இருந்தது. அங்கே ஓர் அரேபிகளின் கூடாரம் இருந்தது. இருட்டில் கால் தடுமாறியது. அப்போது யாரோ அவனைக் கூடாரத்திற்குள் இழுத்துக் கீழே தள்ளுவது போன்றிருந்தது. அவன் பதட்டத்துடன் பார்த்த போது அது ஒரு பெண். அவள் அங்கே படுத்துக்கொண்டிருந்தாள். அவளின் ஒடுங்கிய முகம் இருளில் மங்கிய வெளிச்சத்தில் தென்பட்டது. அவளுக்கு முப்பது வயதுக்கு மேலிருக்கும். அந்தப் பெண் தனது தலையணையை எடுத்து பக்கத்தில் போட்டு அவனைப் படுத்துக்கொள் என்று சொன்னாள். அவள் குரலில் மற்றும் செயலில் அவள் அவனை வெகுகாலம் அறிந்திருந்தவள் போலச் செயல்பட்டாள். அவள் அவனுக்காக காத்திருந்தது போல அவள் நடவடிக்கை இருந்தது. அவனை எழவிடாமல் அவளின் கால்களை அவன் மீது போட்டு பின் அணைத்தாள். கனத்திருந்த அவளின் மார்புகள் அவன் முகத்தை நசுக்கின. அவளின் கக்கத்திலிருந்து வியர்வையின் வாடை அடித்தபோதும் அது வெறுக்கத்தக்கதாக இல்லை. அவள் அவனின் மீது கைகளால் தடவியவாறே அவனின் கால் சராயினைக் கழட்ட முயன்றாள். பயப்படாதே என்பது போலப் பார்த்தாள். அவன் மீது கவிழ்ந்து ஏற முயன்றாள். அவள் அவ்வளவு விரைவாக ஆடைகளைக் களைந்து கொண்டிருந்தாள். அவனுக்கு அவளுடன் அங்கேயே தூங்கி விடலாம் போல இருந்தது. அவள் அவனை அணைத்துக்கொண்டாள். அவனுக்கு இதயத் துடிப்பு அதிகமானது. அது அரபு நாடோடிக்குடிகளின் கூடாரமாக இருக்கலாம். ஒரு கணம் அவனை ஹோலோ தோட்டாக்களால் சுட்ட ஆட்களின் நினைவு வந்தது. வெகுதூரத்தில் துப்பாக்கி வேட்டு சப்தம். உயிர் பற்றி ஒரு கணம் நினைவு வந்து போனது. அடுத்த கணம்

அவன் அவளின் அணைப்பிலிருந்து விடுபடப் பார்த்தான். அவள் மூச்சு அவ்வளவு சூடாக இருந்தது. வேகமாக மூச்சிழுத்தாள். அவள் அவனை விட மறுத்தாள். அவள் கைகளுக்கு அவ்வளவு பலமிருந்தது. வெறி கொண்டவள் போல அவனை எச்சிலால் நனைத்தாள். அவனுக்கு மேலும் அச்சம் கூடியது. பலம் கொண்ட மட்டும் பிடித்துத் தள்ளிவிட்டு அங்கிருந்து எழுந்து ஓட்டம் பிடித்தான். இயல்புக்கு மாறாக நடக்கின்றாயே, ஓட வேண்டாம் என அவள் கூப்பிடுவது தெரிந்தது. அவள் அவனை திட்டுகின்றாள். சபிக்கின்றாள். அதற்கான எல்லா நியாயங்களும் அவளுக்கு உண்டு. அவளின் எச்சில் இன்னமும் ஈரமாக இருந்தது. நாசமாய்ப் போக இருட்டும், உயிர் பயமும்.

அவன் அதுவரை குட்டில் அன்றைய பொழுது போல ஒன்றை எதிர் கொள்ளவில்லை. ஒருவழியாக அவன் படையணிக் கூடாரத்திற்குப் போய்ச் சேர்ந்தான். அன்று இரவு அவனுக்குத் தூக்கம் வரவில்லை. ஆற்றங்கரைக்கு அப்பாலிருந்து அவ்வப்போது துப்பாக்கிச் சுடும் சப்தம் கேட்டது. அது மாறி மாறி துருக்கி அகழியில் இருந்தும் பிரிட்டிஷ் ஒன்றாம் அகழிக்குள் இருந்தும் சுடும் சப்தம். அது இலக்கைக் குறி வைத்துச் சுடுவதல்ல. இது வீரர்கள் தூங்காமல் இருக்கின்றனர் என்பதனை அதிகாரிகளுக்கு குறிப்பால் உணர்த்தும் செயல். தொடர்ந்து பிரிட்டிஷ் படைகள் சுட்டு தோட்டாக்களை வீணடிப்பதில்லை. தாக்குதல் துவங்கும் அந்தப் பத்து நிமிடங்கள் எவருக்கும் எதுவும் பிடிபடாது. இடைவிடாது தோட்டாக்கள் தண்ணீர் போலப் பாயும். அது வாழ்க்கை பற்றியும் சாவு பற்றியும் உணர்வுப் பூர்வமாக அறிய முடியாத நேரம். பிரிட்டிஷ் படைகளின் தோட்டாக்கள், ஆயுதங்கள் கையிருப்பு வேகமாகத் தீர்ந்து வந்தது. மீட்புப் படை வந்தால்தான் அதற்கும் தீர்வு. மற்ற நேரங்களில் குறிப்பாக இரவுகளில் பிரிட்டிஷ் அகழியிலிருந்து அவ்வப்போது அவர்கள் சுட்டனர். அது எதிரிகளுக்கு எச்சரிக்கைக்கு மட்டுமாக இருந்தது.

தூரத்தில் யாரோ கடுமையாக இருமும் சப்தம். அது தொழிலாளி படையில் இருந்த ராமன். அவனின் இருமல் எல்லோரையும் எழுப்பி விட்டது. வில்லியம்ஸ் ஏற்கனவே தூக்கமின்றிக் கிடந்தான். அந்த ஒடுங்கிய முகத்தாளின் அழுத்தமான முத்தமும் சூடான மூச்சுக் காற்றும் அவனைத் தூங்க விடவில்லை. ஒரு கணம் அவனுக்குள் ஒருவன் முட்டாளே ஓடி வந்துவிட்டாயே எனக் கேட்பது போல உணர்ந்தான். அய்னியின் முகம் அவன் நினைவில் வந்தது. எழுந்து கூடாரத்திலிருந்து வெளியே சென்றான். அப்போது ராணா ராமனுக்கு குடிக்கத் தண்ணீர் கொடுத்தான். அதை வாங்க ராமனின் கை நடுங்கியது. அவன் உடல் மெலிந்து இருந்தது. அவன் கண்களில் நம்பிக்கை குறைந்திருந்தது. அவன் இருமி எல்லோரையும் எழுப்பிவிட்ட குற்ற உணர்வில் இருந்தான். ஆட்டுக்குட்டி இப்போது வளர்ந்திருந்தது. அதைக் கவனித்து சில நாட்களிருக்கும். அது அவ்வப்போது சப்தமிட்டது.

அப்போது ராணா ஒரு சிகரெட்டை வில்லியம்ஸிடம் நீட்டினான். ஏது? என அவன் கேட்டபோது, கடைத்தெருவில் உள்ளூர்க்காரன் கொடுத்ததாகச் சொன்னான். வில்லியம்ஸ் அதனைப் பற்றவைத்தான். அந்த சிகரெட்டின் புகையிலை நல்ல காரமாகவும் நெடியாகவும் இருந்தது. குளிருக்கு அது மிகவும் இதமாக இருந்தது. கொஞ்சம் இழுத்த பின் அதனை இக்பாலிடம் நீட்டினான். அவன் அதனை வாங்கி கொஞ்சம் புகையை இழுத்தான். வில்லியம்ஸ் அவனிடம் ஒரு பாடல் பாட முடியுமா? என்றான். அவன் சரி என்றபோது அது காதல் பாடலாக இருக்குமா? என்றான். அவன் அவனைப் பார்த்து அர்த்தத்துடன் புன்னகைத்தான். அதன் அர்த்தத்தையும் கொஞ்சம் விளக்க முடியுமா? என்றான் தயக்கத்துடன். அவன் அதற்கும் புன்னகைத்தான். என்ன பாடல்? என்றான். “சூஃபி” என பதிலளித்தான். வில்லியம்ஸ் கருத்த பனி பொழியும் வானத்தைப் பார்த்தான். குளிர் கடுமையாக இருந்தது. சூடான மூச்சுக் காற்றுகூட புகை போல சென்றது. தூரத்தில் துப்பாக்கி சுடும் சப்தம். இக்பால் மெல்லப் பாடினான்,

“உன் கண்ணில் உலகைக் காணலாம்
உன் உள்ளத்திலோ அதை உணரலாம்.
உன் தலை உண்மைக் காதலை காதலிக்கலாம்
உன் கால்களோ அதைத் துரத்தலாம்
காதல் வானத்தில் கரையும்
உள்ளம் அதனைத் திரும்பத் தரும்
அந்தப் புதிர்கள் விடை தெரியாதவை
அதை அறிய நினைத்தால் கண்கள் இருளாகும்
காதல் எப்போதும் குறை சொல்வதில்லை
காதலை உணரும்போது
எதை இழந்தாயோ அது வேறொன்றாய் திரும்ப வரும்”

அவன் கரிய வானத்தில் அய்னியைக் கண்டான். அவள் தன்னைப்போல தூக்கமின்றி புரண்டு புரண்டு கிடப்பாளோ? என நினைத்தான். அந்தப் பாடல் அவனைப் பித்து மனநிலைக்குக் கொண்டுசென்றது. எழுந்து இக்பாலை அன்போடு தழுவி அவன் கைகளை எடுத்து கண்களில் ஒற்றினான். வில்லியம்ஸ் கண்ணில் திரண்டிருந்த கண்ணீர்த் துளிகள் இக்பாலின் கையை ஈரப்படுத்தின. அந்தப் பாட்டுக்கு அதை விட அவன் எந்தப் பரிசும் தர முடியாது. இதைக் கண்ட ராமன் கண்களில் கொஞ்சம் ஒளி வந்திருந்தது. இப்போது அவன் சப்தமாக இருமிக்கொள்வதை சங்கடமாய் நினைக்கவில்லை. அவர்களைப் பார்த்து ஒன்றை மட்டும் உறுதியாக நினைத்தான். இவர்கள் இருந்திருக்க வேண்டிய இடம் இதுவல்ல. மீண்டும் தூரத்தில் துப்பாக்கி சுடும் ரப்தம். ஒரு நீண்டகாது ஆந்தை கத்திக்கொண்டிருந்தது.

முதல் அகழி, அதை ஒட்டிய கோட்டை மற்றும் அதனை ஒட்டிய பகுதியில் முள்வேலிக் கம்பிகளுக்கிடையே தொங்கிய உடல்கள் மற்றும் அதற்கும் வடக்கே துருக்கி அகழிக்கும் பிரிட்டிஷ் இந்திய முதல் அகழிக்கும் இடையே இருந்த திறந்த மணல் வெளியில் கிடந்த உடல்கள் அழுகி சிதைந்து கொண்டிருந்தன. அந்த நிலையில் அவற்றை அடையாளம் காண்பதே அரிது. ஏராளமான பாறு கழுகுகள் அந்த உடல்களை வட்டமிட்டுச் சுற்றின. உண்மையில் அது வீரர்களுக்கு செய்யும் அவமரியாதையே. எந்தப் படையினராக இருந்தபோதிலும் அவர்கள் மதிக்கப்படவேண்டும். அவர்களைப் போல பிரிட்டிஷ் இந்திய வீரர்கள் சாவதும் நிகழ்கின்றதுதான். உடல்களை அப்புறப்படுத்த பீல்ட் மார்சல் கோல்ட்ஸ் கடிதம் கேட்டபோது, மேஜர் ஜெனரலின் செயல் பல வீரர்களுக்கு எரிச்சலையும் கோபத்தையும், வேதனையையும் தந்தது. செத்த வீரர்களின் உடல்கள் அழுகுவதும் அது சிதைந்து போவதும் பறவைகள் அதனைக் கொத்திச் சிதைப்பதும் புழுக்கள் அதனை மொய்ப்பதும் காற்றில் கலந்து வரும் வாடையும் இரவுகளில் காவல் பணியின்போது தேவையற்ற பீதியில் போர் வீரர்கள் உழன்று கொண்டிருப்பதை மேஜர் ஜெனரல் அறிந்ததாகத் தெரியவில்லை. அந்தக் காட்சி மரண பயத்தையும் மனிதக் குரூரத்தையும் வெளிப்படுத்தியது. இறந்த உடல்களில் எல்லா உடல்களும் துருக்கிப் படைகளுடையதில்லை, பிரிட்டிஷ் இந்தியப் படை வீரர்களும் உண்டு. செத்த சக வீரர்கள் கேவலப்படுத்தப்படுவதாகவே அனைவரும் கருதினர். சிலர் வெளிப்படையாக விவாதித்தனர். சிலர் அதனை வெளிப்படுத்தாமல் இருந்தனர். இந்தியாவின் ஆப்கான் எல்லைப் பகுதியினைச் சார்ந்த பட்டூன் வீரர்கள் இதனைத் தங்களின் இஸ்லாமியக் கோட்பாடு ரீதியில் அவமரியாதை செயலாகக் கருதி வெளிப்படையாகப் பேசினர்.

முதல் அகழியில் சென்று திரும்பும் வீரர்களுக்கு இது சோர்வையும் தந்தது. வடக்குப் பிரிவின் ஜெனரல் டெல்மெயின் இதனைத் தயங்கித் தயங்கி மேஜர் ஜெனரல் டவுன்செண்டிடம் சொல்லியும் விட்டார். ஆனால் அதனைப் புரிந்துகொண்டபோதும் துருக்கி பீல்ட் மார்சல் கடிதம்

வரட்டும் எனச் சொல்லும் டவுன்செண்ட்டின் மனநிலை ஜெனரலுக்கு எரிச்சலைத் தந்தது. 'களத்திற்கு வந்தால்தானே எங்கள் துயரம் உனக்குத் தெரியும், நீதான் வீட்டைத் தாண்டி வருவதே இல்லையே, இங்கிருந்தே உத்தரவிடும் உனக்கு என்ன' என மனதுக்குள் சொல்லிக்கொண்டு "சரிங்க சார்" என்றார். அந்த உரையாடலின்போது டவுன்செண்ட் கிருஸ்துமஸ் இரவில் துருக்கியின் முதல் அகழியை படைகள் ஊடுருவிச்சென்றபோது கைப்பற்றிய மூன்று பண்டல்கள் கொண்ட வந்தே மாதரம் என்ற இந்தி பத்திரிக்கையைப் பற்றி இருந்தது. அந்தப் பத்திரிக்கை சிகாக்கோவிலிருந்து அச்சடிக்கப்பட்டு வருவதாக முகவரி இருந்தது. அதில் இந்தியப் படைகள் தங்களின் பிரிட்டிஷ் அதிகாரிகளைக் கொன்றுவிட்டு துருக்கிப் படைகளுடன் சேர்ந்து விடவேண்டும், அந்தப் படைவீரர்களுக்கு நிலம் தர துருக்கிப் பேரரசர் தயாராக இருக்கின்றார் என்றும் மேலும் கல்லிபோலியில் இந்தியப் படைகளை சாக விட்டுவிட்டு பிரிட்டிஷ் படைகள் ஓடி வந்து விட்டதாகவும் இருந்தது. அந்தப் பத்திரிக்கைகள் ஏதோ ஒரு வழியில் இந்திய அகழிகளுக்கு கொண்டு வந்து சேர்க்கப்படுகின்றன. அதனை உடனே தடுக்க வேண்டும். தேசத் துரோகிகளைப் பிடித்துச் சுட்டுக்கொல்ல வேண்டும், அவர்களிடம் நாம் கருணை காட்டக்கூடாது என டவுன்செண்ட் குறிப்பிட்டார். தங்கள் படையிலிருந்து வீரர்கள் ஓடுவதற்கும் இந்த '*வந்தே மாதரம்*' போன்ற பத்திரிக்கைகளுக்கும் ஏதோ தொடர்புண்டு என்பதில் டவுன்செண்ட் உறுதியாக இருந்தார்.

மேலும் படை வீரர்கள் சிலர் போர்க்களத்திற்கு செல்வதைத் தவிர்க்க தங்களைத் தாங்களே சுட்டு சுய காயத்தை ஏற்படுத்திக் கொள்வதாக ஒரு கருத்தும் விவாதிக்கப்பட்டது. குறிப்பாக அவர்கள் சுண்டு விரலில் காயம் ஏற்படுத்திக் கொள்வதாகவும் துப்பாக்கி பிடிக்க முடியவில்லை எனக் காரணம் சொல்வதாகவும் கூறினர். எனவே விரல்களில் துணிகளைச் சுற்றிக்கொண்டு களத்திற்குப் போகும்படி சொல்லுங்கள் என டவுன்செண்ட் சொன்னார். சுய காயம் ஏற்படுத்திக்கொள்ளும் வீரர்களைக் கடுமையாகத் தண்டிக்க வேண்டும் எனவும் அவர் குறிப்பிட்டார். மொத்தத்தில் அந்த உரையாடலில் மேஜர் ஜெனரல் பல சிகரெட்டுகளை தொடர்ச்சியாகப் புகைத்தார். அது மற்ற ஜெனரல்களுக்கு பொறாமையாகவும் இருந்தது. உண்மையில் டவுன்செண்ட்டின் அறையில் அவருக்கு மிகவும் பிடித்த மாஸ்பெரோ சிகரெட் டப்பாக்கள் சிலதே மீதம் இருந்தன. அதன்பின் அவருக்கு சிகரெட் கிடையாது. அவர் அவ்வளவு சிகரெட் பிடித்தது கையிருப்பு ரேசனை காலி செய்த நிகழ்வே. ஆனால் படை வீரர்களிடம் நிலவும் சோர்வு அவரைக் கலங்க வைத்தது. குறிப்பாக இந்திய வீரர்கள். கடந்த வாரம் வடக்குப் படையணியில் இந்தியப் படை வீரர்களுடன் தன்னால் பணி புரிய முடியாது என ஜெனரல் டெல்மெயின் குறை கூறியதால், பிரிட்டிஷ் படைகள் அவர்களுடன் இணைந்து கோட்டையில் பணி புரிகின்றனர். இப்போது மீண்டும் எழுந்துள்ள பிரச்சனைகள் சிக்கலான

சூழலில் மேலும் குழப்பத்தை ஏற்படுத்த கூடும் என்பதால் டவுன்செண்ட் "ஒரு சிலர் செய்யும் தவறுக்காக ஒட்டு மொத்தமாக எல்லோரையும் நாம் குறை சொல்ல முடியாது" என விவாதத்தை முடித்து ஜெனரல்களுக்கு விடை கொடுத்து அனுப்பினார், பின் தனது நாய் ஸ்பாட்டுக்கு சில ரொட்டிகளைப் போட்டுவிட்டு தனது அறைக்குச் சென்று விட்டார். நாய் அவர் பின்னே ஓடியது.

1916 புத்தாண்டு காலை தொலைபேசி அழைப்பு அவரின் தூக்கத்தைக் கலைத்தது. படுக்கையில் படுத்தபடி தொலைபேசியை எடுத்தார் மேஜர் ஜெனரல் டவுன்செண்ட். தொலைபேசியின் மறுமுனையில் ஜெனரல் சொன்ன செய்தி அவருக்குக் கோபத்தையும் அவநம்பிக்கை தரும் செய்தியாகவும் இருந்தது. அன்று அதிகாலை முழுதாக விடியாத போது 103வது படைப்பிரிவில் காவல் பணியில் இருந்த வீரன் ஒருவன் அவனின் இந்திய அதிகாரியை துப்பாக்கியால் சுட்டுவிட்டு, துருக்கி அகழியினை நோக்கி ஓடித் தப்பிக்க முயன்றதாகவும் அவனை மற்ற வீரர்கள் பிடித்து வைத்திருப்பதாகவும், சுடப்பட்ட இந்திய அதிகாரி இறந்து விட்டார் என்றும் தகவல் சொல்லப்பட்டது. அந்தச் செய்தியை அதுவும் புத்தாண்டில் முதல் செய்தியாகக் கேட்பது அவருக்கு மிகுந்த மனஉளைச்சலைக் கொடுத்தது. ஒரு கணம் இந்த ஆண்டு முழுதும் இதுபோன்ற செய்திகளால் நிரப்பப்படுமா? என்ற அச்சம் அவரைத் தொட்டது. அடுத்த நொடி தொண்டையைச் செருமிக்கொண்டு கைது செய்யப்பட்டவனை ராணுவ விசாரணை மன்றமான கோர்ட் மார்ஷல் முன் நிறுத்திட உத்தரவிட்டார். பின்னர் எழுந்து சன்னல் முன் நின்று மேசையில் இருந்த ஒரு சிகரெட் டப்பாவிலிருந்து ஒரு சிகரெட்டை எடுத்துப் பற்ற வைத்துப் புகையை இழுத்து வெளியிடும்போதுதான் அவர் நிர்வாணமாக நிற்பதை நிலைக்கண்ணாடியில் கண்டார். அப்போது தேநீரை எடுத்து வந்த உதவியாளன் அவரைப் பார்த்ததும் பதட்டமாகி "மன்னித்து விடுங்கள்" என அவசரமாகத் திரும்பும்போது "தேநீரை வைத்து விட்டுப் போ" என மேஜர் ஜெனரல் சொன்னார்.

"நாசமாகப் போகின்றவனே... புத்தாண்டில் இதையா நான் பார்க்கவேண்டும்" என வெறுப்பில் முணுமுணுத்தபடியே, பதட்டத்துடன் தேநீர்க் குவளையை மேசை மீது வைத்துவிட்டு, தலையைக் குனிந்தபடியே உதவியாளன் வெளியேறி விட்டான். அதே இடத்தில், அதே நிலையில் அப்படியே நின்று அவர் நிதானமாக சிகரெட்டைப் பிடித்துக் கொண்டிருந்தார்.

அன்று காலை பதினொரு மணி அளவில் தெற்குப் படையணி முகாமில் ராணுவ நீதிமன்றம் கூடியது. பெயருக்குதான் அது நீதிமன்றம். விசாரணை அங்கு ஒரு சடங்கு மட்டும்தான். அப்போது இரண்டு துணை ஜெனரல்கள் இருந்தனர். அவர்கள் முன் அவனைக் கொண்டு வந்தார்கள். அவன் கைகள்

பின்புறமாகக் கட்டப்பட்டிருந்தன. அவன் முகத்தில் பல நாள் களைப்பு இருந்தது. கண்கள் சிவந்து காணப்பட்டன. அவன் கிராமம் இந்தியாவின் கிழக்குப் பிராந்தியத்தில் ராவல்பிண்டியிலிருந்து சில மைல்கள் தாண்டி இருந்தது. அவனுக்கு இரண்டு பெண் குழந்தைகள் இருந்தனர். மூத்தவளுக்கு பதினொரு வயது, அடுத்த பெண்ணுக்கு ஏழு வயது. அவன் இங்கு பஞ்சாப் படையணியில் இருந்து வந்திருந்தான்.

அவன் பெயர் குலாம் முகமது. 103வது படைப்பிரிவில் அவன் இரவு பகலாக ஒரு வாரத்திற்கும் மேல் காவல் பணி புரிந்துள்ளான். அவனை ஒரு நாள் தூங்க அனுமதித்திருக்கலாம். அவனை சக மனிதனாக அதிகாரி கருதவில்லை. அவன் ஏழாம் நாள் காவல் பணியில் தன்னை மறந்து உறங்கிப்போனான். அவன் செய்தது கடும் குற்றம் என அதிகாரி தனது கால்களால் உதைத்து அவனை எழுப்பினான். அவன் எழுந்து நிற்க முடியாதபோது, அவனை ஒரு தடியால் அடித்தான். அவன் வலி தாங்காது எழுந்தபோது மேலும் சில அடிகள் விழுந்தன. அவன் நிலைதடுமாறி தனது துப்பாக்கியால் அந்த அதிகாரியைச் சுட்டு வீழ்த்தினான். எல்லாம் அவன் கனவில் நிகழ்வது போலவே உணர்ந்தான். அதன் பின் தன்னை உணர்ந்து அவன் செய்வதறியாது பித்துப் பிடித்தவன் போல ஓடினான். பின்னர் பிடிபட்டான்.

ஆனால் தன்னிலை விளக்கம் தருவதால் என்ன பயன்? வாழ்க்கை என்னும் கேலிக் கூத்து முடிந்து விட்டது. அச்சத்தைக் காட்டாமல் சாக வேண்டியதுதான். இந்த வெள்ளையர்களிடம் உயிர்ப்பிச்சைக் கேட்டு மண்டியிடுவது வீண் வேலை. இவர்களே அதுபோல நிலையை எதிர் கொள்ளப் போகின்றார்கள் என அவன் தனக்குள் சமாதானம் செய்து கொண்டான்.

“குற்றச்சாட்டின்படி உனது மேல் அதிகாரியை சுட்டுக் கொலை செய்தது. எதிர்ப் படையை நோக்கித் தப்பி ஓடியது என இரண்டும் கொடிய குற்றம். ஒப்புக்கொள்கிறாயா?” என்றான் துணை ஜெனரல் தனது குரலைச் செருமியபடி. எதிரில் களைத்து நிற்பவன் அமைதியாக இருந்தான். அவனிடம் பேச எதுவுமில்லை எனப் பார்வையை சுருக்கிப் பார்த்தான் துணை ஜெனரல். உயிர்ப்பிச்சை கேட்கத் தயாரில்லையா? என அவன் பார்வையிருந்தது. கேட்டாலும் கொடுக்கும் அதிகாரம் அவனுக்கு இல்லை என்பதைத் தூங்காத கண்களின் வழி அவன் உற்றுநோக்கிக் கேட்பதை உணர்ந்தவனாக முகத்தை வேறுபக்கம் திருப்பினான் துணை ஜெனரல். மற்றொரு துணை ஜெனரல்,

“வந்தே மாதரம் என்ற தேச விரோதப் பத்திரிக்கை தெரியுமா? அதைப் படித்தாயா?” என அழுத்தமாக அவனைப் பார்த்தான். பின் சரியான கேள்வி கேட்டுவிட்டதாக மற்றொரு துணை ஜெனரலைப் பார்த்தான்.

"நான் தூங்கி ஒருவாரம் ஆகி விட்டது. நான் மனிதன்தானே? என்னைக் கழுதையை விட இழிவாக நடத்துவது நியாயமா?"

"குற்றத்தை ஒப்புக்கொள்கின்றாயா?"

குலாம் முகமது அமைதியாக நின்றான்.

"நீதானே சுட்டாய்."

அவன் எதையோ சொல்ல வந்தான். அவர்கள் இடை மறித்தனர். விசாரணை முடிந்ததாக அறிவிக்கப்படும்போது குலாம் முகமது பேசினான்,

"எனது பென்சன் மற்றும் மரியாதையை நீங்கள் காக்க வேண்டும். என்னை நம்பி குடும்பம் உள்ளது. இரண்டு பெண் குழந்தைகள்."

"தீர்ப்பு பின்னர் அறிவிக்கப்படும். நீ ஏதேனும் சாப்பிட விரும்பினால் வாங்கித் தரச் சொல்கின்றோம்" என ஒரு துணை ஜெனரல் கூறினான்.

"நான் கொஞ்சம் தூங்க வேண்டும்" என்றான் குலாம் முகமது.

அவனைத் தங்களின் பொறுப்பில் காவலர்கள் எடுத்துக்கொண்டனர். அவன் நடையில் ஒரு தளர்ச்சி இருந்தது. பின்னர் தெற்குப் படையணியில் இருந்த பழைய புழுதி படிந்திருந்த ஓர் அறையில் அவனை அடைத்து பெரிய சன்னல் வழியாகக் கண்காணித்தனர். அவன் புழுதி படிந்த தரையில் அப்படியே சில நிமிடம் உட்கார்ந்திருந்தான், சில துளிகள் கண்ணீரைச் சிந்தினான். பின் தனக்குத்தானே பேசிக்கொண்டான். சில நிமிடங்கள் பின் எங்கோ வெறித்துப் பார்த்திருந்தவன் அந்தத் தரையில் கைகளைத் தலைக்குக் கொடுத்து அப்படியே உறங்கிப்போனான்.

மாலையில் அவனை எழுப்பினர். கேப்டன் கல்யாண் வந்திருந்தான். தயங்கியபடி சொன்னான். "மன்னிக்க வேண்டும். இன்று சூரியன் மறைந்த பின்பு உனக்கு மரணதண்டனையை நிறைவேற்ற ஜெனரல் கோர்ட் மார்சல் உத்தரவிட்டுள்ளது. உன்னைக் குட் ராணுவ வீரர்களின் கல்லறையில் அடக்கம் செய்யவும், உனது குடும்பத்திற்கு பென்சன் தருவதற்கும் மேஜர் ஜெனரல் உத்தரவிட்டுள்ளார்."

அவன் முகத்தில் எந்த அதிர்வும் இல்லை. அவன் வெகு அமைதியாக இருந்தான்.

எவரும் பேசவில்லை. கொஞ்சம் தண்ணீர் வாங்கிக் குடித்தான். பின் மேற்குப் பக்கமாக மண்டியிட்டு அமர்ந்து மௌனமாக சில நிமிடம் பிரார்த்தனை செய்தான்.

அப்போது வெளியே ஒரு விமானம் கிழக்குப் பக்கமாகப் பறந்து போனது. உடனே படை வீரர்கள் வெளியே வந்து அதனைப் பார்த்தார்கள். அது ஒரு ஜெர்மன் விமானம். அது ஒரு நல்ல அறிகுறி அல்ல. படையணியிலிருந்து தலைமை நிலையத்திற்கு தகவல் தரப்பட்டது. அதைத் தாங்களும் கவனித்ததாக மறு முனையிலிருந்து பதில் வந்தது. இந்தப் பதட்டம் குலாம் முகமதுவிற்கு எந்தப் பாதிப்பையும் ஏற்படுத்தவில்லை. அவன் தொடர்ந்து பிரார்த்தனையில் இருந்தான். அந்த அறையில் சன்னல் வழியே விழுந்த நிழல் மறைந்தது. சூரியன் மேற்கே சரிந்து விட்டது. நேரம் நெருங்கி விட்டது. அவனை அறையிலிருந்து அழைத்துப்போக நான்கு வீரர்கள் வந்திருந்தனர். அவன் அவர்களுடன் அமைதியாக நடந்தான். அவன் தலை தொங்கிப்போயிருந்தது. அப்போது கேப்டன் கல்யாண் அவனின் கண்களையும், கைகளையும் கட்ட உத்தரவிட்டான். ஒருவன் கைகளைப் பின்புறமாகக் கட்டினான். பின் கருப்புத் துணியால் கண்களைக் கட்டினான். அதன் பின்பு அவனின் கைகளின் நாடியைப் பிடித்தும் அவனின் இருதயத் துடிப்பை தனது பாக்கெட்டில் இருந்த ஸ்டெதஸ்கோப்பாலும் சோதித்தான். பின் அவன் சரியாக உள்ளதாக கண் காட்டினான். அவனைத் தள்ளிக்கொண்டு சென்று அவர்கள் செங்கல் சுவருக்குப் பின்னே நிறுத்தினர். அங்கே இரண்டு துணை ஜெனரல்கள் வந்திருந்தனர். கேப்டன் கல்யாண் தண்டனையை ஒருமுறை படித்தான். பின்பு நான்கு பேர் கொண்ட சுடும் குழு வந்தது. அவன் கண்களைக் கட்டி இருப்பது நல்லதுதான். ஒருவேளை சுடும் குழுவில் வந்திருப்பவன் அவனின் ஊரைச் சார்ந்தவனோ அல்லது நண்பனாகக்கூட இருக்கலாம். அவர்கள் அணி வகுப்பு செய்து அவன் எதிரில் நின்றனர். ஒரு நிமிடம் கனத்த மௌனம். கேப்டன் கல்யாண் துணை ஜெனரல்களைப் பார்த்தான். அவர்கள் கண் அசைத்தனர். அப்போது நிற்பவன் உடலில் சிறு நடுக்கம். அவன் உடலை விறைப்பாக்கிக் கொள்ள முயன்றிருக்கலாம். அல்லது அவனின் மகள்களையும், மனைவியையும் நினைத்திருக்கலாம். அவனின் மண்ணின் வாசனையை முகர்ந்திருக்கலாம். கேப்டன் கல்யாண் சுட உத்தரவிட்டான். சுடும் குழுவின் நால்வரும் ஒரு சேர ஒருமுறை சுட்டனர். அவர்கள் குறி நெஞ்சுக்கு இருந்தது. துப்பாக்கிகளிலிருந்து இசை போன்ற ஒருங்கிணைக்கப்பட்ட ஒரு சப்தத்திற்குப் பின் கந்தகப் புகை வரும்போது, எதிரில் இருந்தவன் கீழே சரிந்து விழுந்தான். சில நிமிடங்கள் ஒரு வெறுமையான நிசப்தம் நிலவியது. பின் கேப்டன் கல்யாண் தனது ஸ்டெத்தஸ்கோப்பைக் கொண்டு இரத்தம் வழியாத இடத்தில் வைத்து மூச்சு வருகின்றதா, இதயம் இயங்குகின்றதா எனப் பார்த்தான். எதுவுமில்லை. இரத்தம் தரையை நனைத்தது. உடல் சூடு இருந்தது. கண்ணில் கட்டப்பட்ட கருப்புத் துணியை அகற்றி கண்களைப் பார்த்தான். அவனின் கருவிழியில் எந்த அசைவுமில்லை. மரணத்தை உறுதி செய்தான். சுடும் குழு அங்கிருந்து தலையைத் தொங்க வைத்தபடி அகன்றனர்.

சிகப்பு மையால் குலாம் முகமது பெயரை சம்பள ஏட்டில் ஒரு வட்டமடித்தான் 103வது படையணி ராணுவ குமாஸ்தா. வழக்கமாக நாள்தோறும் எழுதும் போர் சாவுப் பட்டியலில் குலாம் முகமது சுட்ட அதிகாரியும், குலாம் முகமதுவும் சேர்க்கப்பட்டனர். படைகள் குட் நகருக்கு முழுதாக வந்து சேர்ந்த டிசம்பர் 4 முதல் இன்று வரை மொத்தம் 1774 சாவுகள் என சிம்லா தலைமை இடத்திற்கு அறிக்கை அனுப்பவேண்டி மேஜர் ஜெனரல் அலுவலகத்திலிருந்து தந்தி அனுப்பப்பட்டது. அந்தத் தந்தியில் கிழக்கு நோக்கிச் சென்ற ஜெர்மன் விமானம் பற்றியும் குறிப்பிட்டிருந்தார்.

அப்போது துருக்கி அகழிகள் பக்கமிருந்து குட் நகரை நோக்கி தாக்குதல் துவங்கியது. காருப் கனரகத் துப்பாக்கி மற்றும் ஹோவிசர் பீரங்கிகள் தொடர்ந்து கண்மூடித்தனமாகத் தாக்கின. அன்றைய தாக்குதல் இரண்டு இடங்களை நோக்கி இருந்தது. குட் மருத்துவமனையையும், மேஜர் ஜெனரல் டவுன்செண்ட் தலைமையிடத்தையும் அவர்கள் தாக்குதல் மையமாக வைத்திருந்தனர். துருக்கியின் கனரகத் துப்பாக்கிகள் ஜெர்மானியர்களின் ஆதரவால் பிரிட்டிஷ் இந்தியப் படைகளை விட வலிமையானதாக இருந்தது. அவற்றால் மிகச் சாதாரணமாக ஆறு மைல்களைக் கடந்து நகரின் ஒரு முக்கியக் கட்டிடத்தைக் குறி வைத்துத் தாக்க முடிந்தது. மேஜர் ஜெனரல் அலுவலகத்தின் மேல் மாடியில் அடுக்கப்பட்டிருந்த இரண்டடுக்கு மணல் மூட்டைகள் அந்த செல் தாக்குதலைத் தாங்கிக்கொண்டன. ஆனால் நகரின் எல்லா வீடுகளும் ஏதாவது ஒரு சேதாரத்தை அடைந்து வந்தன. மருத்துவமனையிலிருந்து நோயாளிகளை வெளியேற்றுவதும், நோயாளிகள் மீது குண்டு விழுவதும் படுக்கையிலேயே அவர்கள் உடல் சிதறிப் போவதும் மனரீதியில் பெரும் சுமையை உருவாக்கியது. அதுதான் துருக்கிகளின் எதிர்பார்ப்பும்கூட.

அன்று இரவு குண்டுவீச்சுக்கு மத்தியில் மேஜர் ஜெனரல் அலுவலகம் அருகில் நிறுத்தப்பட்டிருந்த தந்தி வண்டிக்கு, பஸ்ராவிலிருந்து வந்த தந்தியில் ஜெனரல் அலிமர் சேக் தாவுத் தலைமையில் மீட்புப் படைகள் விரைவில்

வர உள்ளதாகவும் முன்னணிப் படைத் தளபதி யங் ஹஸ்பண்ட் மேஜர் ஜெனரலை தொடர்பு கொள்வார் எனவும் செய்தி அனுப்பப்பட்டிருந்தது. அந்தத் தந்தியை வில்லியம்ஸ்தான் கொண்டு போய்க் கொடுத்தான். அதனைப் படித்துவிட்டு பெரிதாக எந்த மாற்றமும் அவர் முகத்தில் இல்லை. அவர் கவலை தனது வீட்டின் மீது வீசப்படும் குண்டுகளைப் பற்றி இருந்திருக்கலாம். சில நிமிடங்கள் விட்டுவிட்டு குண்டு விழும் சப்தம் சுமார் இரண்டு மணி நேரம் கேட்டது.

அடுத்த நாள் காலையில் தாக்குதல் இல்லை. ஆனால் காலை சுமார் 10 மணி அளவில் துருக்கியின் முதல் அகழியில் வெள்ளைக்கொடி காட்டப்பட்டது. அதன் பிறகு ஒரு கேப்டன் மற்றும் மற்றொரு வீரன் அகழியிலிருந்து வெளிப்பட்டனர். வெள்ளைக்கொடியை அந்தப் படைவீரன் தாங்கியிருந்தான். கோட்டையில் இருந்த துருப்புகள் தொலைபேசி வழியாக செய்தியை ஜெனரல்களுக்குத் தெரிவித்து, அதன் பின் தங்கள் பக்கம் சமாதான சமிக்கை செய்தனர். அதன் பிறகு அந்த இருவரும் கோட்டையை நோக்கிச் சிறிது தூரம் வந்தனர். வரும் வழியில் வீரர்களின் சிதைந்த உடல்கள் கிடந்தன. அதன் துர்நாற்றம் இப்போது குறைந்திருந்தது. உடல்களின் பல பாகங்களை பாறு கழுகுகள் மற்றும் காக்கைகள் கொத்தி முடித்திருந்தன. எலும்புக் கூடுகளைப்போல அந்த உடல்கள் காணப்பட்டன. பெரும்பாலான உடல்களில் கண்கள் இருந்த இடத்தில் குழி மட்டும் இருந்தது. அகழிக் கோட்டுக்கு முன்பு முள் வேலியில் சில உடல்கள் தொங்கிக்கொண்டிருந்தன. அவர்கள் நடந்து வருவதைப் பார்த்து சில பாறு கழுகுகள் கனத்த இறக்கைகளை அடித்துப் பறந்தன. மற்றவை தாவி அப்பால் சென்றன. அங்கு நடந்து வருவது வீரனுக்கும் கேப்டனுக்கும் அவ்வளவு சங்கடமாய் இருந்திருக்க வேண்டும். வீரன் பார்வையை சடலங்கள் மீது வைக்காமல் நிமிர்ந்து நடக்கலானான்.

வழக்கம் போல அந்தத் திறந்த வெளியில் முன்பு பேச்சுவார்த்தைக்கு வந்த கேப்டன் நின்ற இடத்தில் நின்றனர். கோட்டையிலிருந்து ஒரு கேப்டன் சென்று பார்த்தபோதுதான் அவன் ஏற்கனவே போர் துவங்குவதற்கு முன் வந்த கேப்டன் எலிமி பே என தன்னை அறிமுகம் செய்து கொண்டான். கிருஸ்துமஸ் இரவு தாக்குதலின்போது இறந்த உடல்களை அடக்கம் செய்ய பீல்ட் மார்சல் கோல்ட்ஸ் கடிதத்துடன் வந்திருப்பதாகவும், மேஜர் ஜெனரல் டவுன்செண்டைப் பார்த்துக் கடிதத்தை ஒப்படைக்க வேண்டும் என்றான். அவர்களை அங்கேயே நிறுத்திவிட்டு கேப்டன் கோட்டைக்கு வந்து ஜெனரலுக்குத் தெரிவித்த பின்பு மேஜர் ஜெனரல் அலுவலகத்திற்கு தொலைபேசியில் தொடர்பு கொண்டான். அவர்களை அழைத்துப் போக கேப்டன் வருவார் என செய்தி வந்தது.

இம் முறையும் அதே காரில் வில்லியம்ஸும் கேப்டன் கல்யாணும் அந்தத் துருக்கிக் கேப்டனை அழைத்து வரச் சென்றனர். வழக்கம் போல கண்களைக் கட்டி அழைக்கச்சென்றபோது அவர்களைப் புரிந்தவனாக கேப்டன் எல்மி பே புன்னகை புரிந்தான். அழைத்து வரும்போது உடைந்த ஆங்கிலத்தில் இறந்து கிடக்கும் வீரர்களின் உடல்கள் தன்னை மிக மோசமாகப் பாதித்ததாகக் கூறினான். அப்போது கேப்டன் கல்யாண் மருத்துவமனையின் மீது குண்டு போடுவது மற்றும் ஆற்றில் தண்ணீர் எடுக்கச் செல்லும் குழந்தைகள் மற்றும் பெண்களை சுடுவது என்ன போர் அறம்? எனக் காட்டமாகக் கேள்வி எழுப்பினான். அந்தக் கேள்வியை அவன் எதிர்பார்க்கவில்லை. ஆனால் அவன் அது சரியில்லை என்பதை ஒப்புக்கொண்டான். “போர் நியதிகள் எல்லோருக்கும் பொதுவானது. ஒருவர் செய்யும் தவறை நியாயப்படுத்த விரும்பவில்லை. நமக்கு மேலே உள்ள அதிகாரிகள் இதை உணராதபோது நம்மால் என்ன செய்துவிட முடியும்?” என தனது இயலாமையை வெளிப்படுத்தினான். மேஜர் ஜெனரல் மேசை முன்பு உட்கார வைக்கப்பட்ட பின்பு கேப்டன் எல்மி பே கண்களில் இருந்து கருப்புத் துணி அவிழ்க்கப்பட்டது. கேப்டன் கண்களைக் கசக்கிக்கொண்டு தனது மீசையை முறுக்கி விட்டுக்கொண்டார். அப்போது எதிரே சுவரில் சிறிய விரிசல் இருந்தது. அவன் கட்டிடத்தின் மேல் கூரையைப் பார்த்தான். அது பாதிப்புகளை அடைந்திருந்தது. ஓர் இடத்தில் அது உடைந்து, அந்த இடம் மணல் மூட்டைகளால் அடுக்கப்பட்டிருந்தது. அப்போது மேஜர் ஜெனரல் வந்தார். கேப்டன் எல்மி பே எழுந்து விறைப்பாகி ஒரு சல்யூட் அடித்து தன்னை பிரெஞ்சில் அறிமுகம் செய்தான். மேஜர் ஜெனரல் புன்னகையுடன் பிரெஞ்சில்,

“உங்களைத் தெரியுமே, முதல் முறை நீங்கள்தானே வந்தீர்கள்” என்றார்.

துருக்கிக் கேப்டன் அதனை ஆமோதித்தான். பின்னர் தான் பாக்தாத்திலிருந்து துருக்கி பீல்ட் மார்சல் கோல்ட்ஸ் பாஷா கடிதத்துடன் வந்திருப்பதாக கடிதத்தைக் கொடுத்தான். அந்தக் கடிதத்தில் இறந்து கிடக்கும் வீரர்களின் உடல் அடக்கத்துக்கு சில மணி நேரம் போர் நிறுத்தம் வேண்டும் எனக் குறிப்பிட்டிருந்தார். துருக்கி கேப்டனுக்கு தேநீர் தரச் சொன்னார். ஆனால் எல்மி பே மரியாதையுடன் அதனை மறுத்துவிட்டான். பின்பு அந்த வீட்டின் மீது குண்டு வீச்சு நிகழ்ந்துள்ளதற்காக வருத்தத்தைத் தெரிவித்தான். மேஜர் ஜெனரல் அதை “பரவாயில்லை. இதுவெல்லாம் சேர்ந்ததே போர்” எனப் புன்னகையுடன் கடந்தார்.

பின்னர் அவர் தனது தனிச் செயலரை அழைத்து ஏற்கனவே தயாரித்த கடிதத்துடன் வரச் சொன்னார். தனிச் செயலர் அறைக்குள் சென்றான். தட்டச்சு சப்தம் கேட்டது. அப்போது மேஜர் ஜெனரல் துருக்கிக் கேப்டனைப் பார்த்து,

"எங்கள் 67வது பஞ்சாப் படைப் பிரிவுக் கேப்டன் கிரிப்பன் டைகரிஸில் தற்காலிகப் பாலத்தைக் கட்டும்போது காணாமல் போனார். நீங்கள் கைது செய்து கொண்டு சென்றதாக தகவல். அவர் நிலை எப்படி இருக்கின்றது?"

கேப்டன் எல்மி பே சற்றுத் தயங்கினான். பின்னர் "அவர் கைது செய்யப்படும்போதே கடுமையாகக் காயமடைந்திருந்தார். அந்தக் காயம் காரணமாக அன்று விடிவதற்கு முன் இறந்துவிட்டார்" என்றான். மேஜர் ஜெனரல் டவுன்செண்ட் அதை நம்பத் தயாராக இல்லை. கைதுக்குப் பின்பு சித்ரவதை செய்து கொன்றிருக்க வேண்டும் என யூகித்தார். பின்னர் மீண்டும் தனது கேள்வியைத் தொடர்ந்தார்.

"உங்கள் துருக்கிப் படைகள் பாரசீகம் நுழைந்ததாக செய்தி வந்தது. இப்போது அந்தப் படைகள் எங்கே உள்ளன?"

"எங்களுக்கு பாரசீகத்தைக் கடந்து ஆப்கான் நுழைய வேண்டும் என்பது விருப்பம். அதனை நோக்கி நாங்கள் தொடர்ந்து முன்னேறுவோம்."

"ஆப்கான் நுழைவதன் நோக்கம் என்ன?"

"மேஜர் ஜெனரல் தங்களுக்குத் தெரியாததா? தேவைப்பட்டால் எங்கள் படைகள் இந்தியாவிலும் நுழையும். இந்தியா ஒரு செழுமை மிக்க வளமான நாடு."

மேஜர் ஜெனரல் டவுன்செண்ட் அவன் அலட்சியமாகவும் அச்சமின்றியும் பேசுவதை ரசித்தார். பின் தொண்டையைச் செருமிக்கொண்டு,

"உங்கள் ஜெர்மன் நாட்டைச் சார்ந்த பீல்ட் மார்சல் பாரன் வான்டர் கோல்ட்ஸ்க்கு என்ன வயதிருக்கும்?" என அவனைப் பார்த்தார். அந்தக் கேள்வி கேப்டனைக் காயப்படுத்தியிருக்கலாம். ஏற்கனவே துருக்கிப் படைக்கு ஜெர்மானியர் பீல்ட் மார்சலாக இருப்பது அவர்களுக்குள்ளே புகைந்து கொண்டிருக்கும் ஒரு பிரச்சனை. இந்தக் கேள்வி துருக்கிக் கேப்டனை பொறுத்தவரை அவ்வளவு நல்ல கேள்வியல்ல.

"அவருக்கு 76 வயது."

மேஜர் ஜெனரல், அவருக்கு அவ்வளவு வயதிருக்கும் என தனக்குத் தெரியாது என்பதைப்போல புருவங்களை உயர்த்தினார். அப்போது தனிச் செயலாளன் தட்டச்சு செய்த கடிதத்தை மேஜர் ஜெனரல் முன் வைத்தான். அவர் படித்து விட்டு கையெழுத்திட்டு கேப்டன் எல்மி பே வசம் ஒப்படைத்தார்.

"கேப்டன் தங்களைச் சந்தித்தது மகிழ்ச்சி. தங்கள் உரையாடலுக்கும் நன்றி. நான் ஐந்து மணி நேரம் சண்டை நிறுத்தத்திற்கு அனுமதி வழங்குகின்றேன். நான் உங்கள் கர்னல் நூருதீன் பே அவர்களின் மீது

மரியாதை வைத்துள்ளதாகக் கூறவும். மேலும் அவருக்கு ஏதேனும் பரிசு தர விரும்புகின்றேன்" என அந்த அறையை நோட்டமிட்டார். பின்பு தனது அலமாரியில் இருந்த ஒரு பெட்டி மாஸ்பரோ சிகரெட்டினை எடுத்து கேப்டனிடம் கொடுத்து "இதனை நான் பரிசாகக் கொடுத்ததாகக் கூறவும்" என்றார். அதுதான் அங்கிருந்த கடைசி சிகரெட் பெட்டி. அந்த நேரம் அதன் மதிப்பு மேஜர் ஜெனரலைப் பொறுத்து மிகவும் அதிகம். அது ஒரு சின்னத் தியாகம். துருக்கிக் கேப்டன் விடை பெற்ற பின் மீண்டும் கண்கள் கட்டப்பட்ட நிலையில் கார் மூலம் கோட்டையின் வடகிழக்குப் படையணி தாண்டி மணல்வெளியில் துருக்கிப் படைவீரன் காத்திருந்த இடத்தில் விட்டுவிட்டு விடைபெற்றனர். துருக்கிக் கேப்டன் எல்மி பே துருக்கி அகழியை அடையும்போது கோட்டையின் வட கிழக்குப் படைப்பிரிவில் சண்டை நிறுத்தம் அறிவிக்கப்பட்டது. வெள்ளைக்கொடி ஏற்றப்பட்டது. அதேபோல மற்ற படைப்பிரிவுகளும் செய்தன. ஆயுதங்களைக் கீழே விட்டு விட்டு எழுந்து நின்றனர்.

துருக்கி அகழியிலிருந்து உடல்களை எடுத்துச் செல்ல ஸ்ட்ரெச்சர் போன்றவற்றுடன் பலர் வெளிப்பட்டனர். அவர்கள் பணியாளர்கள். அவர்கள் சடலங்களை நெருங்கி வருவதைப் பார்த்து பாறு கழுகுகள் தத்தித் தத்தி அப்பால் சென்றன. உடல்கள் அடையாளம் காண முடியாத அளவு சிதைந்திருந்தன. கோட்டைக்கு அப்பால் வடக்கே கம்பி வேலியில் தொங்கிக்கொண்டிருந்த உடல்களின் சதைகள் காணாமல் போயிருந்தது. சில பிரிட்டிஷ் இந்தியப் படை வீரர்களின் உடல்கள் மட்டும் துருக்கி அகழியிலிருந்து மீட்கப்பட்டன. அதனை அவர்கள் ஒப்படைத்தனர்.

குட் நகர வாசிகள் போர் முடிந்து விட்டது, நிரந்தரப் போர் நிறுத்தம் வந்து விட்டது என தெருக்களில் வந்து நின்று கொண்டிருந்தனர். டைகரிஸ் ஆற்றங்கரையில் கூட்டம் இருந்தது. பல வீரர்கள் அகழிக்கு வெளியே வந்து எதிரில் தெரிந்த புதியவர்களுக்கும் ஏற்கனவே அறிமுகமான நண்பர்களுக்கும் புத்தாண்டு வாழ்த்துகளைச் சொன்னார்கள். கொஞ்ச நேரம் ஆற்றில் குளித்தனர். தங்கள் நண்பர்களுடன் விளையாடினர். பட்டையான கற்களை ஆற்றின் தண்ணீரின் மேல் சருக்கி ஓடவிட்டு தவளை விளையாட்டை விளையாடினர். சிலர் வீசிய கற்கள் பாதி ஆற்றைக் கடந்து போயின. ஆற்றுக்கு அப்பால் மேற்குக் கரையில் துருக்கி வீரர்கள் தெரிந்தனர். அதேபோல அவர்களின் அகழியை ஒட்டிய ஆற்றின் கரையில் வந்து குளித்தனர். அவர்கள் தூரத்தில் தெரிந்த பிரிட்டிஷ் இந்திய வீரர்களைப் பார்த்து கை அசைத்தனர். அவர்களும் பதிலுக்கு கை அசைத்துக்கொண்டனர். அப்போது வில்லியம்ஸ் தனது வாயருகில் இரண்டு கைகளையும் குவித்துச் சப்தமாக துருக்கி வீரர்களுக்கு புத்தாண்டு வாழ்த்துகள் என்றான். மற்றவர்கள் ஒரு கணம் தயங்கினர். அப்போது ஒரு பிரிட்டிஷ் வீரன் புத்தாண்டு வாழ்த்துகள் எனக் கத்தினான். அவனோடு

மற்ற பிரிட்டிஷ் இந்தியப் படை வீரர்களும் கத்தினர். டைகரிஸின் மறு கரையில் இருந்து “யேனி யெல்னிஸ் குட்லு ஒல்சுன்” என்றார்கள். அவர்கள் ஏதேனும் திட்டுகின்றார்களோ என வில்லியம்ஸ் நினைத்தான். ஒரு வீரன் “அவர்கள் துருக்கியில் புத்தாண்டு வாழ்த்து சொல்கின்றார்கள்” என்று சொன்னான். அப்போது துருக்கிப் பக்கமிருந்து ஆங்கிலத்தில் புத்தாண்டு வாழ்த்துகள் என ஒருவன் கத்துவது காற்றின் அடுக்குகளில் தூரத்தில் இருந்து வந்து கேட்டது. வில்லியம்ஸ் தனது கையிலிருந்த பட்டைக் கல்லை எடுத்து டைகரிஸின் தண்ணீரில் தாவிப்போகும்படி வீசினான். அது தண்ணீரைத் தொட்டுக்கொண்டு சென்றது. அப்போது அடுத்த கரையிலிருந்த துருக்கியர்கள் பதிலுக்கு அவர்கள் பக்கமிருந்து தண்ணீரில் பட்டைக் கற்களை வீசி விளையாடினர். ஒருவர் மாறி ஒருவர் இரு கரையிலும் தண்ணீரில் பட்டைக் கற்களை வீசி விளையாடினர். ஒவ்வொரு முறையும் கல் வீசப்பட்டபோது அவர்கள் உற்சாகத்தில் சப்தமிட்டனர். சுமார் இரண்டு மணி நேரம் இந்தச் சிறிய ஓய்வும் மகிழ்ச்சியும் கிடைத்தது. அதன் பின் துருக்கியர்கள் அகழிக்குத் திரும்பினர். போகும்போது தொப்பியைக் கழட்டி அசைத்தனர். பின்பு துருக்கி வீரர்கள் ஆற்றங்கரையில் தென்படவில்லை. அது நல்ல அறிகுறி இல்லை. எனவே அவசரமாக ஆற்றங்கரையில் இருந்த வீரர்கள் மற்றும் குட் நகரவாசிகள் படித்துறைகளிலிருந்து திருப்பி அனுப்பப்பட்டனர். அவர்கள் அகழிக்கு திரும்பும்போது அவர்களின் முகங்கள் வாடிப்போயிருந்தது. உண்மையில் எந்தக் களத்தில் உள்ள மனிதனுக்கும் இந்த போர் மகிழ்ச்சியானதல்ல.

மேஜர் ஜெனரல் டவுன்செண்ட் அய்ந்து மணி நேரம் போர் நிறுத்தத்தை அறிவித்திருந்தார். ஆனால் நான்கு மணி நேரத்திற்குப் பின்பு துருக்கிப் பக்கமிருந்து குண்டு வந்து விழுந்து வெடித்தது. பின் இடைவிடாமல் இரு புறமும் குண்டுகள் மாறி மாறி வெடித்தன. நகரத்தின் மீது குறி வைத்துத் தாக்குதல் இருந்தது. வீடுகள் மீது குண்டுகள் விழுந்து வெடித்தன. மேஜர் ஜெனரல் கட்டிடத்திற்கு அருகில் ஒரு குண்டு விழுந்து வெடித்தது. மேஜர் ஜெனரல் தனிச் செயலரிடம் “சிகரெட் பெட்டி கொடுத்ததற்கேனும் இன்று குண்டு வீசாமல் இருந்திருக்கலாம்” என்று சற்று வேதனையுடன் சொல்லிச் சிரித்தார்.

இம் முறை டைகரிஸ் நதியின் சுமரன் வளைவிலிருந்து ஒரு குண்டுவீச்சு புதிதாகத் தென்பட்டது. அந்த கனரகத் துப்பாக்கியின் சப்தத்தை பிரிட்டிஷ் இந்தியப் படைகள் அறிந்திருந்தன. 4.7 இஞ்ச் துப்பாக்கி வழியாக குண்டுகள் வீசப்பட்டன. அது டைகரிஸின் சுமரன் வளைவில் இருந்த ஒரு நீராவிப் படகில் இருந்து வந்தது. பிரிட்டிஷ் படைகளின் செல்லப் பையனாக இருந்த ஃபயர்பிளை படகைத் துருக்கியர்கள் கைப்பற்றிய பின் தற்போது பழுது நீக்கப்பட்டு அதிலிருந்த பீரங்கித் துப்பாக்கியில் துருக்கியர்கள் பிரிட்டிஷ் இந்தியப் படைகளை நோக்கி

சுட்டுக்கொண்டிருந்தனர். இந்தச் செய்தி தொலைபேசி வழியாக மேஜர் ஜெனரல் அலுவலகத்திற்கு சொல்லப்பட்டது. அதனைக் கேட்கும்போதே வேதனையாக இருந்தது. தங்கள் துப்பாக்கியே தங்களுக்கு எதிராகப் பிடிக்கப்படுவது பெரும் அவலம். பிரிட்டிஷ் இந்தியப் படைகள் வசம் இருந்த 5 இஞ்ச் கனரகத் துப்பாக்கி ஒன்று அந்த ஆற்றின் கரையில் இருந்த ஃபயர்பிளை படகைக் குறிவைத்து சுட்டுக்கொண்டே இருந்ததால் அது திக்குமுக்காடிப் போய் அப்பகுதியிலிருந்து வடக்குப் பக்கம் நகர்ந்து போனது. அதன் பிறகு அது அன்று சுடவில்லை. தாக்குதலின் முடிவில் அன்று பிரிட்டிஷ் இந்தியப் படையில் 24 சாவுகள் கணக்கிடப்பட்டது. குட் நகரவாசிகளின் சாவுகள் இந்தக் கணக்கில் சேர்க்கப்படவில்லை. அன்று மழை பொழியத் துவங்கியது. அகழிகள் சகதியாயின. மழைத்தண்ணீர் அகழிகளில் நுழைந்தது. மழையில் நன்கு நனைந்த பின்பு இரவில் குளிர் அதன் கடுமையைக் காட்டியது. நெருப்பு மூட்டக்கூட இடமின்றி நடுங்கியபடி துப்பாக்கிகளைப் பிடித்துக்கொண்டிருந்தனர்.

ஜெனரல் அலிமர் இந்தியாவிலிருந்து பஸ்ரா வந்த பின்பு அவர் குட்டை நோக்கி முன்னேறினார். கூடுதல் படைகளுடன் சென்று தாக்குதல் நடத்தி துருக்கியர்களின் முற்றுகையினைத் தகர்க்கத் திட்டமிட்டிருந்தார். ஆனால் நிலைமை வெகுநாள் காத்திருப்புக்கு ஏற்றதாய் இலை. ஏற்கனவே டவுன்செண்ட் கூறியிருந்தபடி இன்னும் பத்து நாட்களுக்கு மட்டுமே உணவு கையிருப்பு இருக்கும் என்பதாலும், காத்திருப்பது துருக்கியர்கள் கூடுதல் படைகளை வரவழைத்துக் கொள்ள வாய்ப்புத் தரும் என்பதையும் அவர் கவனத்தில் கொண்டார். ஏற்கனவே குட்டிலிருந்து சென்று அலி கார்பியில் காத்திருக்கும் குதிரைப் படையுடன் 35 மற்றும் 28வது படைப்பிரிவுகளையும் தன்னுடைய மீரட் படைப்பிரிவுடன் சேர்த்துக்கொண்டு முன்னேறுவதைத் தவிர அவருக்கு வேறு வழியில்லை. அந்த மீரட் படைகள் பிரான்ஸிலிருந்து ஆறு வார கடல் பயணத்திற்கு பின் இங்கு வந்து சேர்ந்தவை. பிரான்ஸில் போர் முனையில் அந்தப் படையணி பெரும் படையை இழந்திருந்தது. அந்த வீரர்களின் கண்களில் களைப்பு நிரம்பியிருந்தது.

மேலும் 37வது மீரட் படையுடன் மேஜர் ஜெனரல் யங் ஹஸ்பண்ட் டைகரிஸ் படைப்பிரிவும் சேர்ந்தது. மொத்தத்தில் அந்தப் படைப்பிரிவில் 9,900 காலாட்படைகள், 1340 குதிரைப் படைகள், 42 பீரங்கிகள் மற்றும் நான்கு நீராவிப் படகுகள் டைகரிஸில் பயணம் செய்தன. அவர்கள் அலி கார்ப்பியினை அடைந்த பின்பு, ஜெனரல் அலிமர் படைப்பிரிவிலிருந்து ஒரு பாதி அணியினர் ஜெனரல் யங் ஹஸ்பண்ட் தலைமையில் குட்டை நோக்கி டைகரிஸ் நதியை ஒட்டியே முன்னேறினர். அந்தப் படைப்பிரிவை பெரிய தாக்குதலில் இறங்க வேண்டாம் என்றும் அது முதலில் நிலைமையை ஆய்வு செய்தபின் இன்னும் கூடுதல் படைகளுடன் வந்து சேர்ந்தபின் தாக்குதலைத் தொடுக்கலாம் என அலிமர் ஆலோசனை கூறியிருந்தார். ஆனால் முன்னேற்றம் அவ்வளவு எளிமையாக இல்லை. மழை தொடர்ந்து பெய்ததில் வழியெங்கும் சகதியும், புதைமணலுமாகக் காணப்பட்டது. பீரங்கி வண்டிகள் மற்றும் பிற சரக்கு வண்டிகளைத் தள்ளிச் செல்வது பெரும் சிரமமாக இருந்தது. படைகளின் முன்னேற்றம் வெகுவாகத் தடைபட்டது. படைவீரர்கள் விரைவில் களைப்படைந்து போயினர். மேலும் அந்தப்

பகுதி ஒரு சதுரமான மைதானம் போன்ற வெளி. அதில் ஏற்கனவே அகழிக் கோடு அமைத்து ஒட்டாமன் துருக்கிப் படைகள் மறைவாக இருந்தன. இந்தியப் படைகள் திறந்த வெளியில் எளிதில் தாக்குதலுக்கு இலக்காக வேண்டியிருந்தது. அந்த நிலப்பகுதியைப் பார்த்த ஜெனரல் யங் ஹஸ்பண்ட் படைகள் ஒரு பில்லியர்ட்ஸ் போர்டில் இருப்பதைப் போன்று உணர்வதாக தனது தளபதி கெபலிடம் சொன்னார். அவர்கள் தங்கள் படைகளை இரண்டு பிரிவாகப் பிரித்துக்கொண்டனர். டைகரிஸ் நதியின் வலது கரையில் படையை கெம்பலும், இடது கரையில் ஜெனரல் யங் ஹஸ்பண்டும் படையை வழி நடத்தி முன்னேறினர். துருக்கிகளின் அகழிகள் நீண்டிருந்தன. அதன் முடிவும் அது எந்த பக்கம் செல்கிறது என்பதை வெறும் கண்களால் அறிவது கடினமாக இருந்தது. விமானங்கள் பறந்து சென்றால் எளிதில் சொல்ல முடியும். ஆனால் விமான உதவியும் கிடைக்கவில்லை.

துருக்கிப் படைகள் டைகரிஸ் நதியின் வலது மற்றும் இடது கரைகளில் தங்கள் அகழியை அமைத்திருந்தனர். ஷேக் ஷாத் பகுதியைப் பாதுகாத்து வந்த ஒட்டாமன் துருக்கி 35 வது படைப்பிரிவு குட்டிக்கு வரும் பிரிட்டிஷ் இந்தியப் படைகளைத் தாக்கத் தயாராக இருந்தனர். அவர்களை எதிர்கொண்டபோது ஜெனரல் அலிமர் வரும்வரை காத்திருக்க வேண்டும் என்ற ஆலோசனையை அப்படியே கடைபிடிக்கும் சூழல் இல்லை. காலை 10 மணியளவில் ஜெனரல் யங் ஹஸ்பண்ட் ஒட்டாமன் துருக்கி படைகள் மீது தாக்குதலைத் தொடுத்தார். துருக்கிகள் அகழிக்குள் இருந்தனர். இந்தியப் படை திறந்த வெளியில் நின்றது. படையினர் படுத்துக்கொண்டு சுட்டனர். வலது கரையில் முன்னேறிய கெம்பல் துருக்கியின் ஓர் அகழியைக் கைப்பற்றினார். ஒரு குழு துப்பாக்கியால் சுட்டுக்கொண்டிருக்க மற்றொரு படைக்குழு துருக்கியின் குண்டுகளிலிருந்து தப்பிக்க ஆள் உட்கார்ந்தால் மறையும் அளவு அகழிக்கோட்டைத் தோண்டியது. அது அவ்வளவு எளிதாக இருக்கவில்லை. அந்தப் பணியில் ஈடுபட்ட பல தொழிலாளிப் படைப்பிரிவினர் மற்றும் வீரர்கள் குண்டு பாய்ந்து சரிந்தனர். மாலை 4 மணிக்கு சண்டை நிறுத்தப்பட்டது. அன்றைய தாக்குதலில் சுமார் 600 படை வீரர்களை பிரிட்டிஷ் இந்தியப் படைகள் பறி கொடுத்தன.

அடுத்த நாள் ஜெனரல் அலிமர் தனது படைக்குழுவோடு ஷேக் ஷாத்துக்கு வந்து சேர்ந்தார். அவர் துருக்கிப் படைகளின் கவனம் முழுவதையும் டைகரிஸ் நதியின் இடது கரையில் இருப்பதுபோல தாக்குதலைக் கட்டமைத்தால், வலது கரையில் முன்னேறி குட் நகரை அடைந்து விடலாம் எனக் கருதினார். அப்போது கடும் மூடு பனி இருந்தது. அதனைப் பயன்படுத்தி டைகரிஸ் நதியின் கரையின் இரு புறத்திலும் முன்னேறினர். சில மைல்கள் முன்னேறிய பின் மூடு பனி விலகி கடுமையான வெயில் அடித்தது. படைகள் மதிய உணவு எடுத்துக்கொள்ள உத்தரவிடப்பட்டது. சமையல் செய்து கொண்டிருந்தபோது காற்றைக் கிழித்துக்கொண்டு குண்டு ஒன்று

வந்து விழுந்து வெடித்துச் சிதறியது. மஞ்சள் மற்றும் பழுப்பு நிற நெருப்பு சிதறல்களில் சமையல் செய்து கொண்டிருந்த படை வீரனின் கைகால்கள் சிதறி விழுந்தன. அவர்கள் அப்படியே ஓடிப்போய் தங்களின் ஆயுதங்களின் பின் நின்று தாக்கத் துவங்கினர். பிரிட்டிஷ் இந்தியப் படைப்பிரிவின் கனரக பீரங்கியில் இருந்து சார்பனல் குண்டு என்ற ஒற்றை பீரங்கி குண்டு வெடித்துச் சிதறி பல சிறிய குண்டுகளாக துருக்கிப் படைகளைத் தாக்கியது. வெயிலில் மணல் பரப்பில் கானல் வெளி தென்பட்டது. அது துருக்கிகளின் அகழிகளைக் காண்பதை சிரமமாக்கியது. இயந்திரத் துப்பாக்கிப் பிரிவுக்கு இது தாக்குதலைத் துல்லியமாக்குவதை சிரமமாக்கியது. 92வது பஞ்சாபி படைப்பிரிவு துருக்கிப் படைகளை ஊடறுத்து முன் சென்றது. பல வீரர்கள் குண்டடிபட்டு விழுந்தபோதும், அவர்கள் துருக்கிகளின் தாக்குதலை உடைத்தனர். அடுத்த நாள் ஒட்டாமன் துருக்கிப் படைகள் அங்கிருந்து முற்றிலும் விரட்டப்பட்டனர். ஷேக் ஷாத் பகுதி பிரிட்டிஷ் இந்தியப் படைகள் கட்டுப்பாட்டுக்குள் வந்தது. ஆனால் அதற்கு கொடுத்த விலை 4,400 படைவீரர்களின் மரணம். பலர் கடுமையான காயம் அடைந்தனர்.

காயம் அடைந்தவர்கள் பலர் படகு மூலம் பஸ்ராவிற்கு அனுப்பி வைக்கப்பட்டனர். படகில் இடமில்லாததால் படகு அங்கிருந்து பஸ்ரா போய் திரும்பும் வரையில் பலர் காயத்தோடு உயிரைப் பிடித்துக்கொண்டு இருந்தனர். படைப்பிரிவில் இருந்த மருத்துவப் படையணி போதுமானதாக இல்லை. காயம் பட்டவர்களுக்கு போதிய மருந்துகள் இல்லை. அவர்கள் எதிர்பார்த்து வந்ததை விட சேதம் அதிகமாக இருந்தது. பிரிட்டிஷ் இந்தியப் படைகள் ஷேக் ஷாத்திலிருந்து பத்து மைல் வடக்கே நதிக்கு மேலே முன்னேறினால் வாடி பகுதியை அடையலாம். பின் அங்கிருந்து ஆறே மைல் தொலைவில்தான் குட் நகரம் இருந்தது. ஆனால் துருக்கிப் படைகள் வாடி பகுதியைச் சுற்றி அகழியைத் தோண்டிக் காத்திருந்தனர்.

ஜெனரல் அலிமர் மழையின் காரணமாக ஏற்பட்ட சகதியினால் முன்னேறுவது தடைபடுவதாகவும் ஷேக் ஷாத்திலிருந்து வாடி பகுதிக்கு வரப்போவதாகவும் தந்தியினை குட் நகருக்கு அனுப்பியிருந்தார். அப்போதுதான் ஷேக் ஷாத் போர் குறித்து மேஜர் ஜெனரல் டவுன்செண்ட் அறிந்தார். சில மைல்கள் தூரத்தில் மீட்புப் படை வந்து விட்டது என்பது ஒரு நம்பிக்கை தரும் செய்தி என அவர் கருதினார். அப்போது குட் மேஜர் ஜெனரல் அலுவலகத்திற்கு வந்த கர்னல் அனலிசி, நகரில் தானியம் சேமித்து வைத்திருந்த குடோனிலிருந்து 1000 மூட்டைகள் கோதுமை மாவு திருட்டு போயிருப்பதாக சொன்னார். அது மேஜர் ஜெனரலுக்கு பெரும் கோபத்தையும் கவலையையும் ஏற்படுத்தியது.

“முட்டாள், முட்டாள்” எனக் கடிந்து கொண்டார்.

அது ஒரு பெரும் இழப்பு. அந்தத் திருட்டை நகரத்தில் உள்ள அரேபிகள்தான் செய்திருக்க வேண்டும் என்பது எல்லோருக்கும் தெரியும். ஆனால் பொத்தாம் பொதுவாக எவரையும் குற்றம் சுமத்த முடியாது. அவர் எல்லாப் படையணிகளும் தங்களின் தானியக் கையிருப்புகள் பற்றி உடனே அவருக்குத் தெரிவிக்க உத்தரவிட்டார். அந்தத் தகவல்கள் ஒரு சில மணி நேரத்தில் வந்தது. அதன்படி பிரிட்டிஷ் படைகளுக்கும் இந்தியப் படைகளுக்கும் ஒரு மாதம் உணவு இருந்தது. தானியங்கள் மற்றும் டின் இறைச்சி ஒரு வாரம், தேநீர் தூள் இரண்டு வாரம் வரும். கால்நடைத் தீவனம் ஒரு வாரம் தாங்கும் எனக் கணக்கிடப்பட்டது. மீட்புப் படைகள் வரும் வரை படைகள் இந்த உணவை வைத்து சமாளிக்க முடியும்.

“உணவு திருடியவர்களைக் கண்டுபிடித்து சுட்டுக் கொல்ல வேண்டும். அதுவும் எல்லோரும் வேடிக்கை பார்க்க பொதுவெளியில். பாடம் கற்பிக்க வேண்டும்” என மேஜர் ஜெனரல் உத்தரவிட்டார்.

அந்த உணவுக் கிடங்கில் வெறும் கோதுமை மாவு மட்டுமல்ல தேநீர் மற்றும் தானியங்களும் இருந்தன. அது ஒருநாளில் திருடப்பட்டிருக்க வாய்ப்பில்லை. குண்டுவீச்சு நடக்கும்போது நகரவாசிகள் எல்லோரும் உயிரைப் பாதுகாக்க பதுங்குகுழிகளுக்குள் முடங்கிக் கிடக்கும் சமயம், உள்ளூர் காவல்படையினரும், ராணுவத்தினரும் போரில் கவனம் செலுத்தி வரும் போது, திருடர்கள் உயிரைப்பற்றிக் கவலைப்படாமல் திருடியிருக்க வேண்டும்.

மேஜர் ஜெனரல் படைகள் காலதாமதம் செய்வது துருக்கிகளுக்கு வாய்ப்பளிப்பதாக முடியும் எனக் கருதினார். ஒரு பத்து மைல் அவர்கள் சிரமம் பார்க்காமல் கடக்க முடியும் என்றால் குட்டை அந்த மீட்புப் படை அடைந்து விடும். ஒட்டாமன் துருக்கிப் படைகளுக்கு வாய்ப்பு அளிக்கும் ஒவ்வொரு நொடியும் அவர்கள் கூடுதல் படைகளைக் கொண்டு வந்து குவிக்கின்றனர் என்பதால் அவர் கவலை அடைந்தார். ஆனால் அது போன்ற ஊடறுத் தாக்குதல் பெருத்த சேதத்தை உண்டாக்கிவிடும் என ஜெனரல் அலிமர் தயங்கினார்.

அன்றைய தினம் குட்டின் கிழக்குப்புற பகுதியில் தூரத்தில் ஹை நதியினை துருக்கியின் சுமார் 600 ஒட்டகப் படையினர் கடந்து வந்திருந்தனர். அவர்கள் தூரத்தில் கூடாரங்களை அமைத்திருந்தனர். பின் அந்தப் படையினர் துருக்கி மையப் படைப்பிரிவுடன் சென்று சேர்ந்து கொண்டனர்.

அன்று மாலை மேஜர் ஜெனரல் டவுன்செண்ட் மருத்துவமனைக்குச் சென்றார். அவருடைய காருக்கு முன்னால் கேப்டன் கல்யாண் மற்றும் பாதுகாப்பு குழு வந்தது. அந்தப் பாதுகாப்புக்குழு காரை வில்லியம்ஸ்தான் ஓட்டிவந்தான். நகரில் மேஜர் ஜெனரலின் பாதுகாப்புக்கு கூடுதல்

முக்கியத்துவம் தரப்பட்டது. சுற்றிலும் சந்தேகப்படும்படி எவரும் இல்லை என்பதை உறுதிப்படுத்தினர். மேஜர் ஜெனரல் மருத்துவமனைக்குள் சென்று காயம்பட்டு சிகிச்சை பெற்று வருபவர்களிடம் அனுசரணையாக விசாரித்தார். வில்லியம்ஸ் மருத்துவமனைக்கு வெளியே வந்து நின்று கொண்டான். அது பாதுகாப்புப் பணியின் ஓர் அங்கமாகும். அப்போது தேநீர் விற்கும் ஓர் அரேபிப் பையன் அவனை அறிந்தவன் போல சிரித்தான். அவனை எங்கோ பார்த்தது போலிருந்தது. அவனால் தெளிவாக அடையாளம் காண முடியவில்லை. அவன் கையில் வைத்திருந்த தேநீர் பாத்திரத்தின் அடியில் சூடான நெருப்புக் கரிக்கட்டைகள் தொடர்ந்து அந்தப் பாத்திரத்தில் இருந்த தேநீரை சூடாக வைத்திருந்தது. அவன் வில்லியம்ஸ் அருகில் பாத்திரத்தை வைத்து உட்கார்ந்து சூடான தேநீரை ஒரு தம்ளரில் ஊற்றிக் கொடுத்தான். அந்நேரம் குளிர்க்காற்று வீசத் துவங்கியிருந்தது. அவன் தேநீர் பையனைப் புரியாமல் பார்த்தான். அவனோ "கொஞ்சம் குடியுங்கள்" என்றான் வில்லியம்ஸ் தயங்குவதைப் பார்த்து,

"என்னைத் தெரியவில்லையா? நான் நசீமின் நண்பன்... அக்ரம். அதுதான் அய்னி அக்காள் தம்பி நசீம்" என்றான். வில்லியம்ஸுக்கு கொஞ்சம் அடையாளம் காண முடிந்தது. ஆனால் அய்னியை நினைவுபடுத்தினால் எளிதில் புரியும் என இவனுக்கும் தெரிந்திருக்கின்றது என நினைத்தான். ஆற்றங்கரையில் அவனும் நசீமும் இருந்தபோதுதான் ஒருவன் இருவரையும் பிடித்து இழுத்துக்கொண்டிருந்தான். "அட நீயா? மறந்துவிட்டேன். நீ தேநீர் விற்கின்றாயா?" என்றான் வில்லியம்ஸ். பையன் தேநீரை நீட்டியபடி இருந்தான். வில்லியம்ஸ் வாங்காவிட்டால் அவன் முகம் வாடி விடும். அவன் கண்களைப் பார்த்தான். பின் அன்போடு வாங்கினான். பையனின் முகம் பிரகாசமடைந்தது. சாலையின் ஓரம் இருந்த திட்டில் சிறுவனுக்குப் பக்கம் உட்கார்ந்தான். அவன் அந்தத் தேநீரை வாங்கிக் கொஞ்சம் உறிஞ்சினான். அந்தத் தேயிலையின் சுவை அவர்களுக்கு வழங்கப்பட்ட ரேசன் தேயிலை போல இருந்தது. அவனிடம் இந்தத் தேயிலை எங்கே கிடைக்கிறது எனக் கேட்க வேண்டும் எனத் தோன்றியது. ஆனால் பையனின் முகத்தில் பெரும் சோகம் இருந்ததைக் கண்டான்.

"உன்னோட தேநீர் ரொம்ப சுவையாக இருக்கிறது. யாரு போட்டது?" என்றான்.

"அம்மா". அவன் தலையைக் குனிந்து கொண்டான். சில நொடிகளில் அவன் கண்களிலிருந்து கண்ணீர் வழிந்தது.

"ஏண்டா கண்ணீர் வி‌டறே?"

"நான்கு நாளுக்கு முன் எங்க அப்பா செத்துப் போய்விட்டார். அவர் எங்களோடுதான் இருந்தார். மழை பொழிந்தபோது கன்று ஈன்ற மாட்டை

நனையாமல் இருக்க அதனையும் அதன் கன்றையும் மாட்டுப் பட்டிக்கு உள்ளே கட்ட வந்தார். அப்போது ஒரு குண்டு எங்கள் மாட்டுக் கொட்டகையின் மீது விழுந்தது. அதுவரை நாங்கள் அப்பாவைப் பார்த்துக்கொண்டுதான் இருந்தோம். வெடிப்பும் புகையும் இருந்தபோதும் அவர் ஒதுங்கி நிற்பார் என்றுதான் நினைத்தோம். ஆனால் அப்பாவின் பாதி உடலைத்தான் பார்க்க முடிந்தது. அந்த இடமே பெரும் பள்ளம் போல ஆகி விட்டது. நாங்க என்ன தவறு செய்தோம். சொல்லுங்க.” அவன் கண்களிலிருந்து இடைவிடாது கண்ணீர் பெருக்கெடுத்தது. அவன் அதனைத் தேக்கி வைத்திருக்கக் கூடும். வில்லியம்ஸைப் பார்த்ததும் கொட்டி விட்டான்.

“கடவுளே”

“அன்றைக்கு ஆற்றங்கரையிலே நீங்க வந்ததாலே நாங்க தப்பினோம். உங்களைப் பார்த்து நன்றி சொல்லனும்னு அப்பா விரும்பினார். புதிதாக கன்று ஈன்ற மாட்டின் சீம்பாலை தர விரும்பினார். அதுக்குள்ளே இறந்து போயிட்டார். அந்த மாடுகளும் செத்து விட்டன. இப்போ அப்பா ஆசையை நிறைவேற்றிவிட்டேன். நன்றி.”

அவன் மனதை எதுவோ பிசைந்தது. அவனிடம் அவனுக்குத் தர எந்தப் பொருளும் இல்லை. தனது கைக் கடிகாரத்தைக் கழட்டி அவனுக்குத் தர முயன்றான். அந்தச் சிறுவன் வாங்கவில்லை. வில்லியம்ஸ் மிகவும் உணர்ச்சி வயப்பட்டிருந்தான்.

“உன் பெயர் என்ன சொன்னாய்?”

“அக்ரம். அதற்குப் பெருந்தன்மையானவன் என அர்த்தம் என்று அப்பா சொல்வார்.”

“அக்ரம் நானும் உன் வயசிலே அப்பாவை இழந்தவன்தான். அந்த வலி எனக்கு இப்போ வருது. நான் உனக்கு அண்ணா மாதிரி. கடவுள் உன்னை வழி நடத்துவார்.”

அவன் கண்களைத் துடைத்துக்கொண்டான்.

“நீங்க போகும்போது நசீமோட அக்காவை கூட்டிகிட்டு போய் விடுவீங்களா?”

“யாரு அப்படி சொன்னா?”

“அய்னிதான் அப்படி அவள் தம்பிகிட்டே சொல்லி இருக்கின்றாள். அவன் அக்காவைப் பிரிய முடியாமல் கவலையில் இருக்கின்றான்.”

வில்லியம்ஸுக்கு குற்ற உணர்வு வாட்டியது. ஒரு கணம் யோசித்தான். அவன்தான் இங்கே இருக்க முடியுமா? அவளைத்தான் கூட்டிப்

போக முடியுமா? ஒரு பெண்ணின் மனதில் தேவையற்ற ஆசைகளை வளர்க்கின்றோமா? அவனால் விடை காண முடியவில்லை. அவனுக்கு பேச்சு வர மறுத்தது. பின் தொண்டையைச் செருமிக்கொண்டு,

“அவள் விளையாட்டுக்கு சொல்லி இருப்பாள்.”

“உண்மையாவா? அப்போ நீங்க இங்கேயே இருந்திடுங்க. ஊரை விட்டுப் போகாதீங்க. சரியா?”

வில்லியம்ஸ் என்ன பேசுவது எனத் தெரியாமல் தடுமாறி மௌனமானான்.

“இதைக் கேட்டால் நசீம் இனிக் கவலைப்படமாட்டான். அவன் வீடுள்ள தெருவில்தான் என் வீடும். சரி அண்ணா நான் போய் வருகிறேன்” என அவன் எழுந்தான். அவனை நெற்றியில் முத்தமிட வேண்டும் என வில்லியம்ஸுக்குத் தோன்றியது. முத்தமிட்டான்.

“பத்திரமாக சீக்கிரம் வீட்டுக்குப் போ” என்றான்.

அவன் தேநீர் பாத்திரத்தின் அடியில் கனன்று கொண்டிருக்கும் தீக் கங்குகளை ஒருமுறை ஊதி விட்டு எழுந்து நடந்தான். அவன் போவதை வில்லியம்ஸ் பார்த்துக் கொண்டிருந்தான். மிகவும் பலகீனமாக உணர்ந்தான். இப்படி உணரும்போது தன் அம்மா முகம் அவனுக்கு வந்து போகின்றது. அவள் மடியில் தலை வைத்து உறங்க வேண்டும் போல சின்ன ஆசை எழுந்தது. கண்களிலிருந்து வழிந்த கண்ணீர் அவன் பார்வையை மங்கச் செய்தது. அப்போது அவனை யாரோ அழைத்து உலுக்குவதை உணர்ந்தான். கேப்டன் கல்யாண் அவனை உலுக்கினான். அவன் கண்களில் வழிந்திருந்த கண்ணீரைப் பார்த்தான்.

“என்ன நடந்தது?”

“ஒன்னுமில்லை கேப்டன், எனக்கு திடீர்னு அம்மா நியாபகம்” என்றான்.

“போடா முட்டாள். எதுக்கு தனியா வெளியே வந்து நின்றாய். இப்படி யோசித்துக் கொண்டிருந்தால் பலம் போய்விடும். சரி. வண்டியை எடு. மேஜர் ஜெனரல் கிளம்பத் தயாராகிவிட்டார்.”

வில்லியம்ஸ் காரை செலுத்தும்போது அவன் முகம் இருளடைந்து காணப்படுவதைப் பார்த்து அருகில் அமர்ந்திருந்த கேப்டன் கல்யாண் வில்லியம்ஸின் தோள்களை ஆறுதலாகத் தொட்டான். குளிர்க்காற்று விசு விசுவென வீசியது.

ஜனவரி 13ஆம் தேதி குட்டிலிருந்து ஐந்து மைல் தொலைவில் உள்ள வாடியை மீட்புப் படை அடையும்போது குட்டைச் சுற்றி உள்ள துருக்கிப் படைகளை மூன்று மைல்கள் பின்னுக்குத் தள்ளிவிட்டால் இரண்டு பக்கமும் அது தாக்குதலுக்கு உள்ளாகி விடும் என ஜெனரல் அலிமர் தந்தி கொடுத்திருந்தார். ஆனால் துருக்கிப் படைகளின் எண்ணிக்கை கூடுதலாக இருந்தது. அது பின் செல்லும் நிலையில் இல்லை. மேலும் அதுபோன்ற தாக்குதல் ஏராளமான வீரர்களை இழக்கவேண்டிய நிலைக்குத் தள்ளும். பெரும் பலன் தருவதாகவும் கள நிலைமை இல்லை. எனவே மேஜர் ஜெனரல் அந்தத் திட்டத்தைக் கைவிட்டார். மீட்புப் படைகள் முன்னேறி வந்தால் அதற்கு உள்ள தடைகளைத் தகர்த்துத் தருவது மட்டுமே எளிதாக இருக்கும் எனக் கருதினார்.

ஐந்து மைல்களுக்கு அப்பால் உள்ள வாடி ஆற்றுப் பள்ளத்தாக்கில் வாடி நீரோடை வந்து டைகரிஸில் கலக்கின்றது. அந்த இடத்தில் பலமான அகழிகளைத் துருக்கிப் படைகள் தோண்டி இருந்தன. அன்று மதியம் சுமார் 11 மணியளவில் மூடு பனி சூழ்ந்திருந்ததை சாதகமாக்கி டைகரிஸ் நதியை இடது புறமாகக் கடந்து வர பிரிட்டிஷ் கனரகத் துப்பாக்கிக் குழு முயன்றது. நதியின் இடது கரையில் யங்ஹஸ்பண்ட் மற்றும் வலது கரையில் கெம்பல் தலைமையிலான குழுக்கள் முயன்றன. ஆனால் அது அவ்வளவு எளிதாக இல்லை. பிரிட்டிஷ் இந்தியப் படையின் சிறு ரகத் துப்பாக்கி வெடிப்புகள் துருக்கிகளை எச்சரிக்கை செய்திருக்க வேண்டும். அவர்கள் எதிர்த் தாக்குதலைத் தொடுத்தனர். துருக்கிகள் அமைத்திருந்த அகழிகள் அவர்களுக்கு மறைவைக் கொடுத்தன. பிரிட்டிஷ் இந்தியப் படைகள் எளிதில் துருக்கி குண்டுக்கு இலக்காகும் நிலை இருந்தது. ஆனாலும் துருக்கியின் அகழியை பிரிட்டிஷ் இந்தியப் படைகள் கைப்பற்றினர். மாலையில் ஜெனரல் அலிமர் போரை நிறுத்த உத்தரவிட்டார். துருக்கிப் படைகள் பின் வாங்கின. ஆனால் அதனை விரட்டிச் செல்லும் நிலையில் மீட்புப் படை இல்லை. முடிவில் அன்று மட்டும் 40 பிரிட்டிஷ் அதிகாரிகள் போரில் கொல்லப்பட்டிருந்தனர். அதுவன்றி 1600 வீரர்கள் கொல்லப்பட்டும், கடுமையான காயம் காரணமாகவும் படையணியில்

இல்லாமல் போயிருந்தனர். காயம் பட்டவர்களை நிர்க்கதியாக விட்டு விட்டு முன்னேற முடியாது. அவர்களைக் கவனிப்பதும் அவசியமாக இருந்தது. அந்தச் சூழலில் முன்னேறுவது படையினை இழப்பதில் போய் முடியும் என்பதால் அங்கிருந்து ஐந்து மைல் வடக்கே முன்னேறுவதற்குப் பதிலாக தெற்கே பின் வாங்கியது பிரிட்டிஷ் இந்தியப் படை. அன்றைய போரில் அது கொடுத்த விலை அதிகம். வாடியைக் கைப்பற்றியபோதும் அது ஒரு தோல்வி என்றே ஜெனரல் அலிமர் கருதினார். மழை கடுமையாகப் பெய்தது. திரும்பவும் வருவதாக அவர் குட்டில் உள்ள மேஜர் ஜெனரல் டவுன்செண்ட் அலுவலகத்திற்கு தந்தி அனுப்பிவிட்டு பின்வாங்கினார். வாடியில் வீசப்பட்ட குண்டின் சப்தம் குட்டில் கேட்டது. தங்களை மீட்க ஜெனரல் அலிமரின் மீட்புப் படை துருக்கியின் முற்றுகையினை ஊடறுத்து வந்துவிடுவார்கள் என குட்டில் பிரிட்டிஷ் இந்தியப் படைகள் காத்திருந்தன. அவ்வாறு அப்படைகள் வரும்போது வலது புறத்திலிருந்து குட்டை அடைய டைகரிஸ் நதியில் ஒரு தற்காலிக மிதவைப் பாலத்தை அமைக்க ஐம்பதிற்கும் மேற்பட்ட மெகலாஸ் என்ற சிறு நாட்டுப் படகுகள் குண்டு வீச்சில் பாதிப்படையாமல் கரைக்கு அப்பால் வைக்கப்பட்டிருந்தன. படைகள் வரும்போது ஒன்றன் பின் ஒன்றாக அந்தப் படகுகளை வரிசையாக நதியின் குறுக்கே நிறுத்திக் கட்டி அதன் மேல் ஒரு தற்காலிகப் பாலத்தை மர கட்டைகள் மற்றும் அதற்கு மேல் பின்னப்பட்ட பேரிச்சை மரக் கீற்றுக்களைப் பயன்படுத்தி அமைப்பது அவர்கள் திட்டம். ஆனால் அவர்களுக்கு அலிமர் அனுப்பிய தந்தி மூலம் அன்று ஏமாற்றமே மிஞ்சியது.

விடிந்தபோது தூரத்தில் வாடியிலிருந்து பின்வாங்கிய துருக்கிப் படைகளை அவர்கள் கண்டனர். அவர்கள் வாடியில் சுமார் 2000 துருக்கிப் படை வீரர்கள் கொல்லப்பட்டோ அல்லது கடுமையான காயம் அடைந்தோ படையில் இல்லாமல் போயிருக்கக் கூடும் என்று அறிந்தனர். அதன் தொடர்ச்சியாக அன்று ஒரு அசாதாரணமான சூழலை பிரிட்டிஷ் இந்தியப் படைகள் கவனித்தன. துருக்கி ராணுவம் சுறுசுறுப்பாக இருந்த நிலை ஒரு முக்கிய அதிகாரியின் வரவை உறுதி செய்தது. வடக்கே இருந்து வந்த கார்கள் பாக்தாத்திலிருந்து வந்திருக்கக் கூடும். வழக்கமாக இதுபோன்ற சமயங்களில் தாக்குதலை துருக்கிப் படைகள் அதிகரிக்கும் என்பதால் படையணிகள் எச்சரிக்கை செய்யப்பட்டிருந்தன. வில்லியம்ஸ் அன்று அவர்களின் முதல் அகழிக்கோட்டில் மேற்குப் புறமிருந்த படையணிக்குச் சென்றிருந்தான். டைகரிஸில் தேவைப்பட்டால் மிதவைப் பாலம் அமைக்க வேண்டி வைக்கப்பட்டிருந்த மெகலாஸ் படகுகளின் நிலை பற்றி பொறியாளர் பிரிவு தளபதிகளுடன் நேரில் பேசி அதனைத் தலைமை நிலையத்திற்கு சொல்லவேண்டிய பணி கொடுக்கப்பட்டிருந்தது.

அவன் அங்கு சென்றபோது சுமார் பதினொரு மணியிருக்கும். பீல்ட் மார்சல் கோல்ட்ஸ் வந்து விட்டதன் அறிகுறியாக துருக்கிகள் அவர்களின் முதல் அகழியிலிருந்து ஒரு செல்லை மேற்குப் படையணியை நோக்கி வீசினர். அதன் பின்பு பிரிட்டிஷ் இந்தியப் படைகள் திருப்பிச் சுட்டன. வில்லியம்ஸ் முதல் அகழியில் இருந்தான். அகழியில் இருந்து துப்பாக்கிப் பிரிவின் குழுவுக்கு உதவுவதற்காக அவர்களின் பைனாக்குலரை வாங்கி, அவன் அகழியின் விளிம்பில் தலையை சற்றுத் தரையோடு ஒட்டியபடி எதிரே தூரத்தில் இருந்த துருக்கியின் முதல் அகழியைப் பார்த்தான். அந்த அகழியில் சுமார் எழுபது வயது மதிக்கத்தக்க வெள்ளை மனிதர், வட்ட வடிவக் கண்ணாடியை அணிந்திருந்தார். கன்னங்களில் தொங்கிய சதைகள் அவரின் நெடிய அனுபவத்தைச் சொல்லின. அந்த மனிதர் தனது தொப்பியைச் சரிசெய்தபடி பிரிட்டிஷ் அகழியை எதையோ நோக்கி சொல்லிக்கொண்டிருந்தார். அவருடன் சில வெள்ளையர்கள் இருந்தனர். அவர்கள் துருக்கியர்கள் கிடையாது. ஜெர்மனியர்களாக இருக்கவேண்டும். அந்த உருவத்தை உற்று நோக்கினான். அவரின் உடையும் அதில் இருந்த மெடல்களும் அவரைச் சுற்றி பவ்வியமாக நின்ற கூட்டமும் அன்றைய தினத்தில் வந்திருந்த எச்சரிக்கையும் அவர்தான் பீல்ட் மார்சல் வன்டெர் கோல்ட்ஸ் என உணர்த்தியது. வில்லியம்ஸ் கோல்ட்ஸ் எனக் கத்தினான். அருகில் இருந்த ஸ்னைப்பர் துப்பாக்கி வீரன் குறிவைத்து அழுத்தும்போது, ஒரு ஹோவிசர் பீரங்கியின் குண்டு ஒரு விநாடி முன்னதாக கோல்ட்ஸ் இருந்த அகழி அருகில் வெடித்தது. அந்த மனிதன் அடுத்த நொடி அகழிக் குழியில் மல்லாக்க விழுந்தார். ஸ்னைப்பர் குண்டு அவர் அருகில் உரசிச் போனது. அந்த வெடி ஒரு நொடிக்குப் பின் வெடித்திருந்தால் ஸ்னைப்பர் கோல்ட்ஸைக் கொன்றிருக்கும். அவர்கள் எச்சரிக்கையடைந்து விட்டனர். இல்லாவிடில் எல்லாம் முடிந்திருக்கும். ஒரு வரலாறு எழுதப்பட்டிருக்கும். மேலும் அந்தச் செயல் தொடர்ந்து குட் பிரிட்டிஷ் தலைமை நிலையத்தின் மீது நடக்கும் தாக்குதலுக்கு பதிலடியாக இருந்திருக்கும். சிதைந்து கிடக்கும் மருத்துவமனை, குட் நகரவாசிகளின் வீடுகள், அக்ரம் என்ற அந்த சிறுவனின் கண்ணீர் என எல்லாவற்றிக்கும் பதில் சொல்லியிருக்கலாம்.

சில நொடிகளில் அந்தத் தகவல் தலைமை நிலையத்திற்கு தொலைபேசி வழியே சொல்லப்பட்டது. அதனைக் கேட்ட மேஜர் ஜெனரல் டவுன்செண்ட் அடுத்த நொடியே போரை நிறுத்த உத்தரவிட்டார். மேலும் அந்தத் தாக்குதலுக்குக் காரணமான ஆட்களை அவர் வசைமாரி பொழிந்தார். அடையாளம் தெரியாத நமது போர் வீரர்களின் துப்பாக்கி மற்றும் ஏதோ ஒரு பீரங்கி குண்டு துருக்கி பீல்ட் மார்சல் கோல்ட்ஸ் பாட்ஷாவை கொல்லப் பார்த்தது என்ற அளவில் மட்டுமே அந்தச் செய்தியை அவர் அறிந்திருந்தார். பிரிட்டிஷ் துப்பாக்கிகள் மௌனமாயின. அதனைத் திரும்பத் திரும்ப தொலைபேசியில் கேட்டு உறுதிசெய்து கொண்டார். துருக்கி பீல்ட் மார்சல் கோல்ட்ஸ் ஒரு வெள்ளைக்கார ஐரோப்பியன்

மற்றும் ஜெர்மானியன். அவரை வைத்து உரையாடல் மேற்கொள்ள முடியும். சக வெள்ளையனான தனக்கு அது அனுகூலமாக இருக்கும். அந்த இடத்தில் ஒரு துருக்கி இருந்தால் எந்த தூதரகப் பேச்சுவார்த்தையும் சரிப்படாது. கோல்ட்ஸ் இருந்தால்தான் ராஜாங்க முயற்சிக்கு சரியாகவும் பாதுகாப்பாகவும் இருக்கும் என மேஜர் ஜெனரல் கருதினார். எனவே அவர் எதிரியின் மீது அதீத மரியாதைக்குச் சென்றார். இத்தனைக்கும் அவர் வீட்டின் மீது துருக்கியின் குண்டு விழுந்து ஏற்பட்ட பல விரிசல்கள் இன்னும் அப்படியே இருந்தன.

ஒருவேளை அவர் கொல்லப்பட்டால் நிலைமை இன்னமும் கடுமையாக மாறிவிடும் என நினைத்தார். அன்று முழுதும் தனது படைகள் அதிகப் பிரசங்கிகளாக நடந்து கொள்வதாக ஜெனரல்களிடம் சப்தமிட்டார். அவரைப் பொறுத்து நிலைமை கைக்கு அடங்காமல் போனால், ஒருவேளை போராட முடியாத சூழலில் அவர் தலைகுனிந்து நிற்கும்போது கௌரவமாக கைகுலுக்கும் ஒரு வாய்ப்பை அவர் தக்க வைக்க வேண்டும் என நினைத்தார். ஒட்டாமன் துருக்கிப் படை கோல்ட்ஸ் தலைமையில் இருப்பதுதான் தனது வீரர்களுக்குப் பாதுகாப்பானது எனக் கருதியிருக்கக் கூடும். வில்லியம்ஸ் இந்த செய்திகளை அறிந்த காரணத்தால், அவன் கோல்ட்ஸ் பாட்ஷாவை துருக்கியின் முதல் அகழியில் பார்த்தது குறித்து எவரிடமும் வெளிப்படுத்தவில்லை. அதில் தொடர்புடைய பிற வீரர்களும் அதையே செய்தனர். அப் படையணி ஜெனரல் டெல்மயினுக்கும் அந்த செல் தாக்குதல் கோல்ட்ஸைக் குறிவைத்து நடத்தப்பட்ட தாக்குதல் இல்லை எனச் சொல்லப்பட்டிருந்தது. அவரும் அதனையே மேஜர் ஜெனரலுக்குத் தெரிவித்திருந்தார்.

ஜனவரி 20ஆம் தேதி தலைமையிடத்திற்கு வந்த தகவலில் ஒட்டாமன் துருக்கிப் படைகளின் தளபதியாக நூருதீன் பாட்ஷாவுக்கு பதில் கலீத் பாட்ஷா நியமிக்கப்பட்டுள்ளார் என்று தெரிந்தது. நூருதீனுக்கு கொடுத்து அனுப்பிய தனது ஒரு பெட்டி சிகரெட்டை நினைத்துக்கொண்டார் மேஜர் ஜெனரல் டவுன்செண்ட். ஒட்டாமன் துருக்கியின் புதிய தளபதி கலீத் பாட்ஷா இங்கு வருவதற்கு முன் ஒட்டாமன் பகுதிக்கு உட்பட்ட கசகிஸ்தான் பிராந்தியத்தில் பணிபுரிந்து வந்துள்ளார். ஆர்மீனியப் பகுதியில் இருந்த மக்கள் அவர்களின் அடையாளத்தைத் தக்க வைக்க தொடர்ந்து குரல் எழுப்பி வந்தார்கள். ஒட்டாமன் பேரரசு அவர்களின் மக்கள் தொகையை வேண்டுமென்றே குறைத்துக் காட்டியது. அப் பகுதியில் முஸ்லீம் மக்கள் அதிகம் இருப்பதாக தனது அறிக்கையில் சுட்டிக்காட்டியது. அது தற்செயலானதல்ல. அதன் பின் ஒரு சதி இருந்தது. துருக்கியின் மேலாண்மையை எதிர்த்து ஆர்மீனியர்களின் சில குழுக்கள் ருஷ்யப் படைகளுக்கு உதவினர். இரண்டு ஆண்டுகளுக்கு முன் 1914இல் ருஷ்ய மன்னர் இரண்டாம் நிக்கலாய் ஆர்மீனிய தேவாலயத்திற்கு வந்து வழிபட்டார். அது வெறும் வழிபாடு அல்ல. அது ஒரு அரசியல் என ஒட்டாமன் பேரரசு கருதியது. அந்த வெறுப்பின் தொடர்ச்சியாக ஆர்மீனியர்கள் ஆயிரக்கணக்கில் கொல்லப்பட்டனர். அந்தப் பிராந்தியத்தில் துருக்கிப் படைகள் கண்ணில் கண்ட ஆர்மீனியர்களைப் படுகொலை செய்தன. ஒரு நகரில் ஒட்டாமன் படைகள் நுழைந்து சென்றால், ஆயிரக்கணக்கான ஆர்மீனிய உடல்களை அது தெருவெங்கும் சிதறடித்துவிட்டுச் சென்றது. ருஷ்யப் படைகளுக்கு இந்த உடல்களை எரிப்பதே பெரும் சவாலாக இருந்தது. சிறைபிடிக்கப்பட்ட பல ஆர்மீனியர்கள் முகாம்களில் நோயாலும் பட்டினியாலும் கொல்லப்பட்டனர். கலீத் பாட்ஷா கடந்த ஆண்டு மே மாதம் 15 ஆம் தேதி வான் என்ற ஆர்மீனிய நகரில் இருந்தபோது அவரின் படை ஆறாயிரம் ஆர்மீனியர்களின் சாவுக்குக் காரணமாக இருந்தது.

ஆர்மீனிய கிருத்துவர்களுக்கு இரக்கம் காட்டும் அல்லது அவர்களுக்கு புகலிடம் கொடுக்கும் முஸ்லீம் குடும்பங்கள் கண்டறியப்பட்டால், முதலில் அந்த வீடு தீக்கிரையாக்கப்பட்டது. பின் அந்த முஸ்லீம்கள்

கண்ணெதிரே அடைக்கலம் பெற்ற ஆர்மீனியர்கள் கொல்லப்பட்டனர். அதன்பின் அந்த முஸ்லீம் குடும்பம் கொல்லப்பட்டது. ஆர்மீனிய சமூகத்தில் வயது வந்த எந்த இளைஞனும் உயிரோடிருப்பது அவர்கள் போராடுவதற்கு வழி வகுக்கும் என ஒட்டாமன் பேரரசு கருதியது. அவர்கள் கொல்லப்பட்டனர் அல்லது சிறை பிடிக்கப்பட்டனர். பின்னர் இது எல்லா ஆர்மீனியர்களுக்குமானதாக மாறியிருந்தது. ஆர்மீனியர்களின் எல்லா கிராமங்களிலும் கொல்லப்பட்டவர்களின் உடல் எரிக்கப்படுவது தொடர்ந்தது. அவர்கள் சிறைபிடிக்கப்படுவதும், உயிருக்கு பயந்து தப்பி ஓடுவதுமாக இருந்தனர்.

மேஜர் ஜெனரல் டவுன்செண்டுக்கு அதுபற்றி எந்தக் கவலையுமில்லை. போரின் சில வடிவங்களில் அதுவும் ஒன்று, அதில் மனிதநேயம் பார்க்கவேண்டியதில்லை என அவர் கருதி வந்தார். ஆனால் துருக்கி ஜெனரல் கலீல் பாட்ஷா பேச்சுவார்த்தைக்கு ஏற்ற மனிதர்தான் என்பதையும் அவருக்கு பிரிட்டிஷ் அரசு மீது மரியாதை உண்டு என்பதையும், அவரின் மாமாதான் முன்பு இளம் துருக்கியர் இயக்கத்தின் தலைவர்களில் ஒருவராக இருந்த தற்போதைய ஒட்டாமன் பேரரசின் ராணுவ அமைச்சர் இஸ்மாயில் என்வீர் பாட்ஷா என்பதையும் அறிந்து வைத்திருந்தார்.

அவருக்குப் பஸ்ராவிலிருந்து ஜெனரல் நிக்சன் அனுப்பியிருந்த தந்தியில் ஒரு யோசனையைக் குறிப்பிட்டிருந்தார். காயம் பட்ட மற்றும் நோய்வாய்ப்பட்ட வீரர்களை குட்டில் விட்டுவிட்டு, ஆரோக்கியமான படை வீரர்கள் சண்டையிட்டவாறே டைகரிஸ் நதி வழியாக படகில் குட்டிலிருந்து வெளியேறி வந்துவிட வேண்டும் என்பதாகும். அந்தத் தந்தியினை வில்லியம்ஸ் கொண்டு போய்க் கொடுத்தான். அதனைப் படித்துவிட்டு விரக்தி கலந்த புன்னகையுடன் ஜெனரல் டவுன்செண்ட் வில்லியம்ஸைப் பார்த்து, "ஜூனியர் ஆபிசர், காயம்பட்டவர்களும், நோய்வாய்ப்பட்டவர்களும் என்னை எப்படிக் கருதுகின்றார்கள்?"

"உங்களை அவர்கள் நம்புகின்றார்கள். நீங்கள் அவர்களைக் காப்பாற்றுவீர்கள் என்பதே அவர்கள் உங்கள் மீது வைத்துள்ள நம்பிக்கை" என்றான் உடலை விறைப்பாக்கிக்கொண்டு அவரை நேரே பார்க்காமல்.

"அவர்கள் என்னை நம்புகிறார்கள். நான் ஒரு திருடனைப்போல அவர்களை நிர்க்கதியில் இங்கே விட்டுவிட்டுப் போய்விட முடியுமா?" என உதவியாளரைப் பார்த்தார். அவர் பதில் பேசாமல் தலைகுனிந்தார்.

மேஜர் ஜெனரல் உதவியாளரை குறிப்பெடுக்க கண்களில் சாடை செய்தார். அவர் தனது நோட்டை எடுத்து அதற்குத் தயாரானார். பின் தொண்டையைச் செருமிக்கொண்டு சொன்னார்,

“நான் என்னுடன் மூன்றாயிரம் வீரர்களைக் கூட்டிக்கொண்டு காயம்பட்ட நோய்வாய்ப்பட்ட சுமார் 5000 வீரர்களை குட்டில் நிர்க்கதியாய் எதிரிகளிடம் விட்டுவிட்டு வெளியேறுவது நியாயமற்றது. அந்த வீரர்கள் என்னோடு தோளோடு தோள்கொடுத்து நின்று நமது சாம்ராஜ்ஜியத்திற்காய் சண்டையிட்டவர்கள். மேலும் குட்டில் முக்கியமான கனரக ஆயுதங்களை விட்டுவிட்டு வெளியேறும்போது அது எதிரிகளின் கைகளுக்குப் போய் விடும்.

குட் மிக முக்கியமான ஓர் இடம். இங்கே நாங்கள் இருப்பதால்தான் எதிரிகள் டைகரிஸ் நதியை முழுதாகப் பயன்படுத்த முடியாமல் உள்ளார்கள். நாங்கள் இல்லாவிட்டால் அவர்கள் கீழே தடையின்றிப் பயணித்து ஒரு புறம் பஸ்ரா மறுபுறம் நசிரியா வரை வருவார்கள். நீங்கள் ஒரு பகுதியில் நின்றால் மறுபகுதியை இழக்க நேரிடும். இதுவரை ஆயிரக்கணக்கான நமது படை வீரர்களை இழந்து வெற்றி பெற்ற மெசபடோமியாப் பரப்பை இழக்கும் நிலை உருவாகும். அத்துடன் குட் ராணுவ முக்கியத்துவம் வாய்ந்த பகுதியும் கூட. நான் குட்டைத் தக்கவைத்துக்கொண்டிருப்பது ரஷ்யப் படைகள் எளிதில் கஸ்ரி ஐ சிம் பகுதியிலிருந்து வந்து பாக்தாத்தைக் கைப்பற்ற உதவும்” என்றார்.

உதவியாளன் குறிப்பெடுத்துக்கொண்டான். அவர் தொண்டையினைச் செருமிக்கொண்டு தனது அறையிலிருந்த சன்னல் வழியாக குட்டைப் பார்த்தார். அவரின் பின்னே அவரின் நாய் ஸ்பாட் வாலை ஆட்டிக்கொண்டு வந்து நின்று அதுவும் சன்னலைப் பார்த்தது. வானத்தில் கருமேகம் சூழ்ந்திருந்தது. மழை விரைவில் வரும் என்பதற்கு முத்தாய்ப்பாய் குளிர்ந்த காற்றும், தூரத்தில் எங்கோ மழை பெய்வதற்கான அறிகுறியாக பாலை மணலில் அது கலந்த வாசமும் வந்தது.

மழை தொடர்ந்து பெய்துகொண்டே இருந்தது. முதலில் சேறும் சகதியுமாயிருந்த முதல் அகழியில் தற்போது தண்ணீர் நிரம்பி வழிந்தோடியது. குட் நகரைச் சுற்றி வளைந்து ஓடும் டைகரிஸ் நதியின் வடக்கு படைப்பிரிவு முகாமையும் வடகிழக்குப் படைப்பிரிவு உள்ள கோட்டையையும் அந்த அகழிக்கோடு இணைக்கவில்லை ஒருபுறமிருந்து மற்றொரு புறம் டைகரிஸை இணைப்பது போல மழைத்தண்ணீர் ஓடியது. அந்த அகழியைக் கைவிட்டு இரண்டாம் அகழிக்கு இடம் பெயர்ந்தனர். அதேபோன்ற பாதிப்பு துருக்கியின் அகழிக்கும் நிகழ்ந்தது.

கடந்த வாரம் வாடி பள்ளத்தாக்கை கைப்பற்றியபோதும் ஐந்து மைல்கள் முன்னேறி வந்து குட்டை நெருங்க முடியாத அளவு தனது வீரர்களுக்கு கடும் பாதிப்பு ஏற்பட்டிருந்ததால் பின்வாங்கிச் சென்ற ஜெனரல் அலிமர், ஜெனரல் யங்ஹஸ்பண்ட் குழுவின் மீட்புப் படை மீண்டும் குட்டை நோக்கி முன்னேறத் துவங்கியது. ஆனால் அவர்கள் முன்னேறி வந்த பகுதியில் துருக்கிப் படைகள் அகழி அமைத்துக் கூடுதல் படைகளைக் கொண்டு வந்து குவித்திருந்தனர். அந்தப் படைகளின் எண்ணிக்கை சுமார் முப்பதாயிரம் வரை கூடியிருந்தது. மீட்புப் படையில் சுமார் பத்தாயிரம் பேர் மட்டுமே இருந்தனர். கடும் மழையும், குளிரும் அவர்களின் முன்னேற்றத்தை வெகுவாகப் பாதித்தது. இருந்தபோதும் அவர்களது படைக் குழுக்கள் ஊடறுத்து முன்னேறத் திட்டமிட்டன. அவர்கள் ஹன்னா என்ற இடத்தில் துருக்கிப் படைகளை எதிர்கொண்டனர். ஜனவரி 20ஆம் தேதி மதியத்திற்கு மேல் தாக்குதல் துவங்கியது. துவக்கத்தில் கனரகத் துப்பாக்கிகள் மூலம் செல் வீச்சு எனத் துவங்கியது யுத்தம். பின்னர் இரவில் குழுக்களாகப் பிரிந்து எதிரியின் அகழிகளைக் கைப்பற்றுவது எனத் தீர்மானிக்கப்பட்டது. மழை அவ்வப்போது கடுமையாகப் பெய்தது. இயல்பாக அது வீரர்களின் நம்பிக்கையை அசைக்கக் கூடியதாக இருந்தது. தன்னிடம் படைப்பிரிவுகள் எண்ணிக்கை குறைவு என்றபோதும் ஒரு சில வாரங்களுக்கு மட்டுமே குட்டில் உள்ள படைகளுக்கு உணவு கையிருப்புள்ளதைக் கணக்கில் கொண்டு அந்தத் தாக்குதலுக்கு ஜெனரல் அலிமர் முன்வந்திருந்தார். இரவில் குழுக்கள் குழுக்களாக அந்தக் கொடுமையான இரவின் சூழலிலும்

பிரிட்டிஷ் இந்தியப் படைகள் முன்னேறின. சதுப்பு நிலம், திறந்தவெளி மற்றும் குட்டைகள் என வாய்ப்புக் கிடைக்கும் இடங்களில் அவர்கள் தங்களை மறைத்து துருக்கியின் அகழியை நோக்கி முன்னேற முயன்றனர். காயம்பட்டவர்கள் அந்தத் திறந்தவெளி முழுவதும் சிதறிக் கிடந்தனர். இரவு முழுதும் சண்டை நடந்தது. ஆனால் துருக்கிகளின் அகழியைக் கைப்பற்ற முடியவில்லை.

பஞ்சாப்பின் 41 வது டோக்ரா படைப் பிரிவின் சுமார் 155 பேர் கொண்ட குழு எதிரியின் அகழியை ஏறக்குறைய நெருங்கியது. ஆனால் கடுமையான துப்பாக்கிச்சூடும் அகழி மற்றும் அதில் பாதுகாப்பாக உட்கார்ந்திருந்த ஸ்னைப்பர் துப்பாக்கிகளும் பிரிட்டிஷ் இந்தியப் படையினரின் சிறு அசைவையும் கண்டுகொண்டு அவர்களைச் சுட்டு வீழ்த்தியது. சிலர் காயங்களுடன் அந்தத் திறந்த வெளியில், பக்கத்தில் தண்ணீர் குறைந்த குட்டைகளில் மற்றும் சதுப்புவெளிகளில் குற்றுயிராய்க் கிடந்தனர். முன்னேற்றம் வெகுவாகத் தடைபட்டது. திறந்த வெளியில் கிடந்தவர்களின் உடல் அசையும்போது அதைக் குறி வைத்து துருக்கி ஸ்னைப்பர் துப்பாக்கிகள் சுட்டு அவர்களைப் பிணங்களாக்கினர். அப்போது அங்கு அக்குழுவுடன் முன்னேறிக்கொண்டிருந்த டோக்ரா படையின் லான்ஸ் நாயக் லல்லா என்ற இளைஞன் அதற்குமேல் முன்னேறுவதைக் கைவிட்டு தன்னைச் சுற்றி தரையைக் கைகளால் தோண்டி ஒரு பள்ளத்தை உருவாக்கினான். அதில் படுத்துக்கொண்டு மேலும் முடிந்த அளவு அந்தப் பள்ளத்தின் அளவை அதிகரிக்கும் வகையில் அதனை விரிவுபடுத்தினான். அந்தப் பள்ளம் ஸ்னைப்பர்களின் இலக்கிலிருந்து அவனை மறைப்பதாக இருந்தது.

அவன் முன்னே அப்பகுதியில் பல உடல்கள் கிடந்தன. அசைவற்று இருப்பவர்களை மட்டும் ஸ்னைப்பர் சுடவில்லை. அந்நேரம் மழை கடுமையாக பெய்தது. அந்த இடைவிடாத மழையிலும் அந்த ஸ்னைப்பர் துப்பாக்கிகள் சுட்டன. ஆனால் மழை வெள்ளத்தை ஏற்படுத்தியதால் அந்தக் குட்டைகள் நிரம்பின. அதில் காயமடைந்து எழ முடியாமல் இருந்தவர்கள் மற்றும் மயங்கிக் கிடந்தவர்கள் தண்ணீரில் முகத்தைத் தூக்க முடியாமல் மூழ்கி இறந்தனர். சதுப்பு நிலங்கள் மழைக்கு கொஞ்சம் தண்ணீரை வெளிப்படுத்தின. அப்போது கடுமையான குளிர்காற்று பனித்துகள்களுடன் வீசியது. அந்தக் குளிர் காற்று ஏற்கனவே நனைந்த உடல்களில் மேலும் இரத்த ஓட்டத்தைப் பாதிக்கும் ஹைப்போதர்மியாவுக்கு அவர்களைத் தள்ளியது. சற்று மூடுபனியால் வெளிச்சம் மட்டுப்பட்ட நிலையில் ஸ்னைப்பர் துப்பாக்கிகளின் ஆதிக்கம் குறைந்திருந்தது. அப்போது எதிரியின் அகழிக்கு சுமார் 400 அடி தூரத்தில் இருந்து யாரோ உதவி கேட்டு அழைக்கும் குரல் கேட்டது. லல்லா தரையோடு தரையாக ஊர்ந்து சென்று பார்த்தபோது அது அவர்களின் மேஜர் எனத் தெரிந்தது. அவருக்கு

இடுப்பில், காலில் குண்டு பாய்ந்திருந்தது. தலையில் இரத்தம் சொட்டியது. பனிக் காற்று இன்னும் புகை போல கடந்து கொண்டிருந்தது. அவன் அதனைச் சாதகமாக்கிக்கொண்டு மேஜரை தனது தோள் மீது சுமந்தபடி தான் தோண்டிய பள்ளத்திற்குக் கொண்டுவந்து படுக்கவைத்து இரத்தம் வெளியேறாமல் தனது தோள் பையிலிருந்து துணி எடுத்துக் கட்டுப் போட்டான். அப்போது படுத்துக் கிடக்கும் சில வீரர்கள் நெளிவதைக் கண்டு அவர்களையும் இழுத்து வந்து தனது பள்ளத்தில் போட்டு பத்திரப்படுத்தினான். அதை மேஜர் கனிவுடன் பார்த்துக்கொண்டிருந்தார். அப்போது மூடுபனி குறைந்ததால் மீண்டும் ஸ்னைப்பர் துப்பாக்கி குண்டுகள் சீறிப் பாய்ந்து விசில் ஊதுவதுபோலக் கடந்து சென்றன.

அப்போது துருக்கியின் அகழிக்கு சுமார் 200 அடி தூரத்தில் இருந்து உதவி கோரி ஒருவர் கூப்பிடுவது கேட்டது. மேஜருக்கு அது எதையோ உணர்த்தியது. அந்த குரல் இடைவிடாது கேட்டது. மேஜர் முகம் சோகத்தில் இருண்டது.

"அது அஜ்ஜுடன்ட்" என தனது உதவி அதிகாரியின் குரலை அவர் அறிந்துகொண்டார். ஆனால் அவன் கிடப்பது துருக்கியின் அகழிக்குப் பக்கத்தில். அதுவும் தற்போது மூடு பனி விலகிக்கொண்டுள்ளது. அவனைக் காப்பாற்ற வாய்ப்பில்லை என அவர் உறுதியாக நம்பினார். மீண்டும் உதவி அதிகாரியின் உதவி கேட்கும் குரல். அது துருக்கியருக்கு எட்டப்பட்டால் அடுத்த நொடி அந்த அதிகாரி சுடப்படுவார். லல்லா அவரைப் போய் மீட்டு வருகிறேன் என மேஜரிடம் சொன்னான்.

"முட்டாள்தனமாகப் பேசாதே. உன்னைக் கொன்று விடுவார்கள். அவர்கள் பார்வையில் சிறு அசைவு தெரிந்தாலே போதும்."

மீண்டும் அந்த அதிகாரியின் முனகல்.

"இல்லை மேஜர் நான் அவரை மீட்டு வரப்போகின்றேன். அனுமதியுங்கள்."

"அவன் விதி அவ்வளவுதான். சொல்வதைக் கேள். உனது உயிர் முக்கியம்."

அப்போது அந்த முனகலைக் கேட்டு சற்று தூரத்தில் படுத்துக் கிடந்த ஒரு வீரன் அவரை நோக்கி ஊர்ந்து முன்னேறினான். ஆனால் அடுத்த நொடி ஸ்னைப்பரின் இரண்டு குண்டுகள் அவனைச் சுட்டு வீழ்த்தின. மேஜர் அதனை உறைந்துபோய் பார்த்துக்கொண்டிருந்தார். அவர் லல்லாவை "பார்த்தாயா" எனக் கேட்பது போலப் பார்த்தார். அதனைத் தொடர்ந்து இன்னொரு அதிகாரி அவரை நோக்கி நகர்ந்தபோது அவரும் அதேபோன்ற ஸ்னைப்பரில் சுடப்பட்டார்.

லல்லா மீண்டும் அனுமதி கேட்க முயன்றபோது அந்த மேஜர் கோபமடைந்தார்.

“நீ போகக் கூடாது என்பது எனது வேண்டுகோள் அல்ல. கட்டளை. அதற்குக் கீழ் படி. உனது உயிர் முக்கியம்.”

அப்போது அங்கு மீண்டும் மூடுபனிப் படலம் சில நொடிகளில் சூழ்ந்தது. லல்லா இம்முறை மேஜரிடம் எதையும் கேட்கவில்லை. ஏதோ சொல்ல முயல்வதற்குள் அவன் அங்கிருந்து, “வந்து விடுகிறேன் மேஜர்” எனக் கூறியபடி தரையோடு தரையாய் ஊர்ந்து முன்னேறினான். அவன் உதவி அதிகாரியை நெருங்கியபோது அவன் மழை மற்றும் குளிரில் ஏறக்குறைய விறைத்துப் போகும் நிலையில் நடுங்கிக்கொண்டிருந்தான். லல்லா தனது மேல் கோட்டைக் கழட்டி அவனுக்குப் போர்த்தி விட்டான். தனது ஜோப்பிலிருந்த துணியால் அவனுக்குக் கட்டி விட்டான். அப்போது மூடு பனி விலகி நல்ல வெளிச்சம் அடித்தது. அவன் அந்த அதிகாரியின் மேல் பிணம் போல படுத்துக்கொண்டான். அவனை அசையாமல் இருக்கச் சொன்னான். லல்லாவின் உடல் சூடு அதிகாரிக்கு நடுக்கத்தைப் போக்கியது. அப்போது பகல் ஒரு மணிதான் இருக்கும். அதிகாரி கொஞ்ச நேரம் கண்களை மூடித் தூங்க முயன்றான். இரத்தம் வெளியேறியதில் அவன் அரைமயக்க நிலையில் இருந்தான். சுமார் ஐந்து மணி நேரம் அவன் அப்படியே கிடந்தான். மாலை ஐந்து மணிக்கு மேல் அந்தி இருள் சூழத் துவங்கியதும் அவன் அதிகாரியிடம், இப்போது வந்து கூட்டிப் போகின்றேன் எனச் சொல்லிவிட்டு ஊர்ந்து மீண்டும் பள்ளத்திற்கு வந்தான். மருத்துவப் படையின் ஸ்ட்ரெச்சர் தூக்குபவர்கள் உதவத் தயாராக இருந்தனர். ஆனால் எதிரியின் அகழிக்கு அவ்வளவு பக்கம் செல்வது ஆபத்தானது என்பதை விவாதித்தனர். மீண்டும் மேஜர் அவன் செல்வதை விரும்பவில்லை. ஆனால் உதவி அதிகாரிக்கு உதவாமல் போவது அவருக்குக் குற்ற உணர்வை ஏற்படுத்தியது. மற்றவர்களை மருத்துவக் குழுவுடன் அனுப்பிவிட்டு அந்த அதிகாரி வரும் வரை அதே பள்ளத்தில் இருப்பதாகக் கூறினார். உண்மையில் மிகக் கடுமையான வலியில், இரத்தம் கசிந்த நிலையில் அவர் எடுத்த முடிவு மருத்துவக் குழுவைத் திகைக்க வைத்தது.

லல்லா மீண்டும் ஊர்ந்து சென்றான். இப்போது நல்ல இருள் சூழ்ந்திருந்தது. ஆனால் ஆட்கள் எழுந்து நிற்பது தொடுவானம் வெளுத்திருந்த நிலையில் நிழல் உருவங்களாய் எதிரிக்குத் தெரியும் சாத்தியம் உண்டு. மருத்துவக் குழு எளிதில் தாக்குதலுக்கு இலக்காகி விடும். அது பள்ளத்திற்கு அப்பால் இருப்பதே சரியான முடிவு.

லல்லாவைக் கண்டதும் உதவி அதிகாரியின் கண்களில் கண்ணீர் வழிந்தது. இன்னமும் துருக்கியின் ஸ்னைப்பர்கள் சுட்டுக்கொண்டுதான் இருந்தன.

ஆனால் இருள் இலக்குகளை மறைத்தது. லல்லா ஒரு கணம் யோசித்தான். உதவி அதிகாரியின் காதில் சொன்னான்,

"என் முதுகில் புரண்டு படுத்துக் கொள்ளுங்கள்" என்றான். கால்களை அசைப்பது கடுமையான வலி தருவதாகவும் உடல் குண்டு துளைக்கப் பட்ட நிலையில் அந்த அதிகாரி இருந்தபோதும், அவர் புரண்டு குப்புறப் படுத்திருக்கும் லல்லாவின் முதுகில் படுத்து அவன் தோள்களைக் கெட்டியாகப் பிடித்துக்கொண்டான். அவன் கண்களில் மெல்ல இருள் பரவத் துவங்கியிருந்தது. லல்லா அந்த அதிகாரியை முதுகில் சுமந்தபடி ஊர்ந்து பள்ளம் தோண்டியிருந்த பகுதிக்கு வந்தான். அங்கு காத்திருந்த ஸ்ட்ரெச்சர் குழு அவனை மருத்துவமனைக்குக் கொண்டு செல்லும்போது மேஜர் அவன் முகத்தைக் கைகளால் தட்டி "ஒன்னுமில்லை... அஜ்ஜுடன்ட்... உனக்கு ஒன்றும் பாதிப்பு வராது. தைரியத்தை இழக்காதே" எனக் கத்தினார். அந்த அதிகாரியின் நாடித்துடிப்பு குறைந்து கொண்டிருந்தது. அவனை மருத்துவக்குழு தூக்கிச் செல்லும்போது லல்லாவிடம் எதையோ சொல்ல விரும்பினான். அதற்குள் அவனின் நாக்கு குளறி கண்கள் இருண்டன. மேஜர் கத்தியது வெகு தூரத்திலிருந்து வந்த எதிரொலிபோல அவனுக்குக் கேட்டிருக்கும். அவன் எங்கோ பறப்பது போன்ற உணர்வுக்கு ஆளாகி இருந்தான். அவன் கைகள் தளர்ந்து ஸ்ட்ரெச்சருக்குக் கீழே தொங்கின. ஸ்ட்ரெச்சரைத் தூக்கியவர்கள் அதை அவர் மார்போடு வைத்து தூக்கிக்கொண்டு ஓடினார்கள். பின் மேஜரைத் தூக்க ஸ்ட்ரெச்சர் குழு வந்தபோது அவர்களைக் காத்திருக்கச் சொல்லிவிட்டு, லல்லாவை அருகில் அழைத்து கட்டித் தழுவினார். மேஜர் கண்களிலிருந்து கண்ணீர் வழிந்தது. அவர்கள் போவதை சிறிது நேரம் பார்த்துவிட்டு அவர்கள் பின்னே லல்லா முகாமுக்கு நடந்தான்.

அன்று எடுத்த கணக்கெடுப்பில் 2700 பிரிட்டிஷ் இந்தியப் படையினர் படையில் இல்லாது போயிருந்தனர். அவ்வளவு சிறிய எண்ணிக்கையில் சமமற்ற நிலையில் சண்டையிடுவது மேலும் பின்னடைவையும், சேதாரத்தையும் ஏற்படுத்தும். காயமடைந்தவர்களுக்கு மருத்துவ சிகிச்சை காலதாமதமானது. மீட்புப் படை முழுவதும் மருத்துவப் பற்றாக்குறை இருந்தது. படை வீரர்கள் சோர்ந்து போயினர். மற்றொரு தாக்குதலுக்கு அவர்கள் மனதளவில் தயாராக இன்னும் சில நாட்கள் தேவைப்படும். ஜெனரல் அலிமர் தனது மீட்புப் படையை பின்வாங்க உத்தரவிட்டார்.

குட்டில் ஒரு வித்தியாசமான நிலைமை உருவானது. ஷேக் நகரில் இருந்த தானியங்களை மொத்தமாக வாங்கி அதைக் குறைந்த விலைக்குக் கொடுத்தார். எனவே அதை வாங்க அவரின் நிர்வாகக் கட்டிடத்தின் முன் கூட்டம் கூடியதாலேயே நிலைமை மோசமானது. முண்டியடித்து வந்ததில் கோதுமை மூட்டை கீழே கொட்டிச் சிதறியது. அதனை எடுக்க ஒரு சில சிறுவர்கள் முயற்சிக்க, அவர்களுடன் சில பெரியவர்களும் சூழ நெரிசலில் அவர்கள் அந்தக் குழந்தைகள் மீது விழுந்ததால் அவர்கள் கத்தத் துவங்கினர். வேறு வழியின்றி ஷேக் தனது துப்பாக்கியை உயர்த்தி மேலே சுட்ட பின், அவரின் ஆட்கள் சாட்டைகளை எடுத்துப் போய் தள்ளுமுள்ளில் இருந்தவர்களை விளாசினர். அது அடி வாங்கியவர்களுக்கு அவமரியாதையானது. அதில் கீழே விழுந்து கிடந்த ஒரு பெண் எழுந்து தனது கூடையைத் தேடி எடுத்தாள். பின் அதே இடத்தில் உட்கார்ந்து குலுங்கிக் குலுங்கி அழத் துவங்கினாள். அவள் அக்ரமின் தாய். சில தினங்களுக்கு முன் குண்டுவீச்சில் தனது கணவனைப் பறிகொடுத்தவள். தனது கணவன் இருந்திருந்தால் தனக்கு இந்தத் துயர நிலை வந்திருக்காது என நினைத்தாள். அப்போது அய்னியும், அவள் தாயும் அவளின் அருகில் அமர்ந்து அவளின் கண்ணீரைத் துடைத்து விட்டனர். கூட்டத்தில் உள்ள சில பெண்கள் அவளின் பக்கம் வந்து அமர்ந்து அழுதனர். அவர்கள் ஷேக்கை வெறித்துப் பார்த்தனர். ஷேக்கால் அந்தப் பார்வையை தாங்க முடியாது, தனது இயலாமையை எண்ணி தலை குனிந்து நின்றார். அவர் கண்களில் கண்ணீர் வடிந்தது. பின்பு மேற்குப் புறமாக மண்டியிட்டு இறைவனிடம் கையேந்தி, "எங்கள் அல்லாவே உன் குழந்தைகளை ஏன் கைவிடுகின்றீர். எங்களுக்கு இரக்கம் காட்டுங்கள்" என்றார். அவர் வழிபடுவதைப் பார்த்த மற்ற சிலரும் சாலையில் அப்படியே அமர்ந்து இறைவனிடம் பிரார்த்தித்தனர். அதன் பின்பு அழுது கொண்டிருந்தவளை கைத்தாங்கலாகப் பிடித்து அவள் வீடு நோக்கி கூட்டிச் சென்றாள் அய்னி. அவள் வீடு வந்தபோது அக்ரம் வீட்டின் முன்பு காத்திருந்தான். அவன் அம்மாவை அய்னி அழைத்து வருவதைப் பார்த்து அவள் பக்கமாக ஓடினான். அவனைக் கண்டதும் அவள் அவனைக் கட்டிக்கொண்டு அழுதாள். அவள் துணியின்

முதுகுப் பக்கம் மண் ஒட்டியிருப்பதைப் பார்த்து அவன் அதனைத் தட்டி விட்டான். அவன் கண்களில் பயம் தென்பட்டது.

"ஒன்றுமில்லை... அம்மா தடுமாறிக் கீழே விழுந்து விட்டாள். அவ்வளவுதான்" என்றாள் அய்னி.

அப்போது ஒரு கழுதையின் மீது சிறிய கோதுமை மூட்டையை ஏற்றிக்கொண்டு வந்த ஒருவன் அவர்களின் அருகில் வந்து அந்த மூட்டையை அவர்கள் வீட்டின்முன் வைத்துவிட்டு ஷேக் கொடுத்து விட்டதாகக் கூறிச் சென்றான். அப்போது அந்த வீட்டிலிருந்து அக்ரமின் தங்கை அவள் அம்மாவைப் பார்த்ததும் ஓடி வந்தாள். அந்தப் பெண் தனது மகளை ஒரு கையிலும் அக்ரமை மறு கையிலும் அணைத்துக்கொண்டாள். அவளுக்கு தனது கணவனில்லா வெற்றிடத்தை அன்று முழுமையாக உணர முடிந்ததாலும், தனது நிலையை அந்த கோதுமை மூட்டை உணர்த்துவதாகவும் கருதி அவள் தொடர்ந்து அழுதாள். அய்னியால் அவளுக்கு எப்படி ஆறுதல் சொல்வதென்று தெரியவில்லை. ஆனால் அவள் தனது குரலை உயர்த்தி அவள் அழுவதை நிறுத்தும்படி கூறினாள்.

"உன் குழந்தைகள் மாதிரிதான் எல்லோரும் துன்பப்படுகின்றோம். அழுது, குழந்தைகளை மீண்டும் கோழையாக்காதே அக்கா" என அவளின் அழுகையை நிறுத்தச் செய்து அவளை வீட்டுக்குள் போகவைத்தவள் அந்த கோதுமை மூட்டையைப் பத்திரமாக அவள் வீட்டுக்குள் வைத்துவிட்டு தனது வீடு திரும்பினாள். அங்கே அய்னியின் அம்மா அப்போதுதான் கையிலிருந்த கூடையில் கோதுமை வாங்கிக்கொண்டு நடந்து வீடு வந்து சேர்ந்தாள். அய்னி அவள் அம்மாவிடமிருந்து கோதுமைக் கூடையை வாங்கிக் கொண்டாள். அவள் வீட்டுக்குள் சென்று ஒரு செம்பு தண்ணீர் எடுத்துவந்து அவள் அம்மாவிடம் கொடுத்தாள். அவள் சற்று ஆசுவாசப்படுத்திக்கொண்டு கொஞ்சம் தண்ணீர் குடித்தாள். பின் தலையில் கையை வைத்து மாட்டுப் பட்டியினை வெறித்துப் பார்த்தபடி ஏதோ யோசனையில் இருந்தாள். அவளுக்கு அவள் கணவனின் நினைவு வந்திருக்கும். அழுதாள். குழந்தைகள் மனசை விட்டு விடுவார்கள் எனக் கருதி முகத்தை இறுக்கமாக வைத்திருந்தாள். ஆனால் உள்ளுக்குள் வெடிக்கத் தயாராயிருந்த கண்ணீரை அடக்கிக்கொண்டாள். இரண்டு முறை முகத்தைக் கழுவி தண்ணீர் முகத்தில் இருப்பதை உறுதிசெய்து கொண்டாள்.

தானியங்கள் தீர்ந்துகொண்டே இருந்தன. நகரில் இருந்த சுமார் 6000 மக்களுக்கு உணவு தரவேண்டிய பொறுப்பு படைகளுக்கு வந்து விட்டது. மக்கள் சுதந்திரமாக வெளியேறும் எல்லா வழிகளையும் துருக்கிப் படைகள் அடைத்து விட்டன. மேலும் நகரவாசிகளை அவர்கள் பிரிட்டிஷ் ஏஜண்டுகள் என்றே பார்க்கத் துவங்கி விட்டனர். மக்கள் பிரிட்டிஷ் இந்தியப் படைகளை எதிர்த்து கலகம் செய்யாதது அவர்களுக்கு கடும் எரிச்சலைத் தந்திருந்தது.

எனவே அவர்கள் ஆற்றில் தண்ணீர் எடுக்க வரும் பெண்கள், குழந்தைகள் என எல்லோரையும் ஸ்னைப்பரில் குறிவைத்துத் தாக்கினர். மற்றொருபுறம் குட் நகரின் மீது குண்டுகளை வீசி மக்களைக் கொன்று தங்களின் கோபத்தைக் காட்டி வருகின்றனர். இது துருக்கிப் படைகள் எதிர்பார்த்தபடி அச்சத்தை தருவதற்குப் பதில் துருக்கிப் படைகளுக்கு எதிரான உணர்வை விதைத்தது.

ராணுவத் தலைமை நிலையத்தில் படைகளுக்கான உணவுக் கையிருப்பு குறித்து முக்கிய ஆலோசனை நடந்தது. அதன்படி உணவு கையிருப்பு சுமார் 20 நாட்கள் மட்டுமே தாக்குப் பிடிக்கும் என்பது தெரிய வந்தது. மீட்புப் படை மீண்டும் தயாராகிவந்து மீட்கும் காலம் வரை எப்படி சமாளிப்பது என்பது பெரும் சவால் நிறைந்ததாக இருந்தது. வீடு வீடாகச் சென்று எவரேனும் உணவு தானியம் பதுக்கி வைத்திருக்கின்றனரா? என சோதனை நடத்தலாம் என ஒரு ஆலோசனை முன் வைக்கப்பட்டது. ஆயுதம் மறைக்கப்பட்டதைத் தேடியதைப் போன்று தானியங்களைத் தேடுவது ஒருவகையில் அவமரியாதைக்குரிய செயலாக இருக்கும் என மேஜர் ஜெனரல் கருதினார். உள்ளூர் மக்களைப் பகைப்பது அல்லது அவர்களின் நம்பிக்கையை இழப்பதற்கு அது வழி வகுக்கும் என்பதால் அதைச் செய்ய அவர் உத்தரவிடவில்லை. ஆனால் மேஜர் ஜெனரல் டவுன்செண்ட் கடந்த இருபது ஆண்டுகளுக்கு முன் ஆப்கான் எல்லைப் பகுதியில் கோட்டை முற்றுகையில் சிக்கிக்கொண்டபோது, கோதுமை மாவையும் குதிரைகளைக் கொன்று அதன் இறைச்சியைத் தின்றும் உயிர் வாழ்ந்ததை நினைவு கூர்ந்து, இங்குள்ள படையணிகளும் குதிரை மற்றும் கழுதைகளைச் சாப்பிடலாம் என யோசனை சொன்னார். கோதுமை மாவு ஒரு மாதம் வரை வரும். பார்லி 80 டன் இருந்தது. குதிரைகள் மற்றும் கழுதைகள் சுமார் 3000 இருந்தன.

வேறு மாற்றுத் திட்டம் எதுவும் இல்லை. புரத உணவுத் தேவைக்கு இதைத் தவிர வேறு வழியில்லை. இறைச்சி சாப்பிடாத பெரும் கூட்டம் இந்தியப் படையில் உண்டு என்பது மேஜர் ஜெனரலுக்கும் தெரியும். அவர்களுக்கு கொஞ்சம் கூடுதல் கோதுமை மாவு வழங்கலாம் என ஆலோசனை கூறினார். கூட்டம் முடிந்து ஜெனரல்கள் சென்ற பின் படை வீரர்களுக்கு நிலைமையை விளக்கும் வகையில் ஓர் அறிவிப்பை வெளியிடுவதற்காக அதைத் தனது உதவியாளரிடம் சொல்லத் தயாரானார். உதவியாளன் தனது நோட்டில் குறிப்பெடுக்கலானான்.

"மீட்புப் படையின் முயற்சி வெற்றி பெறவில்லை. நமது மீட்புப் படையினரைக் காட்டிலும் எதிரிகளின் எண்ணிக்கை அதிகம். எனினும் கூடுதல் படை வரும் பிப்ரவரி நடுப்பகுதியில் வந்து மீட்புப் படையுடன் சேரும் என எதிர்பார்க்கப்படுகிறது.

முன்பு நான் 84 நாட்கள் உணவு கைவசம் உள்ளதாகக் குறிப்பிட்டேன். அதில் நான் நமது கால்நடைகளைக் கணக்கில் கொள்ளவில்லை. நான் இருபது ஆண்டுகளுக்கு முன் ஒரு கோட்டையில் முற்றுகையினுள் சிக்கிக்கொண்டு இருந்தபோது குதிரைக் கறி மற்றும் கோதுமை மாவு சாப்பிட்டதை நினைவு கூறுகின்றேன்.

நான் சரியாக உள்ளேனா? அல்லது தவறாக உள்ளேனா? எனத் தெரியாது. ஆனால் நான் மிகுந்த வேதனை அடைந்துள்ளேன். உங்களுக்கு நான் கடமைப்பட்டுள்ளேன். இங்கே வீரர்கள் கடுமையாக பாதிப்படைந்த நிலையிலும், மிகுந்த விசுவாசத்துடன் இருக்கின்றீர்கள். வேறு எங்கும் இவ்வளவு உறுதியான படையைக் காண முடியாது. நான் ஒன்றைச் சொல்ல விரும்புகிறேன். நாம் வெற்றி பெறுவோம்.

மேஜர் ஜெனரல் சார்லஸ் டவுன்செண்ட்
கமாண்டர், 6வது படைப்பிரிவு
26, ஜனவரி 1916"

அந்த வரியினை முடிக்கும்போது மேஜர் ஜெனரல் மிகுந்த உணர்ச்சி வயப்பட்டிருந்தார். அந்த அறிக்கை படையணிகளுக்குச் சென்றபோது அவர்கள் அந்தக் கடினமான காலத்திலும் மேஜர் ஜெனரலுக்கு துணை நிற்பதை உறுதி செய்தனர். ஆனால் குதிரைக்கறி என்பதை இந்தியப் படைகள் கற்பனைகூட செய்ததில்லை. கொடுக்கும் கொஞ்சம் உணவை உண்டு வாழ்ந்து விடலாம், குதிரைக் கறியைத் தவிர்த்து விடலாம் என விவாதித்தனர்.

வில்லியம்ஸ் அவன் கூடாரத்திற்குப் போகும்போது இந்தக் குதிரைக் கறி தொடர்பாக ஒரு விவாதம் நடந்து கொண்டிருந்தது. ராணா “பட்டாளத்தில் குதிரைக் கறி திண்பதாக செய்தி என் கிராமத்திற்கு எட்டினால் எனக்கு எவனும் பெண் தரமாட்டார்கள். வாழ்க்கை முழுதும் இப்படியே வாழ்ந்து விட்டுப் போகவேண்டியதுதான்” என்றான். பின் அவன் இக்பாலைப் பார்த்தான். அவனும் அவன் கருத்தை ஆதரித்தான். அவனுக்கு குதிரை மனிதர்கள் சாப்பிடும் உணவுப் பட்டியலில் இல்லாத ஒன்று. குரானில் அந்தக் கறி சாப்பிடுவது பற்றி எதுவும் சொல்லவில்லை என பெரியவர்கள் சொல்கின்றனர் என்றான். ராமன் உடல் தளர்ந்து போயிருந்தான். அவனுக்கு நல்ல சத்தான உணவு தேவை. உணவை விட எவ்வளவு சீக்கிரம் அவன் குண்டு சப்தத்தைக் கடந்து போகின்றானோ அவ்வளவு நல்லது. ஒவ்வொரு முறை குண்டு வெடிக்கும் சப்தம் கேட்கும்போதும் அவன் உடலில் கடுமையான நடுக்கம் வருகின்றது. கடுமையான குளிர் இருந்தது. ராமன் போர்வைகள் இன்றி நடுங்குவதைப் பார்த்தான். ராமன் அவனுடைய போர்வையில் இரவில் தன்னை அறியாது மலம் கழித்து விட்டான். ஒரு பெரும் குண்டு சப்தத்திற்குப் பின் அது நிகழ்ந்து விட்டது. அந்தப் போர்வையை அவர்கள் தூக்கி வீசிவிட்டனர். அந்த நிகழ்வுக்குப் பின் ராமன் மிகுந்த குற்ற உணர்ச்சியில் மற்றவர்களுக்கு பாரமாக இருப்பதாக எண்ணினான். தனது நண்பர்களைப் பார்க்கும்போது ஒருவிதக் குற்ற உணர்ச்சியில் வாடினான். உண்மையில் அவனின் இயலாமை கூடியிருந்தது. படையணிக்குச் சென்று திரும்பிய பின் ராணா அவனுக்கு எல்லாப் பணிகளையும் செய்தான். யாரும் இல்லாதபோது அவன் கூடாரத்தில் முடங்கிக் கிடந்தான். ராமன் நடுங்கும்போது மற்றவர்கள் தங்கள் போர்வையினைத் தர முன் வந்தார்கள். ஆனால் எல்லோரிடமும் மிகக்குறைந்த துணிகளே இருந்தது. முன்பு ஸ்டசிபன் நோக்கி முன்னேறிச் செல்லும் போது அவர்கள் உடைமைகளைச் சுமந்து வந்த படகு எதிரிகள் வசம் போய்ச் சேர்ந்ததில் எல்லாமும் போய்விட்டது.

வில்லியம்ஸ் தனது கம்பளிப் போர்வையினை எடுத்துப்போய் அவனுக்கு போர்த்தி விட்டான். தன்னிடம் வேறு ஒன்று இருப்பதாகச் சொன்னான். ஆனால் வில்லியம்ஸிடம் அது ஒன்றுதான் இருந்தது. அவன் தன்னால்

சமாளிக்க முடியும் என நினைத்தான். அவன் போர்வையை ராமனுக்குப் போர்த்திவிட்டபோது ராமனின் கண்களிலிருந்து கண்ணீர் வந்தது. இப்போது எல்லாவற்றுக்கும் கண்ணீரை மட்டும் வெளிப்படுத்தும் மனநிலைக்கு ராமன் ஆட்பட்டிருந்தான். வெடிச் சப்தம் இல்லா ஓர் இடம் ராமனுக்கு நோயிலிருந்து விடுபட உதவும். ஆனால் வெளியேற முடியாக் களத்தில் அதை நினைக்கக்கூட முடியாது. வில்லியம்ஸ் அவன் கையைப் பிடித்து சீக்கிரம் இங்கிருந்து வெளியேறுகிறோம் என்றான் கொஞ்சம் நம்பிக்கை தருவதற்காக ஒரு செயற்கை புன்னகையுடன். பாத்திமா ஆடு இப்போது இன்னமும் வளர்ந்து விட்டது. அது ராமனைப் பொய் முட்டு முட்ட நின்றது.

அந்தப் பாலைவனக் குளிர் உடலின் உள்ளே எலும்புவரை சென்று தாக்கக் கூடியது. அவனால் ஒரு நொடிகூடக் கண் மூட முடியவில்லை. அது சிரமமான இரவு. அவன் அகழிக்கோட்டில் இதே நிலையில் இருக்கும் வீரர்களை நினைத்துக்கொண்டான். இங்கிருந்து எப்போது வெளியேறுவோம் என அவனுக்குக் கேள்வி எழுந்தது. தூங்காவிட்டால் இதுதான் நிகழும் என சமாதானம் கூறிக்கொண்டு தலையில் கையை வைத்திருந்தான். அப்போது ராணா ஒரு குவளையில் சூடான தேநீரை எடுத்து வந்தான். அவனிடம் இருந்த கடைசிச் சர்க்கரைக் கட்டியில் போடப்பட்டது. அதில் தேயிலை பெரிதாக இல்லாவிட்டாலும் அது அந்த நேரத்தில் அமுதம். ராணா மட்டும்தான் இதுபோன்ற எதையாவது செய்து அவனருகில் உள்ளோரை அசத்துவான்.

“உங்களால் தூங்க முடியாது. நான் போய் என்னோட போர்வையைக் கொண்டு வருகின்றேன்” என்றான்.

“இல்லை நான் சமாளிக்கின்றேன்.” அவனின் வார்த்தையைப் பற்றிக் கவலைப்படாமல் அவன் தனது கூடாரத்திற்குப் போய் தனது கம்பளியை எடுத்து வந்தான். அதை வில்லியம்ஸ் வாங்க மறுத்தபோது “என்னிடம் கெட்டியான சணல் பை உள்ளது. குளிரைத் தாங்க அது போதும்” என்று கூறினான். அவன் தேநீர்க் குவளையை வாங்கிகொண்டு நடந்து போவதை வில்லியம்ஸ் பார்த்துக்கொண்டிருந்தான்.

விடிந்த பின்பு வில்லியம்ஸ் கேப்டன் கல்யாண் தலைமையில் தெற்குப் படையணியின் ஊர்க் காவல் படையின் சிறு குழுவுடன் சென்று நகரத்தில் உள்ள வீடுகளில் உணவுப் பொருட்கள் பதுக்கப்பட்டுள்ளதா? எனத் தேடுவது என்று முடிவானது. ஏற்கனவே குட் ராணுவ கவர்னர் நகரத்தில் உள்ள எல்லாத் தானியங்களையும் தேவைப்பட்டால் படையணிகள் கைப்பற்ற அனுமதி வழங்கியிருந்தார். ஆனால் அவ்வாறு செய்வதைக்காட்டிலும் விலை கொடுத்து வாங்கிக்கொள்வது எளிதாக இருந்ததால் அதுபோன்ற நடவடிக்கையில் ஈடுபடவில்லை. நகரில் தானியப் பற்றாக்குறை ஏற்பட தானியங்கள் பதுக்கப்பட்டிருக்கலாம்

என்ற சந்தேகம் இருந்தது. இது நடக்க போகின்றது என்ற பேச்சு மக்கள் மத்தியில் ஒரு சில நாட்களாக பரவியிருந்ததையும் ஒருவகையில் அதை மக்கள் எதிர்பார்த்துக் கொண்டிருந்தார்கள் என்பதும் அந்த வீடுகளுக்குச் செல்லும்போதே தெரிந்தது. படையணியைப் பொறுத்தவரையில் அளவுக்கு அதிகமான பதுக்கல் மட்டுமே பறிமுதல் செய்யப்பட வேண்டும். ஆனால் மக்கள் வேறுவகையான பீதியில் இருந்தது படையணிகளுக்குத் தெரியாது.

அய்னி வீடுள்ள தெருவில் சோதனையிட வில்லியம்ஸை அனுப்பினான் கேப்டன் கல்யாண். அவன் அனுப்பாவிட்டாலும் அவன் அந்த உரிமையை எடுத்துக் கொண்டிருப்பான். சோதனை என்பது கண்ணியத்தோடும், நட்புடனும் இருக்கவேண்டும் என்பதே அவர்களுக்குக் கொடுக்கபட்ட உத்தரவு. அந்தத் தெரு தொடர் துருக்கி குண்டுவீச்சில் சேதாரமடைந்திருந்தது. பெரும்பாலான மாடி வீடுகளின் கட்டிடங்கள் இடிந்திருந்தன. அவர்கள் வீடுகளில் சோதனையிட வரும்போது தங்களின் உணவு தானியங்களை தூக்கிச் சென்று விடுவார்களோ என்ற பீதி அம்மக்களின் கண்களில் நிலவியது. அவர்களின் சிறிய தானிய சேமிப்பைத் தொடாமல் செல்லும் போது அவர்களுக்குக் கொஞ்சம் நிம்மதி வந்தது. அங்கு ஒரு வெறுமையும் அமைதியும் நிலவியது.

அய்னி வீடு வந்தபோது, "இது ஷேக் தம்பி பைசல் அல் ஹுசைன் வீடு, நாம் கடமைக்கு சோதனை செய்தால் போதும். இங்கேயே நில்லுங்கள். உள்ளே வரவேண்டாம்" என வில்லியம்ஸ் தன்னோடு வந்த ஊர்க் காவல் படைப்பிரிவினரை அந்த வீட்டின் சாலையிலேயே நிறுத்தி விட்டான். வீட்டில் இப்போது முன்புபோல கால்நடைகள் இல்லை. அவை குறைந்திருந்தன. அய்னியின் அம்மாவும் அவள் தம்பி மற்றும் அவளும் இருந்தனர். அந்த வீட்டு மாடியின் சுவரும் சிதைந்திருந்தது. அவள் அம்மா அவன் நன்கு அறிமுகமாவன் என்பதால் விருந்தினர் போல வரவேற்றாள். சாலையில் நிற்கும் படைக்குழுவினருக்கு தண்ணீர் கொடுக்க முடியுமா? என்றான். அவள் தன் தலையின் முக்காட்டை சரி செய்துகொண்டு தண்ணீர் எடுத்துப் போனாள். அவளிடம், நான் வீட்டிற்குள் போய் பார்த்து வரவேண்டும். அது வெறும் ஒரு கடமைக்குதான் என அனுமதி கேட்டான். அவள் தண்ணீர் கொடுத்து விட்டு வருகின்றேன் என்றாள். வேண்டாம் நானே போய்ப் பார்த்துவிட்டு வந்து விடுகின்றேன் என வீட்டிற்குள் நுழைந்தான். அய்னியைப் பார்த்தான். நீ உள்ளே வருவாயா? என அவன் கண்கள் அழைத்தன. அவள் அதற்குக் கட்டுண்டாள். அவன் பின்னே அவள் தம்பி நசீமும் சென்றான்.

அது பழைய காலக் கட்டிடம். அந்த வீட்டில் அகலமான அறைகள் இருந்தன. நடையைத் தாண்டி ஒரு மரத்தால் ஆன பரண் இருந்தது. அந்த அறையில் சில மூட்டைகள் இருந்தன. ஒரு மர ஏணி இருந்தது. பழைய

கால சாமான்கள் சில இருந்தன. அந்த நடை வீட்டின் பின்புற வழியில் முடிந்தது. அந்தப் பகுதி பூட்டப்பட்டு வெளிச்சம் குறைந்திருந்தது. அய்னி அவள் தம்பியை அவள் அறையில் இருந்து சில பேரிச்சம் பழங்களை எடுத்து வரச் சொன்னாள். அவன் போனபோது, அவள் அவனை உற்றுப் பார்த்தாள். அவளின் சிவந்த உதடுகள் எதையோ சொல்லத் துடித்தன. அவளின் நெஞ்சு பெருமூச்சால் உயர்ந்து இறங்கியது. அவனுக்கும் இதயம் வேகமாகத் துடித்தது. அந்த இடத்தில் பகலிலும் இருட்டுதான். ஒரு பக்கம் மட்டும் வெளிச்சக் கீற்று விழுந்து அவள் முகத்தின் பாதியை வெளிச்சமிட்டது. அவளின் விரிந்த கண்களும், கூரிய மூக்கும், பருத்த சிவந்த உதடுகளும் அவனை என்னவோ செய்தன. அவள் கை நடுங்கியது. அவன் அவளைத் தொட்டான். அவள் அதற்கு இசைவாக அவன் கைகளில் சரிய இருந்தாள். அவன் அவளை இழுத்து அவளின் உதடுகளில் முத்தமிட்டான். அடுத்த நொடி அவள் அவனை இறுக்கிக்கொண்டாள். அந்தப் பிடியின் வலிமையும், அவளின் பருத்த கூர்மையான முலைக் காம்புகளும் அவனைக் குத்தின. அவள் இருதயம் பதட்டத்தில் வேகவேகமாகத் துடித்ததை அவள் காம்புகள் அவன் நெஞ்சில் குத்துவதன் மூலம் அறிந்தான். அவளின் மூச்சு பாலையின் வெப்பத்தை வெளியிட்டது. அவள் பிடியில் இறுகி, மூச்சுத் திணறிச் சாகலாம்! எதுவோ ஒட்டிய உதடுக்குள் இனித்தது. அவள் ஏனோ வியர்த்துப் போகின்றாள். நேற்றோ அல்லது இன்றோ அவள் பூசிக்கொண்ட அத்தர் அவளின் உடல் வாசத்தோடு கலந்து வந்து அவனைக் கிறங்கச் செய்தது. அவள் ஒரு மோன நிலையில் "லா டட்ராகனி ஹபிபி" (என்னை விட்டுப் போய்விடாதே என் அன்பே) என அவன் கன்னத்தில் முகம் புதைத்துக் காதோரம் சொன்னாள்.

"உன்னோடு என்னையும் கூட்டிப் போவாயா? நான் ஓடி வந்துவிடுகின்றேன்" எனக் கெஞ்சியது அவள் குரல். அவள் அவனுக்காக எதையும் இழக்கத் தயாராகவே இருந்தாள். அவனும் அவளுக்காக செத்துவிடவும் துணிந்திருந்தான்தான். அவள் கண்கள் கிறங்கின. அவளை எடுத்துக்கொள்ளுமாறு வேண்டினாள். ஆனால் அவனுக்கு ஒருவிதக் குற்ற உணர்வு மேலோங்கியது. அவளை விலக்கி விட்டான். அவள் கண்களில் ஏமாற்றம். அவள் அவனை உற்றுப் பார்த்தாள். அந்தக் கண்கள் எதையோ பேசின. அதனை எதிர்கொள்ளும் திறன் அவனுக்கில்லை. நான் உயிரோடு போவேனா? என அவன் கேட்க நினைத்தான். அவள் எதையும் பேசாமல் இருந்திருக்கலாம். சற்று விலகி நின்றான்.

ஆனால் அவளாக அவனை மீண்டும் இழுத்து அணைத்துக் கொள்கின்றாள். அவன் விலக நகரும்போது அவனின் கையைப் பிடித்து எடுத்து அவள் மார்புகளின் மீது வைத்துக்கொள்ள இசைகின்றாள். அதில் அவள் இதயம் வேகமாகத் துடிக்கின்றது. சூடான அவள் மார்புகள் செதுக்கப்பட்ட சிற்பம் போன்றிருந்தன. நீண்ட காம்புகளுடன் அவை விம்மிப் புடைக்கின்றன.

அவளின் வெப்பக் காற்றில் அவனுக்கு நடுக்கம் வருகின்றது. அவள் தலையைக் கோதி விடுகின்றாள். கிளர்ச்சியடைந்து குழப்பத்தில் அவள் மீண்டும் முத்தமிடுகின்றாள். அவள் நாக்கின் மென்மை. முதுகுக்குக் கீழே சரியும் கையைத் தடுக்கும் மேடு. இது கனவில்லையே! இன்னமும் காம்புகள் குத்துகின்றன. அவள் கிறங்குகின்றாள். வியர்க்கின்றது. அப்போது தூரமாக இருந்து வரும் காலடி ஓசை. அவனை அவள் விலக்கி விடுகின்றாள். வேகமாக அவன் தலையைக் கோதி விட்டுவிட்டு, தனது முக்காட்டைப் போர்த்தி தன் விலகிய உடையைச் சரி செய்கின்றாள். அவன் இன்னமும் அவள் கண்களையே பார்க்கின்றான். அவள் விலகி நின்று கொண்டாள். அந்த முகத்தில் எதுவும் நடக்கவில்லை என்ற ஒரு பாவனை. தூரத்தில் பேரிச்சம் பழங்களோடு அவள் தம்பி வந்தான்.

"வெளியே நிற்பவர்களுக்குக் கொடுக்க முடியுமா?" என அவனைப் பார்த்துக் கேட்டான்.

"இது உங்களுக்கு" என்றான். அப்போது அவள் கண்கள் கலங்குகிறது. அவன் அங்கிருந்து வேகமாக வெளியேறவேண்டும் என முடிவு செய்து வெளியே வந்தான். அவள் தாய் வாசலின் மாட்டுப் பட்டி அருகில் இருந்தாள். அவள் அவனை நெருங்கி வந்தாள்.

"ஒரு உதவி செய்யவேண்டும். எப்படியாவது என் கணவரைக் கூட்டி வந்து எங்களிடம் சேர்த்து விடுங்கள். எங்கள் துயரம் உங்களுக்குத் தெரியும்." அவள் கண்களிலிருந்து கண்ணீர் வடிந்து அவள் நெஞ்சிலிருந்த உடையை நனைத்தது. அவனோ எதுவும் செய்ய இயலாது, "அழாதீர்கள்" என்று மட்டும் சொல்லிவிட்டு வெளியே வந்தான். அவனுக்குள் மேலும் குற்ற உணர்வு கூடியது. கொஞ்சம் அவமானமும் இருந்தது. அவன் அவர்களைக் கடக்கும்போது அய்னி அவனையே வெறித்துப் பார்த்துக்கொண்டிருந்தாள்.

குட்டில் படைகள் நடத்திய சோதனையில் கொஞ்சம் தானியங்கள் கிடைத்த போதும் அது எந்த வகையிலும் ஒருசில நாட்களுக்கு மேலே தாக்குப் பிடிக்க முடியாத அளவே. எனவே தானியக் கையிருப்பு குறைந்ததால் வேறுவழியின்றி அதுவரை தந்து வந்த ரேசனை பாதியாகக் குறைப்பது என முடிவானது.

ஏற்கனவே உணவு பற்றாக்குறையாகவே வழங்கப்பட்டு வந்தது. இப்போது அதிலும் பாதி என்பது நிலைமையை கடும் சிக்கலாக்கியது. 6430 காலாட் படைப் பிரிவினர், மருத்துவமனையில் காயம்பட்டு சிகிச்சை பெற்று வந்தவர்கள், பீல்ட் ஆம்புலன்ஸ் போக்குவரத்துப் பிரிவு என மொத்தம் 10513 என்ற எண்ணிக்கையில் இருந்தனர். இதுவன்றி பாலோயர்ஸ் என்ற தொழிலாளர் படையினர் 2908 பேர் இருந்தனர். ஆக மொத்தம் 13421 பேர்.

ஏற்கனவே அதுவரை போரில் 2240 வீரர்கள் மரணமடைந்து விட்டனர். உணவு குறைக்கப்பட்ட நிலையில் படை வீரர்கள் சோர்ந்து காணப்பட்டனர். பெரும்பாலும் கோதுமைக் கஞ்சி குடித்து அவர்களுக்கு புரத சக்தி குறைந்து போய்க்கொண்டிருந்தது. கழுதைகளையும், குதிரைகளையும் இந்தியப் படைகள் சாப்பிட வேண்டியது அவசியம். ஆனால் அவர்களுக்குள் அது குறித்து பெரும் மனத்தடைகள் இருந்தன. அது வழிபாட்டு நம்பிக்கை சார்ந்தது. படையினர் காய்கறிகள், பேரிச்சம் பழங்களைச் சாப்பிட்டு வெகு நாட்கள் ஆகிவிட்டது.

கள நிலமை நாளுக்கு நாள் மோசமடைந்து வரும் நிலையில் ஜெனரல் அலிமரின் மீட்பு முயற்சிகள் வெற்றி பெறாதது மட்டுமல்ல, அந்தப் படைகளும் பெரும் சேதத்தை எதிர்கொண்டிருந்தன. இந்நிலையில் கூடுதல் படைகளை இந்திய அரசுப் போர்ச் செயலர் அனுப்பி வைக்கவேண்டும் என்றும் ரஜபுத்திர படைப் பிரிவு, டோக்ரா, மரத்தா படை அணிகளை கூடுதலாக அனுப்புவது நல்லது எனவும் ஜெனரல் டவுன்செண்ட் ஒரு தந்தியை அனுப்பினார்.

வில்லியம்ஸுக்கு காய்ச்சல் கண்டது. அவன் அன்றைய குட் சோதனையிலிருந்து உடல்நிலை பாதிக்கப்பட்டவனாக இருந்தான். அவனைக் கேப்டன் கல்யாண் மருத்துவமனைக்கு வந்து பரிசோதனை செய்துகொள்ள அழைத்திருந்தான். அன்று வில்லியம்ஸ் மருத்துவமனைக்கு வந்தபோது அந்த இடத்தில் வழக்கம்போல காயம்பட்டோரின் கூட்டம் மிகுந்திருந்தது. குட் நகரவாசிகள் காயங்களுக்குப் பயன்படுத்தும் மூலிகைக் களிம்புகளை கேப்டன் பயன்படுத்துவதை பார்த்து வில்லியம்ஸ் குழம்பிப் போனான். கேப்டன் கல்யாண் இயல்பாக அலோபதி மருந்துகளுக்கே முக்கியத்துவம் தருவான். ஆனால் அவன் அதுகுறித்து எதுவும் கேட்கவில்லை. உண்மையில் அந்த மருத்துவமனையில் எல்லா மருந்துகளும் தீர்ந்து போயிருந்தன.

கேப்டன், வில்லியம்ஸைப் பரிசோதிக்கவேண்டும் என அவன் முன்னே உட்காரச் சொன்னபோது, "எனக்கு எதுவுமில்லை கேப்டன்" என்றான். அவன் அப்படிச் சொன்னபோதும் அவன் வாயைத் திறக்கச் சொல்லி பல் ஈறுகளை அழுத்திப் பார்த்தான். ஈறுகளில் இரத்தக் கசிவு இல்லை. பின்னர் விழியின் கீழ் இமைகளுக்குக் கீழே ஏதேனும் பாதிப்பு உள்ளதா எனப் பரிசோதித்தான். பின்,

"உனது சோர்வுக்கு உடல்நிலை பாதிப்பு காரணமாக இருக்கும் என நினைத்தேன். காய்கறிகளும், புரதச் சத்தும் இன்றி நமது படைகள் ஸ்கர்வி நோயால் பாதிப்படைந்து வருகின்றன. உடல் சோர்வு அதன் ஒரு அறிகுறி. ஆனால் உனக்கு அந்த பாதிப்பில்லை. இப்போது சொல், உனக்கு என்ன பிரச்சனை... அவளா? அந்தச் சோதனையிலிருந்து நீ சரியாக இல்லை."

அவன் கைகளை கேப்டன் தொட்டது அவனுக்கு ஆறுதலாக இருந்தது. அவன் எவருக்கேனும் கேட்டுவிடும் எனத் தயங்குவதை கேப்டன் புரிந்து கொண்டான்.

"இன்று மாலை உனது கூடாரத்திற்கு வருகின்றேன்" எனச் சொல்லி அவனை அனுப்பி வைத்தான். வெளியே சிலர் கேப்டனைப் பார்க்கக் காத்திருந்தனர். பெரும்பாலானவர்கள் காயம்பட்டவர்கள்.

வில்லியம்ஸ் தலைமை நிலையம் சென்றபோது தந்தி ஒன்று வந்திருந்தது. அவன் அதை மேஜர் ஜெனரலிடம் கொடுக்கச் சென்றான். அப்போது அவர் மற்ற ஜெனரல்களுடன் அறையில் உரையாடிக்கொண்டிருந்தார். அவர்களின் உரையாடல் ஆயுதங்கள் குறைந்துகொண்டே வருவதைப் பற்றியும், படைகளிடம் இருக்கும் ஆயுதங்களைப் பாதுகாப்பதைப் பற்றியும் இருந்தது. உள்ளூர் அரேபிகளின் உதவி அதற்கு தேவை என்பதை ஜெனரல்கள் சொல்லிக் கொண்டிருந்தனர். அப்போது வில்லியம்ஸ் அறையின் கதவுக்கு வெளியே நிற்பதைப் பார்த்து என்ன என்பது போல தலையசைத்தார். தந்தி ஒன்று இந்திய வைஸ்ராய் அலுவலகத்திலிருந்து

வந்துள்ளதாக அவன் சொன்னதும் டவுன்செண்ட் வில்லியம்ஸை உள்ளே அழைத்தார். அந்தத் தந்தியை ஆர்வமாகப் பார்த்தார். ஒரு புன்னகையினை வெளியிட்டார். அதன் பின் அதை ஜெனரல்களுக்காக சத்தமாகப் படித்தார்.

“மீட்புப் படை விரைவில் வரும். அது வரையும் உறுதியுடன் போர் புரிவீர்கள் என நம்புகிறோம். உங்களின் மற்றும் படையினரின் வீரத்தை நாங்கள் தினமும் நினைத்துக்கொண்டே உள்ளோம்.”

மற்றவர்களும் தெம்புடன் நிமிர்ந்து உட்கார்ந்தனர். அதன் பின் சில நிமிடங்களில் எந்த முடிவும் எட்டப்படாமல் அந்தக் கூட்டம் முடிவுக்கு வந்தது. ஜெனரல்கள் அங்கிருந்து கிளம்பிச் சென்றனர்.

மதியம் மூன்று மணி அளவில் விமான சப்தம் கேட்டது. மேஜர் ஜெனரல் மொட்டை மாடிக்குச் சென்றபோது உடன் வில்லியம்ஸும் சென்றான். மொட்டை மாடியில் மணல் மூட்டைகளால் பிரமிடு வடிவில் அடுக்கப்பட்ட கண்காணிப்புக் கோபுரத்தில் ஏற்கனவே ஒரு சிப்பாய் அதைப் பார்த்துக்கொண்டிருந்தான். வில்லியம்ஸ் அந்த கண்காணிப்புக் கோபுரத்தில் ஏறி அவன் கையிலிருந்த பைனாக்குலரை வாங்கிப் பார்த்தான்.

“பிரிட்டிஷ் ராயல் ஏர்போர்ஸ் விமானம்” எனக் கத்தினான். மேஜர் ஜெனரல் முகம் மலர்ந்தது. அந்த விமானம் மூன்று முறை குட் நகரைச் சுற்றி வட்டமடித்தது. அது தாழ்வாகப் பறக்கவில்லை. துருக்கிகளின் கனரகத் துப்பாக்கிகளிலிருந்து பாதுகாப்பாகப் பறப்பது விமானியின் நோக்கம் எனத் தெரிந்தது. மேஜர் ஜெனரல் கையசைத்தது விமானிக்கு பாராட்டு சொல்வது போல இருந்தது. விமானி ஒரு பொட்டலத்தை விமானத்திலிருந்து வீசினான். காற்றின் வேகத்தில் அது நதிப்பக்கம் போனதை அவன் கண்டான். பின்னர் அந்த விமானம் திரும்பிப் போய்விட்டது. வில்லியம்ஸ் அந்தப் பொட்டலத்தை எடுத்துவர வேகமாகச் சென்றான். அதற்குள் தலைமை நிலையத்திலிருந்து படையணிகளுக்கு அது நமது விமானம் என்ற செய்தி தொலைபேசியில் சொல்லப்பட்டது. ஒரு சில நிமிடங்கள் அந்த விமானம் மீண்டும் வட்டமடித்தது. இப்போது சற்றுத் தாழ்வாகப் பறந்தது. பிரிட்டிஷ் இந்தியப் படை வீரர்கள் தங்களின் தொப்பிகளைக் கழட்டி அதற்கு சல்யூட் செய்து வானைப் பார்த்துக் கத்தினர். தன்னை அறிந்து கொண்டார்கள் என்ற உணர்வில் அந்த விமானம் மீண்டும் ஒரு சுற்று சுற்றிவிட்டு கிளம்பிப் போய்விட்டது.

வில்லியம்ஸ் அந்தப் பொட்டலத்தை எடுக்க நதிக்கரைப் பக்கம் ஓடினான், அது அவ்வளவு பாதுகாப்பான பகுதி அல்ல. துருக்கிகள் மறுகரையிலிருந்து ஸ்னைப்பர் துப்பாக்கிகளில் குறிவைத்துக்கொண்டிருக்கும் பகுதி. அவன் அந்தச் சூழலை அறிந்தும் போனான். அந்தப் பொட்டலத்தில் முக்கியமானது ஏதேனும் இருக்கும் எனக் கருதினான். அவன் நதியின்

கரையோரம் தேடியபோது தூரத்தில் அந்த வெண்ணிறப் பொட்டலத்தைக் கண்டான். அது மணலில் கிடந்தது. அதை எடுக்கப் போகும்போதே அவன் எதிர்பார்த்தது போல மறு கரையிலிருந்து மஸ்கட் துப்பாக்கிகள் வெடித்தன. அவன் தரையோடு தரையாகப் பதுங்கிக் கொண்டான். ஒரு சில நிமிடங்களுக்கு பின் மறுமுனையில் துப்பாக்கிகள் வெடிக்கவில்லை. அவன் மணலில் ஊர்ந்து சென்று அந்தப் பொட்டலத்தை எடுத்தான். இப்போது மீண்டும் துப்பாக்கிகள் வெடித்தன. அது வெடித்ததன் அறிகுறியாக வெண்ணிறப் புகை அடுத்த கரையில் எழுந்தது. வில்லியம்ஸ் தனது முதுகில் தொங்கிக் கொண்டிருந்த துப்பாக்கியை எடுத்து தரையில் படுத்திருந்தவாறே புகைவந்த பதுங்குகுழியை நோக்கி நான்கு முறை சுட்டான். அதே நேரம் அவனுக்குப் பின்னாலிருந்து அவனுக்கு ஆதரவாக சில ஆக்ஸ்போர்ட் படைப்பிரிவினர் மறுகரையை நோக்கிச் சுட்டனர். அந்த கவரிங் ஃபயரைப் பயன்படுத்தி அவன் பொட்டலத்தை எடுத்துக்கொண்டு ஆற்றங்கரையிலிருந்து வெளியே வந்தான்.

அந்தப் பொட்டலம் இரண்டு துணிப் பைகளால் சுற்றப்பட்டிருந்தது. அதை எடுத்துக்கொண்டு தலைமை அலுவலகம் வந்து மேஜர் ஜெனரல் முன் வைத்தான். அவர் அதைப் பிரித்துப் பார்த்தபோது அதில் நிறையக் கடிதங்கள் இருந்தன. அந்தக் கடிதங்கள் உயர் அதிகாரிகளுக்கு அவர்கள் குடும்பத்தார் எழுதியது. அதில் ஒரு கடிதம் மேஜர் ஜெனரல் பெயருக்கு வந்திருந்தது. அனுப்பியவர் பெயர் ஆண்ட்ரி டொரோத்தி லூயிஸ் டவுன்செண்ட். அந்தக் கடிதம் அவரின் ஒரே மகளின் கையெழுத்தையும் பெயரையும் தாங்கி இருந்தது. அந்தக் கடிதத்தை எடுக்கும்போது அவர் கைகளில் சிறு நடுக்கம் இருந்தது. அவருக்கு வேறு கடிதம் இல்லை என்று உறுதிப்படுத்திய பின் மற்ற கடிதங்களை அந்தந்த அதிகாரிகளுக்கு கொடுக்கச் சொன்னார். அந்தப் பையில் ஒரு செய்தித்தாள் இருந்தது. அது டிசம்பர் 10 ஆம் தேதி டைம்ஸ் இதழ். அதனை எடுத்து மேசையில் வைத்துக்கொண்டார். வில்லியம்ஸ் அந்த அறையிலிருந்து கடிதங்களுடன் வெளியேறியபோது அந்தக் கடிதத்தை அவன் கொண்டு வந்து சேர்த்ததற்காக மேஜர் ஜெனரல் தனது நன்றியைச் சொன்னார். அது வெறும் சடங்குப் பூர்வமானதல்ல. அவர் கண்களின் ஓரம் ஈரம் இருந்தது. வில்லியம்ஸ் வராண்டாவின் மேசையில் கடிதங்களை வைத்துப் பார்த்தபோது அதில் ஒரு கடிதம் கேப்டன் கல்யாண் பெயருக்கு வந்திருந்தது. அது ஒரு போஸ்ட் கார்டு. கீழே உங்கள் அன்பு மனைவி என்று இருந்தது. அதனை எடுத்து பத்திரப்படுத்திக்கொண்டு மற்ற கடிதங்களை ஒரு நோட்டில் பதிவு செய்து பிரித்துக் கொடுத்து அதனையும் பதிவு செய்து கொள்ளுமாறு அலுவலக கிளர்க்கிடம் கேட்டுக்கொண்டான். பின் அங்கிருந்து கேப்டன் கல்யாணைச் சந்திக்க வெளியே வந்தபோது எதிரில் அவன் வந்து கொண்டிருந்தான். விமானம் வந்ததைத் தொடர்ந்து தலைமை அலுவலகத்திற்கு அவன்

அவசரமாக வந்தான். அவனை எதிர்கொண்ட வில்லியம்ஸ் "வெளியே போகலாம் கேப்டன்" என்றான்.

"மேஜர் ஜெனரலைப் பார்த்து மரியாதை நிமித்தமாக ஒரு வணக்கம் செலுத்திவிட்டு வரட்டுமா?" என்றான்.

"அவருக்குக் கடிதம் வந்துள்ளது. அவரைத் தொந்தரவு செய்யாமல் இருப்பது நல்லது."

"கடிதமா? விமானம் போட்டதோ?"

"உங்களுக்கும் ஒரு கடிதம் உள்ளது. உங்கள் மனைவின் கடிதம். அதைத் தருவதற்கு எனக்கு ஒரு உதவியை எதிர்பார்க்கிறேன்."

கேப்டன் பரபரப்பானான். "முட்டாளே, மறைத்து விளையாடும் பொருளா அது?"

கடிதத்தை உடனே எடுத்துக் கொடுத்தான். அவன் அதை வாங்கியதும் சில அடி தூரம் தள்ளிச் சென்று படித்தான். வெகுநேரம் ஒரே இடத்தில் தன்னிலை மறந்து நிற்பதுபோல நின்றான். அவன் கண்கள் கலங்கிப்போயிருந்தன. அவனுக்கு இடையூறு செய்யாமல் வில்லியம்ஸ் காத்திருந்தான். அதன் பின்பு கேப்டன், வில்லியம்ஸ் அருகில் வந்தான்.

"வில்லியம்ஸ் நான் உனக்கு நன்றி சொல்லுகிறேன். என் குடும்பத்தினர் என்னை நலம் விசாரித்துள்ளார்கள். அவர்கள் நலமாக இருக்கின்றனர். என் மனைவி, குட்டி மகள் மற்றும் எனது அம்மா ஆகியோர் என்னை விசாரித்ததாகக் கடிதம் வந்துள்ளது. நான் அந்தக் கடிதத்தைப் படித்ததும் வேறு உலகிற்குள் நுழைந்தது போல மனம் லேசாகின்றது. அம்மாவைப் பற்றி நான் நாள்தோறும் கவலைப்பட்டு வந்தேன். அவள் நலமாக உள்ளாள்" என்றான்.

வில்லியம்ஸுக்கு அவன் தாயின் நினைவு வந்தது. அவளும் அவனுக்கு கடிதம் எழுத விரும்புவாள். அவளிடமிருந்து ஒரு நாள் கடிதம் வரும் என நினைத்தான்.

அவன் உள்ளத்தில் ஒரு பெரும் பாரம் அழுத்துவதை உணர்ந்தான். சிறிது தூரம் இருவரும் மௌனமாக நடந்தனர். அப்போது அவன் முகத்தை உற்று நோக்கிய கேப்டன் "உண்மையைச் சொல், அன்று என்ன நடந்தது? அன்று நீ அந்தத் தெருவிற்கு போகும் முன் உற்சாகமாய் இருந்தாய். ஆனால் திரும்பிவரும் போது காய்ச்சல் வந்தவன் போல ஆகிவிட்டாய். நீ அன்று அவளைப் பார்த்தாயா? அவள் பெயர் என்ன... எதுவோ..."

"அய்னி. வசந்த மலர்" என்றான் தலையைக் குனிந்தபடி.

"அந்த வசந்த மலர்... என்ன செய்தாள்? என்ன கொடுத்தாள்?"

"உண்மையைச் சொன்னால் அவளை நான் கூட்டிப் போக வேண்டும் என்கிறாள்."

"நாசமாய்ப் போக. இது வேறா?"

"அவளை நான் ஏமாற்றுகிறேன் எனக் குற்ற உணர்வு வருகிறது. அவளுக்கு நான் ஏதேனும் உதவி செய்து அந்த உணர்விலிருந்து மீள வேண்டும். அதற்கு நீங்கள் உதவ முடியும்."

கேப்டன் புருவத்தை உயர்த்தி அவனை பார்த்தான்.

"அவள் அப்பாவை விடுவிக்க நீங்கள் உதவ முடியும்" என கேப்டனின் கையைப் பிடித்தான்.

"நாம் எப்படிப் பேசுவது. அது மேஜர் ஜெனரல் எடுத்த முடிவு." அந்த உரையாடலிலிருந்து விலக கேப்டன் முயன்றான்.

"உள்ளூர் ஆட்கள் சிலரை ஆயுதக் கிடங்கு பாதுகாப்புக்கு நியமிக்கலாம் என மேஜர் ஜெனரல் விரும்புகிறார். ஜெனரல்கள் சந்திப்பில் இன்று அதை விவாதித்தனர். அந்த வாய்ப்பை நாம் பைசல் அல் ஹுசைனுக்கு வாங்கிக் கொடுக்கலாம். மேஜர் ஜெனரல் ஒத்துக்கொள்வார்."

"அடே. நீ அரேபிய அழகியின் கண்ணுக்குத் தெரியாத பொறியில் சிக்கிக்கொண்டு என்னை நான் இதுவரை யோசித்துக்கூட பார்க்காததை செய்யச் சொல்கிறாய்" என வில்லியம்ஸைப் பார்த்தான் கேப்டன். பின் "சரி, செய்வோம். ஆனால் நாம் இந்த யோசனையைச் சொல்வதை விட அது வேறு இடத்திலிருந்து வருவது போல செய்வோம். கவலையை விடு. உன் வசந்த மலருக்காக இல்லாவிட்டாலும் உனக்காக... எவ்வளவு சிரமப்பட்டு நீ அந்தக் கடிதத்தை கொண்டு வந்து என் கையில் சேர்த்திருக்கின்றாய்" என அவனின் தோள்களில் கையைப் போட்டான். பின் நம்பிக்கையோடு புன்னகைத்தான்.

அடுத்த நாள் காலையில் கேப்டனும், வில்லியம்ஸும் ஷேக்கின் நிர்வாகக் கட்டிடத்திற்குச் சென்றார்கள். ஷேக்கிடம் பச்சைக் காய்கறிப் பற்றாக்குறையைப் போக்க யோசனை கேட்பதே அவர்கள் வந்த நோக்கம் என்றனர்.

ஷேக்கின் முகம் இறுகிக் காணப்பட்டது. அவர் குட் நகரவாசிகள் நாள்தோறும் சந்தித்து வரும் அவலம் குறித்துப் பேசினார். இவர்கள் வேண்டுமென்றே அவர் தம்பி பைசல் அல் ஹுசைனும் மற்றவர்களும் இருக்கும் இடம் பற்றிப் பேசினர். ஷேக் உடனே, "என் தம்பியின்

குடும்பம் துன்பப்படுகின்றது. எங்களுக்கு பிரிட்டிஷ் செய்யும் உதவியா இது? அவர்களை ஏன் சிறை வைத்தார்கள்?” எனப் பேசிக்கொண்டே இருந்தார். அவ்வப்போது தனது ஹூக்காவிலிருந்து புகையை இழுத்துக் கொண்டார்.

“நீங்கள் ஏதேனும் உதவி செய்தால் நிச்சயம் மேஜர் ஜெனரல் உங்கள் தம்பி விடுதலைக்கு உதவுவார்.”

“அந்த இருபது பேர்களும் எங்கள் சமூகத்தின் முக்கிய நபர்கள். அவர்கள் உங்களின் பிணைக் கைதிகளாய் இருப்பது எனக்கு தீராத களங்கம். அவர்களை விடுதலை செய்ய நான் எதையும் செய்யத் தயாராக இருக்கின்றேன். தயவு செய்து உங்கள் மேஜர் ஜெனரலிடம் சொல்லுங்கள்.”

ஷேக் ஒருபுறம் ஆவேசமும் மறுபுறம் இயலாமையும் வேதனையும் கலந்து பேசினார்.

“எங்கள் படைகளுக்கு பச்சைக் காய்கறிகள் தேவை. அதை எங்களுக்கு உற்பத்தி செய்து தர முடியுமா?”

“ஆட்களை வெளியே விட்டால் நானே முன்னின்று தோட்டம் அமைக்க உதவுவேன்” என்றார் உறுதியாக.

“உங்கள் வார்த்தையை நம்புகின்றோம். நாங்களும் மேஜர் ஜெனரலிடம் பக்குவமாச் சொல்லுகின்றோம்” என சொல்லிவிட்டு இருவரும் அங்கிருந்து வெளியேறினர். பின்னர் தலைமை நிலையத்திற்கு வந்தனர். கேப்டன் கல்யாண் மருத்துவமனையின் நோயாளிகள் வருகைப்பதிவேட்டை கையோடு எடுத்து வந்தான்.

உதவியாளன் வில்லியம்ஸைப் பார்த்ததும் புன்னகைத்தான்.

“மேஜர் ஜெனரல் அவரின் குடும்பத்திலிருந்து கடிதம் வந்ததிலிருந்து நெகிழ்ந்து போயுள்ளார். போய்ப் பாருங்கள்” என்று சொல்லிவிட்டுப் போனான்.

அறையில் மேஜர் ஜெனரல் தனது நாய் ஸ்பாட்டுடன் கொஞ்சிக்கொண்டிருந்தார். அது அதனைத் தொடர்ந்து தடவிக்கொடுக்குமாறு செய்ய உடலை அசைத்துக் கொடுத்தது.

கேப்டன் கல்யாண் ஒரு புதுப் பிரச்சனை உருவாகி இருப்பதை மேஜர் ஜெனரலின் கவனத்திற்குக் கொண்டுவர வந்துள்ளதாகக் கூறினான்.

பின் மருத்துவமனைப் பதிவேட்டை அவரிடம் கொடுக்க முயன்றான். மேஜர் ஜெனரல் “அது தேவையில்லை. விசயத்தைச் சொல்லுங்கள்” என்றார்.

“காய்கறி உண்ணாமல், வைட்டமின் சி பற்றாக்குறையால் ஸ்கர்வி நோய் நமது படைவீரர்களைத் தாக்கி வருகின்றது. உடல் சோர்வு, தோல் நோய், பற்கள் உதிர்தல் என அதன் தாக்கம் அதிகரித்து வருகின்றது...”

“சரி நாம் இதை எப்படி சரி செய்வது என்பதுதான் முக்கியம். நீங்கள் எனக்கு ஆலோசனை கொடுங்கள். மேசையில் அமருங்கள்” என்றார்.

“நன்றி” என அமர்ந்தான். அந்த மேசையில் விமானம் போட்ட டிசம்பர் 10 தேதிய டைம்ஸ் இதழ் இருந்தது. அதன் முதல் பக்கத்தில் கல்லிபோலியிலிருந்து பிரிட்டிஷ், பிரெஞ்சு, இந்தியப் படைகளை துருக்கிப் படைகள் விரட்டியதாகக் காண முடிந்தது. கேப்டனின் பின்னே வில்லியம்ஸ் நின்று கொண்டிருந்தான். மேஜர் ஜெனரல் தொடர்ந்தார்.

“குதிரைக் கறியோ அல்லது கழுதைக் கறியோ சாப்பிட மாட்டேன் என உங்கள் இந்தியர்கள் அடம் பிடிக்கின்றார்கள். வெறும் கோதுமை மாவில் என்ன சக்தி வரும். அதுவும் இப்போது பாதி ரேசன்தான் நம்மால் தர முடிகின்றது. பிரிட்டிஷ்கார்களுக்கு உணவுப் பிரச்சனை இல்லைதானே? அவர்கள் அந்தக் கறிகளை சாப்பிடுகின்றார்கள். நான் போன வாரம் இந்தியத் தலைமை ஜெனரல் அலுவலருக்கு தந்தி கொடுத்துள்ளேன். இந்தியப் படைகளின் இந்தக் குதிரைக்கறி மறுப்பு தீர உதவி கேட்டுள்ளேன். எல்லாவற்றிலும் மதமும், நம்பிக்கையும் வருகின்றது. போருக்கு வருகின்றவர்கள் மதத்தை தலைமேல் சுமந்து வருகின்றார்கள். நான் என்ன செய்ய முடியும்? ஏற்கனவே உங்கள் இந்தியர்கள் மீது பிரிட்டிஷ் ஜெனரல்கள் குற்றம் குறை சொல்லத் தயங்குவதில்லை. இதில் உணவுப் பிரச்சனையை எப்படி சமாளிப்பது.”

மேஜர் ஜெனரல் தனது மேசையிலிருந்த தண்ணீரை எடுத்துக் கொஞ்சம் குடித்தார். சற்று நேரம் மௌனம் நிலவியது. மீண்டும் மேஜர் ஜெனரல் பேசினார்.

“கேப்டன் நீங்களும் மௌனமாக இருந்தால் என்ன செய்வது? எனக்கு ஆலோசனை கூறுங்கள். மருத்துவம் பற்றி எனக்கு எதுவும் தெரியாது.”

“மன்னிக்க வேண்டும். தாங்கள் குறிப்பிட்டபடி புரத உணவை குதிரைக் கறி மூலம் எடுத்துக்கொள்ளும் பிரிட்டிஷ் வீரர்களுக்கும் ஸ்கர்வி தாக்கி உள்ளது. பச்சைக் காய்கறிகளை நாம் படைவீரர்களுக்கு கொடுக்காவிட்டால் அவர்களின் உடல்நிலை மிக மோசமாக சீர்குலைந்து போகும். நாம் பச்சை காய்கறிகளைத் தந்தே ஆக வேண்டும்” எனக் கேப்டன் கல்யாண் தயங்கினான். அப்போது மேஜர் ஜெனரல் அவனை மேலே பேச சைகை செய்தார்.

“ஒரு யோசனை உள்ளது. ஆனால் அதற்கு தாங்கள்தான் முடிவு எடுக்க முடியும்.”

“தயங்க வேண்டாம். சொல்லுங்கள் செய்கின்றேன்” என மேஜர் ஜெனரல் அழுத்தமாகச் சொன்னார்.

“ஷேக்கின் நிர்வாக அலுவலகத்தில் போய் அவரைச் சந்தித்துவிட்டு வருகின்றோம். அவர் நாம் பிணையக் கைதியாக வைத்திருக்கும் இருபது உள்ளூர்க்காரர்களை குறிப்பாக அவர் தம்பியை விடுவித்தால் ஊர்க்காரர்களுடன் சேர்ந்து நகரின் மேற்குப் பகுதியில் காய்கறி தோட்டம் அமைத்துத் தருவதாக சொல்கிறார். தயவு கூர்ந்து நீங்கள் ஒரு நல்ல முடிவு எடுக்க வேண்டும்.”

“அந்த யோசனை சரியாக இருக்கும் எனக் கருதுகின்றீர்களா? கேப்டன்.”

மேஜர் ஜெனரலின் குரலில் யோசனைக்கு அவர் செவிமடுப்பது தென்பட்டது.

“நமக்கு நமது படைவீரர்களின் உடல்நலன் மிகவும் முக்கியம். உள்ளூர்க்காரர்களுக்குத்தான் இந்த மண்ணின் விவசாயம் தெரியும். உள்ளூர் மக்களின் நம்பிக்கையையும் நாம் பெற முடியும்.”

“உங்கள் யோசனையை நான் பரிசீலிக்கின்றேன். அந்த இருபது பேரை பிணைக்கைதிகளாக வைத்திருப்பதைக் காட்டிலும் நமக்கு விவசாயம் செய்து உதவும் ஆட்களாக மாற்றுவது நல்லதுதான். ஆனாலும் இதை உங்கள் மனதிலேயே வையுங்கள். நான் விரைவில் ஒரு முடிவெடுக்கிறேன்.”

அவர்கள் விடை பெறும்போது மேஜர் ஜெனரல் வில்லியம்ஸைப் பார்த்து, “அன்று நீ அந்த விமானம் போட்ட பொட்டலத்தை எடுக்க சாகத் துணிந்தாய் என அறிந்தேன். பெருமைப்படுகிறேன்” என்றார்.

வில்லியம்ஸ் நன்றி தெரிவித்த பின் இருவரும் விடை பெற்றுக்கொண்டு வந்தார்கள். இரண்டு தினங்களுக்குப் பின்பு அய்னியின் தந்தையுடன் சேர்ந்து இருபது பேர்களும் தோட்டம் அமைத்துப் பராமரிக்க வேண்டும் என்ற நிபந்தனையுடன் விடுவிக்கப்பட்டனர். அவர்களை விடுதலை செய்த அன்று தெற்குப் படையணி முகாமின் முன் இருபது குடும்பங்களின் உறுப்பினர்களும் காத்திருந்தனர். ஷேக்கும் வந்திருந்தார். அய்னி வில்லியம்ஸை அவ்வப்போது பார்த்தாள். பைசல் அல் ஹுசைனும் மற்றவர்களும் முகாமைவிட்டு வெளியே வந்தபோது அந்தக் குடும்பத்தினர் அவர்களின் தலைவரைக் கட்டிக்கொண்டு அழுதனர். பைசல் அல் ஹுசைன் அய்னியையும், சிறுவன் நசீமையும் தழுவிக்கொண்டார். அவளின் கண்களிலிருந்து கண்ணீர் வடிந்தது. அந்தக் கண்கள் வில்லியம்ஸை நன்றியுடன் தேடின. பின் பைசல் அல் ஹுசைன் தனது சகோதரரான ஷேக்கைத் தழுவிக்கொண்டார். அதன் பின்பு அவர்கள் அங்கிருந்து சென்றனர். போகும்போது அய்னியின் தாய் வில்லியம்ஸிடம் “அல்லா உங்களுக்குத் துணை நிற்பார். நயீமன்” எனச் சொல்லிக் கடந்தாள்.

அப்போது தூரத்திலிருந்து காய்ந்த புற்களை சுருட்டிக்கொண்டு வந்த புழுதியுடன் குளிர்ந்த சாமல் காற்று வீசியது.

அந்தக் காற்று வட கிழக்கிலிருந்து வீசி குட்டைக் கடந்து பாரசீக வளைகுடாவை அடைந்து வலுவிழக்கக் கூடியது. அது வேகமாக வீசியது. அது பழுப்பு மஞ்சள் நிறத்தில் மேகம் போல சூழ்ந்து முன்னே உள்ள காட்சிகளை மங்கச் செய்தது. அது அக்காலத்தில் நான்கு நட்கள் வரை வீசும் என உள்ளூர்வாசிகள் கருதினர். அந்த குளிர்கால சாமல் பனித்துகள்களையும், குளிரையும் அது கடக்கும் இடங்களில் எல்லாம் நிரப்பக்கூடியது. அது கடந்து வரும் மேற்குப் புறமாக வெகு தூரத்தில் ஹை நதிக்கு அப்பால் துருக்கிகள் நடமாட்டம் அதிகரித்திருந்தது. அவர்கள் எந்நேரமும் எலிகள் போல அகழிகளைத் தோண்டுவதும் அதன் முன் முள் கம்பிகளை அமைப்பதிலும் கவனத்தைச் செலுத்தி வந்தனர். கண்களை மறைக்கும் புழுதிக் காற்றைப் பயன்படுத்தி துருக்கியர்கள் நெருங்கி விடக்கூடாது என்பதற்காக கூடுதல் கண்காணிப்புக்கு உத்தரவு இடப்பட்டது. அகழிகளில் இருந்தவர்கள் கடுமையான சூழலை எதிர்கொண்டனர். தினந்தோறும் புதிய படையணிகளைத் துருக்கிப் படைகள் பல்வேறு பகுதிகளிலிருந்து கொண்டு வந்து குவித்தனர். ஜெனரல் அலிமரின் மீட்புப் படைகள் குட்டின் கிழக்குப் புறமாக வந்து ஹை நதியைக் கடந்து நகரை அடைய திட்டமிட்டிருந்தனர். அது ஒரு ரகசியத் திட்டம் என பிரிட்டிஷ் ஜெனரல்கள் ரகசியம் காத்தனர். ஆனால் துருக்கிப் படைகள் அதுபோன்ற ஒரு தாக்குதலை எதிர்நோக்கி தங்களின் துருப்புகளை ஹை நதிக்கு கிழக்கே குவித்தும் அகழி தோண்டியும் வந்தனர். நகரை விட்டு வெளியேறும் எல்லோரையும் அவர்கள் சுடுவதென முடிவு செய்திருந்தார்கள் என்பதை நகரங்களுக்கு வெளியே மணல் வெளிகளில் கிடந்த உள்ளூர்வாசிகளின் சடலங்கள் சொல்லின. ஒவ்வொரு நாளும் குட்டினைச் சுற்றி துருக்கியின் பிடி வலுவடைந்து வருவதன் அறிகுறி அது. அவர்கள் நகருக்குள் ஒருபோதும் நுழைய முடியவில்லை. அதன் வெறுப்பையும், இயலாமையையும் இந்த வழிகளில் காட்டுகின்றார்கள்.

அன்று காலையில் குட் தலைமை நிலையத்திற்கு டெல்லியிலிருந்து தலைமை அலுவல் அதிகாரி அனுப்பியிருந்த தந்தி மேஜர் ஜெனரலுக்குக் கொடுக்கப்பட்டது. தந்தியைப் படித்து அவர் சற்று நிம்மதி அடைந்தார். அதை உடனடியாகப் படையணிகளின் பார்வைக்குக் கொண்டுசெல்ல வேண்டுமென்று உத்தரவிட்டார். அந்தத் தந்தியில் டெல்லி ஜும்மா மசூதி இமாம் முஸ்லீம் படைவீரர்கள் குதிரைக் கறி சாப்பிடலாம் என்றும் அது இஸ்லாமுக்கு எதிரானதல்ல எனவும் குறிப்பிட்டிருந்தார். ஆனால் குதிரையை அறுப்பதற்கு முன் ஹலால் முறையில் "பிஸ்மில்லா ஹிர் ரஹ்மா –நிர் ரஹீம்" சொல்லி அதன் கழுத்து குரல்வளையை வெட்டி இரத்தத்தை வெளியேற்ற வேண்டும் என நிபந்தனை விதித்திருந்தார். அதேபோல டெல்லியில் ஒரு இந்து சாமியாரும் இந்துக்கள் குதிரைக்கறி சாப்பிடலாம் என்றும் வேத காலத்தில் அஸ்வமேத யாகம் நடந்தபோது குதிரைக்கறி சாப்பிட்டதை குறிப்பிட்டுக் கூறியிருந்தார். அதேபோல பஞ்சாப் படையணிகளுக்கு ஒரு சீக்கிய குருவிடமிருந்தும் இதேபோன்ற ஒரு அனுமதியை அந்தத் தந்தி பெற்றுத் தந்திருந்தது. தந்தியின் பிரதிகளை உடனடியாக படையணிகளுக்கு சேர்க்க வேண்டிய பொறுப்பு வில்லியம்ஸ்க்கு தரப்பட்டிருந்தது.

அவன் மோட்டார் சைக்கிளில் படையணிகளின் முகாம்களில் அதனை ஒப்படைத்துவிட்டு வரும் வழியில், நகரின் மைதானத்தை நெருங்கும்போது அவன் கண்கள் அந்த மைதானத்தில் உயரமான மேட்டில் இருக்கும் தூக்கு மரம் அவனுக்கு எதையோ சொல்லிச் சென்றது. அவன் எப்போதும் அந்த மரச் சட்டங்களைப் பார்த்துச் செல்வதுண்டு. அந்த மைதானத்தில் படையணிகளின் வண்டிகள் வரிசையாக நிறுத்தப்பட்ட இடத்தைச் சுற்றி கம்பி வேலித் தடுப்பு போட்டு பாதுகாப்பு செய்யப்பட்டிருந்தது. மாவு அரைக்கும் அரவைக் கற்கள் போடப்பட்டிருந்த மைதானம் காலியாகக் கிடந்தது. அதற்கு அப்பால் ஒரு பழைய மசூதி இருந்தது. அதனைத் தாண்டி ஒரு சமூகக்கூடம் உண்டு. அதற்கப்பால் இருந்த ஒரு பெரிய வீட்டின் வாயிலில் ஆலிவ் இலைப் பந்தல் போடப்பட்டிருந்தது. அதில் அன்று கொஞ்சம் கூட்டம் இருந்தது. சிறுவர்கள் நிறைய இருந்தனர். அவர்கள் கைகளில் ஆலிவ் இலைகளைப் பிடித்திருந்தார்கள். ஒரு ரம்மியமான டிரம் அடிக்கும் இசை அவனைக்

கவர்ந்தது. அவன் தனது மோட்டார் சைக்கிளை நிறுத்திவிட்டு தெருவில் நின்றபடி அதை ரசித்தான். அப்போது யாரோ அவன் கையை நேசமாகப் பிடிப்பதை உணர்ந்து திரும்பினான். அது அய்னியின் தம்பி நசீம். அவன் வில்லியம்ஸை வீட்டிற்குள் வரும்படி இழுத்தான். "உறவினர் திருமணம்" என்றவன் பின் "அய்னி உள்ளே இருக்கின்றாள்" என்றான். வில்லியம்ஸுக்கு என்னவோ போலிருந்தது. அவன் உள்ளே செல்லவேண்டி மோட்டார் சைக்கிளை நிறுத்தினான். எனினும் சீருடையில் இருப்பதால் அவனுக்கு சற்றுத் தயக்கம் இருந்தது. அப்போது வீட்டிற்குள்ளிருந்து பைசல் அல் ஹுசைன் அவனை நோக்கி வந்தார். அவரும் அவனை உள்ளே வரும்படியும் தனது சகோதரர் முறையுள்ள ஒருவரின் மகளின் திருமணம் நடக்க இருக்கிறது என்றார். இன்னும் அந்த இசை அவனை ஈர்த்துக்கொண்டே இருந்தது. அவன் உள்ளே சென்றபோது, அந்த வீட்டின் விசாலமான திறந்தவெளி முன் வாசலில் வண்ணத்துணிகளால் கூடாரம் அமைத்திருந்தனர். அவன் அய்னியைத் தேடினான். அவள் இரட்டைச் சடை பின்னிய கூந்தலை முன்புறமாக சரிய விட்டிருந்தாள். அது அவள் இடைக்குக் கீழே இருந்தது. தலையில் சரிகை அலங்காரங்களுடன் கூடிய துணியை அணிந்திருந்தாள். கண்களுக்கு கண் மை இட்டிருக்கலாம் எனக் கருதினான். அவள் கண் இமைகள் இயல்பாகவே அப்படித்தான். அவனை அங்கே பார்த்தபோது அவள் ஆச்சர்யத்தில் புருவங்களை உயர்த்திப் புன்னகைத்தாள். அருகில் வந்து ஒரு புதியவனுக்கு சொல்வதுபோல தலையைத் தாழ்த்தி அவனுக்கு வணக்கம் சொன்னாள். ஆனால் திரும்பும்போது ஓர் உரசலைத் தந்துவிட்டுச் சென்றாள்.

வழக்கமாக திருமணத்திற்கு முந்தைய நாள் இரவில் நடக்கும் மணமகளுக்கு மருதாணி பூசும் நிகழ்வு. இரவு பாதுகாப்பற்றதாக மாறியுள்ளதால் அது மதியம் நடக்கின்றது. சில நிமிடங்களில் அந்த நிகழ்வு துவங்கியது. ஐந்துக்கும் மேற்பட்ட மத்தளக்காரர்கள் அவற்றைச் சீராக வாசித்தனர். அவர்கள் அரங்கின் நடக்கும் பாதைக்கு இருபுறமும் நின்று கொண்டிருந்தனர். கூட்டமும் அதுபோல வழிவிட்டு இருந்தது. இப்போது மாப்பிள்ளை அழைப்பு. மாப்பிள்ளை அவன் தந்தையுடன் ஒரு மலர்க் கொத்தை கையில் பிடித்தபடி வந்தான். அவன் பின்னே அவர்களின் உறவினர்கள் வந்தனர். அவர்கள் மத்தளத்தின் ஓசைக்கேற்ப ஆடியும் கைகளைத் தட்டியும் வந்தனர். இருபுறமும் நின்றவர்கள் தங்கள் கைகளில் சலங்கை கட்டிய கைக்குட்டையை ஆட்டி இசையை எழுப்பினர். சிலர் கைகளில் அந்தக் கைக்குட்டையை சுழற்றிக்கொண்டிருந்தனர். அடுத்து பெண் வந்தாள். அவளும் மலர்க் கொத்தை வைத்திருந்தாள். அவளின் தலைக்கு மேலே ஒரு சரிகைத் துணியைப் பிடித்துக்கொண்டு பெண்கள் வந்தார்கள். இனிப்புகளுடன் தட்டுகளை ஏந்திய பெண்கள் ஆடிக்கொண்டே வந்தார்கள். மணமகள் வெண்ணிற அங்கியை தோள்களுக்குக் கீழே மார்புப் பகுதியிலிருந்து தரையை உரசும் அளவு அணிந்திருந்தாள். ஏறக்குறைய கிருஸ்துவ மணப்பெண்ணைப் போலவேதான். மத்தள ஓசை உச்சத்தை அடையும்போது ஆண்கள் நீண்ட

வாட்களை ஓங்கிக்கொண்டு நடனம் ஆடினர். பின் மணமக்கள் கன்னங்களை உரசிக்கொண்ட பின் அவர்களைச் சுற்றி வாட்களை வட்டமாக, ஒருவரின் வாளின் முனையை மற்றவர் பிடித்துக்கொண்டு எல்லோரும் ஆடினர். ஆட்டம் உற்சாகம் அடையும்போது, அவனைப் பின்னிருந்து யாரோ இடித்தார்கள். அந்த அத்தர் நறுமணம் அவனுக்குப் பழக்கப்பட்டதுதான். அவன் நெஞ்சில் இன்னும் அந்த மார்பில் துருத்திய காம்பு குத்தியதை உணர முடிந்தது. அய்னி மணமக்களைக் காட்டி நாம் இருவரும் என சாடை செய்தாள். ஒரு கணம் அவன் அந்த மணமக்களைப் பார்த்தான். அந்த வட்டமான நடன வளையத்திற்குள் அய்னியின் கரங்களைப்பற்றி அவன் ஆடிக்கொண்டிருப்பதாக உணர்ந்தான். அது ஆனந்தமாகவும், அமைதியானதாகவும் இருந்தது. அந்த இசை ஒரு கணம் நின்றது. மணமக்கள் இருக்கையில் அமர்ந்துவிட்டனர். சமையல் கூடத்திலிருந்து தணலில் வேகும் இறைச்சி கபாப்பின் மணம் அவனை என்னவோ செய்தது. அதுபோன்ற ஒன்றைச் சாப்பிட்டு வெகுநாட்களிருக்கும். வேண்டிய உணவைத் தேர்வு செய்து சாப்பிடும் பழக்கமெல்லாம் கடந்தகால நினைவுகள் போல மங்கியதை உணர முடிந்தது. அவனுக்கு திடீரென எதுவோ உறைத்தது. தான் அங்கிருந்து செல்வது சரியெனப் பட்டது. அவன் நகர முயன்றபோது பைசல் அல் ஹுசைன் அவனைக் கொஞ்சநேரம் இருக்கும்படி கூறினார்.

அடுத்து ஒருவன் உட்கார்ந்து தனது மடியில் சிறிதாக கிதார் போன்ற ரபப் இசைக் கருவியை சாய்த்து வாசிக்கத் துவங்கினான். மற்றொருவன் அவனின் கால்களுக்கிடையே பம்பை போன்ற மத்தளத்தைப் பிடித்து வாசித்துக்கொண்டிருந்தான். அப்போது உயரமான ஒரு பெண் தனது முகத்தில் மெல்லிய சல்லடை போன்ற துணியைக் கட்டியிருந்தாள். அவளை எங்கோ பார்த்ததுபோல அவனுக்குத் தோன்றியது. அன்றொரு கரிய இரவில் இவளைப் போன்ற ஒரு பெண் அவன் மீது அமர்ந்தாள்.

அவள் தனது வளைந்த இடுப்பைக் காட்டிக்கொண்டிருந்தாள். அவளின் பருத்த வனப்பான மார்புகள் கூட்டத்தைக் கிறங்கச் செய்தன. வாத்தியங்கள் சூடு பிடித்ததும் அவள் தனது புட்டத்தை லாவகமாக ஆட்டி பின் இடுப்பு வழியாக தனது அசைவை தாளத்திற்கேற்ப அவளின் மார்புகள் குலுங்க செய்து முடித்தாள். மீண்டும் இடுப்பை ஆட்டியபடி கைகளை ஆட்டினாள். பின் கீழே குனிந்து தனது இரண்டு கைகளிலும் கூரிய கத்தியை எடுத்துப் பிடித்துக்கொண்டு தன்னைக் குத்திக்கொள்வது போல போக்குக் காட்டி தனது நடனத்தைத் தொடர்ந்தாள்.

இங்கே எல்லாப் பெண்களும் அழகிகள்தான். அவள் ஒவ்வொரு குலுக்கலின் போதும் தனது பின்னப்படாத தலை முடியை ஒரு சாமரம் போல வலப்புறமும் இடப்புறமும் வீசினாள். அந்த முடி காற்றில் சுழன்றடித்தது. ஒரு சிற்பம் போல செதுக்கப்பட்ட அந்த மார்புகள் மற்றும் தட்டையான

வயிறும் இசைக்கேற்ப குலுங்கின. “அவள் ஆடுவது என்ன நடனம்?” என வில்லியம்ஸ் பக்கத்தில் இருந்தவனிடம் கேட்டான். அவன் “ஹச்சா. தேள் நடனம்” என்றான். அவள் தரையில் படுத்து இடுப்பை வளைத்து எழுந்தாள். “அவர்கள் உள்ளூர் இசைக்கலைஞர்கள். பிறப்பு மற்றும் திருமணங்களில் அவர்கள் இசை நிகழ்ச்சி நடத்துவர். பெரும்பாலும் விருந்து சமயம் அவர்கள் நிகழ்வு நடைபெறும். நீங்கள் வந்த பின்பு வெறும் சாவுதான். இன்றுதான் நல்ல நிகழ்ச்சி நடக்கின்றது. பாவம் அவர்கள். நாங்களே பட்டினியில் வாடும்போது எங்களை நம்பிய இவர்கள் நிலை மோசம்.”

வாத்தியம் உக்கிரம் பிடித்தது. அவள் உடலில் வியர்வை வழிந்து அவள் வயிற்றுக்கு கீழே இறங்கியது. வியர்வையால் அவள் ஜாக்கெட் கிச்சம், முதுகில் நனைந்து உடலோடு ஒட்டிக்கொண்டது. வாத்தியத்தின் வாசிப்பு நிற்கவில்லை. அவள் களைப்படைந்ததாகவும் தெரியவில்லை. மற்றவர்கள் தங்களின் கைகளைத் தட்டி அவளின் நடனத்திற்கு உற்சாகமூட்டினர்.

அப்போது ஒரு விமானம் வட்டமடிக்கும் ஓசை அந்த இரைச்சலை மீறிக் கேட்டது. கடந்த முறையைப்போல பிரிட்டிஷ் விமானம் வந்து விட்டது அது ஏதேனும் பார்சலைப் போடும் என வில்லியம்ஸ் நினைத்தான். கூட்டம் இசை நிகழ்வில் கவனமாக இருந்தது. வெளியே நிற்பவர்கள் வானத்தை அண்ணாந்து பார்த்தார்கள். வாசிப்பவன் கவனச் சிதறலைத் தடுக்க கூடுதல் வேகத்தில் வாசித்துக்கொண்டே இருந்தான். அந்தக் கூட்டத்தைத் திரும்பவும் அவர்களை நோக்கிப் பார்க்க வைப்பது அந்த இசைக் கலைஞர்களின் இலக்கு. அவள் சோர்ந்து விடவில்லை. ஆடிக்கொண்டே இருந்தாள். அவள் கால்களில் கூடுதல் வேகமிருந்தது. அவளின் ஒடுங்கிய கன்னத்தில் ஒட்டிக் கொண்ட அந்த சல்லடைத் துணி அழகைக் கூட்டியது.

வில்லியம்ஸ் வெளியே வந்து மேலே பார்த்தான். அது பிரிட்டிஷ் விமானம் அல்ல. அது ஜெர்மானிய மோனோ விமானம். இரண்டு பேர் அதில் இருந்தனர். பைலட் விமானத்தை ஓட்ட அவன் பின்னே இருந்தவன் ஓர் உலோக செல்லினைத் தூக்கிக் குறிவைத்து வீசினான். அவன் குறி மைதானத்தில் இருந்த தானியம் அரைக்கும் இடமோ அல்லது அந்த நிறுத்தப்பட்டிருந்த வண்டிகளாகவோ இருக்கலாம். அந்தக் கூரான உலோக செல் கீழே விழுந்து வெடித்துச் சிதறியது. மைதானம் புகை மண்டலமானது. கூட்டம் சிதறி ஓடியது.

ஆனால் சமூகக் கூடத்தில் இசைக்கலைஞன் வாசிப்பதை நிறுத்தவில்லை. ஹச்சா நடனக்காரியும் ஆடிக்கொண்டே இருந்தாள். கூட்டம் மண்டபத்தைவிட்டு வெளியேற முயன்றது. வாசிப்பவன் தொடர்ந்து வாசித்துக்கொண்டே இருந்தான். வெளியே வரும்போது நசீம் கீழே விழுந்தான். வில்லியம்ஸ் அவனை இழுத்து அவனைத் தரையோடு

கீழே அழுத்திப் பிடித்துக்கொண்டான். ஆடுபவளை ஓடுமாறு சப்தமிட நினைத்தான். ஒரு செல் அந்தக் கூடாரத்தின் மேல் விழுந்து வெடித்தது. வாசித்துக்கொண்டிருந்த இடத்தின் அருகே ஒரு பள்ளம் மட்டும் இருந்தது. கரும் புகை அடங்கியபோது ஆடிக்கொண்டிருந்தவளுக்கு பாதி முகம் மட்டுமே இருந்தது. அதுவும் அவள் முகம் எரிந்து கொண்டிருந்தது. அந்த விமானம் மீண்டும் இரண்டு முறை சுற்றி வந்துவிட்டுத் திரும்பப் போய்விட்டது. அவன் அய்னியைத் தேடினான். அவள் சுவற்று ஓரமாய் இருந்தாள். பைசல் அல் ஹுசைன் மணமக்கள் இருந்த பக்கம் போய் இடிந்த கற்களை அகற்றி அதன் அடியில் கிடந்த உடல்களை மீட்கப் போராடினார். அது காலம் கடந்த செயல். அந்த இடத்தில் அழுகுரல் உக்கிரமடைந்தபோது அவன் தளர்ந்த நடையுடன் தனது மோட்டார் சைக்கிள் பக்கம் வந்தான். அந்தக் கட்டிடத்தைப் பார்த்தான். இது நரகம் என வானை நோக்கி உரக்கச் சொன்னான். நிம்மதியின் சவக்குழி மீது எழுப்பப்பட்ட நரகம் என்றான். அங்கே கருகிய கரும்புகை சூழ்ந்தது.

அந்த விமானம் பறந்து போய் விட்டது. அவன் மோட்டார் சைக்கிளை எடுத்துக்கொண்டு தலைமை நிலையம் வரும்போது தெருவில் குழந்தைகள் அலறி அடித்துக்கொண்டு ஓடிக்கொண்டிருந்தனர். தங்கள் குழந்தைகளைப் பெயர் சொல்லி அழைத்தபடி அவர்களின் பெற்றோர்கள் ஓடினர். கூடவே தெரு நாய்கள் பதட்டத்தில் இங்கும் அங்கும் ஓடிக்கொண்டிருந்தன. வில்லியம்ஸின் கண்களில் அவள் ஆடிக்கொண்டிருக்கின்றாள். காதுகளில் அந்த ரபப் இன்னமும் இசைத்துக்கொண்டே இருந்தது. அவளின் எரியும் முகமும் கருகிய கந்தகப் புகை வாசமும் நினைவிற்கு வந்தது. அவள் நடனமாடிய இடத்தில் உண்டான பள்ளத்திற்குள் அவர்களின் நரம்புகள் அறுபட்ட சிதைந்த ரபப் கிடந்தது. அது ஒரு புதிய ஆபத்தின் அறிகுறி.

போரின் முகம் மாறுகின்றது. தலைமை நிலையத்திலிருந்து கொடுக்கப்பட்ட உத்தரவின்படி உடனடியாக இயந்திரத் துப்பாக்கிக் குழுக்கள் சிலவற்றை நகரின் வீடுகளின் கூரைகள் மீது இருக்கும்படி செய்ய வேண்டும் என்றும் விமானத்தைத் தாக்கும் நிலையில் இருக்கவும் உத்தரவிடப்பட்டது. விமானம் வந்த திசையினை உத்தேசமாகக் கணக்கிட்டு இயந்திர துப்பாக்கிக் குழுக்கள் வீட்டின் மாடிகளில் மணல் மூட்டைகளை அடுக்கிக் காத்திருந்தனர்.

இக்பால் குழு ஷேக் அலுவலகம் இருந்த கட்டிடத்தின் மேல் இருந்தனர். ராணா இக்பாலுடன் இருந்தான். அவன் திரும்பிப் போகும் போதுதான் கூடாரத்தில் இருக்கும் ராமனுக்கு ஏதேனும் உதவிகளைச் செய்ய முடியும். அவ்வப்போது மெடிக்கல் கார்ப்ஸ் குழுவினர் அவன் உடல்நிலையை பரிசோதித்து வந்தபோதும் அவன் நாளுக்கு நாள் மங்கிக்கொண்டே வந்தான். எழுந்து நடக்க இயலாத ஒரு நிலைக்கு அவன் தள்ளப்பட்டதற்கு பெரும்பாலும் உளவியல் மற்றும் நரம்பியல் சார்ந்த பிரச்சனையே காரணம் எனக் கூறப்பட்டது. போர்க்களத்தின் நடுவில் வெடி சப்தம் ஒருவனுக்கு அதிர்ச்சியைத் தரும் எனில் அவன் எல்லாக் கணங்களிலும் வதையை அனுபவித்தே ஆகவேண்டும், அதுதான் ராமனின் நிலை. ராணா ஏனோ அவனை நினைத்துக்கொண்டான். அவனுக்கு யாரேனும் உதவியிருப்பார்கள் எனக் கருதினான்.

மீண்டும் விமானம் வரும் என்பதாக எச்சரிக்கை விடப்பட்டது. அன்று மாலையில் வெளிச்சம் மங்கியபோது ஜெர்மன் விமானம் பறந்து வந்தது. இம் முறை தலைமை நிலையம் மீது குண்டு போட முயன்றது. கூரைகளின் மீது காத்திருந்த இயந்திரத் துப்பாக்கி அணிகள் அதனை நோக்கிச் சுட்டன. எல்லாத் திசைகளிலிருந்தும் இயந்திரத் துப்பாக்கிகள் விமானத்தைக் குறிவைத்தன. அந்தக் குண்டுகளின் இலக்குக்கு அப்பால் அந்த விமானம் பறந்தது. ஆனாலும் அந்த விமானத்திலிருந்தவன் இலக்கைக் குறி வைத்து குண்டு வீசுவதை அது தடுத்தது. அவன் அதை எதிர்பார்க்கவில்லை. மேலும் துருக்கிப் படைகளை நோக்கி கோட்டை மற்றும் மேற்குப்

படையணியில் நிறுத்தப்பட்டிருந்த ஹோவிசர் பீரங்கிகள் சுட்டன. சில குண்டுகளை வீசிவிட்டு அந்த விமானம் வேகமாக விலகிப் போனது.

இருளடைந்த பின் துருக்கிப் படையினர் டைகரிஸின் மறுகரையில் இருந்த ஊல்பிரஸ் கிராமத்திலிருந்த பிரிட்டிஷ் படைகள் மீதும் மற்றும் பிற படையணிகள் மீதும் சுடத் துவங்கினர். குண்டுகள் ஒன்றன் பின் ஒன்றாய் பெரும் வெடிச் சத்தத்துடன் வெடித்தன.

ராணாவின் கூடாரத்தில் படுத்திருந்த ராமனுக்கு ஒவ்வொரு முறை குண்டு வெடிக்கும்போதும் அவன் கண்களில் கடும் பீதி ஏற்பட்டது. உடல் நடுங்கியது. அவன் பயத்துடன் "ராணா" என்றான். அருகில் எவருமில்லை. "யாராவது இருக்கின்றீர்களா?" என தனது ஈனக் குரலில் கூப்பிட்டான். ஒருவரும் இல்லை. கூடாரத்தின் மற்றொரு முனையில் ஆட்டுக்குட்டி மட்டும் கட்டப்பட்டிருந்தது. அதுவும் குண்டு வெடிக்கும்போது தலையைக் குலுக்கிக்கொண்டது. ராமனின் பீதி அதிகமானது. அவன் உடலில் நடுக்கம் அதிகரித்தது. அவன் கால்களுக்குக் கீழே ஈரம் மற்றும் நாற்றம். அவன் மலமும், மூத்திரமும் ஒட்டிய படுக்கையில் கிடந்தான். அவனுக்கு அவனை நினைத்து வேதனையாக இருந்தது. அவனை அவனே சுமை என நினைத்தான். அவன் கைகளை ஊன்றி எழ முயன்றான். உடனே தடுமாறிச் சரிந்தான். கூடாரத்தின் ஓரமாய்ச் சிறிய மரப்பெட்டிக்குப் பின்னே நீளமான 303 துப்பாக்கி இருந்தது. அது இயந்திரத் துப்பாக்கிக் குழுவுக்கு கொடுக்கப்பட்டது. மரப்பெட்டியில் முதுகைச் சாய்த்து உட்கார்ந்தான். அந்தத் துப்பாக்கியைத் தூக்கும் அளவுகூட அவனுக்குச் சக்தி இல்லை. அவனின் தொடைகளில் ஒட்டியுள்ள மலத்தின் நாற்றம் அவனை என்னவோ செய்தது. இதன் எந்த அருவருப்புமின்றி தன்னைப் பராமரிக்கும் நண்பர்களை நினைத்தான். அவர்களுக்கும் எனக்கும் என்ன உறவு? என்னை ஏன் அவர்கள் பராமரிக்கின்றார்கள்? என நினைத்தான். மீண்டும் தூரத்தில் ஒரு துருக்கி குண்டு வெடித்தது. அவன் உடல் நடுங்கியது. அச்சம் கவ்வியது. அவன் அந்தத் துப்பாக்கியை எடுத்து அவன் நெஞ்சின் மீது வைத்துக்கொண்டான். மீண்டும் ஒரு குண்டு வெடிக்கும் சப்தம். அவன் கண்களில் எதுவோ சூழ்ந்தது. உடல் நடுங்கிக்கொண்டே இருந்தது. தன்னை நோக்கி எதிரிகள் வருகிறார்கள் என அவன் கருதினான். துப்பாக்கியினை சிரமப்பட்டு லோடு செய்தான். மிரட்சியோடு தூரத்தில் இருளில் நோக்கினான். தீப்பிழம்பு வெளிச்சம் தூரத்தில் குண்டு வெடித்ததைக் காட்டியது. அந்த அச்சம் அவனை வாட்டியது. ஏதோ யோசித்தவனாய் துப்பாக்கிக் குழலை நெஞ்சோடு அழுத்திப் பிடித்தான். அதன் முனை அவனின் குரல்வளை மற்றும் தாவாக்கட்டைக்கு இடையே அழுத்தி இருந்தது. அவன் கால் பெருவிரல் துப்பாக்கி விசைக்கு அருகில் இருந்தது. அவன் மீண்டுமொருமுறை இருளில் நோக்கினான். அவனின் கிராமம் அவன் நினைவுக்கு வந்தது. கண்களிலிருந்து கண்ணீர் வழிந்தது. அந்த ஆடு இப்போது அவனையே பார்த்துக்கொண்டு இருந்தது.

அது தலையை வேகமாக ஆட்டிக்கொண்டிருந்தது. துப்பாக்கியை இவ்வளவு இறுக்கமாக அவன் பிடித்ததேயில்லை. மீண்டும் தூரத்தில் குண்டு வெடிக்கும் சப்தம். அவன் கண்களை இறுக்கமாக மூடினான். அவன் கால் பெருவிரல் நடுங்கியவாறே துப்பாக்கியின் விசையை அழுத்தியது. தூரத்தில் மீண்டும் குண்டு வெடிக்கும் பெரும் ஓசையில் கூடாரத்தில் வெடித்த துப்பாக்கியின் சிறு ஓசை கரைந்து போயிருந்தது. கூடாரத்தில் ஆட்டுக்குட்டி கட்டியிருந்த கயிற்றை அறுத்துக்கொண்டு போக முயற்சித்ததைத் தவிர, அங்கு அமைதி. அன்று இரவு சுமார் முப்பதுக்கும் மேற்பட்ட முறை துருக்கியர்களின் செல்குண்டுகள் வெடித்தன.

அன்று பதினைந்து பிரிட்டிஷ் இந்தியப் படைவீரர்கள் மரணமடைந்ததாக கணக்கிடப்பட்டது. கூடாரத்தில் துப்பாக்கியால் சுட்டுக் கொண்டு செத்துக் கிடந்த ராமனின் உடலைச் சேர்க்காமல்தான் அந்தக் கணக்கு.

ஜெர்மானிய விமானங்கள் நகரை வட்டமடிப்பதும் குண்டு வீசுவதும் அதிகரித்து வந்தது. அந்த விமானங்களை விரட்ட மீட்புப் படையின் விமானங்கள் பறந்து வந்தன. ஆனால் மீட்புப் படை விமானம் வரும் போது ஜெர்மன் விமானம் இருப்பதில்லை. அது குட்டிக்கு பக்கத்திலிருந்து வந்து போகின்றது. எனவே குண்டு போட்டபின் விரைவாகத் தரையிறங்கி விடுகின்றது. ஆனால் மீட்புப் படை விமானங்கள் சுமார் இருபது மைல்களுக்கு அப்பால் இருந்து வர வேண்டியிருந்தது. ஆனால் அந்த விமானங்கள் அவ்வப்போது தந்திகளையும் தேநீர்ப் பொட்டலங்களையும் படையணி முகாம் அருகில் போட்டது. அந்தத் தந்திகள் சில செய்திதாள்கள் போல குறுஞ்செய்திகளைக் கொண்டிருந்தது. அதன் பெயர் ரெட்டர்ஸ் தந்தி. வந்து விழுந்த தந்திகளில் குடும்பத்தினர் நலமாக இருப்பதாக ஒற்றை வரிச் செய்தி இருந்தது. அதைப் பார்த்தபோது பெரும்பாலானவர்கள் மிகுந்த மகிழ்ச்சி அடைந்தனர்.

மீட்புப் படையினர் குட்டிற்கு அருகில் சுமார் பத்து மைல் தூரத்தில் வந்து ஹென்னாவில் சண்டையிட்டனர். குண்டு வீச்சின்போது நெருப்புப் பிழம்பில் கீழ்வானத்தின் வெளி ஒரு நொடி சிவப்பாக வெளிச்சமிட்டு மறைவதை இரவுகளில் குட்டிலிருந்து படைகள் கவனித்தன. ஆனால் மீட்புப் படை முன்னேற முடியாமல் பின்வாங்கியது. துருக்கிப் படையினர், மீட்புப் படையினர் மீண்டும் குட்டை நோக்கி வருவார்கள் என குட்டின் நதிக்கு அப்பால் ஒரு தற்காலிகப் பாலத்தைக் கட்டியிருந்தனர். மேலும் அப்பகுதியில் தேவைப்படும்போது பயன்படுத்த அகழிகளையும் வெட்டி வைத்திருந்தனர். துருக்கிப் படைகள் போர் துவங்கிய நாளிலிருந்து அகழி தோண்டுவதை தங்களின் அன்றாடப் பணியாக செய்து வந்திருந்தனர்.

துருக்கியின் தற்காலிகப் பாலத்தைத் தகர்க்க ஹை நதியில் இரவில் ரகசியமாக கயிற்றில் பிணைக்கப்பட்ட மிதக்கும் குண்டுகளை ஓடும் நதியில் மிதக்க விட்டது பிரிட்டிஷ் படை. அந்த வெடிகள் பாலத்தின் தற்காலிக இரும்புத் தூண்களில் சிக்கியபின் வெடிக்கும் எனக் கருதப்பட்டது. ஆனால் அந்த வெடிகள் ஆற்றில் அதிக தண்ணீர் இல்லாததால் மணலில் சிக்கிக்கொண்டன.

அங்கேயே வெடித்து துருக்கியர்களை எச்சரித்து விட்டன. அதற்கு முன்பு அப்பகுதியில் துருக்கிப் படைகள் அதிகம் இல்லை. ஆனால் அந்நிகழ்வு அவர்கள் அப்பகுதியின் வழியாக மீட்புப் படை வரும் என சந்தேகப்பட்டதை உறுதி செய்வது போலாகி விட்டது. மேலும் பிரிட்டிஷ் படைகள் மீட்புப் படைகள் வரும்போது எளிதில் ஹை நதியைக் கடக்கும் வகையில் சிறு படகுகளை ஒன்றாகக் கட்டி ஒரு மிதவைப் பாலத்தை உருவாக்கும் பணியில் ஈடுபட்டிருந்தனர். ஆனால் அதை உள்ளூர் உளவாளிகள் ஆற்றை நீந்திக் கடந்து போய் துருக்கியருக்கு சொல்லி விட்டு வந்ததால், அப்பகுதியில் கூடுதல் துருப்புகளை ஒட்டாமன் படைகள் களம் இறக்கின.

ஒவ்வொரு நாளும் தூரத்து அடிவானத்தில் ஒட்டகங்கள் வரிசையாக குட்டின் மேலே உள்ள ஷாம்ரனில் உள்ள துருக்கியின் தளத்திலிருந்து குட்டிற்கு கீழேயிருக்கும் சனாயத்திலுள்ள அவர்களின் படைகளுக்கு உணவுப் பொருட்களை கொண்டு செல்வது நன்கு தெரிந்தது. அந்த அரேபி ஒட்டகங்கள் மற்ற ஒட்டகங்களைக் காட்டிலும் வலுவானவை. எந்த வழுக்கலான மற்றும் சகதி நிறைந்த பரப்பையும் அவை அனாயசமாகக் கடக்கக் கூடியவை. துருக்கிகள் அலிமர் தலைமையிலான பிரிட்டிஷ் மீட்புப் படை குட்டை நோக்கி வரும் என்பதை எதிர்பார்த்துக் காத்திருப்பதன் அடையாளமே அந்தப் படைக் குவிப்பு. குட்டில் இருந்த பிரிட்டிஷ் இந்தியப் படைகள் மீட்புப் படைகள் வருவதற்கு முன் தங்களை ரஷ்யப் படைகள் வந்து மீட்கும் என நம்பினர். அதற்கு ரெட்டர்ஸ் தந்தி செய்திகள் ஒரு காரணம்.

மார்ச் 7ஆம் தேதி இரவு மீட்புப் படைகள் டைகரிஸ் நதியைக் கடந்து குட்டை நோக்கி ரகசியமாக முன்னேறின. கடும் இருளில் படைகள் கைகளில் குச்சிகளை வைத்து அளந்த படியும், சக்கரங்களின் சுழற்சியை அளக்கும் டெக்கோ மீட்டர் பொருத்தப்பட்ட சைக்கிள்கள் மூலம் திசை காட்டிக் கருவிகளின் உதவியில் மட்டுமே முன்னேறினர்.

மேஜர் ஜெனரல் அலிமர் தனது டைகரிஸ் கார்ப்ஸ் மீட்புப் படையினை ஏ, பி மற்றும் சி என்று மூன்று பிரிவுகளாகப் பிரித்திருந்தார். ஏ, பி படைகளுக்கு மேஜர் ஜெனரல் கெம்லர் தலைமை தாங்கி நடத்தினார். சி படையணிக்கு மேஜர் ஜெனரல் கர்னியின் தலைமையேற்றிருந்தார். விடியும் போது அவர்கள் துஜைலா பகுதியை அடைந்து விடுவது என்றும், சேர்ந்து தாக்குதலைத் துவக்குவது என்றும் திட்டமிட்டிருந்தனர். ஆனால் இருட்டு ஏ, பி படைகளை சி படைப்பிரிவிலிருந்து பிரிந்து போகச் செய்து விட்டது. காலையில் சி படைப்பிரிவு துஜைலாவை அடைந்தது. அங்கிருந்து வெறும் பத்து மைல் தூரத்தில்தான் குட். விடிந்தபோது அந்தப் படைப்பிரிவு ஒட்டாமன் துருக்கி அகழிகளைக் கண்டது. அந்த அகழியில் துருக்கிப் படைகள் இல்லை. இருந்த சிறிய படையும் பின் வாங்கி விட்டது.

ஆனால் ஏ, பி படைகள் மற்றும் கனகர பீரங்கி வாகனங்கள் துஜைலாவை வந்து அடையவில்லை. சி படை எதிரியின் அகழிகளைக் கைப்பற்றிய போதும் அது அதற்கு மேலே முன்னேற போதிய படைகள் இல்லை. ஏற்கனவே திட்டமிட்டவாறு வெறுமனே இலக்கின்றி ஒருமுறை பீரங்கியை வெடிக்கச் செய்து முதலில் செல்லும் அணி தகவல் சமிக்கை தரவேண்டும். அதன்படி காலையில் மேஜர் ஜெனரல் கர்னியின் ஒரு குண்டை வெடிக்கச் செய்தார். எங்கோ திசை மாறிப் போயிருந்த மேஜர் ஜெனரல் கெம்லரின் படையணிக்கு அந்த சப்தம் கேட்டு அவர்கள் சரியான இடத்தை நோக்கிப் பயணித்தனர். அந்த சப்தம் தூரத்தில் இருந்த ஒட்டாமன் படைகளுக்கும் கேட்டது. துஜைலாவிற்கு ஏ மற்றும் பி படைகள் வந்து சேரும் வரை பின்வாங்க படைகளுக்குக் கட்டளையிட்டார் மேஜர் ஜெனரல் கர்னியின். ஏ, பி படைகள் மற்றும் கனரகத் துப்பாக்கிப் படைக்குழு வந்து சேர மதியம் ஆகி விட்டது. அதற்குள் துருக்கிப் படைகள் தங்கள் படைகளை துஜைலாவை நோக்கித் திருப்பிக் குவித்திருந்தன.

மதியம் டைகரிஸ் கார்ப்ஸின் மூன்று படையணிகளும் ஒருசேரத் தாக்குதலைத் தொடுத்தன. ஆனால் ஒட்டாமன் துருக்கிப் படைகள் அதனை எதிர்பார்த்து அகழியில் காத்திருந்தன. பிரிட்டிஷ் இந்திய மீட்புப் படையிலிருந்த 59வது சிந்தி ரைஃபில் மற்றும் 8வது மான்சிஸ்டர் ஆகியவை கடும் தாக்குதலிலும் முன்னேறி ஒட்டாமன் துருக்கியின் இரண்டு அகழிகளைக் கைப்பற்றின. அப்போது கையெறி குண்டுகள் மற்றும் துப்பாக்கிகளின் பாய்னட் கத்திகளைக்கொண்டு குத்தியவாறு துருக்கிப் படைகள் கடும் போரிட்டன. மீட்புப் படைக்கு போதிய ஆயுதங்கள் இல்லாத நிலை உருவானது. மாலையில் இருள் சூழ்ந்தபோது சண்டை ஓய்ந்தது. அப்போது எடுத்த கணக்கின்படி மான்சிஸ்டர் படையணியில் மட்டும் 1174 படைவீரர்கள் மரணமடைந்திருந்தனர். ஒட்டு மொத்தமாக சுமார் 4000 படைவீரர்களை மீட்புப் படை இழந்திருந்தது. அது துஜைலாவிலிருந்து சுமார் ஒரு மைல் தூரம் பின்வாங்கியுமிருந்தது. அந்த முயற்சியும் தோல்வியில் முடிந்ததை மேஜர் ஜெனரல் அலிமர் மிகுந்த அவமானகரமாக நினைத்தார். தன் மீது பிரிட்டிஷ் பேரரசு வைத்த நம்பிக்கை குலைந்துபோய் வருவதை எண்ணினார். அவர் கனத்த மனதுடன் படைகளைப் பின்வாங்க உத்தரவிட்டார். பின் குட்டில் இருந்த மேஜர் ஜெனரல் டவுன்செண்டுக்கு தந்தி அனுப்பும்போது அவர் முகத்தில் இருள் படிந்திருந்தது.

துஜைலாவில் வெடித்த குண்டின் சப்தங்களை டவுன்செண்ட் கேட்டார். அவரின் தலைமை அலுவலகத்தின் மாடியில் இருந்த கண்காணிப்புக் கோபுரத்தில் நின்றபோது அந்த ஒலியை மேஜர் ஜெனரலால் நன்கு கேட்கமுடிந்தது. அவர் படைகளைத் தயாராக இருக்கச் சொல்லி தொலைபேசி வாயிலாக உத்தரவிட்டார். ஆனால் அதன் பிறகு முன்னேற்றத்தின் எந்த அறிகுறியும் இல்லாததால் அவர் நம்பிக்கை

இழந்தார். அந்த இரவு அவரால் தூங்க முடியவில்லை. ஜெர்மானியப் படைகள் பிரான்சில் முன்னேறுவதாக ஒரு செய்தி அவருக்கு மேலும் சுமையை உருவாக்கி இருந்தது. வெகு நேரம் தனது அறையிலிருந்து துஜைலாவின் திசையை நோக்கிக்கொண்டே இருந்தார்.

காலையில் நல்ல பனி மூட்டம் இருந்தது. ஒரு விமானம் குட்டின் மேல் வட்டமிட்டது. அதனைக் காண்பதில் சிரமம் இருந்தது. அது பிரிட்டிஷ் இந்தியப் படை விமானம், அந்தத் தகவல் உடனடியாக தொலைபேசியில் தெரிவிக்கப்பட்டது. அந்த விமானம் ஒரு பார்சலைப் போட்டது. நல்ல வேளையாக அது இம்முறை நதிப்பக்கம் விழவில்லை. வழக்கம் போல எஸ் அண்ட் டி தேயிலைப் பாக்கெட்டுகள், கொஞ்சம் சாக்லெட்டுகள், ஒரு சிறிய மஸ்பரோ சிகரெட் டப்பா மற்றும் தந்திகள் இருந்தன. அதில் ஒரு தந்தி மேஜர் ஜெனரல் அலிமருடையது. தந்தியும், சிகரெட் டப்பாவும் அவர் மேஜையில் வைக்கப்பட்டது. அந்த சிகரெட் டப்பாவிலிருந்து ஒரு சிகரெட்டை எடுத்து மூக்கின் அருகில் வைத்து மூச்சை இழுத்து முகர்ந்தார். தங்களின் சைபர் இணைப்பை எதிரிகள் ஒட்டுக் கேட்க வாய்ப்புள்ளதாக மேஜர் ஜெனரல் அலிமர் கருதுவதால் அவர் விமானம் மூலம் தந்தி கிடைக்கச் செய்கின்றார் என டவுன்செண்ட் நினைத்தார். பின்னர் கையிலிருந்த சிகரெட்டைப் பற்ற வைத்து ஒரு இழுப்பு இழுத்து புகையை ரசித்து வெளியிட்டு அந்தத் தந்தியைப் படித்தார்.

“இன்று நடந்த தாக்குதலில் வெற்றி பெற முடியவில்லை. தாக்குதல் சமயம் எதிரிகள் மகாஸிசி மற்றும் சுமரன் வழியாக அதிகம் வந்து சேர்ந்து விட்டார்கள். இடது கரை ஓரமாக எதிரிகள் திரும்புவார்கள் என எதிர்பார்க்கின்றேன். அவர்கள் அவ்வாறு செய்யாவிட்டால் நாங்கள் வாடி பகுதிக்குப் போக வேண்டும். இங்கு குடிநீர் இல்லை. மேலும் அதிகமான ஆட்கள் பலியாகி விட்டனர். எதிரிகளுக்கும் அதிகமான பாதிப்பு உள்ளானதாக அறிகின்றேன்.”

மேஜர் டவுன்செண்ட் தந்தியிலிருந்த செய்தியினை எதிர் நோக்கும் பக்குவத்துடன் இருந்தார். பாவம் மேஜர் ஜெனரல் அலிமருக்கு சூழலும், அதிர்ஷ்டமும் கை கூடவில்லை. அவர் உளப்பூர்வமாக குட்டில் உள்ள படைகளை மீட்க முயலுகின்றார். ஆனால் ஏதோ தடைகள் வந்து கொண்டே இருக்கின்றன. நடக்கட்டும் என்று நினைத்தார். மேஜர் டவுன்செண்டின் பெருங்கவலை படையணிக்கு வரும் நாட்களில் எப்படி உணவளிப்பது என்பதுதான். ஒரே வழி கையிருப்பு உள்ள உணவை மீண்டும் குறைத்து படைகளுக்குத் தருவதுதான். அந்த உணவு பகிரும் வேலை பிரிட்டிஷ் கேப்டன் வின்ஃபீல்ட் வசம் தரப்பட்டது. பிரிட்டிஷ் படைகள் கழுதைக் கறியையும், குதிரைக்கறியையும் சாப்பிடப் பழகி விட்டதால் அவர்களுக்கு அந்த இறைச்சிகளுடன் ரொட்டியும் சேர்த்து கொடுக்கப்பட்டது.

இந்தியப் படையினருக்குக் கொடுத்து வந்த நெய் முற்றிலும் தீர்ந்து விட்டது. கோதுமை மாவும் குறைத்துக் கொடுக்கப்பட்டது. ஒரு நாளைக்கு ஒருவேளை மட்டும் வயிறாற சாப்பிட முடியும். குதிரைக் கறியோ அல்லது கழுதைக்கறியோ சாப்பிட்டால் எளிதில் பசி எடுக்காது. சமாளிக்கலாம். இந்தியப் படையினர், பிரிட்டிஷ் படைகளைக் காட்டிலும் கூடுதல் சோர்வு அடைந்ததற்கு உணவுப் பற்றாக்குறை கூடுதல் காரணமாக இருக்கும். நாள்தோறும் ஒருவர் அல்லது சிலர் துருக்கியர்கள் பக்கம் ஓடிப்போகின்றார்கள் என்ற செய்தி தலைமை அலுவலகத்திற்கு வந்தது. இந்த அசாதாரணமான நிலை படைகளின் நம்பிக்கையைத் தகர்க்கும் என்பதால் மேஜர் ஜெனரல் படையணிகளில் இந்தியப் படைகளுடன் கட்டாயம் ஆங்கிலேயப் படைகள் சேர்ந்து பணி புரிய வேண்டும் என உத்தரவிட்டார். இந்தியப் படைகளில் கூட இந்துக்களும் முஸ்லிம்களும் கலந்து இருப்பது கட்டாயம் எனக் கூறினார். படைகளை விட்டு ஓடுவது இவ்வகையில் குறையும் என எதிர்பார்த்தார்.

அதன் பின்பு தனது உதவியாளரை ஒரு செயல் அறிக்கையை படைகளுக்கு வெளியிட குறிப்பெடுக்கச் சொன்னார். உதவியாளர் குறிப்பெடுக்கத் தயாரானார்.

"நான் எனது இதயத்திலிருந்து பேசுகின்றேன். நமது மீட்புப் படை நம்மை மீண்டும் மீட்க முடியவில்லை. அதற்கு பல்வேறு சூழல்கள் காரணமாக இருக்கின்றன. மேஜர் ஜெனரல் அலிமரை மற்றொரு தாக்குதலுக்கு தயாராகக் கூறியுள்ளேன். சுமார் 17000 வீரர்களைக் கொண்ட படைகள் நம்மை விரைவில் மீட்க வர உள்ளன. நாம் இப்போது விலங்குகளைக் கொன்று வருகின்றோம், தானியங்கள் குறைந்து வருகின்றது. எனவே ரேசன் குறைக்கப்படுகின்றது. நமது நாட்டின் கொடி உயரப் பறக்க இந்தத் துயரை நாம் கடந்து செல்வோம்."

அடுத்த இரண்டாம் நாள் மீண்டும் விமானம் மூலம் வீசப்பட்ட தலைமை நிலையக் கடிதத்தில் மீட்புப் படையை வழி நடத்தும் பொறுப்பிலிருந்து மேஜர் ஜெனரல் அலிமர் மாற்றப்பட்டு அவருக்குப் பதிலாக மேஜர் ஜெனரல் கோரிங் நியமிக்கப்பட்டுள்ளதாக இருந்தது. கூடவே மேஜர் ஜெனரல் அலிமரும் ஒரு கடிதம் எழுதியிருந்தார். அது அவரின் விடைபெறுதல் கடிதம்.

'எங்கோ உட்கார்ந்து கொண்டு கட்டளைகளை மட்டும் பிறப்பிப்பவர்களுக்கு நமது சிரமம் புரியாது. நீங்கள் மிகவும் உயர்ந்த முறையில் குட்டைப் பாதுகாத்துள்ளீர்கள். உங்களுக்கு நல்வாய்ப்புக் கிடைக்கட்டும்' என அவர் விடை பெற்றிருந்தார். உண்மையில் நல்ல காலநிலை வாய்த்திருந்தால் வாடி போரில் அவர் வெற்றி பெற்று குட்டை மீட்டிருப்பார். மழை, வெள்ளம் என எல்லா பாதிப்புகளும் அவரின் முன்னேற்றத்தைத் தடுத்தன. சிறந்த

தளபதி. நல்வாய்ப்புக் கிட்டாதவர் என மேஜர் ஜெனரல் டவுன்செண்ட் அலிமரின் கடிதத்தைப் பார்த்தபடி சொன்னார்.

வில்லியம்ஸ் கடந்த சில நாட்களாக சோர்ந்து காணப்பட்டான். ராமன் தற்கொலை செய்து கொண்டது கூடாரத்தில் இருந்தவர்கள் மற்றும் அருகில் இருப்போரை மனதளவில் பாதித்தது. தனது தலைமுடியை ஒழுங்காக சீவிக்கொள்வது, துணிகளை சரியாக அணிந்து ஒரு கனவான் போல இருக்க முயற்சிப்பது போன்றவற்றை அவன் சற்று அலட்சியப்படுத்தி வந்தான். அவனைப்போல பலரும் அந்த மனநிலையில் பீடிக்கப்பட்டிருந்தனர். அவர்கள் கண்களில் நம்பிக்கை குறைந்திருந்தது. மேஜர் ஜெனரலின் உதவியாளர் ரீகன் வில்லியம்ஸிடம் அந்த மாற்றங்களைக் கவனித்து அவன் அதுபோல இருக்கக்கூடாது எனக் கூறினார். அது மேஜர் ஜெனரலுக்குப் பிடிக்காது என்றார். பின்னர் அவரே ஒரு சீப்பை எடுத்து அவனுக்கு நெற்றியை மறைப்பது போல சீவி விட்டார். அவன் மிகவும் சங்கடப்பட்டபோது,

"என் மகன் இது போல சீவிக்கொள்வான்" என்றார். ஒரு நல்ல எஸ் அண்ட் டி தேயிலை தூள் போட்ட தேநீரை அவனுக்குக் கொடுத்து,

"மனிதனின் நம்பிக்கை குறையும்போது இறைவனிடம் அதை விட்டு விட வேண்டும். நீ தேவாலயம் போவதுண்டா?" என்றார். அவன் இல்லை எனத் தலையசைத்தான். டைகரிஸின் ஓரத்தில் ஒரு தேவாலயம் இருந்தது. குண்டு வீச்சுக்கு நடுவில் காலையும் மாலையும் அந்த தேவாலயத்தின் மணி சப்தமும், மசூதியில் பாங்கு ஓதும் சப்தமும் நிற்காமல் கேட்டுக்கொண்டே இருந்தது.

"நாளை ஞாயிற்றுக்கிழமை பிரார்த்தனைக்கு என்னுடன் நீ வரமுடியுமா?" என்றார் ரீகன்.

வில்லியம்ஸ் சம்மதித்துத் தலையசைத்தான்.

அடுத்த நாள் காலையில் சைக்கிளில் ரீகனைப் பின்னால் உட்கார வைத்து ஓட்டிச் சென்றான். அந்தத் தேவாலயத்தின் சுவர்களில் ஏராளமான துப்பாக்கிக் குண்டுகளின் பொத்தல்கள் இருந்தன. அந்தத் தேவாலயம் ஒரு யூதக் குடும்பத்தால் பராமரிக்கப்பட்டு வந்திருந்தது. குட்டில் பிரிட்டிஷ் இந்தியப் படைகள் வந்த பின்பு இந்தத் தேவாலயத்தை அவர்கள் பொறுப்பில் எடுத்து கொண்டனர். நதிக்கு அப்பாலிருந்து துருக்கியின் செல் தாக்குதலைத் தடுப்பதற்காக பெரிய மணல் மூட்டைகளால் ஆன தடுப்பு அரண் இருந்தது. அந்த ஞாயிறு வழிபாட்டில் பிரிட்டிஷ் ஆட்கள் இருந்தனர். தேவாலயத்தின் பொறுப்பாளரான யூதர் தேவாலய வாசலில் நின்றிருந்தார். தேவாலயத்தினுள் வழிபாட்டுப் பாடல் பாடிக்கொண்டிருந்தனர். வில்லியம்ஸைப் பார்த்ததும் தேவாலயப் பொறுப்பாளர் புன்னகையுடன் வரவேற்றார். பிரிட்டிஷ் படையின் பிணையக் கைதியாய் இருந்த தன்னை

மீட்க உதவியவன் என அவர் அறிந்திருந்தார். ரீகனையும் வில்லியம்ஸையும் தேவாலயத்தினுள் அழைத்துச் சென்றார். முன் இருக்கையில் இரண்டு இடம் காலியாக இருந்தது. அதில் அவர்களை அமரவைத்து விட்டு வெளியேறினார். பாடல்களைப் பாடியபடியே சில பிரிட்டிஷ் அதிகாரிகள் இருவரையும் பார்த்தனர். முன்னே இருந்த சிலுவையின் அருகில் சுவரில் குண்டு சிதறலின் விரிசல் இருந்தது. ரீகன் வில்லியம்ஸின் காதருகில்,

“நான் வழக்கமாக வரும் ஞாயிற்றுக்கிழமை வழிபாட்டைக் காட்டிலிலும் இன்று கூட்டம் சற்று அதிகம். நமக்கு இறைவனிடம் சரணடைவதைத் தவிர வேறு என்ன வழி இருக்கின்றது” என்றார்.

பிரசங்கம் செய்பவர் இராணுவ கணக்காளர். அவர் விரைவில் ஆண்டவன் நல்வழி காட்டுவார் என்றார்.

பாடல் முடிந்ததும், பாதிரியார் விவிலியத்தின் நாளாகமம் அதிகாரம் 32இல் 7 வது வசனத்தைப் படித்தார்:

“நீங்கள் உறுதி கொண்டு தைரியமாக இருங்கள். அசீரியா அரசனுக்கும் அவனுடன் இருக்கும் ஏராளமான கூட்டத்திற்கும் பயப்படாமலும் கலங்காமலும் இருங்கள். அவனோடு இருப்பவர்களை விட நம்மோடு இருப்பவர்கள் அதிகம். அவனோடு இருப்பது தோள் வலிமை. நமக்கு துணை நின்று போரை நடத்த நம்மோடு இருப்பவர் நம்முடைய தேவனாகிய கர்த்தர்தானே என்று சொல்லி அவர்களைத் தேற்றினேன்.”

ஒரு முறை அந்த இறுதி வார்த்தைக்கு பாதிரியார் அழுத்தம் கொடுத்தார். அவர் குரலில் சிறு நடுக்கம். “நம்மோடு கர்த்தர் இருக்கின்றார். நம்மை வழி நடத்துகின்றார்.”

தேவாலயத்தில் ஒருவரை ஒருவர் பார்த்துக்கொண்டனர். கொஞ்சம் அமைதி. அப்போது நடு வரிசையில் அமர்ந்திருந்த ஒரு பிரிட்டிஷ் படை கிளர்க் மயங்கி பக்கத்தில் உள்ளவன் மீது சரிந்தான். அவனைத் தாங்கிப் பிடித்த மற்றொரு அதிகாரி அவனை உலுக்கினான். அங்கே மற்றவர்கள் கவனம் சிதறியதால் பிரசங்கத்தை நிறுத்திய பாதிரியார், மேடையிலிருந்த மண் குவளையிலிருந்து தண்ணீரை எடுத்துக்கொண்டு கீழே வந்து தண்ணீரை அவன் முகத்தில் தெளித்தார். காற்று வர ஏதுவாக கூட்டத்தை விலகி இருக்கச் சொன்னார். மயங்கிக் கிடந்தவனுக்கு சுமார் முப்பது வயதிருக்கும். சில நிமிடங்களுக்கு அவனின் கைகளையும் உள்ளங் கால்களையும் நன்றாகத் தேய்த்துக் கொடுத்தனர். அதன் பின் அவன் கண் விழித்தான்.

“இந்த உடலைவிட்டு வெளியேறு சாத்தானே” என குடுவைத் தண்ணீரைக் கொஞ்சம் கையில் ஊற்றி அவன் முகத்தில் அடித்தார். காலையில் அவன் சாப்பிடாததோ அல்லது கவலையோ அவன் மயக்கத்திற்கு காரணமாக

இருக்கும் எனப் பேசிக்கொண்டனர். அத்தோடு பிரார்த்தனை முடிவுக்கு வந்தது. எல்லோரும் கனத்த இதயத்தோடு கலைந்தனர்.

வில்லியம்ஸ் சைக்கிளை மிதித்துக் கொண்டு திரும்பும்போது பின் சீட்டில் இருந்த ரீகன் அமைதியாக இருந்தார். அவர் எதையோ நினைத்துக்கொண்டு வந்தார்.

"ரீகன், ஒரு மேஜர் ஜெனரலின் வேலை எவ்வளவு கடினமானது."

"எல்லோரையும் அமைதிப்படுத்தவேண்டும். எல்லாப் படையினருக்கும் நம்பிக்கை தரவேண்டும். தலைமை பயப்படவில்லை என படைகளை நம்பச் செய்யவேண்டும்."

"ஒருவகையில் அது மேடை நாடகத்திற்கு இணையானதோ?"

"என்னமோ, ஆனால் எல்லோரும் மனிதர்கள்தானே. இன்று தேவாலயத்தில் இருந்த முகங்கள் எதைப் பிரதிபலித்தன?"

"ரீகன் எனக்கு சின்ன வயதுதானே, முகங்களைப் படிக்கத் தெரியவில்லை."

"எல்லோரும் பள்ளத்தில் விழுந்து கிடப்பதைப் போல உணர்கின்றோம். சரியா?" வில்லியம்ஸ் எந்தப் பதிலும் சொல்லவில்லை. அதை யோசிக்கும் போது அவனுக்கு அந்த உணர்வுதான் இருந்தது.

"உண்மைதான் ரீகன்."

"எவரோ வெளியிலிருந்து வந்து நம்மைத் தூக்கி விடுவார்கள் என்று கருதுகின்றோம். முன்பு மேஜர் ஜெனரல் அலிமர், இப்போது ஜெனரல் கோரிங். அதைதான் பாதிரியாரும் சொன்னார். அதைக் கேட்டபின்புதான் தேவாலயத்தில் ஒருவன் மயங்கி விழுந்தான். எனக்கென்னமோ அவன் அதைக் கூடுதலாகக் காட்சிப்படுத்தி யோசித்திருப்பான் எனக் கருதுகின்றேன். எதையும் அதிகம் யோசிக்கக் கூடாது."

இருவரும் சிறிது நேரம் அமைதியாக இருந்தனர். பின் ரீகன் தொடர்ந்தார்.

"விவிலியத்தில் சொல்வது போல தேவன் நம்மை வழி நடத்தவேண்டும். அதையும் நம்பாவிட்டால் வேறு எது நமக்கு ஆறுதல் தரும்" என்றார்.

வில்லியம்ஸ் எதுவும் பேசவில்லை. அவனுக்கு யோசிக்கவேண்டும் என தோன்றியது. ஆனால் யோசித்தால் மயக்கம் வரும் என ரீகன் சொன்னதை நினைத்து சைக்கிளை வேகமாக அழுத்தினான்.

அவர்கள் தலைமை நிலையத்தை அடைந்தபோது உள்ளூர் அரேபி ஒருவன் குதிரையோடு நின்றிருந்தான். அவன் வில்லியம்ஸ்க்காக காத்திருக்க

வேண்டும். அவனைக் கண்டதும் நெருங்கி வந்து காதோடு எதையோ சொன்னான். அவனை அங்கேயே இருக்கச் சொல்லிவிட்டு அவன் அலுவலகத்திற்குள் சென்றான்.

மேஜர் ஜெனரலிடம் பைசல் அல் ஹுசைன் ஒரு செய்தி சொல்ல ஆள் அனுப்பி இருந்தார். அது ஹை மாவட்டத்தில் பத்துக்கும் மேற்பட்ட ஒட்டகங்களில் தானியங்கள் விற்பனைக்காக பாரசீகம் போக இருந்ததை பிரிட்டிஷ் இந்தியப் படைகளுக்கு விற்க அவர் கேட்டிருந்ததாகவும், அவர்கள் அதனை விற்க சம்மதித்துள்ளதாகவும், ஆனால் அவர்கள் பணம் கேட்காமல் தங்கமாகக் கொடுக்க வேண்டுவதாகவும் தகவல் சொல்லி அனுப்பி இருந்தார். அந்த ஒட்டகங்கள் துருக்கிப் படைகள் பார்வையில் படாமல் ஹை நதிக்கப்பால் நிறுத்தப்பட்டுள்ளன எனத் தகவலை அவன் மேஜர் ஜெனரலுக்குத் தெரிவித்தான்.

அன்று உணவு தானியங்கள் தங்கத்தை விட மதிப்பு மிக்கவை. கொஞ்சம் தங்கத்தைக் கொடுத்து அந்த தானியங்களை வாங்கி பத்திரப்படுத்தச் சொன்னார். அவர் பைசல் அல் ஹுசைனின் இந்த உதவியை அங்கீகரிப்பதாகவும் அவரைப் பாராட்டுவதாகவும் சொன்னார். பின் உணவு வழங்கலுக்குப் பொறுப்பான கேப்டன் விண்ட்பீல்ட் ஸ்மித்தை தலைமை அலுவலகம் வந்து மற்ற நடவடிக்கைகளை மேற்கொள்ள உத்தரவிட்டார்.

வில்லியம்ஸ் வெளியே நின்றிருந்த பைசல் அல் ஹுசைன் அனுப்பிய உள்ளூர்க்காரனிடம், அவன் கொண்டு வந்த தகவலுக்காகவும் பைசல் அல் ஹுசைனின் உதவிக்காகவும் மேஜர் ஜெனரலின் பாராட்டைத் தெரிவிக்கச் சொன்னான். தானிய மூட்டைகளைச் சுமந்துள்ள ஒட்டகங்களை நகரத்துக்குள் அனுப்பிவைக்க உத்தரவிட்டுள்ளார் என்பதைத் தெரிவித்தான். அவனிடம் விடைபெற்றுக்கொண்ட உள்ளூர்க்காரன் அந்த ஒட்டகங்களைக் குட்டை நோக்கி அழைத்துவர தனது குதிரையில் ஏறிக் கிளம்பினான். அவன் சென்று மறையும் வரை வில்லியம்ஸ் அவனைப் பார்த்துக்கொண்டே இருந்தான். அந்தக் குதிரையின் குளம்புகளின் பாய்ச்சலில் குட்டின் செந் நிறப் புழுதி புகை போல எழுந்து படிந்தது.

கடந்த இரண்டு வாரங்களாகப் பெய்த மழையால் வறண்ட பகுதிகளில் இளந்தளிர்களுடன் புதிய செடிகள் வளர்ந்திருந்தன. உள்ளூர்வாசிகள் அதில் சில கீரைகளைப் பறிப்பதைக் கண்ட ராணா அவர்களிடம் சாப்பிடக்கூடிய கீரைகளை அறிந்துகொண்டு, அவற்றைப் பறித்து வந்து சமைப்பதை வாடிக்கையாக்கி இருந்தான். வெகுநாட்கள் காய்கறிகளைப் பார்க்காதவர்களுக்குக் கீரை ஒரு தெம்பு தரும் உணவாக இருந்தது. அதிலும் குறிப்பாக இந்தியப் படைகள் குதிரைக்கறியையும், கழுதைக்கறியையும் முழுதாக வெறுத்தனர். ஸ்கர்வி நோய் கண்டு ஈறுகளில் இரத்தம் கசியும் நிலையில் கீரை உணவு கொஞ்சம் சக்தி தருவது மட்டுமல்ல ஸ்கர்விக்கு

அது நல்ல மருந்தும்கூட. அதனால் சமையலுக்குக் கீரை பறிப்பதை வாடிக்கையாகக் கொண்டிருந்தனர் தொழிலாளர் படையினர். மருத்துவப் படையினரும் அதை ஆதரித்தனர். ஆனால் அதிலும் ஒரு ஆபத்திருந்தது. கீரைகளை அடையாளம் காண்பதில் குழப்பம் ஏற்பட்டு சாப்பிடக்கூடாத தாவரத்தைச் சாப்பிட்டு வாந்தி மற்றும் வயிற்றுப்போக்கு ஏற்பட்டு உணவு விஷம் ஆகிவிடக்கூடாது என்பதால், அந்தக் கீரையினை உள்ளூர்வாசிகளிடம் உறுதிப்படுத்திக்கொள்ள அறிவுரை கூறப்பட்டிருந்தது.

வில்லியம்ஸ் ஒட்டகங்கள் வருகின்றதா எனப் பார்க்க நகரின் கிழக்குப் பக்கம் குதிரைக்காரன் போன திசையினை நோக்கி மோட்டார் சைக்கிளை ஓட்டும்போது, ராணா கீரை பறித்துக்கொண்டிருப்பதைப் பார்த்தான். அவன் பறித்த கீரைகளைத் தனது தோளில் கட்டியிருந்த துணியில் திணித்துக்கொண்டிருந்தான். அவனைப்போல சிலரும் கீரை பறித்துக்கொண்டிருந்தனர். வில்லியம்ஸ் ராணாவை உடன் அழைத்துச் செல்ல அவனைப் பார்த்து கையசைத்தான். அப்போது எதிரே தூரத்தில் தானிய மூட்டைகளைச் சுமந்த சுமார் இருபது ஒட்டகங்கள் ஒன்றன் பின் ஒன்றாக வரிசையாக வருவதை அவன் பார்த்தான். அந்த ஒட்டகத்திற்கு முன்னே பைசல் அல் ஹுசைன் குதிரையில் வந்து கொண்டிருந்தார். அவர் நெருங்கும்போது அவரை நோக்கி,

"இந்த உதவிக்கு உங்களுக்கு நாங்கள் நன்றி சொல்ல வேண்டும்" எனத் தலையைக் குனிந்தான். அவரோ வானத்தை நோக்கி கைகளைக் காட்டி "அல்லா கருணை மிக்கவர்" எனச் சொல்லிவிட்டுக் கடந்தார். தானியங்கள் ராணுவ சேமிப்புக் கிடங்குக்குச் சென்றது. அது இரண்டு மூன்று நாட்களுக்கான உணவுத் தேவையைப் பூர்த்தி செய்ய வாய்ப்புள்ளது.

அன்று விடிந்ததிலிருந்தே துருக்கியின் குண்டுகள் வந்து விழுந்துகொண்டே இருந்தன. காலை ஆறு மணியிலிருந்து சுமார் அரை மணி நேரம் அந்தத் தாக்குதல் எந்த இடைவெளியுமின்றி நீடித்தது. அவர்களின் புதிய ஜெர்மானிய பீரங்கிகள் இலக்கைத் துல்லியமாகத் தாக்கின. பிரிட்டிஷ் இந்தியப் படைகள் எதிர்த் தாக்குதலைத் தொடுத்தபோதும் துருக்கிகளின் தாக்குதல் கூடுதலாக இருந்தது. முன் வரிசைப் படையரண்கள் மீது துருக்கி குண்டுகள் விழுந்தன. அரை மணி நேரத்திற்குப் பின் அந்தத் தாக்குதல் ஓய்ந்தது. அந்த ஓய்வு அமைதி தருவதாக இல்லை அவர்கள் மீண்டும் தாக்கத் துவங்குவதன் ஓர் அறிகுறியாகத்தான் இருந்தது. பிரிட்டிஷ் இந்தியப் படையினர் தாக்குதலை எதிர்நோக்கிக் காத்திருந்தனர். அந்த விடியலின் வெளிச்சத்தைக் குண்டுவீச்சின் பின் எழுந்த புழுதியும், கந்தகப் புகையும் மறைத்திருந்தது. படைகள் துருக்கியின் அகழியை உற்று நோக்கிக்கொண்டிருந்தபோது ஒரு விமானத்தின் சப்தம் பெரிதாகக் கேட்டது. அந்த விமானம் ஜெர்மன் விமானம் என படைகளுக்கு கண்காணிப்புக் கோபுரத்திலிருந்து தகவல் வருவதற்குள் குட்டின் மீது அது முதல் குண்டை வீசியது. அந்த குண்டு வெடித்த இடம் ராணுவப் பகுதியல்ல. வரிசையாக வீடுகள் இருந்த இடம். மீண்டும் அது நகரின் பகுதிகளைக் குறிவைத்துத் தாக்கியதாகவே கருதினர். ஆனால் அன்றைய விமானத்தின் இலக்கு வீடுகளல்ல. உண்மையில் காயம்பட்டோர் இருந்த மருத்துவமனை என்பது அந்த விமானத்தின் குண்டு மருத்துவமனையின் மீது வெடித்துச் சிதறியபோதே உணர முடிந்தது.

ஒரு பெரும் தீப்பிழம்பு அங்கு ஏற்பட்டது. விமானம் நான்கு குண்டுகளை வீசியது. அதில் ஒரு குண்டு மருத்துவமனையைப் பதம் பார்த்தது. அதன் மேல் கூரையினைத் துளைத்துக் கீழே பாதிப்பை ஏற்படுத்தியது. மருத்துவமனையில் காயம்பட்டு சிகிச்சை பெற்றுவந்த ஒருவனின் முகம் பாதி சிதைந்து அவன் உடல் தீப்பற்றி எரிந்தது. அவன் கைகளை மட்டும் உயரத் தூக்கி சில நொடிகளில் அதைச் சரிய விட்டான். மருத்துவப் பணியாளர்கள் மிகவும் மோசமாகக் காயம்பட்டுக் கிடந்தனர். காலையில் மருத்துவமனைக்குப் பாலும் முட்டையும் கொண்டு வந்த கழுதை வண்டி

முறிந்து சிதைந்து கிடந்தது. வண்டி ஓட்டி வந்த உள்ளூர் அரேபிய முதியவர் குப்புறப்படுத்தவாறு அசைவற்றுக் கிடந்தார். அவரின் வயிற்றிலிருந்து சூடான இரத்தம் தரையில் வழிந்தோடியது. அவர் ஓட்டி வந்த கழுதை எழ முடியாமல் தரையில் கால்களை அசைத்துக் கிடந்தது. அதன் கண்கள் அகலத் திறந்து கிடந்தன. சில நிமிடங்களில் அதுவும் அமைதியானது.

கேப்டன் கல்யாண் பத்தே நிமிடத்தில் மருத்துவமனைக்கு வந்து சேர்ந்தான். அந்த மருத்துவமனையில் சிதைந்து கிடந்த உடல்களும் இடிபாடுகளும், காயம்பட்டவர்களின் கதறல்களும் அந்த இடத்தை நரகத்தோடு ஒப்புமை செய்ய வைத்தது. மருத்துவப் பணியாளர்கள் சிலர் உயிரிழந்திருந்தனர். சுமார் முப்பது பேர்களுக்கு மேல் அங்கே செத்துக் கிடந்தனர். பலர் ஏற்கனவே காயம்பட்டு நகர முடியாது கிடந்தவர்கள். கேப்டன் நாள்தோறும் சாவினை இயல்பாகப் பார்த்தவன்தான் என்றபோதும் மருத்துவமனையின் அன்றைய நிலை கேப்டனை நிலைகுலையச் செய்தது. மீட்புக் குழுக்கள் வந்து காயம்பட்டவர்களை அப்புறப்படுத்தி வந்த நிலையில் கேப்டனின் கால்கள் தள்ளாடின. அவன் ஒரு திட்டின் மீது உட்கார்ந்தான். ஒரு கணம் அவனைச் சுற்றி நடப்பதை அறியும் சக்தியற்றவனாக உணர்ந்தான். யாரோ அவனிடம் எதையோ கேட்டார்கள். பின் அவர்களே புரிந்துகொண்டு விலகினர். அவன் என்ன சொன்னான் என அவனால் நினைவுபடுத்த இயலவில்லை.

அவன் கைகள் நடுங்கின. அவன் ஜோப்பில் இருந்த ஒரு பாதி புகைத்து அணைத்து பத்திரப்படுத்திய சிகரெட்டை எடுத்து வாயில் வைத்துப் பற்றவைத்து இழுத்தான். அந்த சிகரெட்டை அவன் இழுத்தபோது காற்றில் பரவியிருந்த கந்தக நெடியும் புகையிலை நெடியுடன் சேர்ந்திருந்தது. அவன் அங்கு பாதி நினைவிலி நிலையில் இருந்தான். தூரத்திலிருந்து பார்ப்பவர்கள் அவனை அந்த இரத்த சகதியில் சிகரெட் புகைத்து கட்டளையிட்டுக் கொண்டிருக்கும் கல் நெஞ்சன் எனக் கருதியிருக்கக்கூட வாய்ப்புள்ளது. அவன் எதற்காக அந்த சிகரெட்டைப் பற்ற வைத்தான் என அவனுக்குத் தெரியவில்லை. ஆனால் அது நிகழ்ந்தது. எப்போது அந்த சிகரெட்டைக் குடித்து முடித்தான். அவனை சுற்றி எதை உணர்ந்தான் என யூகிக்க வெகுநேரம் ஆனது. அதுவும் வில்லியம்ஸ் அவனைத் தொடர்ந்து உலுக்கியபோதுதான் அவன் தன் நிலைக்கு வந்தான். அப்போது அவன் கண்களில் கண்ணீர் ததும்பி வழிந்தது.

"கேப்டன், உங்களை மேஜர் ஜெனரல் அழைத்து வரச்சொன்னார். போகலாம்" என்றான்.

மேலே விமானம் வட்டமடிக்கின்றதா எனப் பார்த்தார்கள். அது வந்த வேலை முடிந்து விட்டது. தரை இறங்கியிருக்கவேண்டும். வில்லியம்ஸின் மோட்டார் சைக்கிளில் இணைக்கப்பட்ட பெட்டியில் உட்கார்ந்தான்.

அவனுக்குப் பேச எதுவுமில்லை என்பதுபோல இருந்தான். மோட்டார் சைக்கிளில் செல்லும்போது இரண்டு முறை வில்லியம்ஸ் அவனைக் கூப்பிட்டான். கேப்டன் கல்யாணிடமிருந்து பதிலில்லை. அவன் எதையோ வெறித்துப் பார்த்தபடி சொன்னான்,

"ஒரு டாக்டரை உருவாக்குவது, மருத்துவப் பணியாளர்களை உருவாக்குவது எவ்வளவு கடினம். மருத்துவமனை மீது குண்டு வீசும் வேசி மகன்களை விடக்கூடாது" எனப் பற்களைக் கடித்துக் கொண்டான்.

அவர்கள் மேஜர் ஜெனரல் அலுவலகம் நுழைந்தபோது முன் அறையிலேயே டவுன்செண்ட் இருந்தார். கேப்டன் கல்யாணைப் பார்த்ததும்,

"எத்தனை பேர் மருத்துவமனையில் இறந்திருப்பார்கள்?"

"சார், சுமார் முப்பது. அதில் மூன்று டாக்டர் மற்றும் சில மருத்துவப் பணியாளர்களும் அடக்கம்."

கேப்டன் அதைச் சொல்லி முடிக்கும் முன் கண்களில் வழிந்த கண்ணீரை அடக்க முடியாமல் தலைகுனிந்தான். அவனால் அதற்கு மேலே பேச முடியவில்லை.

"உண்மையில் வருந்துகின்றேன்... துருக்கி பயந்தாங்கொள்ளிகள் மருத்துவமனை மீது குண்டு வீசி நமது உறுதியைக் குலைக்கப் பார்க்கின்றார்கள். அவர்களுக்கு சீக்கிரம் போரை முடிக்க வேண்டும், ருஷ்யப் படைகள் காக்கஸைக் கைப்பற்றுவதைத் தடுக்க எல்லாப் படைகளையும் அங்கு அனுப்ப வேண்டும். எனவே சீக்கிரம் நம்மைப் பணிய வைக்க விரும்புகிறார்கள்."

கேப்டன் இன்னமும் தலைகுனிந்திருந்தான். அவன் கண்களில் கண்ணீர் வழிந்ததால் அவன் அவமானமாகக் கருதியிருக்கக் கூடும்.

"கேப்டன் அழுவது மனித இயல்புதான். என் முன் அழுவதில் தவறில்லை. ஆனால் சிப்பாய்கள் முன் ஒருபோதும் வெளியே அழுது விடாதே. அது அவர்களை நம்பிக்கை இழக்கச் செய்துவிடும். போரில் நம்பிக்கை ஏற்படுத்துவது மட்டுமே பெரிய செயல் தந்திரம். எனக்கும் கூட சில சமயம் அழத் தோன்றுகிறது. நான் அழுதால் உங்கள் நிலை என்ன?"

"மன்னிக்க வேண்டும்" என்றான் கேப்டன்.

"அவர்கள் நம்மை நிலைகுலைக்க விரும்புகின்றார்கள். இந்த அழுகையைத்தான் எதிர்பார்க்கின்றார்கள்... போர் மட்டுமல்ல. பட்டினி, நோய் என எல்லாவற்றின் மூலமும். சரி எத்தனை பேர் ஸ்கர்வி நோயால் பாதிக்கப்பட்டுள்ளனர்?"

"580 பேர்கள் சார்."

"உணவுக் கையிருப்பும் குறைந்து வருகின்றது. சரியான துணிகள்கூட நமது வீரர்களிடம் இல்லை. துணிகள் கிழிந்து தொங்குகின்றன. நமது நிலைமை நமது அரசாங்கத்தின் காதுகளுக்குப் போனாலும் அவர்கள் போதிய கவனம் தருவதில்லை."

வில்லியம்ஸுக்கு அவனின் சட்டை காலர் அருகில் இருந்த கிழிசலை மேஜர் ஜெனரல் கண்டுகொண்டார் என்ற அவமானமும் இருந்தது. வெளியே போக அனுமதி கேட்கலாமா? என யோசித்தான்.

மேஜர் ஜெனரல் அவனைப் பொருட்படுத்தவில்லை. அலட்சியம் செய்தார். சும்மா நில்லுடா என்பது போல அவரின் பார்வை இருந்தது.

அவர் துருக்கிப் படைகள் வசம் இருந்த ஷாமரன் முகாம் மீது இதே போல பிரிட்டிஷ் விமானத்தை அனுப்பி குண்டு வீசி பதிலடி கொடுக்க உத்தரவிட்டு தந்தி அனுப்பச் சொன்னார். அந்தத் தந்தியில் நிலைமை இதுபோல தொடர்ந்து நீடித்தால் நாங்கள் சரணடையும் அவல நிலை உருவாகும் எனக் குறிப்பிட்டார். அது முதல் முறையாக மேஜர் ஜெனரலின் வார்த்தைகளில் வெளிப்பட்டது. மேஜர் ஜெனரலும் மனிதன்தானே? எத்தனை நாள் அந்த அவலங்களைக் கடக்க முடியும்.

மேலும் நகரின் எல்லாக் கட்டிடங்களுக்கு மேலும் மரத்தைக் கொண்டு பந்தல்போட உத்தரவிட்டார். விமானத்திலிருந்து வரும் குண்டுகளைத் தடுக்க அந்தப் பந்தல் ஏதுவாக இருக்கும் என்பதால் அந்த நடவடிக்கையை அன்றே தீவிரமாக செயல்படுத்த உத்தரவிட்டார். அவர் ஜன்னல் வழியாகப் பார்த்தபோது ஏற்கனவே அவர் அலுவலகத்திற்கு அப்பால் இருந்த உயர்ந்த மசூதியின் மினார்க்கு மேலே பந்தல் வேயப்பட்டு அதனை மறைத்திருந்தனர். அதற்கப்பால் எல்லா மாடிகளும் ஏதோ ஒரு வகையில் குண்டு வீச்சில் சிதைந்திருந்தன. அப்போது துருக்கிப் பக்கமிருந்து கனரகத் துப்பாக்கிகள் பிரிட்டிஷ் இந்தியப் படை இலக்குகளை நோக்கி சுடும் சப்தம் தூரத்தில் கேட்டது. அங்கே கரும் புகை எழுந்தது. மேஜர் ஜெனரல் பைனாக்குலர் எடுத்து அந்தப் புகையினைப் பார்த்தார். வழக்கம் போல எதிர் தாக்குதல் பிரிட்டிஷ் பக்கமிருந்து துவங்கியது. கூடவே துப்பாக்கிகள் சுடும் சப்தம். சுமார் 2000 யார்ட்ஸ் இலக்கைக்கூட துருக்கியர்களிடம் ஜெர்மானியர்கள் புதிதாகக் கொடுத்திருந்த துப்பாக்கிகளால் சுட்டனர். பிரிட்டிஷ் துப்பாக்கிகள் சுமார் 400 யார்ட்ஸ் தூரம் சுடமுடிந்தது. சில நிமிடங்களில் இடைவிடாத அந்த சடசடத்த வெடியோசை மட்டுப்பட்டு பின் வெகுவாகக் குறைந்தது.

"மேட் மினிட்ஸ் ஓவர்" என்றார் மேஜர் ஜெனரல்.

வடக்கே உள்ள ஆர்மீனியாவிலும், காக்கஸ் மலைகளிலும் இருந்த பனி உருகி வந்த வெள்ளத்தால் டைகரிஸில் நீர் மட்டம் உயர்ந்து முதல் நிலை அகழிக்கோட்டில் வெள்ளம் புகுந்திருந்தது. இதுபோன்ற சூழல்களில் ஊருக்குள் வெள்ளம் போகாமல் இருக்க பழைய பண்டு என்ற மண்ணில் கட்டப்பட்ட வெள்ளத்தடுப்புக் கட்டுமானங்களைத் துருக்கி ஆட்சியாளர்கள் முறையாகப் பராமரிக்காததால் அது சிதைந்து போயிருந்தது. அதனால் டைகரிஸின் வெள்ளம் அதன் கரையைத் தாண்டியது. கரையை ஒட்டியிருந்த படைவீரர்களின் அகழியில் வெள்ள நீர் புகுந்ததால் புதை சேறும், சகதியும் சூழ்ந்திருந்தது. முதல் நிலை அகழியை விட்டுவிட்டு நடு அகழிக்கு ஏற்கனவே படைகள் வந்திருந்தன. துருக்கிப் படைகளின் முதல் அகழியிலும் வெள்ளம் புகுந்திருந்தது. அவர்களும் நடு அகழிக்குச் சென்றிருந்தனர். அங்கிருந்தே தாக்குதலைத் தொடுத்தனர். துருக்கி பீரங்கிகளின் அன்றைய இலக்கு டைகரிஸ் ஆற்றின் கரையில் கட்டப்பட்டிருந்த பிரிட்டிஷ் படகுகளை நோக்கி இருந்தது. அந்தப் படகுகளை மூழ்கடிக்கும் நோக்கில் தாக்குதல் இருந்தது. அந்தத் தாக்குதலை முறியடிக்க பிரிட்டிஷ் படைகளின் பீரங்கிகள் அதனை எதிர்த்துத் தாக்கின.

தலைமைச் செயலகத்திற்கு வந்த தகவலின்படி ஹை நதி வழியாக துருக்கியர்கள் நாட்டுப் படகுகளில் குட்டிற்குள் நுழைய இருப்பதாக ஒரு வதந்தி உள்ளூரில் இருந்தது. ஆனாலும் உள்ளூர் ஆட்கள் சிதைந்த பண்டுகளை மீண்டும் ஈர மண் மற்றும் மரத் துண்டுகள், புற்கள் கலந்த மண்ணைக் கொண்டு பூசி நதி வெள்ளம் உட்புகாமல் இருக்க வேலை செய்தார்கள். பல சமயங்களில் மழையிலும், இரவும் அந்தப் பணி நடந்தது. அவர்களின் கடும் முயற்சியால் டைகரிஸில் சில அடிகள் உயர்ந்த வெள்ளம் குட் நகருக்குள் புகவில்லை.

குட்டில் இனம் புரியாத ஒரு நாற்றம் வீசிக்கொண்டிருப்பதாகத் தோன்றியது. அது வெட்டப்படும் கழுதைகள், குதிரைகளின் எலும்புகள் அல்லது அதன் தோல்கள் காயவைக்கப்படுவதால் எழும் வாடையா? அல்லது வேறு ஏதாவதா? எனத் தெரியவில்லை. ஆனால் அந்த வாடை வீசிக்கொண்டே இருந்தது. காற்று டைகரிஸின் மேற்கிலிருந்து வீசும்போது அந்த வாடை வருவதாகப் பேச்சிருந்தது. கடந்த நான்கு நாட்களுக்கு முன்பு மேஜர் ஜெனரல் சுமார் நூறு குடும்பங்களை நகரை விட்டு வெளியேற உத்தரவிட்டார். அது ஒரு விரும்பத்தக்க நிகழ்வில்லை. மேஜர் ஜெனரலுக்கு எல்லா நகரவாசிகளையும் வெளியேற்றும் எண்ணம் இருந்தது. அந்த விபரீதத்தை மத்தியக் கிழக்குப் பகுதி பிரிட்டிஷ் பொறுப்பாளர் சர் பெர்சி சக்காரியா கோச் தடுத்தார். ஆனால் சொந்த வீடில்லாத நூறு குடும்பங்களை வெளியேற்ற மேஜர் ஜெனரல் டவுன்செண்ட் முடிவு செய்ததை எவரும் தடுக்க முடியவில்லை. கடும் குளிர் ஒருபுறம். மற்றொருபுறம் துருக்கியர்களின் எச்சரிக்கையான எவரும் குட்டிலிருந்து வெளியேறக்கூடாது என்ற இரண்டு ஆபத்துகளையும் மீறி அந்தக் குடும்பங்கள் வெளியேறின. சிலர் நாள்தோறும் நிகழும் குண்டு வீச்சிலிருந்து உயிர் பிழைக்க இது உதவும் எனக் கருதினர். கொஞ்சம் கொஞ்சமாக அந்தக் குடும்பங்கள் வெளியேறின. ஆனால் அவர்களில் சிலரை துருக்கியர்கள் பிடித்து சுட்டுக் கொன்று உடல்களை பாலைவனத்தில் வெறுமனே வீசிவிட்டதாக ஒரு செய்தி இருந்தது. அவர்களில் சிலர் மேற்குப் பக்கம் சென்றனர். தூரத்திலிருந்து காற்றில் வீசும் அந்த நாற்றத்திற்கும் நகரத்தை விட்டு வெளியேறியவர்களுக்கும் ஏதேனும் தொடர்புண்டா? என எவருக்கும் தெரியவில்லை. ஆனால் ஏராளமான உருக்குலைந்த சிதைந்த உடல்களை திறந்த மணல்வெளிகளில் பார்த்து வந்ததாக செய்தி இருந்தது.

படைவீரர்கள் நோயால் செத்துக்கொண்டே இருந்தனர். மருத்துவமனையில் இருந்த பதிவேட்டில் ஒரு நாளைக்கு சராசரி இருபது படைவீரர்கள் பட்டினி தொடர்புடைய பிரச்சனைகளால் இறந்ததாகப் பதியப்பட்டது. சாப்பிடாமல் இறந்தவர்களைக் காட்டிலும் பசியால் சாப்பிடக்கூடாததை சாப்பிட்டு இறந்தவர்கள் எண்ணிக்கைக் கூடுதலாக இருந்தது. இரவில் கடும்பசியோடு அகழியில் துப்பாக்கிகளைப் பிடித்து இருந்தவர்கள்

விடிந்த போது அந்நிலையிலேயே இறந்து கிடப்பதும் புதிதாக நிகழத் துவங்கின. இறந்து கிடக்கும் ஆட்களின் கைகளும் நெஞ்சு எலும்புகளும் துருத்திக்கொண்டு வெளியே தெரிந்தன.

மருத்துவமனைக்கு வரும் படைவீரர்களில் பெரும்பாலும் ஸ்கர்வி நோயால் பாதிக்கப்பட்டிருந்தனர். பற்களில், ஈறுகளில் இரத்தம் வடிவது இதன் வெளிப்பாடு. உடல் சோர்வு, பசியின்மை, மயக்கம் என அந்த பாதிப்பு தொடர்ந்தது. மருத்துவமனையில் அடுத்த பெரும் பிரச்சனை உண்ணத்தகாத கீரைகளை உண்டு உணவு நஞ்சாவது. உள்ளூர்வாசிகளின் உதவியின்றி புதிதாக முளைத்த பூடுகளை கீரை என நம்பி சாப்பிட்ட பலர் வயிற்றுப்போக்கால் கடுமையாக பாதிக்கப்பட்டனர். படைவீரர்கள் பாதிக்கப்படுவது ஒருபுறம் என்றால் மேற்கு படை பிரிவு பிரிகேடியர் ஜெனரல் எப்.ஏ. ஹாங்டன் அதுபோன்ற ஒரு கீரை உணவைச் சாப்பிட்டு கடும் வயிற்றுப்போக்கில் கிடந்தார். மருத்துவர்களின் முயற்சி பலனற்றுப்போய் அவர் அன்றைய இரவில் மரணமடைந்தார். அது படைகளுக்கு ஒரு பின்னடைவு.

மீண்டும் வீடு வீடாக உணவு தேடும் வேலையை படைக்குழுக்கள் செய்ய உத்தரவிடப்பட்டது. உண்மையில் அது ஓர் இரக்கமற்ற கொள்ளைதான். குட் வாசிகளும் படைவீரர்களைப் போல பட்டினிக்குத் தள்ளப்பட்டிருந்தனர். வில்லியம்ஸ் ஒரு சிறு படைக் குழுவுடன் சென்றான். யாராவது ஒருவர் போய் வீட்டினுள் சோதிக்க வேண்டும். மற்றவர்கள் அழைப்பின்றி உள்ளே செல்லக் கூடாது என உத்தரவிட்டிருந்தான். அய்னியின் வீடிருந்த தெருவில் அன்று சோதனை நடந்தது.

அவன் சோதனையில் ஆர்வமின்றி சாலையிலேயே நின்றான். படை வீரர்கள் மட்டும் ஒவ்வொரு வீடாகப் போய் வந்தனர்.

மூன்று வீடுகள் தள்ளி ஒரு வீட்டின் கதவு சாத்தியிருந்தது. யாருமில்லை எனக் கருதி அவர்கள் விலகும்போது கதவின் கீழே கால்களின் நிழல் தெரிந்தது. வில்லியம்ஸ் அந்தக் கதவைத் தட்டினான். சப்தமில்லை. ஆனால் அந்தக் கால்களில் ஒரு விதப் பதட்டம். அவன் படை வீரர்களை விலகி இருக்கச் சொல்லிவிட்டு மீண்டும் சற்று பலமாக கதவைத் தட்டினான். கதவு திறந்தது. அந்தப் பெண்ணின் முகத்தில் பீதியும், பதட்டமும் இருந்தது. அவன் மட்டும் அந்த வீட்டினுள் சென்றான். வாசலின் முன்பு ஒரு பெரும் குழியிருந்தது. கூரைகள் எரிந்துபோயிருந்தன. வீட்டினுள் சென்று பார்த்தான். ஒரு விவசாயியின் வீடு. வீட்டின் உள் அறையில் ஒரு மூட்டையிருந்தது. அவன் அதனைப் பார்த்ததை அறிந்த அவள் கூடுதல் பதட்டப்பட்டாள்.

"அது ஒன்றுமில்லை. வெறும் பழைய விதை தானியம்" என்றாள்.

அவன் அதனைக் கீழே இறக்கிப் பார்க்க விரும்பினான். அவள் ஓடி வந்து அவனைத் தடுத்தாள். அவன் அவளைத் தள்ளி விட்டுவிட்டு அந்த

மூட்டையைப் பிரித்துப் பார்த்தான். அதில் கோதுமை இருந்தது. அவன் அவளை ஏன் பொய் சொன்னாய்? எனப் பார்க்கும்போது, அவள் அறைக் கதவைச் சாத்தினாள். அவன் புரியாது விழித்தான். அவள் கண்களில் கோபமும் பதட்டமும் இருந்தது.

"நீ என்னை எடுத்துக்கொள். இந்தக் கோதுமை எனது குழந்தைகள் பசியாற வேண்டும். இரண்டு மாதங்களுக்கு முன் என் கணவன் குண்டு வீச்சில் வீட்டின் முன் வாசலில் இருந்தபோது கொல்லப்பட்டான். இன்னமும் அவன் இரத்தம் சுவரில் ஒட்டியிருக்கிறது."

அவன் என்ன சொல்வது எனக் குழம்பினான். அங்கிருந்து வெளியேறி விடலாம் எனக் கருதும்போது, அந்தப் பெண் அவன் தானியத்தை எடுத்துச் சென்று விடுவான் என பயந்தாள். அவளிடம் அந்த கோதுமைக்கு இணையாக எதுவுமில்லை. அதைக் காக்க அவள் எதையும் செய்யத் துணிந்தாள். இராணுவத்துக்காரனுக்கு தன்னைக் கொடுப்பதே தானியத்தைக் காக்க வழி எனக் கருதினாள். அவள் அவனைப் பார்த்துக்கொண்டே பித்துப் பிடித்தவள் போல அவசரமாக தனது ஆடைகளைக் களைந்து கொண்டிருந்தாள். ஏறக்குறைய அவள் அம்மணமாகி விட்டாள். அவள் வயிறு ஒட்டியிருந்தது. அது பசியோடு இருந்திருக்கலாம். அவனுக்கு பயமும், வேதனையும் உலுக்கியது. அவன் அங்கிருந்து ஓட விரும்பினான். தானிய மூட்டையை விட்டுவிட்டு அந்த அறையிலிருந்து வெளியேறும் போது, அந்தப் பெண் அவனை மறித்து, "நீ ஒருவன் மட்டும் போதும். மற்றவர்களைக் கூப்பிடாதே. நான் நேற்று முன் தினத்திலிருந்து சாப்பிடவில்லை. தாங்க மாட்டேன். நானும் ஒரு விதவைத் தாய். இந்த கோதுமை இல்லாவிட்டால் என் குழந்தைகளின் அழுகைக்கு பதில் சொல்ல என்னிடம் வேறு எதுவுமில்லை" என்று கெஞ்சி கண்ணீர் மல்கினாள். அவன் அவளைத் தள்ளிவிட்டு அந்த வீட்டைவிட்டு வெளியே ஓடி வரும்போது அந்த அறையின் கதவை வேகமாக சாத்திவிட்டு வந்தான். சாலையில் நின்றிருந்தவர்கள் அவன் வருவதைப் பார்த்து, சோதனை செய்யச் செல்லலாமா? என்பதைப் போல பார்த்தனர்.

அவர்களை அங்கிருந்து வெளியேறும்படியும், இனி சோதனை தேவையில்லை எனவும் எல்லோரையும் போக உத்தரவிட்டான். அவர்கள் அவனைத் திரும்பிப் பார்த்துக்கொண்டே போய்விட்டார்கள்.

வெயில் கடுமையாக வாட்டியது. அவனுக்குத் தலைசுற்றி வாந்தி வருவது போலிருந்தது. அவன் தடுமாறி சுவர் ஓரம் இருந்த திண்ணையில் உட்கார்ந்தான். கண்கள் இருண்டன. வாந்தி வந்தது. மண்டியிட்டு உட்கார்ந்து வாந்தி எடுத்தான். யாரேனும் தலையைப் பிடித்துக் கொடுத்தால் நல்லது என உணர்ந்தான். அப்போது ஒரு கரம் வேகமாக வந்து அவன் தலையைப் பிடித்து அவன் வாந்தி எடுப்பதற்கு உதவியது. அப்போது அவன் முகத்தில்

தண்ணீர் அடித்து விடப்பட்டது. அவன் கண்களைத் திறக்கும் போது சூடான தேநீரை அக்ரம் நீட்டிக்கொண்டிருந்தான். அவனே வாயில் வைத்து உறிஞ்ச உதவினான். அவனுக்கு இப்போது நன்றாகப் பார்க்க முடிந்தது.

“அண்ணா உடம்பு சரியில்லையா? இதுதான் எங்க வீடு. வாங்க... அம்மாவிடம் உங்களை அறிமுகம் செய்கின்றேன்” என அவனை அழைத்தான். அந்த வீட்டைப் பார்த்தபோது, அவன் சாத்திவிட்டு வந்த கதவு அப்படியே இருந்தது. அவனின் தலை இன்னமும் கிறுகிறுத்தது. அவன் அக்ரமைக் கட்டிக்கொண்டான். கண்ணீர் வழிந்தது. விசும்பலின்றி அழுதுவிட முயன்றான். அக்ரம் தனது அப்பா இறந்ததை எண்ணி அழுகின்றான் போலிருக்கிறது எனக் கருதினான். சில நிமிடங்களுக்குப் பின் வில்லியம்ஸ் அங்கிருந்து கிளம்ப எழுந்தான். அக்ரம் அவன் கைகளைப் பிடித்து அவனை வீட்டுக்கு அழைத்தான். அப்போது அந்த வீட்டைப் பார்த்து வில்லியம்ஸ் பயந்தான். அவனின் சிறிய கைகளிலிருந்து தன்னை விடுவித்துக்கொண்டு தளர்ந்துபோய் நடந்தான்.

அக்ரமின் சப்தம் கேட்டு துணியை வாரிச் சுருட்டி அணிந்து வெளியே வந்த அந்தப் பெண்ணிடம், அக்ரம் தூரத்தில் நடந்துபோய்க் கொண்டிருந்த வில்லியம்ஸைக் காட்டி, “அந்த அண்ணாவை எனக்குத் தெரியும் அம்மா, அவருக்கு உடம்பு சரியில்லை” என்று சொன்னான். அது அவனுக்கு வெகுதூரத்தில் எங்கோ எதிரொலிப்பது போலிருந்தது. வெக்கை வாட்டியது.

குட்டில் எல்லாப் பக்கமும் பசி பீடித்திருந்தது. மேஜர் ஜெனரல் குழந்தைகளுக்கும் பெண்களுக்கும் மட்டும் சூப் கிச்சன் ஏற்பாடு செய்திருந்தார். அங்கே வரிசையாக பாத்திரங்களை எடுத்துக்கொண்டு பெண்களும் குழந்தைகளும் நின்று சூப் வாங்கிச் செல்ல வேண்டும். அவர்களிடம் திருடி அவர்களைப் பிச்சை எடுக்கவும் வைத்தாகி விட்டது. இதற்காக அவர்கள் ஒருபோதும் பிரிட்டிஷ் இந்தியப் படைகளை மன்னிக்க மாட்டார்கள். வில்லியம்ஸ் ஏனோ அந்த வரிசையில் அய்னி மட்டும் நிற்கக் கூடாது என நினைத்தான்.

விமானங்கள் போடும் உணவு மூட்டைகள் கொஞ்சம் ஆறுதல் தந்தது. ஆனால் அது ஒரு நாளைக்குக்கூடத் தாங்காது. பல நாட்கள் காற்றின் வேகம் காரணமாக விமானம் எழும்ப முடியாததால் அதுவும் தடை பட்டது. இறுதியாக அன்று காலையில் அது உணவு மூட்டை போட வந்தது. அப்போது சதுப்பு வெளியிலிருந்து கடும் காற்று வீசியதால் விமானம் தத்தளித்தது. அது வீசிய மூட்டை நேராக டைகரிஸின் மையத்தில் விழுந்து, நீரின் ஓட்டத்தில் மிதந்து போய்க்கொண்டிருந்தது. ஒரு வீரன் அதை மீட்க ஆற்றில் குதிக்க ஓடினான். ஆற்றின் மறுகரையிலிருந்து துருக்கியின் ஸ்னைப்பர் துப்பாக்கி அவனைச் சுட்டு வீழ்த்தியது. அவன் பாதி முகம் டைகரிஸ் நதியில் மூழ்க ஆற்றின் மையத்தைப் பார்த்தவாறே வீழ்ந்தான்.

அவனின் இரத்தம் டைகரிஸின் செந்தண்ணீரில் கலந்து கொண்டிருந்தது. அவனுக்கு இருபது வயதுக்குள்தான் இருக்கும்.

மீட்புப் படை வரும் என்ற நம்பிக்கை அருகி விட்டது. அதிகாலையில் குட்டின் தென்புறமாக வெகு தூரத்தில் குண்டு வீச்சு சப்தம் கேட்டது. மீட்புப் படையைக் காட்டிலும் துருக்கிப் படைகள் மூன்று மடங்கு வலிமையோடும் ஆட்களோடும் இருந்தனர். மழை, சகதி, வெள்ளம், பட்டினிச் சாவு என எல்லாமுமே துருக்கியர்களுக்கு சாதகமாக இருந்தது.

நகரின் மேற்குப் பகுதியில் பைசல் அல் ஹுசைன் மற்றும் விடுவிக்கப்பட்டோரின் குடும்பத்தாரின் முயற்சியில் ஒட்டகங்களைக் கொண்டு ஏர் உழுது பண்படுத்திய பூமியில் காய்கறித் தோட்டம் அமைக்கப்பட்டிருந்தது. அதில் விளைந்த கத்தரிக்காய், வெண்டைக்காய் மற்றும் பெரிய வெங்காயம் உள்ளிட்ட காய்கறிகள் அறுவடை செய்யப்பட்டு அவை நேராக மருத்துவமனைக்கு அனுப்பப்பட்டன. ஸ்கர்வி மற்றும் காமாலை பாதிக்கப்பட்டவர்களுக்கு அந்தக் காய்கறிகள் மருந்தாக இருந்தது. பாலும் மருத்துவமனையில் மட்டும் கிடைத்தது. இந்தியப் படையினர் மெல்ல குதிரைக்கறியை சாப்பிடத் துவங்கி விட்டனர். பசியும், நோயும் அவர்களின் மனங்களை மாற்றியது. ஆனால் குதிரை இறைச்சியை மற்ற இறைச்சிகளைக்காட்டிலும் மூன்று மடங்கு கூடுதலாக வேகவைக்க வேண்டும். அப்போதும் அதன் சதை நார்கள் சற்றுக் கடினமானதாக இருந்தது.

ஒவ்வொரு குதிரையை வெட்டும்போதும் அந்தக் குதிரைக்காரன் அந்த இடத்திலிருந்து முதலில் விரட்டப்பட்டான். அவர்களின் கதறல் குழந்தையைப் பறிகொடுக்கும் தந்தை போன்றது. காண சகிக்க முடியாது. ஆனால் பசி எல்லோரின் மீதும் உட்கார்ந்திருக்கின்றது. தொழிலாளி படைப்பிரிவில் இருந்த சாம்போஜியின் பராமரிப்பில் ஒரு குதிரை இருந்தது. அது அவனின் வளர்ப்பு மகன். அவர்களுக்குள் உரையாட ஓர் உடல் மொழியும் கண்களை நோக்கும் சமிக்கையும் இருந்தது. போரின் துவக்கத்திலிருந்து பீரங்கி வண்டிகளை இழுத்து வந்தது. குட் வந்த பின்னர் அது டைகரிஸில் இருந்து தண்ணீர் எடுத்துவரும் வண்டியில் பூட்டப்பட்டிருந்தது. அதன் சிவந்த மேனியும் அதன் நெற்றியில் இருந்த வெள்ளை நிறமும் அதே நிறத்தில் கால் பகுதியில் இருந்த வெண்மையும் அதன் அழகை உயர்த்திக் காட்டியது. குதிரைக்காரன் வேலையில்லாத போது அதனைத் தேய்த்து விடுவதும் அதற்கு முடி வெட்டி அழகு செய்வதும், தீவனம் வைப்பது என இருந்து வந்தான். அந்தக் குதிரையும் அவனைப் பார்த்தால் வித்தியாசமாகக் கனைக்கும். சாம்போஜியை சுமந்து செல்லும்போது அது தனது உடல் குலுங்காமல் ஒய்யார நடையிடும். சண்டை நடக்கும்போது அதற்கு பாதுகாப்பு செய்வதே குதிரைக்காரன் சாம்போஜியின் பணி. குட்டில் துருக்கிகள் டைகரிஸின் மறு கரையிலிருந்து ஸ்னைப்பர் துப்பாக்கிகள் மூலம் கரையோரம் சுடத் துவங்கிய

பின்னர் அந்தக் குதிரையின் ஓட்டம் தடைபட்டது. அவன் குதிரைக்கு தீவனம் தர மறுத்தபோது தனது சாப்பாடை அதற்கு ஊட்டினான். அதற்காக புற்களைப் பறிக்க சதுப்பு நிலப் பக்கம் சுற்றினான். பல சமயம் அவன் ஆபத்தை விலைக்கு வாங்கத் திரிந்தான். முடிவில் அவன் குதிரையின் பொலிவு போனது. அதை இறைச்சிக்காக வெட்டும் உத்தரவு வந்தது. அவன் சுபேதாரிடம் போய் கோபமாக தன் குதிரையைத் தர முடியாது என்றான். அதை சுபேதார் அலட்சியம் செய்தபோது கண்கலங்கி அழுது புரண்டான். பித்துப் பிடித்தவன் போல் நடந்து கொண்டான். அவன் குதிரை உயிருடன் உள்ளதா என அவ்வப்போது அது கட்டப்பட்டு இருந்த இடத்தில் போய் பார்த்துக்கொண்டான்.

அன்று மாலையில் அதுபோல அவன் பார்க்கும்போது அதனை வெட்ட கால்கள் நான்கையும் கட்டி கீழே படுக்க வைத்திருந்ததைப் பார்த்து அதனை விடுவிக்க முயன்றான். அவனை மற்றவர்கள் இழுத்து வந்து வெளியே விட்டனர்.

"என்னை மன்னித்துக்கொள் அப்பனே, உன் குதிரையைக் கொல்லும் எண்ணம் எனக்கில்லை. உத்தரவுக்கு கட்டுப்படுகின்றேன்" என அதை வெட்டும் தொழிலாளி கை எடுத்து சாம்போஜியைக் கும்பிட்டான். அவனுக்கு அந்தக் குதிரைக்காரனைத் தெரியும். தூரத்தில் குதிரை சாம்போஜியை அடையாளம் கண்டதுபோல கனைத்தது. கத்தி அதன் கழுத்துப் பக்கம் வரும்போது அது கண்களைத் திருகி மீண்டும் ஈனக்குரலில் கனைத்து சாம்போஜியிடம் தன்னை விடுவிக்கக் கோரிக்கை வைக்க முயன்றது. ஒரு சில நொடிகளில் கழுத்தில் கத்தி இறங்கும் சப்தத்துடன் அந்தக் குதிரையின் சப்தம் அடங்கியது. சாம்போஜி சில நொடிகள் தரையையே குனிந்து பார்த்துக்கொண்டிருந்தான். பின் கடுமையாக கத்திக்கொண்டே வேகமாக டைகரிஸின் கரைக்குப் பக்கம் ஓடினான். பின் நதியின் கரையில் கைகளை மார்போடு கட்டியபடி தலையைக் குனிந்துகொண்டு நின்றான். யாரோ அவனைத் திரும்பி வரும்படி தூரத்தில் கத்தும் சப்தம் கேட்டது. அவன், அவனை அமைதிப்படுத்திக்கொள்ள முயன்றான். கண்களை மூடி இறுக்கிக்கொண்டான். அடுத்த நொடி துருக்கிப் படைவீரனின் கையிலிருந்த 49 இஞ்ச் நீளம் கொண்ட ஜெர்மனின் கெவர் 98 ஸ்னைப்பர் துப்பாக்கி வெளியேற்றிய ஒரு தோட்டா அவனைத் துளைத்துக்கொண்டு வெளியேறி எதிலோ பட்டுத் தெறித்தது. குதிரையின் மீதான அதீத பாசத்தைத் தேக்கிய கண்களை விரித்தபடி அவன் டைகரிஸின் கரையோரம் அலை ததும்பத் தேங்கியிருந்த நுரைகள் மீது சரிந்தான். டைகரிஸின் கரையோரமாய் உட்கார்ந்திருந்த கழுத்தும் அடிவயிறும் பழுப்பு நிறமாய் இருந்த இரண்டு மெசபடோமியா காகங்கள் பதட்டமடைந்து பறந்தன.

குட் தலைமையகத்தில் உணவுப் பிரச்சனையைத் தீர்ப்பது போர் யுக்திகளைக்காட்டிலும் கூடுதல் விவாதமாய் இருந்தது. நகரவாசிகளின் எல்லாக் கையிருப்புகளும் இராணுவ சோதனையில் எடுக்கப்பட்டிருந்த நிலையில் அவர்களுக்கும் உணவைத் தரவேண்டிய தார்மீகக் கடமை மேஜர் ஜெனரலுக்கிருந்தது. படை வீரர்கள், அவர்களைச் சார்ந்தவர்கள், உள்ளூர்வாசிகள் என சுமார் இருபதாயிரம் பேர்களுக்கு உணவை உறுதிப் படுத்தவேண்டிய பிரச்சனை இருந்தது. ஒரு நாளைக்கு நான்கு அவுன்ஸ் தானியம் எனக் கொடுத்தால்கூட அய்ந்தாயிரம் பவுண்டு தானியம் தர வேண்டியிருந்தது. பிஸ்கட்டுகள்கூட கைவசம் இல்லை. விமானத்திற்காக காத்திருக்க வேண்டி வந்தது. விமானம் சரியாக உணவைப் போட முடிந்தால் ஒருநாள் தேவையில் பாதி உணவைப் போட முடியும். ஆனால் காற்றும் மழையும், சகதியாய்ப் போன நிலமும் விமானம் பறக்கும் வாய்ப்புகளை இல்லாமல் செய்தன. அதனால் ரேசன் குறைக்கப்பட்டது. அதன் பொருள் முழு பட்டினி என்பதுதான். எனவே கிடைப்பதை எல்லாம் சாப்பிட வேண்டும். பட்டினி என்ற ஆயுதம் ஜெர்மனியின் க்ரூப் வகை பிக் பெர்த்தா பீரங்கியைக் காட்டிலும் கடும் சேதத்தையும், அச்சத்தையும் ஏற்படுத்தியது.

22 வது பஞ்சாப் படைப்பிரிவைச் சார்ந்த மூன்று வீரர்கள் கிழக்குக் கோட்டை பகுதியிலிருந்து துருக்கியர்களின் அகழிப் பக்கம் போனபோது பிடிக்கப்பட்டிருப்பதாக தலைமையிடத்திற்கு தகவல் கொடுக்கப்பட்டது. அடுத்த நொடியே அவர்களின் கதையை முடிக்க உத்தரவிடப்பட்டது. அந்த பஞ்சாப் படையணி வீரர்கள் மிகவும் சோர்வுற்றும் உடல் மெலிந்தும் காணப்பட்டனர். அவர்கள் எதிரிகளிடம் சேர ஓடினார்களா? அல்லது உணவு தேடிச் சென்றார்களா? என விளக்கம் கேட்டிருக்கலாம். ஒரு வேளை அந்த வீரர்கள் விசாரணை அதிகாரியைப் பார்த்துச் சோறு போடுவது யாரின் கடமை எனக் கேட்டிருந்தாலோ அல்லது நாங்கள் சாப்பிட்டு எத்தனை நாள் ஆனது எனத் தெரியுமா? என வினாவியிருந்தாலோ அவர்கள் எல்லா அதிகாரமும் அவமானப்பட்டிருக்கும். ஆனால் அவர்கள் ஊமையாயினர். விசாரணை அதிகாரிகள் செவிடாயினர். தீர்ப்பும் கொடுக்கப்பட்டது.

மாலையில் மூவரின் கண்களும் கட்டப்படுவதற்கு முன் ஒருவன் மட்டும் தொழுகை செய்ய அனுமதி கேட்டான். மற்றவர்களுக்கு எழுந்து நிற்கக் கூட பலமில்லை. பின் கண்கள் கட்டப்பட்டன. ஃபயரிங் ஸ்குவாட் வந்து அணிவகுப்பு நடத்தினர். வரிசையாக நின்று துப்பாக்கி லிவர்களை இழுத்து தயாராகிக் கொண்டனர்.

அந்த ஃபயரிங் ஸ்குவாடுகளும் அதே படைப்பிரிவினர் என்பது தற்செயலானதா? அல்லது திட்டமிடப்பட்டதா எனத் தெரியவில்லை. அந்த ஃபயரிங் ஸ்குவாடு குழுவில் கைகள் நடுங்க, நெஞ்சம் முழுதும் சுமையால் அழுத்தப்படும் நிலையில் சிலர் இருந்தனர். அவர்கள் சாகின்றவர்களுடன் பழகியவர்கள். சாகப்போகின்றவர்கள் இப்போதும் அவர்களை நண்பர்களாகக் கருதியிருந்தனர். உத்தரவுக்குக் கட்டுப்படவேண்டும். வேறு வழியில்லை. ஒரு வேளை அந்தக் கண்கள் கட்டப்படவில்லை எனில் நிலைமை அவமானகரமாக இருந்திருக்கும். கண்களைக் கட்டியிருந்ததற்காக சுட்டவர்கள் குற்ற உணர்ச்சியுடன் இருந்தபோதும் கண நேரம் மனதுக்குள் ஆண்டவனுக்கு நன்றி சொல்லிக்கொண்டனர். துப்பாக்கிகளில் ஒரு சேர வெளியான புகையின் கந்தக வாடையுடன் கலந்திருந்தது கீழே சரிந்து கிடந்தவர்களின் பச்சை இரத்தத்தின் கவிச்சி.

அடுத்த நாள் காலையில் நகரின் தென்பிராந்திய படை முகாமில் டைகரிஸ்க்கு அப்பால் இருந்த ஊல்பிரஸ் படை முகாமிலிருந்த தொழிலாளர் படையைச் சார்ந்த ஒருவனைப் பிடித்து வந்தார்கள். கேப்டன் கல்யாண் உடன் வில்லியம்ஸ் இருந்தான். வில்லியம்ஸைப் பார்த்ததும் இழுத்து வரப்பட்டவன் சப்தமாக அழத் துவங்கினான். அது வீரன். அவர்களுடன் இருந்தவன். தற்போது ஊல்பிரஸ் படைப்பிரிவில் பணிக்காக அனுப்பப்பட்டவன். வில்லியம்ஸ் அவன் தனக்குத் தெரிந்தவன் என்றும் எந்த தவறும் செய்யக்கூடியவனல்ல என்றும் சொன்னான். அழைத்து வந்தவர்கள் அவன் நேற்று இரவு தனது உருமாலைத் துண்டால் கை கால்களைக் கட்டிக்கொண்டு டைகரிஸில் குதித்துச் சாக முயற்சித்ததைச் சொன்னார்கள். அவனைச் சிரமப்பட்டுக் காப்பாற்றியதாகவும் குறிப்பிட்டனர்.

வில்லியம்ஸ் வீரனைப் பார்த்தான். அவனோ அந்த முகாமில் முன்பு கழிப்பறை மலம் அள்ளி சுத்தம் செய்துவந்த வங்காளி டோம் ஒருவன் பத்து நாட்களுக்கு முன்பு துப்பாக்கி குண்டு பாய்ந்து இறந்ததாகவும் அதன் பின்னிட்டு தன்னை அந்த வேலை செய்யச் சொன்னதாகவும், தன்னால் அது முடியவில்லை எனப் பலமுறை சொன்னபோதும் தன்னை முகாமில் சாட்டையால் தாக்கி வேலை செய்யச் சொல்வதாகவும் எனவே தற்கொலை செய்து செத்து விட முடிவு செய்ததாகவும் கதறினான்.

வில்லியம்ஸுக்கு அவனுக்கு ஆறுதல் கூற எதுவுமில்லை. தற்கொலை முயற்சி ஒழுங்கு நடவடிக்கைக்கு உட்பட்டது. கேப்டன் கல்யாண்

இரக்கப்பட்டு ஆறு கசையடிகள் மட்டும் தந்தால் போதும் எனச் சொன்னான். மேலும் இனியும் தற்கொலை செய்ய முயற்சிக்க வேண்டாம் என வில்லியம்ஸை வீரனுக்கு அறிவுரை கூறுமாறு சொன்னான். கல்யாண் அதைச் சொல்லாமல் இருந்திருந்தால் கூடுதல் சாட்டையடிகளை ஆங்கிலேய அதிகாரிகள் தண்டனையாக விதித்திருப்பார்கள்.

வீரனின் உடைகள் களையப்பட்டன. வெறும் கோவணத்துடன் கசையடிக் கம்பத்தில் முதுகைக் காட்டியபடி நிற்கவைத்து, இரண்டு கைகளையும் உயர்த்திக் கட்டினர். பின்னர் சாட்டையால் ஒரு ஆங்கிலேய அதிகாரி அவனை விளாசினார். வலி தாங்க முடியாமல் அவன் கதறினான். முதுகில் இரத்தக் கோடுகள் விழுந்தன. இதே தவறை வெள்ளையர்கள் செய்தால் அவர்களுக்குக் கசையடி இல்லை. முப்பத்தைந்து ஆண்டுகளுக்கு முன்பே அந்த தண்டனை கைவிடப்பட்டு விட்டது. இந்தியர்களுக்கோ அது தொடர்வதன் சாட்சியாக மூன்றாவது கசையடி விழும் போது வீரனின் குரல் குறைந்திருந்தது. ஆறாம் கசையடி விழும்போது அவன் அழுகையோடு பெரிதாக மூச்சை இழுத்துக் கொள்வது கேட்டது.

வில்லியம்ஸ்க்கு அங்கு நிற்பது அவமானகரமாக இருந்தது. சரிந்து கிடந்தவனின் கைக்கட்டுகள் அவிழ்க்கப்பட்ட பின்பு அவன் முகத்தில் தண்ணீரைத் தெளித்து கொஞ்சம் தண்ணீரைக் குடிக்கக் கொடுத்தான். வில்லியம்ஸ் ஒரு தொழிலாளிக்குக் காட்டும் பரிவு மற்றவர்களுக்கு ஆச்சர்யத்தைக் கொடுத்தது. அவன் வீரனின் தோளினை மெல்லத் தட்டிக் கொடுத்தான். அவனின் கண்களை நேரே பார்த்தான். அடுத்த நொடி வில்லியம்ஸ் அங்கிருந்து வெளியே வந்து நின்று கொண்டான்.

சற்று தூரத்தில் துருக்கியர்களின் அகழிக்கு அப்பால் முகாமில் ஒட்டாமன் கொடி பறந்து கொண்டிருந்தது. அவன் அதையே பார்த்தவாறு நின்று கொண்டிருந்தான். பின்னால் கேப்டன் கல்யாண் வந்தான். ஒரு சிகரெட்டை இரண்டாக ஒடித்து வில்லியம்ஸிடம் ஒரு துண்டை நீட்டினான். வில்லியம்ஸ் அதை வாயில் வைத்தபோது கல்யாண் பற்றவைத்தும் கொடுத்தான்.

அப்போது வானில் ஒரு விமானம் வட்டமிட்டது. அது பிரிட்டிஷ் விமானம். அப்போது துருக்கிப் பக்கமிருந்து சில துப்பாக்கிகள் சீறின. விமானி போடும் பொருட்களுக்காக எல்லோரும் காத்திருந்தனர். அந்த விமானி பதட்டத்தில் வீசிய பெரிய பொட்டலங்கள் மீண்டும் நதியில் விழுந்தன.

"நாசமாய் போகின்றவன்" என கல்யாண் கத்தினார்.

விமானம் போய்விட்டது. அதன் பிறகு சிறிது நேரத்தில் துருக்கி அகழியிலிருந்து தொடர்ந்து கனரகத் துப்பாக்கிகள் வெடித்தன. சுமார் ஒரு மணி நேரம் அந்தத் தாக்குதல் நீடித்து ஓய்ந்தது.

தலைமை அலுவலகத்திற்கு விமானம் வீசிய உணவுப் பொருட்கள் மற்றும் கடிதங்கள் நதியில் விழுந்த தகவல் சொல்லப்பட்டது. மேஜர் ஜெனரல் மிகவும் கவலையுடனும், கோபத்துடனும் அதனை எதிர்கொண்டார். அவருடன் சென்று பேசுவதை அவரின் உதவியாளர் ரீகன்கூட இப்போது விரும்புவதில்லை. ஏறக்குறைய அவரின் நிலை முற்றிலும் இயல்புக்கு மாறாக இருந்தது. ரீகனுடன் இப்போது தொடர்ந்து சிடுசிடுப்புடன் பேசுவதை வழக்கமாக்கி வந்தார். நேற்று இரவு அவரின் அறையில் தங்காமல் அவரின் செல்ல நாய் ஸ்பாட் ரீகனின் படுக்கைக்கு அருகில் வந்து படுத்துக்கொண்டது. பல சமயம் ஸ்பாட் இதுபோல நடந்து கொள்ளும் அதை மேஜர் ஜெனரல் குற்றமாகப் பார்த்ததில்லை. ஆனால் அன்று அதைப் பார்த்துக் கத்தினார். அவரின் சப்தம் கேட்டு ரீகன் ஓடி வந்தபோது,

"இந்த நாய் என்னோடு வந்து படுத்தால்தானே அதற்கு என்னுடைய புத்தி வரும், உன்னோடு படுத்தால் உனது புத்திதானே வரும்" என்றார் மிகுந்த கோபத்தோடு. ஆனால் அந்த கூச்சலுக்கும் ஸ்பாட் விழிக்கவில்லை. அது தூங்கியபடியே சாவகாசமாக கால்களை நீட்டிக் கொண்டது. ரீகன் ஓடிப்போய் நாயைத் தட்டினார். அது மேஜர் ஜெனரலைக் கண்டு கொள்ளவில்லை. அவரிடம் போவதாகவும் இல்லை. ரீகனிடம் வாலாட்டி விட்டு அது மீண்டும் கண்களை மூடியது. மீண்டும் ரீகன் அதை அதட்ட முயன்றபோது,

"அந்த நாயை விட்டுவிடு, அது நாய்தானே" என மேஜர் ஜெனரல் போய் விட்டார். அது ஒரு நாய்கூட தன்னை அலட்சியம் செய்வதாக அவர் கருதியதன் வெளிப்பாடு போல இருந்தது. மெல்லிய குரலில் எவருக்கும் கேட்காதவாறு மேஜர் ஜெனரலை ரீகன் ஒரு முறை "நாசமாகப் போனவனே" எனத் திட்டினார்.

மேஜர் ஜெனரல் தொடர்ந்து தந்திகளைப் போர் தலைமை அலுவலகமான பஸ்ராவுக்கு அனுப்பிக்கொண்டிருந்தார். அவர் இக் காலத்தில் சரியாக உறங்கவில்லை. அவரிடம் வெளிப்படும் எரிச்சல் உணர்வு ஒரு இயலாமையின் வெளிப்பாடு என ரீகனுக்கு நன்கு தெரியும்.

தலைமை அலுவலகத்திலிருந்து அன்று இரவு ஏழு மணிக்கு மேல் வந்த தந்தியைப் படித்துவிட்டு அவர் தலையில் கையை வைத்து உட்கார்ந்திருந்தார். யாரிடமும் பேசவில்லை. அமைதியற்றவராக இருந்தார். ஜெனரல்கள் வந்து விட்டுச் சென்றனர். அவர்கள் சந்திப்பு சில நிமிடங்களில் முடிவுக்கு வந்தது. அவர்கள் திரும்பிச் செல்லும்போது அவர்கள் முகங்களிலும் கவலை இருந்தது.

இன்று ஹென்னாவிலிருந்து டைகரிஸின் வழியாக சுமார் 600 வீரர்களை மீட்புப் படை அனுப்பி வைத்து நம்மை மீட்டிருக்க வேண்டும். நாமும்

படகுகளின் மூலம் வெளியேற வேண்டும். பின் காயம்பட்டவர்கள், நோய்வாய்ப்பட்டவர்களை பேச்சுவார்த்தை மூலம் மீட்க வேண்டும் என்பது மீட்புப் படையின் மேஜர் ஜெனரல் கோரிங்கும் மேஜர் ஜெனரல் டவுன்செண்டும் வைத்திருந்த கடைசித் திட்டம். ஆனால் அந்த முயற்சியும் தோல்வியடைந்து விட்டது எனத் தந்தி வந்திருந்தது. அது ஒரு அவநம்பிக்கையைத் தாங்கி வந்த தந்தி.

அதன் பிறகு தனது செயலாளரை அழைத்தார். ஒரு தந்தியை அனுப்பச் சொன்னார். செயலாளர் எழுத ஆயத்தமானார். மேஜர் ஜெனரல் அவரின் மேசையில் இருந்த ஆஸ்டிரேயில் பாதி புகைத்து அணைக்கப்பட்டிருந்த ஒரு சிகரட்டை எடுத்துப் பற்றவைத்துக்கொண்டார். இயல்பாக இதுபோல அவர் செய்யமாட்டார். அதுவும் பணியாளர்கள் முன்பு எப்போதும் நடக்காது. செயலர் அதைப் பார்க்காததுபோல தனது பருத்த முகத்தின் பார்வையை, பாவனையை மாற்றினார். ஆனால் மேஜர் ஜெனரல் பார்த்துக்கொள் என அலட்சியமாகப் புகையை இழுத்தார். பின்பு தொண்டையைச் செருமியபடி சொல்லத் துவங்கினார்.

“இன்று நமது மீட்புப் படையின் முயற்சி பின்னடைவைச் சந்தித்த நிலையில் நமக்கு இருக்கும் ஒரே வழி நமது எதிரிகளுடன் பேசுவதுதான். என்னால் வரும் 29 வரை தாக்குப் பிடிக்க முடியும். தாங்கள் அவர்களுடன் பேசவேண்டும் அல்லது நான் அவர்களுடன் பேச எனக்கு தாங்கள் அனுமதி தரவேண்டும். நமது பதிமூன்றாயிரம் ஆட்களின் நிலையை கணக்கில் கொண்டு நிலைமையின் உக்கிரத்தை தாங்கள் புரிந்து கொள்ளவேண்டும்.”

அதன் பிறகு அந்த இரவு முழுதும் மேஜர் ஜெனரல் தூங்கவில்லை. தனது மாடிக்குச் சென்று அவர் இருண்ட வெளியாய்த் தெரிந்த குட் நகரையும் தூரத்தில் டைகரிஸிக்கு அப்பால் இருளில் இருந்த துருக்கியின் அகழியையும் பார்த்துக்கொண்டே இருந்தார். தூரத்தில் குளிர் காய கணப்பு நெருப்பு எரியும் வெளிச்சம். ஒட்டாமன் படை வீரர்கள் தங்களை மறைக்க விரும்பாமல் இருந்திருக்கலாம்.

கொஞ்சம் குற்ற உணர்வு இருந்தது. தான் பின் வாங்கி பஸ்ரா போயிருக்க வேண்டுமோ? எனக் கேட்டுக்கொண்டார். தான் மட்டுமே எல்லாவற்றுக்கும் பொறுப்பேற்க வேண்டுமோ? சரி பின்னடைவு ஏற்படும்போது அதனை தன் தலையில் தாங்கிக்கொள்பவன்தானே தளபதி. என்னால் தாங்கிக் கொள்ளமுடியும்.

குட்டைத் தாண்டி துருக்கி செல்ல முடியவில்லை. அவர் கவனம் குட்டை நோக்கியே இருந்தது. அதன் கீழே பஸ்ரா பத்திரமாக பிரிட்டிஷ் வசம் இருந்தது. குட்டில் படைகள் தங்கியதன் நோக்கம் அதுதான். ஒருவகையில் அது டைகரிஸின் வெள்ளத்தைத் தடுக்க அதன் கரைகளில்

பண்டுகள் கட்டப்பட்டிருந்ததற்கு நிகரான நடவடிக்கை. ஆனால் அதற்கு கொடுத்த விலை அதிகம்தான். அதன் சாதக பாதகங்களை வரலாற்றின் கையில் விட்டுவிடுவதே நல்லது. தலைமைத் தளபதியாக எனது செயல் அந்தச் சூழலில் சரி என ஒருமுறை தனக்குள் கூறிக்கொண்டார். அந்த இரவில் கிழக்கே சுவாச்சி சதுப்பு வெளிப்பக்கமிருந்து வீசிய காற்று குளிரைத் தாங்கி வந்து அவரை சற்று நடுங்கச் செய்தது. அவர் இன்னமும் நம்பிக்கையை இழக்கவில்லை. அவர் சலசலத்து ஓடும் டைகரிஸினைப் பார்த்துக்கொண்டே இருந்தார்.

விடிந்தபோது படைகளுக்கு காலையில் வழங்க வேண்டிய ரேசன் இல்லாமல் போயிருந்தது. பெயருக்குக் கொஞ்சம் பார்லி கஞ்சி வைக்கக் கூட தானியங்கள் இல்லை. சாப்பிட எது கிடைத்தாலும் பெரும் போட்டி நிலவும் நிலைபோன்ற ஒரு பதட்டம் தொற்றிக்கொண்டிருந்தது. உணவை மறைத்து வைத்திருப்பவர்கள் எவரேனும் இருந்தால் அதை எடுத்துச் செல்ல பசி வழிகாட்டி இருந்தது.

வில்லியம்ஸ் ஒரு ஆட்டுக்குட்டியை வளர்த்து வருவதாகவும் அதை இயந்திரத் துப்பாக்கிப் பிரிவில் இருந்த பாலோயர் ராணாவிடம் கொடுத்து வைத்திருப்பதாகவும் அந்த ஆட்டினை உடனே அதிகாரிகள் மெஸ்க்கு தரவேண்டும் எனவும் ஓர் உத்தரவு தரப்பட்டது. அப்போது ராணாவும் ஆடும் அவர்கள் கூடாரத்தில் இல்லை. அந்த ஆடு வந்ததும் உடனே கொண்டு வந்து ஒப்படைக்கச் சொல்லி தெற்குப் படையணியிலிருந்து உத்தரவுக் கடிதத்துடன் வந்த இரண்டு படைவீரர்கள் சிறிது நேரம் காத்திருந்து விட்டு பின்னர் வருவதாக இக்பாலிடம் கூறிச் சென்றனர். ராணா அவர்கள் வரப்போவதை அறிந்து அந்த ஆட்டுக்குட்டியை இழுத்துக்கொண்டு வில்லியம்ஸைப் பார்க்க காய்கறித் தோட்டம் அருகே அவன் இருப்பதை அறிந்து அங்கு போனான். எதையாவது செய்து அவன் ஆட்டைக் காப்பாற்றித் தருவான் என நம்பி இருந்தான். காய்கறித் தோட்டத்தில் பிஞ்சுக் காய்கள்கூட பிடுங்கி எடுக்கப்பட்டிருந்தன. எவரோ அந்தத் தோட்டத்தில் புகுந்துள்ளனர். நிச்சயமாக ஒரு கூட்டமாக இருக்க வேண்டும். அவர்கள் கிடைத்த காய்கறிகளைப் பதட்டத்துடன் எடுத்துச் சென்றிருக்க வேண்டும். குட் நகரவாசிகளோ அல்லது படைவீரர்களோகூட இதைச் செய்திருக்கக் கூடும். இவ்வளவு நாள் தோட்டத்தைப் பாதுகாத்ததே பெரும் சவால்தான். அந்தத் தோட்டத்தின் நிலைமை நம்பிக்கை தரும் வகையில் இல்லை என்பதையே சொன்னது. ஏதோ ஒன்றை எல்லோரும் நெருங்கிக் கொண்டிருப்பதாகவே எல்லோரும் நினைத்தனர். வில்லியம்ஸ் தோட்டத்தில் நிகழ்ந்துள்ள சேதாரங்களைத் தலைமை அலுவலகத்தில் தெரிவிக்கத் திரும்பும்போதே அவன் அய்னியைப் பார்த்தான். அவள் உழைப்பும் அந்தத் தோட்டத்தில் இருந்தது. அவன் சைக்கிளை நிறுத்தினான். அவள்

நின்று அவனையே பார்த்துக் கொண்டிருந்தாள். அவளின் கண்கள் அவளை அறியாது கண்ணீரைச் சுரந்தது. அவள் உதடுகள் எதையோ பேசத் துடித்தன. இயலாமையில் அவன் தலைகுனிந்திருந்தான். அவளிடம் பேசினால் அவன் வெடித்து அழுதுவிடுவான். அப்போது ராணா அந்த ஆட்டுக்குட்டியுடன் வந்தான். "ஆட்டிக்குட்டியை ஆபிசர் மெஸ்ஸுக்கு எடுத்துப் போக வந்திருக்கின்றார்கள். இதை வெட்ட அனுமதிக்க முடியாது. இது குழந்தை மாதிரி. உதவுங்கள்" என்றான். ராணாவின் கண்களில் கண்ணீர் வழிந்தது. அந்த ஆடு மெல்லத் தலையாட்டியபடி வாலை ஆட்டி வில்லியம்ஸை மெல்ல முட்டியது. அவன் அதன் கயிற்றை வாங்கி அய்னியின் கையில் திணித்து இதைப் பத்திரமாகப் பார்த்துக்கொள் என்றான். பின் வேகமாக அவனின் சைக்கிளை மிதிக்கத் துவங்கினான். அவன் தலைமை அலுவலகம் போய்விட்டு பின் மதியம் திரும்பும்போது வழியில் ராணாவை சந்தித்தான். அவன் ஆட்டை அவர்கள் அய்னியிடமிருந்து பிடுங்கி ஆபிஸர் மெஸ்க்கு கொண்டு செல்ல வந்திருப்பதாகச் சொன்னான். அப்போது அய்னி அந்த ஆட்டை வைத்திருந்ததற்காக அவள் திருடியதாகக் கூறி அவளை பிரம்பால் அடிக்க பிரிட்டிஷ் படைவீரர்கள் இருவர் முயன்றனர். அதற்குள் அங்கு கூட்டம் கூடியதால் ஆட்டைத் திருடி வந்ததாகவும் அதனால் அடிக்கச் சென்றதாகவும் அவர்கள் கூறினர். அவள் மதிப்பு மிக்க குடும்பப் பெண். திருடக்கூடியவளில்லை என ஊர்க்காரர்கள் எதிர்ப்பு தெரிவித்தனர். ஆனால் அய்னியோ தன்னிடம் யார் ஆட்டைக் கொடுத்தார்கள் எனச் சொல்லாமல் வெறுமனே இறுக்கமாக இருந்தாள். அவள் அம்மா வந்து பிரிட்டிஷ்காரனின் கையிலிருந்த தடியைப் பிடுங்கி அய்னியை மூன்று அடி அடித்தாள். அப்போது அங்கு வந்த வில்லியம்ஸ் அவள் அம்மாவிடம் இருந்த தடியை பிடுங்கி வீசிவிட்டு, அந்த ஆட்டை பிரிட்டிஷ் படை வீரர்களிடம் கொடுத்தான். அய்னி அவமானத்தால் அழுதாள். அவள் அம்மாவும் எதையோ உணர்ந்தவளாய் அய்னியுடன் சேர்ந்து அந்த தெருவிலேயே உட்கார்ந்து அழுதாள். 'நான்தான் ஆட்டைக் கொடுத்ததாக சொல்லியிருக்க வேண்டியதுதானே' என்று அவன் பார்வை இருந்தது. அவள் எதையும் சொல்லத் தயாராக இல்லை. பித்துப் பிடித்தவள் போல நின்றாள். வில்லியம்ஸுக்கு குற்ற உணர்வு மேலோங்கியது. அவன் அங்கிருந்து வேகமாக நகர்ந்தான்.

அவனுக்கு அந்த நாள் முழுதும் நிம்மதியில்லை. அவன் அவளைப் பார்க்க அவள் வீட்டிற்குப் போக நினைத்தான். சைக்கிளை எடுத்துக்கொண்டு அந்தத் தெருப்பக்கம் போகும்போது எதிரே அய்னியின் தாயையும் தம்பியையும் பார்த்தான். அவர்கள் அவனை உற்றுப் பார்ப்பது தெரிந்தது. அவன் சைக்கிளை நிறுத்தி,

"என்னை மன்னிக்க வேண்டும். உங்கள் மகள் எந்தத் தவறும் செய்யவில்லை, அவள் ஆட்டைத் திருடவில்லை. நான்தான் கொடுத்தேன். அந்த ஆட்டைக் கொல்ல மனமில்லை. அவள் வாய் திறந்து சொல்லியிருக்கலாம்.

உங்களுக்கு ஏற்பட்ட அவமரியாதைக்கு நான்தான் காரணம்" என்றான். அவன் உடல் வெட்கத்தில் குறுகியது. அய்னியின் தாய் அவனை அழுத்தமாகப் பார்த்தாள்.

"இரவு கொடுத்த எல்லா வாக்குறுதிகளையும் பகல் அழித்து விடும். அவளுக்கு அது பற்றி ஒன்றும் தெரியாது. இங்கே எல்லாத்தையும் எங்க பெண்கள் மென்று திண்ணுடுவாங்க, நாங்க அப்படித்தான் வளரனும். உன்னை எங்க எல்லோருக்கும் பிடிக்கும். ஆனா நாளைக்கு என்ன நடக்கும்னு யாருக்கும் தெரியாது. ஆட்டுக்கும் அவளுக்கும் என்ன வித்தியாசம். நீ திரும்பிப் போ."

அவள் கண்கள் சிவந்திருந்தன. அவள் அழுதுவிடாமல் இருக்க முயன்றாள். அவள் போய்விட்டாள். அய்னியின் தம்பி மட்டும் அவனைத் திரும்பித்திரும்பி பார்த்தபடி நடந்து சென்றான். அவள் முகத்தில் அப்படி ஒரு வெறுமை இருந்தது.

அப்போது வேகமாக புழுதியைத் தாங்கி வீசிய காற்று வில்லியம்ஸின் சட்டையில் கக்கப் பகுதியிலிருந்த கிழிசலை தூக்கலாகக் காட்டியது. அவன் சில நிமிடங்கள் உறைந்து போய் நின்றான். அவள் எல்லாவற்றையும் புரிந்தவள் போல பேசிவிட்டு அவனைக் குற்றவாளியாக்காமல் பெருந்தன்மையோடு கடந்தும் போகின்றாள். அவர்கள் அவன் பார்வையிலிருந்து மறையும் வரை பார்த்துக்கொண்டே நின்றான். பின் தனது கூடாரம் திரும்பினான்.

கூடாரத்தில் ராணா ஆட்டுக்குட்டிக்காய் தேம்பி அழுவது மட்டும் கேட்டது. அவனுக்கு அங்கிருக்கப் பிடிக்கவில்லை. அப்போது கூடாரங்களில் உள்ளவர்கள் உடனே படையணிக்குச் சென்று விடுமாறு உத்தரவு வந்திருப்பதாக ஒரு சிப்பாய் வந்து சொன்னான். எல்லோரும் படையணிக்கு வேகமாகச் சென்றனர். அவர்கள் டைகரிஸை ஒட்டி அகழிகளில் தயாராக இருக்கும்படி உத்தரவு வந்தது. சூரியன் மெல்ல மறைந்தது. எதையோ எதிர்பார்த்து இரவுக்காக முழுப் படையும் தயாராகி வருவது போன்றிருந்தது. தலைமை நிலையத்தில் மேஜர் ஜெனரல் சவரம் செய்யப்படாத முகத்துடன் இடைவிடாத ஆலோசனைகளில் இருந்தார். பாக்தாத்தில் தங்கியிருந்த ஒட்டாமன் படையின் ஃபீல்டு மார்ஷலான கோல்ட்ஸ் கடந்த ஏப்ரல் 19 தேதி டைபஸ் காய்ச்சல் காரணமாக மரணமடைந்து விட்டார் என்றும் அந்த மரணத்தில் சந்தேகம் உள்ளதாகவும் அவருக்கு செய்தி வந்தது. எதிரிகளுடன் ஏதாவது சமரசத்திற்கு தயாராக வேண்டிய கட்டத்தில் ஜெனரல் கோல்ட்ஸ் இருந்தால் நிலைமை விரும்பத்தக்கதாக இருக்கும் என அவர் சில நாட்களாகவே நினைத்து வந்தார்.

அந்த நீராவி பெடல் படகு ஜுல்னாரின் கீழ்தளத்தில் இருந்த பயணிகள் அமரும் அறையின் இருக்கைகள் முழுதும் அகற்றப்பட்டன. மேல்தளத்தில் இருந்த மாடி அடுக்கு அகற்றப்பட்டு அதன் உயரம் குறைக்கப்பட்டது. அதன் பின்பு அந்தப் படகைச் சுற்றிலும் இரும்புத் தடுப்புகள் பொருத்தப்பட்டன. பின்னர் மணல் மூட்டைகள் அடுக்கப்பட்டு, அதன் வெளிப்புறத்தைச் சுற்றிலும் வைக்கோல் போர்கள் அடுக்கப்பட்டன. கனரக பீரங்கிகள் மற்றும் துப்பாக்கிக் குண்டுகள் தாக்குதலிலிருந்து சமாளிக்கும் வகையில் அதன் சுற்றுப்பகுதி மாற்றப்பட்டது. அந்த நீராவிப் படகு கடந்த பத்தாண்டுகளாக ஒரு பயணிகள் படகாக டைகரிஸில் பயணித்துள்ளது. அந்தப் படகின் மாலுமி பிரிட்டன் என்பவனை துருக்கி அதிகாரிகளுக்கு நன்கு தெரியும். அவனிடம் அந்த அதிகாரிகள் சாதாரணமாகப் பேசிப் பழகி வந்திருந்தனர்.

பல்வேறு காலநிலைகளிலும் டைகரிஸில் தொடர்ந்து பயணித்த மாலுமி அவன். அந்த நதியைப் பற்றி அவனுக்கு பெரிய பட்டறிவு இருந்தது. பல இடங்களில் மணல் மேடுகள் கண்களுக்கு தெரியாமல் இருக்கும். படகின் பெரிய பெடல் அதில் சிக்கினால் அது சேதப்படும். எனவே அந்த நதியில் படகு விடுவதில் நிபுணத்துவம் தேவை. அது எல்லாம் போர் துவங்குவதற்கு முன்பு. போர் துவங்கிய பின் அது ராயல் நேவியில் முழுதாக இணைந்துகொண்டது. பஸ்ராவில் அது நிறுத்தப்பட்டிருந்தது. மீட்புப் படை வந்த பின்பு வாடிக்கு அப்பால் மீட்புப் படையில் இருந்தது. இப்போது அந்தப் படகு ஃபெலைய்யா பகுதியில் டைகரிஸ் கரையில் நிறுத்தப்பட்டு அதன் வடிவமைப்பு மாற்றப்பட்டது.

அது ஒரு பயணத்திற்கு தன்னைத் தயார் செய்து வந்தது. அந்தப் பயணம் ஒருவழிப்பாதையாகக்கூட இருக்கலாம் என அந்த படகின் கேப்டன் பயர்மேன் நினைத்தார். எனவே தன்னோடு திருமணம் ஆகாத படைவீரர்கள் வரும்படி கேட்டுக்கொண்டார். மேலும் அவர்களிலும்கூட அந்த பயணத்தில் விருப்பமில்லாதவர்கள் விலகிக்கொள்ள அவர்களுக்கு முழு சுதந்திரம் உள்ளது என்பதைக் கூறினார். அந்த முடிவில் எந்த உயர் அதிகாரியும்

தலையிடவில்லை. லெப்டினன்ட் கமாண்டர் சார்லஸ் கௌலி துணைக் கேப்டனாக இருந்தான். சார்லஸ் கௌலி பாக்தாத்தில் பிறந்தவன். அவனின் தந்தை ஈஸ்டன் டெலிகிராப் கம்பெனியில் வேலை செய்தவர். யூப்ரடிஸ் டைகரிஸ் நதிகளில் நீராவிப் படகு விட்ட லின்ச் பிரதர்ஸ் கம்பெனியில் அவன் பணிக்குச் சேர்ந்ததிலிருந்து அந்தப் பகுதியின் எல்லா துருக்கி அதிகாரிகளுக்கும் அறிமுகமான நபரானான். மிகச் சரளமாக அரேபி பேசுவது மட்டுமல்ல, அரேபிகளுடன் நெருங்கிய நட்பிலுமுள்ளவன். அதன் காரணமாக அவர்கள் மூலம் பல தகவல்களை எளிதில் அறியக்கூடியவன். துருக்கியர்கள் அவனை மண்ணின் மைந்தர் என்றே கருதினர். அவன் சுயவிருப்பம் காரணமாகவே படையில் சேர்ந்தான். கடந்த ஆண்டு பிரிட்டிஷ் படை அவனை லெப்டினன்ட் கமாண்டராக பதவி உயர்த்தியது. மற்றவர்களைக் காட்டிலும் சார்லஸ் கௌலி ஆபத்தானவன் எனத் துருக்கி ராணுவம் கருதியது. பைலட் பிரிட்டன் அவனுக்குக் கீழ் அந்தக் கம்பெனியில் பணி புரிந்தவன். இருவருக்கும் அந்த நதியின் எல்லாப் பகுதிகளும் நன்கு தெரியும்.

அந்தப் படகில் சுமார் 270 டன் உணவுப்பொருள்கள் ஏற்றப்பட்டன. அதனோடு கூடவே வெடிபொருட்கள் மற்றும் ஆயுதங்கள். இந்தப் பயணத்தை நீண்ட நாட்களாக மீட்புப் படை திட்டமிட்டிருந்தது. ஆனால் கடைசி நேரத்தில் அதன் பயணத்தை ஒத்திப் போட்டுக்கொண்டே வந்தது. அதன் பயணம் ஒருவழிப்பாதை மட்டுமல்ல. அது போரில் சூதாட்டத்திற்கு இணையான செயலும்கூட.

ஆனால் நிலைமை கை மீறிப் போய்க்கொண்டிருக்கும் சூழ்நிலையில் அவர்களுக்கு வேறு வழியில்லை. குட்டில் உணவு தீர்ந்து விட்டதால் சரணடைவதைத் தவிர வேறு வழியில்லை என்ற மேஜர் ஜெனரல் டவுன்செண்டின் தந்திக்குப் பின் கடைசி முயற்சியாக ஒட்டாமன் துருக்கிப் படைகளின் முற்றுகையினைத் தகர்த்து டைகரிஸில் பயணித்து குட்டில் உள்ளவர்களுக்கு உணவைக் கொண்டுபோய்ச் சேர்க்க வேண்டும். மீட்புப் படையால் முடியாத ஒரு செயலை இந்தச் சிறு படகு நிகழ்த்துமா என்ற ஐயம் இருந்தபோதும் இது கவனத்தைப் பெறாமல் போகலாம் அல்லது தாக்குதலின்போது நழுவிப் போய்விடலாம் எனக் கருதப்பட்டது. இந்தப் படகு உணவை மட்டுமல்ல பெரிய நம்பிக்கையையும் சுமந்து பயணிக்க வேண்டியிருந்தது.

அது பயணத்தை துவங்குவதற்கு முன் மீட்புப் படை அட்மீரல் வெம்ஸ் அந்தக் குழுவினருடன் விருந்து உண்டார். அந்த ஏப்ரல் 24 தேதியை எவரும் மறக்க முடியாது. அது தற்செயலானதல்ல என்பது அந்த குழுவினருக்கும் தெரிந்திருக்க வேண்டும். அதன் பின்பு அன்று இரவு 8 மணியளவில் டைகரிஸின் ஓட்டத்தினை எதிர்த்து வடக்கு நோக்கி அது தன்

பயணத்தைத் துவங்கியது. அதில் இரண்டு ஹோவிசர் பீரங்கிகள் இருந்தன. அவை மறைக்கப்பட்டிருந்தன. அந்த இரவில் அது இராணுவத்தோடு தொடர்பில்லாத ஒரு வைக்கோல் ஏற்றிய படகு என்று நினைக்கும் வகையில் அதன் தோற்றமிருந்தது. இரவின் இருளில் அது கவனிக்கப்படாமல் போகும் வாய்ப்பும் இருந்தது. சலசலத்து வேகமாக ஓடும் நதியின் நீரோட்டத்தை எதிர்த்து அது பயணம் செய்ய வேண்டியிருந்ததாலும் அதில் கூடுதல் எடையுடன் பொருட்கள் இருந்ததாலும் மணிக்கு வெறும் ஆறு மைல் மட்டுமே அதன் வேகம் இருந்தது. அது இரவு சுமார் 1 மணியளவில் குட்டை நெருங்க வேண்டும். வழியில் எதிரிகளின் தாக்குதல் அதனைப் பாதிக்காதவாறு மீட்புப் படைகள் தங்களின் பாதுகாப்பு தாக்குதல் மூலம் அதன் பயணத்தை தொய்வின்றி உறுதிப்படுத்த வேண்டும் என்பது திட்டம்.

அது பயணத்தை துவங்கிய இடத்திலிருந்து இருபத்தி ஐந்து மைல் தூரத்தில் குட் இருந்தது. இயற்கையின் இடர்களைத் தாங்கி அதிகாலை நான்கு மணிக்குள்ளாவது போய்ச் சேர்ந்து விட வேண்டும். அன்று வானம் கருத்து எந்த சிறு வெளிச்சமும் இல்லாமல் இருந்தது. அந்தக் கரிய இருட்டில் அது பயணித்ததால் எவரும் அவ்வளவு எளிதில் அதைக் காண முடியாது என கப்பலில் இருந்த எல்லோரும் நம்பினர்.

இரவு 11. 40 மணிக்கு அது எஸ்ஸின் நகரத்தின் அருகில் பயணப்படும்போது வானத்தில் ஒரு மின்னல் வெட்டி கண நேர வெளிச்சத்தில் நதியில் ஜுல்னார் பயணிப்பதைத் துருக்கிப் படைகளுக்கு லேசாகக் கோடிட்டுக் காட்டியது. மாலுமி அந்தப் பகுதியை வேகமாகக் கடந்துவிட அதன் எஞ்சினை முடுக்கியபோதும் நதியின் வேகம் காரணமாக அது முடியவில்லை. அப்போது இருளைக் கிழித்துக்கொண்டு அதன் மேல் துருக்கியின் ஸ்டார் செல் ஒன்று வெடித்துச் சிதறியது. அதன் வெளிச்சத்தில் அந்தப் படகை துருக்கிகள் நன்கு கவனிக்க முடிந்தது. அதனைத் தொடர்ந்து நதியின் கரையிலிருந்து இயந்திரத் துப்பாக்கிகள் ஒருசேர அதனைத் தாக்கத் துவங்கின. ஜுல்னாரிலிருந்தும் பதில் தாக்குதல் வந்தது. அதேபோல மீட்புப் படைகள் டைகரிஸின் மற்றொரு கரையிலிருந்தும் கவர் தாக்குதலைக் கொடுத்து அதைப் பாதுகாக்க முயன்றனர் என்றபோதும் துருக்கியின் ஆவேசத் தாக்குதலில் அது பெரிதாகப் பயனளிக்கவில்லை. அந்தப் பயணத்தின் நோக்கம் அடி உதை பட்டேனும் குட் நகரை அடைவதுதான்.

ஜுல்னாரின் மணல் மூட்டைகளையும் இரும்புத் தடுப்புகளையும் தாண்டி குண்டுகள் அதனைப் பதம் பார்த்தன. கேப்டனும் துணைக் கேப்டனும் நம்பிக்கையுடன் அந்தப் படகைச் செலுத்த உத்தரவிட்டுக்கொண்டிருந்தனர். அது குட்டை நெருங்க ஒன்பது மைல் தூரம் இருந்தபோது கரையிலிருந்து சீறிப்பாய்ந்து வந்த ஒரு துப்பாக்கி குண்டு கேப்டன் பயர்மேனை வீழ்த்தியது. அவரைத் துணைக் கேப்டன் கைகளில் தாங்கிப் பிடித்தான். அவனை

நம்பிக்கையோடு பார்த்து லேசாகப் புன்னகைத்தபடியே பயர்மேன் சில நொடிகளில் கண்களை மூடினார். கரையிலிருந்து குண்டுகள் வந்து படகில் மோதி அதன் பிளாட்பாரத்தை முற்றிலும் சேதமாக்கின. துணைக் கேப்டன் சார்லஸ் கௌலி கேப்டன் பொறுப்பை ஏற்று வழி நடத்திக்கொண்டிருந்தான். அவன் மாலுமிக்கு அருகில் நின்று கொண்டிருந்தான். படகு இப்போது மார்கசிஸ் கோட்டைப் பகுதியில் பயணித்தது. இந்த இடத்தில் டைகரிஸ் ஆறு வலதுபுறமாக குறுகலாகத் திரும்பும். படகை கவனமாகச் செலுத்தினர். அந்த வளைவில் திரும்பும்போது அந்த படகுக்காய் காத்திருந்ததுபோல இடைவிடாது துருக்கியின் துப்பாக்கிகள் குண்டுகளைப் பாய்ச்சின. படகு திடீரென நிலைகுலைந்து பெரும் சப்தத்துடன் நின்றது. அதன் பெடல் பகுதி முறியும் சப்தம். கூடவே சீறிப்பாய்ந்த குண்டுகள் லெப்டினன்ட் சார்லஸ் கௌலியின் தோள்பட்டையில் பட்டுத் தெறித்தன. அவன் உடலில் இரத்தம் வழிந்த போதும் அவன் படகின் பெடல் பகுதியைப் பார்த்தான். நதியின் குறுக்கே தண்ணீரில் மூழ்கிய நிலையில் துருக்கிப் படைகள் ஒரு இரும்புக் கேபிளைக் கட்டியிருந்துள்ளனர். அந்தக் கேபிளில் படகின் வட்ட வடிவத் துடுப்பு பெடல் சிக்கி அது முறிந்துள்ளது. இஞ்சினிலிருந்து புகை வந்து அது நின்று போனது. அந்த இரும்பு கேபிள் படகைச் சுற்றியுள்ளது. லெப்டினன்ட் படகிலிருந்து கீழே குதித்து அந்த இரும்புக் கேபிளை அகற்ற முடியுமா என நினைத்தான். அவன் கீழே இறங்கும்போது துருக்கிப் படைகள் அந்த படகைச் சூழ்ந்து கொண்டனர். இனி போராடுவதில் எந்த அர்த்தமும் இல்லை. அப்போது அதிகாலை சுமார் ஒரு மணி இருக்கும்.

லெப்டினன்ட் சார்லஸ் கௌலிக்கு அவனின் நிலை என்ன ஆகும் எனத் தெரியும். படகில் ஏறிய அதிகாரியை அவனும் மாலுமியும் நன்கு அறிந்திருந்தனர். மாலுமி கைகளைத் தூக்கியவாறு முன்பு தனக்கு அறிமுகமான அந்த அதிகாரியிடம் லேசாகப் புன்னகைக்க முயன்றான். வந்த அதிகாரி தனது கைத்துப்பாக்கியை எடுத்து மாலுமி பிரிட்டன் தலையில் வைத்துச் சுட்டான். அவன் அங்கேயே சரிந்து விழுந்தான். பின் கீழே விழுந்தவனைப் பார்த்து “துரோகி” என்றபடி, லெப்டினன்ட் சார்லஸ் கௌலியைப் பார்த்தான். அந்த வார்த்தை அவனுக்கும் சேர்த்தே. செத்தவர்கள் போக சார்லஸ் கௌலி உட்பட பனிரெண்டு பேர்கள் வேறு படகில் ஏற்றப்பட்டு கரைக்குக் கொண்டு வரப்பட்டனர். ஜுல்னார் படகையும் கயிறு கட்டிக் கரைக்கு இழுத்து வந்தனர். பின் லெப்டினட் சார்லஸ் கௌலி தனியாக இருளில் அழைத்துச் செல்லப்பட்டான். போகும் போது அவனின் பிடரியில் துப்பாக்கிக் கட்டையின் பின் பகுதியால் ஒருவன் ஒரு அடி விட்டான். அவன் நிலைகுலைந்து நின்றான். அவனுக்கு என்னவாகும் என்பதை அவன் முன் கூட்டியே உணர்ந்திருந்தான். அவனையும் துரோகி வரிசையில் அவர்கள் வைத்திருப்பார்கள். அதிலும் ஒரு ஆபத்தானவனாக. ஒருமுறை கண்களை இறுக மூடி அடுத்து நடக்கும் நிகழ்வுக்குத் தன்னைத் தயார்படுத்திக் கொண்டான். தனது படபடக்கும்

மனதுக்கு ஆறுதலைக் கூற முயன்றான். பின் அவனைத் தள்ளிக்கொண்டு இருளில் வேறு எங்கோ அழைத்துச் சென்றனர். கடைசியாகத் தான் வந்த ஜுல்னார் படகைத் திரும்பிப் பார்த்தான். அந்த இருளில் அது அவனை உற்றுப் பார்ப்பது போலிருந்தது. படகில் வந்த மற்ற ஐந்து பேரும் மற்றொரு பகுதிக்குக் கூட்டிச்செல்லப்பட்டனர். லெப்டினன்ட் சார்லஸ் கௌலி அழைத்துச் செல்லப்பட்ட திசையில் இரண்டு முறை துப்பாக்கி வெடிக்கும் சப்தத்தை ஜுல்னாரில் உடன் வந்த ஐந்து பேரும் கேட்டார்கள்.

மேஜர் ஜெனரல் சார்லஸ் டவுன்செண்ட் இரவு தூங்காமல் மாடியில் நின்று நதியைப் பார்த்தபடி இருந்தார். தூரத்தில் தொடுவானத்தில் கேட்ட மஸ்கட் துப்பாக்கிகள் வெடிக்கும் சப்தம் அவரை வேதனைப்படுத்தியது. இருந்தபோதும் அதனைத் தாண்டி ஜுல்னார் வந்து விடும் என தனது பைனாக்குலரின் மூலம் பார்த்துக்கொண்டிருந்தார். நதி சலசலத்து ஓடியது. எந்தப் படகும் வரவில்லை. காலை நான்கு மணி ஆனது. இன்னமும் படகு வருவதற்கான எந்த அறிகுறியும் இல்லை. விடிந்த பின்பு விமானப்படை விமானம் படகு மார்கசிஸ் கோட்டை அருகில் துருக்கி கட்டுப்பாட்டில் நிறுத்தப்பட்டுள்ளதாக தகவல் சொன்னது. படைகளை அந்தப் பகுதியை நோக்கிச் சுட உத்தரவிட்டார். ஹோவிசர்கள் தெற்கு நோக்கி டைகரிஸ் கரையோரம் மார்கசிஸ் கோட்டையை நோக்கி வெடித்தன. ஆனால் சில நிமிடங்களில் அது அமைதியானது. அந்தப் படகு மீட்கும் நிலையில் இல்லை. தலைமை நிலையத்தின் மாடியிலிருந்த கண்காணிப்புக் கோபுரத்தின் மீதேறி பைனாக்குலரில் பார்க்கும்போது, ஜுல்னாரின் புகை போக்கி முனை மட்டும் தெரிந்தது. அதுவும் எதிரிகள் கைகளுக்குப் போய்விட்டது. கடைசி நம்பிக்கையும் தோற்றுப்போனது.

இரவு பிரிட்டிஷ் இந்திய வீரர்கள் இருபதுக்கும் மேற்பட்டவர்களின் உடல்கள் உயிரிழந்த நிலையில் அகழியில் இருந்து எடுத்து வரப்பட்டன. அகழியில் ஒரு வித கெட்ட வாடை அடித்தது. அது மனிதக் கழிவுகள் நிரம்பியதால் வந்திருக்கக் கூடும். பசியாலும், ஸ்கர்வி நோயாலும் அதனினும் கூடுதலாக வயிற்றுப்போக்கு காரணமாகவும் நாள்தோறும் சராசரியாக இருபதுக்கும் மேற்பட்ட மரணங்கள் நிகழ்ந்து வந்தன. எவ்வளவு விரைவாக முடியுமோ அவ்வளவு விரைவில் அந்த உடல்கள் புதைக்கப்பட்டன.

தலைமை நிலையத்திலிருந்து போருக்கான தலைமைக் கமாண்டருக்கு தந்தி அனுப்பப்பட்டது. அதில் பிரிட்டிஷ் அரசு நேரிடையாக ஒட்டாமன் துருக்கிப் படைத் தலைமையுடன் பேசவேண்டும் என மேஜர் ஜெனரல் வலியுறுத்தியிருந்தார். குட்டில் சாப்பாடு என்று எதுவும் கையிருப்பு இல்லை. படைவீரர்கள் விரக்தியிலும் பசியிலும் நிமிர்ந்து நிற்க முடியாமல் களைத்துப் போயிருந்தனர். எல்லா நம்பிக்கைகளும் இருண்டு போன நிலை. சில சமயம் துருக்கியின் அகழிகளிலிருந்து குண்டுகள் வந்து விழுந்து வெடித்தன. பகலில் வெயில் சுட்டெரித்தது. செந்நிறப் புழுதி நிறைந்த சுழற்காற்று சுழன்றடித்து வறண்ட புற்களைப் பிடுங்கி வீசியது. எல்லோருக்கும் தன் எதிரில் உள்ள மனிதர்கள் எதிரிகள்போலக் காட்சியளித்தது தற்செயல் நிகழ்வாக இல்லை.

தலைமை நிலையத்தில் பிரிட்டிஷ் அரசாங்கத்தின் மறுமொழிக்காகக் காத்திருந்தனர். மேஜர் ஜெனரல் இப்போது தனது உதவியாளர் ரீகன் மீது தேவையற்ற எரிச்சலைக் கொட்டினார். தனது பின்னடைவுக்குப் பின் பணியாளர்கள் தன்னை மதிக்கத் தவறுவதாக அவர் நினைத்திருக்கலாம். அடுத்த நாள் காலையில் குளித்து முடித்தபின் தனது பிரியமான மேல் கோட்டை அலமாரியில் தேடினார். அங்கு அது இல்லாதபோது அவர் சப்தம் போட்டு ரீகனை அழைத்தார். ரீகன் பதறிப்போய் வந்தபோது மேஜர் ஜெனரல் நிர்வாணமாக நின்றுகொண்டு எங்கே எனது சில்க் கோட்டு? எனக் கேட்டார். அதை சலவை செய்ய சலவைத்தொழிலாளி எடுத்துப்

போயிருப்பதாகவும் அதை இன்று கொண்டுவந்து தருவான் எனவும் ரீகன் கொடுத்த விளக்கத்தை அவர் ஏற்கவில்லை.

“உடனே போய் அந்தக் கோட்டை வாங்கி வா” என்றார்.

ரீகன் தயங்கியபோது டவுன்செண்டின் பார்வை மோசமாயிருந்தது. ரீகன் உடனே அங்கிருந்து வெளியேறினார். அவர் அதே நிலையில் சன்னலைப் பார்த்துத் திரும்பி நின்று கொண்டார். அப்போது துருக்கி அகழியிலிருந்து குண்டு வந்து விழுந்து கொண்டிருந்தது. ரீகன் பதட்டத்துடன் வெளியே வந்து மேஜர் ஜெனரலைத் திட்டிக்கொண்டே ஓட்டமும் நடையுமாய் சென்றார். அதனைப் பார்த்த வில்லியம்ஸ் தனது சைக்கிளை எடுத்துக்கொண்டு ரீகனை உட்கார வைத்து சலவைத்தொழிலாளி இருக்கும் முகாம் பக்கம் ஓட்டினான். போகும்போது கெட்ட வார்த்தைகளால் ரீகன் மேஜர் ஜெனரலைத் திட்டித் தீர்த்தார். அவருக்கு வியர்த்துப் போனது. மேலே குண்டு விழும் எல்லா வாய்ப்புகளும் அந்த சாலையில் இருந்தது. அவர்களைப் பார்த்ததும் சலவைத்தொழிலாளி பதட்டத்துடன் வந்தான். குண்டுவீச்சு நடக்கும் போது அவர்கள் வந்திருப்பதைக் கண்டு பதறிப்போனான். அவனையும் ரீகன் கெட்ட வார்த்தையால் திட்டினார். ஆனால் அது அவனுக்கு அவ்வளவாகப் புரியவில்லை. இருந்தபோதும் மன்னித்துக்கொள்ளுங்கள் என்றான். ரீகன் அந்த உடையை வாங்கிக்கொண்டு தலைமை நிலையம் வந்து மேஜர் ஜெனரலின் அறைக்கு வந்தபோது அவர் அதே இடத்தில் நிர்வாணமாகவே நின்றிருந்தார். அவரின் நாய் ஸ்பாட் மேசைக்கு அடியில் பதுங்கியபடி உட்கார்ந்திருந்தது. இந்த நேரத்தில் அது தன்னைப் பார்த்து வாலை ஆட்டிவிடக்கூடாது என்ற எச்சரிக்கை உணர்வில் வேகமாக கதவை சாத்திவிட்டு வெளியேறினார். பின் கீழ் தளத்தில் வாசலில் போய் உட்கார்ந்து தனது படபடப்பை ஆசுவாசப்படுத்திக்கொண்டார். அவர் கண்களில் கண்ணீர் கோடிட்டது. வில்லியம்ஸ் ஆறுதலாக அவரின் கையைப் பிடித்தான்.

தலைமை ராணுவக் கமாண்டரிடமிருந்து ஒரு தந்தி வந்திருந்தது. அதைக் கொண்டுபோய் மேஜர் ஜெனரல் மேஜை மீது வைக்கும்போது அவர் வேறு ஒரு கோட்டை அணிந்திருந்தார். அந்தத் தந்தியில் துருக்கித் தளபதியுடன் அந்தக் களத்தில் உள்ள மேஜர் ஜெனரல் டவுன்செண்ட் பேசுவதே வேறு தூதர்கள் பேசுவதைக்காட்டிலும் சிறப்பாக இருக்கும் என அரசாங்கம் கருதுவதாகவும், அரசாங்கம் பொறுப்பைத் தட்டிக் கழிக்கவில்லை எனவும் வீரமிக்க தடுப்பு நடவடிக்கையை மேஜர் ஜெனரல் தலைமையில் படைகள் குட்டில் நிகழ்த்தியிருப்பதை அரசாங்கம் அங்கீகரிப்பதாகவும் அதில் குறிப்பிடப்பட்டிருந்தது.

அந்த அலுவலகத்திலிருந்து எதிரி படையுடன் முதல் முறையாக பேச்சுவார்த்தை நடத்தத் தயாராக உள்ளதாகவும், மேஜர் ஜெனரலே பேச

வருவதாகவும், அதற்கு உரிய நேரத்தைத் தெரிவிக்கக் கோரி துருக்கிப் படைத் தளபதி கலீல் பாட்ஷாவுக்கு தந்தி அனுப்பப்பட்டது. அன்று இரவு துருக்கிப் படையிடமிருந்து பதில் தந்தி வந்தது.

நாளைக் காலை பத்து மணியளவில் டைகரிஸ் நதியில் நீராவிப் படகில் துருக்கி தளபதி கலீல் பாட்ஷா காத்திருப்பதாகவும் பேச வருமாறும் துருக்கித் தரப்பிலிருந்து பதில் வந்தது. அடுத்த நாள் காலை மேஜர் ஜெனரல் அவருக்கு மிகவும் பிடித்த, நேற்று ரீகன் சிரமப்பட்டு வாங்கி வந்த கோட்டையும் வட்ட வடிவ சன் ஹெல்மட் தொப்பியையும் அணிந்திருந்தார். எதிரிகளுக்கு தனது மிடுக்கைக் காட்டுவதைக் காட்டிலும் தான் துவண்டு விடவில்லை எனக் காட்ட நினைத்தார். தளபதி கலீல் பாட்ஷாவின் படகு டைகரிஸின் இடது கரையோரம் நிறுத்தப்பட்டிருந்தது. அதில் துருக்கியின் பிறைச் சந்திரன் சிகப்புக் கொடி பறந்தது. அதிலிருந்து சிறிது தூரத்தில் துருக்கியின் அகழிக் கோடு இருந்தது. டைகரிஸ் நதி குட் பகுதியில் சுமார் 1500 அடிக்கும் மேல் அகன்றிருந்தது. அப்போது தண்ணீரும் கூடுதலாக ஓடிக்கொண்டிருந்தது. பிரிட்டிஷ் கொடி பறக்கும் தனது நீராவிப் படகில் மேஜர் ஜெனரல் டவுன்செண்ட் அங்கு போய்ச் சேர்ந்தார். கரையின் இரு பக்கமும் பெரும் அமைதி நிலவியது. அந்த அமைதி நம்பிக்கையின்மையையும், இருள் சூழ்ந்த மனநிலையையும் வெளிப்படுத்துவதாக இருந்தது.

மேஜர் ஜெனரல் டவுன்செண்ட் தனது நீராவிப் படகிலிருந்து அவர்கள் படகிற்குப் போகும்போது ஒட்டாமன் தளபதி கலீல் பாட்ஷா அவரைக் கை குலுக்கி வரவேற்றார். அவர் பிரெஞ்சு மொழியில் டவுன்செண்டோடு பேசத் துவங்கினார். பிரிட்டிஷ் படைகளின் வீரமிக்க போரைப் பாராட்டுவதாகச் சொன்னார். அதை ஏற்கும் மனநிலையில் டவுன்செண்ட் இல்லை. அவர்கள் மேசையில் சில பிஸ்கட்டுகள் வைக்கப்பட்டிருந்தன. பசியில் வாடும் தாங்கள் அதைத் தொடுவது அவமானகரமானது என்றும் சுயமரியாதைக்கு எதிரானது என்றும் அவர் கருதினார். அந்த பிஸ்கட்டுகளை அவர் தொடவில்லை.

“எங்கள் படை சரணடையத் தயாராக இருக்கின்றது. ஆனால் சில கோரிக்கைகள் எங்களிடம் உண்டு. எங்கள் படையினர் குட்டிலிருந்து மரியாதையுடன் விலகி செல்ல நீங்கள் அனுமதிக்க வேண்டும்” என்றார்.

கலீல் பாட்ஷா புன்னகையுடன் அவரை உற்றுப் பார்த்தபோது மேஜர் ஜெனரல் மீண்டும் பேசினார்.

“அதற்குக் கைமாறாக போர் முடியும் வரை எங்கள் படை துருக்கியுடன் போர் புரியாது, மேலும் எங்களிடமுள்ள நல்ல நிலையில் இயங்கக்கூடிய 40 பீரங்கிகளை உங்களுக்குக் கொடுத்து விடுகின்றோம், அதற்கும் மேலாக பத்து இலட்சம் லிராக்களை ஒட்டாமன் துருக்கி அரசுக்கு போர் இழப்பீடாக வழங்கத் தயாராக உள்ளோம்” எனக் கூறினார்.

"நீங்கள் எந்த நிபந்தனையுமின்றி சரணடைய வேண்டும் என்பதே எங்கள் விருப்பம். உங்கள் நிபந்தனைகளை ஏற்க முடியாது. நிபந்தனையின்றி சரணடையப் பாருங்கள்" எனக் கலீல் பாட்ஷா கூறியதும் அந்த சந்திப்பு முடிவு பெற்றதன் அறிகுறியாக கை குலுக்கிவிட்டுக் கிளம்பும்போது, அந்த மேசையில் இருந்த பிஸ்கட் துண்டுகள் ஒருமுறை பார்த்துவிட்டு, தனது படகில் ஏறி நதியின் வலது கரைக்கு வந்து சேர்ந்தார் மேஜர் ஜெனரல் டவுன்செண்ட். அப்போது அந்த பிஸ்கட் துண்டுகள் தன்னை ஏளனமாகப் பார்த்ததாக நினைத்தார்.

நகரில் சாப்பிட என்று எதுவும் இல்லை. தெரு நாய்களைக்கூட சிலர் சாப்பிட்டதாக ஒரு வதந்தி இருந்தது. ஒட்டகம், குதிரை, கழுதை என நகரில் எதுவும் மிஞ்சவில்லை. படை அணிகளுக்கு சாப்பிட ஒரு கையளவு தானியம் கூட அன்று இல்லை. பசி, நம்பிக்கை, மரியாதை, ஒழுங்கு என எல்லா மனித குணங்களையும் தாண்டி உயர்ந்து நின்றது. மேஜர் ஜெனரல் எதையாவது செய்து கையளவு சாப்பாடு பெற்றுத்தர வேண்டும் என படையினர் எதிர்பார்த்தனர். எல்லோரும் உடல் மெலிந்தும், சக்திகளை இழந்தும், நோய்க்குத் தங்களைத் தரக்கூடிய அளவு பலகீனமாய்ப் போயிருந்தனர்.

மேஜர் ஜெனரல் தலைமை நிலையத்தில் ஜெனரல்களுடன் நடத்திய ஆலோசனைகளுக்குப் பின் அவர்களின் படைவீரர்கள் தங்களின் எல்லா ஆயுதங்களையும் இரவுக்குள் அழித்து விடவேண்டும், ஒரு சிறு துரும்பு கூட பயன்படும் அளவில் துருக்கியர்களுக்குக் கிடைக்கக் கூடாது என உத்தரவிட்டார். அது ஒரு தற்கொலைக்கு ஒப்பான நிகழ்வு என்றபோதும் அதைச் செய்தே ஆகவேண்டும். வில்லியம்ஸ் தனது என்பீல்ட் ரைபிளை வேகமாகப் பாறையில் அடித்தான். அவன் கைகள் நடுங்கின. மூன்று முறை ஓங்கி அடித்தபோது அது முறிந்து போனது. அவனைப்போல எல்லோரும் அவர்களின் ஆயுதங்களை அழிக்க வேண்டியிருந்தது. தங்களுக்கு உயிரான ஒரு பொருளை அழிப்பதும், அதுவும் அது கட்டளையாக வருவதும் அசாதாரணமான நிலை. எதிரிகளுக்கு ஆயுதங்கள் சென்றடையாமல் தடுப்பதற்கு அதைத் தவிர வேறு வழியில்லை. அகழிக்கு அப்பால் இருந்த நாற்பது கனரக பீரங்கிகளையும் வெடி வைத்துத் தகர்த்தும், உடைந்த துப்பாக்கிகளை மலை போல குவித்து எரிக்கவும் செய்தனர்.

குட்டில் தூக்குமரம் இருந்த மைதானத்தில் நிறுத்தி வைக்கப்பட்டிருந்த வண்டிகளும் உடைக்கப்பட்டு எரிக்கப்பட்டன. அன்று முழு இரவும் இதுவே தொடர்ந்தது. பல வீரர்கள் அவர்களின் ஆயுதங்களை உடைக்க மறுத்து அழுதனர். சிலர் துப்பாக்கிகளை டைகரிஸில் வீசினர். எந்த இராணுவத்திற்கும் இதுபோன்ற ஒரு நிலை வரக்கூடாது என உயர் அதிகாரிகள் கண்கலங்கினர். அந்த ஆயுதங்கள் உடைபடும்போதே தாங்கள்

கண்ணியத்தையும், விடுதலையையும் இழந்து விட்டதை அவர்கள் உணர்ந்தனர். அந்த ஆயுதங்கள் அவர்களின் சுயமரியாதையையும், சம பலத்தையும் பாதுகாத்து வந்தவை. இந்தச் செயல் ஒரு வகையில் தற்கொலை முயற்சி என்பதைத் தவிர வேறு உரையாடல்கள் அந்த உடைந்த துப்பாக்கிகள் எரிக்கப்படும்போது இல்லை. பலருக்குப் பேசச் சொற்கள் வரவில்லை. துருக்கியர்கள் வந்த பின்பு கொஞ்சம் கஞ்சி கொடுத்தால் கூட ஆறுதலாக இருக்கும் எனச் சிப்பாய்கள் பேசிக்கொண்டனர். பசி என்ற கொடிய மிருகம் அவர்களின் மீது மிதித்து ஓடுவதும், வலி தாங்காமல் அவர்கள் கத்துவதைக் கண்டு அது பரிகாசம் செய்வதும் அன்று உக்கிரத்தில் இருந்தது. பட்டினியின் சீற்றத்தால் முழுப் படையும் உடலாலும் மனதாலும் மண்டியிடும் நிலைமைக்கு வந்திருந்தன. கொஞ்சம் உணவும் ஆயுதங்களும் கிடைத்திருந்தால்கூட இந்த நிலை வந்திருக்காது.

அந்த ஏப்ரல் 29ஆம் தேதி அவநம்பிக்கையுடன் விடிந்தது. ஒருவர் மற்றவர் முகத்தைக் காண சக்தியற்று இருந்தனர். எதிர்காலம் என்பது இருள் சூழ்ந்திருந்தது. தலைமை அலுவகத்தில் மேஜர் ஜெனரல் தனது செயலரிடம் ஒரு கடிதத்தைச் சொல்லத் துவங்கினார்.

"குட் அல் அமாரா

29 ஏப்ரல் 1916

மேதகு துருக்கித் தலைமைக் கமாண்டர் அவர்களுக்கு,

பசி எங்கள் ஆயுதங்களைக் கீழே போட வைத்துள்ளது. தங்களிடம் சரணடைய எங்களின் அஞ்சா வீரர்கள் முன் வந்துள்ளார்கள். இங்கே அவர்கள் ஒரு போர் வீரர்களாக அவர்களின் கடமையைத்தான் செய்தார்கள். அவர்களைத் தாங்கள் மதிப்புமிக்க விருந்தினராக பெருந்தன்மையுடன் நடத்துவீர்கள் என நம்புகின்றேன். அவர்கள் ஸ்டசிபனில் போரிட்ட போதும், அங்கிருந்து பின்வாங்கி இங்கே வந்து ஐந்து மாதம் போரிட்டபோதும் அவர்களுக்கு இட்ட கட்டளைக்கு இணங்க உரிய பணியைத்தான் செய்தார்கள். நிச்சயமாக ஒரு சமமற்ற நிலையில் நாங்கள் ஏமாற்றப்பட்டதாக நாளைய போரின் வரலாறு கூறும்.

நான் உடனடியாக உங்கள் கைகளில் குட்டை ஒப்படைக்கின்றேன். நீங்கள் விரைவாக உணவு கிடைக்க வழி செய்ய வேண்டும்.

சார்லஸ் டவுன்செண்ட், மேஜர் ஜெனரல்."

அதைச் சொல்லும்போது இடையிடையே அவரின் நாக்கு தளுதளுத்தது. அவ்வப்போது தொண்டையினைச் செருமிக்கொண்டார். கொஞ்சம் தண்ணீர் குடித்தார். டைகரிஸின் செந்தண்ணீர் காய்ச்சப்பட்டு இருந்தபோதும் கொஞ்சம் மண்வாசத்துடன் இருந்தது. தனது உதவியாளரையோ அல்லது செயலரையோ நேரெடுத்துப் பார்க்கக்கூட தெம்பின்றி இருந்தார். செயலாளர் அதை சுருக்கெழுத்து செய்யும்போது அழுது விட்டார். அவரின்

பருத்த முகத்தில் வழிந்த கண்ணீர் தாடையை நனைத்தது. அந்தக் கடிதம் கலீல் பாட்ஷாவுக்கு அனுப்பப்பட்டது. அதன்பின் வாசலில் இருந்த தந்தி வண்டியை உடைத்து நொறுக்கிவிடும்படி உத்தரவிடப்பட்டது. கோடாரியைக் கொண்டுவந்து அதை ஒரு வீரன் வெட்டும்போது தந்தி கிளர்க் வாய்விட்டுக் கத்தி விட்டான். ரீகன், மேஜர் ஜெனரலின் நான்கைந்து துணிகளை எடுத்து ஒரு சின்ன டிரங் பெட்டியில் அடுக்கிக்கொண்டார். படுக்கையைச் சுருட்டிக் கட்டினார். அவரின் மேல் கோட்டை அவரின் நாற்காலிக்குப் பின்னால் விரித்து வைத்தான். அவர் மறந்து எடுக்காமல் போய்விடக்கூடாது என்பதற்காக.

வில்லியம்ஸ் ஒருவிதக் குற்ற உணர்வில் துடித்தான். இறுதியாக அய்னியைப் பார்த்துவிட வேண்டும் என நினைத்தான். அவனது சைக்கிள் மட்டும் இன்னும் உடைக்கப்படாமல் இருந்தது. அது ஒரு சந்தில் நிறுத்தப்பட்டிருந்ததால் அதைக் கவனித்திருக்க மாட்டார்கள். ஆனால் அதுவும் உடைக்கப்பட வேண்டும். சைக்கிளை எடுத்துக்கொண்டு அவன் வேகவேகமாக மிதித்து அவள் தெருவை அடைந்தான். அந்தத் தெருவில் அவர்கள் போவதை நினைத்து உள்ளூர்வாசிகளிடம் கொண்டாட்டம் இல்லை. ஒரு விதமான பீதி அவர்களிடம் தென்பட்டது. தெருக்களில் மக்கள் நடமாட்டம் குறைவாக இருந்தது. எப்படி வாசல் முன் நின்று அவளைப் பார்க்கப் போகின்றான் என்பதும் அவள் அம்மாவை நேருக்கு நேர் எதிர்கொள்ளும் நிலை பற்றியும் அவனுக்குள் தெளிவில்லை. ஒரு இறுதி முகமன் சொல்ல அவன் விரும்பியதாக அவர்கள் கருதினாலே போதும். ஒரு சின்ன மன்னிப்புடன் அவன் விடைபெற முடியும்.

அவள் வீட்டு வாசல் முன் போய்ச் சேர்ந்தான். அவளின் வீடு வெளியே பூட்டப்பட்டிருந்தது. வீட்டில் எவரும் இல்லை. அந்த வீட்டின் வாசல் பொலிவின்றிக் கிடந்தது. அவனுக்கு ஏமாற்றம் மிஞ்சியது. அவன் அந்த வீட்டிற்கு அப்பால் சென்று மற்றொரு சாலையில் வெளிப்படும் அதன் புறக்கடைக் கதவைப் பார்த்தான். அதுவும் பூட்டப்பட்டிருந்தது. அவன் அங்கிருந்து உடனே செல்ல வேண்டும். இன்னும் ஒரு மணி நேரத்திற்குள் படையணியில் போய் நிற்க வேண்டும். நிலைமை எந்த எல்லைக்கும் போகும். அவன் சைக்கிளைத் தள்ளிக்கொண்டு வந்தபோது சில வீடுகளுக்கு அப்பால் இருந்த அக்ரமின் வீடு திறந்திருந்தது. அவன் இப்போது தேநீர் விற்க முடியாது. நிலைமை அதற்கு இசைவாக இல்லை. அவனுக்கு அய்னி பற்றித் தெரிந்திருக்க வாய்ப்புண்டு. அவள் தம்பி நசீம் அவனுக்கு நண்பன். ஆனால் அந்த வீட்டைப் பார்க்கும்போது அவனின் இருதயம் வேகவேகமாக அடித்தது. அவன் அம்மா நிர்வாணமாய் நின்று அழுதது ஒரு கணம் ஓடி மறைந்தது. அவனுக்குள் இருள் சூழ்வது போன்றிருந்தது. கண்களை மூடிக்கொண்டு அந்த இடத்தை வேகமாகக் கடந்து போய்விட முயன்றான். அப்போது அவன் சைக்கிள் பெல்லை யாரோ

அழுத்தி மணி அடித்தார்கள். அவன் நின்றான். அக்ரம் அந்த சைக்கிளின் பெல்லை அழுத்திக் கொண்டிருந்தான்.

"நீங்க போகப் போகின்றீர்கள் என சொல்கின்றார்கள், உண்மையா அண்ணா?"

அவனை அக்ரம் பார்த்துக்கொண்டே இருந்தான். பதிலேதுமின்றி அவனை உற்றுப் பார்த்தான் வில்லியம்ஸ்.

"நீங்க போகப்போவதை நசீம் சொன்னான். நேற்று முன் இரவே அவனும் அவன் வீட்டில் உள்ளவர்களும் எங்கோ போய்விட்டார்கள். அவர்கள் திரும்பி வரமாட்டார்கள் எனச் சொல்கின்றார்கள். நீங்கள் போகப்போகின்றீர்களா?" அவன் மீண்டும் சைக்கிள் பெல்லை அழுத்தினான்.

"உனக்கு இந்த சைக்கிள் பிடிக்குமா?"

அக்ரம் தலையாட்டினான்.

"இந்தா வைத்துக்கொள். நான் உன் நண்பன் நசீம் வீட்டில் உள்ள எல்லோரையும் கடைசியாக இங்கே வந்து கேட்டுவிட்டுப் போனதாகச் சொல்."

அக்ரத்திடம் சைக்கிளை ஒப்படைத்துவிட்டு அவன் வேகமாக நடக்க முயன்றபோது, பின்னாலிருந்து ஒரு கொத்து மண் அவன் தலை, முதுகில் விழுந்தது. வில்லியம்ஸ் திரும்பிப் பார்த்தான். அக்ரமின் அம்மா மண்ணை வாரித் தூற்றிக்கொண்டிருந்தாள். அவள் முகத்தில் அவ்வளவு கோபம். அவள் பற்களைக் கடித்தாள். அவள் சிவந்த கண்களிலிருந்து கண்ணீர் வழிந்தது. அவள் ஓலமிடுவது போலக் கத்தினாள்.

"சாத்தானின் வாரிசுகளே! எதைச் சாதித்தீர்கள். என் கணவனைப் பறித்துக்கொண்டீர்கள். எங்களைப் பிச்சைக்காரர்களாக்கினீர்கள். கேவலப்படுத்தினீர்கள். எங்கள் மானத்தைப் பறித்தீர்கள். இப்போது கோழைகளாய் ஓடுகிறீர்கள். நீங்கள் வராமல் இருந்திருந்தால் நான் என் கணவனுடன் வாழ்ந்திருப்பேன். யாரும் செத்திருக்க மாட்டார்கள். யாரும் ஊரைவிட்டு ஓடியிருக்க மாட்டார்கள். எங்கள் நிம்மதியைப் பறித்துக் கொண்டீர்கள்."

அவன் சமாதானப்படுத்த எதுவுமில்லை. அவள் கத்திக்கொண்டே தொடர்ந்து மண்ணை வாரித் தூற்றினாள். அவன் கொடுத்த சைக்கிளை அக்ரமின் கைகளிலிருந்து வலுக்கட்டாயமாகப் பிடுங்கிக் கீழே தள்ளி விட்டாள். அது விழும் சப்தம் கேட்டது. அவனுக்கு அவளை எதிர் கொள்ளும் துணிவு இல்லை. அவள் மண்ணைத் தூற்றியதால் எழுந்த புழுதியில் அவள் மங்கலாய்த் தெரிந்தாள். அவன் அங்கிருந்து வெளியேறும்போது, நெஞ்சில்

ஒரு வலி படர்ந்திருந்தது. அது அச்ச உணர்வை உருவாக்கியது. அப்போது அவனுக்கு ஏனோ அவன் அம்மாவின் நினைவு வந்தது. அவள் அருகில் இருந்து அவன் தலையை வருடி விட்டால் இதயப் படபடப்பும், மன இருளும் கொஞ்சம் குறையும் எனக் கருதினான். அழுகை பொங்கியது. அவன் கண்களைத் துடைத்துக்கொண்டு வேகமாய் நடந்து அவனின் கூடாரம் வந்தான்.

இக்பால் அவனின் இயந்திரத் துப்பாக்கியினை உடைக்க மனமின்றி புலம்பிக்கொண்டிருந்தான். பொதுவாக ஆயுதங்களை சேதப்படுத்துவது குற்றம் என்றிருந்த நிலை இன்று தலைகீழாய் மாறியிருந்தது. அவன் கூடாரத்தில் ஒரு பையில் இரண்டு கிழிந்த சட்டைகளையும் கம்பளியையும் செருகிக்கொண்டிருந்த வில்லியம்ஸிடம்,

"துருக்கிகள் ஒருவேளை நம்மைத் தாக்கத் துவங்கினால் நமது நிலை என்ன?" எனக் கேட்டான். வில்லியம்ஸிடம் எந்தப் பதிலுமில்லை. அவன் தண்ணீர்க் குடுவையை எடுத்து இடுப்பில் செருகிக்கொண்டிருந்தான் அமைதியாக.

"அதனால் நான் துப்பாக்கியை துணியைச் சுற்றிப் புதைக்கப் போகின்றேன். ஏதேனும் விபரீதமாய் நடந்தால் அதை எடுக்கலாம்."

"உன் இஷ்டம் போல செய். இந்த இயந்திரத் துப்பாக்கி உனது உயிர் என்று எனக்குத் தெரியும்."

இக்பாலால் அதற்கு மேல் எதுவும் பேச இயலவில்லை. அவன் கண்களிலிருந்து கண்ணீர் பெருக்கெடுத்தது. அவன் தலை கவிழ்ந்து குலுங்கினான். அவனை ஆறுதலாகத் தட்டிக்கொடுத்து,

"சீக்கிரம் தெற்குப் படையணி முகாமுக்கு வந்து சேர். முடிந்த உடைமைகளை எடுத்துக்கொள். முக்கியமாக தண்ணீர்க் குடுவை, கம்பளி" என அவன் நகரும்போது ராணா கையில் பானையுடன் வந்து வில்லியம்ஸின் தண்ணீர்க் குடுவையை வாங்கி தண்ணீர் நிரப்பிக் கொடுத்தான். வில்லியம்ஸ் ஒரு கணம் அவன் தோளினைத் தொட்டு,

"ராணா, நாம் வேறு ஒரு பயணத்தைத் துவங்கப் போகின்றோம். போர்க் கைதிகள் என்ற பெயரில்" என்றான். ராணா மிகவும் சோர்ந்து போயிருந்தான். அவனால் வில்லியம்ஸை ஏறெடுத்துப் பார்க்க முடியவில்லை. கப்பலிலிருந்து இறங்கியபோது பஸ்ராவில் அவனின் அம்மாவுக்காக வாங்கியிருந்த தேநீர்க் குடுவையை எடுத்து தனது பையில் வைத்துக்கொண்டான். மீண்டு சென்றவுடன் அதை அவளிடம் கொடுக்க வேண்டும். சட்டைக் கிழிசலை வேக வேகமாக ஊசியால் தைத்துக்கொண்டான். அப்போது இக்பால் அவன் இயந்திரத் துப்பாக்கியை

ஒரு துணியில் சுருட்டி மண்ணில் புதைத்திருந்தான். அது பார்ப்பதற்கு ஒரு குழந்தையின் கல்லறை எனக் கருதும் வகையில் இருந்தது. அதன் ஒரு பக்கம் ஒரு பட்டைக் கல்லை நட்டு அந்தத் தோற்றத்தை உறுதி செய்தான். அவன் அங்கிருந்து கிளம்பும்போது வழியில் எதிர்கொண்ட அனைவரும் மிகவும் களைத்திருந்தனர். பலர் ஏற்கனவே நோய்வாய்ப்பட்டவர்கள் போன்றே இருந்தனர். அவர்களின் உடம்பில் நெஞ்செலும்பு துருத்திக்கொண்டும், முகத்தில் கன்னங்கள் ஒட்டியும் கூடவே கண்களைச் சுற்றி கருப்பு வளையமும் தெரிந்தது.

தலைமை அலுவலகத்தில் கேப்டன் கல்யாண் மருத்துவப் படைக்கும் பரோல் வழங்க முடியாது எனத் துருக்கியர்கள் திட்டவட்டமாக மறுத்து விட்டதை உறுதி செய்தான். மருத்துவமனையில் முடமாகிக் கிடப்பவர்களுக்கு அவர்கள் பரோல் தரக்கூடும். அதுவும் பெருந்தன்மையால் அல்ல. அவர்களை அழைத்துச் செல்வதில் உள்ள சிரமம் காரணமாக மட்டுமே. குட் நகரவாசிகளுக்கு இனி போர் அச்சமில்லை என்றபோதும் துருக்கியரை நினைத்துக் கலக்கமாக இருந்தனர். ஏனெனில் பிரிட்டிஷ் இந்தியப் படைகளுக்கு உதவியவர்களின் நீண்ட பட்டியலை துருக்கி உளவாளிகள் கொடுத்திருக்கக் கூடும் எனக் கருதினர். ஷேக்கின் அலுவலகம் பூட்டியிருந்தது. அவர் எங்கே சென்றார் என்ற தகவல் இல்லை. ஒரு இனம் புரியாத சாக்காடு அமைதியும் அச்சமும் நகரத்தைச் சூழ்ந்திருந்தது. முகாம்களை விட்டு வெளியே வரவேண்டாம் என படைகளுக்கு அறிவுரை வழங்கப்பட்டிருந்தது.

மேஜர் ஜெனரல் அவரின் காக்கி நிற சீருடையுடன் வட்ட வடிவ சன் கிளாஸ் தொப்பியை அணிந்திருந்தார். அவரின் இரண்டு டிரங் பெட்டிகள் மற்றும் படுக்கைகள் தயாராக வைக்கப்பட்டிருந்தன. அலுவலகத்தில் இருந்த நகல்கள், உள்ளூர் நிர்வாகத்திற்காக வந்திருந்த கடிதங்கள் மற்றும் வேறு அனைத்து எழுத்துப்பூர்வமான ஆவணங்களும் காலையிலிருந்து அடுப்பில் போட்டு எரித்தாகிவிட்டது. உதவியாளர் ரீகன் மேஜர் ஜெனரலிடம் புறப்படத் தேவையான அனைத்தும் தயாராக இருப்பதை ஒருமுறை சொல்லிவிட்டுத் திரும்பினார். மதியம் சுமார் ஒரு மணியளவில் நகரில் சங்கொலி கேட்டது. கூடவே இராணுவ பேண்ட் வாத்தியம். அது நகருக்கு அருகில் வர வர அதிகரித்தது. துருக்கியின் அகழியிலிருந்து டைகரிஸைப் படகில் கடந்து அவர்கள் வந்து கொண்டிருந்தனர். மேற்கே ஹை நதிக்கு அப்பாலிருந்தும் ஒட்டகங்களில் சாரை சாரையாக துருக்கிப் படைகள் நுழைந்தன. எல்லாப் பக்கமிருந்தும் அந்தப் படைகள் வந்து கொண்டிருந்தன.

சூரிய வெளிச்சத்தில் அவர்கள் முகங்கள் செம்பு நிறத்தில் கந்தகக் கரி அப்பியிருந்தது போன்றிருந்தது. அவர்களின் துருத்திக்கொண்டிருந்த எலும்புகள் வலிமையானவை. அவர்களில் பலருக்கு கண்களின் கருவிழிகள்

நீல நிறமானவை. அவர்கள் மேல் கோட்டுகளை அணிந்திருந்தனர். அதனை தோள்பகுதியில் சுருட்டி விட்டிருந்தனர். அவர்களில் பலருக்கு பூட்ஸுகள் இல்லை. ஜெர்மனியர்களின் பழைய பூட்ஸுகளை சிலர் அணிந்திருந்தனர். அவர்களின் பெல்டுகளில் இரண்டு தண்ணீர்க் குடுவைகளுடன் ஒரு பையும் இருந்தது. அவர்கள் துணியாலான தொப்பியை அணிந்திருந்தனர். அவர்கள் வழக்கமான இராணுவ பயிற்சி பெற்ற வீரர்கள் அல்ல முரட்டு விவசாயிகள் என்பது அவர்களைப் பார்க்கும்போதே தெரிந்தது.

டைகரிஸைக் கடந்து அவர்களின் முதல் படகு குட்டில் நுழையும்போது ஆண்களும் பெண்களுமாக குட் நகரவாசிகள் பலர் டைகரிஸின் கரையில் இருந்தனர். வெற்றி இறுமாப்புடன் இறங்கிய அந்தப் படையினரை கரையில் நின்று கொண்டிருந்த ஆண்களும் பெண்களும் குலவையிட்டு வரவேற்றனர். சில நிமிடங்கள் அந்தக் குலவை ஆரவாரத்தை ரசித்து கைகளை ஆட்டிக் கொண்டிருந்த அந்தப் படையினர் குட்டினுள்ளே நுழைந்தனர். அடுத்த படகு பெரும் பாதுகாப்புடன் வந்தது. அதில் துருக்கித் தலைமைத் தளபதி கலீல் பாட்ஷா வந்திறங்கினார். அவரைப் பார்த்ததும் குலவைச் சப்தம் அதிகரித்தது. கலீல் பாட்ஷா மகிழ்வோடு கையசைப்பார் என அங்கு கூடியிருந்த குட் வாசிகள் நினைத்தனர். அவர் குலவையிடுபவர்களைச் சலனமின்றிப் பார்த்தார். பின் அருகில் இருந்த மற்றொரு தளபதியின் காதில் எதையோ சொல்லிவிட்டுக் கடந்தார். அவர் சிறிது தூரம் போனபின்பு அந்தத் தளபதி குலவையிட்டுக்கொண்டிருந்த ஆட்களைப் பிடித்து கீழே தள்ளி படைவீரன் ஒருவனின் கையிலிருந்த பிரம்பை வாங்கி எல்லோரையும் அடித்துத் துவைத்தான். அதைப் பார்த்த மற்ற துருக்கியர்களும் அவர்களை ஓடவிடாமல் பிடித்தனர்.

“துரோகிகள்... எல்லோரும் துரோகிகள். இதே நாங்கள் தோற்று பிரிட்டிஷ் படைகள் வெற்றி பெற்றிருந்தாலும் இதேபோல குலவையிட்டிருப்பீர்கள். உங்களுக்குத் தக்க பாடம் புகட்டப்படும்” என்றார். இன்னமும் அடிபட்டவர்களின் நடுக்கம் குறையவில்லை. பெண்கள் தலையைக் கவிழ்த்துக் கிடந்தனர். தூரத்திலிருந்து இதைப் பார்த்தவர்கள் ஓடி ஒளிந்து கொண்டனர். வழியில் தென்படும் நகரவாசிகளை அவர்கள் விரட்டி அடித்தனர். இதனால் துருக்கிப் படைகள் வரும்போது நகரம் வெறிச்சோடிக் காணப்பட்டது.

தலைமை அலுவலகத்தினை நோக்கி அந்த அணிவகுப்பு நீண்டது. அது ஒட்டாமன் படையின் மூன்றாவது காலாட்படைப் பிரிவு. தலைமை தளபதி கலீல் பாட்ஷா தலைமை அலுவலகம் வந்தபோது வாசலில் நின்றிருந்த மேஜர் ஜெனரல் டவுன்செண்ட் அவரிடம் கைகுலுக்கினார். பின்னர் அலுவலகத்தில் இருந்த தனது இருக்கையை அவருக்குச் சுட்டிக்காட்டி விட்டு தனது நீண்ட உடைவாளையும், கைத்துப்பாக்கியையும் எடுத்து அவரிடம் நீட்டினார். அது

சரணடைவதன் அடையாளக் குறியீடு. ஆனால் கலீல் பாட்ஷா அதனை வாங்க மறுத்தார். "இது உங்களுடையது. எங்கள் கௌரவமான விருந்தாளிகள் நீங்கள்" எனப் புன்னகைத்தார். அதன் பின் தலைமை அலுவலகத்தில் இருந்தவர்கள் தெற்குப் படையணிப்பிரிவுக்கு அழைத்துச் செல்லப்பட்டனர். போகும்போது தலைமை அலுவலகத்தில் இருந்த பிரிட்டிஷ் கொடியைத் துருக்கிப் படைகள் ஆரவாரத்துடன் இழுத்து அதனைத் தீயிட்டுக் கீழே வீசினர். தலைகளைத் தொங்கவிட்டபடி தலைமை அலுவலகத்தில் இருந்த மேஜர் ஜெனரல் மற்றும் மற்ற ஜெனரல்கள் நடந்தனர். எவருக்கும் மற்றவர் முகம் பார்க்க வெட்கமாக இருந்தது. தொண்டையில் எதுவோ வந்து அடைத்துக்கொண்டது போன்ற பெரும் பாரத்தை உணர்ந்தனர். அது கூடுதல் சோர்வைத் தந்தது. அவர்கள் நடந்து செல்லும் வழியில் பிரிட்டிஷ் கல்லறையைக் கடக்கும்போது அங்கு நீண்டிருந்த கல்லறைகளை எல்லோரும் பார்த்தபடி கடந்தனர். மேஜர் ஜெனரல் அந்தக் கல்லறைகளைப் பார்ப்பதற்குக்கூட பெரும் சங்கடப்பட்டு முகத்தை நேரே பார்த்து நடந்தார். அவருக்கு அந்தக் கல்லறைகள் அவரைக் கேள்வி கேட்பதுபோல ஓர் உணர்வு ஆட்டியது.

பிரிட்டிஷ் அதிகாரிகள் அங்கிருந்து அப்புறப்படுத்தப்பட்ட பின்பு தலைமை நிலையத்தின் முன் திரண்டிருந்த துருக்கிப் படைகள் முன்னே ஒரு மேசை மீது ஏறி அதன் தலைமைத் தளபதி கலீல் பாட்ஷா அவர்கள் ஆர்ப்பரிப்பதை சிறிது நேரம் ரசித்துக் கையசைத்தார். பின்னர் தொண்டையைச் செருமிக்கொண்டு பேசத் துவங்கினார். துருக்கி இராணுவத்தினரின் கூட்டம் அமைதியானது.

"சிங்க நெஞ்சங்களே! பிரிட்டிஷ் தோல்வி அடைந்துள்ள இந்த நாளில் இந்தப் போரில் உயிர் நீத்த நமது வீரர்களின் ஆன்மா இந்த வானில் இன்று மகிழ்ச்சியோடும் கொண்டாட்டத்துடனும் பயணிக்கும். உங்களின் தூய நெற்றியில் நான் முத்தமிடுகின்றேன். உங்கள் அனைவருக்கும் எனது நெஞ்சார்ந்த வாழ்த்துகள். அல்லாவைப் போற்றுவோம். பிரிட்டிஷ் தனது 1500 ஆண்டு வரலாற்றில் இல்லாத ஒரு தோல்வியையும், நாம் நமது 200 ஆண்டுகால வரலாற்றில் பெற்றிராத ஒரு வெற்றியையும் பெற்றுள்ளோம்! இந்த நாளை குட் தினம் என நமது தியாகிகளை வணங்கிக் கொண்டாடுவோம்."

கூட்டம் வெகு நேரம் ஆர்ப்பரித்தது. கூடவே துருக்கி இராணுவத் தாள வாத்தியம் முழங்கியது. தலைமைத் தளபதி போனபின்பு வானை நோக்கி துப்பாக்கியால் சுட்டு ஆர்ப்பரித்தனர்.

குட்டிலிருந்த பிரிட்டிஷ் இந்தியப் படைகளின் மூன்று படையணியிலும் படைவீரர்கள் தனியே பிரித்து வைக்கப்பட்டனர். அதிகாரிகள் மற்றும் இளநிலை அதிகாரிகள் சேர்த்து தனியே பிரிக்கப்பட்டனர். அதிகாரிகள் எண்ணிக்கை சுமார் 500க்கு மேல் இருந்தது. துருக்கிப் படைகள் உணவு எதையும் படைப்பிரிவினருக்குத் தரவில்லை. பிரிட்டிஷ் இந்தியப் படைகள் எல்லோருக்கும் உணவு கிடைக்கும் என நம்பிக்கையுடன் இருந்தனர். அந்த நம்பிக்கை வீண் போனது. சோர்ந்து போய்ப் படுத்துக்கிடந்தவர்களின் பூட்ஸுகளை சில துருக்கிப் படையினர் கழட்டி அணிந்து கொண்டனர். அது போல சில பொருட்கள் களவாடப்பட்டன. ஆனால் அது பரவலாக நடக்கவில்லை. பிரிட்டிஷ் படையினரின் பொருட்களைத் திருடுபவர்களுக்கு கடும் தண்டனை வழங்கப்படும் என துருக்கி அதிகாரிகள் தங்கள் படையினரை எச்சரித்தனர்.

அன்று எடுத்த கணக்கின்படி மொத்தம் 13309 பிரிட்டிஷ் இந்தியப் படையினர் போர்க் கைதிகளாக துருக்கியிடம் இருந்தனர். அதில் 6988 பேர்கள் இந்தியர்கள். அவர்களைக் குட்டில் வைத்திருப்பது மிகவும் ஆபத்தானது என துருக்கி கருதியது. மீட்புப் படை மீண்டும் வரும்போது இவர்கள் வாய்ப்புக் கிடைத்தால் அந்தப் படையுடன் சேர்ந்து விடுவர். எனவே சீக்கிரம் அவர்களை மெசபடோமியாவிலிருந்து அப்புறப்படுத்துவது என முடிவு செய்தனர். எல்லோரையும் துருக்கியின் ஆசியா மைனர் பகுதியான அனடோலியாவிற்கு கொண்டுசெல்வது அவர்கள் திட்டம் என்பதை மேஜர் ஜெனரல் டவுன்செண்டிடம் தெரிவித்தனர். இவ்வளவு போர்க் கைதிகளையும் படகில் கொண்டுசெல்ல தங்களுக்கு நிலக்கரி தேவைப்படுவதாகவும் அதனை பிரிட்டிஷ் கொடுக்க வேண்டும் என்று கலீல் பாட்ஷா மேஜர் ஜெனரல் டவுன்செண்டிடம் கேட்டார்.

"நானே ஒரு போர்க் கைதியாக உள்ளபோது, எனது குரல் எந்த அளவு அரசாங்கத்திடம் எடுபடும் எனத் தெரியவில்லை. தாங்கள் நேரிடையாக மீட்புப் படைத் தளபதி ஜெனரல் கோரிங்கிடம் கேட்பதே நல்லது" என விலகிக்கொண்டார். நிலக்கரி போன்ற எரிபொருட்கள் எதிரியின் பலத்தைக்

கூடுதலாக்கும். அவர்கள் அதனைத் தங்களுக்கு எதிராகப் பயன்படுத்தக் கூடும் என ஒரு தளபதிக்குத் தெரியாமல் இல்லை. துருக்கித் தலைமைத் தளபதி கலீல் பாட்ஷா ஜெனரல் கோரிங்குக்கு நிலக்கரி கேட்டுக் கடிதம் எழுதினார்.

அன்று இரவு ஒரு கைதியாக ஒவ்வொரு நொடியும் ஒரு நாளைப்போல கனத்துக் கடப்பதை வில்லியம்ஸ் உணர்ந்தான். அவனுக்கு அய்னியின் நினைவு வந்துகொண்டே இருந்தது. களைப்பைத் தவிர தூக்கம் வரவில்லை. இரவில் காய்கறித் தோட்டம் இருந்த பக்கம் இருந்து துப்பாக்கி சுடும் சப்தம் கேட்டது. நகரின் வேறு பக்கமிருந்தும் அங்கொன்றும் இங்கொன்றுமாக துப்பாக்கி வேட்டுகள் வெடித்து அடங்கின. சண்டையிட்ட எதிரிகள் சரணடைந்த பின்பும் இந்தத் துப்பாக்கிகள் வெடித்துக்கொண்டே இருக்கின்றன. குட் மக்கள் எந்தப் பாதுகாப்புமின்றி இருக்கின்றனர். அவர்கள் பலர் மீது ஏற்கனவே துரோகிப் பட்டம் இருந்தது. ஒவ்வொரு துப்பாக்கி வேட்டும் ஒருவரைப் பலி கொண்டிருக்கும். அவர்கள் ஊரை விட்டு ஓடுபவர்களாகக்கூட இருக்கலாம். இரவு முழுவதும் தொடர்ந்த அந்த சப்தம் இரவினைக் கிழித்து அதனை வேதனைப்படுத்தி அழவைப்பது போன்றிருந்தது. சரணடைந்தவர்களின் தூக்கத்தைக் கெடுத்துப் பெரும் அச்சத்தை ஏற்படுத்தியது.

காலையில் மலம் கழிப்பது தொடர்பாக அவர்கள் எந்த முன்னேற்பாடுகளையும் செய்யவில்லை. பிரிட்டிஷ் மற்றும் ஆஸ்திரேலியர்கள் இருபுறமும் முக்கோண வடிவில் நடப்படும் கம்புகளில் பெஞ்சில் அமர்வது போல அமர்ந்து மலம் கழிப்பதையே வழக்கமாக்கியிருந்தனர். பலருக்கு உணவுண்டு ஒரு சில நாட்கள் ஆகியிருந்ததால் அந்தக் கம்புகள் எதுவும் இல்லாதது பிரச்சனையாக இல்லை. ஆனாலும் துருக்கி அதிகாரிகளிடம் பேசி அதுபற்றிய முடிவு வர சில மணி நேரமானது. அவர்கள் டைகரிஸ் நதிக்கரைக்கு திறந்த வெளியில் மலம் கழிக்க அழைத்துச் சென்றனர். பழக்கமற்ற முறையால் மலம் கழிப்பு வேதனை மற்றும் சங்கடம் தருவதாக இருந்தது. ஆனாலும் டைகரிஸ் கரையில் சில மணி நேரங்களில் கால் வைக்க இடமின்றி மனித மலங்கள் கிடந்தன.

மருத்துவமனையில் காயம் மற்றும் கடும் நோய் காரணமாக சிகிச்சை எடுத்துக்கொண்டிருந்தவர்களின் எண்ணிக்கை 1450 ஆக இருந்தது. அவர்கள் நடக்க இயலாதவர்கள். மருத்துவமனையினைச் சுற்றியிருந்த கூடாரங்களிலும் அவர்கள் தங்க வைக்கப்பட்டிருந்தனர். கேப்டன் கல்யாண் தனது மருத்துவக் குழுவுடன் அவர்களுக்கு தொடர்ந்து சிகிச்சை அளிக்க அனுமதி கேட்டிருந்தார். மாலையில் சிறு குழுக்களுடன் சென்று சிகிச்சை தர அனுமதி வழங்கப்பட்டிருந்தது. தனது ஜூனியர் அதிகாரியான வில்லியம்ஸை அவர் தன்னுடன் அழைத்துச்செல்ல அனுமதிகேட்டு

வாங்கியிருந்தார். அவர்கள் நோக்கம் மருத்துவமனையில் இருப்பவர்களிடம் நம்பிக்கை ஏற்படுத்துவதும், அவர்களை விடுவித்து பரோலில் அனுப்ப உதவுவதும்தான். மருத்துவமனையில் துருக்கி இராணுவத்தினர் இருந்தனர். அவர்கள் உரிய மருத்துவக்குழுக்கள் எதையும் அங்கு வைத்திருக்கவில்லை. மருத்துவமனைக்குள் சென்றபோது வில்லியம்ஸின் கையிலிருந்த கைகடிகாரத்தை ஒரு துருக்கிப் படைவீரன் பறிக்க முயன்றான். வில்லியம்ஸ் அவனது கையைத் திருகி அவனை முறைத்தான். இந்த செயல் பற்றி அவர்களின் மேல் அதிகாரிகளுக்கு கவனப்படுத்தப்படும் என அவன் கூறியதும் அவன் பின் வாங்கினான். ஆனால் அதற்கு பதிலாக அவன் அணிந்திருக்கும் பூட்ஸுகளைத் தருமாறு கேட்டான். அதற்கு உரிய சன்மானம் எதையாவது தருவதாகவும் சொன்னான்.

"மன்னிக்க வேண்டும். என்னிடம் இது ஒன்றுதான் உள்ளது. நாங்கள் வெகுதூரம் நடக்கவேண்டி இருக்கும் என நினைக்கின்றேன்" என்றான். துருக்கி வீரனின் ஒடுங்கிய கன்னங்களில் முரட்டு முடிகள் வளர்ந்திருந்தன. அவன் நீலக்கண்களில் ஒரு கடுகடுப்பைக் காட்டிவிட்டு நகரும்போது அவன் அணிந்திருந்த பழைய பூட்ஸின் கிழிசலில் அவன் கால்கள் வெளியே தெரிந்ததை வில்லியம்ஸ் கண்டான். அவன் மீது பரிதாபம் மிஞ்சியது. அவன் ஒட்டாமன் பேரரசின் ஏதோ ஒரு கிராமத்து விவசாயியாக இருந்திருக்கவேண்டும். எப்படியாவது சீக்கிரம் ஒரு பிரிட்டிஷ் இந்தியப் படையின் பூட்ஸை அவன் கைப்பற்றியே தீருவான் எனக் கருதினான். பின்னர் மருத்துவமனைப் படுக்கைகளில் இருப்பவர்கள் மற்றும் கூடாரங்களில் படுத்து இருந்தவர்களிடம் அவர்கள் பத்திரமாக பரோலில் நாடு திரும்ப வாய்ப்புள்ளதாகவும் நம்பிக்கையுடன் இருக்குமாறும் சொன்னார்கள். அவர்களில் பலர் மிகவும் தளர்ந்திருந்தனர். முடமான தங்களை துருக்கிப் படைகள் கொன்றுவிடும் எனக்கூட அவர்கள் மத்தியில் ஒரு வதந்தியை துருக்கிப் படையினர் உருவாக்கியிருந்தனர். மருத்துவமனையிலிருந்து கொஞ்சம் முதலுதவி மருந்துகளையும், காயத்திற்கு கட்டும் துணிகளையும் எடுத்து பத்திரப்படுத்திக் கொண்டார்கள். கேப்டன் கல்யாண் அறையில் இருந்த பல மருத்துவப் பொருட்கள் காணாமல் போயிருந்தன. அவர் முக்கியமாகத் தேடி வந்த அறுவை சிகிச்சைப் பொருட்கள் அனைத்தும் இருந்த பெட்டியை யாரோ எடுத்துச் சென்றுவிட்டனர். சிறிய பெட்டியைப் பார்த்ததும் யாரோ அதைக் களவாடி விட்டனர். மேலும் நோயாளிகளின் பூட்ஸுகளும் தண்ணீர்க் குடுவைகளும் களவாடப்பட்டிருந்தன. கல்யாண் இதுகுறித்து மருத்துவமனையில் இருந்த ஒரு துருக்கிக் கேப்டனிடம் இதுபோலக் களவாடுவது அவர்களின் நாட்டிற்கு செய்யும் அவமரியாதை என சொன்னார்.

"இங்கே அரேபிகள், குர்துகள், துருக்கிகள் எனக் கலவையாக எங்கள் படையில் ஆட்கள் உள்ளார்கள். யாரேனும் எடுத்தார்களா என

விசாரிக்கின்றோம்" எனக் கூறிவிட்டு அவர் சென்றுவிட்டார். வில்லியம்ஸ் கேப்டனிடம் நீங்கள் முறையிட்டு என்ன பலன் என்றான்.

அறுவை சிகிச்சைக் கத்தியையும், கத்தரியையும் திருடியவன் அதை வைத்து என்ன செய்ய முடியும்? எனக் கத்திவிட்டு பின் தற்போது கைதியாக உள்ளதை உணர்ந்து அமைதியானார். பின்னர் அவர்களுடைய முகாமுக்குத் திருப்பிக் கொண்டு செல்லப்பட்டனர்.

அன்று மாலையில் பிரிட்டிஷ் மீட்புப் படை ஜெனரல் கோரிங்கிடமிருந்து குட்டிலிருந்த துருக்கித் தலைமைக்கு பதில் கடிதம் வந்தது.

"நாங்கள் உங்களைப் போன்ற சிறந்த எதிரியுடன் போர் புரிந்ததில் பெருமை கொள்கின்றோம். ஆனால் தங்கள் கோரிக்கையான நிலக்கரியை நாங்கள் உங்களுக்குத் தரமுடியாது, ஏனெனில் நாங்கள் உங்களுடன் போரில் ஈடுபட்டுள்ளோம்."

இந்தப் பதிலை துருக்கிப் படைத் தலைமை எதிர்பார்த்திருந்தது. அது தனது செயலுக்கு ஒரு நியாயம் கற்பிக்கவே இந்தக் கடிதத்தை எழுதியது. அன்று மாலை கிழக்குப் படையணி முகாமிலிருந்து போர்க் கைதிகளை இடமாற்றம் செய்யப் போவதாகத் தகவல் வந்தது. முதலில் மாலையில் குட்டிலிருந்து நீராவிப் படகில் பிரிட்டிஷ் இந்தியப் படையினர் சிலர் அனுப்பப்பட்டனர். அந்தப் படகு டைகரிஸில் எதிர் ஓட்டம் போட்டு எட்டு மைல்கள் தள்ளி குட்டின் மேல் பக்கம் இருந்த துருக்கியின் படைத்தளமான சாமரனில் ஆட்களை இறக்கிவிட்டு வந்தது. அதன் பின் படகு ஆட்களை கொண்டு செல்லாது என்றும் பொருட்களை மட்டும் எடுத்து செல்லும் எனத் தகவல் தரப்பட்டது. அடுத்த நாள் மே 1. அதிகாலை. முழுதும் விடியாத அந்த இருட்டில் வரிசையாக பிரிட்டிஷ் இந்தியக் கைதிகள் நடந்து அழைத்துச் செல்லப்பட்டனர்.

அவர்கள் இருவர் இருவராக வரிசையில் சென்றனர். முன்னேயும், பக்கவாட்டிலும் துருக்கிப் படைகள் துப்பாக்கிகளை நீட்டியபடி வந்தனர். அந்தப் படையில் குர்துகளும், சில அரேபியர்களும் துருக்கியர்களிடமிருந்து வேறுபட்டு தனித்த அடையாளத்துடன் இருந்தனர். குட்டிலிருந்து எண்பது மைல்களுக்கு அப்பால் பாக்தாத் இருந்தது. அதனை நோக்கி டைகரிஸ் நதியை ஒட்டி அவர்கள் அழைத்துச் செல்லப்பட்டனர். அவர்களுடன் மருத்துவக்குழு என்று எவரும் இல்லை. பல நாள் பட்டினி மற்றும் நோயால் அவர்கள் நடக்க சக்தியற்றவர்களாக தளர்ந்து நடந்தனர்.

வில்லியம்ஸ் முறைவரும்போது விடிந்து விட்டது. காலை ஆறு மணி இருக்கும். தெற்குப் படையணியில் சிப்பாய்களுடன் அதிகாரிகள் மற்றும் மருத்துவக் குழுவினர் சிலர் இருப்பதுபோல அவர்கள் வரிசைப் படுத்திக்கொண்டனர். அவர்கள் சாமரன் முகாம் நோக்கி தங்கள்

நடையைத் துவங்கினர். அவர்கள் பிடியில் இருந்த குட்டை விட்டுவிட்டுச் செல்கின்றனர். காலையில் அவர்கள் மீண்டும் டைகரிஸின் ஓரமாக தங்கள் படைவீரர்களின் கல்லறைத் தோட்டத்தைக் கடந்து போகும்போது ஒரு இனம் புரியாத வெறுமை அவர்களை ஆட்கொண்டது. கண்ணுக்கெட்டிய தூரம் வரை அந்தக் கல்லறைகளின் புதைமேடுகள் இருந்தன. அவர்கள் எல்லோரும் கடந்த டிசம்பர் இறுதியில் இந்த குட் நகருக்கு வந்தவர்கள். இப்போது அவர்களை விட்டுச் செல்லும்போது அந்தக் கல்லறைத் தோட்டத்தில் ஓர் ஆழ்ந்த அமைதி வெறுமையுடன் வெளிப்பட்டது. சதுப்பு நிலத்திலிருந்து குளிர்க்காற்று கல்லறைத் தோட்டத்தின் ஊடே புகுந்து அவர்களை நோக்கி வீசியது. அவர்கள் நடப்பவர்களை நிமிர்ந்து பார்ப்பது போன்றும் எங்களை மட்டும் ஏன் விட்டு விட்டுச் செல்கின்றீர்கள் எனக் கேட்பது போன்றும் உணர்ந்தனர். சிலர் கண்களை மூடிக்கொண்டனர். வரிசையாக வரும் பலர் தங்களின் தொப்பியை உயர்த்திக் காட்டிவிட்டுச் சென்றனர். பலர் வாய்விட்டுக் கதறி விட்டனர். அந்தப் பகுதியில் அவர்கள் நடந்து வந்திருக்கக் கூடாது என நினைத்தனர். அவர்கள் கல்லறைத்தோட்டத்தைத் தாண்டி வெறும் பூட்சு சப்தங்களின் நிசப்தத்தில், அந்தத் திறந்த மைதானத்தைக் கடந்து போகும்போது தூரத்தில் சில பெண்களின் அழுகை அந்த நிசப்தத்தை உருக்குலைத்தது. அந்த அழுகையின் குரல் வில்லியம்ஸுக்கு பரிச்சயப்பட்டது போன்று இருந்தது. அவன் உற்றுக் கேட்டான். அந்த மைதானத்தின் மேட்டிலிருந்த தூக்கு மரம் அவனை எப்போதும் உறுத்திக்கொண்டிருந்ததுண்டு. அப்போது அந்தத் தூக்கு மரத்தில் வெறும் சட்டம் மட்டும் இருந்தது. ஆனால் மைதானத்தில் அவன் கண்ட காட்சி அவனை உறைய வைத்தது. முக்கோண வடிவில் நிறுத்தி வைக்கப்பட்ட உயர்ந்த மரக்கம்பத்தில் ஒரு உடல் தொங்கிக்கொண்டிருந்தது. உற்றுப் பார்த்தபோது ஒரு உடல் மட்டுமல்ல, அதுபோல ஐந்து மரக்கம்புகளில் கழுத்தில் கயிறு கட்டப்பட்டு அரை நிர்வாணமாய் உடல்கள் தொங்கிக்கொண்டிருந்தன.

நடந்து கொண்டிருந்தவர்கள் ஒரு கணம் உறைந்துபோய் நின்று அந்த உடல்களை உற்றுப் பார்த்தார்கள். முதல் கம்பத்தில் குட்டின் சேக் தொங்கிக்கொண்டிருந்தார். இரண்டாம் கம்பத்தில் பைசல் அல் ஹுசைன், மூன்றாம் கம்பத்தில் யூதக் கிருத்துவரின் உடல், அடுத்த கம்பங்களில் இருந்த இரண்டு உடல்களும் தெற்குப் படையணி முகாமில் பணயக் கைதியாக அவர்கள் வைத்திருந்தவர்களின் உடல்கள். அவை கழுத்தில் சுருக்கு மாட்டப்பட்டு இறுகிய நிலையில் தொங்கிக்கொண்டிருந்தன. அந்த உடல்களின் மேல் சட்டை இல்லை. எல்லா உடம்பிலும் வரிவரியாக சாட்டையால் அடித்து தசைகள் கிழிக்கப்பட்ட காயத்தின் சுவடுகளும் அதிலிருந்து இரத்தம் வடிந்தும் சொட்டிக்கொண்டிருந்தது.

துருக்கிக் கேப்டன் அந்த உடல்களை பிரிட்டிஷ் இந்தியப் படைகள் நின்று பார்ப்பதைப் பார்த்து “ஹய்னலர்” எனத் துருக்கியில் கூறினான். அதன் பொருள் “துரோகிகள்” என்பது.

அந்த நகரின் மரியாதைக்குரிய மனிதர்கள் அவர்கள். அவர்கள் எந்த துரோகத்தையும் எவருக்கும் செய்யவில்லை. வேற்று நாட்டுப் படையிடமிருந்து எந்தப் பெரும் பாதிப்புமின்றி தன் மக்களைக் காக்க முயன்றவர்கள்.

பைசல் அல் ஹுசைனின் தொங்கிய கால்கள் மகன் நசீமின் தலையைத் தொடும் உயர்த்தில் இருந்தன. அய்னி நின்று கத்திக்கொண்டிருந்தாள். அவள் தலையில் முக்காடில்லை. உயிரற்றுத் தொங்கும் அவள் தகப்பனின் கால்களை அவள் கைகளால் தூக்கிக் கழுத்துச் சுருக்கு இறுக்காமல் இருக்கச் செய்ய முயன்றாள். ஆனால் அந்த உடல் இறந்து வெகு நேரம் ஆகியிருக்கும். அவள் “அபி... அபி” என அவள் அப்பாவை அழைத்துக் கொண்டிருந்தாள். அய்னியின் தாய் தரையில் கால்களை நீட்டி வைத்து தலையில் இரு கைகளாலும் அடித்துக்கொண்டிருந்தாள். பக்கத்திலிருந்த யூதரின் தொங்கும் உடலுக்கு கீழே அவரின் குடும்பம் கதறிக்கொண்டிருந்தது. வில்லியம்ஸ் கைகால்களில் எந்த அசைவுமில்லாது அதைப் பார்த்துக்கொண்டு நின்றான். அவளைக் கூப்பிட எண்ணினான். அவனின் வாயிலிருந்து வார்த்தைகள் வரவில்லை. எதையோ உளறினான். துருக்கியர்கள் அவர்கள் அந்தக் காட்சியை நின்று பார்க்க அனுமதித்தனர். முடிவில் ஓ வென வில்லியம்ஸ் கத்தினான். ஒரு கணம் அவனை அய்னி உற்றுப் பார்த்தாள். அவள் பார்வையில் எந்த வியப்பும் அல்லது துக்கமும் இல்லை. அது ஓர் உறைந்த பனிக்கட்டி போல சலனமற்ற பார்வை. அவனை வா என்பதுபோல கைகளை அவள் நீட்டினாள். அவளது தகப்பனின் உடல் நசீமின் தலைபட்டு மெல்ல ஆடியது. வில்லியம்ஸ் அந்த வரிசையிலிருந்து விலகி அவளை நோக்கி ஓட முயன்றான். ஒரு துருக்கிப் படைவீரனின் முரட்டுக் கை அவனைத் தடுத்தது. அவன் அதைத் தள்ளி விட்டுவிட்டு முன்னேறினான். அந்தக் கைகள் அவனை நெட்டிப் பின்னே தள்ளின. அவன் தடுத்தவனைக் குத்தி விட்டு அவளை நோக்கி ஓட முயன்றான். அவள் இன்னமும் கைகளை நீட்டியபடி இருந்தாள். வில்லியம்ஸ் திமிறினான். ஒரு துப்பாக்கியின் பின் கட்டை அவன் தலையில் விழுந்தது. அவ்வளவுதான். அவன் அவளை நோக்கி ஓடுவது போல உணர்ந்தான். தலையிலிருந்து பிசுபிசுவென எதுவோ கசிந்தது. அவன் கண்கள் இருளானது. அவன் கடைசியாக அய்னி எனக்கூறி அவளை நோக்கிக் கைகளை நீட்டுவதாகவும், அவன் அவளை அழைத்த குரல் நீண்டு மெல்ல மெல்ல தொடுவானத்தில் எதிரொலித்து அடங்குவதாகவும் கருதினான். பின் ஒரே இருட்டு. அமைதி. ஏதோ இருள் வெளியில் மின்மினிகள் போல வெளிச்சப் புள்ளிகள் வெடித்து மறைகின்றன. அவன்

ஏதோ ஒரு விளிம்பின் முன் நிற்பதுபோலத் தோன்றியது. அம்மா... அம்மா என்றான். அவன் மட்டுமே தனியே நிற்கின்றான்.

பாகம் 3

MILES
0
50
100
150
200
CONSTANTINOPLE
Ankara
Eskisehir
Yozgat
Afion Kara Hissar
Konya
Pozanti
Adana
Islahat
Nisibin
Ras al-Ain
Mosul
ALEPPO
R. Tigris
Euphrates R
Tikrit
Samarra
BAGHDAD
KUT
Amara
Basra
MEDITERRANEAN
SEA
DAMASCUS

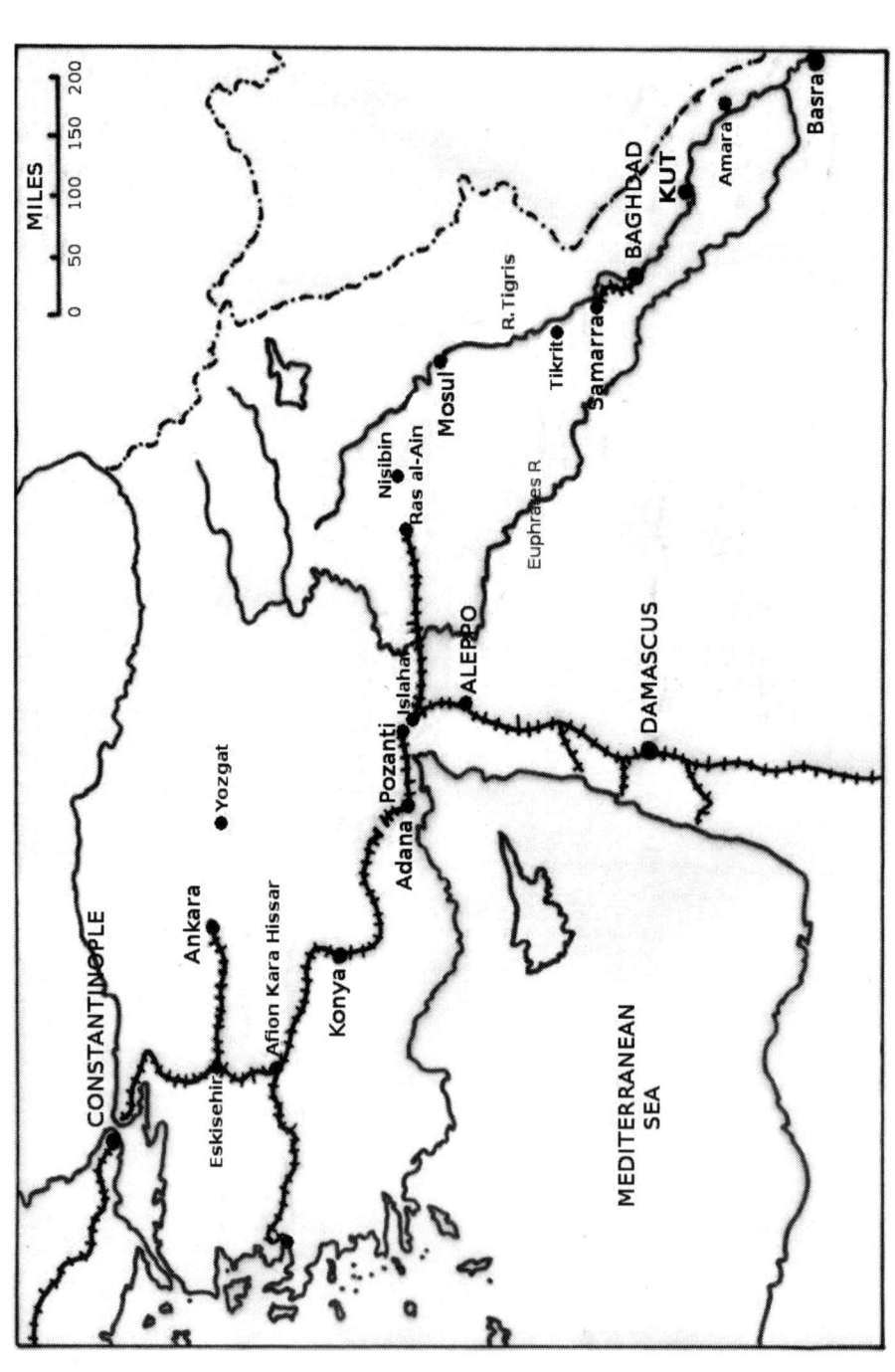

அவன் விழித்தபோது அவனைச் சுற்றி குட் நகரின் எந்தச் சுவடுகளும் இல்லை. தலையில் கட்டுப் போடப்பட்டிருந்தது. வடிந்த இரத்தம் அவன் சட்டையில் கறையை ஏற்படுத்தியிருந்தது. டைகரிஸின் கரையோரமாகவே அவர்கள் வரிசையாக நடந்து கொண்டிருந்தார்கள். அந்த ஆறு மட்டும் குட்டைத் தவிர எல்லா இடங்களிலும் ஒன்றுபோலக் காட்சியளித்தது.

அவனை ஒரு கழுதை வண்டியில் படுக்க வைத்துக் கொண்டு வந்திருந்தார்கள். அவனை மைதானத்தின் பக்கம் போகவிடாமல் தடுத்த அந்தப் படைவீரன் ஒரு குர்து. அவனை வில்லியம்ஸ் மூக்கில் குத்தியபோது அவன் அவனைத் துப்பாக்கிக் கட்டையால் தாக்கிவிட்டான். அங்கு சிறிது நேரம் பரபரப்பு ஏற்பட்டது. அய்னியின் சப்தம் அதிகரித்தது. எனினும் அவள் அவனை நோக்கி வரும் நிலையில் இல்லை. உடனடியாக அந்தப் பகுதியிலிருந்து பிரிட்டிஷ் இந்தியப் படை வரிசையினை அப்புறப்படுத்த அவர்கள் முயன்றனர். நிலைமையைச் சமாளிக்கத் தாக்கிய அந்தப் படைவீரனை துருக்கி அதிகாரிகள் கடுமையாக சப்தமிட்டனர். அவன் தனது மூக்கிலிருந்து வடியும் இரத்தத்தைக் காட்டி அவனை நியாயப்படுத்த முயன்றான். கேப்டன் கல்யாண் வில்லியம்ஸின் தலையைத் தாங்கிப்பிடித்து கசியும் இரத்ததை அழுத்திப்பிடித்து கட்டுக் கட்டி விட்டான். பிரிட்டிஷ் இந்தியப் படைகளைச் சமாளிக்க மயக்கமுற்றுள்ள வில்லியம்ஸைச் சுமந்து செல்ல ஒரு கழுதை வண்டியைத் துருக்கி அதிகாரிகள் ஏற்பாடு செய்தனர். அப்போது ராணாவும், இக்பாலும் அவனைத் தூக்கி வண்டியில் படுக்க வைத்தனர். அவன் கண் விழிக்கும்போது அவர்கள் குட்டிலிருந்து வடக்கே மூன்று மைல்கள் தாண்டி வந்திருந்தனர்.

பகலில் வெயில் கடுமையானதால் நதிக்கு அருகில் ஒரு கருவேலம் மரத்தின் அருகில் அமர்ந்திருந்தனர். அப்போதுதான் அவனுக்கு மயக்கம் தெளிந்தது. அவன் உடம்பில் சக்தி குறைந்துபோய் தளர்ந்திருந்தான். குட்டின் கடைசி நிமிடங்களை மறக்கமுடியாமல் அவன் கண்ணீரைத் துடைத்துக்கொண்டான். வெயில் குறையும்வரை அங்கேயே காத்திருந்தனர். கேப்டன் கல்யாண் அவனைப் பார்த்தபோது அவன் தலையைக் கவிழ்த்துக் கொண்டான்.

"இங்கே உணர்ச்சிக்கு எந்த இடமுமில்லை. இந்த சுடும் வெயில் மாதிரிதான் எல்லாமுமே, பிரிவதற்கு நீ உன்னை முன்னமே தயாராக்கி இருந்திருக்கனும்... மனதைக் கடினமாக்கிக் கொள், நாம் போரிலே இருக்கின்றோம். அதுவும் இப்போ எதிரிப் படையிடம் கைதியா இருக்கின்றோம்" என்றான். கேப்டன் வில்லியம்ஸின் தோள்களைத் தன் கரங்களால் மெல்ல அணைத்துக் கொண்டான். அது வில்லியம்ஸ் இன்னமும் பக்குவப்படவேண்டும் என்பதைச் சொல்லும் வகையில் இருந்தது.

வில்லியம்ஸ் குற்ற உணர்வில் இருந்தான். பைசல் அல் ஹுசைனின் உயிரற்ற உடல் தொங்குவதைப் பார்த்ததை அவனால் மறக்க இயலவில்லை. "அவர்களை விடுதலை செய்ய நாம் முயன்றிருக்காவிட்டால் ஒருவேளை அவர்கள் உயிரோடிருந்திருப்பார்கள்" என்றான்.

"குட்டினை துருக்கியின் முழுக் கட்டுப்பாட்டிலும் கொண்டுவர அந்தக் கொலைகள் அவர்களுக்கு உதவியிருக்கும். இது அதிகார அரசியல். எதையும் நாம் யூகிக்க முடியாது. நமக்கு அது தெரியாது. குழம்பாதே" என்றான் கேப்டன் கல்யாண்.

வில்லியம்ஸ் வெகுநேரம் தலையைக் குனிந்தபடி உட்கார்ந்திருந்தான். பலரும் அவனிடம் நலம் விசாரித்துச் சென்றனர். தகிக்கும் சூரியனின் வெப்பம் குறைந்ததும் மீண்டும் அவர்கள் நடக்கத் துவங்கினர். அன்று இரவு அவர்கள் சாமரன் துருக்கிப் படை முகாமை அடைந்தனர்.

திறந்த வெளியில் அவர்கள் இரவைக் கழிக்க வேண்டியிருந்தது. நெருப்பு மூட்டி வட்டமாக ஆங்காங்கே அமர்ந்து கொண்டனர். மேஜர் ஜெனரல் டவுன்செண்டுக்கும் மற்றும் சில ஜெனரல்களுக்கும் அந்த முகாமில் தனிப்பகுதி ஒதுக்கப்பட்டிருந்தது. கொஞ்சம் ரேசன் தனித்தனியே பிரித்துக் கொடுக்கப்பட்டிருந்தது. அந்த ரேசனில் கரும் பழுப்பு நிற கெட்டியான ரொட்டி கொடுக்கப்பட்டிருந்தது. அதன் மணமும் சுவையும் சாப்பிட ஏற்றதாக இல்லை. கேப்டன் கல்யாண் அந்த ரொட்டிகள் சிலவற்றில் பூஞ்சையைப் பார்த்ததால் அது பழையதாக இருக்கிறது, அதைச் சாப்பிடாமல் தவிர்க்க வேண்டும் எனக் கூறினான். ஆனால் அப்போதைய நிலையில் அந்தக் கருத்து எல்லோரிடமும் போய்ச் சேரவில்லை. காய்ந்த அந்த ரொட்டியில் பூஞ்சை படிந்திருந்த பகுதியை மட்டும் உடைத்தெறிந்து விட்டு மற்றவற்றை உண்டார்கள். துருக்கிப் படையினரும் அதனைச் சாப்பிடத்தான் செய்தார்கள்.

ஆனால் வெகுநாட்கள் போதுமான உணவின்றி ஒட்டிய வயிறுகளுடன் இருந்த பிரிட்டிஷ் இந்தியப் படையினருக்கு இந்தக் கடினமான ரொட்டி ஒவ்வாமையையும், அஜீரணக் கோளாறையும் ஏற்படுத்தியது. அடுத்த நாள் அதிகாலையிலிருந்து பலருக்கும் கடும் வயிற்றுப்போக்கு ஏற்பட்டது.

இரண்டு மூன்று முறை வயிற்றுப்போக்கு ஏற்பட்டதால் எழுந்து நிற்க தெம்பற்ற நிலையில் இருந்த பல வீரர்களின் நிலை மேலும் கடுமையாக மாறியது. பலர் தங்களின் கால்களில் வயிற்றுப்போக்கின் கழிவுகள் வழிய தடுமாறினர். இதனால் அவர்களின் அரைக்கால் டவுசர்கள் புட்டத்தோடு ஒட்டிப் போயிருந்தது. இந்த பாதிப்பினால் எங்கும் ஒரே நாற்றமும் அதனால் அவர்களை பாலைவன ஈக்கள் சுற்றி கடித்தும் பதம் பார்த்தன. மதியம் துவங்கும்போது முதல் சாவு ஏற்பட்டது. பிரிட்டிஷ் நார்த் போல்க் படைப்பிரிவின் இளம் வீரன் மரணமடைந்தான். அவனுக்கு ஐந்து முறைக்கு மேல் வயிற்றுப்போக்கிருந்தது. அதன் பின் சக்தியற்றவனாய் ஈ மொய்க்கக் கிடந்தவன் கண்கள் உறைந்துபோய் விழித்த நிலையிலேயே அசைவற்றுக்கிடந்தான். அவன் பல்கலைக்கழக மாணவனாய் இருந்த போது படைக்கு வந்தவன். எல்லோருக்கும் வயிற்றுப்போக்கு தடுப்பு மருந்து தர பிரிட்டிஷ் இந்தியப் படைகளின் மருத்துவக்குழுவிடம் மருந்து எதுவும் இல்லை. கேப்டன் கல்யாண் காயத்திற்கு போடும் மருந்துகளை மட்டும் கொஞ்சம் வைத்திருந்தான். துருக்கிப் படை முகாமில் போதிய மருத்துவர்களோ மருந்துகளோ இல்லை. குட் மருத்துவமனையில் சிகிச்சை எடுத்து வந்து மூவரின் சாவைத் தொடர்ந்து சுமார் இருபதுக்கு மேற்பட்டவர்களின் சாவுகளை சாமரனில் அவர்கள் எதிர்கொண்டனர். உடனடியாக மருந்துகள் கொடுக்கப்பட்டிருந்தால் அவர்கள் நிச்சயம் உயிர் பிழைத்திருப்பார்கள்.

பிரிட்டிஷ் மீட்புப் படை ஒரு நீராவிப் படகில் உணவுப் பொருட்கள், உடைகள் போன்றவற்றைச் சாமரனுக்கு அனுப்பியது. ஆனால் அந்தப் படகு சாமரனில் கரைக்கு வந்து பொருட்களை இறக்குவதற்கு துருக்கிப் படைத் தலைமை மறுப்புத் தெரிவித்து விட்டது. ஆனாலும் டைகரிஸின் நடுவே துருக்கி படகை நிறுத்தி அதிலிருந்த சில பொருட்களை சாமரனுக்குக் கொண்டு வந்தனர். ஆனால் பிரிட்டிஷ் இந்தியப் படைகளுக்கு அதை இலவசமாகக் கொடுக்காமல் அவற்றைத் தங்கள் உடைமை ஆக்கிக்கொண்டனர். அதில் பேரிச்சம் பழங்கள், அதன் சாறுகள் அடங்கிய குடுவைகள் மற்றும் நிறையப் பழங்கள் அடக்கம். அந்தப் பேரிச்சம் பழங்களைத் தர பிரிட்டிஷ் இந்தியப் படைகளின் தொப்பிகள் மற்றும் பூட்ஸுகளை ஈடாகக் கேட்டனர். இதனால் பலர் அவற்றைக் கொடுத்து பேரிச்சம் பழங்களை வாங்கி உண்டனர்.

வயிற்றுப் போக்கு மற்றும் இதர பிரச்சனைகளால் ஏற்பட்ட கடும் நாற்றத்தைச் சமாளிக்க படைவீரர்கள் குளிப்பதற்குத் துருக்கிப் படைகள் அனுமதித்தன. டைகரிஸ் ஆற்றில் இறங்கிக் குளித்ததில் பலர் புத்துணர்வு அடைந்தனர். அப்போது ஆற்றில் தூரத்தில் ஜுல்னார் படகு நிறுத்தப்பட்டிருந்தது. அந்தப் படகுதான் அவர்களின் கடைசி நம்பிக்கையாக இருந்தது. அது உணவையும் ஆயுதங்களையும் குட்டிற்குக் கொண்டு வந்து சேர்த்திருந்தால்

நிலைமை மாறியிருக்கும். அந்தப் படகில் இப்போது துருக்கிக் கொடி பறந்து கொண்டிருந்தது. தாக்குதலில் அது எதிர்கொண்ட பாதிப்புக்கான அடையாளமாக அதன் தகரச் சட்டகங்களில் குண்டு துளைத்தக் காயங்கள் இருந்தன. அந்தப் படகில்தான் குட் மருத்துவமனையில் சிகிச்சை பெற்று வந்தவர்கள் கொண்டு வரப்பட்டனர். அவர்களில் பலர் பாதி சாவினை சந்தித்தவர்கள். தனியே இயங்க முடியாதவர்கள். அவர்களைப் பரோலில் விடுவிக்க வேண்டும். ஆனால் துருக்கித் தலைமை எந்த முடிவும் எடுக்காமல் இருந்தது. அவர்களுக்கு சிகிச்சையும் இல்லை. சாமரனில் பிரிட்டிஷ் இந்தியப் படைகளின் சாவு எண்ணிக்கை அதிகரித்துக் கொண்டே இருந்தது.

அடுத்த நாள் காலையில் மேஜர் ஜெனரல் டவுன்செண்ட், அவரின் உதவியாளர் ரீகன், தனிச்செயலர் மற்றும் அவரின் மெய்க்காப்பாளரை அழைத்துச் செல்ல டைகரிஸிற்கு படகு வந்துள்ள தகவல் வந்தபோது அவரின் படை வீரர்கள் பெரும்பாலானோர் அவரை உற்சாகத்துடன் அனுப்பி வைக்க டைகரிஸ் கரைக்குச் சென்றனர். துருக்கிப் படைகள் அதைத் தடுக்க முயன்றபோதும் அதையும்தாண்டி வந்திருந்தனர். மேஜர் ஜெனரலை ஏற்றிக்கொண்டு அந்தப் படகு பாக்தாத் செல்லப் போவதாகக் கூறினர். நதிக்கரையில் கூடியிருந்த கூட்டம் மேஜர் ஜெனரலைப் பார்த்து கையசைத்தது. வில்லியம்ஸ் ரீகனைப் பார்த்துக் கையசைத்தான். ரீகன் வில்லியம்ஸின் தலையினைத் தடவி அவன் நெற்றியில் சிலுவைக் குறியிட்டுவிட்டு, மேஜர் ஜெனரலுடன் படகில் ஏறினார். அப்போது கூட்டம் ஒரு சேர "துணிச்சலான எங்கள் மேஜர் ஜெனரலுக்கு மூன்று சியர்ஸ், ஹிப்... ஹிப்... ஹாரே" என கோரசாகக் கூறினர். அவர்களைப் பார்த்து சல்யூட் செய்தவாறு மேஜர் ஜெனரல் நிற்க அந்தப் படகு டைகரிஸின் ஆற்று வெள்ளத்தை எதிர்த்து பாக்தாத்தை நோக்கிப் பயணப்பட்டது.

மே 6ஆம் தேதி வரை அவர்கள் சாமரனில் இருந்தனர். அன்று வரை சுமார் முன்னூறுக்கும் மேற்பட்ட பிரிட்டிஷ் இந்தியப் படைவீரர்கள் அங்கே இறந்து போயிருந்தனர். குடல் அழற்சி, காலரா போன்றவை சாவுக்கான பெரும் காரணங்கள். டைகரிஸின் கரையில் புதைக்கப்பட்ட புதைகுழிகள் மீது நடப்பட்ட கற்களின் எண்ணிக்கை நீண்டு இருந்தது. சாவு கண் முன் கடந்து போகும் நிகழ்வாக இருந்தது.

அடுத்த நாள் பிரிட்டிஷ் இந்தியப் படைகளின் அதிகாரிகள் மட்டும் தனியே பிரிக்கப்பட்டு நீராவிப் படகுகளில் ஏற்றப்பட்டனர். அதற்காக நீண்ட வரிசையில் அதிகாரிகளை நிறுத்தியிருந்தனர். அந்தப் படகின் ஒரு பக்கம் துருக்கியின் காயம்பட்ட வீரர்கள் இருந்தனர். மற்றொரு பக்கம் சேதமடைந்த விமானம் வைக்கப்பட்டிருந்தது. அதுபோக மீதமிருந்த இடத்தில்தான் மற்றவர்கள் ஏற வேண்டும்.

மற்றொரு படகான ஜுல்னாரில் குட் மருத்துவமனையில் சிகிச்சை பெற்று வந்தவர்களை பாக்தாத் அனுப்புவதற்காக அவர்கள் முதலில் கொண்டு வரப்பட்டனர். பலருக்குக் கை, கால்கள் இல்லை. பலர் நடக்க சக்தியற்று ஸ்ட்ரெச்சரில் இருந்தனர். ஆனால் முழு ஊனமாகப் படுக்கையில் கிடப்பவர்களைத் தவிர மற்றவர்களைத் திருப்பி அனுப்ப முடியாது என துருக்கித் தலைமை கூறிவிட்டது. காயம்பட்டு முடமாகிப்போனவர்களுக்கு ஈடாக பிரிட்டிஷ் இந்தியப் படை சிறைப்பிடித்து வைத்திருக்கும் கைதிகளைப் பறிமாறிக்கொள்வது என முடிவானது.

குட் மருத்துவமனைக்குப் பொறுப்பான அதிகாரி என்ற முறையில், அங்கு சிகிச்சை பெற்ற பலர் உள் காயங்கள் மற்றும் உடலின் முக்கியப் பகுதியில் குண்டு சிதறல்கள் தங்கியதால் பாதிக்கப்பட்டவர்கள் எனவும் மேலும் அவர்களில் சிலர் கந்தகப் புகையை சுவாசித்து நுரையீரல் பாதிப்புக்கு உள்ளானவர்கள் எனவும் அவர்கள் நடக்கச் சக்தியற்றவர்கள், கைதியாக இருக்க உடலாலும் மனதாலும் தெம்பற்றவர்கள் எனவும் கேப்டன் கல்யாண் தன்னோடு பிரிட்டிஷ் மருத்துவர்களை அழைத்துச்

சென்று விவரித்தும் துருக்கி இராணுவம் அதைக் கண்டு கொள்ளவில்லை. துருக்கி இராணுவத்தின் மருத்துவராக இருந்த டாக்டர் இலியா பிரிட்டிஷ் இந்திய மருத்துவர்கள் பொய் சொல்லவில்லை என்பதை நேர்மையாகவும், வெளிப்படையாகவும் துருக்கி அதிகாரிகளிடம் தெரிவித்தார். ஆனாலும் நோயாளிகளை விடுவிப்பதில் துருக்கிய ஜெனரல்களுக்கு உடன்பாடில்லை. மேலும் அங்கிருந்தவர்களில் பலர் முடிவு எடுக்கும் நிலையில் இல்லை. ஜெர்மானியத் தலைமை கவனத்திற்கு அதைக் கொண்டு செல்லவேண்டும். அதை அந்த ஜெனரல்கள் விரும்பாததால் எந்த முடிவும் எடுக்காமல் கடும் காயம்பட்டவர்களில் பெரும்பான்மையினரை ஜுல்னார் படகு மூலம் பாக்தாத் கொண்டு செல்ல அதில் ஏற்றினர்.

அப்போது ஸ்ட்ரெச்சரில் கொண்டு செல்லப்பட்ட ஆக்ஸ்போர்ட் படையணியைச் சேர்ந்த படைவீரன், முதுகுத்தண்டில் குண்டு பாய்ந்து தனது இடுப்புக்கு கீழே முற்றிலும் செயலிழந்தவன். அவன் கேப்டன் கல்யாண் மற்றொரு நீராவிப் படகில் ஏறக் காத்திருப்பதைப் பார்த்து அவனை அழைத்தான். அவன் அருகில் சென்றதும் காதில் எதையோ சொல்லிவிட்டு மீண்டும் தூக்கிச் செல்ல ஏதுவாக விலகினான். கேப்டன் கல்யாண் முகம் கலக்கத்தில் இருண்டது. அவன் படகில் ஏறும் வரிசையில் நிற்காது திரும்பி சாமரன் முகாம் நோக்கி நடந்தான். இத்தனைக்கும் அவனின் தோள் பை வில்லியம்ஸின் காலருகில் இருந்தது. வில்லியம்ஸ் அவனை அழைத்தபோது, அவனைப் படகில் ஏறிச் செல்லக் கூறிவிட்டு மீண்டும் தூர நடந்தான். வில்லியம்ஸ் அவனின் பையை எடுத்துக்கொண்டு ஓடி வந்து அவன் கைகளைப் பிடித்து திரும்ப அழைத்தான்.

"நீ படகில் ஏறிக் கொள். நமது சிப்பாய்களை நடக்க வைத்து பாக்தாத் கூட்டிச் செல்லப் போகிறார்களாம். அவர்களோடு ஒரு மருத்துவக் குழு இருப்பது நல்லது. நான் அவர்களுடன் வருகின்றேன். நீ போ... பாக்தாத்தில் சந்திக்கலாம்" என்றான்.

"ஏன் நான் உங்களுடன் வரக்கூடாதா? உங்களை தனியே விட்டுவிட்டு எப்படிச் செல்ல..."

கேப்டன் கல்யாண் தன்னுடன் அவன் வந்தால் ஆறுதலாக இருக்கும் என நினைத்தான். ஆனால் அந்தப் பயணம் கடினமாக இருக்கும் எனக் கருதினான். வில்லியம்ஸ் அவனோடு வருவதில் முடிவாக இருந்ததால் வேறுவழியின்றி அதற்கு மேலும் மறுக்காமல் அமைதியாக இருந்தான்.

அவர்கள் துருக்கிப் படை முகாம் சென்றபோது அங்கு பிரிட்டிஷ் இந்தியப் படையின் வடக்குப் பிரிவு ஜெனரல் டெல்மெயின் இருந்தார். அவரிடம் புறப்படும் ஒவ்வொரு அணிகளுக்கும் ஒரு மருத்துவக்குழு இருக்கும்படி செய்ய துருக்கிப் படைத் தலைமையிடம் பேச வேண்டினான். ஏற்கனவே

சாமரனில் மட்டும் முன்னூறுக்கும் மேற்பட்டவர்கள் உயிரிழந்திருந்தனர். அந்தச் சாவினை ஏதாவது ஒரு வகையில் தடுத்திருக்க வேண்டிய பொறுப்பு அந்த அதிகாரிகளுக்கு உண்டு. ஜெனரல் டெல்மெயின் முதலில் படகுகளில் அழைத்துச் செல்ல வேண்டும் எனக் கேட்டுக்கொண்டார். அவர்கள் தங்களிடம் எரிபொருள் இல்லை எனக் கூறிவிட்டனர். ஆனால் குட் மருத்துவமனையில் இருந்த கடுமையாக ஸ்கர்வி நோய் மற்றும் இதர பாதிப்புக்குள்ளானவர்களும் நடக்க வேண்டியவர்களின் பட்டியலில் இருந்தனர். இறுதியில் பிரிட்டிஷ் இந்திய மருத்துவர்கள் உடன் வருவதில் அவர்களுக்கு பிரச்சனையில்லை என்றும் மேலும் துருக்கி மருத்துவர்களின் குழு ஒன்றும் அவர்களுடன் சேர்ந்து நடந்து வர ஒத்துக்கொண்டது. துருக்கி டாக்டர் இலியா மனமுவந்து அதை ஏற்றுக்கொண்டார். ஆனால் நவீன மருந்துகள் அவர்கள் வசம் வெகு குறைவாகவே இருந்தன. வெறும் கைகளை வைத்துக்கொண்டு மருத்துவர்கள் என்ன மாய வித்தையை செய்துவிட முடியும்? துருக்கியர்கள் நவீன மருந்துகளை விரைவில் பாக்தாத்திலிருந்து பெற்று மருத்துவக்குழுவில் சேர்த்து விடுவதாக உறுதி கூறினர். வடக்குப் படைப்பிரிவின் சில கேப்டன்கள் மற்றும் அதிகாரிகள் தங்களின் படையினரை வெறுமனே துருக்கிப் படையினரிடம் ஒப்படைத்து தாங்கள் தனியே செல்வதை விரும்பவில்லை. அவர்கள் அத்துமீறல் நடக்கும்போது அதை ஏதாவது ஒரு வகையில் தடுக்க முடியும் என்று கருதினர். அவர்களும் நடந்து வருவதற்கு விருப்பம் தெரிவித்து அவர்களின் படகுகளில் ஏறாமல் துருக்கிப் படை முகாமிற்கு வந்து தங்கள் படையினருடன் சேர்ந்து கொண்டனர். முழு கூர்க்கா படை அதிகாரிகளும் தங்கள் படை வீரர்களுடன் நடக்க முடிவு செய்து படகிலிருந்து இறங்கி வந்து விட்டனர்.

இந்நிலையில் மற்ற பிரிட்டிஷ் இந்தியப் படை அதிகாரிகளை ஏற்றிக்கொண்டு செல்லும் நீராவிப் படகு பெரும் சப்தத்துடன் கரும் புகையைக் கக்கிக் கொண்டு, துருக்கிப் படை காவலுடன் தனது பயணத்தை பாக்தாத் நோக்கி நதி ஓட்டத்திற்கு எதிர்த் திசையில் துவங்கியது.

ஜெனரல் டெல்மெயின் தானும் நடந்து வர முடிவு செய்துள்ளதாகத் தெரிவித்தார். அவர் அதைச் சொன்னதால் படையணியினர் நம்பிக்கையுடன் ஆரவாரித்தனர். அவருடன் மற்ற சில அதிகாரிகளும் நடக்கச் சம்மதித்தனர். நேற்றைய பொழுதே அவர் அந்த முடிவை எடுத்திருந்தால், கூடுதலான அதிகாரிகள் நடந்து வர சம்மதித்திருக்கக் கூடும். பலர் கடைசி நேரத்தில் படகேறும்போதே அதை அறிந்தனர்.

படையணிகளின் வரிசை தயார்படுத்தப்பட்டது. கூடுமானவரை சேர்ந்து பயணிக்க வேண்டும் என்றும் எவரையும் விட்டுவிட்டு மற்றவர் போகக்கூடாது என்றும் அவர்களுக்குச் சொல்லப்பட்டது. மேலும் நடக்கும் போது தங்களுக்கு ஏற்படும் சிரமங்களை வீரர்கள் அவர்களுடன் வரும் அதிகாரிகளிடம் உடனே முறையிட வேண்டும், அவர்கள் உடனே அதைத் துருக்கி அதிகாரிகளின் கவனத்திற்கு கொண்டுசெல்ல வேண்டும் என்றும் முடிவு செய்யப்பட்டது. குறைந்தபட்ச எதிர்ப்பு கொஞ்சம் வதையைத் தடுக்கும். மேலும் மற்றவர்களுக்கும் அந்த பாதிப்பு ஏற்படுவதைத் தடுக்கும். படைவீரர்களின் உடைகள் கசங்கியும் கிழிந்தும் இருந்தன. காயங்களுக்கு மருந்தின்றி அவை வெறும் கட்டுக்களால் மூடப்பட்டிருந்தது. ஸ்கர்வியால் பற்களில் சீழ் வடிந்து பாதிக்கப்பட்டவர்களின் நிலையும் மோசமாக இருந்தது. இருவராகச் சேர்ந்து நடக்க வேண்டும். அந்தச் சோகமான ஊர்வலத்தை ஒழுங்கு செய்ய குர்துகள் மற்றும் அரேபியர்கள் உள்ளிட்ட துருக்கியினர் இருந்தனர். குர்துகள் அவர்களின் மொழியிலேயே உரையாடினர். எனவே அவர்களின் செய்கை வழியாகவே அவர்கள் சொல்ல வருவதை அறிய வேண்டிய நிலை இருந்தது. வெயிலின் தாக்கம் கடுமையாக இருந்ததால் அவர்கள் வெயிலுக்கு முன் நடக்க வேண்டும். வெப்பம் அதிகரிக்கும்போது ஏதாவது நிழலில் அண்டிக் கொள்ள வேண்டும்.

அவர்கள் ஸ்டசிபனிலிருந்து பின்வாங்கி வந்தபோது இதே வழியில்தான் நடந்து வந்தார்கள். அப்போது மனதில் சோர்வு இல்லை. சிரமமாக இருந்தபோதும் தாங்கிக்கொள்ள முடிந்தது. இப்போது பெரும் சோர்வும் அவமரியாதையும் மிஞ்சி நிற்கின்றது. கைதி என்ற அடையாளம் இயல்பாக

தனக்குள் உள்ள விடுதலை உணர்வை சுருக்கிக்கொள்கிறது. தனக்கு அடையாளம் என்று ஒன்று இருந்ததை இப்போது அது பறிக்கப்பட்ட நிலையில் மட்டுமே உணர முடிகின்றது.

நதி ஒருபுறம் ஓடினாலும் மெசபடோமியாவின் பாலை வெயில் ஆட்களை எளிதில் கொல்லக்கூடியது. அதுவும் அதற்குப் பழக்கப்படாதவர்கள் நிலை மிக மோசம். எனவே விடியற்காலையில் நடக்கத் துவங்கினர். வெயிலின் தாக்கம் அதிகரிக்கும்போது கண்ணில் தென்படும் மரங்களின் நிழல் அல்லது மண் வீடுகளின் பின்புறம் அமர்ந்துகொண்டனர். பெரும்பாலும் கூடாரத்துணிகளை நிழல் தரும் ஏதேனும் ஒரு தடுப்புடன் சேர்த்துக் கட்டி கூடுதல் நிழலை உருவாக்கி சமாளித்தனர். மீண்டும் மாலை நெருங்கி வெயில் மட்டுப்பட்டதும் நடக்கத் துவங்கினர். நிலவற்ற இருட்டில் நடப்பதை நிறுத்திக்கொள்ள வேண்டும். சிலர் குழுவிடமிருந்து வழி தவறி காணாமல் போய்விட்டால் அவர்களைத் தேடிக் கண்டுபிடிப்பது எளிதல்ல. வழி தவறியவர்களுக்கு அது விடுதலையும் இல்லை. பாலை நிலத்தில் தொலைந்து போவது ஒரு வகை மரணதண்டனைக்கு ஒப்பானது. மீட்கப்படும் வரை பிழைத்திருப்பது அரிதானது. தொலைந்தவர்கள் பின்னால் வரும் ஏதேனும் குழுக்களால் கண்டுபிடிக்கப்பட்டால் பாக்கியவான்கள். தனித்து இருக்கும் ஆட்கள் அவர்கள் வைத்திருக்கும் சாதாரணமான தோள் பைகளுக்காகக்கூட கொல்லப்படலாம். அது திருட்டுக்காக இல்லாவிட்டாலும் பழிவாங்கக்கூட நிகழலாம். அந்த நிலம் அவர்கள் மீது ஒருவித ஒவ்வாமையைக் காட்டிக்கொண்டே இருந்தது.

சிலரை சாட்டையால் துருக்கிப் படையினர் தாக்கியதால் எழுந்த எதிர்ப்பு காரணமாக துருக்கிப்படையினர் வரிசையை ஒழுங்குபடுத்தும்போது, சில பிரிட்டிஷ் இந்தியப் படை அதிகாரிகளை தங்களுடன் தன்னார்வலர்களாக சேர்த்துக்கொள்ள முன் வந்தனர். வில்லியம்ஸ் உள்ளிட்ட அதிகாரிகள் அந்தப் பணிக்குச் சென்றனர். இதனால் கொஞ்சம் அவமரியாதையாக நடத்தப்படுவது குறைந்தது. ஆனாலும் துருக்கிகள் வாய்ப்புக் கிடைக்கும் போது தங்களின் முரட்டுத்தனத்தை வெளிப்படுத்தாமல் இல்லை.

அவர்கள் அல் அஜிஸ் சென்று சேர்ந்தனர். கடந்த அக்டோபரில் அவர்கள் இங்கே வந்து தங்கியபோது அவர்களுடன் சாமத்தி இருந்தான். இங்கே இருந்துதான் ஆஸ்திரேலியா விமானப் படை விமானி ஈட்ஸ் கடைசியாக விமானத்தில் பறந்தான். இரவில் வில்லியம்ஸுக்கு அவன் முகம் நினைவுக்கு வந்தது. இங்கே இருந்து நாற்பது மைல்களில் பாக்தாத் வந்து விடும். மூன்று நாட்களில் பாக்தாத்தை அவர்கள் அடைந்து விடுவார்கள் என நினைத்தான். அப்போது ராணா ஒரு கோப்பையில் சோறு போல எதையோ கொண்டு வந்து கொடுத்தான். அது சூடாக இருந்தது. வித்தியாசமான சுவை.

“இது என்ன” என வில்லியம்ஸ் கேட்டான்.

“நன்றாக இருந்ததா?” என்றான் ராணா.

“இந்த இடத்தில் இது அற்புதமான உணவு. அருமை” என்றான்.

சுத்தியலால் உடைக்கும் அளவு கடினமான துருக்கி ரொட்டியைச் சோறு போல சமைத்துள்ளான் ராணா என அறிந்தான். ராணா ஒருபோதும் கலங்குவதில்லை. அவன் தனக்கு முன் இருக்கும் சூழலைத் தனதாக்க முயற்சிக்கின்றான். அதை எதிரியாகப் பார்ப்பதில்லை. அப்போதும் எவருக்காவது உதவ விரும்புகின்றான். இந்த அரிய குணத்தை அவனுக்கு யார் கற்பித்தது என வில்லியம்ஸ் தனக்குள் கேள்வி எழுப்பினான். பின் அதை ராணாவிடமே கேட்டான்.

“என் முன்னோர்கள் விவசாயிகள். நானும் ஒரு விவசாயி. எனக்கு வேறு எதுவும் தெரியாது.” ராணா நடந்து தூரத்தில் நெகிடித் தீ மூட்டப்பட்டிருந்த பக்கம் போனான். வில்லியம்ஸ் அவனைப் பார்த்துக்கொண்டே இருந்தான். துருக்கி ரொட்டி நாவில் சுவையை மேலும் கூட்டியது. களைப்பு போயிருந்தது. ஏனோ தனித்திருக்கும்போது அவன் அம்மாவின் நினைவுகள் அவனுக்கு வந்து வந்து போகின்றது. அது அவனை வலிமையற்றவனாக ஆக்குகின்றது. அடுத்த நொடியே அவன் கணப்பு நெருப்பு எரியும் பக்கம்

போய் மற்றவர்களுடன் அமர்ந்து கொண்டான். அங்கே நான்கு நாடோடி இசைக் குழுக் கலைஞர்கள் இருந்தார்கள். அவர்கள் பாட்டுப் பாடிக் காட்டி எதையாவது வாங்கிப்போக வந்திருந்தனர். அதில் ஒருத்தி பெண். அவள் தனது துப்பட்டாவால் முகத்தை மறைத்திருந்தாள். அவள் கையில் ஒரு வட்ட வடிவ ஜால்ரா இருந்தது. ஒருவன் தனது தலைப்பாக் கட்டினை சரி செய்து பாடத் துவங்கினான். அது ஓர் உருக்கமான பாடல். நீண்ட ஆலாபனைகளை அவன் செய்தான். மற்றவன் நாயனம் போன்ற குழல் வாத்தியத்தை ஊதினான். மற்றொருவன் தம்பட்டம் போன்ற ரிக் என்ற வாத்தியத்தை நெஞ்சில் சாய்த்தபடி தட்டினான்.

"இந்த வேதனை உங்களை மகிழ்ச்சிக்கு தயார்படுத்துகிறது.
இது உங்கள் வீட்டிலிருந்து எல்லாவற்றையும் இழுத்தெறிந்து துடைக்கிறது,
இதனால் புதிய மகிழ்ச்சி நுழைய இடத்தை உருவாக்குகின்றது.
இது உங்கள் இதயத்தின் கொடியிலிருந்து மஞ்சள் இலைகளை அசைக்கிறது,
இதனால் புதிய, பச்சை இலைகள் அவற்றின் இடத்தில் வளர்கின்றது.
இது அழுகிய வேர்களை மேலே இழுக்கிறது,
இதனால் கீழே மறைந்திருக்கும் புதிய வேர்கள் வளர இடம் கிடைக்கிறது.
உங்கள் இதயத்திலிருந்து எந்தத் துக்கம் உலுக்கினாலும்,
ஒரு நல்லவை அவற்றின் இடத்தில் இருக்கும்."

நெகிடி நெருப்பு வெப்பத்தில் அந்தப் பாடல் அவனுக்கு இதயத்தில் ஏதோ தெம்பைக் கொடுத்தது. மொழியை அறியாதவர்களையும் அந்த இசை சேர்ந்து பாடத் தூண்டியது. அங்கே சூழ்ந்திருக்கும் இருள், அதை விலக்கிவிடும் நெருப்பும் அதன் கணப்பும், இதயத்தை நெருடும் பாடல், அது சொல்லும் ஏதோ ஒரு நம்பிக்கை, எதுவும் முடிந்து விடவில்லை, கடந்து விட முடியும் என சொன்னதுபோல உணர்ந்தான். அய்னி அவனை இறுதியாக உற்றுப்பார்த்த அந்தக் கணத்தின் பார்வை எழுத முடியாத எதையோ சொன்னது. அவனுள் பதிந்துபோன அந்தப் பார்வை அவனை அவ்வப்போது வாட்டியது. அவன் அவர்களுடன் சேர்ந்து சேர்ந்திசையில் பாட விரும்பினான். அதே இடத்தில் அவன் உறங்கியும் போனான். காலையில் மெசபடோமியக் காகங்களின் சப்தமும் நெருப்பு அணைந்து லேசாகச் சில்லிட்ட குளிரும் அவனை எழுப்பின. அவன் சிறுநீர் கழித்துவிட்டு வந்து தனது தோள் பையிலிருந்த குடுவையில் கால் பாகம் மட்டும் இருந்த தண்ணீரில் கொஞ்சம் குடித்தபோது, நடக்க தயாராகச் சொல்லி ஒட்டாமன் அதிகாரியின் குரல் ஒலித்தது. கூடவே விசில் சப்தம். அவர்கள் லஜ் நோக்கி நடக்கத் துவங்கினர். வழியில் மலம் கழிக்க சற்று ஒதுங்குபவர்கள் எவ்வளவு விரைவாக முடியுமோ அவ்வளவு விரைவில் வந்து குழுவோடு சேர்ந்துகொள்ள வேண்டும். இல்லாவிடில் அரபுக் காவலர்கள் அவர்களிடம் கடுமையாக நடப்பதுண்டு.

நண்பகல் பதினொரு மணி அளவில் வெயிலின் தாக்கம் அதிகரித்தது. அவர்கள் நிழலில் ஒதுங்க வேண்டிய தருணம் அது. ஆனால் நடந்து கொண்டிருந்தனர். ஒரு ஆஸ்திரேலியப் படை வீரன் வயது இருபதுக்குள்தான் இருக்கும். அவன் உயர்ந்திருந்தான், ஆனால் அவன் உடலில் எலும்புகள் துருத்திக்கொண்டிருந்தன. அவன் இரண்டு நாட்களாக காலராவால் துவண்டு போயிருந்தான். அவன் வயிற்றுப்போக்கினால் கூட்டத்தை விட்டுப் பின் தங்கி சற்று மறைவாகப் போய் உட்கார்ந்தான். சில நிமிடங்கள் ஆகியும் அவன் வராததால் துருக்கி அதிகாரி அவன் கீழிருந்த அரேபியைப் பார்த்துக் கெட்ட வார்த்தைகளால் கத்தினான். ஆஸ்திரேலிய இளைஞன் ஒதுங்கிய இடம் நோக்கிச் சுட்டிக்காட்டினான். வில்லியம்ஸ் நடப்பவர்களை நிற்குமாறு கூறினான். எல்லோரும் நின்றார்கள். அரேபி வீரன் அவமானத்தால் குறுகிப்போய் ஆஸ்திரேலிய வீரன் உட்கார்ந்த இடத்தினை நோக்கி வேகவேகமாகச் சென்றான்.

ஆஸ்திரேலிய இளைஞனின் காலோடு ஈரமான திரவம் புட்டத்திலிருந்து வடிந்திருந்தது. அதனைச் சுற்றிலும் ஈக்கள் பறந்தன. அவன் எழுந்து நிற்கவே சிரமப்பட்டான். உடலின் சக்தி குறைவதை உணர்ந்தான். அவனின் பூட்ஸிற்குள் ஓரத்தில் ஒரு சிகரெட்டும் தீக்குச்சியும் நெருப்பு உரசும் பட்டையையும் அவன் பத்திரப்படுத்தி வைத்திருந்தான். ஏதோ யோசித்தவன் தனது நடுங்கும் விரல்களில் அந்தப் பழைய கசங்கிய சிகரெட்டை எடுத்து வாயில் வைத்து பக்குவமாய் நெருப்பைக் குச்சியில் உரசி சிகரெட்டில் பற்றவைத்து ஒரு இழு இழுத்தான். அந்தப் புகை அவன் நெஞ்சில் இறங்கும்போது அவன் கடந்த காலத்தை நோக்கிச் செல்வதை உணர்ந்தான். அந்தப் புகையிலை வாசத்தில் அவனது கல்லூரி, நண்பர்கள் என ஒரு நொடி அவனுக்குள் பதிந்தது. மீண்டும் ஒரு இழுவை இழுத்தான். அரேபி வீரன் நிதானமின்றி கெட்டவார்த்தையால் திட்டியபடி வந்தவன் அவன் புகைபிடித்தபடி நிற்பதைப் பார்த்தான். அவனுக்குக் கோபம் தலைக்கேறியது. கையில் வைத்திருந்த துப்பாக்கியைத் திருப்பி அதன் அடிபாகத்தால் அவனின் பிடறியில் ஓர் அடி அடித்தான். ஆஸ்திரேலிய வீரன் அப்படியே சலனமின்றி சுடுமண் தரையில் விழுந்தான். அவன் கையின் விரல் இடுக்கிலிருந்த அந்த பல நாள் பாதுகாக்கப்பட்ட சிகரெட்டிலிருந்து புகை வந்து கொண்டிருந்தது. அவன் அவனை முரட்டுத்தனமாக உலுக்கினான். எந்த அசைவுமில்லை. இளைஞனின் கண்கள் திறந்த நிலையில் நிலைகுத்தி நின்றன. நடந்தவர்கள் அவனை நோக்கி ஓடி வந்தார்கள். விசில் சப்தம் கேட்டது. அரேபி, நடிக்காதே உன்னை நான் பலமாகக்கூடத் தாக்கவில்லை எனச் சொல்வதுபோல உலுக்கிக்கொண்டே இருந்தான். ஆஸ்திரேலிய வீரனின் திறந்த கண்கள் அவன் கையில் புகைந்து கொண்டிருக்கும் சிகரெட்டை அசைவற்றுப் பார்த்துக்கொண்டே இருந்தன. தரையில் வெயில் நெருப்பெனச் சுட்டது.

அவனை அடக்கம் செய்ய உரிய சவப்பெட்டி கிடைக்கவில்லை என்ற போதும் ஓர் ஒட்டக முள் மரத்தின் கீழ் அடக்கம் செய்யப்பட்டான். அந்த மரத்தின் கிளைகளை உடைத்து ஒரு சிலுவையாகச் செய்து அவன் புதைகுழியில் வைக்கப்பட்டது. அவனை அறியாதவர்கள்கூட அவனுக்காக கண்ணீர் விட்டனர். ஜெனரல் டெல்மெயின் தனது ஜோப்பில் இருந்த சிகரெட் டப்பாவை எடுத்து அவன் புதைகுழி ஓரமாக வைத்துவிட்டு நின்றார். அந்த நேரம் அந்த டப்பா மதிப்பு மிக்கது. கருவேலம் மரத்தின் சிறு மலர்களை அந்தப் புதைகுழியில் தூவி விட்டனர். ஆஸ்திரேலிய வீரனைத் தாக்கிய ஒட்டாமன் படையின் அரேபி வீரனைக் காண முடியவில்லை. அவனை உடனடியாக அந்த இடத்திலிருந்து அவர்கள் அனுப்பியிருக்க வேண்டும். துருக்கி அதிகாரிகள் மீண்டும் மீண்டும் படை வீரர்களை கண்ணியமாய் நடத்துவோம் என உறுதி கொடுத்தனர். அவர்கள் நடக்கத் துவங்கியபோது வெயில் குறைந்திருந்தது.

ஸ்டசிபனை நோக்கி அவர்கள் நடக்கும்போது கடந்த நவம்பரின் இறுதியில் இங்கே அவர்கள் சண்டையிட்ட இடங்களும் அதன் காட்சிகளும் மிகுந்த வேதனையைக் கொடுத்தன. மாலை நெருங்கும்போது களைத்துப் போன கால்களுக்கு சற்று ஓய்வு கொடுக்கும் பொருட்டு மணல்மேடுகளில் அமர்ந்தனர். அப்போது மணல்வெளி ஓரத்தில் மண்ணோடு ஒட்டிக் கிடந்த ஒரு பையினைக் கண்ட ராணா, அதில் பிரிட்டிஷ் படையின் இலட்சினையைப் பார்த்து அதனை இழுத்தான். அந்த பை பிய்ந்து வந்தது. அதோடு அந்தப் பை ஒரு பிரிட்டிஷ் இந்தியப் படை வீரனின் முதுகில் தொங்கியபடி இருந்ததையும் முறையாகப் புதைக்கப்படாத உடலில் அது மட்டும் வெளியே தெரிந்த நிலையில் இருந்ததையும் அறிய முடிந்தது. அந்தப் பையினை ஒரு குச்சியைக் கொண்டு திறந்து அதில் இறந்தவனின் பே புத்தகம் மற்றும் ஏதேனும் நோட்டுகள் உள்ளதா எனப் பார்த்தனர். இற்றுப்போன நிலையில் சம்பளப் புத்தகம் இருந்தது. அவன் ஒரு பஞ்சாப் படைப் பிரிவு வீரன், முகமது நயிம் என அந்தப் புத்தகத்தில் இருந்தது. லாகூருக்கு அருகில் அவன் கிராமம் இருந்தது. கேப்டன் டெல்மெயின் அதனைத் தனது கேப்டனிடம் குறித்துக்கொள்ளச் சொன்னார். சில வீரர்கள் கொஞ்சம் மண்ணை அள்ளிப்போட்டு வெளியே தெரியும் அந்த உடலை மறைக்க முயன்றனர். ஆனால் அதனால் எந்தப் பயனுமில்லை. அந்த இடத்தில் இன்னமும் பல உடல்கள் இதுபோல புதைந்து கிடக்கும். அந்தக் குறிப்பிட்ட இடத்தை மட்டும் குறித்துக்கொண்டனர். அவர்கள் அங்கே இருந்து வேகமாக விலகிச் செல்ல விரும்பினர்.

வில்லியம்ஸுக்கு சாமத்தியின் ஞாபகம் வந்தது. அவன் உடல் இங்கு எங்கோதான் புதைக்கப்பட்டிருக்கும். அவனைப் போலவே பலர் மாண்டு போயிருந்தனர். சிறிது தூரம் சென்றபோது தூரத்தில் சில அரபுக் குடியிருப்புகளின் மண் பூசிய வீடுகள் தெரிந்தன. போர் நடக்கும்போது அவர்கள் எங்கோ வெளியேறி இப்போது திரும்பியிருக்க வேண்டும். அந்தக் குடும்பங்களின் பத்துக்கும் மேற்பட்ட பெண்கள் அவர்கள் நடந்து வருவதைக் கண்டு தங்களின் கைகளை மூக்கிற்குக் கீழே வைத்தபடி குலவைச் சப்தம் எழுப்பினர். அந்தச் சப்தம் துருக்கிப் படைகளை

வரவேற்கவே என்பது துருக்கி அதிகாரிகளின் பெருமிதத்தில் வெளிப்பட்டது. ஸ்டசிபனை மட்டும் தாண்டியிருந்தால் இந்தக் குலவைச் சப்தம் தங்களை நோக்கி இருந்திருக்கும் என்பது பிரிட்டிஷ் இந்தியப் படையினருக்கு நன்றாகத் தெரியும். தூரத்தில் ஸ்டசிபனின் பழைய மாடம் தெரிந்தது. சசானிய காலத்தின் பெர்சிய சாம்ராஜ்ஜியத்தின் எச்சமாக அந்தப் பெரிய சிவப்பு செங்கற்கள் வளைந்த மாடத்தை எந்தத் தூண்களின் உதவியுமின்றி சிதிலங்களுடன் தாங்கி நிற்கின்றது. அந்த இடம் எல்லாக் காலங்களிலும் மனிதர்களைப் போர்க்களத்தில் காவு வாங்கிக்கொண்டே இருந்தது. அந்த மண்ணில் பலரின் செந்நீர் படிந்தே இருந்தது. அது பல கதைகளைப் பேசும். ஆனால் அவை ஓயாத மரணத்தின் வாசனைகளையும் சதைகள் கிழிக்கப்படும் வலிகளையும் கொண்டிருப்பவை. அதன் மண்ணின் கீழே பல நூற்றாண்டு காலமாய் அதிகாரத்திற்காய் பலியான போர் வீரர்களின் மக்கிய எலும்புகள் இருக்கும். பூமியில் காதை வைத்துக் கேட்டால் அது அந்தக் குரலை எதிரொலிக்கக் கூடும்.

இரவு அதனருகில் தங்கினர். குளிருக்கு நெகிடி மூட்டப்பட்டது. அப்போது அந்த நெகிடி நெருப்பின் புகையும் இருளில் தெரிந்த அதன் வளைந்த மாடமும், அதன் சிதிலமும் ஏதோ ஒரு வித அவலத்தை வெளிப்படுத்தின. அப்போது அங்கும் ஓர் அரேபிய நாடோடிக் கலைக்குழு வந்து நேற்றைய இரவில் நிகழ்ந்ததுபோல தூரத்தில் துருக்கிப் படை அதிகாரிகள் முன் துப்பாக்கிகளை மேலே உயர்த்தியபடி, இசையின் நளினத்திற்கேற்ப சுழற்றி குலவை இட்டு ஆடினர். அது கைதிகளால் ஒருபோதும் இரசிக்க முடியாத நடனம். வானில் தெரிந்த நட்சத்திரங்கள் வில்லியம்ஸுக்கு அவன் வீட்டின் முன் கண்ட நட்சத்திரங்கள் போலத் தெரிந்தன. “என் அம்மாவிடம் சொல் அவள் நம்பிக்கையை மட்டும் கை விட்டுவிட வேண்டாம் என்று. நான் அவளை வந்து சந்திப்பேன்” என வில்லியம்ஸ் அதனைப்பார்த்து கூறிக்கொண்டான். சரியாகத் தூக்கம் வரவில்லை. தூரத்தில் யாரோ ஒருவன் கடுமையாக இருமுகிறான். அவன் அவர்களைப் போன்ற ஒருவன்தான். மற்றொருவன் தண்ணீர் குடி என சொல்லுகின்றான். ஆனாலும் அந்த இருமல் தொடர்கின்றது. இரவு முழுதும் அந்த இருமல் கேட்டுக்கொண்டே இருந்தது. ஆங்காங்கே எதையோ பேசிக்கொண்டிருந்தனர்.

விடிந்தவுடன் டைகரிஸில் குளிக்க அனுமதிக்கப்பட்டனர். வில்லியம்ஸ் தனது சட்டையைக் கழட்டி தண்ணீரில் முக்கி எடுத்து வியர்வை நாற்றம் போக ஒரு சிறிய கல்லில் போட்டுத் துவைத்தான். அந்த சட்டை இற்றுப் போய் நீண்ட கிழிசலை ஏற்படுத்தியது. அதை முகத்திற்கு நேரே பிடித்துப் பார்த்தான். அவனிடம் இந்த ஒரு சட்டைதான் எஞ்சி இருந்தது. பையில் ஊசியும் நூலும் இருக்கின்றது. ஆனாலும் சட்டை நைந்து போய் இருந்தது. குளித்ததால் கொஞ்சம் புத்துணர்வு கிடைத்தது. துணியினைக் கரையில் காய வைத்து எடுத்த பின்பு ஊசியால் தைத்து அணிந்துகொண்டான். ஆனாலும் சிறிய அழுத்தமும்

கூட மீண்டும் சட்டையைக் கிழிந்து போகச் செய்யும். போரின் சிதறல்கள் எல்லா இடங்களிலும் இன்னமும் காணப்படுகின்றது. கெட்டி தட்டாத மணல் மேடுகள் அல்லது குண்டுகளின் சிதறிய பாகங்கள் கிடந்த இடங்கள் என எல்லா இடங்களிலும் எச்சரிக்கையோடு நடக்க வேண்டும்.

இன்னும் இருபத்தி இரண்டு மைல்கள் தூரத்தில் பாக்தாத் இருந்தது. மூன்று நாள் நடையில் அதனை அவர்கள் அடைய முடியும். பயணம் முழுதும் யாராவது ஒரு பிரிட்டிஷ் இந்தியப் படை வீரன் வெப்பத்தாலோ அல்லது நோயினாலோ இறப்பது தொடர்ந்தது. கேப்டன் கல்யாணும் அவரின் குழுவினர் சிலர் இருந்தபோதும் இதை அவர்களால் தடுக்க முடியவில்லை. இரண்டாம் நாள் நடையின்போது நடக்க முடியாமல் சுருண்ட படைவீரனாக வீரன் இருந்தான். இரண்டு மருத்துவக்குழு ஆட்கள் அவனை ஒரு பலகையில் உட்கார வைத்த நிலையில் தூக்கி வந்தனர். அவர்களுக்குக் கை மாற்ற மற்றவர்களும் சுமந்தனர். வீரனின் உடலில் சூடு அதிகம் இருந்தது. ஈரப்படுத்தப்பட்ட துணியால் அவனுக்கு முக்காடிட்டனர். சுமார் ஒருமணி நேரத்திற்குப் பின் அவன் மூச்சு விடுவதை நிறுத்திக்கொண்டான். வீரன் தலை தொங்கியது. சல்மான்பாக் தாண்டிய நிலையில் டைகரிஸ் ஓரம் அவன் புதைக்கப்பட்டான். வெகு தூரத்தில் சல்மான் பாக்கின் மசூதியின் மாடம் தெரிந்தது. இக்பால் மண்டியிட்டு தொழுது வேண்டிக்கொண்டான். சாவுக்காக எத்தனை முறை கண்ணீர் சிந்துவது. மரணம் வந்து வந்து தொடு விளையாட்டு காட்டுகின்றது. தப்பித்துக்கொள்பவர்கள் தொடர்ந்து விளையாட முடியும். அது தொட்டு விட்டால் வீரனைப்போல விடை பெற வேண்டும் என்று அவனின் புதை மேட்டைப் பார்த்து தனக்குள் கூறிக்கொண்டான் வில்லியம்ஸ்.

மூன்றாம் நாள் பாக்தாத்தை நெருங்குவதன் அறிகுறியாக சிறிய கிராமங்கள் வந்தன. அந்தக் கிராமங்களின் வீடுகளில் சிவப்பு நிறப் பிறையுடன் கூடிய ஒட்டாமன் பேரரசின் கொடி ஆங்காங்கே தெரிந்தன. ஒட்டகங்கள் வரிசையாகப் போய் கொண்டிருந்தன. நண்பகல் வேளை என்பதால் அந்த வீடுகளிலிருந்து ஆண்களும் பெண்களும் வெளியே வந்து வேடிக்கை பார்த்தனர். கூட்டத்தில் எங்கிருந்தோ ஒட்டகத்தின் சாணத்தை எடுத்து எறிந்தார்கள். ஒரு சில இடங்களில் வழக்கம்போல அந்தக் குலவை ஒலியும் சிரிப்பும் கேட்டது. பொருட்களை பத்திரமாக வைத்துக்கொள்ள வேண்டும் என நடந்து வருபவர்களுக்கு எச்சரிக்கை தந்தனர். பாக்தாத் நகரத்திற்கு முன்னே டைகரிஸ் நதியிலிருந்து சிறிய வாய்க்கால்கள் மூலம் பேரிச்சை தோப்புகள் மற்றும் விவசாய பூமிகள், தோட்டங்கள் என பாசனப் பரப்பு ஏற்படுத்தப்பட்டிருந்தன. அந்தப் பசுமையான நிலப்பகுதிக்கு அப்பால் சிறிய வீடுகளில் தொடங்கி பெரிய வீடுகள் என படிப்படியாக அதிகரித்தன. மேலும் வீடுகளின் நெருக்கமும் மக்கள் தொகையும் கூடுதலானது. பார்த்த எல்லா வீடுகளிலும் ஒட்டாமன் பேரரசின் கொடி பறந்தது. பாக்தாத்திற்கு

வெளியே பிரிட்டிஷ் இந்தியப் படைகள் டைகரிஸ் ஓரம் நிறுத்தப்பட்டனர். அங்கே அவர்களுக்காக சாமரனில் படகில் ஏறி வந்த பிரிட்டிஷ் இந்தியப் படை அதிகாரிகள் காத்திருந்தனர். அவர்கள் ஆறு நாட்களுக்கு முன்பே இங்கே வந்து விட்டதாகவும் நடந்து வருபவர்களுக்காக இங்கே தங்க வைக்கப்பட்டிருப்பதாகவும் கூறினர். அன்றிரவு அங்கேயே தங்கினர். படகில் வந்தவர்கள் தங்கள் பயணத்தைப் பற்றிச் சொன்னார்கள்.

அவர்கள் ஏறிய அந்தப் படகில் கூட்ட நெரிசலாய் இருந்தது. வெப்பம் கடுமையாக இருக்கும் காலம் என்பதால் நடுப் பகல் நேரத்தில் அது டைகரிஸின் கரையில் மரங்கள் இருக்கும் கரை ஓரமாக நிறுத்தப்பட்டது. மரத்தின் கொஞ்சம் நிழலின் கருணையால் அவர்கள் வெப்பத்தின் தாக்கத்திலிருந்து தப்பினர். மறுநாள் படகு எரிபொருள் மற்றும் இயந்திரக் கோளாறு காரணமாக புறப்பட மறுக்கவே அவர்கள் அனைவரும் நடந்து செல்ல நிர்பந்திக்கப்பட்டனர். வெயில் மிகக் கடுமையாக இருந்தது. எனவே காலையில் துவங்கி மதியத்திற்கு முன்பு வரையும் பின்னர் மாலையிலும் நடக்க வேண்டும். ஒரு நாளைக்கு எட்டு முதல் பனிரெண்டு மைல்கள் அவர்கள் நடந்தனர். போதிய உணவின்மை மற்றும் சூரிய வெப்பத் தாக்குதல் பெரும் பாதிப்பை ஏற்படுத்தியது. நடந்து வந்தவர்களில் சில அதிகாரிகள் மயங்கி விழுந்தனர். மயக்கம் மற்றும் மூச்சுத் திணறலில் அவர்கள் மரணத்தைச் சந்தித்தனர்.

அனைவரும் முழு ஓய்வு எடுக்க வேண்டிய நோயாளிகளாகவே இருந்தனர். அவர்களை நடக்க வைப்பது ஒரு கடும் சித்திரவதை. சாவு எண்ணிக்கை அதிகரித்தது. முன்னே நடந்தவர்களுக்கு பின்னால் தளர்ந்து கீழே விழுந்தவர்கள் நிலை தெரியவில்லை. மயங்கிக் கீழே விழுந்தவர்கள் எந்த ஆதரவுமின்றி சில நிமிடங்களில் தாகம் மற்றும் வெப்பத்தின் காரணமாக உயிரிழந்தனர். அரை மயக்கத்தில் கிடந்த சிலர் அவர்களின் தோளிலிருந்த பைகளுக்காக உள்ளூர் அரபு வழிப்போக்கர்களால் குரல்வளை நசுக்கிக் கொல்லப்பட்டனர். அவர்களைக் கொல்லாமல் இருந்தால் அவர்களின் உயிர்போக ஒரு சில மணி நேரங்கள் அந்த தோள் பையை எடுக்கக் காத்திருக்க வேண்டியிருந்திருக்கும். இதனால் பல அதிகாரிகள் வழியில் செத்துப் போயினர். அந்தக் குழுவை படகில் கொண்டுவந்து சேர்க்க வேண்டும் என்பதே ஒட்டாமன் உயர் அதிகாரிகளின் கட்டளை. ஆனால் கீழ் நிலைப் பாதுகாவலர்கள் அவர்களையும் நடையாக அழைத்துச் செல்ல முடிவு செய்து படகு பழுதானதைப் பயன்படுத்திக்கொண்டனர். படகு பழுது நீக்கப்பட்ட பின்பும் அவர்களை நடக்க வைப்பதில் ஆர்வமாயிருந்தனர். இதனை அறிந்து கொண்ட பிரிட்டிஷ் இந்தியப் படை அதிகாரிகள் தங்களை வழி நடத்திய ஒட்டாமன் படை அதிகாரிகளிடம் இஸ்தான்புல்லில் உள்ள அமெரிக்கத் தூதரகத்தின் வழியே இந்தப் பிரச்சனையை பெரிதாக்குவோம் என ஒருமித்துச் சொன்ன பின்பு மீண்டும் அடுத்த நாள் காலையில் நீராவிப்

படகு டைகரிஸ் கரையிலிருந்து அவர்களை ஏற்றிக்கொண்டு பாக்தாத் கொண்டுவந்து சேர்த்தது.

பாக்தாத் நகருக்கு சில மைல்களுக்கு முன்பே அவர்களைத் தங்கச் சொன்னார்கள். அவர்கள் டைகரிஸ் கரையோரம் திறந்த வெளியில் தங்க வைக்கப்பட்டிருந்தனர். நதியோரம் இருந்ததால் குளிக்க முடிந்தது. ஆறு நாட்களும் அங்கேயே தங்கியிருந்தனர். அதன் பின்னரே நடந்து வரும் தங்கள் சக படையினரை சந்தித்தனர். அந்த இரவில் அவர்கள் தங்களின் நண்பர்களைத் தேடினர். அவர்களைக் காணவில்லை எனில், அவர்களுக்கு என்ன நேர்ந்தது என விசாரித்தனர். இரு தரப்பினரும் இழப்புகளையும், துயரங்களையும் பகிர்ந்தனர். மிக மோசமான கனத்த இரவாய் அது அமைந்தது. இரவு எந்த நம்பிக்கைகளுமின்றி ஒளியின்றிக் கிடந்தது. அவர்கள் ஒரு போர் வீரர்கள் என்ற மிடுக்கை இழந்திருந்தனர். பிரிந்த நண்பர்களைச் சந்தித்தபோதும் அங்கே மகிழ்ச்சியை வெளிப்படுத்த எதுவும் மிச்சம் இருக்கவில்லை.

மறுநாள் காலையில் பாக்தாத்திற்கு நடக்கவைத்து அழைத்துச் செல்லப்பட்டனர். அப்போது பாதுகாப்பு கூடுதலாகப் போடப்பட்டிருந்தது. முன்னே நடக்கும் இரண்டு துருக்கி அதிகாரிகள் இறுமாப்புடன் நடந்து வந்தனர். துருக்கிகள் தங்களின் இராணுவ வாத்தியங்களை இசைத்து முழங்கியபடி அவர்களை இருவர் இருவராக வரிசையில் அழைத்து வந்தனர். ஆனால் அது பத்து நிமிடங்கள் மட்டுமே நீடித்தது. அதன் பின்பு வாத்தியங்கள் இசைக்கப்படவில்லை. வெறும் பூட்ஸ் சப்தம் மட்டுமே கேட்டது. ஓர் இறுக்கமான அமைதி சூழ்ந்தது. வெறும் செங்கல் சுவர்களால் ஆன கட்டிடங்கள் பாக்தாத்தின் சாலைகளின் இருபுறமும் இருந்தன. சில இடங்களில் சாலைகளின் ஓரம் எருமைகள் கட்டப்பட்டிருந்தன. சாலையில் அரேபிய ஆண்களும், பெண்களும் கூடியிருந்தனர். அவர்களில் பலர் தங்களின் குழந்தைகளை தங்கள் தோள் மீது உட்கார வைத்து இருந்தனர். அந்த சாலையின் இருபுறமும் இருந்த வீடுகளிலும் துருக்கியின் கொடி ஏற்றப்பட்டிருந்தது. நிறைய தற்காலிக மருத்துவ முகாம்கள் அங்கே இருந்தன. அதற்குப் பிரிட்டிஷ் மீட்புப் படை ஒரு முக்கியக் காரணமாக இருந்திருக்கும். தாக்குதலில் ஒட்டாமன் துருக்கிப் படை வீரர்கள் கூடுதல் பாதிப்புகளைச் சந்தித்திருக்க வேண்டும்.

சாலையில் பிரிட்டிஷ் இந்தியப் போர்க் கைதிகள் அணிவரிசை நடக்கும் போது, வேடிக்கை பார்த்த மக்களில் ஒரு சிலர் அவர்களை நோக்கித் திட்டினர். அவர்கள் பக்கத்தில் அரேபி மற்றும் துருக்கி அதிகாரிகள் நிற்பதையும் அவர்கள் சிரித்து அதை ஆதரிப்பதையும் பார்த்தார்கள். அது அவர்களைத் திருப்திப்படுத்தக்கூட இருக்கலாம். பாக்தாத்வாசிகள் சிலர் நாக்கைக் கடிப்பது போல சைகை செய்தனர். அது துருக்கிப் படைகளுக்கு விசுவாசத்தைக் காட்டும் செயலாகக்கூட இருக்கலாம். அவர்கள் கைதிகளை நடக்க வைத்து நகரை மூன்று முறை சுற்றி வரும்படி செய்தனர். துருக்கியர்கள் தங்களின் வீரத்தை மட்டுமல்ல அதிகாரத்தையும் அந்த செயல்களின் மூலம் அம் மக்களிடம் உறுதி செய்ய விரும்பினர். உண்மையில் அந்த ஊர் மக்களைப் பொறுத்து அவர்களுக்கும் துருக்கிப் படைகளுக்கும் எந்த வேறுபாடும் இல்லை. இரண்டும் அந்நியப் படைகள்தான். ஒருவேளை

டிசம்பர் மாதம் பிரிட்டிஷ் படைகள் பாக்தாத்தைப் பிடித்திருந்தாலும் இதே துருக்கி படைகள் இப்படித்தான் இந்த நகரில் நடந்து வந்திருக்கும். அப்போதும் இவர்கள் இதேபோல வேடிக்கை பார்த்திருக்கக் கூடும். நடந்து வந்து கொண்டிருக்கும்போது, கூட்டத்தில் ஓரமாய் நின்றவர்களில் சிலர் பிரிட்டிஷ் இந்தியப் படைவீரர்களின் குடிநீர் குடுவையைப் பறிக்க முயன்றதும் அவர்களைத் தடுக்க காவல் பணி புரிந்தவர்கள் தவறியதும் நடந்தது. ஆக்ஸ்போர்ட் படைப்பிரிவு வீரன் ஒருவன் தனது குடிநீர்க் குடுவையைப் பிடுங்க வந்தவனைத் தள்ளி விட்டான். விழுந்து எழுந்தவன் கழுத்தை வெட்டிவிடுவேன் என கைகளால் சைகை செய்தான்.

அவர்கள் சுமார் நான்கு மணி நேரம் நடந்திருப்பார்கள். அதன் பின்பு பாக்தாத்தில் இருந்த துருக்கிப் படைப் பிரிவு முகாம்களில் அவர்கள் அனைவரும் அடைக்கப்பட்டனர். அது பெரும்பாலும் ஒரு திறந்த மைதானம்தான். சுற்றிலும் கம்பி வேலி கட்டப்பட்டு இருந்தது. சில கட்டிடங்கள் இருந்தன. அவை துருக்கியர்களின் பயன்பாட்டிற்கு மட்டுமே.

முகாமில் ஒரு மருத்துவமனை இருந்தது. அந்த மருத்துவமனையில் குறைந்தபட்ச சுகாதாரம் என எதுவும் இல்லை. அதனுள் நுழைவதற்கு முன்பே இரத்தம் மற்றும் காயத்தின் அழுகல் நாற்றம் அடித்தது. மருத்துவமனையில் சில மருத்துவர்கள் மட்டுமே இருந்தார்கள். பெருமளவு மருந்துகள் இல்லை. இதனால் பிரிட்டிஷ் இந்தியப் படையினைச் சார்ந்த பதினொரு மருத்துவர்கள் மட்டுமே அங்கே மருத்துவம் பார்க்க அனுமதிக்கப்பட்டனர். பெரும்பாலும் போரில் ஏற்பட்ட காயங்கள் புரையோடி சீழ்பிடித்த நிலையில் இருந்ததால் ஏற்பட்ட பாதிப்புகளில் ஜன்னி கண்டு இறப்பு விகிதம் அதிகரித்து வந்தது. கூடவே பேதி அதிகரித்திருந்தது. ஏதோ ஒரு வகையில் டைகரிஸ் நதியின் தண்ணீர் அந்த வயிற்றுப்போக்கை அதிகரிக்கச் செய்தது. அதன் நீரைக் காய்ச்சி குடித்திருக்க வேண்டும். வழியில் தண்ணீர் கிடைப்பதே அரிது, அதிலும் ஆட்டுத் தோலினை பை போல தைத்துச் செய்த தண்ணீர் பையில் தண்ணீர் கொண்டுவந்து கொடுக்கப்பட்டது. அதில் ஒரு வகை துர்வாடை வீசிய போதும் அதுவே உயிர்த் தண்ணீராக இருந்தது. மருத்துவமனையில் ஒரு சில தினங்களில் இருபத்தி ஐந்து படைவீரர்கள் இறந்து போயினர். அதில் பத்தொன்பது பேர் நோயால் இறந்து போயினர். பெரும்பாலும் காயம் செப்டிக் ஆனதாலும் வயிற்றுப்போக்காலும் மரணம் நிகழ்ந்தது.

துருக்கிப் படையினர் முகாமைத் தாண்டி பாக்தாத்தில் இருந்த இதர மருத்துவமனைகளுக்கும் காயம்பட்டவர்களை அனுப்பி வைத்தனர். ஆனால் அந்த எல்லா மருத்துவமனைகளிலும் ஏற்கனவே ஒட்டாமன் துருக்கிப் படையின் காயம்பட்டிருந்தவர்கள் சிகிச்சை எடுத்து வந்தனர். பாக்தாத்தில் சுமார் பதினைந்தாயிரம் காயம்பட்ட துருக்கிப் படைகள் சிகிச்சை

எடுத்து வந்தனர். ஆனால் முக்கிய உயிர் காக்கும் மருந்துகள் தொடர்ந்து பற்றாக்குறையாகவே இருந்தது. மருத்துவமனைகளில் வீசிய நாற்றம் அங்கு மனிதர்கள் நடத்தப்படும் விதத்தை வெளிப்படுத்தியது. துருக்கிப் படையினர் சாட்டையுடன் அந்த மருத்துவமனைகளைக் கண்காணித்தனர். அவர்களின் மருத்துவமனை ஊழியர்கள் முறையாக வேலை செய்யாதபோது, அவர்களைத் தாக்க ஒருபோதும் அவர்கள் தயங்கியதே இல்லை. ஆனால் பொது சுகாதாரம் அங்கு இல்லை. மருத்துவமனையில் இருந்த அறுவை சிகிச்சைக் கருவிகள் முறையாக சுத்திகரிக்கப்படாமலேயே அறுவை சிகிச்சை செய்யப்பட்டது.

பாக்தாத்தில் இருந்த அமெரிக்கத் தூதர் பிரிஸ்சல் பிரிட்டிஷ் இந்தியப் படையினரை முகாமில் வந்து சந்தித்த பின்பு நிலைமை கொஞ்சம் மேம்பட்டது. அவர் அமெரிக்க செஞ்சிலுவை சங்கத்தின் வழியாக உதவிகளை ஊக்கப்படுத்தினார். ஆனால் மிகுந்த எச்சரிக்கையுடன் துருக்கி அரசாங்கத்தோடு முரண்படாமல் பிரிட்டிஷ் இந்தியப் படைகளுக்கு உதவ விரும்பினார். பெரும்பாலும் வெறும் சட்டை மட்டுமே அணிந்து அரை நிர்வாணமாகத் திரியும் நிலையிலேயே படை வீரர்களின் நிலை இருந்தது. அவர்களில் சிலருக்கு துணி மற்றும் பூட்ஸுகள் கிடைக்க அவர் உதவினார். மேலும் டைகரிஸ் கரையில் பாக்தாத்திற்கு வெளியே இரண்டு மைல் தள்ளி பிரிட்டிஷ் இந்தியப் படைகள் மருத்துவ முகாம் அமைத்துக்கொள்ள முடிந்தது.

காயம்பட்ட வீரர்கள் அங்கு சிகிச்சை பெற்றனர். நதியில் குளிக்கவும் கரையில் இருந்த மரங்களின் நிழலில் ஓய்வு எடுக்கவும் முடிந்தது சற்று ஆறுதலாக இருந்தது. ஆனால் பாக்தாத்தில் கோடை வெயில் மிகக் கடுமையாக வாட்டியது. கேப்டன் கல்யாணுக்கு அந்தத் தற்காலிக மருத்துவமனையில் உதவி மருத்துவராக மாணிக்கம் என்பவர் இருந்தார். அவர் ஜெனரல் டெல்மெயினின் 16 வது வடக்குப் படைப்பிரிவிலிருந்து வந்திருந்தார். அவர் குட் நகரிலிருந்த மருத்துவமனைக்கு வரவில்லை. அவர் படை முகாமிலேயே இருந்தவர். தமிழர். கிருத்துவர். வில்லியம்ஸ் ஏதோ ஒரு வகையில் தனது அம்மாவை அவர் மூலம் நினைவுபடுத்திக்கொள்ள முயன்றான். அவருக்கு அவரின் கரிய நிறத்தைக் கண்டு தயக்கம் இருந்ததில்லை.

மருத்துவக்குழுவிற்கு மருந்துத் தட்டுப்பாடு மட்டுமே பிரச்சனை. அதனை பிரிட்டிஷ் மீட்புப் படையிடமிருந்து துருக்கிப் படைகள் எளிதாகக் கேட்டுப் பெற முடியும். ஆனால் பிரிட்டிஷ் இந்திய மருத்துவக்குழு வேண்டிய பிறகும் துருக்கியினர் மறுத்துவிட்டனர்.

அவர்களுக்கு முன்பு சென்ற அவர்களின் படைக்குழு பாக்தாத்திலிருந்து எண்பது மைல்கள் மேலே உள்ள சமாரியா போய்ச் சேர்ந்திருந்தனர். அவர்களில் பலர் கடுமையான நோயால் பாதிக்கப்பட்டு மரண எண்ணிக்கை அதிகரித்து வந்ததால், உடனடியாக இரண்டு பிரிட்டிஷ்

இந்திய டாக்டர்களை சமாரியாவிற்கு அனுப்பி வைக்குமாறு அங்கிருந்து துருக்கிப் படைகள் தந்தி அனுப்பினர். எனவே கேப்டன் கல்யாணையும் மாணிக்கத்தையும் அங்கு செல்ல உத்தரவிட்டனர். அவர்களை அழைத்துப் போக நான்கு துருக்கிப் படைவீரர்கள் வந்திருந்தனர். ஒரு புறம் அவர்களின் படைகளுக்கு மருத்துவம் செய்ய வேண்டிய அவசியம் இருந்தபோதும், தனியே போவதற்கு இருவரும் தயங்கியபோது, அவர்கள் படையினர் நடந்து சமாரியா வரும்போது அவர்களுடன் சேர்ந்து கொள்ளலாம் என்று சொல்லினர். ஜெனரல் டெல்மெயின் அதனை உறுதி செய்ததால் அவர்கள் இருவரும் கிளம்பிச் சென்றனர். அவர்களுக்குக் கைகளைத் தட்டி வாழ்த்துக்கூறி வழியனுப்பினர். கேப்டன் கல்யாண் போவதற்கு முன் வில்லியம்ஸை அணைத்துக்கொண்டு விடை பெற்றான்.

அவர்கள் பாக்தாத்தின் வடக்கே இருந்த இரயில் நிலையத்தில் மாலையில் இரயில் ஏறினர். அந்த இரயில் பாதையை ஜெர்மானியர்கள் அமைத்துக் கொடுத்திருந்தனர். அது சமாரியா வரையான எண்பது மைல் பயணத்தை விரைவாக்கியிருந்தது. அந்த இரயிலில் துருக்கி படையினர் பெரும்பான்மையாக இருந்தனர். இரயில் பெட்டியின் தரைப் பகுதியில் அமர்ந்து சிலர் பயணப்பட்டனர். இரயில் பாக்தாத்தைக் கடந்து வடக்கே போகும்போது தங்க முலாம் பூசப்பட்ட மாடம் தெரிந்தது. அது காஷ்மி மசூதி. அதன் மினார்கள் உயர்ந்திருந்தன. இரயிலில் சிலர் "என் அல்லாவே" என அதனைப் பார்த்து வேண்டிக்கொண்டனர். இரயில் பாதையின் வலது புறம் டைகரிஸ் வந்து கொண்டே இருந்தது. இரவில் அதில் பயணிக்கும் நீராவிப் படகுகளின் வெளிச்சம் தெரிந்தது. ரஷ்யப் படைகள் ஆர்மீனியப் பகுதி வழியாக ஒட்டாமன் பேரரசில் நுழையாமல் இருக்க துருக்கி தொடர்ந்து படைகளை வடக்கே அனுப்பிக்கொண்டே இருந்தது. அந்த இரயிலில் பயணித்த பல துருக்கி வீரர்கள் வடக்கு எல்லைக்கு போய்க் கொண்டிருக்கின்றனர். உடன் வந்த துருக்கிப் படைவீரர்கள் அவர்களுக்குள் சன்னலை எட்டிப்பார்த்து பேசிக்கொண்டே வந்தனர். நடு இரவுக்குப் பிறகு இரயில் ஸ்டேசனில் நின்றது. அங்கே அவர்களை இறங்கச் சொன்னார்கள். இரயிலில் வந்த மற்ற படைவீரர்களும் இறங்கினர். அந்த இடம் சமாரியா. அது இப்போதுதான் உருவாக்கப்பட்ட இரயில் நிலையம். இன்னமும் சில கட்டுமானப் பணிகள் நடந்து கொண்டிருந்தன. அந்த நிலையத்தோடு இருப்புப் பாதை முடிவடைந்திருந்தது. வடக்கேயிருந்து இரயில் பாதை அமைத்துக்கொண்டு வந்து இன்னும் இணைக்கவில்லை.

அவர்களுக்கு வழிகாட்ட இரயில் நிலையத்தில் கையில் அரிக்கன் விளக்கு ஒன்றைப் பிடித்த மற்றொரு ஆள் காத்திருந்தான். உடன் வந்த துருக்கிப் படைவீரர்கள் அவர்களை அந்த இருட்டில் ஓர் ஒத்தையடிப் பாதையில் கூட்டிச் சென்றனர். அந்தப் பாதையின் முடிவில் திறந்த வெளியில் தற்காலிக முகாம்கள் இருந்தன. தார்ப்பாய்களால் கட்டப்பட்டிருந்த ஒரு கூடாரத்தில் தங்கி உறங்கினர்.

விடிந்தபோது அந்த இடம் டைகரிஸின் கரையில் இருப்பதையும் ஆற்றுக்கு அப்பால் மேடாக நகரம் தெரிந்ததையும் பார்த்தனர். ஆற்றின் ஒரு கரையிலிருந்து மறுகரைக்குச் செல்ல குஃபா என்ற வட்டவடிவ பரிசல்களில் துடுப்பு போட்டு உள்ளூர்வாசிகள் பயன்படுத்தினர். அந்தப் பரிசலில் சுமார் இருபது நபர்கள் நெருக்கி உட்கார்ந்திருந்தனர். ஆற்றில் கனரகத் துப்பாக்கிகளைச் சுமந்தபடி ஜெர்மனிக்குச் சொந்தமான ஒரு நீராவிப் படகு பயணம் செய்து கொண்டிருந்தது. சமாரியா நகரத்தின் மசூதி தங்கமுலாம் பூசப்பட்ட மாடத்துடன் காணப்பட்டது. டைகரிஸ் நதி கலங்கலாய் ஓடிக்கொண்டிருந்தது.

முகாமில் குட்டிலிருந்து வந்திருந்த பிரிட்டிஷ் இந்தியப் படை வீரர்களின் முதல் அணி இருந்தது. அவர்களில் பலர் காலரா மற்றும் வயிற்றுப் போக்கில் பாதிக்கப்பட்டிருந்தனர். கைது செய்யப்பட்டும் சரியான உணவின்றி அவர்கள் நெஞ்சு எலும்பு துருத்தியும், கன்னங்கள் ஒட்டியும், கண்களின் கீழே கருவளையம் சூழ்ந்தும் இருந்தனர்.

அவர்களில் பலர் தங்களுடன் பாக்தாத்திலிருந்து வந்தவர்கள் சமாரியா வந்து சேரவில்லை எனக் கூறினர். சிலர் கூட்டத்தை விட்டு வழி தவறிப் பிரிந்திருக்கக் கூடும், அவர்களை விட்டுவிட்டு மற்றவர்கள் அழைத்து வரப்பட்டிருக்கக் கூடும் என அச்சம் தெரிவித்தனர். வழி தவறிக் காணாமல் போனவர்கள் அந்த மண்ணில் தப்பித்து எங்கும் போக முடியாது அதற்கான எந்த வாய்ப்பும் அங்கில்லை. வழியில் கோடையின் கடும் வெப்பம் சுட்டெரித்தது. ஏதேனும் கூடாரத்தில் அல்லது மரத்து நிழலில் ஓய்வெடுத்து ஓய்வெடுத்து நடந்து வந்தனர். வழியில் சாப்பிட எதுவும் கிடைக்கவில்லை. இரண்டு நாட்களாக சிறு ரொட்டிகூட துருக்கிகள் தரவில்லை. அவர்கள் கருப்பு ரொட்டிகளைத் தர பேரம் பேசினர். பெரும் போராட்டத்திற்குப் பின் அந்த ரொட்டியை வாங்கி தண்ணீரில் நன்கு ஊறவைத்துத் தின்றவர்கள் கூட உடனே வயிற்றுக்கோளாறுக்கு ஆளாயினர். எனவே அந்த ரொட்டியைச் சாப்பிடாமல் தவிர்த்தனர். ஆங்காங்கே தென்பட்ட அரேபி கிராமங்களில் ஏதேனும் பொருட்களைக் கொடுத்தால் மட்டுமே சாப்பிட எதையேனும் பெற முடிந்தது. பெரும்பாலானவர்கள் அவர்களின் பூட்ஸுகளைக் கழட்டிக் கொடுத்தனர். அதற்கு பதிலாக கொஞ்சம் பாலும், ரொட்டியும் கிடைத்தது. சில இடங்களில் வெளிப்படையாக சில உள்ளூர்க்காரர்கள் அவர்களிடம் கொள்ளையடித்தனர். அதைத் துருக்கிப் படைகளால் தடுக்க முடியவில்லை. நடந்து வரும்போது துருக்கிப் படையில் இருந்த சில அதிகாரிகள் துரிதமாக நடக்கச் சொல்லும் வகையில் சாட்டைகளால் அடித்து அவர்களைத் துன்புறுத்தியுள்ளனர். இந்தச் சாட்டையடி துருக்கி அதிகாரிகளில் ஒருவன் தன்பாலின ஈர்ப்பாளன். தனது அதிகாரத்தின் வழி இளைஞர்களை தனது தேவைக்குப் பயன்படுத்த முயலுவது வழக்கம். முரண்டு பிடிக்கும் நபர்களைக் குறிவைத்து வேகமாக நடக்கச் சொல்லி

சாட்டையால் அடித்துத் தனது எரிச்சலை அவன் தீர்த்துக்கொண்டான். மேலும் வெப்பத் தாக்குதலில் மூச்சிறைத்து சிலர் இறந்து போயினர். அந்த உடல்களை அடக்கம் செய்யக் கூட அனுமதிக்கவில்லை. இறந்தவர்களின் பொருட்கள், உடைகள் உள்ளிட்டவை பறிக்கப்பட்டன. மரணித்தவர்களை அப்படியே சுட்டெரிக்கும் பாலை மணலில் விட்டு எஞ்சியவர்கள் உயிர் பிழைத்து சமாரியா வரும் நிலை ஏற்பட்டது என்று தங்களின் அனுபவத்தை கேப்டன் கல்யாணிடம் கூறினர்.

வரும் வழியில் தொலைந்து போனவர்களை பாக்தாத்திலிருந்து வரும் அடுத்த படைக்குழு கூட்டி வந்து விடுவார்கள் என துருக்கிப் படை அதிகாரிகள் கேப்டன் கல்யாணிடம் சமாதானம் கூறினர். ஆனால் பாக்தாத்திலிருந்து அழைத்து வரப்பட்ட பிரிட்டிஷ் இந்தியப் படைக்குழுவினர் முந்தைய படைக்குழு சென்ற வழியினைத் தவிர்த்து, வேறு வழிகளில் கூட்டிச் செல்லப்பட்டதால் வழியில் இறந்து போனவர்களைப் பற்றி ஜெனரல் டெல்மெயின் உள்ளிட்ட அதிகாரிகளின் கவனத்திற்கு வராமல் துருக்கிப் படைகள் பார்த்துக்கொண்டன. ஒரு வழியாக நான்கு நாள் பயணத்திற்குப் பின் அவர்கள் சமாரியா வந்து சேர்ந்தனர்.

அவர்களிடம் கேப்டன் கல்யாண் முந்தைய குழுவில் சிலர் வழியில் கைவிடப்பட்டதைக் குறிப்பிட்டார். ஜெனரல் டெல்மெயின் தன்னுடன் வரும், மேஜர் மெல்விஸிடம் அங்கிருந்த சில ஒட்டகச் சொந்தக்காரர்களுக்கு பணம் கொடுத்து வழியில் ஆதரவற்று ஏதேனும் பிரிட்டிஷ் இந்தியப் படையினர் இருந்தால், அவர்களை அருகில் இருக்கும் துருக்கிப் படைப்பிரிவு வசம் ஒப்படைக்க ஏற்பாடு செய்யவும் அந்தப் பொறுப்பை அவர் எடுத்துக் கொள்ளவும் கூறியிருந்தார். சில முயற்சிகள் நடந்தன. ஆனால் அதுபோல மீட்கப்பட்டவர் எண்ணிக்கை மிகக் குறைவாகவே இருந்தது.

சமாரியாவில் மேற்கே சூரியன் மறையும்போது அந்த நகரம் அரேபிய இரவுக் கதைகளில் வரும் நகரத்தை வில்லியம்ஸுக்கு காட்சிப்படுத்தியது. அங்கு இருந்த நத்தை வடிவ மசூதி ஆயிரம் ஆண்டுகள் பழமையானது. நத்தை வடிவில் உள்ள அந்த மினார்களில் வட்ட வடிவப் படிக்கட்டுகள் அந்தக் கோபுரத்தின் உச்சிக்கு செல்ல ஏதுவாக இருந்தன. அந்த மினார் நூற்றி எழுபது அடி உயரமும், நூறு அடி அகலமும் கொண்டது. தூரத்திலிருந்து பார்க்கும் போதே அதன் கோபுரம் தெரியும். மணற்கற்களால் கட்டப்பட்ட அந்தக் கோபுரங்கள் அந்த மணற்கடலான பாலையை ஒட்டிய பகுதிக்கு கலங்கரை விளக்கத்தைப் போன்று வழிகாட்டியிருக்கக் கூடும். அந்தக் கோபுரத்திலிருந்து தொழுகைக்கு அழைக்க ஒரு காலத்தில் ஏற்பாடு இருந்ததாகக் கூறப்பட்டது. அந்த மசூதிக்கு முன் சதுர வடிவில் சுற்றுச் சுவருடன் கூடிய பழைய கோட்டையின் சிதிலங்கள் இருந்தன.

அந்த மசூதி இஸ்லாமிய தீர்க்கதரிசி முகமதுவுக்குப் பின் வந்த மூன்றாவது கலிபாவாகிய அப்பஸிட் கலிபாவால் உருவாக்கப்பட்டது. இஸ்லாம் மதத்தை மற்றவர்களுக்குக் கொண்டு சேர்த்து விரிவாக்கியவர் என அவர் அறியப்படுகின்றார். இஸ்லாமியத்தின் வரலாற்றுக் குறியீடுகளில் அந்த மசூதியும் ஒன்று. அந்த நிலம் பல கதைகளைச் சொல்லிக்கொண்டே இருந்தது. அந்த மசூதி கட்டி முடிக்கப்பட்டு சுமார் நானூறு ஆண்டுகளுக்குப் பின் மங்கோலியப் படையெடுப்பில் அதன் முன் பகுதிக் கோட்டை அழிக்கப்பட்டது. செங்கிஸ்கானின் பேரன் ஹுலாகு கான் அந்தப் படையெடுப்பை நடத்தினான். காலம்தோறும் டைகரிஸ் அந்த நிலத்தில் கரைபுரண்டு ஓடியபோதும் அதன் தாகம் தீராது செந்நீரைக் குடித்து வந்திருக்கின்றது. அதன் இன்றைய சாட்சி அவர்கள் என வில்லியம்ஸ் நினைத்துக்கொண்டான். சூரியனின் கதிர்கள் கண்களை கூசச் செய்தது. கைகளை கண்களுக்கு மேலே உயர்த்தி வெளிச்சத்தை மட்டுப்படுத்தி அந்த மசூதியைப் பார்த்தான். பின் தலையைக் கவிழ்த்துக் கொண்டான். செக்கு மாடுகள் போல வட்டமடிக்கப்படுகின்றோம். ஒவ்வொரு வட்டத்திற்கும் புதிய மாடுகள் வந்து சேருகின்றன. நாங்கள் அதுபோன்ற ஒரு மந்தைதான் என எண்ணினான்.

அன்று இரவு படுக்கும்போது தரையில் காதுகளை வைத்து கடந்தகால சப்தம் கேட்கின்றதா என உற்றுக் கேட்டான். இவற்றைப் பற்றி கேப்டன் கல்யாணிடம் பேசினான். அவன், “அந்தக் கற்பனைக்குள் போனால் பைத்தியம் பிடித்துவிடும். அது பற்றி அதிகம் யோசிக்காதே” என்று மட்டும் சொன்னான்.

அவர்கள் அங்கு வந்து சேர்ந்தவுடன் அவர்களுக்கு முன்பே இங்கே வந்திருந்த படையணியை மொசூல் நோக்கிக் கூட்டிச் சென்றனர். வில்லியம்ஸ் வந்த குழு மூன்று நாட்கள் அந் நகரில் தங்கியிருந்தனர். அப்போது டைகரிஸில் தொடர்ந்து ஜெர்மானிய இராணுவத்தின் கனரகத் துப்பாக்கி வண்டிகள் டைகரிஸ் நதியில் நீராவிப் படகுகள் மூலம் வடக்கே போய்க் கொண்டிருந்தன. நகரில் சிறிய அரபுக் காபிக்கடைகள் இருந்தன. பாதுகாவலர்களின் மேற்பார்வையில் அங்கு செல்ல அதிகாரிகளுக்கு மட்டும் அனுமதிக்கப்பட்டது. அவர்கள் கைகளில் கொஞ்சம் பணம் இருந்தது. பயணத்தின்போது சாப்பிட பேரிச்சம் பழங்கள் போன்றவற்றை வாங்கி வைத்துக்கொண்டனர். மூன்றாம் நாள் கழித்து அவர்கள் மொசூல் நோக்கிச் செல்ல வேண்டி வந்தது.

அங்கிருந்து சுமார் 150 மைல் தூரத்தில் மொசூல் இருந்தது. மூத்த அதிகாரிகள் மட்டும் கழுதைகளில் பயணம் செய்து வர அனுமதிக்கப்பட்டனர். மற்றவர்கள் நடந்துதான் வர வேண்டும். துருக்கிப் படையினர் குதிரை மற்றும் கழுதைகளையும் சில ஒட்டகங்களையும் பயன்படுத்தினர். சில

கழுதைகள் முரண்டு பிடித்துக் கத்திக்கொண்டு ஓடின. அவர்கள் பயணம் டைகரிஸ் நதியின் திசையிலேயே மேல் நோக்கி அமைந்தது. ஒரு நாளைக்கு சுமார் பதினைந்து முதல் இருபது மைல்கள் நடந்து சென்றார்கள். அவர்கள் போகும்போது ஒரு மாலை வேளையில் கடுமையான புழுதிப்புயல் அடித்தது. எல்லோரும் தரையில் படுத்தும் தங்களை துணியால் மூடியும் கிடந்தனர். ஒவ்வொரு முறையும் உடன் பாதுகாப்புக்கு வரும் துருக்கி மற்றும் அரபு ஆட்கள் “அல்லாவே” என வேண்டிக்கொண்டனர். மேலே விழுந்த அந்த தூசு மண் பெரும் களைப்பை உண்டாக்கியது. மேலும் தலை மற்றும் உடல் முழுதும் மண்ணைக்கொண்டு நிரப்பியிருந்தது. திறந்த வெளியில் தூங்கினர். அடுத்தநாள் காலையில் குளிக்க அனுமதி கிடைத்தது. டைகரிஸில் ஏனோ கலங்கிய தண்ணீராகவே இருந்தது. ஆனால் குளித்தபோது கொஞ்சம் புத்துணர்வு கிடைத்தது. துணிகளை அலசிக் காய வைத்து அணிந்து கொண்டதால் கொஞ்சம் கூடுதலாக நிம்மதி கிடைத்தது. அதன் பின்பு வெப்பம் தணிந்தபோது ஓய்வெடுத்து ஓய்வெடுத்து நடக்க வேண்டி வந்தது. டைகரிஸிலிருந்து பாதை விலகி மலைப்பகுதி போன்ற நிலத்திற்குப் போனது. அந்தப் பாதையில் சில அரபு கிராமங்களில் பெண்கள் சப்பாத்தி மற்றும் முட்டைகளை விற்றார்கள். தண்ணீர் வெகு நேரம் கிடைக்காததால், அவர்களிடம் தண்ணீர் வாங்கிப் பருகினர். சுமார் இருபது மணி நேர நடைக்குப் பின்பு மீண்டும் டைகரிஸ் கரையை ஒட்டியிருந்த மணல் பாறைகளால் ஆன ஒரு நகரம் தென்பட்டது. அது டிகிரிஸ். நெருக்கமான வீடுகள் கொண்ட நகரம்.

அன்று நதிக்கரை ஓரமாக இருந்த முகாமில் தங்க வைக்கப்பட்டனர். கடந்த காலத்தில் அந்நகரை மங்கோலியர்கள் சூறையாடி நகரிலிருந்த பெரும்பாலானவர்களைக் கொன்று வீசினர். டைகரிஸில் கட்டப்பட்டிருந்த அவர்களின் பழைய ஒரு பாலத்தையும் தகர்த்து தங்களின் அதிகாரத்தை வெளிப்படுத்தினர். இரவில் அந்நகரின் வீடுகளில் ஆங்காங்கே அரிக்கன் விளக்கு வெளிச்சம் தெரிந்தது. வில்லியம்ஸ் மீண்டும் மங்கோலியக் காலடி ஓசைகளையும், வெட்டப்படும்போது அலறிய அந்தக் கூக்குரல்களையும் தரையில் காதை வைத்துக் கேட்கலாம் என நினைத்தான். கேப்டன் கல்யாண் சொன்னது அவன் நினைவுக்கு வந்தது. அவன் அந்தச் சுழலில் சிக்காமல் எழுந்து உட்கார்ந்தான். பின் சிறிது நேரம் கழித்து அவன் வானத்தை நோக்கியபடி படுத்துக் கிடந்தான். ஒரு எரிநட்சத்திரம் கண நேரம் வெளிச்சக் கோடுகளைக் கீறி மறைந்தது. ஏனோ அவனை அறியாது அவன் அம்மா நினைவு வந்து, அவன் கண்களிலிருந்து இரண்டு துளிகள் கண்ணீர் வழிந்து தரையில் விழுந்தது. எப்படியோ அவன் தூங்கிப்போனான்.

விடிந்த பின்பு மீண்டும் டைகரிஸில் குளிக்க அனுமதித்தனர். டைகரிஸ் ஆழமானதாகவும், கலங்கியும் காணப்பட்டது. அதன் பிறகு நடையைத் தொடர்ந்தார்கள். வெயில் மறைந்த பின்பு தொடர்ந்து நடந்தனர். இரவு நடை வேகமாக இருந்தது. ஆனால் சில இடங்களில் கடும் இருள் இருந்ததால் அந்தப் பகுதிகளை வெளிச்சம் வரும் வரை காத்திருந்து கடந்தனர். இரவில் ஒரு அரேபிப் பழங்குடிகள் கூடாரத்தைக் கடந்து சென்றனர். அவர்கள் விவசாயம் செய்ய அங்கே சில காலம் தற்காலிகமாகத் தங்கிச் செல்வது வழக்கம் என்றனர். அந்த இரவில் அந்தப்பகுதியை எச்சரிக்கையுடன் கடக்க வேண்டியிருந்தது. பின்னர் ஒரு சத்திரம் வந்தது. அங்கு தங்கினர். அதில் ஒரு கிணறு இருந்தது. அதன் தண்ணீர் கடுமையான உப்பாக இருந்ததால் குடிப்பதைத் தவிர்த்தான். பின் அடுத்த நாள் மாலையில் அவர்கள் ஷில்கட் என்ற நகரை அடைந்தனர். அது இரண்டாயிரம் ஆண்டுகளுக்கு முன் அசீரிய பேரரசின் முதல் தலைநகராக இருந்த அவுர்தான் அந்த ஊர். அந்த அவுர் என்ற பெயரிலிருந்தே அசீரியா என்ற பெயர் வந்தது. அங்கு மக்கள் அக்காடியன் மொழி பேசினர். இப் பகுதியில்தான் உலகின் ஆதிக்

காப்பியமான கில்காமஸ் போன்றவை உருவாகின. சுமேரியா மொழி பேசிய மக்களும் அசீரியாவின் ஆட்சியின் கீழ் கொண்டுவரப்பட்டனர். அந்த ஊரைச் சுற்றி அகழ்வாராய்ச்சிக்கென தோண்டப்பட்ட இடங்கள் போர் துவங்கிய பின் கைவிடப்பட்டு மூடப்படாமல் அப்படியே இருந்தன. அதன் கட்டுமானங்களில் இருந்த சுவர் சிற்பங்களில் எல்லா ஆடவர்களும் நீண்ட தாடியுடன் இருந்தனர். ஆறு குதிரைகள் பூட்டிய தேரில் அரசன் வருவதும், வெட்டப்பட்ட எதிரிகளின் தலைகளை அவன் வீரர்கள் பரிசுப் பொருட்கள் போல தூக்கி வருவதும், சில தலைகளைப் பந்தாடுவதும், அதுபோன்ற ஒருவனின் தலையை ஒரு பறவை தூக்கிச் செல்வதும் அந்தச் சிற்பங்களில் காட்சிப்படுத்தப்பட்டிருந்தது. இப்போது துப்பாக்கி வந்து விட்டது. ஆனால் பழையவை தொடர்ந்துகொண்டே உள்ளன. வில்லியம்ஸ் அந்தச் சிற்பத்தைப் பார்க்காமல் தவிர்க்க விரும்பினான். அது இனம் புரியாத அச்சத்தை அவனுக்குக் கொடுத்தது.

அங்கிருந்து அவர்கள் தொடர்ந்து நடந்து மாலையில் ஒரு துருக்கி முகாமை அடைந்தனர். ஆனால் அவர்கள் அங்கு தங்க அனுமதிக்கப்படவில்லை. அவர்களை அழைத்து வந்த துருக்கிப் படையினர் எவ்வளவோ கேட்டும் அனுமதியில்லை. வேறு பகுதியில் தங்குவதற்காகத் தொடர்ந்து நடந்தனர். அங்கே ஒரு வெந்நீர் ஊற்று இருக்கும் பகுதி தங்க ஏதுவான இடமாக இருந்தது. அந்த ஊற்றிலிருந்து கந்தகம் மற்றும் கரிமில வாயு கூடுதலாகக் கசியும் என்பதால் அந்தக் காற்று வீசாத பக்கம் அவர்கள் படுத்தனர். பின் அடுத்த நாள் பயணத்தில் டைகரிஸில் சில ஓடைகள் வந்து கலந்த இடத்தை அவர்கள் அடைந்தார்கள். அந்த ஓடைகளின் நீர் எதுவும் குடிக்க ஏதுவாக இல்லை.

மீண்டும் மாலையில் நடக்கத் துவங்கினர். அடுத்த நாள் அவர்கள் சென்ற சாலை பள்ளமான பகுதியில் நீண்டது. அதனை ஒட்டி மலை இருந்தது. பின்னர் சாலை மேடான பகுதிக்குள் வளைந்தது. டைகரிஸின் குறுக்கே இரும்புப் பாலம் தென்பட்டது. பசுமையான வயல் வெளிகள் வரவேற்றன. அது மொசூல் நகரம். டைகரிஸ் நதியின் மேற்குக் கரையில் மொசூலும் கிழக்குக் கரையில் அசீரியன் பழைய நகரமான நினிவே உள்ளது. நகரினை ஒட்டி தூரத்தில் இருண்ட குர்திஸ்தான் மலை தெரிந்தது. மொசூலில் அரேபிகள், குர்துகள், துருக்கியர்கள் மற்றும் ஆர்மீனியர்கள் கலந்திருந்தனர். மேலும் கொஞ்சம் பழங்குடி குழுக்களும் இருந்தனர். யாசிடிஸ் என்ற குர்மாஞ்சி மொழி பேசுபவர்கள், சபாக்கிகள் என்ற குர்து இனக்குழுவின் ஒரு கிளை, கௌலியா என்ற இந்திய வம்சாவளி மக்கள் என நிறைந்திருந்தனர். அங்கிருந்த காபிக் கடைகளில் எதிரெதிராக இரண்டு திண்ணைகளிருந்தன. ஹூக்கா குடுவைகள் வரிசையாக இருந்தன. ஹூக்காவில் புகை பிடித்தபடி பொதுவிசயங்களைப் பறிமாறும் இடமாய் அது இருந்தது. அதுபோன்ற ஒரு காபிக்கடை வாசலில் ஒரு பெண் அவளுடைய மகளுடன் வெறித்துப்

பார்த்தபடி நின்றாள். பின் தயங்கிய படி ஏதாவது உணவு கொடுங்கள் என பிச்சை கேட்டாள். அவள் அரேபியப் பெண்களைப் போல உயரமானவளாக இல்லை. அவள் கக்கத்தில் எங்கிருந்தோ பயணப்பட்டு வந்ததற்கான அறிகுறியாக துணி மூட்டை இருந்தது. அவள் முகத்தில் களைப்பும் சோர்வும், விரக்தியும் சேர்ந்திருந்தது. அவள் ஆர்மீனியப் பெண் என்பது அவளின் எப்போதோ பின்னிய இரட்டை ஜடையும், தலையில் கட்டப்பட்ட முக்காடும் வெளிப்படுத்தியது. அவள் பிச்சை கேட்பதில் பெரும் தயக்கமிருந்தது. அவள் மிக சமீபத்தில் கையேந்தும் நிலைக்குத் தள்ளப்பட்டிருக்க வேண்டும். காபி கடைக்காரன் முகத்தைக் கடுகடுவென வைத்துக்கொண்டு ஒரு துருக்கி பியாட்ரஸ் நாணயத்தை அவள் கையில் திணித்தான். அதை வைத்து அவள் இரண்டு முட்டைகள் வாங்க முடியும். காபி கடைக்காரனின் நெஞ்சில் கொஞ்சம் ஈரமிருந்திருக்க வேண்டும். வடக்கே உள்ள நிலைமையை ஏதோ ஒரு வகையில் அவள் உணர்த்துகின்றாள்.

அந் நேரம் தொழுகைக்கு அழைக்கும் பாங்கு ஓசை கேட்டது. மொசூலில் உள்ள அந்த உயர்ந்த மசூதியின் மினார்வா மிகவும் முக்கியமானது. அந் நகரில் எவ்வளவு தொலைவிலிருந்தும் அதைக் காண முடியும். அந்த மினர்வாவிலிருந்து ஒருவன் சப்தமாகப் பாடினான். ஒரு வகை நிசப்தம் அங்கே சுற்றிலும் உருவானது.

நெருக்கமான மாடி வீடுகள் அந் நகர் முழுதும் காணப்பட்டன. மேலும் பழமையான ஆர்மீனிய கிருஸ்துவ தேவாலயமும் இருந்தது. டைகரிஸின் நதிக் கரைகளில் பெண்கள் கூட்டமாக துணி துவைப்பதைக் காண முடிந்தது. நதியின் கற்களில் துணிகளை அலசி வைத்து ஒரு கட்டையால் துணிகளை அடித்துத் துவைத்துக் கொண்டிருந்தனர். அந்தத் துணி துவைக்கும் சப்தம் டைகரிஸ் கரையில் நன்றாகக் கேட்டது. நதியின் கரையில் அலசிய துணிகளை உலர்த்த தூண்களின் மூலைகளில் கற்களை வைத்திருந்தனர். அந்த நகரம் சிரியாவையும், துருக்கி அனடோலியாவையும் பெர்சியாவுடன் இணைக்கும் சந்திப்பாக இருந்தது. மொசூலின் கிழக்காக பெர்சியாவுக்கு செல்லும் பாதை பிரிந்து சென்றது. மொசூலில் பல இடங்களில் அரேபியக் குதிரைப் பண்ணைகள் இருந்தன. சாலைகளில் குதிரைகள் மற்றும் அதன் குட்டிகள் ஓட்டிச் செல்லப்படுவதை இயல்பாகக் காண முடிந்தது. பழங்காலத்தில் சீனாவிலிருந்து இத்தாலியின் ரோம் வரை சுமார் நான்காயிரம் மைல்கள் கொண்ட கிழக்கு மேற்காகச் சென்ற பட்டுச் சாலை இந்த மொசூலைக் கடந்து சென்றுள்ளது. அரேபியக் குதிரைகளின் இனப்பெருக்க மையமாக இந் நகரம் இருக்க இந்த வணிக முக்கியத்துவமும் ஒரு காரணமாக இருந்திருக்கலாம். சீனாவிலிருந்து மேற்கே ஐரோப்பாவை நோக்கிப் பட்டுத் துணிகளும், கிழக்கே சீனாவை நோக்கி கம்பளித்துணிகள், தங்கம், வெள்ளி என இந்நகரில் பிறந்த குதிரைகளில் சென்றிருக்க வேண்டும். வணிகர்களைக் காட்டிலும்

போர்களுக்கு இந்தச் சாலை வசதியாக இருந்தது. மங்கோலியர்கள் இந்த சாலையில் பயணப்பட்டு வந்து பல நகரங்களை சூறையாடிச் சென்றனர். போர்க் கைதிகளின் தளர்ந்த நடைகளையும், குருதிகளையும் பன்னெடுங் காலமாய் தாங்கித் தாங்கி பழக்கப்பட்ட மணல் சாலைகள் இவைகள். நிசப்தமான ஓர் இரவில் அதன் மேல் காதுகளை வைத்துக் கேட்டால் அந்தக் காலத்தின் காலடி ஓசை கேட்கும் என வில்லியம்ஸ் கருதினான்.

முதல் அணியில் இங்கே வந்த சிலர் கடுமையாக நோய்வாய்ப்பட்டுள்ளதாலும் சிலர் காணாமல் போனதாலும் பின்னே நடந்து வரும் குழுக்களில் உள்ளவர்களின் பாதிப்பைக் கணக்கில் கொண்டும் ஒரு பிரிட்டிஷ் இந்திய டாக்டர் கட்டாயம் மொசூலில் தங்கி இருக்க வேண்டும் என்ற தேவை உருவானது. அப்போது கேப்டன் மாணிக்கம் மொசூலில் தங்கி இருக்கச் சம்மதித்தார். மிகவும் மோசமான காலரா மற்றும் கடும் வயிற்றுப்போக்கானது பல பிரிட்டிஷ் இந்தியப் படைவீரர்களின் மரணத்திற்கு காரணமாய் அமைந்திருந்தது. மேலும் போர்க் கைதியாய் அவர்கள் நிலை மிகவும் அவலமாக இருந்தது. வழியில் பலர் மயங்கி விழுந்தனர். முடிந்த வரை மருத்துவர்கள் அவர்களைக் காப்பாற்ற முயன்றனர். ஏற்கனவே போரில் ஏற்பட்ட காயத்தின் புரையோடிப்போன நிலை, பாலைவனத்தின் சுட்டெரிக்கும் வெயில் மற்றும் உணவும் தண்ணீருமில்லா சூழல், நோயின் கடுமை அத்தோடு உருவாக்கப்பட்ட நம்பிக்கையின்மை என எல்லாம் சேர்ந்து படைவீரர்களை வீழ்த்தியது. ஒரு மருத்துவர் பல சமயங்களில் சாகும் நபருக்கு அவரால் பிழைக்க முடியும் என நம்பிக்கை தருபவராக செயல்பட வேண்டியுள்ளது. அந்த நம்பிக்கை கடைசி நம்பிக்கை. மெல்லச் சாகும் மனிதனின் அருகில் அமர்ந்து அவனின் கண்களை கருணையோடு நோக்கி, மெல்ல அவனின் கைகளைத் தடவிக்கொடுத்தால்கூட ஒரு நிம்மதியான மரணத்தை ஒரு போர் வீரன் எதிர் கொள்ள முடியும். மருந்துகளும், மருத்துவ உதவிகளும் மொசூலில் மிகவும் குறைவாக இருந்தபோதும் மருத்துவர் தரும் நம்பிக்கை முக்கியம் என மருத்துவக் குழு கருதியது. மாணிக்கம் அதனை முழுமையாக உணர்ந்தவர். மேலும் அவருக்கு ஒரு நம்பிக்கை இருந்தது, சீக்கிரம் தங்கள் மீட்புப் படை இங்கே முன்னேறி வரும், மீட்கும் என அவர் திடமாக நம்பினார். மொசூலில் மருத்துவமனையில் இருந்த சில பிரிட்டிஷ் இந்தியப் படைவீரர்கள் அரேபி பணியாளர்கள் மூலம் செய்தி அறிந்து "தெற்கே காலநிலை நன்றாக உள்ளது" எனச் சொன்னதன் பொருளை புரிந்தவராகவும் அவர் இருந்தார். கேப்டன் கல்யாணிடம் அந்த வார்த்தையை அழுத்திச் சொல்லி மெல்லப் புன்னகைத்தார்.

மொசூலிலிருந்து வடமேற்கில் ரஸ் எல் அய்ன் நோக்கிய பயணம் பாலைவனப்பகுதியை ஒட்டி இருக்கும் என்பதால் ஒட்டாமன் அதிகாரிகள் போர்க் கைதிகளைச் சிறிய குழுக்களாகப் பிரித்து அழைத்துச் செல்வதென

முடிவு செய்தனர். பிரிட்டிஷ் படைப்பிரிவில் இந்திய ஆர்டலியினர் உடன் இருப்பது போல குழுக்களை அமைத்தனர். ஜெனரல் டெல்மெயின் மொசூல் வரும்போது சில அரேபிப் பாதுகாவலர்கள் தங்கள் படைவீரர்களிடம் கண்ணியக்குறைவாக நடந்ததாகவும், துப்பாக்கியின் பின்பாகத்தால் தாக்கியதாகவும் பிரிட்டிஷ் இந்தியப் படைவீரர்கள் குறிப்பிடுவதால் அந்த நபர்கள் இனி தங்களுடன் வரக்கூடாது என திட்டவட்டமாகக் கூறி விட்டார்.

ஒட்டாமன் அதிகாரிகள் அந்த அரேபிப் பாதுகாவலர்களுக்கு ஆங்கிலம் தெரியாது என்பதால் எழுந்த சிக்கல் அது என சமாளித்துப் பார்த்தார்கள். எனில் ஆங்கிலம் தெரிந்த ஒரு பாதுகாவலர் கண்ணியத்தோடு நடத்திக் கூட்டிச் செல்லவேண்டும் என வலியுறுத்தியதால் ஆங்கிலம் தெரிந்த ஒரு பாதுகாவலர் உடன் வர ஏற்பாடு செய்வதாகவும், முதல் குழு இன்றே கிளம்ப வேண்டும் எனவும் கூறினர்.

முதல் குழுவில் பிரிட்டிஷ் ஹம்ஸ்பியர் மற்றும் ஆக்ஸ்போர்ட் படைப்பிரிவு வீரர்கள் இருந்தனர். அவர்களில் ஒரு சிலரை வில்லியம்ஸ் நன்கறிவான். குட் கோட்டை அரணில் இருந்தவர்கள். இந்திய ஆர்டலிகளில் ஒருவனாக ராணா அந்தக் குழுவில் இடம் பெறும் நிலை வந்தது. ராணாவைப் பிரிவது கொஞ்சம் மன வேதனையைத் தந்தபோதும் எப்போதும் ஏதாவது உதவி செய்ய ஆர்வமாய் உள்ளவன் என்பதால், அந்தக் குழுவினருக்கு அது உதவியாக இருக்கும் என வில்லியம்ஸ் நினைத்தான். ராணா வில்லியம்ஸ் முன்பு சல்யூட் அடித்து பிரிகையில் அவனை வில்லியம்ஸ் ஆரத்தழுவினான். அப்போது ராணாவின் கண்கள் கலங்கின. "மீண்டும் சீக்கிரம் சந்திப்போம்" என வில்லியம்ஸ் அவனுக்கு விடை கொடுத்தான். போகும்போது அந்த வீரர்களிடம் "எங்களின் அன்பான ஆர்டலி. எங்கள் சகோதரன் போன்றவன். அவனைப் பத்திரமாகப் பார்த்துக்கொள்ளுங்கள்" என்றான். அவர்கள் கிளம்பிப் போய்விட்டனர்.

அடுத்த நாள் அதாவது ஜூன் முதல் நாள், பழுப்பு நிறக் கண்களோடும், கன்னங்கள் ஒட்டியும், முறுக்கி விடப்பட்ட மீசையுமாய் ஓர் உயரமான அரேபிக் குதிரையிலிருந்து ஒருவன் இறங்கி வந்து தனது தலைப்பாகையை சரி செய்தபடி நின்றான். கொஞ்சம் உடைந்த ஆங்கிலத்தில் தன்னை ஜெனரல் டெல்மெயினிடம் அறிமுகப்படுத்திக் கொண்டான். அவனின் ஆங்கில உச்சரிப்பு கொஞ்சம் மாறுபட்டிருந்தபோதும் அது புரியும் விதத்திலேயே இருந்தது.

"ஜெனரல் நான் காலித். உங்களை நான் ராஸ்-அல்-அயன் வரை கூட்டிச் செல்லும் பணி தரப்பட்டுள்ளது. எனக்கு உங்களின் ஒத்துழைப்பு வேண்டும். இன்று மாலை நமது பயணம் துவங்க உள்ளது. என்னைத் தவிர எவருக்கும் ஆங்கிலம் தெரியாது. மொழிச் சிக்கலினால் எங்கள் பாதுகாவலர்களுடன் உங்கள் ஆட்களுக்கு எந்த இடையூறும் ஏற்படாமல் இருக்க வேண்டும். எனவே கூடுமானவரை எதுவாகிலும் என்னோடு தொடர்பு வைத்துக்கொள்ளச் சொல்லுங்கள்."

டெல்மெயின் அவனுக்கு கை குலுக்கினார். "ராஸ்-அல்-அயன் எத்தனை மைல்? ஏதாவது வண்டிகள் உண்டா?"

"இருநூறு மைல்கள் பயணம். மூன்று கழுதைகள், ஓர் ஒட்டகம் உண்டு. பெரும்பாலும் அவை உங்கள் மூட்டைகளைச் சுமந்து வரும். மிகவும் நோயுற்றவர்களைச் சிறிது தூரம் அவை சுமக்கலாம். மற்றபடி நடக்கவேண்டியதுதான்."

"எங்கள் ஆட்கள் ஏற்கனவே காயம்பட்டவர்கள். இனி நாம் சிரியா பாலைவனத்தை ஒட்டி நடக்க வேண்டும். வெப்பம் கடுமையாக இருக்குமே?"

"நாங்கள் சில சிறிய ஊர்களை ஒட்டி உங்களை அழைத்துச் செல்லத் திட்டமிட்டுள்ளோம். தண்ணீர் மற்றும் வேறு தேவைகளை கணக்கில் கொண்டும், பாதுகாப்பு சிக்கல் வராமல் இருக்கவும் அந்த வழியினைத்

தேர்ந்தெடுத்துள்ளோம். நாங்கள் உடன் வருகின்றோம். வேறு எதுவும் சொல்ல முடியாது. எனக்கான உத்தரவை மட்டுமே நான் நிறைவேற்ற வேண்டும். சூரியனின் வெப்பம் சரியும்போது நமது பயணத்தைத் துவங்கி விடலாம்.''

பாதுகாவலன் அவனின் குதிரையில் சேணத்தில் இரண்டு துணி மூட்டைகளுடன் ஒரு தண்ணீர் குடுவையையும் ஒரு நீண்ட துப்பாக்கியையும் இணைத்திருந்தான். அவனின் நீண்ட நிமிர்ந்து நிற்கும் மீசைக்கென அவன் கூடுதல் நேரத்தை செலவு செய்திருக்க வேண்டும். தண்ணீர்க் குடுவையை நிரப்பிக் கொள்வதற்கும் சில பழங்கள் மற்றும் உலர்ந்த பேரிச்சம் பழங்களைக் கொஞ்சம் வாங்கி தனது தோள் பையில் நிரப்பிக்கொள்ளவும் ஜெனரல் டெல்மெயின் துருக்கி பியாட்ரஸ் நாணயங்களைக் கொடுத்திருந்தார். சமாரனில் மீட்புப் படையினர் உதவியபோது வழிச் செலவுக்கு கொஞ்சம் உள்ளூர்ப் பணத்தை வாங்கி சேமித்து வைத்திருந்தார். அந்தப் போருக்கு பத்தாண்டுகளுக்கு முன் போர் நெறிமுறைகள் குறித்து நெதர்லாந்தின் ஹேக் நகரில் செய்துகொண்ட ஒப்பந்தம் பொது அளவுகோலாக இருந்தது. அதன் கீழ் பிரிட்டிஷ் இந்தியப் போர் கைதிகள் தங்களைக் கைது செய்த ஒட்டாமன் பேரரசில் உள்ள இராணுவ அதிகாரிக்கு தரும் சம்பளத்தை அவர்களும் வாங்கிக்கொள்ள முடியும். அதன் பின்பு பிரிட்டிஷ் அரசாங்கத்திடம் அந்தத் தொகையை ஒட்டாமன் பேரரசு வசூலித்துக் கொள்ளவேண்டும். ஆனால் அப்படி ஒரு நெறிமுறை இருந்ததாக எந்த ஒட்டாமன் அதிகாரிகளுக்கும் தெரியாது. தெரிந்திருந்தாலும் அதை அவர்கள் ஒருபோதும் நடைமுறைப்படுத்தவில்லை.

அந்தச் சிறிய தொகையில் அவர்கள் வாங்கிக்கொண்ட பழங்கள் ஓரிரு நாட்களுக்கு மட்டுமே வரும். ஆனால் மீண்டும் இருநூறு மைல்கள் அந்த சுட்டெரிக்கும் மணலில் நடக்க கொஞ்சம் மனத்திடத்தை அவை தரும்.

மதியம் சூரியனின் உக்கிரம் தாழ்ந்த நேரத்தில் பாதுகாவலன் எல்லோரையும் தயார்ப்படுத்தினான். போர்க் கைதிகள் இருவர் இருவராக வரிசையாக நடக்க வேண்டும். முன்னும் பின்னும் அந்த அணியில் குர்து மற்றும் துருக்கிக் காவல் படையினர் வருவார்கள். இடையில் பாதுகாவலன் தனது குதிரையில் இருந்தபடி உடன் வருவான் என்பதே அந்தப் பயணத்தின் ஏற்பாடாய் இருந்தது. அவர்களுடன் மூன்று கழுதை வண்டிகள், ஓர் ஒட்டக வண்டி வந்தது. கழுதையின் உடலில் சில காயங்கள் இருந்தன. அவை அந்தக் காயங்களைப் பற்றி எந்தக் கவலையும் கொண்டதாகத் தெரியவில்லை. ஈக்கள் அதில் மொய்க்கும்போது மட்டும் உடலைச் சிலுப்பிக் கொண்டன.

இப்போது அவர்கள் தென் வடலாக ஓடிய டைகரிஸிலிருந்து விலகி மேற்கே செல்லும் சாலையில் நடக்கத் துவங்கினர். டைகரிஸின் ஓரத்தில் மரங்கள் வளர்ந்திருந்தன. பசுமை இருந்தது. ஆனால் மேற்கே செல்லும்

சாலை அதற்கு நேரெதிராக இருந்தது. மரங்கள் அருகி வந்தன. மொசூல் நகரம் மறையும் வகையில் சாலை ஒரு மேட்டிலிருந்து பள்ளத்தை நோக்கியச் சமவெளியில் இறங்கியது. மொசூல் மசூதியின் உயர்ந்த மினார் கட்டிடங்கள், அதற்கப்பால் டைகரிஸின் வெளி தென்பட்டது. வில்லியம்ஸ் அந்த நதியைச் சில நிமிடங்கள் நின்று பார்த்தான். அவன் பார்ப்பதைக் கண்டு மற்ற சிலரும் நின்று உற்று நோக்கினர். அவன் கண்களில் லேசாக கண்ணீர் கோடிட்டது. கைகளை அசைத்தான்.

“யாருக்கு விடை கொடுக்கின்றாய். மொசூலுக்கா?” என கேப்டன் கல்யாண் கேட்டான்.

“டைகரிஸ் என்ற நண்பனுக்கு. கப்பலிலிருந்து இந்த மண்ணை மிதித்த போதிலிருந்து உடன் வந்த ஒரு நண்பனுக்கு.”

கேப்டன் கல்யாண் ஒருமுறை வில்லியம்ஸை உற்றுநோக்கி விட்டு, உண்மைதான் என்பதுபோல டைகரிஸை நோக்கி அவனும் தன் உதட்டில் கையை வைத்து எடுத்து “போய் வருகின்றேன் நண்பா... மீண்டும் சந்திப்போம்” எனக் கத்தினான். பிரிட்டிஷ் படையணியைச் சார்ந்த சிலரும் அதுபோல செய்தனர். அப்போது காவலாளிகள் “முன்னே நடங்கள்” என அவர்களைப் பார்த்துக் கத்தினர். பாதுகாவலன் காலித் தனது குதிரையில் முன்னே வந்து, “நிற்க வேண்டாம். நாம் இரவுக்குள் சுமார் இருபது மைல்களைக் கடக்கவேண்டும். இல்லையேல் வழியில் தண்ணீரில்லா இடத்தில் சிக்கிக்கொள்வோம்” என வேகப்படுத்தினான். அவர்கள் டைகரிஸோடு ஒரு கை குலுக்கலுடன் விடைபெற்றுக் கொண்டதாகக் கருதினர். டைகரிஸ் அவர்கள் பார்வையிலிருந்து மெல்ல மறைந்தது. மேற்கே செல்லும் சாலையில் பறந்த மணல் வெளி இருந்தது. ஆங்காங்கே அங்கொன்றும் இங்கொன்றுமாக சில குட்டை மரங்கள் மட்டுமே இருந்தன. அவையும் சிறிது தூரத்தில் இல்லாமல் போய்விட்டன. சில புதர்ச் செடிகள் மட்டும் ஆங்காங்கே மணல் வெளியில் தென்பட்டன.

அந்த வெளியில் எங்குமே மரங்கள் தென்படவில்லை. அவர்கள் ஒரு மணல் மேட்டில் ஏறி இறங்கினர். பின்னர் ஒரு பாலைவனத்திற்குண்டான வெளியில் அவர்கள் நடக்க வேண்டியிருந்தது. சில வழிப்போக்கர்கள், உள்ளூர்வாசிகள் கடந்து போயினர். ஏனோ எவர் முகத்திலும் பிரகாசம் இல்லை. அவர்களின் மனங்களில் ஏதோ இருளைச் சுமந்து கடப்பதாகவே வில்லியம்ஸ் கருதினான்.

அவர்களின் நடை தொடர்ந்தது. இரவிலும்கூட நடக்கக்கூடிய வெளிச்சத்துடன் வானம் இருந்தது. இருளில் தொடுவானத்தில் முழுவதும் நட்சத்திரங்களால் சூழப்பட்ட வெளியில் நடப்பது ஒரு புதிய அனுபவம். அந்த நிலப்பகுதியில் ஒவ்வொரு இடத்திலும் ஒரு முற்றிலும் மாறுபட்ட

இரவையும், வானத்தையும் காண்பதாகவே வில்லியம்ஸ் உணர்ந்தான். குட்டில் அதுபோன்ற ஓர் இரவு நட்சத்திரங்களைப்பற்றி ஒரு பாடலைக் கேட்டான். அது இரவு வானத்தின் அந்த அழகு, நட்சத்திரங்களின் கல்லறை வெளிச்சத்தால் உருவானது என்ற அர்த்தத்தில் இருந்தது. அந்த நட்சத்திரங்கள் அவனைக் கண்டதை அவன் அம்மாவிடம் நிச்சயம் பேசும் என நினைத்தான். பின் அது அய்னியிடம் அவனின் நிலையைச் சொல்லும். அவன் அவளை ஒருபோதும் ஏமாற்றவில்லை. அவளைச் சுமந்து செல்வதாகவே நினைத்தான். வானத்தின் நட்சத்திரங்களின் பிரகாசத்தை போல அய்னியின் கண்களைப் பார்க்கின்றான். அந்த நீண்ட விழிகளினுள் ஏமாற்றமும், சோகமும், விரக்தியும் குடிகொண்டிருந்ததை உணர்ந்தான். அவள் இன்னமும் குட்டில் இருப்பாளோ? அல்லது அவளின் தாய் தம்பியோடு அந்த நீண்ட மணல் வெளியில் ஓர் ஆதரவற்றவளாக நடந்து செல்வாளோ? நட்சத்திரங்களைப் பார்த்துக் கேட்டான். அவன் மனதில் இருள் படர்வதாக உணர்ந்து அந்த நினைவுகளிலிருந்து விடுபட கண்களை இறுக மூடி பின் திறந்தான். அவனால் அந்த நினைவுகளிலிருந்து விடுபட முடியவில்லை. கொஞ்சம் நடப்பதை நிறுத்தி நின்று குலுங்கி அழவேண்டும் என வில்லியம்ஸுக்குத் தோன்றியது. அவனைக் கடந்து சக படையணியினர் சென்றனர். அவன் தோளை நேசத்துடன் ஒரு கரம் பற்றியது. அவன் நிமிர்ந்து பார்க்கத் தயாராயில்லை. ஆனால் அந்தக் கரம் அவனுக்கு ஆறுதலாக தோளில் கிடக்க வேண்டும் என நினைத்தான். ஒரு பாட்டு கேட்டது. அது அவனுக்குப் பழகிய குரல்.

“உனது துயரத்தை எரிக்க ஒரு நெருப்பைத் தேடுகின்றேன்
உன் கதவில் உள்ள தூசிகளைத் துடைக்க என் உள்ளங்கையை ஏந்துகின்றேன்
உனது புனிதத் தன்மைக்குப் பின்னே நீ ஒளிந்து கொள்வதை எதிர்கொள்ள,
மாற்றாக ஒரு நேரத்தைத் தேடுகின்றேன்.
நேரத்தை தேடுகின்றேன்.
அந்த நெருப்பைத் தேடுகின்றேன்.”

இக்பால் பாடும் பாடலைக் கேட்டுக்கொண்டே இருக்கலாம்.

“துயரத்தைத் தாங்கிக்கொள், ஒருநாள் நமக்கு கடவுள் எதையேனும் தருவார்.” அவனுக்கு வில்லியம்ஸின் வலி கொஞ்சம் தெரியும். சூஃபிகளின் வழிகளில் பயணிக்க விரும்புபவன் அவன். அவர்களைப் பாடுபவன். அந்த ஞானிகளின் வரிகள் ஆன்மாவைத் தாய் மடியில் கிடத்தி மெல்ல தலையை வருடி விடுவது போல எதையோ செய்கின்றன. இக்பால் அவன் முன்னே நடக்க உதவினான். தூரத்தில் குன்றில் சில வெளிச்சப் புள்ளிகள் தெரிந்தன. அது ஒரு ஊர். இரவு அவர்கள் அங்குதான் தங்கப்போகிறார்கள். பாதுகாவலன் காலித் அது டெல் கெப்பே என்றான். அங்கு ஒரு மேட்டின் மீது வட்ட வடிவ மாடத்தைக் கொண்ட ஒரு தேவாலயம் இருந்தது. இரவு

அதன் வாசலில் அவர்கள் தங்கினர். மொசூலிலிருந்து சுமார் பத்து மைல்கள் அவர்கள் வட கிழக்கே நடந்து வந்திருந்தனர். அந்தத் தேவாலயத்தின் உள்ளே எந்த வெளிச்சமும் இல்லை. அது இருள் சூழ்ந்திருந்தது. சிறிது தூரம் தள்ளிப்படுத்திருந்த ஜெனரல் டெல்மெயின் பக்கம் நடந்து வந்த பாதுகாவலன் காலித் காலை ஐந்து மணிக்கு மீண்டும் பயணத்தைத் துவங்கி விடலாம் எனச் சொன்னான். ஜெனரல் டெல்மெயின் அவனிடம் இது என்ன ஊர்? என்றார்.

“ஆர்மீனிய மொழியில் டெல் என்றால் பாறை, கெப்பே என்றால் மலை. பாறைகளால் ஆன மலை. கிருஸ்துவர்களின் ஊர். ஐநூறு வருடங்களுக்கு முன் மங்கோலியர்கள் இந்த ஊரைச் சூறையாடி தேவாலயங்களை இடித்துச் சென்றார்கள். பின்னர் இருநூறு வருடத்திற்கு முன் பெர்சிய மன்னன் நாடேர் ஷா அதே வேலையைச் செய்தார். நூறு வருடத்திற்கு முன்பு குர்து கவர்னர்கள் அதைத் திரும்பவும் செய்தார்கள். இப்போதும் நிலைமை அப்படித்தான். ஆனால் இந்தத் தேவாலயங்கள் இன்னமும் தாக்குப் பிடிக்கின்றன. இந்தப் பகுதியில் இருந்துதான் கீழைக் கிருத்துவம் சென்றதாகச் சொல்வார்கள்.”

அவன் போய் விட்டான். நடந்த களைப்பில் உறங்கிப்போயினர். விடியும் வேளையில் பாதுகாவலன் விசில் ஊதும் சப்தம் கேட்டது. அவர்கள் திரும்பவும் நடையை மேற்கொள்ள வேண்டும். இப்போது அந்த தேவாலயத்தின் மீது விழுந்த தொடுவானத்தின் வெளிச்சம் காரணமாக அதனைப் பார்க்க முடிந்தது. வாசலில் இருந்த மாதா சிலையின் கரங்கள் உடைக்கப்பட்டிருந்தன. தேவாலயத்தின் உள்ளே மேடை சிதைந்து கிடந்தது. அருகில் தேவாலயத்தைச் சார்ந்த எவரும் இருப்பதுபோலத் தெரியவில்லை. பூட்டப்பட்ட தேவாலயக் கதவுகள், உடைக்கப்பட்ட மாதாவின் கரங்கள் அங்கிருந்த அவர்களிடம் எதையோ சொல்லின. மாதா அங்கு ஆதரவற்று தனியாக நிற்கின்றாள்.

தண்ணீர்க் குடுவையில் நீர் தீர்ந்து விட்டது. ஒரு சிறிய குட்டை இருந்தது. ஆனால் கால்நடைகளின் குழம்புகள் ஏற்கெனவே அந்தத் தண்ணீரைக் குடிக்கத் தகுதியற்றதாக மாற்றியிருந்தன. பாதுகாவலன் காலித் வழியில் தண்ணீரைப் பார்த்துக்கொள்ளலாம் என உறுதி கொடுத்தான். அவன் காலதாமதம் ஆவதை விரும்பவில்லை. சூரியன் உச்சிக்கு வருவதற்கு முன்னர் அவர்கள் சில மைல்கள் கடந்திருக்க வேண்டும் என்பதில் அவன் முனைப்புடன் இருந்தான். அவர்கள் ஒரு சில மைல்கள் கடந்த போது தூரத்தில் ஜெர்மானியப் படையினரின் ஒயர்லெஸ் கோபுரங்கள் தெரிந்தன. அதில் ஜெர்மனியின் கொடி பறந்தது. அதனைத் தாண்டி அவர்கள் நண்பகலில் நடக்கும்போது சாலையிலிருந்து விலகி தூரத்தில் ஒரு மேட்டு நிலத்தில் சில குடியிருப்புகள் தெரிந்தன. அது சற்று ஆறுதல்

தந்தது. நிச்சயமாக தண்ணீர் இங்கு கிடைக்கும் என நம்பினர். அந் நேரம் ஒரு குதிரை வண்டியை ஒருவன் ஓட்டி வந்தான். அவன் ஒரு குர்து என்பதை அவனின் தலைப்பாகை காட்டியது. அந்த வண்டியில் பத்துக்கும் மேற்பட்ட சிறுவர்களும் சிறுமியர்களும் இருந்தனர். அந்தச் சிறுமிகள் தலையில் முக்காடு அணிந்திருந்தனர். அவர்கள் அனைவரும் பத்து வயதுக்குக் குறைவானவர்கள். அந்த வண்டியின் பின்னே ஒரு முப்பது வயது மதிக்கத்தக்க கழுத்துக் குட்டை அணிந்த பெண் ஓடி வந்தாள். அவளைத் துரத்திக்கொண்டு ஒருவன் வந்தான். அவனுக்கு நாற்பது வயதிருக்கலாம். நீண்ட சுருள் வடிவில் தலைப்பாகை கட்டியிருந்தான். மீசையை முறுக்கி விட்டுக்கொண்டு முரட்டு மனிதனாக அவன் இருந்தான்.

அவர்கள் நடந்து வரும்போது எதிரே கடந்த அந்த வண்டியில் குழந்தைகள் அழுது கொண்டிருந்தார்கள். அந்த வண்டியின் பின்னே ஓடி வரும் அந்தப் பெண் "மென் எர்னேகான்... என் குழந்தை" எனக் கத்தினாள். அவள் தனக்கு எவரேனும் உதவுவார்கள் என நடந்து வரும் அவர்களிடம் கேட்கின்றாள். அவள் ஆர்மீனிய மொழியில் பேசினாள். காவற்படையினர் அவளை விலக்கித் தள்ளினர். அப்போது அவளைத் துரத்தி வந்தவன் அவள் தலையை மறைத்துள்ள கழுத்துக்குட்டையைப் பிடித்தான். அது கழண்டு அவன் கையோடு செல்ல அவள் அவனிடமிருந்து திமிறி தன்னை விடுவித்துக்கொண்டு அந்த வண்டியின் பின்னே ஓடியபடி யாரேனும் உதவ வேண்டும் என அழுதாள். வண்டியில் உட்கார்ந்துள்ள சிறுமி அவளுடன் வர கைகளை நீட்டிக் கத்தினாள். அதே சமயம் அவள் பின்னே ஓடி வந்தவன், அவளை மீண்டும் பிடிக்க முன்னே வந்தான். அந் நேரம் கேப்டன் கல்யாண் அந்தத் தலைப்பாகை அணிந்தவனைப் பிடித்து அவன் அந்தப் பெண்ணைத் தாக்குவதிலிருந்து தடுக்க முயன்றான். வந்த வேகத்தில் அவன் நிலை தடுமாறிக் கீழே விழுந்தான். அவன் எழுந்து கையை முறுக்கிக்கொண்டு கேப்டனை நோக்கி வரவே மற்றவர்கள் அவனைத் தாக்கத் தயாரான போது அங்கே கத்திக்கொண்டே பாதுகாவலன் காலித் குதிரையில் வந்து நின்றான். அவன் வந்தவனைப் பார்த்துச் சப்தமிட்டான். அவன் அந்தப் பெண்ணையும் அந்த வண்டியில் செல்லும் குழந்தைகளையும் காட்டி எதையோ சொன்னான். காலித் அந்த வண்டிக்கார சிறுவனிடம் எதையோ சொல்ல முயன்றான். அப்போது அவன் கால்களைப் பிடித்தபடி அந்தப் பெண் கதறினாள். ஆனால் காலித் அவளை அழைத்துப்போக அந்த முரடனிடம் சைகை காட்டினான். அந்தக் குதிரை வண்டி வேகமெடுத்துப் போனது. அந்தப் பெண்ணை முரடன் பிடித்து இழுத்து நிறுத்தி விட்டான். அவளைத் தலைமுடியைப் பிடித்து இழுத்துச் சென்றான். போகும்போது அவள் என் குழந்தை எனத் திரும்பத் திரும்பச் சொன்னாள். வண்டியில் இருந்து குழந்தைகளின் அலறல் கேட்டது. அந்த முரடன் அவளை பின்னே உதைத்து இழுத்துச் சென்றான். வண்டி வேகமெடுத்து புள்ளியாய் மேட்டில் இறங்கி மறைகின்றது. அவளைக் குடியிருப்புப் பகுதியை நோக்கி இழுத்துச்

சென்றான். அவன் அந்த பெண்ணை இழுத்து வருவதை அங்கே சிலர் வேடிக்கை பார்த்தனர். கேப்டன் கல்யாண் பாதுகாவலன் காலித்தைப் பார்த்து "உனக்கு இரக்கம் இல்லையா? அந்தப் பெண்ணை நீ காப்பாற்றி இருக்கலாம். நாசமாய்ப் போக" என்று ஆட்காட்டி விரலை மட்டும் நீட்டி மற்ற விரல்களை மடக்கி செய்கை செய்தான். பாதுகாவலன் காலித் "அந்தக் குர்து அந்த ஆர்மீனியப் பெண்ணை விலைக்கு வாங்கி மனைவியாக்கிக் கொண்டான். அவள் மகளை விற்று விட்டான். நீங்கள் ஏன் அவர்களோடு தகராறு செய்கின்றீர்கள். அப்புறம் அவன் ஊர்க்காரர்கள் திரண்டு வந்தால் நீங்கள் சாகவேண்டியதுதான். அவர்களுக்கு கொலை செய்வதெல்லாம் வெகு சாதாரணம். நாம் குர்துகளின் பகுதிக்குள் இருக்கின்றோம். உங்களைப் போல ஒட்டாமன் படையிலிருந்த ஆர்மீனிய வீரர்களையே படுகொலை செய்தவர்கள் அவர்கள். உங்கள் வேலையைப் பாருங்கள் எதிலும் தலையிடாதீர்கள். வேகமாக நடங்கள்" என்று கூறிவிட்டு அவனின் குதிரையை வேகமாகச் செலுத்தி தூரத்தில் நடந்து வருபவர்களை விரைந்து வந்து கூட்டத்தோடு சேர்ந்து நடக்கும்படி கத்தினான். அவன் தனது பார்வையை அந்தக் கிராமத்தின் மீது வைத்திருந்தான். எவரேனும் அங்கிருந்து கீழே இறங்கி வருகின்றார்களா என்பதில் கவனமாக இருந்தான். அப்போது காவல் பணியாளன் காலித்திடம்,

"தண்ணீர் இல்லை, இந்த கிராமத்தில் தண்ணீர் பெறுவதுதான் முன்பு நாம் திட்டமிட்டது" என்றான்.

"முதலில் எவ்வளவு சீக்கிரம் இங்கிருந்து போக முடியுமோ அவ்வளவு விரைவாக அனைவரையும் விரட்டு" எனக் கத்தினான்.

அதன் பின்பு காவல் பணியாளனும் அனைவரும் வேகமாக நடக்கும்படி கத்தினான். நிலைமை அசாதாரணமாவதை அறிந்த ஜெனரல் டெல்மெயின் நடக்கும் வரிசையிலிருந்து விலகி நின்று "வேகமாக நடங்கள்" எனக் கத்தினார். மற்ற அதிகாரிகளும் அதற்கு உதவினர். நடக்க இயலாதவர்களை தங்களின் தோள்களில் சுமந்து வேகத்தைக் கூட்டினர். எல்லோரும் வேகமாக நடக்கத் துவங்கினர். அவர்கள் அந்தக் கிராமத்தைத் தாண்டி பல மைல்கள் வேகமாக நடந்து வந்துவிட்டனர். ஏற்கனவே காயம்பட்டும், களைத்தும், ஆயுதங்களை இழந்த அவர்கள் புதிய நிலத்தில் தேவையற்ற இடையூறுகளை எதிர்கொள்ள வேண்டாம் என்றுதான் அவ்வளவு தூரம் வேகமாக வந்தனர்.

சூரியன் உச்சியைத் தொட்டு கடுமையான சூட்டை ஏற்படுத்திய வேளையில் அந்த சாலையில் ஒதுங்க அவர்கள் கொஞ்சம் நிழலைத் தேடிக்கொண்டே இருந்தார்கள். எவரிடமும் தண்ணீரும் இல்லை. காவல் பணியாளர்கள் தண்ணீர் எதுவும் இல்லை என மறுத்து விட்டனர். அந்த நிலை அந்த மண்ணில் விரும்பத்தகாத ஒன்று. அந்தச் சாலையின் ஓரம் சிறு சுற்றுச் சுவர் கொண்ட ஒரு கட்டிடம் இருந்தது. அது கைவிடப்பட்ட நிலையில் இருந்த ஒரு சத்திரம். அதன் உட்பகுதியில் பயன்படுத்த முடியாத அளவு புதர் மண்டியிருந்தது. அதற்கு எதிரே தூரத்தில் மேட்டுப் பகுதியில் சில கூரை வீடுகள் தெரிந்தன. அது ஒரு கிராமமாக இருக்கலாம். அங்கே ஏதோ ஒருவகையில் தண்ணீர் கிடைக்கும் என்பதால் ஜெனரல் டெல்மெயின் அங்கே செல்ல பாதுகாவலனிடம் அனுமதி கோரினார். எல்லாரும் செல்வது பாதுகாப்பற்றது என்பதால் அவரும் அவருடன் மற்ற இருவர் செல்லலாம் என காலித் தெரிவித்தான். வில்லியம்ஸ் ஜெனரலுடன் செல்ல விரும்பினான். அப்போது கேப்டன் கல்யாண் மயங்கி விழுந்த ஒரு பிரிட்டிஷ் படை வீரனுக்கு மருத்துவம் செய்து கொண்டிருந்தான்.

ஒரு படைவீரன் நடக்க வைத்திருந்த கம்பினை வாங்கி அதில் தண்ணீர்க் குடுவைகளின் பெல்டுகளை செருகிக் கொண்டிருந்தபோது கானல் டேன் அவர்களுடன் செல்ல முடிவு செய்தார். ஜெனரல் டெல்மெயினை பாதுகாப்பது அவரின் நோக்கம். மூவரும் நடந்து மேட்டு நிலத்தில் இருந்த அந்தப் பகுதியில் ஏறினர். அந்த மூவருக்கும் உள்ளூர் மொழி எதுவும் தெரியாது. எப்படிச் சமாளிப்பது என அவர்கள் எதுவும் யோசிக்கவுமில்லை. குடிக்கத் தண்ணீர் மறுக்கும் ஒரு சமூகம் எங்கும் இருக்காது என ஜெனரல் டெல்மெயின் கர்னல் டேனிடம் சொன்னார்.

அவர்கள் மேட்டை எட்டியபோது முன்னே களம் போன்ற ஒரு சிறு சமப்பரப்பு இருந்தது. அதற்கும் அப்பால் கூரை வீடுகள் இருந்தன. எந்த வீட்டிலும் ஆட்கள் இருப்பதாகத் தெரியவில்லை. சில வீடுகள் எரிக்கப்பட்டிருந்தன. அந்த வீடுகளுக்கு அப்பால் ஒரு தேவாலயத்தின் சிலுவை தென்பட்டது. அது ஓர் ஆர்மீனியக் கிராமம் என்று அவர்கள்

முடிவு செய்தனர். டெல்மெயின் யாராவது இருக்கின்றீர்களா எனக் கூப்பிட்டார். அந்தக் களம் போன்ற சமதரையில் பூனைக்குட்டி பொம்மை ஒன்று தலைகீழாய்க் கிடந்தது. அது ஒரு குழந்தையின் கையில் பாதுகாப்பாய் இருந்திருக்க வேண்டிய பொம்மை. அந்த வீடுகளின் ஓரத்தில் ஒரு பாதை செல்வதையும் அங்குச் சுற்றுச் சுவருடன் கூடிய ஒரு சிறிய கிணறு இருப்பதையும் கர்னல் டேன் பார்த்து அவர்களைக் கூப்பிட்டார். அந்தக் கிணற்றின் சுற்றுச்சுவருக்கு மேலே சுழற்றக்கூடிய நிலையில் கைப்பிடியுடன் இணைக்கப்பட்ட ஒரு கயிற்று வாளி இருந்தது. கிணற்றில் வாளியை இறக்கி கைப்பிடியைச் சுற்றி வாளியில் தண்ணீர் இறைக்கும் பொறி அது. அவர்கள் கிணற்றை நெருங்கும்போது ஏதோ கெட்ட வாடை அடித்தது. ஏதேனும் நாய் செத்திருக்கக் கூடும் எனக் கருதினர். ஆனாலும் காணல் டேன் வாளியை வேகமாக கிணற்றில் இறக்கினார். கிணற்றின் மேலிருந்து பார்க்கும்போது தண்ணீர் தெரியவில்லை. தண்ணீரில் வாளி மெத்தென விழுந்தது. தண்ணீர் எடுக்க வேண்டி மீண்டும் தண்ணீருக்குள் வேகமாக வாளியை இறக்கியபோது அது தண்ணீரில் விழுந்து கலங்கிய நீருடன் வெளியே வந்தது. அப்போது பெரிய ஈக்களின் பெரும் கூட்டம் சுழன்று வெளியே வந்தது. அந்தத் தண்ணீரில் அலை ஆடியபோது குப்பை போல எதுவோ கிணற்றின் ஓரத்தில் தண்ணீரில் வெளிப்பட்டது. வாளியிலும் தண்ணீர் குப்பையுடன் வந்தது. வாளி மேலே வரவர அது குப்பையல்ல, ஒரு குழந்தையின் வெட்டப்பட்ட தலை என்பதும் அந்த முடியே பக்கெட்டில் சிக்கியிருப்பது என்றும் தெரிந்தது. அதைப் பார்த்ததும் கர்னல் டேன் வாளியை மேலே இழுக்கும் சுழற்பானிலிருந்து கையை எடுத்து உறைந்துபோய் நின்றார். வாளி தண்ணீரில் விழுந்து மீண்டும் சப்தம் எழுப்பியது. அந்த அலையில் கிணற்றிலிருந்து வெட்டப்பட்ட குழந்தைகள், பெண்களின் உடலின் சிதைந்த பாகங்கள் வெளிப்பட்டன. கடுமையான வாடை எழுந்தது. வில்லியம்ஸ் அதிர்ந்து போய் இருந்தவன் வாந்தி எடுக்க வேண்டி தலையைப் பிடித்துக் குனிந்து உட்கார்ந்தான். பின் அங்கிருந்து வேகமாக வெளியேற, கொண்டுவந்த தண்ணீர்க் குடுவைகள் செருகப்பட்ட கம்பினை விட்டு வந்தவனைப் பார்த்து ஜெனரல் டெல்மெயின் கத்தினார். அவன் பதட்டமடைந்து மீண்டும் அந்தக் கம்பினை எடுக்கும்போது தண்ணீர்க் குடுவைகள் கீழே விழுந்தன. ஜெனரல் டெல்மெயின் அவன் கண்களை நேரே பார்த்து,

"நீ ஒரு இராணுவ அதிகாரி. பதட்டமடையாதே" எனக் கூறினார்.

அவன் அந்தக் குடுவைகளை எடுத்துக் கொண்டிருக்கும்போது, அங்கு காற்றில் பிணவாடை வீசியது. கீழே இருந்து பாதுகாவலன் காலித் தனது குதிரையை விரட்டிக்கொண்டு மேலே வந்து சேர்ந்தபோது, கர்னல் டேன் மீண்டும் கத்தினார். அந்த கிணற்றின் பக்கவாட்டில் அவர் ஒரு எரிந்து சிதைந்திருந்த தேவாலயத்தின் முன் நின்றார். அவர்கள் அங்கே

போன போது காலித் குதிரையில் இருந்தபடியே அங்கு வந்தான். அந்த தேவாலயத்தில் அனைத்தும் எரிந்து கிடந்தன. அதை ஒட்டிய ஒரு பள்ளத்தில் அழுகி சிதைந்த பல உடல்கள் எலும்புக்கூடாய்க் கிடந்தன. அதற்கப்பால் இருந்த இரண்டு சிதைந்த உடல்கள் பெண்கள் என உடையும் முடியும் காட்டியது. அந்த உடலின் பிறப்புறுப்பில் கூரான சிலுவை மரக்கட்டை செருகப்பட்டிருந்தது. காலித் உடனே இடத்தைவிட்டு வெளியேறச் சொன்னான். அவர்கள் மயான அமைதியின் பொருளை அங்கே கண்டனர்.

அவர்கள் அங்கிருந்து வேகமாகக் கீழே இறங்கினர். குதிரையின் குளம்பில் பட்டு கீழே கிடந்த பூனை பொம்மை அப்பால் போய் விழுந்தது. வில்லியம்ஸ் பதட்டத்துடன் அவர்களின் ஆட்களை நோக்கி வரும்போது காலித் அவர்களை நிற்கச் சொன்னான். அவர்கள் நின்று ஒருமுறை அந்த கிராமத்தைப் பார்த்தார்கள். அப்போது ஜெனரல் டெல்மெயின் சொன்னார்,

"இங்கே நாம் பார்த்ததை எவரும் வெளியே சொல்ல வேண்டாம். ஒரு நெறியற்ற தலைமையால் வழி நடத்தப்படும் இராணுவம் இதைத்தான் திரும்பத் திரும்பச் செய்யும். ஒரு படை வீரருக்குண்டான கட்டுப்பாட்டுடன் நடந்து கொள்வோம். மற்றவர்களை பீதிக்கு உள்ளாக்கக் கூடாது."

"உங்களை நான் மதிக்கின்றேன் ஜெனரல். அதுதான் சரியானது. இது ஒரு ஆர்மீனிய கிராமம். உங்களை அனுப்பிய பின்பு எனக்கு ஐயம் வரவே நான் இங்கு வந்தேன். உங்கள் ஆட்களுக்கு அவநம்பிக்கையை ஏற்படுத்த வேண்டாம். நாம் இன்னமும் வெகு தூரம் நடக்க வேண்டும். நிதானத்தை இழக்க வேண்டாம்."

அவர்கள் நிதானமாக வந்தனர். ஆனால் தண்ணீர் கொண்டு வராததை அறிந்து மற்றவர்கள் ஏமாற்றம் அடைந்தனர். காலித் அங்கிருந்து விரைவாக நடக்கச் சொன்னபோது அவனை பிரிட்டிஷ் இந்தியக் கைதிகள் இரக்கமற்றவன் எனத் திட்டினர். அவன் ஜெனரல் டெல்மெயினை நோக்கினான். அவர் தலையை ஆட்டி நடக்குமாறு சைகை செய்தார்.

அவர்கள் விரைவாக அந்தப் பகுதியைக் கடக்க வேண்டும் என காலித் சப்தமிட்டான். இருள் நெருங்கும்போது அவர்கள் அந்தப் பகுதியிலிருந்து வெகுதூரம் வந்திருந்தனர். குளிர்க்காற்று அடித்தது. சில மைல்கள் நடந்தால் நீரூற்று உள்ள பகுதி வரும் என்பதால் அங்கே சென்று சேர அவசரப்படுத்தினான் காலித். அவர்கள் நடு இரவில் ஷர்யா என்ற பகுதியை அடைந்தனர்.

அங்கே சாலையைச் சுற்றி குன்றுகளும் அதில் வெண்ணிறப் பாறைகள் வரிசையாக அடுக்கப்பட்டது போன்ற நிலப்பரப்பும் தென்பட்டது. அங்கு போய்ச் சேர்ந்தபோது கடும் பசியும் களைப்பும் அடைந்திருந்தனர். காவல் படையைச் சார்ந்தவர்களை அனுப்பி அப்பகுதியில் தண்ணீர் வாங்கி வரச்செய்து கொடுத்தான் காலித். அந்தத் தண்ணீர் அவர்கள் களைப்பின் வலியில் சற்றுத் தூங்க உதவியது. வில்லியம்ஸுக்கு தூக்கம் வரவில்லை. அந்த ஆர்மீனிய கிராமத்தின் பூனை பொம்மையும், கிணற்றின் வாளியில் வந்த குழந்தை மற்றும் தேவாலயத்தில் பெண்ணின் மீது நடப்பட்டிருந்த சிலுவையும் தொடர்ந்து நினைவுக்கு வந்தது. அவன் அவ்வப்போது கண்களைத் திறந்து அந்தக் காட்சிகளைக் கடக்க நினைத்தான். தூரத்தில் படுத்திருந்த ஜெனரல் டெல்மெயின் உறங்கியிருப்பார் என நினைத்தான். ஆனால் டெல்மெயினும் தூங்காமல் எதையோ வெறித்துப் பார்த்துக் கிடப்பதைக் கண்டான். அந்த கிராமத்தில் கண்ட காட்சிகளை டெல்மெயினிடம் கொடுத்த உறுதியின் அடிப்படையில் கேப்டன் கல்யாணிடம்கூட அவனால் பகிர முடியவில்லை. அதைப் பகிராமல் இருப்பதே நல்லது எனக் கருதினான். உறுதியான மனிதனையும் அந்தக் காட்சிகள் பாடாய்ப்படுத்தும் என்பதற்கு ஜெனரல் டெல்மெயின் ஒரு சாட்சியாய் இருப்பதை உணர்ந்தான்.

ஒரு சில மணி நேரங்களில் முகத்தில் ஏதோ கடிப்பதை உணர்ந்தான் வில்லியம்ஸ். மற்றவர்களும் அதேபோல கடிபட்டனர். அது ஒருவகைப் பாலைவன ஈ. ஒரு கடியில் இரத்தத்தை உறிஞ்சிச் செல்கிறது. தூக்கம் கலைந்தபோது, சற்றுத் தள்ளி ஒரு தீக்குவை எரிந்தது. அதன் அருகில் பாதுகாவலன் காலித் ஹூக்கா பிடித்தபடி உட்கார்ந்திருந்தான். அங்கு சென்றால் குளிருக்குக் கொஞ்சம் இதமாக இருக்கும் என்பதால் கேப்டன் கல்யாண் எழுந்து சென்றான். அவன் பின்னே வில்லியம்ஸும் போய் நின்றான். காலித் ஹூக்காவைப் பிடித்தபடி அவர்களைப் பார்த்தான். தீக்குவையின் அருகில் உட்காரச் சொல்லி சைகை செய்தான். கொஞ்சம் சுள்ளியை எடுத்து நெருப்பில் போட்டான்.

"டாக்டர். எங்கள் ஊர் பாலைவன ஈக்கள் உங்களையும் பதம் பார்த்து விட்டனவா? இங்கே ஒரு பழமொழி உண்டு, 'அல்லா நரகத்தைப் படைத்த பின்பும் அது அவ்வளவாகக் கடுமையாக இல்லை எனக் கருதியதால் இந்தப் பாலைவன ஈக்களைப் படைத்தார்' என்று." அவன் மெல்ல ஹூக்கா புகையை ஊதினான். அது கொஞ்சம் காரமான நெடியுடன் இருந்தது. அங்கே அஜாமி என்ற கருப்பு புகையிலையே அதற்குப் பயன்படுத்தப்பட்டது. அந்த நெடிக்கு ஈக்கள் பக்கத்தில் வராது. அப்போது ஜெனரல் டெல்மெயினும் ஈக்கடி வாங்கிய நிலையில் தீக்குவைப் பக்கத்தில் வந்தபோது மற்றவர்கள் விலகி அவருக்கு வழிவிட்டனர். அவர் மற்றவர்களை அமரச் சொல்லிவிட்டு நெருப்பு பக்கம் கைகளை நீட்டி கொஞ்சம் கதகதப்பை ஏற்படுத்திக் கொண்டார்.

"அந்தப் பெண்ணையும், குழந்தைகளையும் நீங்கள் நினைத்திருந்தால் காப்பாற்றியிருக்க முடியும். அந்தப் பெண்ணை அந்த முரடன் அடித்து இழுத்துச் சென்றதை இன்னமும் நான் மறக்கவில்லை." கேப்டன் கல்யாண் காலித்தைப் பார்த்தான். அப்போது ஓர் எரி நட்சத்திரம் வானில் கோடாய் போய் மறைந்தது. அதை உற்றுப் பார்த்த காலித் "எங்கள் அல்லாவே" என தனக்குள் கூறிக்கொண்டான். பின் கேப்டன் கல்யாணைப் பார்த்து,

"அந்த எரி நட்சத்திரத்தைப் பார்த்தீர்களா... எங்கள் நம்பிக்கையின்படி ஆண்டவன் சொர்க்கத்தின் விளக்குகளாக நட்சத்திரங்களைப் படைத்தான். அதற்கு காவலர்களையும் படைத்துள்ளான். ஆனால் சொர்க்கத்தைக் களவாட சாத்தான் தொடர்ந்து முயன்று கொண்டே இருக்கின்றான். இதோ அந்தச் சாத்தானை விரட்டவே இந்த எரி கற்களை தேவதூதர்கள் சாத்தானை நோக்கி எறிகின்றனர். சாத்தான் கடவுளைக்கூட நிம்மதியாக விடுவதில்லை. நாமோ மனிதர்கள். சாத்தான் நம்மை எளிதில் அவன் பிடிக்குள் கொண்டு வந்து விடுவான். நாம் எல்லோரும் கடவுளின் குழந்தைகள் என்பதை மறக்கச் செய்து, குருதி வாடையைக் காட்டி வெறியேற்றி விட்டால் போதும் அதன் பின்பு கடவுளை மறந்து விடுவோம். எங்கே மனிதத் தன்மை இல்லையோ அங்கே ஒருபோதும் ஆண்டவன் இருக்க மாட்டான். இங்கே முழுவதும் வெறியூட்டப்பட்டுள்ளது. கிருஸ்துவர்களை பொது எதிரியாக சித்தரித்துள்ளனர். அவர்கள் எங்கள் செல்வத்தையும், மண்ணையும் பிடுங்கி விடுவார்கள் என நம்பச் செய்துள்ளார்கள். சிதைக்கப்பட்டுள்ள ஆர்மீனிய கிராமங்கள், விற்கப்படும் அந்தப் பெண்கள், கொல்லப்பட்ட அவர்களின் உறவுகள் எல்லாம் அதற்கு சாட்சி. நான் நிறையப் பார்த்துவிட்டேன். நான் பார்த்த அவலங்கள் உங்களுக்குத் தெரியாது. ஆனால் அவை ஒரு நாளில் திடீரென வருவதில்லை. ஒரு மனிதனை வெறுப்பது அந்த மனிதனின் அடையாளத்தை மறுப்பது எனக் கொஞ்சம் கொஞ்சமாக அந்தப் பேரழிவு துவங்குகிறது. என்னால் என்ன செய்துவிட முடியும்? பிரச்சனையில்லாமல் உங்களைக் கூட்டி வந்ததே பெரிது."

ஜெனரல் டெல்மெயின் காலித்திடம் மெல்லக் கேட்டார். “நீங்கள் அந்த சமயம் ஒட்டாமன் ஆர்மீனிய வீரர்களையே கொலை செய்தவர்கள் எனச் சொன்னீர்கள். இராணுவத்தினர் கொல்லப்பட்டபோதும் உங்கள் அரசு எதுவும் செய்யவில்லையா?”

“கொல்லச் சொன்னதே அரசுதானே.”

அவனை உற்று நோக்கியவர்களைப் பார்த்துவிட்டு காலித் தொடர்ந்தான். “சுல்தான் அப்துல் ஹமீது ஆட்சியில் இருக்கும் வரை முஸ்லீம் அல்லாத ஒருவர் இராணுவத்தில் சேர்க்கப்படவில்லை. ஏழு ஆண்டுகளுக்கு முன் சுல்தானை அகற்றிவிட்டு பாராளுமன்றத்தை இளம் துருக்கியர்கள் கொண்டு வந்தார்கள். அப்போது எல்லா மதத்தவரும் இராணுவத்தில் சேர்க்கப்பட்டனர். பல ஆர்மீனியர்கள் இராணுவத்தில் சேர்ந்து பயிற்சி பெற்றனர். அவர்கள் ஆயுதம் வைத்துக்கொள்ள அனுமதிக்கப்பட்டனர். இதில் பெருந்தன்மை ஓரளவு இருந்தபோதும் ஆட்கள் பற்றாக்குறையும் ஒரு காரணம். முதலில் இத்தாலியுடன் சண்டை, பின்னர் பால்கன் போர், ருஷ்யா உடன் சண்டை என அந்த சண்டைகளில் ஆர்மீனியர்கள் இருந்தனர். கடந்த வருடம் ருஷ்யாவுடன் காக்கஸ் மலைப்பகுதியில் நடந்த சண்டையில் எங்கள் படைகள் அப்பகுதியின் குளிரை சமாளிக்க முடியவில்லை.

எங்கள் அரசின் மூன்றாம் படை சுமார் ஒரு இலட்சத்து இருபதாயிரம் ஆட்களுடன் போருக்குப் போனது. அது வெறும் பதினைந்தாயிரமாகத் திரும்பியது. அந்தத் தோல்விக்கு நியாயமாக ஆட்சியாளர்கள் பொறுப்பேற்றிருக்க வேண்டும். ஆனால் அவர்கள் அந்தத் தோல்விக்கு ஆர்மீனியர்கள் ருஷ்யர்களுக்கு உதவியதுதான் காரணம் எனத் திருப்பி விட்டனர். ருஷ்யப் படைகள் காக்கஸ் மலையிலிருந்து பின்வாங்கிச் சென்றபோது அவர்கள் ருஷ்யர்களைத் துரத்துவதற்குப் பதிலாக அந்தப் படையினர் கனரகத் துப்பாக்கிகளுடன் இங்கே ஆர்மீனியர்கள் வசிக்கும் பகுதிக்கு வந்தனர். குறிப்பாக வேன் பிராந்தியத்திற்குப் போய் ஆர்மீனியர்களிடம் இராணுவப் பயிற்சி பெற்ற நான்காயிரம் ஆர்மீனிய வீரர்களைப் படைக்கு அனுப்பும்படி கூறினர். அதில் ஏதோ உள் நோக்கம் இருப்பதை அறிந்த ஆர்மீனியர்கள் அதற்கு உடன்படவில்லை. உண்மையில் வலிமையான ஆர்மீனியர்களை முதலில் அழிப்பதுதான் அரசின் நோக்கமும்கூட. எங்கள் இராணுவம் வேன் பிராந்திய கிராமங்களைச் சுற்றி அகழி தோண்டினார்கள். ஆர்மீனியர்கள் பக்கமிருந்து ஒரு குண்டு வந்தாலும் கிராமத்தை முடித்துவிடுவோம் என்றார்கள். எங்கள் இராணுவம் நான்காயிரம் வீரர்களையும் கனரகத் துப்பாக்கிகளையும் கொண்டது. ஆர்மீனிய வீரர்கள் அப் பகுதியில் சுமார் ஆயிரத்து ஐநூறு பேர்கள் இருந்தனர். ஆனாலும் வெறும் முன்னூறு துப்பாக்கிகள் மட்டுமே அவர்களிடம் இருந்தது. மற்றவர்கள்

சாதாரணப் பொதுமக்கள், பெண்கள், குழந்தைகள். அங்கே ஒரு போர்ப் பதட்டம் நிலவியது. ஒரு சிறு துப்பாக்கி சப்தத்திற்குக் காத்திருந்தனர். அச் சமயம் ஒரு ஆர்மீனிய இசைக்குழு அந்தப் பகுதிக்கு வந்தது. அதிலிருந்த ஒரு பெண் ஊருக்குள் செல்ல முற்பட்டாள். அவளை எங்கள் இராணுவம் பிடித்தது. அப்போது இரண்டு ஆண்கள் அந்தப் பெண்ணை விட்டுவிடக் கோரி வந்தார்கள். அப்போது எங்கள் இராணுவம் அந்த இருவரையும் சுட்டுக்கொன்றது. அந்த வெடி சப்தத்துடன் கனரகத் துப்பாக்கிகள் வெடித்துச் சிதறின. சுமார் ஒரு மாதம் அந்தத் தாக்குதல் நடந்தது. அதன் பிறகு எங்கள் இராணுவம் ருஷ்ய படைகளால் பின் தள்ளப்பட்டது. அப்போது சுமார் ஆறாயிரம் ஆர்மீனியர்கள் வேன் பகுதியில் கொல்லப்பட்டிருந்தனர். அப் பகுதியில் மொத்தமாக 55000 இறந்த உடல்களை ருஷ்யப் படைகள் எடுத்து அடக்கம் செய்ததாக ஒரு செய்தி உண்டு.”

“படை வீரர்கள் உங்களுக்கு எதிராக போர்க்களத்தில் நிற்பார்கள் என உங்கள் அரசு கருதியதா?”

“ஒரு வேளை அவர்கள் அதுபோல நினைத்திருக்கக் கூடும். முதலில் எங்கள் இராணுவத்திலிருந்த ஆர்மீனிய வீரர்களின் ஆயுதங்களை வாங்கி பூட்டி வைத்தார்கள். அதன் பிறகு அந்த வீரர்களைச் சாலை போடும் பணிக்கும் இராணுவத்தில் உள்ள கால்நடைகளைப் பராமரிக்கவும் அனுப்பினர். அந்த வேலையிலும் கூட முறையான உணவு தராமல் அவர்களைப் பட்டினி போட்டார்கள். வேண்டுமென்றே அவர்களை நிம்மதியாகத் தூங்கவும் கூட அனுமதிக்கவில்லை. இராணுவ உடைகள்கூடப் பிடுங்கப்பட்டது. ஒருபுறம் உடல்ரீதியாக பலவீனப்படுத்துவது, மற்றொரு புறம் மனரீதியில் உறுதியைக் குலைப்பது அவர்கள் நோக்கமாக இருந்தது. அதுபோன்ற பலகீனப்படுத்தப்பட்ட ஆர்மீனிய இராணுவ வீரர்கள் கடந்த வருடம் டயபாகிர் மாகாணத்திற்கு அனுப்பப்பட்டார்கள். போகும் வழியில் அவர்களைக் கொன்று உடல்களை மலைக் குகைகளில் வீசி விட்டனர்.

திரும்பவும் அதேபோல பலகீனமான ஆர்மீனிய இராணுவ வீரர்கள் நீங்கள் அழைத்துச் செல்லப்படுவதைப்போல கால்நடையாக நடத்தி டயாபகிருக்கு அனுப்பி வைக்கப்பட்டனர். அவர்கள் வழியில் குர்து கிராமங்களைக் கடந்து செல்லும்போது, அவர்களுக்கு முன்னரே அரசு உளவாளிகள் அங்கு போய் ஆர்மீனிய வீரர்கள் வருவதைச் சொல்லி வைத்தனர். அந்த கிராமத்தில் ஆண், பெண் என எல்லோரும் வாள்கள், கோடாரி, கத்திகள் போன்ற ஆயுதங்களுடன் காத்திருந்தனர். துப்பாக்கிகளைப் பயன்படுத்தி குண்டுகளை வீணாக்க விரும்பவில்லை. அந்த ஆர்மீனிய வீரர்கள் வந்தபோது கூட்டமாக அவர்களைக் கூர் ஆயுதங்களில் தாக்கிக் கொடூரமாகக் கொலை செய்தார்கள். அந்தக் கொலைகள் மூலம் அல்லாவின் மதிப்பை பெறுவதாக அந்தக் குர்துப் பெண்களுக்கு வெறியூட்டி நம்ப வைத்திருந்தார்கள்.

உண்மையில் எங்கள் மார்க்கத்தில் வன்முறையை நபிகள் நாயகம் போதிக்கவில்லை என நாங்கள் நம்புகின்றோம். ‘லா தரார் வா லா திரார்’ என்பது அவரின் முழக்கம். ‘கெடுதல் செய்யாதே. கெடுதல் செய்பவனாய் இருக்காதே.’ எந்த உயிருக்கும் தீங்கு செய்வதை அவர் தடை செய்தார். மெக்காவுக்கு அவர் தனது யாத்திரையைத் துவங்கும்போது அதைக் கட்டுப்பாட்டில் வைத்திருந்த குரேஷி மக்களிடம் ஹீதாய்பியா என்ற அமைதிக்கான ஒப்பந்தத்தை செய்து கொண்டார். ஆனால் அப்படிபட்ட ஒரு மார்க்கத்தின் பெயரில் நிராயுதபாணியான, பசியும், நோயும் ஆட்கொண்ட ஆட்களைக் கொல்லும் மனநிலையை உருவாக்குவதும், அதுவும் இறைவனை அந்தக் கொடுமைக்குத் துணைக்கு இழுத்து வருவதும் என்ன நியாயம்? ஏக இறைவன் என நம்பும் மக்கள், அவர்கள் வதைத்துக் கொல்லும் ஒருவருக்கும் அதே இறைவன்தான் காப்பு என்பதை ஏனோ மறந்து போகின்றனர்.”

அவன் ஹூக்காவை ஒருமுறை உறிஞ்சினான். புகையை வெளியிடும் போது கொஞ்சம் இருமல் வந்தது. தொண்டையினைச் செருமிக்கொண்டு தனது நீண்ட மீசையைப் புறங்கையால் தடவிக்கொண்டான். அவன் கண்களில் கலக்கம் இருந்தது. அவன் வில்லியம்ஸினை நோக்கித் திரும்பி உற்றுப் பார்த்தான். பதட்டப்படாதே இளைஞனே என்பது போல அந்தப் பார்வையிருந்தது. அங்கு ஒருவித இறுக்கமான அமைதி நிலவியது. மீண்டும் அவன் பேசத் துவங்கினான்.

“என் வாழ்க்கையில் கடந்த ஆண்டுகளிலிருந்து குவியல் குவியலாக இறந்த உடல்களைப் பார்க்கின்றேன். உண்மையில் அது ஒரு தண்டனை. போர்க் களத்தில் நீங்கள் காணும் காட்சிகள் என்பது வேறு. அவர்கள் உங்களுக்கு சமமாகப் போரிட்டவர்கள். வேறு நாட்டைச் சார்ந்தவர்கள். களத்தில் அவர்களைக் கொல்ல நியாயமும் காரணமும் உள்ளது. ஆனால் சொந்த மக்கள் கொத்துக் கொத்தாய் தங்கள் அரசாங்கம் என நம்பிய அரசால் கொல்லப்படுவது தர்மங்களுக்கு அப்பாற்பட்டது. மொசூல்தான் எனக்குச் சொந்த ஊர். எனது கிராமம் மொசூலிலிருந்து தெற்கே டைகரிஸின் நதிக்கரையில் இருக்கின்றது. அந்த நதியிலிருந்து மதகுகள் வழியே எங்கள் நிலங்களில் விவசாயம் நடக்கும். கடந்த வருடம் மே மாதம் இறுதி வாரம் எனது வயலில் கோதுமை வளர்ந்து கதிர்கள் முற்றி அறுவடைக்குத் தயாராயிருந்தது. எனக்காக என் குடும்பத்தினர் அறுவடையை ஒரு சில நாட்கள் தள்ளி வைத்திருந்தனர். நானும் மிக சிரமப்பட்டு இரண்டு வாரம் விடுமுறை வாங்கி ஊருக்குச் சென்றிருந்தேன். அறுவடைக்கு முந்தைய நாள் காலையில் என் வயலினை ஒட்டிய டைகரிஸ் கரையில் கூட்டமாக கிராமத்தவர் நிற்பதைப் பார்த்து நானும் சென்றேன். என்னோடு எனது மகன் வந்திருந்தான். அல்லாவே. நதியின் வளைவில் கரையினை ஒட்டி நூற்றுக்கணக்கான வெட்டப்பட்ட மனித உடல்கள் மிதக்கின்றன.

பெரும்பாலும் நிர்வாணமாய். குழந்தைகளும் அதில் அடக்கம். நான் இந்த இளைஞனைப் போல பதட்டப்பட்ட எனது மகனை உடனே வீட்டுக்கு ஓடும்படி சொன்னேன். அவன் அந்தக் காட்சியைப் பார்ப்பதில் எனக்கு உடன்பாடில்லை. ஒரு தந்தையாக என்னால் அதுமட்டுமே முடிந்தது. புதிது புதிதாய் நதி பிணங்களைக் கொண்டு வந்து சேர்த்தது. சில எங்களைத் தாண்டிச் சென்றன. பல எங்கள் கிராம வளைவில் தேங்கி நின்றன. செய்தி அதிகாரிகளுக்குப் போனது. அவர்கள் வந்து பார்த்தார்கள். மொசூல் ஜெர்மன் துணைத் தூதர் வால்டர் ஹொல்ஸ்டின் அதனைப் பதட்டத்துடன் பார்த்தார். அந்தக் கோரத்தை ஜெர்மனிக்குச் சொல்லும் அவசரத்தில் இருந்தார். அவர் போன் பின்பு எங்கள் அதிகாரிகள் அவசர அவசரமாக உடல்களைக் கரையில் தூக்கிப் போட எங்களை நிர்பந்தித்தனர். கொக்கி போன்ற பொருட்களின் மூலம் நாங்கள் அந்த உடல்களை கரையில் சேர்த்தோம். பல உடல்கள் பாதி மட்டுமே இருந்தன. சில வெறும் தலைகள். பல உடல்களில் கைகள் பின்னால் கட்டப்பட்டிருந்தன. அந்தக் கரையை ஒட்டி எனது வயலும் இருந்தது. நான் பிணங்களைத் தள்ளிப் போடச் சொன்னேன். என்னைப் போலவே மற்ற விவசாயிகளும் சொன்னார்கள். எங்கள் பேச்சை யார் கேட்டார்கள். அந்தப் பிணங்கள் எங்கள் வயல்களில் குவியலாக சேர்க்கப்பட்டு பின்னர் ஆங்காங்கே அவசரமாகக் கட்டைகளைக் கொண்டு வந்து தீ வைத்து எரித்தனர். எங்கள் வயல்களில் முற்றி நின்ற தானியங்கள் எனது கண் முன்னே எரிந்து சாம்பலாயின. எங்கள் கிராமத்தின் நதிக்கரையில் இருந்த எல்லா வயல்களும் அந்தப் பிணங்களால் சுடுகாடு ஆனது. நான் நடைபிணம் போல அதைப் பார்த்தேன். அந்த எரியும் நெருப்பின் சூடும், பிணங்கள் கருகும் வாடையும், அதில் எனது தானியத்தின் வாசமும், என் மனைவியும் மகனும் கதறிய கதறலையும் சேர்த்து நான் எதையும் மறக்கவில்லை. இன்னமும் அந்த நினைவு என்னை விட்டு அகலவில்லை. என் வயல்களில் இப்போது புதர்மண்டிக் கிடக்கின்றது. அந்த வயல் பக்கம் போகும்போதெல்லாம் ஓர் இனம் புரியா அச்சம் என்னைத் தொற்றுகின்றது.''

காலித் அமைதியானான். மற்றவர்களின் முகங்கள் உறைந்து போயிருந்தன. நெருப்பு சடசடத்தது. சில சுள்ளிகளை அதில் போட்டபடி மீண்டும் பேசினான்.

''என்னுடன் வேலை செய்யும் சக பாதுகாவலர்கள் சொன்ன விபரம் என்னவென்றால் அங்கே மிதந்து வந்த உடல்கள் வடக்கே தயாபகீர் நகரத்திலிருந்த ஆர்மீனியர்கள். அந்நகரின் ஆர்மீனிய தேவாலயத்தின் பேராயர் தில்காடியன் உட்பட அந்தச் சமூகத்தின் புகழ்மிக்கவர்கள் சுமார் 800 பேர் கடந்த வருடம் மே மாதம் 25ஆம் தேதி இரவில் கைது செய்யப்பட்டுள்ளனர். கை கட்டப்பட்ட நிலையில் அவர்களை மரங்களால் கட்டப்பட்ட 17 தெப்பங்களில் ஏற்றி மொசூல் அனுப்பப் போவதாகச் சொல்லியிருக்கின்றனர். அவர்களுடன் அரசுப் படைகளும்,

அரசு ஆதரவு ரிமன் குர்து கலக கும்பலும் சேர்ந்து பயணித்திருக்கின்றது. சுமார் ஒருமணி நேரம் டைகரிஸில் இறங்கு முகமாகப் பயணித்து பெசிரிக்குத் தெற்கே அந்த தெப்பங்கள் அந்தக் குர்துகள் இருக்கும் கிராமத்தை அடைந்து நதியின் இடது கரையில் நிறுத்தப்பட்டன. அங்கே அந்தக் கிராமத்தில் ரிமன் குர்துகள் அந்தத் தெப்பங்களை எதிர்பார்த்துக் காத்து நின்றிருக்கின்றார்கள். பின் தெப்பங்களில் இருந்த ஆர்மீனியர்களிடம் அவர்கள் நலமுடன் மொசூல் போய்ச் சேர்ந்ததாக எழுதி வாங்கியிருக்கின்றார்கள். ஆர்மீனியர்களின் உடைகளைக் களைந்து அவற்றையும் பொருட்களையும் அந்தக் கிராமத்தினர் எடுத்துக்கொண்டனர். பின்னர் எல்லோரும் சேர்ந்து கைகள் கட்டப்பட்ட அந்த ஆர்மீனியர்களை வெட்டிக் கொன்று ஆற்றில் வீசியிருக்கின்றனர். உடல்கள் மற்றும் வெட்டப்பட்ட பாகங்கள் டைகரிஸில் விழுந்து அதன் நிறத்தை மாற்றின. அப்போது பேராயர் தில்கார்டியனை அவர்கள் கொல்லவில்லை. ஆனால் அதை விடக் கொடூரமாக, அவர் ஞானஸ்தானம் செய்த மக்கள் சாவதைப் பார்க்கவேண்டும், கண்களை மூடவோ, முகத்தை திருப்பவோ கூடாது எனக் கட்டளையிட்டனர். அவரின் கண்களும் காதுகளும் சாவை விடக் கொடிய வதையை அவருக்குக் கொடுத்தன. பின்னர் அவரைக் கொண்டு போய் சிறையில் அடைத்தனர். அதன் பின் ஐந்து நாட்கள் கழித்து மே 30 தேதி மீண்டும் தயாபகீரிலிருந்து மொசூல் அனுப்புவதாகக் கூறி 674 ஆர்மீனியர்கள் 13 தெப்பங்களில் அதேபோன்று அனுப்பப்பட்டனர். அவர்களும் வெட்டி டைகரிஸில் வீசப்பட்டனர். அந்த உடல்களின் பாகங்கள் டைகரிஸில் மிதந்து மொசூல் வந்திருக்கின்றது. இம்முறை ஜெர்மனித் தூதர் போன்றோர் தொடர்ந்து டைகரிஸில் மிதக்கும் கொல்லப்பட்ட உடல்கள் குறித்துக் கேள்வி எழுப்பியதால், அரசு தலைமைக்கு சங்கடம் ஏற்பட்டது. எனவே அதை மறைக்க வேண்டி அவர்கள் சிறை வைத்திருந்த பேராயர் தில்கார்டியனைச் சிறையில் சந்தித்து தயாபகீரில் இறந்தவர்கள் இயற்கையாக இறந்ததாக ஓர் அறிக்கை எழுதியிருப்பதாகவும் அதில் அவர் கையெழுத்திட வேண்டும் என்றும் கேட்டார்கள். பேராயர் அதை மறுத்தார். உடனே அவர்கள் கலகக்காரர்களை அனுப்பி அவர் மனைவியைக் கூட்டுப் பாலியல் வன்புணர்ச்சி செய்ய உத்தரவிட்டனர். அப்போதும் திகார்டியன் கையெழுத்திடாததால், அவர் மனைவியைக் கொன்றனர். பின்னர் மெல்லக் அகமது மசூதி முன் அவரை நிறுத்தி அவர் தலையில் ஒரு பெரிய ஆணியை வைத்துச் சுத்தியால் அடித்தனர். அதன் பின்னர் அவர் உடலை எரித்தனர். அதன் பிறகு மற்ற கிருஸ்துவ போதகர்கள் சிலர் அதே இடத்தில் மூன்று மரச் சட்டங்களை முக்கோணம் போல நிற்க வைத்துக் கட்டிய தற்காலிக தூக்கு மரங்களில் தூக்கிலிடப்பட்டனர். இந்தக் கொலைகளை முன் நின்று நடத்திய ரிமன் குர்து தலைவன் ஓமருக்கு அரசாங்கத்தின் வீர தீர விருதும் பரிந்துரைக்கப்பட்டது."

கேட்டுக்கொண்டிருந்தவர்கள் ஒரு நீண்ட பெருமூச்சை வெளிப்படுத்தினர். மனம் கனத்தது. ஒரு சிறு அமைதிக்குப் பின் அவன் மீண்டும் தொடர்ந்தான். அவன் கண்களில் மெல்லிய கண்ணீர் சேர்ந்திருந்ததை தீக்குவை வெளிச்சம் எதிரொளித்து வெளிப்படுத்தியது.

“வடகிழக்கே எருசிங்கன் பக்கத்தில் யூப்ரடிஸ் நதிக்கரையை ஒட்டி ஒரு கோட்டை உள்ளது. அந்த இடத்தில் நதி வளைந்து போகும். அங்கே சுற்றியுள்ள பல நகரங்களிலிருந்தும் இதேபோல ஆர்மீனியர்களைக் கூட்டி வந்தனர். அந்த எண்ணிக்கை சுமார் இரண்டாயிரத்துக்கும் மேல் இருக்கும். வந்தவர்களை காலையிலிருந்து கொன்று கொன்று ஆற்றில் வீசிக்கொண்டே இருந்துள்ளனர். அந்த உடல்கள் அனைத்தும் யூப்ரடிஸ் நதியின் பாலத்திற்குக் கீழே தேங்கி மனித உடல்களால் ஒரு தடுப்பணை உருவாகி நதி நூறு மீட்டர் விலகி ஓடியிருக்கின்றது. இங்கே இந்த நதிகளும் காலம் காலமாய் பல போர்களையும், கொடுமைகளையும் பார்த்துக் கடந்து வந்திருக்கின்றன. ஆனால் இந்தக் காலம் மிக மோசமான காலம். இந்தக் கொடுமையை இந்த நதிகள்கூட தாங்கிக்கொள்ள இயலாதவை. எத்தனைப் பிணங்களை அவை சுமக்கும்?”

மீண்டும் அங்கு ஒரு வித வெறுமை கலந்த அமைதி நிலவியது. காலித் இது போல மனம் திறந்து பேச காலையில் அந்தக் கிராமத்தில் கண்ட காட்சி காரணமாய் இருக்கலாம் என டெல்மெயின் கருதினார். தான் பதட்டம் அடைந்தது போல காலித்தின் மகன் டைகரிஸில் மிதந்து வந்த உடல்களைப் பார்த்து பதறியிருக்கக் கூடும் என வில்லியம்ஸ் கருதினான். கேப்டன் கல்யாணுக்கு இனம் புரியா அச்சம் ஏற்பட்டது. டெல்மெயின் அந்த அச்சம் கலந்த அமைதியை முடிவுக்குக் கொண்டு வர பேசினார்,

“ஜெர்மானியர்கள் இங்கே நீக்கமற இருக்கின்றார்கள். அவர்கள் இந்த செயலைத் தடுக்கவில்லையா?”

“அவர்களைப் பொறுத்து இதைக் கண்டும் காணாமல் போவது என முடிவெடுத்துள்ளார்கள். ருஷ்யர்கள்தான் அவர்களுக்குப் பிரச்சனை. ஆர்மீனியர்கள் ருஷ்யாவுக்கு ஆதரவானவர்கள் என்ற கருத்தைக் கூடுதலாக அவர்கள் உருவாக்கியிருக்கக் கூடும். இத்தனைக்கும் இங்கே படையை தலைமையேற்று நடத்தும் கோல்ட்ஸ் பாட்ஷா அசிரியன் வம்சாவழியைச் சார்ந்தவர். இங்கிருந்து அவர்களின் மூதாதையர் ஜெர்மனி போனதாக ஒரு செய்தி உண்டு. மொசூலில் மிதந்து வந்த பிணங்கள் குறித்து அவர் மனைவி தனியாக ஓர் அறிக்கையைக்கூட ஜெர்மனிக்குக் கொடுத்திருக்கின்றார். ஆனால் ஜெர்மனி இதில் தலையிட விரும்பவில்லை. முஸ்லிம் மக்களை துருக்கியின் கீழ் ஒருங்கிணைப்பதுதான் அதன் செயல் தந்திரம். ஒரு கொடுமையைக் கண்டும் காணாது கடந்து போவது அதற்குத் துணை போவதின்றி வேறென்ன?”

“எப்படி இந்த மனநிலை இங்கே உருவாக்கப்பட்டது?” என்றான் கேப்டன் கல்யாண்.

காலித் விரக்தியோடு மெல்லச் சிரித்தான்.

“இந்தக் கொலைகள் ஒரு நாளில் திடீரென நடப்பதில்லை. அது முதலில் வெறுப்பான வார்த்தைகள் மூலம் துவங்குகின்றது. எங்களின் எல்லாச் சிரமங்களுக்கும் இந்த கிருஸ்துவர்கள்தான் காரணம் என நம்பவைக்கப்பட்டது. நான்கு ஆண்டுகளுக்கு முன் பால்கான் போரின் போது இஸ்லாமியராக இல்லாதவரின் கடைகளில் வணிகம் செய்யக் கூடாது என்றனர். எங்களிடமிருந்து அவர்களை மனதளவில் வேறுபடுத்தத் தூண்டினர். அவர்களின் அடையாளங்களை அழிப்பதில் தவறில்லை என சொல்லிக்கொண்டே இருந்தார்கள். அதுதான் தேசபக்தி என்றார்கள். பின்னர் பழைய கவர்னர்கள் மாற்றப்பட்டு அந்த இடங்களில் டாக்டர் மெகமத் ரஷீத் போன்றோர் நியமிக்கப்பட்டனர். அதன் தொடர்ச்சியாக ஆஜிஸ் ஃபைபஸ் போன்ற இளவரசர்கள் ஓர் ஆயுதக் குழுவை அரசின் ஒப்புதலோடு உருவாக்கினர். அந்தக் குழுக்கள் யாரை துரோகி என்கின்றதோ அவர்கள் எந்த விசாரணையுமின்றி தூக்கிலிடப்பட்டனர்.

முதலில் துருக்கி மொழிதான் எல்லாமே என்றார்கள். ஆர்மீனியர்களின் மொழியில் உள்ள புத்தகங்களை எரிக்கச் சொன்னார்கள். நான் மார்டின் நகரில் இருந்தபோது கலகக் குழு ஆர்மீனிய தேவாலயத்தால் அதனருகில் நடத்தப்படும் ஒரு பள்ளிக்கூடத்தில் ஒரு சிறுமியின் புத்தகப் பையைப் பறித்து அவற்றை எரிக்கப் பிடிங்கியபோது, அந்தச் சிறுமி புத்தகத்தை பிடித்துக் கொண்டு தராமல் கத்தினாள். அப்போது அங்கே கூட்டம் கூடியது. உடனே கலகக் குழுவை சார்ந்தவன் அந்தச் சிறுமியின் புத்தகப் பையில் கையை விட்டு ஒரு புத்தகத்தை எடுத்தான். அது அவளின் புவியியல் புத்தகம். அதைக் கூட்டத்தார் முன் உயர்த்திக் காட்டி இந்த புத்தகத்தில் வரைபடம் உள்ளது. அந்த வரைபடத்தில் ருஷ்யர்களுக்கு நமது நகரங்கள், வீடுகள் எங்கெங்கு உள்ளது எனக் காட்டப்பட்டுள்ளது என்றான். பின் மற்றொரு புத்தகத்தை எடுத்தான். அது அறிவியல் புத்தகம். அதைக் காட்டி உங்களை ஒழிக்க எப்படி துப்பாக்கி தயாரிப்பது என இதில் உள்ளது என்றான். கூட்டமோ “துரோகி. துரோகி. அந்தப் பாதிரியாரைக் கொல்லுங்கள்... அந்த தேவாலயத்தை எரியுங்கள்” என்றார்கள். அந்த சிறுமியின் பள்ளிக்கூட புத்தகப் பை தீயிட்டுக் கொளுத்தப்பட்டது. அப்போது புத்தகத்தை எரித்தவன், அந்த ஆர்மீனியர்களைப் பாருங்கள். அவர்கள் மகிழ்ச்சியோடு இருக்கின்றார்கள் என்றால் நேச நாட்டுப் படை நம்மைப் பிடிக்க வருகின்றது என்று அர்த்தம். அவர்கள் முகம் வாடினால் ஜெர்மன் படை முன்னேறுகின்றது என்று பொருள் என்றான். கூட்டம் அதனை ஆமோதித்தது. பின் தேவாலயங்களைச் சேதப்படுத்தினர். பாதிரியார் பிரார்த்திப்பது போல அவர் முன் செய்து

- கேலி செய்து - பின்னர் அவரை அடித்து அவமானப்படுத்தினர். தேவாலயத்தின் புனித பீடங்கள் சேதப்படுத்தப்பட்டன. இருந்தபோதும் ஒட்டாமன் அரசு தங்களைப் படுகொலை செய்யும் என ஆர்மீனியர்கள் ஒருபோதும் நினைக்கவில்லை. ஒட்டாமன் அரசு பல இனங்களையும், மதங்களையும், மொழிகளையும் கொண்ட பொதுத்தன்மை வாய்ந்த அரசு என்ற கருத்து எங்கள் எல்லோருக்கும் உண்டு. ஆனால் சில நாட்களிலேயே ஆர்மீனியர்கள் ஆயுதங்களை ஒப்படைக்க வேண்டும் என போஸ்டர்களை ஒட்டினர். அவற்றை ஒப்படைக்காதவர்களை அங்கேயே தூக்கில் ஏற்றினர். ஆயுதங்களைத் தேடி இரவுகளில் வீடுகளின் கதவுகள் தட்டப்பட்டன. அந்த சப்தம் அவர்கள் அதற்கு முன் அறியாத அச்சத்தைத் தந்தது. வீடுகளில் ஆண்களை சுட்டுக்கொன்றனர். பெண்களை பாலியல் வன்புணர்ச்சி செய்தனர். சிறுமிகள்கூட விதி விலக்காகவில்லை. ருஷ்ய எல்லைப் பகுதியிலிருந்து அவர்களைச் சிரிய பாலைவனப் பகுதிக்கு இடம்பெயரச் செய்து குடியமர்த்துவதாகச் சொன்னார்கள். அவர்களின் சொத்துகளைக் கைவிட்டு வரச்சொன்னார்கள். அவர்களின் பொருட்களை கொள்ளையடித்தனர். அழகிய பெண்களை ஏலம் விட்டார்கள். பகிர்ந்து கொண்டனர். தொடர் பாலியல் வன்புணர்ச்சிகளால் அந்தப் பெண்கள் நடக்க முடியாமல் நடந்து போயினர். குடும்பத்தினர் முன் அவர்கள் பாதுகாவலர்களால் பாலியல் வக்கிரங்களுக்கு ஆளாயினர். ஒரு சில நாட்களில் அவர்கள் மனிதர்கள் என்ற நிலையை இழந்தனர். பெரும்பாலும் முக்கால் நிர்வாணமாகவே அவர்கள் இழுத்துச் செல்லப்பட்டனர். அது போல அந்த குர்து கிராமத்தில் பாலியல் அடிமையாய் குர்து ஷேக்கிற்கு விற்கப்பட்ட பெண் தனது மகளைப் பிரித்து இழுத்து செல்வதைக் கண்டு அவள் கதறிய கதறல் உங்களை உலுக்கியதால் ஒரு போர் வீரன் என்ற முறையில் அற உணர்ச்சியின் வெளிப்பாடாய் அநீதியைத் தடுக்க குர்து ஷேக்கோடு சண்டையிடப் பார்த்தீர்கள். உங்களுக்கு இந்த ஊர்களின் கள நிலவரம் தெரியாது. அது வெறும் ஒரு பெண்ணின் கதறலல்ல. போகும் வழி முழுதும் அந்தக் கதறலை நீங்கள் கேட்கக் கூடும். அந்தப் பெண் குழந்தையை வெறும் ஒரு மெட்ஜிடி காசுக்கு விற்றிருப்பார்கள். இது போன்ற பெண் குழந்தைகள் இறுதியில் விபச்சார விடுதிகள் என்ற குப்பைத் தொட்டிகளில் எறியப்படலாம். இங்கே ஒரு பழமொழி உண்டு, 'ஓர் இரவு அராஜக ஆட்சி, நூறு வருட சர்வாதிகார ஆட்சியை விடக் கொடுமையானது' என்று. நான் உங்களோடு அதிகம் பேசிவிட்டேன் எனக் கருதுகின்றேன். அட... மனசு கனக்கும்போது சுமையை எங்காவது இறக்க வேண்டுமே."

மீண்டும் ஹூக்கா உறிஞ்சும் சப்தம் மட்டும். மேல் வானம் கருத்திருந்த போதும் அது தொடுவானத்தை நெருங்க நெருங்க நீலத்திற்கு மாறியிருந்தது. தொடுவானில் சின்ன ஒளிக்கீற்று போல மஞ்சளும் ஆரஞ்சும் கலந்த வர்ணத்துடன், தானிய மணிகளைத் தூவியது போல ஆங்காங்கே

நட்சத்திரங்கள் வானத்தில் நிரம்பிக்கிடந்தன. காலித் வானத்தை உற்று நோக்கினான். வெள்ளி தொடுவானத்தில் இருந்தது.

"நாம் கிளம்ப வேண்டிய நேரம் வந்து விட்டது. நாம் இன்றும் கூடுதல் தூரத்தைக் கடந்து மூன்றாவது முகாமை அடைய வேண்டும். விடிவதற்குள் பயணத்தைத் துவங்கினால் கொஞ்சம் வெப்பத்திற்கு முன் போய்ச் சேரலாம்" எனக் கூறியபடி அவன் காவல் பணியாளர்களை எழுப்ப வாயில் கையை வைத்து ஒரு வித சீட்டியடித்தான். அந்த சீட்டி ஒலி தூங்கிக் கொண்டிருந்த காவல்பணியாளர்களை விழிக்கச் செய்தது. பின் அவர்கள் மற்றவர்களை நடக்க ஆயத்தப்படுத்தினர். அவர்களிடம் குடுவையில் தண்ணீர் இருந்தது. காலையில் வெயிலுக்கு முன் தங்கும் இடத்தில் ஏதேனும் உணவு கிடைக்கலாம். அவர்கள் நடக்கத் துவங்கினர்.

இன்னமும் முழுதாக விடியவில்லை. மொசூலுக்குப் பின் அவர்கள் மரங்களைப் பார்ப்பதே வெகு அரிதாக இருந்தது. வெறும் பொட்டல் சமவெளி நிலத்தில் அவர்கள் தொடர்ந்து பயணித்தனர். வில்லியம்ஸின் மனம் மேலும் கனத்துக் கிடந்தது. அந்த மண்ணில் ஓர் இனம் புரியா சுமையும் அவலத்தின் குரலும் அவனுக்குத் தொடர்ந்து ஒலிப்பதாகக் கருதினான். அதைக் கேப்டன் கல்யாணிடம் சொன்னான்.

"இப்போது எனக்கும் அதுபோல உள்ளது. மனதைக் கடினமாக்கிக் கொண்டு இதை இயல்பாக எதிர்கொள்ள வேண்டும். இல்லாவிட்டால் பைத்தியம் பிடித்துவிடும்" என்றான்.

இப்போது காலித் அவன் குதிரையை நடத்திக்கொண்டு நடந்து வந்தான். அவன் முகத்தில் மலர்ச்சியென்று எதுவுமில்லை. அவர்கள் மனதில் அவன் ஒரு மரியாதைக்குரிய மனிதனாக மாறியிருந்தான். வெயில் சுடும்போது வழியில் ஒரு சிதைந்த பழைய கட்டிடத்தில் தங்கினர். அது ஒரு காலத்தில் சத்திரம் போல இருந்ததாக காலித் சொன்னான். தண்ணீரும் ஒரு சில பேரிச்சை பழங்களையும் சாப்பிட்டு களைப்பைப் போக்கிக் கொண்டனர். மாலை வரை அங்கேயே இருந்தனர். பின்னர் மாலை சுமார் ஐந்து மணியளவில் நடக்கத் துவங்கி இரவு முழுதும் நடந்தனர். களைப்பைப் போக்க வழியில் நின்று இளைப்பாறினர். நிற்காமல் நடந்தால் விடியும் போது ஊர் வரும் என்றும் உணவும், தண்ணீரும் கிடைக்கும் என்றும் காலித் சொன்னதால் அவர்கள் தொடர்ந்து நடந்தனர்.

விடியும்போது அவர்கள் ஜக்கோ என்ற ஒரு சிறிய ஊரை அடைந்தனர். அங்கே கபூர் என்ற சிறிய நதி ஓடிக்கொண்டிருந்தது. அதன் தண்ணீர் தெளிந்து தூய்மையோடு இருந்தது. அந்த நதியின் மீது இருந்த பாலம் அந் நகருக்குள் நுழைய வழி செய்தது. இரு புறமும் சரிந்து, மையம் மட்டும் உயர்ந்து முக்கோண வடிவில் கருங்கற்களால் ஆன பழைய பாலம் அது. அந்தப் பாலத்தின் பெயர் தலால். சென்ற ஆண்டு வரை ஆர்மீனியர்களும் அசிரிய கிருஸ்துவர்களும் இருந்த ஊர். இப்போது அவர்கள் இல்லை.

ஊரின் சாலை ஓரம் ஏராளமான மேசை நாற்காலிகள் ஒன்றன் மேல் ஒன்றாய் அடுக்கி வைக்கப்பட்டிருந்தன. அவைகள் கைவிடப்பட்ட ஆர்மீனிய, அசிரிய கிருஸ்துவர்களின் வீடுகளில் இருந்தவை. அது ஒரு குப்பை மேடாய்க் காட்சி தந்தது. அதன் அருகில் தரை விரிப்புகள் குவிந்து கிடந்தன. அவர்கள் அங்கிருந்து கிளம்புவதற்கு முன் அவர்களின் சொத்துகளைக் கைவிட்டுவிட வேண்டும். விலை உயர்ந்த பொருட்கள் இருந்தால் அது ஒட்டாமன் பாதுகாவலர் அறியாமல் உள்ளாடைகளில் மறைத்து செல்ல வேண்டியிருந்திருக்கும். குழந்தைகள் பாடப் புத்தகங்களைக்கூட கைவிட்டுச் சென்றிருக்க வேண்டும். ஊரின் மையத்தில் பழைய தேவாலயம் பூட்டப்பட்டுக் கிடந்தது. யூதர்களும் ஒரு வித அச்சத்தில் அங்கே இருப்பது தெரிந்தது. விரைவில் தங்களையும் ஆர்மீனியர்களைப் போல நடத்த எல்லா வாய்ப்புகளும் உள்ளதை அவர்கள் அறிந்திருந்தனர்.

அங்கே சாப்பிட சப்பாத்திகளும், பழங்களும் யூதர்கள் நடத்தி வந்த கடைகளில் கிடைத்தன. அந்தக் கடைக்கார யூதர், கபூர் நதியின் கரைகளில் நாடு கடத்தப்பட்ட யூதர்கள் வசித்ததாக பைபிளில் குறிப்புகள் உள்ளதாகக் கூறினார். டெல்மெயின் தனது கையிலிருந்த காசினை கடைக்காரரிடம் கொடுத்தபோது பாதுகாவலன் காலித் தான் கொடுத்து விடுவதாகவும் தரவேண்டாம் எனவும் தடுத்தான். ஆனால் அந்தக் கடையிலிருந்து கிளம்பி வரும்போது அவன் எந்தக் காசையும் கடைக்காரனிடம் தரவில்லை. கடைக்காரன் காலித் முகத்தையே பார்த்தான். முன்பே அவன் அது போல பலவற்றைக் கண்டிருக்க வேண்டும். வெறுமனே மீசையை முறுக்கியபடி கடைக்காரனை ஒரு பார்வை பார்த்துவிட்டு அங்கிருந்து வந்து விட்டான் காலித். அந்தப் பார்வை காசு வேண்டுமோ? என யூதக் கடைக்காரனிடம் கேட்டிருக்க வேண்டும். அவர்களுக்கு அந்த உணவு கொஞ்சம் தெம்பைக் கொடுத்தது. உணவின்றி வெகு தூரம் நடந்து வந்தவர்கள், குளிக்கவும் பின் ஒரு கைவிடப்பட்ட கட்டிடத்தில் மாலை வரை ஓய்வெடுக்கவும் முடிந்தது. மாலையில் அவர்கள் அந்த நகரை விட்டுக் கிளம்பினர்.

அவர்கள் நள்ளிரவு வரை நடந்தனர். வானம் இருள் சூழ்ந்திருந்ததாலும், நடந்த களைப்பை ஆற்றவும் சாலையின் ஓரமாய்ப் படுத்துக்கொண்டனர். அப்போது அவர்களுடன் நடந்து வந்த இரண்டு பிரிட்டிஷ் படை வீரர்களுக்கு காலாரா பாதிப்பு வந்து அவர்கள் நிலைமை சற்று மோசமானது. கேப்டன் கல்யாண் அவர்களுக்கு கொஞ்சம் மருந்தைக் கொடுத்துத் தேற்றினான். காலரா மற்றவர்களுக்கு பரவாமல் தடுக்க வேண்டி எச்சரிக்கையாகவும் செயல்பட்டான். பின்னர் அதிகாலையில் மீண்டும் நடக்கத் துவங்கிய போது அந்த இரண்டு வீரர்களைக் கழுதைகளில் அமர்ந்து வர ஏற்பாடு செய்தனர். அதில் ஒருவனின் நிலை மிகவும் மோசமடைந்து வந்தது. அவனுக்கு வயது சுமார் இருபத்தைந்து மட்டுமே இருக்கும். அவன் ஹம்மிஸ்பையர் படைப்பிரிவைச் சார்ந்த பீட்டர். அவன் கழுதையில்

உட்கார்ந்து வரும் அளவுகூட தெம்புடன் இல்லை. ஒரு கட்டத்தில் அவன் சரிந்து விழும்போது அவனின் நாடித் துடிப்பு குறைந்திருந்தது. அவன் கை கால்களைத் தேய்த்துவிட்டு ஒரு ஊசியை மட்டும் கேப்டன் கல்யாண் போட்டான். அவனின் நாடித்துடிப்பு சீராகும் எனக் கருதினான். அதற்குள் வழியில் நிற்காமல் சிஸ்ரே போய்விடுவது எல்லாவற்றுக்கும் நல்லது என முடிவு செய்தனர். எனவே நான்கு பேர் ஒரு துணி ஸ்ட்ரெச்சரில் அவனைச் சுமந்து வந்தனர். காலையில் அவர்கள் சிஸ்ரே நகரை அடைந்தனர். அந் நகரை நெருங்கியபோது வில்லியம்ஸ் மீண்டும் டைகரிஸினைக் கண்டான். டைகரிஸ் நதியின் மேற்குக் கரையில் அந்த ஊர் இருந்தது. ஸ்ட்ரெச்சரில் வந்தவனின் நிலையைப் பரிசோதித்தபோது, அவன் உடலில் சூடு தணிந்திருந்தது. கண்கள் திறந்திருந்தன. நினைவு தப்புவதற்கு முன் அவன் பாக்கெட்டிலிருந்த அவன் மனைவியின் புகைப்படத்தை எடுத்து கையில் வைத்திருந்திருக்கின்றான். அனேகமாக நினைவு தப்புவதற்குள் இறுதியாக அவள் முகத்தைப் பார்க்க முயன்றிருப்பான். எல்லோரும் சோகமாகிவிட்டனர். இறந்தவனின் கையிலிருந்த புகைப்படத்தை மெல்ல எடுத்தனர். பின் அவன் சட்டையை ஜெனரல் டெல்மெயின் சோதித்தபோது ஒரு கடிதம் இருந்தது. அது அன்பே பீட்டர் எனத் துவங்கியது. அது அவன் மனைவி எழுதிய கடிதமாக இருக்க வேண்டும். குட்டில் இருந்தபோது சிறிய விமானத்தின் மூலம் கடிதம் போடப்பட்டது. அவன் ஸ்னைப்பர் படைப்பிரிவைச் சார்ந்த வீரன். சிஸ்ரேவில் அவனுக்கு முறையான நல்லடக்கம் செய்ய காலித்தின் உதவியைக் கோரினார் டெல்மெயின். அவன் உள்ளூர்க்காரனிடம் விசாரித்தபோது அவன் கை காட்டிய இடத்தில் ஒரு தேவாலயத்தின் கோபுரம் தென்பட்டது. அவர்கள் அந்தத் தேவாலயத்தை நோக்கிப் பீட்டரின் உடலைச் சுமந்துகொண்டு சோகத்துடன் நடந்தனர்.

அவர்கள் கற்களால் கட்டப்பட்டிருந்த அந்த தேவாலயத்தினை அடைந்தனர். அது தற்போது பயன்பாட்டில் இல்லை என்பதை அதன் வாசலில் முளைத்திருந்த புதர்ச் செடிகள் சொல்லின. காலித் ஒட்டாமன் உயர் அதிகாரிகளிடம் அனுமதி வாங்கச் சென்று வந்தான். வந்தவன் தேவாலயத்தைத் திறக்க அனுமதி கிடைக்கவில்லை என்றும், ஆனால் அதன் பின்னால் உள்ள கல்லறையைப் பயன்படுத்த அனுமதிக்கப்பட்டதாகவும் கூறினான். அந்த தேவாலயத்தின் சுவர்களில் இருந்த சிதறல்கள் துப்பாக்கி குண்டுகள் பாய்ந்ததற்கான அடையாளமாக இருந்தன. சுடப்பட்ட வெற்றுத் துப்பாக்கிக் குண்டுகள் அந்தப் புதர் மண்டிக் கிடந்த செடிகளுக்கு அருகில் சிதறிக் கிடந்தன. அதன் வாசல் சுவரில் செந்நிறத்தில் கறை போன்று கைகளின் அடையாளங்கள் தென்பட்டன. அது நிச்சயம் அழுக்குக் கறையல்ல, அது இரத்தக் கறையாக இருக்கலாம். அந்தத் தேவாலயத்தின் பின்புறத்தில் ஒரு பாதை கல்லறைக்கும் அதற்கப்பால் டைகரிஸ் நதிக்கரைக்கும் இட்டுச் சென்றது. அந்தத் தேவாலயத்தின் பின்னே டைகரிஸ் நதியை நோக்கி ஒரு சாலை சென்றது.

அப்பகுதியில் நுழையும்போதே ஒரு கனமான சோகம் அவர்களைக் கவ்வியது. அங்கு நீண்ட அமைதி நிலவியது. டைகரிஸினை அவன் ரசிக்க இயலவில்லை. அதைப் பார்க்கும்போது, அடுத்த கணமே அந்த ஊரிலிருந்த ஆர்மீனியக் கிருஸ்துவர்கள் கைகள் கட்டப்பட்டு தெப்பங்களில் ஏற்றப்பட்டதும், தெப்பம் குர்துகளின் கிராமத்தில் நிற்க, வெட்டப்பட்டு பொங்கும் இரத்தத்தால் நதியின் நிறம் மாறுவதும், மிதக்கும் உடல்கள் மொசூல் நகருக்கு வந்ததும் பற்றி காலித் விவரித்த நிகழ்வு அவன் நினைவுக்கு மின்னல் போல வந்து போனது. அந் நகரில் பெரும்பாலான கட்டிடங்கள், வீடுகள் பூட்டப்பட்டுக் கிடக்கின்றன. தெருக்கள் ஆட்களின் நடமாட்டம் எதுவுமின்றி இருந்தன. தெருவில் நாய்கள் குரைக்கும் சப்தம். அந்த நாய்கள் கொஞ்சம் உணவுக்குக் கடுமையாக சண்டையிட்டுக்கொண்டிருந்தன. துருக்கிகள் மற்றும் குர்துகள் அந்த நகரில் காணப்பட்டனர்.

“எவரேனும் ஒரு பாதிரியார் இறந்துபோன பீட்டருக்கு நல்லடக்கம் செய்ய சடங்கு செய்வாரா?” என டெல்மெயின் காலித்திடம் கேட்டார். முன்பு இருந்த கிருஸ்துவர்கள் எல்லோரையும் இப் பகுதியிலிருந்து அப்புறப்படுத்தி விட்டதாகவும், சிலர் முஸ்லிம்களாக மாறிவிட்டனர் என்றும், கிராமப் பகுதியில் இருந்த குர்துகள் இப்போது குடியமர்த்தப்பட்டுள்ளதாகவும் இந்நகரில் இருந்த ஆர்மீனியர்களும் சிரிய கிருஸ்துவர்களும் அழித்தொழிக்கப்பட்டுவிட்டதாகக் காலித் கூறினான்.

“கடந்த ஆண்டு இந்தத் தேவாலயத்தில் வைத்துதான் அரசுப் படையினர் இப்பகுதி சிரிய கிருஸ்துவர்களின் ஆயராக இருந்த மால்கி என்பவரைக் கொன்றார்கள். மால்கி இப்பகுதியில் உள்ள முஸ்லிம்கள் மத்தியில்கூட மிகுந்த மதிப்புக்குரிய மனிதராக இருந்தார். சிஸ்ரேயில் அரசுப் படைகள் தேவாலயத்தை சேதப்படுத்தும்போதும், இங்கிருந்து ஆர்மீனிய மற்றும் சிரிய கிருஸ்துவர்களைக் கொன்றொழிக்கும்போதும் ஆயர் இந் நகரில் இல்லை. ஆனால் கொல்லப்படும் தன் மக்களைக் காப்பாற்ற அவர் இந்த ஊருக்கு வர முயன்றபோது முஸ்லிம்கள் அவர் இங்கே வருவது நல்லதல்ல, அவர் உயிருக்கு ஆபத்தாகும் என எச்சரிக்கை செய்தனர். இருந்தபோதும் ஆயர் மால்கி மற்றொரு கத்தோலிக்க ஆயரான ஆபிரகாமும் அங்கு வந்து அரசுப் படைகள் முன் நின்றனர். தாங்கள் ஒட்டாமன் பேரரசின் விரோதியல்ல எனத் தெளிவுபடுத்த முயன்றனர். ஆனால் அவர்களைப் பிடித்துக்கொண்ட படைகள் அவர்கள் இஸ்லாமியர்களாக மதம் மாறினால் உயிரோடு விட்டுவிடுவதாகச் சொன்னார்கள். அப் பகுதி இஸ்லாமியர்கள் அவர் மீது அன்பு கொண்டவர்கள். அவர்கள் யாரும் இதுபோல நடப்பவர்கள் அல்ல. அவர்களுக்கு இதில் எந்த உடன்பாடும் இல்லை. அரசுப் படைகளுக்குப் பயந்து கையறு நிலையில் இருந்தனர். ஒரு நாள் கால அவகாசம் தரப்பட்டது. அடுத்த நாள் இதே தேவாலயத்தில் அவர்கள் தங்களது நம்பிக்கையைக் கைவிட மறுத்தனர். உடனடியாக

சால்டன் கத்தோலிக்க ஆயர் ஆபிரகாமை தலையில் சுட்டுக்கொன்றனர். அதை மால்கியைப் பார்க்க வைத்தனர். மால்கி அந்த இடத்தில் செத்த தனது சக ஆயருக்காக ஜெபம் செய்தார். உடனே அவரைக் கடுமையாகத் தாக்கினர். ஆனாலும் தன் முடிவில் உறுதியுடன் இருந்தார். அவர் மயக்கமாகி கீழே விழுந்தார். அதன் பின் அவரின் தலையைத் துண்டித்தனர். அந்த இரத்தச் சிதறல்கள் தேவாலயத்தின் சுவற்றில் தெரித்தன. அந்தச் செயலின் மூலம் மற்றவர்களின் மன உறுதியை அவர்கள் சிதைத்தனர். அதற்குப் பிறகு நகரில் இருந்த ஆண்களைக் கொலை செய்து டைகரிஸில் வீசினர். பெண்களை பாலியல் வன்முறைக்கு உள்ளாக்கி அதன்பின் கொன்றனர். 5000 ஆர்மீனியர்களும், சிரிய கிருஸ்துவர்களும் இதுபோல கொல்லப்பட்டதாக ஒரு செய்தி உண்டு. அடக்கம் செய்ய தேவாலயத்தின் கல்லறைத் தோட்டத்தைப் பயன்படுத்த அனுமதித்ததே பெரிது. வேறு அதிகாரிகள் அதை நிராகரிப்பதற்கு முன் அடக்கம் செய்துவிட்டுச் செல்லலாம்'' என காலித் கூறினான்.

உடனே டெல்மெயின் கல்லறை தோண்ட இருவரை அனுப்பி வைத்தார். அவர்களுடன் காவல் பணியாளர்கள் உடன் சென்றனர். பின் தனது பையில் வைத்திருந்த சிறிய பைபிளை எடுத்து வாசிக்கத் துவங்கினார்.

''இயேசு கிருஸ்து திரளான மக்களைக் கண்டு மலையின் மேல் ஏறினார். அவர் உட்கார்ந்தபொழுது அவருடைய சீடர்கள் அவரிடம் வந்தார்கள். அப்போது அவர் உபதேசித்தார். 'ஆவியில் எளிமையுள்ளவர்கள் பாக்கியவான்கள். பரலோக ராஜ்யம் அவர்களுடையது. நீங்கள் நின்று ஜெபம் பண்ணும்போது, ஒருவன் பேரில் உங்களுக்கு யாதொரு குறை உண்டாயிருக்குமானால், பரலோகத்திலிருக்கின்ற உங்கள் பிதா உங்கள் தப்பிதங்களை உங்களுக்கு மன்னிக்கும்படி, அந்தக் குறையை அவனுக்கு மன்னியுங்கள்.

சூரியனுடைய மகிமையும் வேறே, சந்திரனுடைய மகிமையும் வேறே, நடசத்திரங்களுடைய மகிமையும் வேறெ, மகிமையிலே நட்சத்திரத்திற்கு நட்சத்திரம் சிறப்புற்றிருக்கின்றது. மரித்தோரின் உயிர்த்தெழுதலும் அப்படியே இருக்கும். அழிவுள்ளதாய் விதைக்கப்படும், அழிவில்லாததாய் எழுந்திருக்கும். கனவீனமுள்ளதாய் விதைக்கப்படும், மகிமையுள்ளதாய் எழுந்திருக்கும். பலவீனமுள்ளதாய் விதைக்கப்படும், பலமுள்ளதாய் எழுந்திருக்கும். ஜென்ம சரீரம் விதைக்கப்படும், ஆவிக்குரிய சரீரம் எழுந்திருக்கும். ஜென்ம சரீரமும் உண்டு, ஆவிக்குரிய சரீரமும் உண்டு.''

பீட்டரின் உதட்டை ஒரு சவ ஈ மொய்த்தது. உடலை ஒரு துணியில் சுற்றினர். தேவாலயத்தின் ஓரமாய் இருந்த பூட்டப்படாத அறையில் சவப் பெட்டிக்குத் தேவையான மரப்பலகைகள் இருந்ததால், விரைவாக ஒரு சவப்பெட்டியைத் தயார் செய்தனர். பின் தேவாலயத்தின் பின்னே உள்ள கல்லறைத் தோட்டத்திற்குக் கொண்டு சென்றனர். அந்தக்

கல்லறைத் தோட்டத்தில் இருந்த பெரும்பாலான கல்லறைகளில் அழகிய வேலைப்பாடுகள் மிக்க கற்பலகைகள் உடைக்கப்பட்டு சிதிலமாய்க் கிடந்தன. அதனைச் சிலர் பெயர்த்து எடுத்துச் சென்றிருக்க வேண்டும். ஜுடாஸ் என்ற நீல நிறப் பூ மரத்தின் கீழே அந்த சவக்குழி தோண்டப்பட்டிருந்தது. பழைய சவக்குழிகள் எதுவும் மீண்டும் தோண்டப்படக் கூடாது என்ற எச்சரிக்கையில் அந்தக் குழி பூ மரத்தின் கீழே தோண்டப்பட்டது. அந்த மரத்தின் சில நீல வண்ணப் பூக்கள் சவக்குழியில் விழுந்தன. அவர்கள் பீட்டரை அடக்கம் செய்தனர். அந்தக் கல்லறை மண் மேட்டில் சிதைந்து கீழே கிடந்த ஒரு சிலுவைக் கல்லை எடுத்து வந்து நட்டு வைத்தார்கள். டெல்மெயின் அந்தக் கல்லறை உள்ள இடத்தைத் துல்லியமாக அளந்து குறித்துக்கொண்டார். ஜுடாஸ் பூ மரம் ஒரு நல்ல அடையாளம். குட்டிலிருந்து கைதியாகி வந்த பின்பு பீட்டர் மட்டுமே ஒரு எளிய இறுதி மரியாதையோடு அடக்கம் செய்யப்பட்டுள்ளான். பின்னர் அமைதியாக நடந்தபோது அந்தக் கல்லறையில் நிமிர்ந்து நிற்கும் ஒரே சிலுவை பீட்டரின் கல்லறையில் மட்டுமே இருந்தது. டெல்மெயின் காலித்திடம் கேட்டார்,

“அந்தக் கல்லறைகளின் கற்கள் எதற்கேனும் பயன்படுத்தப்படுமா?”

“வெறும் கற்களை எடுத்துச் செல்வதல்ல. இந்த மண்ணிலிருந்து ஆர்மீனிய, சிரிய கிருஸ்துவ அடையாளத்தை அழிப்பது. இனப்படுகொலைகள் இந்த அடையாள அழிப்பின் மூலம் கொலைகள் நடப்பதற்கு வெகு காலத்திற்கு முன்பே துவங்கி விடும்.”

தேவாலயத்தின் சுவரில் இருந்த இரத்தக் கறை, வெவ்வேறு கோணங்களில் வெவ்வேறு வகையான காட்சிகளைத் தரும் ஓர் அருவ ஓவியம் போல இருப்பதாக வில்லியம்ஸ் உணர்ந்தான். கண்களை விட மனம் அந்தக் கறையை வேறு வகையாக உணர்த்துகின்றது.

“உலகின் துவக்க காலத்தில், நோவா பெரு வெள்ள ஊழிக்குப் பின் மோசஸின் படகு இந் நகருக்கு அருகில் மலையில் ஒதுங்கி நின்றதாகவும், சொல்லப்படுவதுண்டு. ஜுடி மலை இங்குள்ள மலைதான் என சிரிய கிருஸ்துவர்கள் நம்புகின்றனர்” என்றான் காலித் தலையைக் குனிந்தபடி நடந்து வந்த டெல்மெயினிடம். ஆனால் அதைக் கேட்கும் ஆர்வமின்றி “மோசஸிக்கே வெளிச்சம்” என்றார் டெல்மெயின் தலையை நிமிர்த்தாமல்.

பின் ஒரு நீண்ட அமைதி நிலவியது. அவர்கள் அந்த தேவாலயத்திலிருந்து தூரமாக வந்து விட்டார்கள். ஒரு முறை அந்தத் தேவாலயத்தைப் பார்த்து டெல்மெயின் ஒரு பெருமூச்சு விட்டார். இங்கிலாந்தில் பிறந்த ஒருவன் அவனுக்கு எந்தத் தொடர்புமில்லாத துருக்கியின் இந்த இடத்தில்

புதைக்கப்படுவதை எவரும் நினைத்துக் கூடப் பார்த்திருக்க முடியாது. பின் காலித்திடம் சொன்னார்,

"இந்தச் சாவுகள் தடுக்கப்பட வேண்டும் என்பதற்காகத் தான் நாங்கள் உடன் வருகின்றோம். எங்களோடு டாக்டர்களும் இருக்கின்றார்கள். ஆனால் இளைஞர்கள் செத்துக்கொண்டே இருக்கின்றார்கள்."

"ஜெனரல், நீங்கள் கொல்லப்படுவதை தடுக்க வந்திருக்கின்றீர்கள் என நினைக்கின்றேன். இயற்கையாக சாவதை என்ன செய்ய முடியும்?"

"இதுவும் கொலைதானே… நூற்றுக்கணக்கான மைல்கள் இந்த சுட்டெரிக்கும் வெப்பத்தில் பாலை நிலத்தில் நடக்க வைப்பதும், உணவுக்கும் தண்ணீருக்கும் கையேந்த வைப்பதும், மருந்து உள்ளிட்ட எதுவுமில்லாத ஒரு நிலையும்… சர்வதேசச் சட்டங்களை உங்கள் ஒட்டாமன் பேரரசு மதிக்கும் போக்கு இதிலிருந்தே தெரிகின்றது."

"சர்வதேசச் சட்டங்கள்…" காலித் எதையோ சொல்ல வந்து அமைதியானான்.

ஆனால் அந்த வார்த்தையை முடிக்கும்போது ஒருவகை விரக்தியையும் இயலாமையையும் அவன் முகம் வெளிப்படுத்தியது. பின் அவன் திட்டமிட்டதற்கு முன்னதாகவே அந்நகரத்தை விட்டுக் கிளம்பி விடுவது என்ற கருத்தை வெளிப்படுத்தினான். வெயில் மட்டுப்பட்டிருந்தது. நடப்பதற்கு சிரமம் இருக்காது என்பதால் அவர்கள் அந்நகரை விட்டுக் கிளம்பி மேற்கே நிஸ்பின் நோக்கிப் பயணித்தனர். போகும்போது வில்லியம்ஸ் சிஸ்ரேக்கு அப்பால் தூரத்தில் உயர்ந்து தெரியும் மலையைப் பார்த்தான். ஒரு முறை ஊழிக் காலத்தில் படகில் தப்பித்த மோசஸினை நினைத்துப் பார்த்தான். இந்தக் காலத்தில் மோசஸ் வந்திருப்பாராயின் அவரும் தங்களைப் போலவோ அல்லது ஆர்மீனியர்களைப் போலவோ ஒட்டாமன் பாலை நிலத்தில் குறுக்கும் நெடுக்குமாய் பாதுகாவலர்களின் மிரட்டல்களுக்கு நடுவே உள்நாட்டு அகதியாய் நடக்கச் சக்தியற்று நடந்திருக்க வேண்டும் என்பது மட்டும் நிச்சயம் என நினைத்தான். பின்னர் நடக்கத் துவங்கினான்.

அவர்கள் இரவு வரை தொடர்ந்து நடந்தனர். வழியில் கிராமங்கள் எங்கும் தென்படவில்லை. இரவில் ஒரு சிறு கிராமம் சாலையோரம் தென்பட்டது. தூரத்தில் தெரிந்த சில வீடுகள் குர்துகளுடையதாக இருக்க வேண்டும். சின்ன வெளிச்சம் அங்கு இருந்தது. அவர்கள் அங்கிருந்த ஒரு திறந்த வெளியில் தங்கினர். வெகு நேரம் நடந்து வந்த களைப்பில் விரைவாக உறங்கிப்போயினர். திடீரென துப்பாக்கி வெடிக்கும் சப்தம். உடனே கழுதையின் கனைப்பும் அது அங்கிருந்து பீதியடைந்து ஓடுவதும், அதனை பிடித்து வரச்சொல்லி காலித் துப்பாக்கியுடன் கட்டளையிட்டுக் கொண்டிருப்பதும் அங்கு நிலைமையை அசாதாரணமாக்கியது.

காவல்பணியாளர்கள் இருட்டில் அந்தக் கழுதை ஓடிய திசையில் பின்னே ஓடிக்கொண்டிருந்தனர். டெல்மெயின் காலித்திடம் துப்பாக்கி வெடித்ததற்கான காரணத்தைக் கேட்டபோது எவனோ கழுதையைத் திருடிப்போக வந்ததாகவும், கழுதையின் சப்தம் கேட்டு துப்பாக்கியை வெடித்து எச்சரிக்கை செய்ததாகவும் திருடன் ஓடிவிட்டதாகவும் கூறினான்.

அதன் பின் எச்சரிக்கை உணர்வும், குளிரும் அவர்களின் தூக்கத்தைக் கலைத்தது. சிறிது நேரத்தில் அங்கே இரண்டு இடங்களில் தீக்குவை எரிந்து கொண்டிருந்தது. ஒன்று காவல் பணியாளர்கள் மூட்டியது மற்றொன்று பாதுகாவலன் காலித் அமர்ந்திருந்தது. அவன் வழக்கம் போல துப்பாக்கியைத் தனது மடியில் வைத்தபடி ஹூக்காவை எச்சரிக்கையோடு உறிஞ்சினான். இருளில் காவல்பணியாளர்கள் கழுதையைப் பிடித்தபடி தூரத்தில் தெரிந்த கிராமத்துப் பக்கமிருந்து வந்தார்கள். அவர்களுடன் ஐந்து கிராமவாசிகளும் வந்தார்கள். அவர்கள் தங்கள் தோள்களில் துப்பாக்கிகளை அணிந்திருந்தனர். காவல் பணியாளன் தனது கழுதையினை மற்றொரு பணியாளனிடம் கொடுத்து விட்டு, வந்துள்ளவன் அந்த குர்து கிராமத்தின் ஷேக் என காலித்திடம் சொன்னான். அவர்கள் காலித்திடம் வணக்கம் கூறினர். பினனர் தீக்குவையைச் சுற்றி அமர்ந்தனர்.

குர்து ஷேக் பேசினான். கிராமவாசிகள் எவரும் கழுதையைத் திருட முயற்சிக்கவில்லை எனவும், அது சில வழிப்போக்கர்களின் வேலையாக

இருக்க வேண்டும் என்றும், கையில் கிடைத்தால் சுட்டுக் கொன்றிருப்போம் எனவும் கூறினான். பின்னர் பிரிட்டிஷ் இந்தியப் படையினரைப் பார்த்து "இவர்களையும் ஆர்மீனியர் போல கொல்ல அழைத்துச் செல்கின்றீர்களா? கடந்த வருடம் அந்த மலைகளில்தான் அந்தப் பெண்களைக் கொன்றோம்? இவர்களையும் அங்கே கூட்டிப் போகப்போகின்றீர்களா?" என்றான்.

"இல்லை இவர்கள் நமது மரியாதைக்குரிய விருந்தினர்கள் என கலீல் பாட்ஷா கூறி உள்ளார்" என காலித் தெரிவித்தான்.

அப்போது மற்றொரு குர்து, ஷேக்கிற்கு ஹூக்கா குடுவை கொண்டு வந்து கொடுத்தான். தீக்குவையிலிருந்து ஒரு சுள்ளியை எடுத்து அதைப் பற்ற வைத்துக் கொண்டு புகையை இழுத்தான் குர்து ஷேக்.

"ஆயிரம் நண்பர்களின் வலிமையைக் காட்டிலும் ஓர் எதிரி வலிமை மிக்கவன். எனவே எதிரிகளை அவ்வப்போது கணக்குத் தீர்க்க வேண்டும் என எங்கள் முன்னோர்கள் சொல்வார்கள்" என டெல்மெயினைப் பார்த்தான். டெல்மெயினிடம் காலித் அதை மொழிபெயர்த்துச் சொன்னான். டெல்மெயின் அந்த ஷேக்கிடம் போன வருடம் அந்த மலையில் நடந்ததைக் கேட்கச் சொன்னார். காலித் அவனிடம் கேட்டபோது, ஷேக் பெருமிதத்தோடு அதனை விவரிக்கத் துவங்கினான்.

"கடந்த வருடம் இதேபோல எங்களின் எல்லா மலைகளிலும் ஆர்மினீயப் பெண்களையும் குழந்தைகளையும் அரசுப் படைகள் தொடர்ந்து ஏற்றி இறக்கிக்கொண்டிருந்தார்கள். நாள்தோறும் அந்தப் பெண்களும் குழந்தைகளும் எறும்புகளைப் போல அழைத்துச் செல்லப்பட்டனர். ஆர்மீனிய ஆண்களை அவர்கள் பெரும்பாலும் அந்தந்த இடத்திலேயே கொன்று வீசி விட்டனர். அந்தப் பெண்கள் ஏறக்குறைய முழு நிர்வாணமாகவே இருந்தார்கள். அவர்களின் உடைகள் எங்களின் உடைகளைக் காட்டிலும் மாறுபட்டிருந்தது. அந்த உடைகளையும் அந்தப் பெண்கள் தங்கள் ஆடைகளுக்குள் மறைத்து எடுத்து வந்த சில நகைகள், காசுகளை போட்டி போட்டுக்கொண்டு உங்களைப் போன்ற பாதுகாவலர்களும், எங்கள் ஆட்களும் கொள்ளையடித்தனர். அவர்கள் ஏனோ இந்த மலையைத் தேர்வு செய்திருந்தார்கள். எங்கள் ஆட்களின்றி அரசப் படைகளும் இருந்தார்கள். காலையில் இந்த முகட்டுக்கு அப்பால் அந்தப் பெண்களை அழைத்து வந்தார்கள். சுமார் நூறு ஆட்கள் கையில் துப்பாக்கியும் கத்தியும் வைத்திருந்தார்கள். நிர்வாணமாய் நின்ற பெண்களை வரிசையாக நிற்க வைத்தார்கள். அந்தப் பெண்களுக்கு எதுவும் தெரியவில்லை. உடனே எங்கள் ஆள் தனது துப்பாக்கியை எடுத்து சுட்டான். அந்தத் துப்பாக்கி குண்டு ஒரே நேரத்தில் ஆறு பெண்களைச் சாய்த்தது. அதன் பின்னர் அந்தப் பெண்கள் காப்பாற்றுங்கள் எனக் கத்திக்கொண்டு முகட்டிலிருந்து கீழே ஓடினர். சுட்டும், வெட்டியும், குத்தியும் சுமார் ஐநூறுக்கும் மேற்பட்ட பெண்களையும் குழந்தைகளையும் கொன்றோம். அந்த மலையில் புதிதாகத் தோன்றிய சிவப்பு நதியாக இரத்தம் ஓடியது.

பகை என்பது நமது வாள்களை விட நீளமானதல்ல. அதை அந்த ஆர்மீனியப் பேய்கள் புரிந்திருக்கும். எங்கள் குர்து ஷேக் உபயத்துல்லா ஐம்பது ஆண்டுகளுக்கு முன்பு இதைச் சொல்லியிருக்கின்றார். அந்த ஆர்மீனியர்கள் ருஷ்யர்களுடன் சேர்ந்து எங்கள் பகுதிகளையும் பிடுங்கப் பார்க்கின்றார்கள். குர்து பூமியை ஒரு போதும் விட்டுக்கொடுக்க மாட்டோம். அரசாங்கத் தலைமை காலித் பாட்ஷா அந்த ஆர்மீனியர்களும் சிரிய கிருஸ்துவர்களும் மீண்டும் சொந்த ஊர் திரும்பக்கூடாது என்று கட்டளை இட்டிருந்தார். அதை நாங்கள் செய்து முடித்தோம்.''

காலித் தன்னிடமிருந்த ஹூக்காவில் போடும் காரப் புகையிலையை கொஞ்சம் குர்து ஷேக்கிற்கு கொடுத்தான். அவன் அதை வாங்கிக்கொண்டு, ஒருமுறை முகர்ந்து அதன் வாசனையை உள்ளிழுத்தபடி, ''மொகூல் புகையிலையின் காரமே தனிதான்'' எனக் கூறிவிட்டு அங்கிருந்து அவர்கள் கிராமத்திற்குச் சென்று விட்டனர்.

''இவர்களுக்கு எந்தக் குற்ற உணர்வும் ஏற்படாத அளவு, தாங்கள் செய்வதை நியாயப்படுத்த பல கருத்துகள் உருவாக்கப்பட்டுள்ளது'' என்றார் டெல்மெயின்.

''இந்த உலகில் மூன்று வகையான உயிர்க்கொல்லிகள் உண்டு. ஒன்று எலி மற்றொன்று வெட்டுக்கிளி மூன்றாவதாக இந்த குர்துகள். நாசமாய்ப் போக. உண்மையில் இவர்களை முரட்டுத்தனமான, அடியாட்களாகவே அரசாங்கம் பார்க்கின்றது. எங்கள் அரசாங்கத்திற்கு ஆர்மீனியர்களும் ஒன்றுதான், குர்துகளும் ஒன்றுதான். இருவருமே விரட்டப்பட வேண்டியவர்கள் எனக் கருதுகின்றனர். ஒரு கையை வைத்து மற்றொரு கையை வெட்டுகின்றனர். ஆர்மீனியர்கள் முட்டாள்கள் அல்ல. ஆனால் குர்துகள் அப்படியல்ல. வரலாறு இவர்களுக்கு எதிராகவும் திரும்பும். உண்மையில் நமது கழுதையை இவர்கள்தான் ஆட்களை அனுப்பிப் பிடித்து வரச் சொல்லியிருப்பார்கள். அதனால்தான் என் துப்பாக்கியை மடியின் மீதே வைத்திருந்தேன். அவர்கள் சொன்ன கதைகளுக்குப் பின்னர் இங்கு தங்க மனதில்லை. நாம் சிரமம் பார்க்காமல் நடந்தால் இன்று மாலைக்குள் ஐந்தாவது முகாமை அடைந்து விடலாம்.''

காலித் சீட்டியடித்து காவல் பணியாளர்களை ஆயத்தமாக்கினான். அவர்கள் விரைவாக நடையைக் கட்டினர். நடந்து போகும்போது சாலைக்கு அப்பால் இருந்த அந்த வறண்ட குன்றுகள் ஏற்றமும் இறக்கமுமாய் இருந்தன. கீழ் வானம் வெளுக்கும் சமயம் அது இரத்தத்தைப் பூசிக் காட்சியளித்தது.

அவர்கள் தொடர்ந்து நடந்தனர். வெயிலின் தாக்கம் குறைவாக இருந்ததால் கூடுதல் தூரம் நடக்க முடிந்தது. கொஞ்சம் ஓய்வு, நடை என அவர்கள் ஐந்தாம் முகாமைச் சென்றடைந்தனர். அங்கிருந்து நடு இரவில் கிளம்பி அவர்கள் விடியும் சமயம் நிஸ்பின் நகரை அடைந்தார்கள்.

நிஸ்பின் ஒரு பழங்கால நகரம். ஜாக்ஜாக் என்ற ஆற்றின் கரையில் மலைச் சரிவின் அடிவாரத்தில் அது இருந்தது. அந் நகரம் பழங்காலத்தில் ரோம மற்றும் பார்த்தியன் பேரரசின் எல்லையாக இருந்துள்ளது. அதன் வெளிப்பாடாய் ரோமப் பேரரசின் சிதைந்த சிதிலங்கள், தூண்கள் எஞ்சியுள்ளன. அவர்கள் ஒரு பழங்கால கிருஸ்துவ தேவாலயத்தைக் கடந்து சென்றனர். அது செயின்ட் ஜேக்கப் தேவாலயம். சுமார் 1500 ஆண்டுகள் பழைமை வாய்ந்தது அது. அதனைச் சுற்றிலும் நீண்ட பரப்பில் அதன் சிதைந்த கட்டிடங்கள் காணப்பட்டன. அந்தத் தேவாலயம் கீழைக் கிருஸ்துவத்தின் முக்கியப் பீடமாக இருந்துள்ளது. டெல்மெயின் பூட்டப்பட்டிருந்த அந்தத் தேவாலயத்தின் முன் பிரார்த்தனை செய்ய விரும்பினார். தேவாலயத்தின் வாசலில் அவர்கள் அனைவரும் முழங்கால் மண்டியிட்டனர். அப்போது டெல்மெயின் தனது பைபிளை எடுத்துப் படிக்கத் துவங்கினார்.

"பசியாயிருந்தேன், நீங்கள் எனக்கு உணவு கொடுக்கவில்லை. தாகமாயிருந்தேன், நீங்கள் என் தாகத்தைத் தீர்க்கவில்லை. அந்நியனாய் இருந்தேன், நீங்கள் என்னைச் சேர்க்கவில்லை. ஆடையின்றி இருந்தேன், நீங்கள் எனக்கு ஆடை கொடுக்கவில்லை. நோயுற்றவனாயும், கைது செய்யப்பட்டவனாயுமிருந்தேன். நீங்கள் என்னை விசாரிக்கவில்லை."

மத்தேயுவின் இந்த வரிகளைப் படிக்கும்போது அவர் மிகுந்த உணர்ச்சி வயப்பட்டார். அவர் கண்கள் கலங்கி நாக்குத் தழுதழுத்தது. ஒருபோதும் உடையக்கூடாது என்ற மனநிலை உள்ள டெல்மெயின் இந்த வசனங்களைப் படித்திருக்கக் கூடாது. ஆனால் அவர் அந்த தேவாலயத்தில் தங்களுக்கான நியாயத்தைக் கோரவேண்டிய நிலையில் இருந்தார். பிரார்த்தனை செய்யும் அனைவரும் கண்கலங்கினர். பெரும்பாலானவர்கள் கண்களை மூடி தாங்கள் இதுவரை எதிர்கொண்ட துயரங்களுக்கு நீதி கோரும் மனநிலையில் வாய் விட்டு அழுதனர். இவர்களில் அனைத்து மதத்தவரும் இருந்தனர். சுமார் ஒரு மணி நேரம் அந்த வழிபாடு நீண்டது. அன்றைய நிலையில் அங்கு கிருஸ்துவ வழிபாடு நடத்துவது அவ்வளவு பாதுகாப்பானதல்ல என்பதால் காலித் சீக்கிரம் அங்கிருந்து கிளம்பி விடலாம் எனச் சொன்னான்.

பின்னர் அவர்கள் அந்நகரில் இருந்த ஆறாவது முகாமை அடைந்தனர். அது ஒரு ஆர்மீனியக் கிருஸ்துவர்களின் கைவிடப்பட்ட வீடாக இருக்க வேண்டும். அதன் கதவுகளிலும் மேல் மாடத்திலும் சிலுவை அடையாளம் இருந்தது. அங்கு ஏற்கனவே முன்னே வந்த படையணியைச் சார்ந்தவர்களில் நோயுற்ற சிலர் இருப்பதையும் அவர்களை இங்கேயே விட்டுவிட்டு மற்றவர்களைக் கூட்டிச் சென்றுவிட்டதையும் அறிந்து அவர்களைப் பார்க்க உள்ளே சென்றனர். டெல்மெயினுடன் கல்யாணும் உள்ளே சென்றபோது ஓர் இருண்ட அறையைக் கண்டார்கள். அந்த அறையில் ஜன்னல்கள் இல்லை. மூன்று பிரிட்டிஷ் படை வீரர்கள் நிர்வாணமாய்ப் படுத்துக் கிடந்தனர். அவர்கள் அவர்களின் மலத்தின் மீதும் மூத்திரத்தின் மீதும் கிடந்தனர். இரண்டு பேர்கள் முற்றிலும் மயக்கத்தில் கிடந்தனர். அவர்கள் இருபது வயதுக்குள் இருக்கும் இளைஞர்கள். நினைவோடிருந்தவனின் கையை டெல்மெயின் பிடித்தபோது அவன் அவர்களைத் திரும்பிப் பார்த்து,

“கடவுளிடம் கேளுங்கள், என்னை விரைவாக சாக அனுமதிக்க வேண்டுங்கள். இந்தக் கொடூரத்தை என்னால் தாங்க முடியவில்லை” எனக் கண்ணீர் சிந்தினான்.

அந்த அறையிலிருந்து மூவரையும் தூக்கிக்கொண்டு வெளியே கொண்டுவருவதற்காக அவர்களைப் பிடித்துத் தூக்கினர். வில்லியம்ஸ் ஏற்கனவே மயங்கிக் கிடந்த ஒருவனின் கைகளைப் பிடித்துத் தூக்கினான். இக்பால் கால்களைப் பிடித்துக்கொண்டான். அப்போது மயங்கிக் கிடந்தவனின் உடலிலிருந்து சின்னத் துள்ளல் போன்ற மெல்லிய ஓர் அதிர்வை அவன் கைகளில் உணர்ந்தான். அதன் பின் எந்த அசைவுமில்லை. அவன் கண்களைச் சோதித்தான் கேப்டன் கல்யாண். பின்னர் டெல்மெயினைப் பார்த்து ‘எல்லாம் முடிந்தது’ என்பதாய்த் தலையை ஆட்டினான். நிஸ்பினில் மீண்டும் ஒரு கல்லறைக்கு இடம் தேட வேண்டிய நிலை உருவானது. மயங்கிக் கிடந்த மற்றொருவனுக்கு கொஞ்சம் மருந்து மற்றும் நீர்ச்சத்து மிக்கவைகளை உட்கொள்ளக் கொடுத்து அவன் கைகால்களைத் தேய்த்துவிட்ட பின் வெகுநேரம் கழித்து அவன் கண் விழித்தான். அவனின் நாடித் துடிப்பு சீராக இல்லை எனினும் அவனின் உயிருக்கு ஆபத்து ஏற்படாது எனக் கேப்டன் கல்யாண் தெரிவித்தான். அப்போது ஜெனரல் டெல்மெயின்,

“போர்க் கைதிகளுக்கு எந்தவிதமான மருத்துவ உதவியும் செய்யாமல் சாக விடுவது போர்க் குற்றம். இதனை இஸ்தான்புல்லில் உள்ள உங்களின் தலைமையிடம் எங்கள் நேச நாடுகள் மூலம் கேட்கப் போகின்றோம், இதுதான் கௌரவமிக்க விருந்தினர்களாக நாங்கள் நடத்தப்படும் முறையா?” எனக் கேள்வி எழுப்பினார். அவருடன் மற்ற அதிகாரிகளும் சேர்ந்து சப்தமிட்டனர். காலித் அதனை முகாமினைக் கண்காணிக்கும் அதிகாரிக்கு மொழிபெயர்த்துச் சொன்னான்.

அந்த அதிகாரியோ அலட்சியமாக, "அவர்களைக் கவனிக்க தனியே பணம் கொடுக்க வேண்டும். இல்லாவிட்டால் நான் என்ன செய்ய முடியும்?" என்றான்.

அப்போது காலித் முகத்தைக் கடுமையாக வைத்துக் கொண்டு, "இவர் பிரிட்டிஷ் இராணுவத்தின் உயர் அதிகாரி. நமது என்வர் பாட்ஷாவுடன் நேரிடையாகப் பேசக்கூடியவர். நீ சொன்னதை அப்படியே யுத்த மந்திரியிடம் சொல்லுவார். அப்புறம் உன் கதி அதோ கதிதான். உன் பெயரென்ன?" என அதிகாரத்துடன் கேட்டு அதனை தனது காவற்படையினரைக் குறித்துக்கொள்ளச் சொன்னான். அழுத்தமாக காலித் பேசியதைக் கேட்டு அந்த முகாமின் அதிகாரி ஆடிப்போனான். பின் டெல்மெயினிடம் வந்து இனி இதுபோல நடக்காமல் பார்த்துக்கொள்வதாகவும், மருத்துவப் பணியாளர்களை கூடுதலாக நியமிப்பதாகவும், பிரச்சனையைப் பெரிது படுத்த வேண்டாம் எனவும் கேட்டுக்கொண்டான். அதனை காலித் மொழிபெயர்த்துச் சொன்னான்.

பின்னர் காலித் அந்த அதிகாரியிடம் இறந்த பிரிட்டிஷ் படைவீரனை கிருஸ்துவ மத முறையின்படி அடக்கம் செய்ய ஏற்பாடு செய்து தரச் சொன்னான். முகாம் அதிகாரி தயங்கினாலும் பின் ஏற்றுக்கொண்டு ஒரு யூதக் கிருஸ்துவப் பாதிரியாரை சிறிது நேரத்தில் அழைத்து வந்தான். அந்தப் பாதிரியாரின் முகத்தில் ஒருவித அச்சம் இருந்தது. அப்போது சில செஞ்சிலுவை சங்கத்தினரும் வந்தனர். முகாமில் சிகிச்சை பெறுபவர்களுக்கு உதவி செய்து அடிக்கடி கண்காணித்துக் கொள்வதாகவும் கூறினர். சிறிய கிருஸ்துவக் கல்லறையில் அடக்கம் செய்ய அனுமதிக்கப்பட்டது.

டெல்மெயின் காலித்திடம் முகாம் அதிகாரியின் மனமாற்றத்திற்கு, தான் புகார் கொடுப்பதாகச் சொன்னதுதான் காரணமா? எனக் கேட்டார்.

"உங்களுக்கு யுத்த அமைச்சர் என்வர் பட்ஷாவை நன்கு தெரியும் என்று சொன்னேன். அதனால்தான் அந்த அதிகாரி பயந்து விட்டான். என்வர் பாட்ஷா பேசிக்கொண்டிருக்கும்போதே துப்பாக்கியை எடுத்துச் சுட்டு விடுவார். மூன்று ஆண்டுகளுக்கு முன்பு மற்றொரு அமைச்சரான நிசாம் பாட்ஷாவை தனது துப்பாக்கியால் சுட்டுக் கொன்று விட்டார். மந்திரிக்கே அந்த நிலை என்றால் தனக்கு எதுவேண்டுமானாலும் நடக்கலாம் என பயந்திருக்கக் கூடும்" என்றான்.

"சண்டையில் சாவதை இயல்பாக ஏற்கும் மனநிலையை போர்க்களத்தில் வளர்த்துக் கொண்டவன் நான். ஏராளமான சாவுகளைப் போரில் பார்த்து விட்டேன். ஆனால் இங்கே காணும் காட்சிகள் என்னை உலுக்குகின்றன. இந்த நிலம் என்னை நிலைகுலையச் செய்கின்றது. திரும்பும் திசையெல்லாம் சம பலமற்றவர்கள், சாமானியர்களின் சாவுகள் என்னை மீண்டும் மீண்டும் களைப்படையச் செய்கின்றது. மொத்தத்தில் மிகவும் பலகீனமாய் என்னை உணர்கின்றேன்."

"மற்றவர்களுக்குத் தீங்கிழைப்பவர்கள் உண்மையில் தோல்வியுற்றவர்கள். சர்வ வல்லமை கொண்ட அல்லா கொடுமை செய்பவர்களை சட்டத்திற்கு விரோதமானவர்கள் என எச்சரிக்கை செய்கின்றார். மற்றவர்களைக் காயப்படுத்துவது, அவர்கள் பொருட்களை அபகரிப்பது தீய செயல்கள். அல்லா ஒரு போதும் தீயவர்களை விரும்புவதில்லை."

உடலை அந்தக் கல்லறைத் தோட்டத்திற்கு கொண்டு சென்றபோது அதன் கல்லறைப் பலகைகளும் உடைக்கப்பட்டு இருந்தன. வந்திருந்த பாதிரியார் இறுதிச் சடங்கை ஒருவிதப் பதட்டத்துடன் விரைவாகச் செய்தார். அவர் தட்டுத் தடுமாறி துருக்கி மொழியில் பேசினார். அவர் கையிலிருந்த பைபிளோ துருக்கி மொழியில் இல்லை. ஒரு வரி கூட ஆர்மீனிய மொழியில் பேசாது துருக்கியில் பேச முயன்றார். அவரின் நாக்கு குழறியது. கைகள் நடுங்குவதை அந்தப் பைபிள் வெளிப்படுத்தியது. டெல்மெயின் இதற்குத் தானே பாதிரியார் வேலையைச் செய்திருக்கலாம் என நினைத்தார். ஆனாலும் பாதிரியாரின் நிலையை அறிந்தவராய் அவர் மீது பரிவு கொண்டார். பாதிரியார் ஜெபம் செய்யும்போது டெல்மெயின் மெல்ல அவரின் தோள்களைத் தொட்டார். அதன் பொருள் "உங்களை ஒருபோதும் ஆண்டவன் கைவிட மாட்டார். அஞ்சாதீர்கள்" என்பதே. அந்தப் பாதிரியாரின் கண்களில் கண்ணீர் கோடிட்டது. கைகளின் நடுக்கம் சற்றுக் குறைந்தது. இறந்தவனுக்காக பிரார்த்தித்தவாறு டெல்மெயினின் தோழமையை ஏற்றுக்கொண்டதற்கான ஒரு பரிவான பார்வையை வெளிப்படுத்தினார்.

இறுதிச் சடங்கு முடித்துத் திரும்பி வரும்போது சாலையின் ஓரம் ஏராளமான பழைய ஆடைகள், பீங்கான் கோப்பைகள் மற்றும் வீட்டுச் சாமான்களை சில வியாபாரிகள் கூவிக் கூவி விற்றுக்கொண்டிருந்ததை வில்லியம்ஸ் பார்த்தான். அவற்றில் குழந்தைகள், பெண்களின் ஆடைகள் கூடுதலாக இருந்தன. அங்கு வைக்கப்பட்டிருந்த பூட்ஸுகளை வாங்க சிலர் விலை கேட்டுக்கொண்டிருந்தனர். அந்த ஆடைகள் ஏதோ ஓர் ஆர்மீனிய அல்லது சிரிய கிருஸ்துவப் பெண்ணுக்கு சொந்தமானதாய் இருந்திருக்க வேண்டும். அந்த ஆடையைக் கழட்டித் தரும்போது அவள் சிந்திய சில கண்ணீர் துளிகளால் அது நனைந்து காய்ந்திருக்கும். அந்தப் பொருட்களுக்கு அருகில் ஒரு பூனைக் குட்டி பொம்மையிருந்தது. அந்த பொம்மை அவனை பார்த்துச் சிரித்தது. அது அவனுக்கு மிகுந்த அச்சத்தைக் கொடுத்தது. அதுபோன்ற ஒரு பொம்மையை அவன் மொசூலை தாண்டி வரும் வழியில் அந்த சிதைந்த ஆர்மீனிய கிராமத்தில் பார்த்திருக்கின்றான். அந்த இடத்திலிருந்து விரைவாகக் கடந்து போகவேண்டும் என விரும்பினான். அந்தப் பூனைக்குட்டி பொம்மை அதைத் தூக்கிச் சுமந்த அந்த சிறிய கரங்களில் மீண்டும் தஞ்சம் புக வேண்டுகின்றது. அது அவன் இதயத்தில் இனம்புரியா வலியை ஏற்படுத்தியது. அவர்கள் கடந்து போகும்போது அந்தப் பொருட்களை விற்றுக்கொண்டிருந்த வியாபாரி அவர்களின் பூட்ஸுகளை உற்றுக் கவனித்தான்.

ஏற்கனவே அந்த முகாமில் நோய்வாய்ப்பட்டுக் கிடந்தவர்களை கவனித்துக் கொள்வதாக அந்த முகாம் அதிகாரி தெரிவித்ததனாலும், செஞ்சிலுவை சங்கம் சில மருத்துவ உதவிகளைச் செய்ய முன் வந்ததாலும், அவர்கள் நடக்கும் நிலையில் இல்லாததால் நிஸ்பினிலோ அல்லது அடுத்த படையணிக் குழு வரும் வரையேனும் அவர்கள் அங்கேயே தங்கியிருந்து சிகிச்சை எடுத்துக்கொள்ள அறிவுறுத்திவிட்டு அவர்கள் மாலையில் கிளம்பினர். அடுத்த நாள் டெல் எர்மன் அடைவதை இலக்காகக் கொண்டு பயணத்தைத் தொடர்ந்தனர்.

சிஸ்ரேவிலிருந்து மேற்கு திசையில் பயணித்தவர்கள் இப்போது வடகிழக்கு நோக்கிப் பயணிக்கத் துவங்கினர். அந்த சாலை தயாபகீரிலிருந்து வரும் முக்கியச் சாலை. கடந்த ஆண்டுகளில் இந்தச் சாலைகள் முழுதும் ஆர்மீனியப் பெண்களும் குழந்தைகளும் நடந்துகொண்டு இருந்தனர். சாலையில் கிடக்கும் துணிகள், குப்பைகள் அந்தச் சுவடுகளை வெளிப்படுத்துகின்றன. அந்த சாலைகளில் வீசும் காற்றில் ஒரு வித மெல்லிய அழுகையினை வில்லியம்ஸ் உள்ளூர உணர்ந்தான். கேப்டன் கல்யாணிடம் அதைச் சொன்னான். வழக்கமாக அந்த உணர்வைக் கடந்து செல்ல அறிவுரை சொல்லும் கேப்டன் கல்யாண் தற்போது தானும் அப்படி உணர்வதாகச் சொன்னான்.

அடுத்த நாள் டெல் எர்மனை நெருங்கினர். அந் நகர் மார்டின் நகரின் தென் மேற்கே இருந்தது. அங்கிருந்து சுமார் இருபது கிலோ மீட்டர் தொலைவில் மார்டின் நகரம் இருக்கின்றது. அந்நகரில் பழைய கத்தோலிக்க தேவாலயங்கள் இருந்தன. சில சிதைந்து காணப்பட்டன. ஆர்மீனியர்கள் அதிகம் இருந்த ஊர் அது. தற்போது அது வெறிச்சோடிக் காணப்பட்டது. ஆனாலும் சாலைகளில் சில இடங்களில் பழங்கள் விற்கப்பட்டன. சில நாட்களுக்குப் பின் பழங்களை அங்கு வாங்க முடிந்தது. காலித் இந்த ஊரின் பெயரை அரேபியில் ஆர்மீனியர்களின் மலை என்பதாகக் குறிப்பிட்டான். இருபது ஆண்டுகளாகவே ஆர்மீனியர்களின் மீது ஒரு இடைவிடாத அச்ச உணர்வு அங்கு விதைக்கப்பட்டிருந்தது. வாழைப்பழம்

விற்றுக்கொண்டிருந்த ஒரு சாலையோர வியாபாரி ஓர் அரேபி என்பதைப் பார்த்த உடனே அறிந்துகொண்ட காலித் அவனுடன் அரேபியில் உரையாடினான். அந்த வியாபாரி எழுபது வயதை நெருங்கிய முதியவர். ஓர் உருமாலைக்கட்டு போன்று துணியைக் கட்டியிருந்தார். பொதுவாக இஸ்லாமியர்கள் ஆர்மீனியர்களுக்கு நண்பர்களாக இருப்பதும், அவர்களுக்கு உதவுவதும் தடை செய்யப்பட்டிருந்த நிலையில் அதுவும் காலித் போன்ற பாதுகாவலர்களிடம் பேசவே பொதுமக்கள் பயப்படும் சூழலில் அரேபி என்ற பாச உணர்வில் எல்லாப் பழங்களையும் மலிவான விலைக்குத் தர அந்த வியாபாரி முன் வந்தார். பழங்கள் சீக்கிரம் விற்று விட்டதால் மனம் திறந்து தனது சக அரேபியுடன் அந்த வியாபாரி உரையாடினார். அவர் தூரத்தில் இருந்த தேவாலயத்தைச் சுட்டிக்காட்டிப் பேசினார். குட்டிலிருந்த காரணத்தால் அரேபி மொழியை ஓரளவுக்குப் புரிந்துகொள்ள முடிந்தது. பழ வியாபாரி குத்துக்காலிட்டு சுவரில் சாய்ந்தபடி பேசினார்.

“ஏராளமான ஆர்மீனியர்கள், கிருஸ்துவர்கள் கடந்த ஆண்டு இந்த தேவாலயத்தில் கொல்லப்பட்டனர். அரசுப் படைகள் இங்கே ஆயுதங்களைத் தேடி வந்ததாகச் சொன்னார்கள். அவர்கள் ஒவ்வொரு வீடாகக் கதவை தட்டினர். கதவைத் திறந்ததும் ஆண்களைக் கொன்றனர். பெண்களை வல்லுறவு செய்தனர். வீடுகளைக் கொள்ளையடித்தனர். பயந்து போன குடும்பங்கள் தங்களைக் காத்துக்கொள்ள அந்தத் தேவாலயத்தில் தஞ்சம் புகுந்தனர். அவர்களின் எண்ணிக்கை நூற்றுக்கும் மேலே இருக்கலாம். அரசப் படைகள் தேவாலயத்தைத் தாழிட்டு தீ வைத்தனர். தப்பிக்க வழியில்லாத நிலையில் சுற்றிலும் எரியும் தீயால் மக்கள் அலறியபோது, அங்கிருந்த பாதிரியார் உரத்துப் பிரார்த்தனை செய்தார். மற்றவர்களையும் பிரார்த்திக்கச் சொன்னார். சில நிமிடங்களில் தீ அந்த முழு தேவாலயத்தையும் எரித்துச் சாம்பலாக்கியது. கடந்த இருபது ஆண்டுகளாகவே ஒரு பாதுகாப்பின்மை ஆர்மீனியர்களின் மீது கட்டமைக்கப்பட்டது. 1895 நவம்பர் முதல் வாரத்தில் குர்துகள் ஆர்மீனியர்களைத் தாக்கத் தயாராயினர். அப்போது குர்துகளின் கிக்கியா பிரிவினரைக் கொண்ட ஆயுதக் குழுவான ஹமீதின் தலைவன் ரஷீத், ஆர்மீனியர்களுக்கு தனது ஆட்களை வைத்துப் பாதுகாப்பு தருவதாகவும் அதற்காக ஒவ்வொரு ஆர்மீனியர்களும் அவர்களுக்கு 90 துருக்கிப் பவுண்டுகளைத் தரவேண்டும் என்றான். பின்னர் அந்தத் தொகையை 400 துருக்கி பவுண்டுகளாக அதிகரித்தான். எல்லோரிடமும் பணம் வாங்கிய பிறகு அவன் ஆட்கள் வியாபாரிகளின் அங்காடிகளைக் கொள்ளையடித்தனர். பின்னர் எரித்தனர். அப்போதும் ஆர்மீனியர்கள் தேவாலயத்தில் தஞ்சம் புகுந்தனர். ரஷீத் அமைதியாகக் காத்திருந்தான். அமைதி திரும்பியதாக நம்பி அவர்கள் திரும்பவும் வீடுகளுக்கு வந்தபோது அவர்களைக் கொலை செய்தான். அரசாங்கம் எந்தப் பாதுகாப்பும் தரவில்லை. ஹாஜி அஹா போன்ற சில முஸ்லிம் தலைவர்கள் ஆர்மீனியர்களுக்கு அந்தந்தப் பகுதிகளில் இயன்றவரை பாதுகாப்பு

வழங்கினர். ஆனால் ஓர் அரசாங்கம் தன் சொந்த மக்களைக் கொல்ல ஒப்புதல் தரும்போது அழிவை எப்படித் தடுக்க முடியும்" என்றார்.

பின் அந்தப் பெரியவர் சுற்றிலும் பார்த்துக் கொண்டார். தங்கள் உரையாடலை எவரும் கவனிக்கவில்லை என்றபோதும் ஓர் எச்சரிக்கை உணர்வோடு அங்கிருந்து கிளம்பிச் செல்ல விரும்பினார். தனது வெற்றுப் பழக்கூடையைத் தோள் மீது போட்ட அவருக்கு, காலித் விடை கொடுத்தான். மற்றவர்களுக்கும் வணக்கம் சொல்லிக் கிளம்பினார்.

அந்நகரின் வட கிழக்கே உள்ள மார்டின் நகரத்தின் பிராந்தியத்தில் அப்பகுதி வருகின்றது. முக்கியச் சாலை மார்டின் நோக்கிச் செல்கின்றது. அந்நகரிலிருந்து தென் மேற்காகச் செல்லும் வழியானது ரஸ்-எல்-அய்ன் நோக்கி செல்லுகின்றது. அங்கிருந்து துவங்கும் இரயில் பாதை அதை ஐரோப்பாவுடன் இணைத்துக்கொள்கின்றது. காலித் பிரிட்டிஷ் இந்தியப் படைப் போர்க் கைதிக் குழுவை ரஸ்-எல்-அய்னில் கொண்டுபோய் ஒப்படைக்க வேண்டும். இன்னமும் சுமார் நூறு கிலோ மீட்டர் பயணத்தில் காலித்தின் பணி நிறைவடைந்து விடும். அந்தப் பயணம் சிரியா பாலைநிலத்தினை ஒட்டி இருக்கும் என்பதால் டெல் எர்மனில் நான்கு நாட்களுக்குத் தேவையான பொருட்களை வாங்கிக்கொள்ள விரும்பி கடைவீதியில் பல்வேறு உலர் பழங்களை வாங்கினர். அப்போது ஒட்டாமன் படை வீரர்கள் வரிசையாக அந்த மார்டின் செல்லும் சாலையில் சென்றவாறு இருந்தார்கள். அவர்கள் மார்டின் சென்று பின் தயாபகீர் வழியாக காக்கஸ் மலைப் பகுதிக்கு ருஷ்யப் படைகளுடன் போர் புரியச் செல்கின்றனர் என அவர்கள் அறிந்தார்கள். அந்தப் படை வீரர்களின் முகங்களைப் பார்க்கும்போது அவற்றில் ஓர் இனம் புரியாத சோகம் இருந்தது. அவர்கள் நிரந்தரமான போர் வீரர்கள் அல்லர். அவர்கள் விவசாயிகள், தொழிலாளர்கள். அரசாங்கம் அவர்களைக் கட்டாயப்படுத்திப் போரில் இறக்கியிருக்கின்றது. அவர்களுக்கென போர் ஊதியம் எதுவும் உருப்படியாக இருப்பதாகத் தெரியவில்லை. அவர்கள் கைகளில் எந்தப் பணமும் இல்லை. சிகரெட் வாங்கக்கூட பணமில்லாததால் சாலைகளில் கிடக்கும் துண்டு சிகரெட்டுகளைச் சேகரிப்பதைக் காண முடிந்தது. அணைத்து வீசப்பட்ட மூன்று துண்டு சிகரெட்டுகளைப் பிரித்து அதில் உள்ள புகையிலையை ஒரு பேப்பரில் வைத்துச் சுருட்டி புகைப்பிடிக்கும் நிலையில்தான் அவர்கள் வாழ்நிலை இருந்தது. அவர்களிடம் பெரிய பகை உணர்வையும் பார்க்க முடியவில்லை. சில சமயம் பிரிட்டிஷ் இந்தியக் கைதிகளைப் பார்த்து அவர்களில் சிலர் கையசைத்துக் கடந்தனர். யாருக்காகவோ யாராரோ சண்டையிடுவதும், அதற்காக கைதியாய் அறியா நிலப்பரப்புகளில் பயணிப்பதும், துன்புறுவதும், செத்துப்போவதும் வரலாறு முழுதும் நடந்துகொண்டே உள்ளது.

அப்போது அந்தப் பாதையை ஓர் அழுக்கடைந்த பெண்கள் கூட்டம் கடக்கின்றது. அந்தப் பெண்களைச் சாட்டையை வைத்திருக்கும் பாதுகாவலர்கள் வழி நடத்தி வந்தனர். அந்தப் பெண்களின் உடைகளிலும், முகங்களிலும் சாலையின் புழுதி அப்பி இருந்தது. அவர்களின் கைகளில் சுருட்டி வைக்கப்பட்ட ஒரு கம்பளிப் போர்வை மற்றும் சிறு மூட்டை இருந்தது. அவர்களுடன் சில கழுதைகளில் சிறு மூட்டைகளைச் சுமத்தி வருகின்றனர். வளர்ப்பு நாய்கள் மூன்றும் உடன் வருகின்றன. கழுதையின் மீது இரண்டு சிறுவர்கள் அமர்ந்து வந்தனர், அதில் ஒருவன் ஐந்து வயது பூர்த்தியான சிறுவன். அவன் கையில் ஒரு பூனை பொம்மை இருந்தது. சாலையில் உள்ள எல்லோரும் அந்தப் பெண்கள் செல்வதைப் பார்த்தார்கள். அவர்கள் ஆர்மீனியப் பெண்கள். அவர்கள் மறுகுடியமர்த்தல் முறையில் சிரிய பாலைவனப் பகுதிகளை நோக்கி அழைத்துச் செல்லப்படுகின்றனர்.

வில்லியம்ஸ் அந்தச் சிறுவனின் கையிலுள்ள பூனை பொம்மையினையே உற்றுப் பார்த்தான். அது சிரிப்பது போன்றே உணர்ந்தான். கிணற்றில் மிதக்கும் உடல்கள் போன்ற ஞாபகங்கள் அவனை முட்டிப் போயின. அப்போது அந்தக் கூட்டம் அவர்களைக் கடந்தது. அதில் ஒரு உயர்ந்த பெண் சில அடிகள் கடந்து சென்றவள் அவர்களைப் பார்த்துத் திரும்பி வந்து கழுதையில் உட்கார்ந்து வரும் பூனை பொம்மையை வைத்திருந்த சிறுவனைத் தூக்கிக்கொண்டு ஓடி வந்து, வில்லியம்ஸின் அருகில் இருந்த கேப்டன் கல்யாணின் கைகளில் அவனைக் கொடுத்து,

“இவனைக் காப்பாற்றுங்கள், இவனை நீங்கள் வளர்த்துக்கொள்ளுங்கள்” எனக் கூறினாள்.

கேப்டன் கல்யாண் செய்வதறியாது தலைகுனிந்து நின்றான். வில்லியம்ஸுக்கு மிக அருகில் அந்தச் சிறுவனின் கரங்கள் பூனை பொம்மையோடு வந்து சிரித்துச் சென்றது. அதற்குள் அங்கு சலசலப்பு ஏற்பட்டது. அந்தப் பெண்களை வழி நடத்திச் செல்லும் பாதுகாவலன் சாட்டையை எடுத்தபடி ஓடி வந்தான். காலித் அந்தப் பெண்ணைத் தடுத்து நிறுத்தி அவளைத் திருப்பி அனுப்ப முயன்றான். சிறுவன் பீதியில் கத்தினான். காலித் தலையீடு செய்து தன்னையும் ஒரு ஜெண்டார்மி என சாட்டையுடன் வந்தவனிடம் அறிமுகம் செய்துகொண்டு அனுப்பி வைக்கின்றான். சாட்டையுடன் வந்த பாதுகாவலன் போகும்போது அந்தப் பெண்ணை சாட்டையால் ஒரு அடி கொடுக்கின்றான். அப்போது கூட்டத்தில் உள்ள மற்ற பெண்கள் அலறுகின்றார்கள். அடிபட்ட பெண்ணோ, “நீங்கள் என் குழந்தையை வாங்காவிட்டால், அவர்கள் மார்டின் நகர சதுக்கத்தில் உள்ள அடிமை சந்தையில் என் செல்வத்தை இருபது குரூஷுக்கு விற்று விடுவார்கள், என் குழந்தையை வாழ விடுங்கள்” எனக் கதறியபடி சென்றாள்.

அவள் கடந்து போகப் போக குரல் மெல்ல ஓய்ந்தது. அவர்கள் வளர்த்த நாய்கள் அவர்களைப் பிரிய மனமின்றி பல மைல் தூரம் அவர்களுடன் ஒட்டிய வயிறுகளுடன் சென்றன. அந்த நாய்கள் வருவதால் மற்ற தெருநாய்கள் குரைத்தன. அந்தப் பெண்களுடன் வரும் நாய்களோ குரைக்கக்கூட சக்தியற்று உடலைக் குனிந்தும், வாலை கால்களுக்குள் வைத்தும், அச்சத்தையும் பணிவையும் வெளிப்படுத்தும் வகையில் நடந்து சென்றன.

வில்லியம்ஸின் மனதில் பூனை பொம்மையின் முகம் பதிந்திருந்தது, கேப்டன் கல்யாணோ அந்தக் குழந்தையை வாங்கியிருக்க வேண்டுமோ? என்ற கேள்வியுடன் குற்ற உணர்வில் ஆட்பட்டவனாக வெகு நேரம் அங்கேயே உறைந்துபோய் நின்றான். வெகு நேரத்திற்குப் பின் அவனுக்கு கொஞ்சம் தலைவலியும், தலை சுற்றலும் ஏற்பட்டதால் சாலையோரம் இருந்த ஒரு திட்டில் அமர்ந்து விட்டான்.

காலித் சிறிது நேரம் அமைதியாக நின்றான். கேப்டன் கல்யாணை அவன் நிதானமாக ஆசுவாசப்படுத்த அனுமதித்தான். சில நிமிடங்களுக்குப் பின் கல்யாண் முன் வந்து நின்று "நாளை என்பது எப்போதும் உண்டு, எழுந்திருங்கள் கேப்டன். நாம் இங்கிருந்து கிளம்பவேண்டும்" எனக் கூறி கைகளை நீட்டினான். ஆனால் கேப்டன் கல்யாண் ஒன்றுமில்லை எனக்கூறி தானாகவே எழுந்து நடந்தான். நடக்கும்போது எவரும் அறியாதவாறு கண்களைத் துடைத்துக் கொண்டான்.

சிரியா பாலைவனத்தை நோக்கிச் செல்லும் அந்தச் சாலையில் அவர்களின் பயணம் துவங்கியது. நடந்து வரும் பலருக்கும் தொடர் நடையால் இயல்பாக ஏற்படும் கால் கொப்பளங்களைப் பூட்ஸுகளும், சாக்ஸ்களும் ஓரளவு தடுத்தன. என்றபோதும் அதனையும் மீறி பாதிப்புகள் வந்தது. எனவே நடப்பது என்பதே கடும் சித்ரவதையாக மாறியிருந்தது. இரவுகளில் நடப்பது வெப்பத்தின் தாக்கத்திலிருந்து தடுத்தது என்ற போதும் அதற்குச் சமமாக குளிர் வாட்டியது.

அவர்கள் அன்றைய இரவில் வெகு நேரம் நடந்த பின்பு அதிகாலை சுமார் மூன்று மணியளவில் சாலையின் ஓரமாக ஒரு திறந்த வெளியில் தங்கினர். இருளில் அந்தச் சாலைகளுக்கு அப்பால் சிறு குன்றுகள் ஏற்ற இறக்கமாகத் தெரிந்தன. மூன்று மணி நேர ஓய்வுக்குப் பின் மீண்டும் வெயில் வரும் வரை நடப்பது அவர்களின் எண்ணமாக இருந்தது. வில்லியம்ஸ் நடந்து வந்த களைப்பில் உறங்கிப்போனவன் 'அடக் கடவுளே' என்ற தொடர் சப்தங்களால் விழிப்புக்கொண்டான். தூரத்தில் குன்றின் மேல் ஏறி நின்று அதற்கு அப்பால் அவர்களின் ஆட்கள் பார்ப்பதும், கைகளைத் தலைக்கு மேலே வைத்துக்கொள்வதுமாக இருந்தனர். பாதுகாவலன் காலித் அவர்களைக் கீழே வாருங்கள் எனக் கூறிக் கொண்டிருந்தான். எவரும் அதைப் பொருட்படுத்தவில்லை. கேப்டன் கல்யாண் வில்லியம்ஸை ஒரு தட்டுத் தட்டிவிட்டு அந்தக் குன்றை நோக்கி ஓடினான். வில்லியம்ஸும் அவன் பின்னே ஓடி காலித்தைக் கடந்து அந்தக் குன்றில் ஏறினான். அவர்களின் தலைக்கு மேலே வானில் நூற்றுக்கணக்கான பாறு கழுகுகள் ஒரு சேர வட்டமிட்டபடி இருந்தன.

குன்றுக்கு அப்பால் ஒரு சரிவும் பின் சமதளம் போன்ற இடமும் மீண்டும் மேடான பகுதியும் இருந்தது. அந்தச் சமதளம் போன்ற இடம் நீண்டிருந்தது. அந்த இடத்தில் நூற்றுக்கணக்கான பெண்கள் மற்றும் குழந்தைகளின் சிதைந்த உடல்கள் ஆங்காங்கே சிதறிக்கிடந்தன. அந்த உடல்கள் முழுதும் நிர்வாணமாய்க் கிடந்தன. அந்த உடல்களின் பகுதிகளை சில நாய்கள் கடித்துக் குதறிக்கொண்டிருந்தன. பல கழுகுகள் தாவித் தாவி வந்து

அந்த உடல்களை அனத்திக்கொண்டே கொத்திக் கொண்டிருந்தன. அதன் செருமல் போன்ற ஒலி வெளியெங்கும் எதிரொலித்தது. காய்ந்த அந்த உடல்களிலிருந்து காற்று அவர்களை நோக்கி வீசும்போது குப்பென பிணவாடை எழுந்தது. சில உடல்கள் பாதி மண்ணில் புதைந்திருந்தன. வில்லியம்ஸ் முதலில் அந்தக் கிராமத்தில் பார்த்த காட்சியைக் காட்டிலும் இந்தத் திறந்த வெளியில் சிதறிக்கிடக்கும் உருக்குலைந்த அந்த உடல்கள் கோரமாகவும், பெரும் வலியையும், இதயத்துடிப்பை அதிகரிக்க செய்யும் வகையிலும் இருந்தன. இப்போது டெல்மெயின் காலித்துடன் சேர்ந்து தனது சக வீரர்களைக் கூப்பிட்டார். சிறிது நேரத்தில் அவர்கள் குன்றிலிருந்து இறங்கினர். பின் வேகமாக அந்த இடத்திலிருந்து நடக்கத் துவங்கினர்.

அவர்கள் அந்த இடத்தைக் கடந்து போகும்போது வானில் வட்டமாய் சுற்றித்திரிந்த பாறு கழுகுகள் கூட்டம் அவர்கள் மீது வட்டமாய்ப் பறந்தன. அது கருமேகம் போன்றும் அச்சம் தருவதாகவும் இருந்தது. அந்தப் பாறு கழுகுகள் தங்களின் முடிகளற்ற கழுத்தை ஆட்டி கூரிய அலகுகளை நீட்டி அவர்களின் தலைக்கு மேலே பக்கத்தில் பறக்கத் துவங்கின. பின்னர் நடந்து செல்லும் அணியைத் தாக்குவது போல உரசி உரசிப் பறந்தன. நடந்தவர்கள் தங்களின் தலையைக் குனிந்து தப்பிக்கும் அளவு அதன் தாக்குதல் போன்ற பறந்து செல்லல் இருந்தது. காலித் தனது துப்பாக்கியை எடுத்து உயர்த்தி வட்டமிடும் கூட்டத்தில் ஒரு பாறு கழுகை சுட்டு வீழ்த்தினான். அது குண்டடிபட்டு நிலம் அதிர விழுந்தது. மீண்டும் இரண்டு முறை சுட்டான். எதுவும் விழவில்லை. ஆனால் அவை தள்ளிப் பறந்தன. இம் முறை மீண்டும் சுட்டபோது மற்றொரு கழுகு விழுந்தது. அது விழும்போது அவர்கள் பின்னே ஓடி வந்த சில நாய்கள் பின்வாங்கி ஓடின. இம்முறை அந்த நாய்களை நோக்கிச் சுட்டான். ஒன்று குண்டுபட்டு கீழே விழுந்தது. மற்றவை ஓடி விட்டன.

“நாசமாய் போக... வேகமாய் நடங்கள்.”

அவர்கள் ஏறக்குறைய ஓடினார்கள். அப் பகுதியிலிருந்து வெகுதூரம் வந்த பின்பு சிலர் ஓடமுடியாமல் கீழே விழுந்தனர். மற்றவர்கள் கால்களை நீட்டி உட்கார்ந்து மூச்சு வாங்கினர். தங்கள் தலைக்கு மேலே கழுகுகளோ அல்லது நாய்களோ தங்களைப் பின் தொடர்கின்றனவா? என ஒருமுறை பார்த்து நீண்ட மூச்சை விட்டனர். அப்போது காலித் தனது குதிரையிலிருந்து இறங்கி, குதிரையின் சேணத்தைத் தளர்த்தி அதன் கழுத்தை நீவி விட்டான். சிறிது நேரம் கழித்து மீண்டும் அவர்கள் நடக்க ஆரம்பித்தபோது காலித்தும் தனது குதிரையிலிருந்து இறங்கி அதன் சேணக்கயிற்றைப் பிடித்தபடி நடந்தான்.

டெல்மெயின் அவனிடம், “உங்கள் ஆட்சி அதிகாரம் வானில் வட்டமடித்துக் கொண்டுள்ளது” என்று சொன்னார்.

“ஜெனரல், எங்கள் பெரியவர்கள் ஒன்றை எங்களுக்குச் சொல்லியுள்ளனர். ஒரு பறவை உயிருடன் இருக்கும்போது அது எறும்பைப் பிடித்துத் தின்கின்றது. அதே பறவை இறந்த பின்பு எறும்புகள் அதைத் தின்னுகின்றன. சூழ்நிலை காலத்திற்கு ஏற்ப மாறும். இன்று சிலர் சக்தி வாய்ந்தவர்களாக இருக்கலாம். ஆனால் காலம் அவர்களை விட சக்தி வாய்ந்தது. ஒரு மரம் பல இலட்சம் தீக்குச்சிகளை உருவாக்குகிறது. ஆனால் காலம் வரும் போது, ஒரு தீக்குச்சி பல இலட்சம் மரங்களை எரித்து விடும். இந்த சாம்ராச்சியம் காலத்தின் சக்தியை உணரவில்லை. கழுகுகளுக்கும், நாய்களுக்கும் உயிருள்ளவற்றுக்கும் செத்துப்போனதுக்குமான வேறுபாட்டை மறக்கச் செய்துள்ளது. இந்தக் கோரங்கள் நம்மை அச்சப்படுத்துகின்றன. அல்லா சொல்கின்றார், ‘அச்சம் நம்மோடு எப்போதும் நிறைந்திருக்கிறது. அது ஒரு வியாதி போன்றது. ஒரு கொடுங்கோலரிடம் எதிர்த்து நிற்பதைக் கண்டு மக்கள் அச்சப்படுகின்றார்கள். ஏனெனில் அந்தக் கொடுங்கோலர்கள் தங்களுக்கு இங்கே துன்பம் தருவார்கள் என்பதற்காக, ஆனால் இறைவன் தரும் தண்டனையைப் பற்றி எவருக்கும் கவலையில்லை. அதற்கு கவலைப்படுபவர்கள் கொடுங்கோலர்களைக் கண்டு அஞ்ச வேண்டியதில்லை.’”

அவர்கள் நடந்து செல்லும்போது நிறைய மணல் ஈக்கள் அவர்களை மொய்த்துக் கடித்தன. எல்லோரும் முகத்தை மூட வேண்டிய நிலை வந்தது. காற்று வீசுவது குறைந்து வெப்பம் அதிகரித்தது. அந்த வெப்பத்தில் நடப்பது மிகவும் கடுமையாக இருந்தது. சூரியன் உச்சிக்கு வருவதற்குள் துருக்கி முகாம் ஒன்றை நெருங்கி விடலாம் என காலித் நம்பிக்கை கொடுத்தான். அதே போல துருக்கி முகாமை மதியம் ஒரு மணியளவில் அடைந்தனர். அந்த முகாம் சற்றுப் பெரிய அளவில் இருந்தது. அங்கிருந்து கிழக்குப் பகுதிக்கு செல்லும் துருக்கிப் படைகளுக்கு பொருட்களை அனுப்பும் இடமாகவும் இருந்தது. அந்தக் கட்டிடத்திற்குப் பின்புறமாக வேறு ஒரு கட்டிடமும் இருந்தது.

அவர்களுக்குத் தண்ணீரும், சில சப்பாத்திகளும் அங்கு கிடைத்தது. அந்தக் கட்டிடத்திற்குள் நுழைந்ததும் காலித் அவர்களிடம் கடுமையாக சப்தமிட்டவாறும், இயல்பாக அவர்களுடன் பேசாமல் கடுகடுவென முகத்தை வைத்திருந்தான். அவன் அவர்களின் அரசாங்கத்திற்காக நடிக்கின்றான். அங்குள்ள ஒட்டாமன் படையின் அதிகாரிகள் அவன் முறையாகப் பணி புரிவதாகக் கருத வேண்டும். பிரிட்டிஷ் இந்தியப் படையினர் தங்கள் பூட்ஸுகளைக் கழட்டி, அதன் மீது தங்கள் கால்களை வைத்துக்கொண்டு சாக்ஸ்களைக் காயவைத்து கால்களைக் கொஞ்சம் இயல்பாக்கிக்கொண்டனர். அந்தப் பூட்ஸுகளில் பெரும்பாலும் தையல் பிரிந்திருந்தது. சாக்ஸுகளும் நைந்து போயிருந்தன. அப்போது டெல்மெயின் பூட்ஸுகளை துருக்கிப் படையைச் சார்ந்தவர்கள் பறிக்க வாய்ப்புள்ளதால் உடனே கால்களில் போட்டுக் கொள்ளுமாறு எச்சரித்தார். கழட்டியவர்கள்

பூட்ஸுகளை மீண்டும் மாட்டிக்கொண்டனர். வெயிலின் தாக்கம் குறைவதற்காகக் கட்டிட நிழலில் தங்கியிருந்தனர். மாலையில் அவர்கள் ரஸ்-எல்-அய்ன் சென்றடைய வேண்டும். அந்நகரம் அனைவருக்கும் ஓர் இறுதிப் புள்ளியாகவே கருதத் தோன்றியது. அங்கிருந்து இரயில் தண்டவாளம் உள்ளதால் அதன் பின் நடப்பது இருக்காது என்ற நம்பிக்கை இருந்தது. காலித் அதுவரை மட்டுமே அவர்களுடன் வருவான். அதற்குப் பின் வேறு பாதுகாவலர்கள் வரக்கூடும். அந்த முகாமுக்கு வெளியே எங்கும் மரங்களில்லை. சிரியா பாலையின் முழு வெளியும் சிவப்பும் ஆரஞ்சும், மஞ்சளும் சேர்ந்த வண்ணத்தில் காணப்பட்டது. அதன் நிறம் சூரியனின் கிரணங்கள் மேற்கே சரியச் சரிய மாறிக்கொண்டே இருந்தது.

முகாமின் பின்புறம் இருந்த கட்டிடத்திலிருந்து விசில் சப்தமும், டிரம் அடிக்கும் சப்தமும் கேட்டது. யாரோ பாடுகின்றார்களோ எனத் தோன்றியது. பின் மெல்லிய அழுகையும், டிரம் ஓசையைத் தாண்டிய ஒரு அலறலும் வந்தது. வதைக்கப்படுவோர் எழுப்பும் அந்த அலறலை மறைக்கவே அந்த விசிலும், மத்தளத்தின் சப்தமும். அந்த ஓசைகள் விரும்பத்தகாத ஒரு கற்பனையைத் தந்தன. சீக்கிரம் அம் முகாமிருந்து வெளியேற விரும்பினர். சூரியன் மேற்கில் இறங்க இறங்க அவர்கள் மீண்டும் தென் மேற்கே பயணித்தனர். முகாமைக் கடந்ததும் காலித் தனது நடிப்பைக் கைவிட்டு இயல்பானவனாக மாறினான். அந்த முகாமின் பின்புறப் பகுதியிலிருந்து கேட்ட விசில் சப்தமும், டிரம் ஓசையும் மீண்டும் தூரத்தில் கேட்டது.

அவர்கள் தொடர் நடையில் நடுநிசியை அடைந்தபோது தூரத்தில் சில வெளிச்சங்களைப் பார்த்தார்கள். அது இரயில்வே கட்டுமானப் பணியில் இருக்கும் தொழிலாளர்கள் நெகிடித் தீ காய்ந்து கொண்டிருக்கும் வெளிச்சம். பெர்லின் முதல் பாக்தாத் வரை இரயில் தண்டவாளம் அமைக்கும் பணியில் சுமார் 300 மைல்கள் தூரம் மட்டும் உலகப் போர் துவங்கி விட்டதால் முற்றுப் பெறாமல் இருந்தது. எனினும் தற்போது அவர்கள் அந்தப் பணியை தொடர்ந்து மேற்கொண்டு வருகின்றனர். ஜெர்மனியின் டச்சி வங்கியின் கடன் உதவியில் ஜெர்மன் கம்பெனி அந்தக் கட்டுமானப்பணியை செய்து வந்தது. அந்தக் கட்டுமானத்தில் போர்க் கைதிகள் ஈடுபடுத்தப்பட்டிருந்தனர். குளிர்க்காற்று வாட்டும் சூழலில் நடந்து வந்தோர் அந்த நெகிடி நெருப்பை நெருங்கும்போது அங்கு சில பிரிட்டிஷ், இந்திய மற்றும் பிரெஞ்சுப் போர்க் கைதிகள், கல்லிபோலி போரில் கைது செய்யப்பட்டவர்கள், அங்கிருப்பதைக் கண்டனர். அவர்கள் குட்டிலிருந்து வந்து சேர்ந்த பிரிட்டிஷ் இந்தியக் கைதிகளை அறிந்து அவர்களை அணைத்துக்கொண்டனர். வெகு காலத்திற்குப் பின்பு ஒருவாய் சூடான தேநீர் கிடைத்தது. ஒரு பெரிய கோப்பையிலிருந்த அந்தத் தேநீரை ஒவ்வொருவரும் ஒரு வாய் குடித்துவிட்டு கோப்பையை மற்றவர்களுக்கு கை மாற்றினர். இந்தியப் படையில் 7 வது மலைப்பகுதி காலாட்படைப் பிரிவு மற்றும் 29 வது காலாட்படைப்பிரிவு, கழுதைகள் படைப்பிரிவு எனப் போரிட்டது. அதில் கைதான சில சீக்கியர்கள் அங்கே இரயில்வே கட்டுமானப் பணியில் வேலை செய்து வந்தனர். ஜெனரல் டெல்மெயின், "சீக்கிரம் நமது மீட்புப் படை பாக்தாத்தைக் கைப்பற்றும். நமது துயரம் தற்காலிகமானது. நமது அரசர் நம்மைக் கை விடமாட்டார்" என்றார்.

அதைக் கேட்டதும் அங்கிருந்தவர்கள் மகிழ்ச்சியாகக் குரல் கொடுத்தனர். நெகிடித் தீயின் வெளிச்சத்தில் அவர்கள் முகங்களில் நம்பிக்கை தெரிந்தது. விடிவதற்கு முன் இரயில்வே கட்டுமானத்தில் இருந்த அவர்களின் சக நாட்டவர்களிடம் விடை பெற்றபோது அவர்கள் ஒன்று சேர்ந்து சேர்ந்திசையாக ஒரு பாடலைப் பாடினர்.

"எங்கள் பழைய கொடி தலை சாய ஒருபோதும் அனுமதியோம்,
அதனை நாங்கள் உயிரென நேசிக்கின்றோம்
எங்கள் வலிமையைக் காட்ட போரிடவில்லை,
ஆனால் நாங்கள் துவங்கிவிட்டால் போராடுவோம், போராடுவோம்.
சமாதானமோ அல்லது போரோ எங்கள் குரல் ஒலித்துக்கொண்டே இருக்கும்.
அவளை அழைத்துச் சொல்லுகின்றோம் எங்கள் நாடு உன்னுடையது"

பாடிக்கொண்டே அவர்கள் தங்கள் நடையை ரஸ் எல் அய்ன் நோக்கித் துவங்கினர். இரயில்வே பணியில் இருந்த பிரிட்டிஷ் போர்க் கைதிகள் பாடிக்கொண்டே அங்கிருந்து பிரிந்து செல்லும் சக நாட்டினரைப் பார்த்து கையசைத்து விடைகொடுத்தனர்.

அவர்கள் நீண்ட வெளியில் தொடர்ந்து நடந்தனர். விடிந்தபோது ஒருபுறம் இரயில் பாதையையும் அதனை ஒட்டிய நீண்ட மணல் வெளியான பாலை நிலப்பரப்பையும் அவர்கள் கண்டனர். இன்னமும் முன்னேறும்போது சாலைகளின் ஓரங்களில் இறந்து போன குதிரைகளின் காய்ந்த சடலங்களைக் கூடுதலாகக் கண்டனர். இரயில் பாதைப் பணியின்போது அவை இறந்த பின்பு அப்படியே விடப்பட்டவையாக இருக்கக் கூடும்.

தூரத்தில் சில மணல் குன்றுகளுக்கு அப்பால் பாறு கழுகுகள் வட்டமிட்டுக் கொண்டிருப்பதைக் கண்டனர். ஆனால் அந்தப் பக்கம் எவரும் செல்லாமல் நேரே சாலையில் நடந்தனர்.

காலித் டெல்மெயினிடம் கேட்டான், "மீட்புப் படை விரைவில் வரும் என சொன்னீர்கள், அது உண்மையாகவா அல்லது நம்பிக்கை தருவதற்கா?"

"தெற்கே காலநிலை நன்றாக உள்ளது. கரையான் பிடித்து உளுத்துப் போன ஐரோப்பாவின் நோயாளியான இந்த ஒட்டாமன் சாம்ராஜ்ஜியம் ஓர் உதையில் சரியப்போகின்றது. அரேபிகளுக்கென தனி நாட்டையும் நாங்கள் உருவாக்குவோம். உங்கள் அரேபி தேசிய இனம் துருக்கிகளுக்கு அடிமையாய் இருக்கத் தேவையிருக்காது."

"ஈராக் உருவாகும் என்கிறீர்கள். ஒரு அரேபியாய் அதை நான் வரவேற்காமல் இருக்க முடியுமா? ஆனால் இப்போது அதைப் பேசுவது சாவுக்கு வழி தேடுவது. உங்களுக்கு எதிரியின் சாம்ராஜ்ஜியத்தை உடைக்க வேண்டும். எது எப்படியோ எங்கள் தாய் மண் அறுநூறு ஆண்டு அடிமைத்தனத்திலிருந்து விடுதலை பெறும். அந்த நாளை நானும் எதிர்பார்க்கிறேன்."

"காலித் எங்கள் கண்ணியத்தை தாங்கள் பாதுகாத்துத் தந்திருக்கிறீர்கள். ரஸ் எல் அய்னுக்குப் பின் மீண்டும் பழைய பாதிப்புகள் வரலாம். நீங்களும் ஒரு அசல் பாதுகாவலானகவே நடந்து போய் விடுவீர்கள். மனம் திறந்து பேச முடியாது. உங்களுக்கு நாங்கள் நன்றிக் கடன் பட்டுள்ளோம். மொசூலிருந்து

இங்கு வரை இருநூறு மைல்கள் நாம் கடந்து வந்திருக்கின்றோம். நீங்கள் ஒரு சிறந்த மறக்க முடியாத மனிதர். வீரர் மட்டுமல்ல ஆசிரியரும் கூட, உங்களுக்கு என்ன கைமாறு செய்வதென்றே தெரியவில்லை."

"ஈராக்..." எனக் கூறியபடி அர்த்தத்துடனும், பெருமிதத்துடனும் காலித் டெல்மெயினைப் பார்த்தான். மெல்லப் புன்னகைத்தான். அவன் கண்களில் மெல்ல கண்ணீர் கோடிட்டிருந்தது. டெல்மெயின் அவன் கைகளைப் பிடித்து தோழமையுடன் குலுக்கினார். அதன் பிறகு எல்லோரும் காலித்திடம் கை குலுக்கிக்கொண்டனர். உடன் வந்த காவல் பணியாளர்களுக்கும் அவர்கள் நன்றி தெரிவித்தனர். சிலர் அவனின் செல்ல குதிரையை நீவி விட்டனர். வில்லியம்ஸ் அவர்களுடன் சுமை சுமந்து வந்த கழுதைகளைப் பிடித்து முத்தமிடப் போனான். அவை சற்று விலகின. ஆனால் அவைகளை நீவி விட்டபோது நின்று கொண்டன. காலித்தின் உருவத்தை ஒரு பிரிட்டிஷ் வீரன் பென்சிலில் தனது பாக்கெட்டில் இருந்த ஒரு காகிதத்தில் ஓவியமாகத் தீட்டியிருந்தான். பெரிய மீசையும், ஒட்டிய கன்னங்களும் காலித்தை அசலாகக் காட்டியது.

அந்த சாலைகளில் படைவீரர்களை ஏற்றிச் செல்லும் ஜெர்மன் இராணுவ லாரிகள், துருக்கிப் படையினரின் நடமாட்டம் இருந்தது. சாலைக்கு அப்பால் திறந்த வெளியில் அமைக்கப்பட்ட முள் வேலியிட்ட முகாம்களின் உள்ளே நடுவில் இருபுறமும் மரக் கம்பினை நிறுத்தி அதன் மீது துணிகளைக் கட்டிப் போடப்பட்டிருந்த ஏராளமான கூடாரங்களும், அதில் பரிதாபமான நிலையில் பெண்களும் குழந்தைகளும் தென்பட்டனர். அது ஆர்மீனியர்களின் முகாம் என்பதை அதன் நிலையைப் பார்த்தமாத்திரத்தில் அறிய முடியும். ஒட்டாமன் துருக்கிப் பேரரசின் மொழியில் சொன்னால் "துருக்கியின் அனடோலியா நிலப் பகுதியிலிருந்து இடம் பெயர்த்து நடத்திக் கொண்டுவரப்படும் ஆர்மீனியர்களைச் சேமிக்கும் மையம்."

ஒரு முகாமின் முன்னே புதிதாகக் கொண்டுவரப்பட்ட பெண்களும் குழந்தைகளும் நிறுத்தி வைக்கப்பட்டிருந்தனர். மண்ணின் புழுதி படிந்த அந்தப் பெண்களும் குழந்தைகளும் ஏறக்குறைய ஆடைகள் கிழிந்தோ அல்லது பறிகொடுத்தோ முக்கால் நிர்வாணமாய் கைகளில் சிறு மூட்டைகளை ஏந்தியவாறு நின்றனர். பல நாட்கள் பட்டினி, நோய் மற்றும் நம்பிக்கையின்மையாலும் துயரத்தின் காரணமாகவும் அவர்கள் நடைபிணங்களாக இருந்தனர். அவர்களின் உடலில் எல்லா எலும்புகளும் துருத்திக்கொண்டு தெரிந்தன. பல நூறு மைல்கள் விலங்குகளை ஓட்டி வருவதுபோல அவர்களை இப்பகுதிக்கு இழுத்து வந்திருந்தனர். அவர்களின் கால்களில் தோல் கிழிந்து புண்ணாகி இருந்தது.

"ஒவ்வொரு நாளும் சுமார் 300 முதல் 500 பேர் வரை இதுபோல இங்கு கொண்டு வரப்படுகின்றனர். அவர்களை இங்கிருந்து டெய்ர்ஜோர் கூட்டிச் செல்வதாக சொல்லுகின்றனர். ஆனால் எவரும் அங்கு போய்ச்

சேர்வதில்லை. சில மாதங்களுக்கு முன் முன்னாள் வான் பிராந்திய கவர்னர் ஜெய்ட் பே இப் பகுதிக்கான அடோனா பிராந்திய கவர்னராக நியமிக்கப்பட்டான். அவன் வந்த பின்புதான் இப் பகுதியைச் சுற்றி பாறு கழுகுகள் நாள்தோறும் வட்டமிடத் துவங்கி விட்டன" எனக் கூறியபடி அவன் தனது குதிரையின் சேணத்தில் வைத்திருந்த பாதுகாவலர்களுக்கான சாட்டையை எடுத்து இடுப்பில் செருகிக்கொண்டான்.

அது மனதில் வலியை உண்டாக்கும் தகவல். அதன் பின் பேச எதுவுமில்லை. வானில் பாறு கழுகுகள் தெரிகின்றதா என நோட்டமிட மட்டுமே எல்லோரின் நினைவுகளும் சென்றன. அந்த முகாம்களைப் பார்த்தபடி, மனதில் பல பிம்பங்களை உள்வாங்கிய நிலையில் கனத்த சுமையைத் தாங்கியபடி அப்பகுதியைக் கடந்தனர்.

ஒரு புறம் அவர்கள் சிரியா பாலைநிலத்தைக் கடந்து வந்தபோதும், ரஸ் எல்-அய்ன் நகர் கபூர் என்ற ஆற்றின் கரையில் இருக்கின்றது. இது யூப்ரடிஸ் நதியின் துணை நதி. இப்பகுதியில் பூமியின் அழுத்தம் காரணமாக தானாகவே நீரூற்றுகள் உருவாகி தண்ணீர் ஆர்டீசியன் ஊற்றுகள் வடிவில் கபூரில் கலக்கின்றது. இந்நகரின் தண்ணீர் வளம்கூட ஏதோ ஒரு வகையில் இது போன்ற ஏராளமான மக்களைத் தங்க வைக்கக் காரணமாக இருந்திருக்கலாம். இந் நகரின் பெயரேகூட நீரூற்றுடன் தொடர்புடையது.

காலித் தான் அழைத்து வந்த பிரிட்டிஷ் இந்தியக் கைதிகளை ஒப்படைக்கும் நேரம் வந்ததால், அவர்களை எங்கே ஒப்படைப்பது என ஒட்டாமன் துருக்கி அதிகாரிகளிடம் கேட்டபோது, ரஸ் எல் அய்ன் இரயில் நிலையத்தில் காத்திருக்கும்படி உத்தரவிட்டதால் அங்கு அவர்கள் இரவு முழுதும் காத்திருந்தனர். அந்த இரயில் நிலையம் ஓராண்டுக்கு முன்பு கட்டப்பட்டது. பெர்லின் - பாக்தாத் இரயில் பாதையில் தற்போது அதுதான் கடைசி இரயில் நிலையம். காலையில் வரும் இரயில் அலிப்போ நோக்கிப் போகும் என்பதால் இனி நடக்கும் துயரம் இருக்காது எனக் கருதினர். அந்த இரயில் நிலையத்தில் இரவில் வரும் சில திறந்த மேற்கூரையற்ற இரயில்கள் ஏராளமான ஆர்மீனியப் பெண்களையும் குழந்தைகளையும் ஒருபுறம் கொண்டு வந்தும், எடுத்தும் சென்று கொண்டிருந்தனர். சில அநாதைச் சிறுவர்கள் இரயில் நிலையத்தில் பிச்சை எடுத்துக் கொண்டிருந்தனர். சாப்பிட ஏதாவது கேட்டனர். பாதுகாவலர்கள், இராணுவத்தினர் தென்படும்போது ஓடி மறைவாக ஒளிந்து கொண்டனர். காலித்துடன் வேறு சில துருக்கிப் படைவீரர்களும் காவல்பணிக்கு வந்ததால் காலையில் அந்த இரயிலில் ஏற வேண்டாம் என உத்தரவு வந்திருப்பதாகவும் காத்திருக்கும்படியும் கூறினர். மதியம் ஒரு மணியளவில் வந்த ஒரு ஒட்டாமன் துருக்கி அதிகாரி அவர்களைப் பார்த்து, "இந்து படைவீரர்கள் தனியே நில்லுங்கள்" என்றான்.

எவரும் அதுபோன்ற ஒரு அறிவிப்பை எதிர்பார்க்கவில்லை. குழம்பி நின்றவர்களிடம் துருக்கியில் "முஸ்லிம் இல்லாத இந்தியப் படை வீரர்கள், ஆர்டலிகள்" என மீண்டும் அதையே சொன்னான். அதனை காலித் மொழிபெயர்த்துச் சொன்னான். அவர்களைப் பொறுத்து சீக்கியர்கள், கிருஸ்துவர்கள் உள்ளிட்ட எல்லா இந்தியர்களும் இந்துக்கள்தான். அவர்களின் பெயர்களை ஒரு நோட்டில் குறித்துக்கொண்டான்.

பின் டாக்டரைத் தனியே இருக்கும்படி கூறி கேப்டன் கல்யாணை தனியே இருக்கச் செய்தான். அவர் பெயரையும் எழுதிக்கொண்டான். கேப்டன் கல்யாணுக்கு தனது நண்பர்களைப் பிரிவதற்கு சிறிதும் விருப்பமில்லை. ஜெனரல் டெல்மெயின்,

"அவர் கேப்டன். அவர் எந்த வேலையும் செய்ய வேண்டியதில்லை. அதிகாரிகள் வேலை செய்யத் தேவையில்லை என்பதுதான் விதி, தங்களுக்குத் தெரியாதா?" என்றார்.

"உங்கள் கூர்கா படை ஆட்கள் பின்னே வந்து கொண்டிருக்கின்றார்கள். அவர்களில் பலர் நோய்வாய்ப்பட்டுள்ளார்கள். இங்கே டாக்டர்கள் யாருமில்லை. டாக்டர் இங்கே இருக்க வேண்டும் என்பது உத்தரவு. அவரை மரியாதையுடன் நடத்துவோம்."

கேப்டன் கல்யாண் அதற்கு மேல் விவாதிக்க வேண்டாம் என டெல்மெயினிடம் சைகை செய்து ரஸ் எல் அய்னில் இருக்க சம்மதிக்கும் மனதுடன் பிரிந்து நின்றான். வில்லியம்ஸ் கேப்டன் கல்யாணைக் கட்டித் தழுவினான். அவன் கண்களில் கண்ணீர் கோடிட்டிருந்தது. "நானும் உங்களுடன் இருக்கட்டுமா கேப்டன்?" என்றான்.

"தேவையின்றி சிக்கிக்கொள்ளாதே. நான் சமாளித்துக்கொள்கின்றேன். மருத்துவம் பார்க்கவே வந்தேன். நமது ஆட்கள் பெரும்பாலானவர்கள் இங்கேயே இருக்கக் கூடும். அவர்களுக்கு எனது உதவி தேவை. பத்திரமாய் இரு. கவலைப்படாதே. சந்திப்போம்."

எஞ்சிய பிரிட்டிஷ் வீரர்களையும், அதிகாரிகளையும் மட்டும் அலிப்போ போகும் இரயிலில் நாளை காலையில் பயணத்திற்கு தயாராக இருக்கச் சொன்னான். பெயர் குறித்துக் கொண்டவர்களை, தன்னுடன் வரும்படி கட்டளையிட்டான். வரும் வழியில் பிரிட்டிஷ் இந்திய வீரர்கள் இரயில் பாதை கட்டுமானப் பணிகளுக்கான வேலையில் ஈடுபட்டு வந்தார்கள். தாங்களும் அந்தப் பணிக்கு அனுப்பப் படலாம் எனப் பலரும் நினைத்தனர். தங்கள் உயர் அதிகாரியான ஜெனரல் டெல்மெயினிடமிருந்து பிரியும் நேரம் வந்ததும் அவர்கள் வரிசையில் நின்று சல்யூட் அடித்தனர். தங்களை வருத்திக்கொண்டு இவ்வளவு தூரம் அர்ப்பணிப்புடன் அதிகாரிகள் படகிலும், வண்டியிலும் செல்லும் பயணத்தைத் தவிர்த்து நடந்து வந்தனர்.

டெல்மெயின் பிரிந்து போக இருந்தவர்களிடம் சொன்னார், "தெற்கே காலநிலை நன்றாக உள்ளது. கடுமையான நாட்களை நாம் ஏற்கனவே கடந்துவிட்டோம். நம்பிக்கைகளை உறுதிப்படுத்துங்கள். உங்கள் நிலைகளை நமது அரசு அறிந்து கொள்ளும். உங்களுடன் பயணித்த நாட்கள் என்றும் நினைவுகூரத் தக்கவை. நீங்கள் தியாகத்தையும், வீரத்தையும் வெளிப்படுத்தியுள்ளீர்கள். அந்த உறுதி தொடரட்டும். நம்பிக்கையோடு இருங்கள். நாம் விரைவில் சந்திப்போம்."

அவர்கள் கைகளைக் குலுக்கிக்கொண்டு விடை கொடுத்தனர். அது ஒரு நெகிழ்ச்சியான தருணம். அந்த இரயில்வே பிளாட்பாரத்தில் துருக்கி அதிகாரி இந்தியப் படை வீரர்களை அழைத்துச் செல்வதை பார்வையிலிருந்து அகலும் வரை பார்த்துக்கொண்டே இருந்தனர்.

காலித் தனக்கு இட்ட வேலையை முடித்து மற்ற ஒரு துருக்கி அதிகாரியிடம் அவர்களை ஒப்படைத்து விட்டான். அவர்கள் புதிய பாதுகாவலர்களை அந்தக் குழுவுக்கு நியமித்தனர். அவர்கள் தங்கள் பொறுப்பை எடுத்துக்கொண்டனர். காலித் மொசூல் திரும்ப ஆவலாய் இருந்தான். எனினும் அவனுக்கு வேறு பணிகள் கொடுக்கப்படலாம். மொசூலில் அவன் விளைநிலம் எரிக்கப்பட்ட சூழலை அவன் ஒருபோதும் கடந்து போகத் தயாராகயில்லை. அவன் மண்ணில் அவனுக்கு உயிரோட்டமான வேர்கள் இருக்கின்றன. அதன் பின் ஒரு மணி நேரத்தில் அவன் அங்கிருந்து கிளம்பி ஸ்டேசனுக்கு வெளியே நிறுத்தப்பட்ட அவனின் குதிரையில் ஏறிச் சென்று விட்டான்.

வில்லியம்ஸ் உட்பட அதிகாரிகள் அந்த இரவை அந்த இரயில்வே பிளாட்பாரத்தில் கழித்தனர். அடுத்த நாள் காலையில் வந்த இரயிலில் அவர்கள் அலிப்போ பயணமாகினர். அந்த இரயில் யூப்ரடிஸ் நதியைக் கடந்து சென்றது. நாகரிகத்தின் தொட்டில் இந்த நதிகளுக்கு இடையே ஆடிக்கொண்டிருந்திருக்கின்றது. சுமார் 12 மணி நேர இரயில் பயணத்திற்குப் பின் மாலையில் அலிப்போ இரயில் நிலையத்தை சென்றடைந்தனர். இரயில் நிலையம் எங்கும் ஜெர்மானிய வாகனங்கள் மற்றும் இராணுவ வீரர்கள் காணப்பட்டனர். அதற்கு மேல் அந்த இரயில் செல்லாது. அவர்கள் இரயில் நிலையத்திலிருந்து அழைத்துச் செல்லப்பட்டு அந் நகரில் ஒரு சிறு ஓட்டலில் தங்க வைக்கப்பட்டனர்.

ஏற்கனவே அந்த ஓட்டலில் அறைகளில் சில ஜெர்மானிய அதிகாரிகள் தங்கி இருந்ததால் அந்தக் கட்டிடத்தின் வராண்டாவில் படுத்து உறங்கினர். குட்டிலிருந்து இதுவரை அவர்கள் கடந்து வந்த பயணத்தில் இந்த வராண்டா தூக்கமே மிகவும் கௌரவமான தூக்கம். துருக்கிப் பாதுகாவலர்கள், அவர்கள் எங்கும் வெளியே செல்லாதவாறு அவர்களைச் சுற்றிலும் நின்று அவர்கள் கைதிகள் என்பதை ஒரு வகையில் உணர்த்தினர். அடுத்த நாள் முழுதும் அவர்கள் அங்கேயே தங்கியிருக்க வேண்டி வந்தது. ஓட்டலில் உணவுப் பொருட்களின் விலை கடுமையாக இருந்ததால், அங்கிருந்த ஒருவன் வெளியிலிருந்து குறைந்த விலைக்கு உணவுப் பொருட்களை வாங்கி வந்து ஓட்டல்காரர்களுக்குத் தெரியாமல் கொடுத்தான். கடைசி வரை அவர்களுக்கு அறை எதுவும் ஏற்பாடு செய்து தரப்படவில்லை.

அடுத்த நாள் இரயிலில் சில மணி நேரப் பயணத்தில் இஸ்லாகி நகர் போய்ச் சேர்ந்தனர். அதன் பிறகு தாரஸ் மலை வரை இரயில் பாதை பணி நடந்து வந்ததால் அவர்கள் வேறு வகையில்தான் வட மேற்குப் பகுதிகளுக்குச் செல்லவேண்டும்.

அன்றைய இரவை ஒரு தகரக் கொட்டகையில் கழித்தனர். விடிந்தபோது துருக்கிப் படையினர் ஆண்களையும் பெண்கள், குழந்தைகளையும்

குழுவாக நடத்திச் சாலைக்கு அப்பால் இருந்த மலையை நோக்கி அழைத்துச் சென்றுகொண்டிருந்தனர். வழி முழுதும் பார்த்த அதே காட்சி. ஆர்மீனியர்கள். இம் முறை ஆண்கள் சிலரை அந்தக் கூட்டத்தில் காண முடிந்தது. அவர்கள் வெகுதூரத்திலிருந்து பல நாட்கள் நடந்து வந்திருக்க வேண்டும். அவர்கள் சிலரிடம் கைகளில் ஒரு கம்பளி மட்டுமே இருந்தது. மண் புழுதி படிந்த களைத்த முகங்கள். ஒரு பெண்ணின் முதுகில் உட்கார்ந்து வந்த ஐந்து வயதுள்ள ஒரு சிறுமி பட்டாம்பூச்சிகள் பறப்பதைக் கண்டு அவற்றைப் பிடிக்க அவள் அம்மாவிடம் இறக்கி விடச் சொன்னாள். அவள் அந்த பட்டாம்பூச்சிகளைப் பார்க்கின்றாள். உடன் வரும் அவள் கணவனைப் பார்க்கின்றாள். அவள் முகத்தில் எந்த அசைவுமில்லை. மீண்டும் நடக்கின்றாள். அந்தச் சிறுமி காற்றில் கைகளை அசைத்து பட்டாம்பூச்சிகள் பக்கம் கொண்டு போய் மீண்டும் இறங்கப் பார்த்தாள். அந்த ஆண் அவன் மனைவியை நிறுத்தி அந்தச் சிறுமியை இறக்கி விட்டான். அந்தச் சிறுமியின் முகத்தில் தெரியும் சிறு புன்னகையைப் பார்த்து அவனும் புன்னகைத்தான். அந்தச் சிறுமியோ பட்டாம்பூச்சிகளை நோக்கி ஓடிக் கத்துகின்றாள். அவள் அதனை நோக்கி ஓடும்போது இடறி விழுந்தாள். அவன் தந்தையும் தாயும் அவளைத் தூக்க சப்தமிட்டுக்கொண்டே வந்தனர். சிறுமிக்கு அடிபடவில்லை. ஆனாலும் அவள் முகத்தில் ஏமாற்றம் இருந்தது. பட்டாம்பூச்சி பறந்து விட்டது என்றாள். அவளின் தாயும் தகப்பனும் அவளைத் தேற்றினர். அவள் அழுதாள். அப்போது மற்றொரு வயதானவர் அவள் முன் கைகளைக் கூப்பியபடி வந்தார். அவர் கைகளை விரித்ததும் பட்டாம்பூச்சி அவர் கைகளுக்குள்ளிருந்து பறந்து போனது. சிறுமி சிரித்தாள். அதைக் கண்டு புன்னகையை மறந்துபோன அந்த எல்லா முகங்களிலும் லேசான புன்னகை தெரிந்தது. தூரத்தில் ஆர்மீனியர்களை அழைத்து வரும் பாதுகாவலன் நடக்கச் சொல்லி சப்தமிட்டான். அவர்கள் செல்லும் பாதையில் ஒரு மலை தெரிந்தது. வில்லியம்ஸ் தங்கியிருந்த தகரக் கொட்டகையைத் தாண்டும்போது அந்தச் சிறுமி தண்ணீர் கேட்டாள். அவர்கள் தாங்கள் குடிக்க வைத்திருந்த தண்ணீரைக் கொடுத்தனர். வெகுநேரம் அவர்கள் தண்ணீர் அருந்தாமல் வந்தது அவர்கள் தண்ணீர் குடிப்பதிலிருந்து தெரிந்தது. அவர்கள் நன்றி சொல்லி கிளம்பினர். அந்தச் சிறுமி கைகளை ஆட்டியபடி சென்றாள். அவன் அந்தச் சிறுமியைத் தூக்கித் தோள்களில் அமர்த்திக்கொண்டான். அவர்கள் பின்னேயிருந்து, வேகமாக நடக்க பாதுகாவலன் உத்தரவிடுகின்றான். அவர்கள் நடந்து போனபோது சாலையில் புழுதி எழுந்தது. அதன் பின்னணியில் ஒரு வறண்ட மலை முகடு தெரிந்தது. எல்லோரும் நிசப்தமாக வெகு நேரம் அவர்கள் போவதையே பார்த்துக் கொண்டிருந்தனர். அவர்கள் கடந்த மண் சாலையில் பட்டாம்பூச்சிகள் வரிசையாக அமர்ந்து, பின் பறந்தன.

அடுத்த இரயில் பாதை மாமூரில் துவங்குவதால் அதுவரை அவர்கள் சாலைகளில் பயணித்துத்தான் இரயில் பிடிக்க வேண்டும். துருக்கி

அதிகாரிகள் அவர்களுக்குச் சில குதிரை வண்டிகளை ஏற்பாடு செய்து தருவதாகச் சொன்னார்கள். ஆனால் அந்த வண்டிகள் இரவுதான் வந்து சேர்ந்தன. அந்த இரவில் பயணம் செய்வதற்கு சிரமமில்லாத அளவில் நிலவொளி இருந்தது. நீண்ட பாதையானது வறண்ட குன்றுகளின் வழியே ஏறி இறங்கி சென்றது. குதிரை வண்டி சிரமப்பட்டே முன்னேறியது. ஒரு மலையைத் தாண்டி அடுத்த மலையில் செல்லும்போது சாலையின் ஓரத்தில் பள்ளத்தில் சிலர் படுத்துக் கிடப்பது போன்று இருந்தது. முன்னே சென்ற வண்டியோட்டி வண்டியை நிறுத்தியதும் மற்ற வண்டிகளும் நின்றன. வண்டியோட்டி தூரத்தில் நின்றவாறு அவர்களை எழுப்ப சப்தமிட்டான். அது எவரும் தூங்கத் துணியாத இடம். உடன் வந்த பாதுகாவலன் சிறுநீர் கழித்துக்கொண்டே நடப்பதைக் கவனித்தான். டெல்மெயின் தனது கைவிளக்கை எடுத்துக்கொண்டு பக்கத்தில் சென்றார். அந்த உடல்கள் அசைவற்றுக் கிடந்தன. ஆறு ஆண்களின் உடல்கள் கிடந்தன. விளக்கினை சற்று முகத்தின் அருகே கொண்டு சென்று பார்க்கும்போது முகம் முழுதும் இரத்தம் வழிந்திருந்தது தெரிந்தது. அங்கே கிடந்தவர்கள் காலையில் அவர்களிடம் தண்ணீர் வாங்கிக் குடித்தவர்கள். அந்தச் சிறுமியின் தந்தை, தன் கூப்பிய கையில் பட்டாம்பூச்சியைக் கொண்டு வந்து பறக்க விட்ட அந்தப் பெரியவர், மற்றவர்கள் அவர்களுடன் வந்தவர்களாக இருக்கக் கூடும். அந்த இரவில் வறண்ட மலையில் எங்கும் ஆட்களில்லை. காற்று சிறு சப்தத்தோடு உரசிச் சென்றது.

பாதுகாவலன் அந்த உடல்களின் பக்கம் வராமல் கிளம்பிச் செல்லலாம் என சப்தமிட்டான். வண்டியில் ஏறிய பின்பு எவரும் பேசிக்கொள்ளவில்லை. ஒரு பெரும் அமைதியில் வெறும் காற்று வீசும் ஓசையும், குதிரையின் குளம்படி ஓசையும் மட்டுமே கேட்டது. தூரத்தில் மலையின் சரிவில் ஒரு சிறு கூட்டம் இறங்குவதை ஒரு சில வெளிச்ச புள்ளிகள் சுட்டிக்காட்டின. வழியில் நின்று கொண்டிருந்த ஒரு வண்டிக்காரனிடம் அதைச் சுட்டி பேசிவிட்டு பாதுகாவலன் சொன்னான், "அது ஆர்மீனியர்கள்."

வில்லியம்ஸ் கண்களை மூடி காலையில் பார்த்த அந்தச் சிறுமிக்காக ஒரு முறை பிரார்த்தனை செய்தான். பின்பு மீண்டும் ஒரு அமைதி அங்கு குடி கொண்டது. வண்டியின் ஓசை மட்டும் தொடர்ந்தது. விடியும்போது அவர்கள் மாமூர் இரயில் நிலையத்தை அடைந்தனர். அங்கிருந்து மதியம் இரயிலில் அவர்கள் தாரஸ் மலையின் அடிவாரமான குலிக் பொகாஸ் சென்றனர். அப்பகுதி தாரஸ் கேம் என்றழைக்கப்பட்டது. ஜெர்மன் படைகளின் மோட்டார் வாகனங்கள் பழுதுநீக்கும் பணிமனைகள் பரவலாய் இருந்ததால், ஜெர்மன் பொறியாளர்கள் மற்றும் இராணுவ வீரர்கள் அதிகமிருந்தனர். அதற்கப்பால் தாரஸ் மலையின் மேலே சென்றபோது அது மலைச் சாலையாக விரிவடைந்தது. சாலைப் பயணத்தை அவர்கள் திரும்பவும் தொடர்ந்தனர். சிறிது தூரத்தில் சாலைக்குக் கீழே

பள்ளத்தாக்கு விரிவது தெரிந்தது. அது தொடர்ந்து நீண்டது. அப்பகுதி முழுதும் சாலைப் பணிகள் நடைபெற்று வந்தன. அப் பணியில் ஈடுபட்டுக் கொண்டிருந்த பணியாளர்கள் கண்காணிகளால் கண்காணிக்கப்பட்டுக் கொண்டிருந்தனர். அவர்கள் தொழிலாளர்கள் போலில்லை. மாலையில் பொசண்டி என்ற இடத்தை அடைந்தனர். அங்கிருந்து இரயில் இருந்தது. அவர்கள் மீண்டும் இரயிலில் பயணித்தனர். விடியும்போது கோனியா என்ற நகரை அடைந்தனர். மீண்டும் மாலையில் அங்கிருந்து இரயில் பிடித்து மறுநாள் காலை அஃபியன் காராஹிசார் அடையவேண்டும். பாதுகாவலன், அந்த ஸ்டேசனே இந்தியர்களுக்கு கடைசி ஸ்டேசன் என்றும் அவர்கள் அங்கு உள்ள முகாமில் தங்கவேண்டும் என்றும் சொன்னான். முஸ்லிம்களைத் தனியே பிரித்து வேறு முகாமுக்கு அனுப்பும் திட்டத்தை ஏதோ காரணத்திற்காக அங்கு தவிர்த்திருந்தனர். இக்பால் அவனுடன் இருப்பது அவனுக்குச் சற்று ஆறுதலைத் தந்தது. அதிகாரிகள் உட்பட ஏனைய பிரிட்டிஷ் படையினர் அஃபியனில் இறங்கி, சாலை வழியாக மூன்று நாட்கள் பயணத்திற்குப் பின் வரும் கஸ்டமுனியில் தங்கவைக்கப்பட இருப்பதாக அறிந்தனர்.

எல்லோரும் பிரியும் நேரம் வந்தது. வில்லியம்ஸ் கேப்டன் கல்யாணை நினைத்தான். ரஸ் எல் அய்னிலிருந்து சுமார் ஐநூறு மைல்கள் பயணப்பட்டு துருக்கியின் மேற்குப் பகுதிக்கு வந்து விட்டான். அப்போது ஜெனரல் டெல்மெயின் பிரியும் எல்லோரின் நலனுக்காகவும் பிரார்த்தனை செய்ய விரும்பினார். இரயில் பெட்டியில் எந்த வெளிச்சமும் இல்லை. முகங்களைப் பார்ப்பதே கடினமாக இருந்தது. அவரின் குரல் இரயில் சப்தத்தையும் மீறிக் கேட்டது. அவர்கள் மனம் உருகிப் பிரார்த்தித்தனர். பலர் கண்ணீர் சிந்தினர். மனம் கொஞ்சம் லேசானது. விடியும்போது குளிர்காற்று இதமாகவே இருந்தது. இரயில் அஃபியன் காராஹிசார் ஸ்டேசனில் நின்றபோது அவர்களை அழைத்துப் போக துருக்கிப் படையினர் சிலர் பிளாட்பாரத்தில் காத்திருந்தனர். அவர்கள் இந்தியர்களின் பெயர்களைக் குறித்துக் கொண்டனர். தங்கள் சக வீரர்களிடம் விடைபெற்றுக் கிளம்பிச் சென்றபோது அவர்கள் கைகளை அசைத்து விடைகொடுத்தனர்.

பாகம் 4

0 300 km
0 300 miles
CYPRUS
Aleppo
Homs
Tripoli
Beirut
Damascus
Haifa
Jaffa
Gaza
Jerusalem
Port Said
El Arish
Beersheba
FEB 3, 1915
Ismailia
Cairo
Suez Canal
Suez
Petra
Akaba
EGYPT
Sinai
OTTOMAN EMPIRE
PERSIA
Mosul
Tigris
Tikrit
Syrian Desert
ARABIA
MESOPOTAMIA
Euphrates
Baghdad
NOV 21, 1915
Ctesiphon
SEPT 26–28, 1915; DEC 5, 1915; APR 29, 1916
Kut-al-Amara
JUN 3, 1915
Amara
FEB 4, 1915
Ahwaz
JUL 24, 1915
Nasiriya
MAY 30, 1915
Qurna
NOV 21, 1914
Basra
Abadan
Fao
Persian Gulf
KUWAIT
(British protectorate)
1 Nov 6, 1914
British launch Mesopotamian Offensive, taking Basra on Nov 21.
2 1915
In an attempt to seize the Suez Canal, Turkish troops are turned back by the British.
3 May 1915
After the Turks attempt to retake Basra, British troops are reinforced. They move up the Karun valley, forcing a Turkish withdrawal to Amara.
4 Nov 22–26, 1915
The British advance to Baghdad is repelled at Ctesiphon. The British withdraw to Kut al-Amara.
5 April 29, 1916
The British surrender Kut.
6 1916
British build a railroad across the Sinai Desert to aid an attack on Palestine.

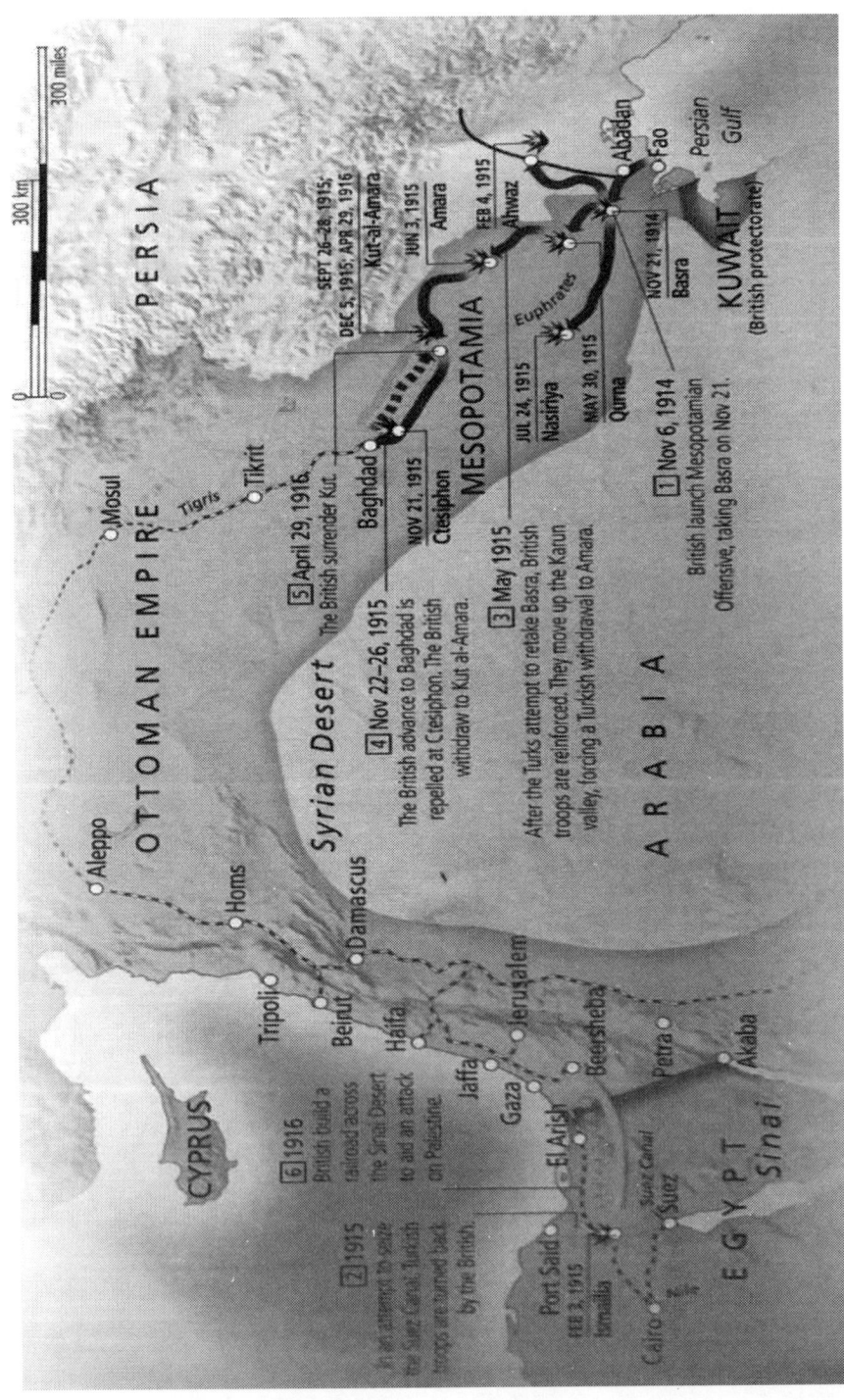

ரஸ் எல் அய்னில் சாலையின் இடதுபுறமாகப் பரந்திருந்த ஒழுங்கற்ற ஏராளமான கூடாரங்களுடன் இருந்தன ஆர்மீனிய அகதிகள் முகாம்கள். அதற்கு எதிரே சற்று தூரத்தில் மருத்துவமனையானது திறந்த வெளியில் ஒட்டகத் தோல்களால் வேயப்பட்ட சில கூடாரங்களையும் தாண்டி, ஒரு சிறிய அறையில் இருந்தது. அந்த முன்னிருந்த கூடாரங்களில் நோயாளிகள் படுக்க வைக்கப்பட்டிருந்தனர். அந்த மருத்துவமனைக்கு முறையான மருந்துகள் எதுவும் வருவதுமில்லை. கையிருப்புள்ள மருந்துகளின் உதவியாலேயே காயம்பட்டோர், நோயாளிகள் பிழைக்க வேண்டிய நிலைமை இருந்தது. கேப்டன் கல்யாண் அந்த மருத்துவமனையில் எதைக்கொண்டு மருத்துவம் பார்ப்பது என்ற சவாலை எதிர்கொண்டான். இரண்டு துருக்கி ஆர்டலிகள் இருந்தனர். அவர்களுக்கு ஆங்கிலத்தில் ஒரு வார்த்தையும் தெரியாது. கல்யாணுக்கு துருக்கி தெரியாது என்பதால், அவர்கள் உடல் மொழி மற்றும் குறிப்பறிந்து செயல்படுதல் என்ற முறையில் அவர்களுக்குள் கருத்துப் பரிமாற்றம் நடந்தது.

மருத்துவர்களுக்கு வழங்கப்படும் ரேசனும் முறையாக வரவில்லை. மூன்று நாட்களுக்கு ஒரு முறை துருக்கிகள் பற்றாக்குறையுடன் ரேசன் கொடுத்தனர். முக்கியமாக விறகுகளை அவர்கள் தரவேயில்லை. சமைப்பதற்கும், குளிர் காயவும் கேப்டன் கல்யாண் பெரும் சிரமத்திற்கு உள்ளானான். அந்த நிலப்பரப்பில் மரம் என்பதை வெகு அரிதாகவே காண முடியும் என்பதால் விறகுகளை சுய முயற்சியில் கூட சேகரிக்க முடியாது. கேப்டன் கல்யாண் அப் பகுதியினர்போல அந்தத் திறந்த வெளியில் காய்ந்து கிடக்கும் ஒட்டகங்களின் சாணத்தை இயற்கையான எருவாகப் பயன்படுத்தினான். அது நன்றாக எரியக் கூடியது. அது அடுப்பு எரிக்கவும், குளிர் காயவும் பயன்பட்டது. எனவே வெளியே ஒட்டகத்தின் காய்ந்த சாணங்களைச் சேகரிக்க சுமார் நான்கு மைல்கள் கூட நடந்து செல்லவேண்டிய நிலை இருந்தது. பணியாளர்களுக்கு அதுவும் ஒரு வேலையாக இருந்தது.

இந்தியப் படைப்பிரிவின் வீரர்கள் ரஸ் எல் அய்ன் வந்த ஐந்தாவது நாள் அவர்கள் அந் நகரை நோக்கி நடந்து வந்த பாதையில் இருந்த இரயில்வே

கட்டுமானப் பணிக்கு அனுப்பப் பட்டனர். இரயில் பாதை அமைக்கும் பணி ஜெர்மன் கம்பெனி மூலம் நடந்ததால் படை வீரர்கள் அந்தக் கம்பெனியின் கட்டுப்பாட்டில் இருந்தனர். அங்குத் துருக்கி கங்காணிகள் இருந்தனர் என்ற போதும் ஜெர்மானியர்களின் கீழ் நிலைமை அவ்வளவு மோசமில்லை. இருந்தபோதும் அவர்கள் இந்தியர்களை கீழ்நிலைப் பணியாளர்கள் என்ற அளவிலேயே நடத்தினர். வெள்ளையர்களையே தங்களுக்கு சமமானவர்களாகக் கருதினர். இந்தியப் படையினர் வெகு நாட்கள் நடந்து வந்திருந்தனர். அதற்கு முன்பே பல நாட்கள் நல்ல உணவின்றி வாடினர். எனவே எல்லோருமே உடல் பலகீனமானவர்களாகவும் நோய் எதிர்ப்பு சக்தி குறைந்தவர்களாகவும் இருந்தனர். அச் சூழலில் டைபஸ் நோய் அங்கு பரவி வந்தது. ஆயிரக்கணக்கான நெருக்கமான ஆர்மீனிய முகாம்களில் பொது சுகாதாரம் என்பதை நினைத்தும் பார்க்க முடியாத நிலை இருந்தது. எலிகள் அங்கும் இங்கும் எந்த அச்சமுமின்றி சுற்றித் திரிந்தன. ஆர்மீனியர்களின் இரத்தத்தை மூட்டைப்பூச்சிகளும் சேர்ந்து உறிஞ்சின. ஒவ்வொரு கடியிலும் அவை நோய்க் கிருமிகளை உமிழ்ந்ததன் விளைவாய்ச் சீக்கிரத்தில் அந்த முகாம்களில் அது தொடர்பான மரணங்கள் கூடுதலானது. உடலில் புண்கள், காய்ச்சல், வாந்தி என அதன் பாதிப்புகளுடன் ஏற்கனவே நடைபிணமாய் இருந்த பெண்களும் குழந்தைகளும் மருத்துவமனைக்கு அழைத்து வரப்பட்டனர். இந்த நோய்த் தொற்றின் அலை எல்லாப் பகுதியிலும் பரவியது. இந்தியப் படையினரும் இதற்கு எளிதில் பாதிக்கப்பட்டனர். மூச்சுத் திணறலுடன் பலர் மரணமடைந்தனர். கடுமையான போராட்டத்திற்குப் பின் ரஸ் எல் அய்ன் வந்த அவர்களின் மரணங்கள் தொடர்ந்தன.

அந்த மருத்துவமனையில் கேப்டன் கல்யாண் ஓர் ஆளாகச் சமாளிக்க இயலவில்லை என்பதைத் தொடர்ந்து வற்புறுத்தி வந்ததால், நோயின் தீவிரத்தன்மை கருதி காக்கஸ் போர் முனையில் கைது செய்யப்பட்ட இரண்டு இரஷ்ய மருத்துவர்கள் அங்கு கொண்டு வரப்பட்டு பணியமர்த்தப்பட்டனர். அதில் ஒருவர் ஆர்மீனியராகவும் இருந்தார். அவர் பெயர் எபண்டி. உண்மையில் அவர் ஒரு நல்ல மருத்துவரே. ஆனால் ஆர்மீனிய முகாம்கள் அவரை வெகுவாகப் பாதித்தன. பல சமயம் மருத்துவமனைக்கு வெளியே இருக்கும் உயர்ந்த திட்டில் ஏறி தூரத்தில் தெரியும் ஆர்மீனிய முகாமை அமைதியாக உற்று நோக்கிக்கொண்டே இருப்பார். பல சமயம் தனக்குத் தானே பேசிக்கொள்ளவும் செய்தார். நாள் தோறும் ஐம்பது முதல் நூறுக்கும் மேற்பட்ட ஆர்மீனியர்களை முகாமிலிருந்து மலைப்பக்கம் அழைத்துச் செல்வதும், பின்னர் இரத்தம் தோய்ந்த வாட்கள், துப்பாக்கிகளுடன் துருக்கி வீரர்கள் மட்டும் திரும்புவதும், அப் பகுதியைச் சுற்றி இடைவிடாமல் பாறு கழுகுகள் சுற்றுவதும் தொடர் கதையாக இருந்தது. போகும் வழியில் கேட்கும் ஓலங்கள் சகிக்க முடியாதவை. அந்த அழுகைகளைக் கேட்கும்போது, எபண்டியின் கைகள் நடுங்குவதையும், மருத்துவம்

பார்ப்பதை விட்டுவிட்டு சில சமயம் அவர் தனியே போய்விட்டு வருவதும் நிகழும். அவரைப் பொறுத்து போர்க் கைதியான அவருக்கு அது இரட்டை தண்டனை. சட்டரீதியாக போர்க் கைதிகள் மது அருந்த அங்கு தடை செய்யப்பட்டிருந்தது என்றபோதும் பல இரவுகளில் அவர் துருக்கி நாட்டுச் சாராயத்தைக் குடித்துவிட்டு ருஷ்ய மொழியில் இரவு வெகு நேரம் யாரையோ உரக்கத் திட்டுவது இரவின் நிசப்தத்தை கிழித்துக் கேட்கும். பல சமயம் இரவிலும் அவர் மருத்துவமனைக்கு அருகில் இருந்த மண்திட்டில் நின்று எதிரே தூரத்தில் இருந்த ஆர்மீனிய அகதிகளின் அந்த முகாம்களைப் பார்த்துக்கொண்டே இருப்பார். தூக்கமின்மை மற்றும் குடி காரணமாக அவர் நிலை மருத்துவமனைக்கு உதவிகரமாக இல்லாமல் போனது. எனவே அவரை அலிப்போ மருத்துவமனைக்கு அனுப்பி விட்டனர். அவர் போகும்போது சப்தமாக ருஷ்ய மொழியில் பேசினார். அப்போது அருகில் இருந்த மற்றொரு மருத்துவர் எதையோ சொல்லி அவரை அனுப்பி வைத்துவிட்டு மீண்டும் மருத்துவம் பார்க்கத் துவங்கியிருந்தார். அந்த மருத்துவரிடம் கேப்டன் கல்யாண் டாக்டர் எபண்டி என்ன பேசினார் எனக் கேட்டபோது அவர் வெகு இயல்பாக உடைந்த ஆங்கிலத்தில், "கெட்டக் கெட்ட வார்த்தைகள்" எனக் கூறி விட்டு, மீண்டும் தனது வேலையைத் தொடர்ந்தார்.

கேப்டன் கல்யாண் அக்கம் பக்கம் ஆங்கிலமோ, ருஷ்ய மொழியோ தெரிந்த ஆட்கள் எவரும் இல்லை என்பதை ஒரு கணம் உறுதி செய்து கொண்டு மருத்துவமனைக்குள் சென்றான்.

அந்த மருத்துவமனையில் ஆர்டலியாக இருந்த துருக்கி இளைஞனுக்கு இருபது வயதுதான் ஆகியிருக்கும். ஸ்லாகியா விவசாயியின் மகன். சுறுசுறுப்பான அந்த இளைஞன் ஒரு சில மாதங்களில் தனக்கு விடுமுறை கிடைக்கும். ஊர் போய் வரலாம் எனக் காத்திருந்தவன் டைபஸ் தொற்றால் பாதிக்கப்பட்டு சிகிச்சை பலனின்றி இறந்து போனான். அந்த இளைஞன் நல்ல உதவிகரமாய் இருந்து வந்திருந்தான். மருத்துவரோடு அர்ப்பணிப்புடன் பணியாற்றிய ஊழியனின் மரணத்தைக் கேப்டன் கல்யாண் மறக்க முடியாமல் துன்புற்றான். மருத்துவமனையில் தொற்றுப் பரவியதால் சிகிச்சை எடுத்துக் கொண்டிருந்த சுமார் ஐம்பது நோயாளிகளையும் மருத்துவர்களையும் மேற்கே அலிப்போ நகர மருத்துவமனைக்கு மாற்ற துருக்கி நிர்வாகம் உத்தரவிட்டது. ரஸ் எல் அய்ன் இரயில் நிலையத்திலிருந்து சன்னல்கள் எதுவுமற்ற இருபுறமும் திறந்த கதவு மட்டுமே கொண்ட இரயில் பெட்டியில் ஐம்பதுக்கும் மேற்பட்ட நோயாளிகளுடன் அலிப்போ போய்ச் சேர்ந்தான். அங்கு போன ஒரு சில நாட்களில் கேப்டன் கல்யாணும் டைபஸ் தொற்றுக்கு ஆளாகி படுக்கையில் கிடக்க வேண்டிய நிலை வந்தது.

டாக்டர் எபண்டி அந்த மருத்துவமனையில் பணிபுரிந்து வந்தார். அவர் குடிப்பதை நிறுத்தியிருந்தார். அம் மருத்துவமனையில் ஓர் ஆர்மீனிய

செவிலியர் மரூம் என்பவரும் பணிபுரிந்து வந்தார். உயரமான பெண். நடுத்தர வயதைக் கடந்தவர். அவர் முகம் சுளிக்காமல் நோயாளிகளுக்கு சேவை செய்தார். படுக்கையில் கிடந்த கேப்டன் கல்யாண், அவர்களின் மருத்துவ சேவையையும், சகிப்புத்தன்மையுடன் சிகிச்சை பெறுவோரின் பார்வையிலிருந்த சிரமங்களை அங்கீகரிக்கும் போக்கையும், ஒரு மருத்துவனாக புதிய பாடமாகக் கற்றுக்கொண்டான். அவள் ஒருபோதும் நோயாளிகளின் துயரத்தை அலட்சியம் செய்ததே இல்லை. அவள் பார்வையில் எப்போதும் ஒரு கருணை இருக்கும். அவளின் புன்னகை பிழைத்து விடுவோம் என நம்பிக்கை தரும். சிறிது தொலைவில் உள்ள நகரில் கொத்துக் கொத்தாய் ஆர்மீனியர்கள் கொல்லப்படும் ஒரு சூழலில், இங்கே அவர்கள் சுமை மிக்க, பாதுகாப்பற்ற நிலையிலும், அர்ப்பணிப்புடன் மருத்துவம் பார்ப்பது அவனை நெகிழ வைத்தது. தனது தாயார் தன்னைக் கவனிப்பது போலவே மரூமின் சேவையை அவன் உணர்ந்தான். ஒருவேளை இவர்கள் இல்லாது போயிருந்தால், கேப்டன் கல்யாணும் ரஸ் எல் அய்ன் மருத்துவமனையில் இருந்த அவனின் துருக்கி உதவியாளன் போல இல்லாமல் போயிருப்பான்.

அவன் வந்தபோது அலிப்போ இராணுவ மருத்துவனையின் நிலை மிக மோசமானதாகவே இருந்தது. படை வீரர்கள் பலர் தொற்று நோய்களான டைபஸ், காலரா, வயிற்றுப் போக்கினால் பாதிக்கப்பட்டிருந்த போதும், அவர்களைத் தனியே பிரித்து வைக்கும் வகையில் இடம் இல்லாமல் இருந்தது. எனவே மருத்துவமனையே நோய்ப் பரவல் இடமாகவும் சுகாதாரமற்றும் இருந்தது. டாக்டர் எபண்டி உள்ளூர் துருக்கி மருத்துவர்களுடன் சேர்ந்து அந்த மருத்துவமனையில் தொற்று நோயாளிகளுக்கு தனிப்பிரிவையும், காயம்பட்டோருக்கு தனிப்பிரிவையும் ஏற்படுத்தினர். புதிய கொசு வலைகள் செஞ்சிலுவைச் சங்கம் மூலம் கிடைத்தன. மேலும் புதிதாக துப்புரவுப் பணியாளன் ஒருவன் நியமிக்கப்பட்டான். அவன் சற்று வயதானவன். பெரும்பாலான நேரங்களில் தூய்மைப் பணியை செய்து வந்தான். அதனால் மருத்துவமனையின் நிலை விரைவில் மேம்பட்டது.

கல்யாண் குணமடைந்து வந்தான். அவன் படுக்கையில் இருக்கும்போது சன்னலுக்கு அப்பால் அல்- ஒட்ரூஷ் மசூதியின் ஒற்றை மினார் அவனுக்கு காட்சியாய் இருந்தது. காலையில் தொழுகைக்கான அழைப்பான அதான் அந்த மினாரிலிருந்து ஓதப்படும். “அல்லாஹு அக்பர், அஷது அலா இலாஹா அல்லாஹ் ஆஷாது அண்ணா முகமது ரசூல் அல்லாஹ்” எனக் கேட்கும்போது அவனுடன் அருகில் படுக்கையில் கிடக்கும் பல நோயாளிகள் தங்கள் தொழுகையினை அங்கிருந்தே செய்தனர். முடிந்தவரை கைகளை விரித்து அவர்கள் ஆண்டவனை உருகிக்கொள்வர். ஏதோ ஒரு வகையில் அந்த நிகழ்வுகளில் அதற்கு மரியாதை செய்ய தொழுகை நேரங்களில் பொறுப்புடனும் மரியாதையுடன் நடந்து கொண்டனர்.

கேப்டன் கல்யாணும் தனது கைகளை விரித்து வழிபட்டுள்ளான். அது தனது சக நோயாளிகளுக்கு அவன் தரும் மரியாதை என நினைத்தான். அந்த மினாரினை ரசிப்பது மட்டுமே படுக்கையில் கிடந்த காலங்களில் அவனுக்கு கொஞ்சம் நம்பிக்கைத் தருவதாய் இருந்தது. விடியும்போது அதன் மீது படிந்திருக்கும் மங்கலான வெளிச்சம், அதன் பின்னணியில் கேட்கும் பறவைகளின் சப்தம், அதன் பிறகு தெரியும் இளம் வெயில், அந்த மினாரிலிருந்து கீச்சிட்டுப் பறக்கும் பறவைகள், பின் சாலையின் பரபரப்பு சப்தங்களினூடே தெரியும் மினார், மீண்டும் மாலை தொழுகையின் போது அதில் எரியும் விளக்கு வெளிச்சம், பறவைகள் அண்டவரும் ஓசை, பின் இரவு நிசப்தத்தில் தெரியும் மினார் என ஒற்றை மினார் பல காட்சி பிம்பங்களையும் கற்பனைகளையும் அவனுக்கு ஏற்படுத்தியது. அவன் தொடர்ந்து கேட்கும் அந்த அதான் அழைப்பின் அர்த்தத்தை தெரிந்து கொள்ள முயன்றான். பல விசாரிப்புகளுக்குப் பின் "கடவுள் வல்லவர். ஒரே கடவுளைத் தவிர வேறு கடவுள்கள் இல்லை என்பதற்கு நான் சாட்சியாய் இருக்கின்றேன். முகம்மது கடவுளின் தூதர் என்பதற்கு நான் சாட்சியாய் இருக்கின்றேன். தொழுகைக்கு விரையுங்கள். இரட்சிப்புக்கு விரையுங்கள்" என்பதாக அவன் தெரிந்து கொண்டான். படுக்கையிலிருந்தபடி அதானின் அர்த்தம் புரிந்து கேட்கும்போது அது ஏதோ ஒருவகையில் அவனை ஈர்த்தது.

படுக்கையை விட்டு நடந்து சன்னல் அருகில் பார்த்தபோது அந் நகரில் தெரிந்த பல மினார்களும் தூரத்தில் உயர்ந்த ஒற்றை அறுங்கோண வடிவத்தில் குன்றும் அதில் இருந்த பழைய கோட்டையும் நகரை வேறு வகையில் காட்சிப்படுத்தின. அந்நகர் அந்தக் கோட்டையைச் சுற்றி உருவாகி இருக்கின்றது. கோட்டையில் அகழிகள் இருந்திருக்கலாம். பண்டைய பட்டுச் சாலையின் முக்கிய இடத்தில் இப்பகுதி இருப்பதால் வலிமையான கோட்டை அந்நகரின் பாதுகாப்பை உறுதி செய்திருக்கின்றது. இந்நகரை பாபிலோனியர், ரோம், மங்கோலியர் என பலரும் ஆட்சி செய்த சுவடுகளை அதன் கட்டிடங்கள் தாங்கி நிற்கின்றன. வளைந்த மாடங்கள் அந் நகரின் தனித்துவமாக இருந்தன. ரஸ் எல் அய்னோடு ஒப்பிடும்போது இது வேறுபட்ட வளர்ந்த நாகரிகத்தை உணர்த்தியது.

மருத்துவமனையின் சன்னல்கள் சிலவற்றில் கண்ணாடிகள் சேதமடைந்திருந்ததால், குளிர்க்காற்று வீசும்போது அது பெரும் வேதனையைத் தருவதாக இருந்தது. இங்கும் மருந்து பற்றாக்குறை இருந்தது. மலேரியா போன்ற காய்ச்சலால் பாதிக்கப்பட்டவர்கள் ஐநூறு பேர்களுக்கு மூன்று தெர்மாமீட்டர்கள் என உபகரணங்களுக்கும் பற்றாக்குறை இருந்தது.

மருத்துவமனைப் படுக்கையில் கிடக்கும்போது அகமும், புறமும் கடக்கும் பல ஓசைகளைக் கேப்டன் கல்யாண் அறிந்தான். போர்க்களத்தில் குண்டுகள் காற்றை உரசிச் செல்லும்போதும், நட்சத்திர செல்கள் விழ வரும்

போதும், கனரகத் துப்பாக்கியின் செல்களின் பாய்ச்சலும் பல ஓசைகளை வெளிப்படுத்தியிருக்கின்றன. ஆனால் மருத்துவமனைப் படுக்கை வேறு வகையான சப்தத்தை அவனுக்கு அறிமுகப்படுத்தியது.

கேப்டன் கல்யாண் அலிப்போவில் இருந்தபோது கல்கத்தாவிலிருந்து அவன் தாயாரும் மனைவியும் எழுதிய கடிதங்கள் அவனுக்கு நம்பிக்கையைத் தந்தன. தனது மகள் கீதாஞ்சலி வளர்வதை அவன் கடிதத்தின் வழியே அறிந்து கொண்டான். அவன் அவர்களை விட்டுக் கப்பல் ஏறும்போது அவளுக்கு இரண்டு வயது மட்டுமே. 1913இல் தாகூர் இலக்கியத்திற்கான நோபல் பரிசைப் பெற்ற நாளில் அவள் பிறந்தாள். அவள் ஒவ்வொரு நாளும் வளர்வதையும், மழலை மொழி பேசுவதையும் அனுபவிக்கும் வாய்ப்புகளில்லாத போதும், விரைவில் அவர்களை அவன் சந்திக்க வாய்ப்புள்ளதாகவும், அப்போது மகளுக்கு நிறைய புதிய கதைகளைச் சொல்லுவேன் எனவும் அதற்கு அவள் கொஞ்சம் காத்திருக்க வேண்டும் எனவும் அவன் மனைவிக்கு கடிதம் எழுதியிருந்தான். சீக்கிரத்தில் அவன் குணமடைந்து மருத்துவம் பார்க்கத் தயாரானான்.

மருத்துவமனையில் சிகிச்சை பெற்று வந்த நோயாளிகள் சிலர் போர்க்களத்தில் காயம்பட்டவர்கள். சிலர் காயம் குணமடைந்து பின் மீண்டும் போர்முனைக்குச் செல்ல வேண்டியவர்கள். அனேகமானவர்கள் நோயால் பாதிக்கப்பட்டவர்கள். மலேரியா, டைபஸ் மற்றும் வயிற்று போக்கு பெருமளவு பாதிப்புகளைக் கொடுத்தது. மருத்துவமனையில் உள்ள ஒவ்வொரு நோயாளியும் வாரத்திற்கு மூன்று குயனை மாத்திரைகளைச் சாப்பிடக் கட்டாயப்படுத்தப்பட்டதால் அது கட்டுப்பாட்டில் வந்திருந்தது.

நோயாளிகள் பெரும்பாலும் ஒட்டாமன் பேரரசின் பல பகுதிகளைச் சார்ந்தவர்கள். துருக்கியின் அனடோலியா, பல்கேரியா, அல்பேனியா என அவர்கள் பல தரப்பட்ட மக்களாக இருந்தனர். ஆயினும் அவர்கள் வாழ்நிலை ஒன்று போலவே இருந்தது. ஒட்டாமன் படையினருக்கு ஷூக்களை அந்த அரசு முறையாக வழங்கவில்லை. அவர்கள் குளிரிலும் வெப்பத்திலும் வெறுங்கால்களுடன் சண்டையிடும் நிலை இருந்ததால், அவர்களின் கால்களில் இயல்பாகப் புண்கள் காணப்பட்டன. மருத்துவமனையில் சிலரின் புண்களில் இரத்த ஓட்டம் தடைபட்டு கருத்துப் போனதால் கால் விரல்களை அகற்ற வேண்டிய அவலமும் ஏற்பட்டது. அந்தப் படை வீரர்கள் பலர் காய்ந்த வைக்கோலில் மரத்துண்டுகளை வைத்துப் பின்னப்பட்ட படகு போன்ற லேஸ் அற்ற ஷூக்களைப் பயன்படுத்தினர். ஆனாலும் துருக்கி படையின் கீழ்நிலை முன்களப் படைவீரர்கள் வெறுங்காலோடு இருந்தனர். படையில் கிராமப்புற விவசாயிகள் கூடுதலாக இருந்ததால் அந்தத் துயரங்களை இயல்பாக எடுத்துக்கொண்டனர்.

துருக்கிப் படையினை சார்ந்த அஹா என்ற இளைஞனுக்குப் பதினேழு வயது மட்டுமே இருக்கும். இன்னமும் முழுதாக மீசைகூட அவனுக்கு முளைக்கவில்லை. அவன் குண்டுச் சிதறலால் தலையில் ஏற்பட்ட காயத்திற்கு சிகிச்சை பெற்று வந்தான். அவனுக்கு அறுவை சிகிச்சை செய்து குண்டுச் சிதறல்களை எடுக்க மருத்துவமனையில் மயக்க மருந்து இல்லாத நிலையில், டாக்டர் எபண்டியுடன் சேர்ந்து கேப்டன் கல்யாண் மற்றும் செவிலியர் மரூம் குழு அவனை வலியைப் பொறுக்க மனதளவில் தயார் செய்து அறுவை சிகிச்சை செய்தனர். மருத்துவமனையிலிருந்து அவன் வீட்டுக்கு எழுதும் கடிதங்களுக்கு எந்தப் பதிலும் வராததால் அவன் மிகவும் சோர்வுற்றே இருந்தான்.

படுக்கையில் கிடக்கும் நோயாளிகளுக்கு ரேசனில் சிகரெட்டுகள் கிடைப்பதால் அதன் துண்டுகளை அவர்கள் தங்கள் படுக்கைக்கு கீழே வீசுவதால் அவை அங்கு கிடப்பதும், காலையிலும் மாலையிலும் துப்புரவுப் பணியாளரான எரிக் அவற்றைக் கூட்டி எடுத்துச் செல்வது வழக்கம். பல சமயங்களில் துருக்கிப் படை வீரர்கள் அந்த துண்டு சிகரெட்டுகளை எடுக்க அந்த மருத்துவமனைக்குள் வருவதுண்டு. சில சமயம் சிகிச்சை பெறுவோரின் பொருட்கள் காணாமல் போவதால் அது போல சிகரெட் பொறுக்க வரும் ஆட்களை மருத்துவமனையிலிருந்து வெளியேறச் சொல்வது வழக்கமாகவே இருந்தது. டாக்டர்கள் இல்லாத போது நோயாளிகளே சப்தமிட்டு அவர்களை வெளியேறச் சொல்வார்கள்.

அதுபோல ஒருநாள் காலை வேளையில் மருத்துவமனையில் துண்டு சிகரெட் பொறுக்க நாற்பது வயதுக்கும் மேற்பட்ட ஒரு படை வீரர் வந்து குனிந்து பொறுக்கிக் கொண்டிருக்கும்போது, தூரத்தில் படுக்கையிலிருப்பவர் அஹாவைக் கூப்பிட்டு "உன் படுக்கைக்குக் கீழே சிகரெட் துண்டு பொறுக்கும் ஆளை வெளியே அனுப்பு" என்றான்.

அஹா பார்க்கும்போது அவர் குனிந்து முதுகைக் காட்டியபடி சிகரெட் துண்டுகளைப் பொறுக்குவதில் முனைப்புடன் இருந்தார். வெளியேற்றுவதற்கு முன் சில கூடுதல் துண்டு சிகரெட்டுகளை பொறுக்குவதே அவர் நோக்கம்.

அஹா அவரை வெளியேறச் சொன்னான். அவன் குரல் அவரை எட்டாத போது "வெளியே போ" என்றான் சப்தமாக. அந்தக் குரலைக்கேட்டு அந்த மனிதன் அஹாவை ஏறிட்டுப் பார்த்தான். அடுத்த நொடி ஆச்சர்யத்தில் அதிர்ந்து, "அஹா, கொகூக் என் செல்லமே" எனக் கத்தியபடி அவன் கையிலிருந்த துண்டு சிகரெட்டுகளை வீசிவிட்டு அவன் அருகில் வந்தான். அஹா ஏறிட்டுப் பார்த்து, "பாபா" எனக் கட்டிக்கொண்டான். இருவரும் வெகு நேரம் கட்டிப்பிடித்து அழுதுகொண்டே இருந்தனர். சிகரெட் துண்டு பொறுக்கியவன் தலையில் இரு கைகளையும் வைத்து

உட்கார்ந்து விட்டான். பின் கைகளை மேலே உயர்த்தி "அல்லாவே" என இறைஞ்சினான்.

அஹா அந்த மனிதனை மற்றவர்களிடம் காட்டி "என் அப்பா" என்றான். அவன் தந்தையோ கட்டுகள் போட்ட அவன் தலையைத் தடவிப் பார்த்தான். டாக்டர்கள் வந்து தேற்றும் வரை இருவரும் அழுதுகொண்டே இருந்தனர். அஹா அவனுக்கு நடந்த அறுவை சிகிச்சையையும் அந்த மருத்துவர்களில் ஒருவர் ருஷ்ய ஆர்மீனியர் மற்றொருவர் இந்தியன் என்பதையும் சொன்னான். ஆர்மீனிய செவிலியர் தன்னைத் தாய் போல கவனிப்பதாகத் தேம்பினான். அஹாவின் தந்தை எழுந்து, குனிந்து டாக்டர் எபண்டியின் வலது கையை முத்தமிட்டான். அதே போல கேப்டன் கல்யாண் மற்றும் செவிலியர் மரூமிடமும் செய்தான்.

"அல்லாஹ், மிகவும் மன்னிக்கக் கூடியவராகவும், மிகக் கருணையுள்ளவராகவும் இருக்கின்றார். அரசாங்கத்தையும் எங்களையும் வேறுபடுத்திப் பாருங்கள். எங்களுக்கு எவர் மீதும் வெறுப்பு கிடையாது. நாங்கள் விவசாயிகள். இவன் எனது ஒரே செல்ல மகன். எங்கள் வயல்கள் காய்ந்து கிடக்கின்றன. என் மனைவி வீட்டின் இரண்டு ஆண்களையும் போருக்கு கொடுத்துவிட்டு நாள்தோறும் செத்து செத்துப் பிழைத்து வருகின்றாள். எதற்காக நாங்கள் சண்டை போடவேண்டும் என எதுவும் தெரியவில்லை. இந்த பரந்த நாட்டில் நான் ஒரு மூலையிலும் இவன் ஒரு மூலையிலும் எதற்காக சண்டையிடுகின்றோம்? எல்லாம் சாபக்கேடு."

தனது மகனுக்குக் கொடுக்க அவனிடம் எதுவுமில்லை. தனது பையிலிருந்த ரொட்டிகளை மகனுக்குத் தர விரும்பினான். அதை அவனையே வைத்துக்கொள்ளச் கூறிவிட்டு, ஒரு பாக்கெட் சிகரெட்டை அவனுக்குக் கொடுத்தான் கல்யாண். சூயஸ் பகுதிக்குச் செல்ல திரிப்பொலி போகும் துருக்கிப் படைப்பிரிவில் அவன் இன்று கிளம்பிப் போக இருப்பதாகவும் ஊர் திரும்பிய பின் அஹாவின் அம்மாவைப் பத்திரமாக பார்த்துக்கொள்ளவும் கூறிவிட்டு தனது மகனைக் கட்டியணைத்து பின் கண்ணீருடன் விடைபெற்றான் அந்தத் துருக்கிப் போர் வீரன்.

சில நாட்கள் சிகிச்சைக்குப் பின் அஹா மருத்துவமனையிலிருந்து போக வேண்டியிருந்தது. அவனைப் போர் முனைக்கு திரும்பவும் அனுப்புவதற்கு அவனுக்கு போதிய உடல் தகுதியில்லை என அவர்கள் சொன்னதை எந்த துருக்கி அதிகாரிகளும் ஏற்கவில்லை. அவன் போவதற்கு முன் கல்யாணை அவனது அறையில் வந்து பார்த்தான். "டாக்டர் ஒரு பொருள் உள்ளது, எப்போவாவது உங்களுக்குப் பயன்படும்" என அதனை மறைவாக அவன் கையில் திணித்தான்.

“இது களத்தில் இறந்த ஒரு ஜெர்மானியனுடையது.” துணியால் சுற்றப்பட்டிருந்த அது கைக்கு அடக்கமாகவும், சற்று கனமாகவும் இருந்தது. அது லூகஸ் 9 மி. மீ. உடனடியாக அதை வாங்கி மறைத்துக்கொண்டான்.

குளிர் காலத்தின்போது மருத்துவமனையிலிருந்த உடைந்த கண்ணாடி சன்னல் பெரும் சிரமத்தைத் தந்தது. இரவில் வெளியிலிருந்து வரும் குளிர்க்காற்று பெரும் இடையூறாக இருந்தது. சன்னலின் கண்ணாடியைப் புதுப்பிக்கும் வாய்ப்பில்லாததால் அந்த சன்னலைப் பலகை வைத்து அடித்து மறைத்தனர். அது ஒரு இறுக்கத்தை அங்கு உருவாக்கியது.

குளிர்காலத்தில் கல்கத்தாவிலிருந்து அவன் மாமா எழுதிய சிலநாட்கள் காலதாமதமாக வந்த கடிதம் கேப்டன் கல்யாணை அதிர்ச்சியடையச் செய்தது. அதில் அவன் மகள் கீதாஞ்சலி இரண்டு நாள் காய்ச்சலில் உலகை விட்டுப் போய்விட்டாள் என்றும் அவன் அம்மா உடல் நலம் சரியில்லாமல் இருப்பதாகவும் அதைச் சொல்லும் மன தைரியம் அவன் மனைவிக்கு இல்லை என்றும், ஆனால் சொல்லாமல் விடமுடியாது என்பதால் அதைச் சொல்லுவதாகவும், மனதைத் தேற்றிக்கொள்ளுமாறும் கடிதம் எழுதப்பட்டிருந்தது. கேப்டன் கல்யாண் நிலைகுலைந்து போனான். எவரிடமும் அவனைத் தேற்ற வார்த்தையில்லை. டாக்டர் எபண்டியும், செவிலியர் மரூமும் கல்யாண் தொடர்ந்து அழுதுகொண்டிருந்த போது அவனுக்கு ஆறுதலைத் தரக்கோரி பிரார்த்தனை செய்தனர். ஒரு வாரத்திற்கும் மேலாக அவன் மருத்துவமனையில் நோயாளிகளைக் கவனிக்காமல் மருத்துவர்களுக்கான அறையிலேயே இருந்தான்.

பின் மனதை தேற்றிக்கொண்டு அவன் அம்மாவுக்குக் கடிதம் எழுதினான்.

“அம்மா என் குழந்தை என்னை விட்டுப் போய்விட்டது என்பதை அறிந்தேன். எனது விதி அப்படி உள்ளது. அவள் மீது நான் மிகுந்த அன்பு வைத்திருந்தேன். ஆனால் நீயும் படுத்த படுக்கையாகிவிட்டாய் என்பதை என்னால் தாங்கிக்கொள்ள முடியவில்லை. நான் என் மகள் இறப்பின் துயரத்திலிருந்து வெளியே வந்து விட்டேன். விரைவில் நல்லது நடக்கும். உன்னை வந்து சந்திப்பேன். உங்களுடன் நான் நேரத்தை செலவிட இயலாதவனாய் இருந்திருக்கின்றேன். ஆனால் விரைவில் என்னோடும் பேரன் பேத்திகளுடன் நீ மகிழ்ச்சியாக வாழும் நாளை நான் கனவு காண்கின்றேன். எனது குழந்தையின் பிரிவை எண்ணி நீ துயரப்படுகின்றாய். அதை விடப் பல மடங்கு உன்னை நினைத்து வாடுகின்றேன். சீக்கிரம் எழுந்து விடு அம்மா. இன்னும் வாழ்க்கை உள்ளது.”

அவன் அந்தக் கடிதத்தை பெரும் சுமையோடு எழுதினான். அந்த இரவில் உறக்கத்தை இழந்தான். விரைவில் மருத்துவமனையின் நிலை மாறியது. உள்ளூர் துருக்கி அதிகாரிகள் டாக்டர் எபண்டி மற்றும் செவிலியர் மரூம்

குறித்து காழ்ப்புணர்வுடன் எதையோ மேல் அதிகாரிகளிடம் சொல்லிவைக்க, டாக்டர் எபண்டியை அவர்கள் வடக்குப் பகுதியில் போர் முனையில் உள்ள தற்காலிக மருத்துவ முகாமுக்கு மாறுதல் செய்து அனுப்பி வைத்தனர். போகும்போது ஓர் இக்கட்டான சூழலில் கல்யாணைத் தனியே விட்டுப் போவது மட்டுமே தனக்கு வேதனையாக உள்ளதாக அவனைத் தேற்றினார். மேலும் மருத்துவமனை துப்புரவுப் பணியாளனுக்கு சில உதவிகளைச் செய்து தரும்படியும், அவனைப் பாதுகாத்துக்கொள்ளுமாறும் கூறிச் சென்றார்.

அதன் பின்பு கல்யாண் கட்டாயம் மருத்துவப் பணி பார்க்க வேண்டிய நிலைக்கு ஆளானான். நோயாளிகள் தொடர்ந்து அதிகரித்து வரும் நிலையில் ஒருவழியாக அவன் மனதைத் திடமாக்கிக்கொண்டான். ஆனால் செவிலியர் மரூம் எந்தக் காரணமுமின்றி சில நாட்களிலேயே உள்ளூரிலேயே வேறொரு மருத்துவமனைக்குப் பணி மாறுதல் செய்யப்பட்டார். அந்த மாறுதல் உள்நோக்கம் கொண்டது என்பதை உணர்ந்தான். அம் மருத்துவமனையிலிருந்து தாயுள்ளம் கொண்ட சேவகி இல்லாமல் போனது நோயாளிகளுக்கு மட்டுமல்ல தனக்கும் தனிப்பட்ட இழப்பு எனக் கல்யாண் கருதினான்.

அதன் பிறகு கல்கத்தாவிலிருந்து அவன் மாமா எழுதிய கடிதத்தில் நம்பிக்கை இழக்க வேண்டாம் எனவும் அவனையும், அவன் மனைவியையும் எண்ணி அவர் மிகுந்த கவலை கொள்வதாகவும் இருந்தது. அந்தக் கடிதம் வந்த ஒன்றரை மாதம் கழித்து பனிக்கால இரவில் அவனுக்கு வந்து சேர்ந்த மற்றொரு கடிதத்தில் அவன் அம்மா இறந்து போனதாகத் தகவல் இருந்தது. கல்யாணின் உலகம் சூறாவளிச் சுழலில் சுற்றி பெரும் பள்ளத்தில் வீழ்ந்தது. அவன் அழவில்லை. ஆனால் அவன் தன் நிலை மறந்தான். முறையாகச் சாப்பிடவில்லை. தூங்கவில்லை. தனக்குத் தானே வங்காளத்தில் பேசிக்கொண்டிருந்தான். அவன் தாயாரோடு பேசுவதாகக் கருதினான். அவன் ஏறக்குறைய மனநிலை பாதிக்கப்பட்டவன் போலானான். நோயாளிகள் டாக்டருக்கு பித்துப் பிடித்து விட்டது என நினைத்தனர்.

அதுபோன்ற ஓர் இக்கட்டான நாளில் செவிலியர் மரூம் அவனை வந்து பார்த்தாள். அவன் கடும் வேதனை நிலையிலேயே இருந்தான். அவன் தன்னை அவள் வீட்டிற்குக் கூட்டிப் போகச் சொன்னான். மருத்துவமனைப் பாதுகாவலன் அவள் மீது மரியாதை உள்ளவன் என்பதால் அவனிடம் கேட்டதும் அவன் சம்மதித்தான். ஆனால் பாதுகாவலன் அவள் வீடு வரை உடன் வர வேண்டியது கடமை என்றான். பாதுகாவலன் துணைக்கு வர கல்யாணை அவளின் வீட்டுக்கு கூட்டிச் சென்றாள். பாதுகாவலன் வீட்டின் வெளியே இருந்த பெஞ்சில் அமர்ந்து ஒரு சிகரெட்டைப் புகைக்கத் துவங்கினான். மரூம் வீடு சிறிய, எளிய வீடு. சுற்றிலும் மலர்ச் செடிகளும் பசுமையுமிருந்தது. வீட்டின் முற்றத்தில் இருந்த கணப்பு அடுப்பின் மேடை

மீது மரூம் அவள் கணவன் மற்றும் மகளுடன் இருக்கும் புகைப்படம் நிற்க வைக்கப்பட்டிருந்தது. அதற்கு அப்பால் இருந்த ஓவியத்தில் மாதா இடக்கையில் குழந்தை இயேசுவை அணைத்து நின்றாள். அந்த வீட்டில் அவள் மட்டும் தனியே வசிக்கின்றாள். அவன் மரூமின் கணவனையும், மகளையும் விசாரித்தான். அவள் அமைதியாக சூடான ஒரு தேநீரை அவனுக்குக் கொடுத்தாள். மீண்டும் அவன் அவர்களை விசாரித்தான்.

“அவர்கள் உங்க அம்மாவும், உன் மகளும் போன இடத்திற்குப் போய் வெகு காலமாகிவிட்டது” என்றாள். அவன் அதனைக் கடந்து தேநீர் குடிக்க முயன்றான். அப்போது அவள் கேட்டாள்,

“உங்க அம்மா உன்னை என்ன செல்லப் பெயரில் கூப்பிடுவார்கள்?”

“கௌசி... அதற்கு அன்பு என்று பொருள்.”

“கௌசி... கௌசி... மகனே.”

மரூமின் உச்சரிப்பில் இருந்த எதுவோ ஒன்று அவனின் இதயத்தைத் தொட்டது. அவன் சிறு வயதில் கல்கத்தா வீதிகளில் அவன் அம்மாவின் கைப்பிடித்து நடந்த காட்சிகளை நினைவுபடுத்தியது. அவன் வெடித்து அழுதான். “அம்மா... அம்மா” என்றான். அவனை மரூம் தனது குழந்தையைப் போல அரவணைத்தாள். அவன் அவள் மடியில் தலை சாய்த்துக்கொண்டான். மெல்ல அவன் தலையை வருடி விட்டாள். அவன் வெகு நேரம் அழுது அவள் உடைகளை ஈரமாக்கினான். அமைதியான பின்பும் தேம்புதல் தொடர்ந்தது. அவன் அழுது தீர்த்து விட்டான். அவள் வீட்டிலிருந்து அவன் வெளியே வரும்போது, ஒரு பெரும் சுமையை இறக்கி வைத்து வந்ததுபோல உணர்ந்தான். இளைப்பாறுதல் பெற்றான். அவள் வீட்டிலிருந்த மாதா ஓவியத்தில் எதையோ பேச முயன்றாள். மரூம் தற்போது அரசுப் பணியிலிருந்து நீக்கப்பட்டதாகவும், புதிய வேலையை அவள் விரைவில் தேட வேண்டும் எனவும், மீண்டும் அவனைச் சந்திக்க மருத்துவமனைக்கு வருவதாகவும் கூறி புன்னகையுடன் விடை கொடுத்தாள். கல்யாண் பாதுகாவலனுடன் அவள் வீட்டை விட்டுச் சிறிது தூரம் வந்த பின்பு மீண்டும் அவள் வீட்டைத் திரும்பி பார்க்கின்றான். அவள் வாசலிலேயே நிற்கின்றாள். மீண்டும் அவனைப் பார்த்து கையசைக்கின்றாள். பனி பொழிந்து கொண்டிருக்கின்றது. வானம் கருத்திருந்தபோதும் சில நட்சத்திரங்கள் மின்னுகின்றன. தனது சக்தியைத் திரட்டித் திறந்த வெளியை நோக்கி “மா” என உரக்கக் கத்தினான்.

அஃபியன் காராஹிசார் நகரில் ஏற்கனவே கல்லிபோலி போரின்போது கைது செய்யப்பட்ட பிரிட்டிஷ், பிரான்ஸ் மற்றும் ஆஸ்திரேலிய, இந்தியக் கைதிகள் இருந்தனர். துருக்கியின் பெரும்பலான போர் கைதிகள் தங்கியுள்ள முக்கிய இடங்களில் அதுவும் ஒன்றாக இருந்தது. கைதிகளுக்கான முகாம் என்பது ஊரைச் சுற்றி உயர்ந்து நின்ற ஒரு கரும்பாறைக் குன்றின் அடிவாரத்தில் இருந்தது. அந்நகரே அந்த மலைக் குன்றைச் சுற்றி உருவாக்கப்பட்டிருந்தது. அந்நகருக்கு துருக்கியில் கருப்பு அபின் மலை என்று அர்த்தம். முகாம்களை ஒரு நீண்ட தெரு எனக் குறிப்பிடலாம். அந்தத் தெருவில் இருந்த வீடுகள் மற்றும் ஆர்மீனியத் தேவாலயம் அதற்கப்பால் இருந்த ஒரு முஸ்லிம் பள்ளிக்கூடம் என ஒரு பெரிய பகுதியைச் சுற்றிலும் கம்பி வேலிகளை அமைத்து முகாமாக மாற்றியிருந்தனர். கடந்த ஆண்டுகளில் சில ஆஸ்திரேலியக் கைதிகள் இம் முகாமிலிருந்து தப்பி ஓடி சிக்கிக் கொண்டதற்கு அடையாளமாக முள் கம்பி வேலியின் அடர்த்தி இருந்தது.

ஆர்மீனியத் தேவாலயம் இருந்த பகுதியில் பிரிட்டிஷ் மற்றும் ஆஸ்திரேலியர்களும் முஸ்லிம் பள்ளிக் கூடத்தைச் சுற்றி இருந்த பகுதியில் இந்தியர்களும் இருந்தனர். அதில் ஒரு பகுதியில் செனகல் நாட்டைச் சார்ந்த சிலர் இருந்தனர். பிரான்ஸின் காலனியாக அது இருந்ததால் அவர்கள் பிரான்ஸ் படையில் போரிட்டுக் கைதியாகி இருந்தனர். குட்டில் சரண்டரானவர்களைத் தவிர மற்றவர்கள் ஓராண்டுக்கு மேலாகவே அந்த முகாமில் இருந்து வந்தனர். அங்கு சில ருஷ்யக் கைதிகளும் இருந்தனர்.

காலை சூரியன் உதிக்கும்போது, பறவைகளின் கீச்சிடும் சப்தங்களூடே மசூதியின் மினார்களில் தொழுகைக்கு அழைக்கும் அதான் ஓசை கேட்கின்றது. பல சமயங்கள் ஒரு சிறுவன் அந்த அழைப்பை ஓதுகின்றான். அவன் குரலில் அவ்வளவு சப்தம் எழும்புகின்றது. சில நாட்களில் வேறு ஒருவர் அழைக்கின்றார். அந்தக் குரலில் அவ்வளவு கூர்மை இல்லை. தொழுகைக்கு அழைக்கும்போது எழுந்து தொழுவதற்கு கட்டாயப்படுத்தப்பட்டனர். குறிப்பாக முஸ்லிம் கைதிகள் அதைத் தங்கள் வாழ்வின் கடமையாகச்

செய்தனர். ஆனால் மற்ற கைதிகள் அதுபோல எதுவும் செய்யாமல் இருந்தனர். ஆனால் அந்தத் தொழுகை முடிந்ததும் துருக்கிக் காவலர்கள் ரோல்கால் என்ற முறையில் வரிசையாக அமரச் செய்து கணக்கெடுத்துச் செல்கின்றனர். அந்த சமயங்களில் முகாமில் உள்ளவர்கள் தங்களின் காலைக் கடன்களை முடித்துத் தயாராயிருக்க வேண்டும்.

அதிகாரி நிலையில் உள்ளவர்கள் வேலை செய்யவேண்டும் என்ற கட்டாயம் இல்லை. அவர்கள் முகாமிலேயே இருக்கலாம். மற்றவர்கள் வேலைக்குச் செல்ல வேண்டும். முக்கியமாக தாரஸ் மலையில் முப்பதுக்கும் மேற்பட்ட மலைச் சுரங்கப்பாதைகளை ரயில்வே பணிக்காகத் தோண்டிக் கொண்டிருந்தனர். அங்கே அவர்களை அழைத்துப் போகின்றனர். காலை தொடங்கி இரவு வரை இடைவிடாமல் அந்தப் பணியை அவர்கள் செய்ய வேண்டும். துருக்கியின் கண்காணி வேலை செய்பவர்களை வேகமாக செய்யுமாறு விரட்டுகின்றான். அவன் ஒரு சாட்டையை மறைவாக மறைத்து வைத்திருந்து அதை எடுத்து பளார் என அடித்தும் விடுகின்றான். அதனால் ஏற்படும் வலியைக் காட்டிலும் அது மனதில் ஏற்படுத்தும் வலியும், அவமானமும் கூடுதலாக இருக்கும்.

அந்தப் பணிக்குச் செல்பவர்கள் வேலை செய்யும் இடத்தில் தற்காலிகமாகப் போடப்பட்ட குடிசைகளில் தங்கி வேலை செய்துவிட்டு சில நாட்கள் கழித்துகூட முகாமுக்கு வரலாம். அதுபோல தற்காலிக முகாம்களை பணி முகாம்கள் எனக் குறிப்பிட்டனர். அம் மலைகளில் இருந்து பார்க்கும்போது அப் பகுதியிலிருந்த மலைச் சரிவுகளில் பைன் மரங்கள் நெடிது வளர்ந்திருந்தன. பைன் மரங்களற்ற சில பகுதியில் வேறு பல மரங்கள் சூழ்ந்திருந்தன. கூம்பு வடிவ புகைப்போக்கிகளைக் கொண்ட சில வீடுகளும் அம் மலைச்சரிவுகளில் காணப்பட்டன.

மாலையில் மீண்டும் தொழுகைக்கான அழைப்பு மசூதியிலிருந்து கேட்கும் போது துருக்கிக் காவலர்கள் பாயை விரித்துத் தொழுகின்றனர். மீண்டும் ரோல்காலில் அமர்ந்து கைதிகளின் கணக்கெடுப்பு என அந்த முகாமில் வாழ்க்கை நகர்ந்தது. வில்லியம்ஸ் இருந்த அந்த அறையில் மரக்கட்டில் என்பது அதன் நிறத்தை இழந்து ஏராளமான புள்ளிகளுடன் காணப்பட்டது. அது என்ன புள்ளி என்பதை அவன் அங்கு போன பின்புதான் உணர்ந்தான். ஒரு மூட்டைப்பூச்சி படையே வந்து இரவில் இரத்தத்தை குடிக்கத் துவங்கியது. மூட்டைப்பூச்சிக் கடியை அலட்சியமாக விட முடியாது. தூக்கம் தடை படும் என்பதை விட டைபஸ் போன்ற தொற்று நோய்களை அது உருவாக்கக் கூடியது. எனவே தினமும் சுடு தண்ணீரைக் கொதிக்க வைத்து கட்டிலின் இடுக்குகளில் ஊற்றி மூட்டைப் பூச்சிகளை ஒழிப்பது ஒரு வேலையாக இருந்தது. கட்டிலுக்கு தார் பூசினால் மூட்டைப் பூச்சி

தொல்லை இல்லாமல் இருந்தது. ஆனால் அதெல்லாம் சில நாட்களுக்கு மட்டும்தான், அதன் போரில் அதுவே வென்றது.

குட்டில் கைதாகி வந்த ஆட்களில் பிரிட்டிஷ், ஆஸ்திரேலியா மற்றும் இந்தியப் படைகள் இருந்தபோதும் வில்லியம்ஸ் உள்ளிட்ட இந்தியப் படையைச் சார்ந்த அதிகாரிகளுக்கோ, படையினருக்கோ உதவிகள் எதுவும் வரவில்லை. பிரிட்டிஷ் கைதிகளுக்கு இங்கிலாந்திலிருந்தும், ஆஸ்திரேலிய கைதிகளுக்கு ஆஸ்திரேலிய செஞ்சிலுவை சங்கத்தின் மூலமும் உதவிகள் மற்றும் துணி, பூட்சுகள் உள்ளிட்ட பொருட்கள் வந்து சேர்ந்தன. அதிகாரிகள் சொந்தமாக சமையல் செய்ய முடியும் என்பதால் அந்தக் கைதிகள் சொந்தமாக மளிகைப் பொருட்களை விலைகொடுத்து வாங்கி சமைத்து உண்டனர். ஆனால் இந்தியக் கைதிகளுக்கு இந்தியாவிலிருந்து அதுபோன்ற எந்த உதவியும் வரவில்லை.

குளிர்காலத்தில் தாரஸ் மலையின் பனிப் பொழிவைத் தாங்கிய குளிரானது மிகக் கடுமையாக இருந்தது. சில நாட்களில் கால்களை கீழே வைக்கக்கூட முடியாது. அது போன்ற ஒரு பனிக்கு இந்தியர்கள் பழக்கப்படவுமில்லை. குளிர்கால உடைகளும் அவர்களுக்கு வந்து சேரவில்லை. சில படை வீரர்கள் ஆஸ்திரேலியப் படையினர் உபயோகித்த பழைய துணிகளை வாங்கி அணிந்து கொண்டனர். பூட்ஸுகள் மிக மோசமாகக் கிழிந்திருந்தன. சில ஆர்டலிகள் பூட்ஸுகளைத் தைத்துக் கொடுத்தனர். அதையே இந்தியக் கைதிகள் பயன்படுத்தி வந்தனர்.

வில்லியம்ஸுக்கு இந்த பாகுபாடு அதிர்ச்சியைக் கொடுத்தது. ஒரே நேரத்தில் கைதானோம், ஒரே வகையான துன்பத்தை எதிர்கொண்டு வந்து சேர்ந்தோம். ஆனால் வசதிகள் மட்டும் இந்தியர்களுக்கு மறுக்கப்படுகின்றது எனக் கருதினான். முகாம்களில் உள்ள ஆஸ்திரேலியக் கைதிகள் இந்தியக் கைதிகளுடன் சேர்ந்து செயல்படாமல் தனிக் குழுக்களாய் இருந்தனர். அவர்களுக்கு ஒரு மேலாதிக்கக் குணம் மேலோங்கியிருந்தது. குட்டில் அவனுக்கு அறிமுகமான சில ஆஸ்திரேலியர்களேகூட அதுபோல நடப்பதாக அவன் கருதினான். ஒருவேளை இந்தியர்கள் அவர்கள் அடக்கி ஆளும் ஆஸ்திரேலிய ஆதிக் குடிகள் போல கருப்பாய் இருப்பது கூட அந்த உளவியலின் வெளிப்பாடாய் இருக்கலாம். இதுபோன்ற நுட்பமான பாகுபாடுகளையும், முன் முடிவுகளுடன் அவர்கள் ஆட்களை முடிவு செய்வதையும் அவனால் காண முடிந்தது.

கடிதங்களையும், நிதியையும் கைதிகளுக்குக் கொண்டு வந்து தரும் பணியை ஏற்றிருந்த மாரிஸ் என்ற ஆஸ்திரேலிய அதிகாரி அவனுக்கு சல்யூட் செய்ய வேண்டும் என எதிர்பார்ப்பான். அவனுக்கு சல்யூட் செய்யச் சொல்லி அவன் கண்களை உருட்டிக் கடிதம் சேர வேண்டிய நபரைப் பார்ப்பான். அந்த நபர் சல்யூட் செய்யவில்லை என்றால் முகத்தை வெறுப்பாக்கி

வந்த கடிதத்தை கொடுக்காமல் கொண்டுபோய் விடுவான். கைதிகள் கடிதம் ஏதேனும் உண்டா சார் என்றால்கூட ஒன்றுமில்லை எனக் கூறி விடுவான். கைதிகளுக்கு கடிதங்கள் என்பதுதான் உலகத்தின் சன்னலாக இருந்தது. அது மட்டுமே துயரங்களுக்கு வடிநிலமாக இருந்தது. எனவே அந்தக் கடிதத்தை இழக்காமல் இருக்க அவனைப் பார்க்கும்போதெல்லாம் வணக்கம் செய்ய வேண்டியிருந்தது. அவன் சில சமயம் அவனுக்கு வணக்கம் சொல்லாத இந்தியப் படை வீரர்களைப் பார்த்துத் தங்களுக்கு அந்தத் தகுதி உள்ளது என சப்தமிட்டான். அவனும் ஒரு கைதிதான். இருந்த போதும் இந்தியர்களை சல்யூட் அடிக்கக் கோரும் அந்தத் தகுதி அவனின் வெள்ளைத் தோலின் நிறத்தின் வழி வந்ததாக இருக்கவேண்டும்.

கடிதங்கள் பொதுவாக துருக்கி அரசால் கடும் தணிக்கை செய்து அனுமதிக்கப் பட்டது. கடிதத்தில் உள்ள வரிகள் ஏதேனும் ஆட்சேபணையானது என துருக்கி அதிகாரிகள் கருதினால், அந்த வரிகளைக் கத்தரியால் வெட்டி எடுத்துவிட்டு அனுப்புவது வழக்கமாக இருந்தது. எனவே கடிதத்தில் கத்தரியின் வெட்டு கூடுதலாக இருக்கும்.

வில்லியம்ஸ் அவனைப் பார்த்து "மாரிஸ் உங்களுக்கு நாங்கள் சிரமப்பட்டு சல்யூட் செய்கின்றோம். எவ்வளவு பெரிய ஆள் நீங்கள். உங்கள் செல்வாக்கைப் பயன்படுத்தி எங்கள் கடிதத்தை வெட்டுப் படாமல் கொண்டுவந்து தரக் கூடாதா?" எனச் சிரிக்காமல் கேட்டான். மாரிஸ் அவனுக்கும் அப்படித்தான் கடிதம் வருகின்றது என சொல்வதற்கு பதிலாக, துருக்கி அதிகாரி கணக்கில் சமாளித்து முகத்தைப் பெருமிதமாக வைத்துக் கொண்டு வேகமாகப் போனான்.

வில்லியம்ஸின் அந்த அறையில் சற்றுத் தள்ளி கட்டிலில் படுத்திருந்த சுபேதார் ரஞ்சித் சிங் கல்லிபோலியில் கைதானவன். முப்பது வயதைக் கடந்த அவன் பஞ்சாப் படைப்பிரிவைச் சார்ந்தவன். அவன் கட்டில் ரயில்வேக்குப் பயன்படும் மரப்பலகையால் செய்யப்பட்டிருந்தது. பழைய கம்பளியை அவன் சட்டை போல தைத்து அணிந்திருந்தான். அது சற்று வேதனையாக இருந்தது. அவனும் ஓர் அதிகாரிதான். சில கேள்விகள் அது தொடர்பாக எழுந்தன. அவன் சிங்கிடம் கேட்டான்,

"போருக்கு வர கொடுத்த விலை அதிகம். ஆதரவற்ற ஒற்றைத் தாயை, அவளின் வார்த்தையை அலட்சியம் செய்து போருக்கு வந்தேன். போர் என்பதை ஒரு சாகசமாக உணர்ந்தேன். நாடு, தேச பக்தி என்றார்கள். இளைஞர்களின் கடமை என்றார்கள். ஆனால் போரில் எல்லாமுமே சமமாக இல்லை. கைதிகளாக இருப்பதில்கூட. பிரிட்டிஷ் கைதிகளுக்கு வரும் உதவிப் பொருட்கள் இந்தியக் கைதிகளுக்கு வருவதில்லை. ஒரே கைதிகளாக இருந்தாலும் வெள்ளையர்களுக்கு ஒரு சம்பளம், இந்தியர்களுக்கு ஒரு சம்பளம். இந்தப் போர் யாருக்கானது? எதற்காகப் போரிட்டோம்?" என்றான்.

“நான் சொந்த ஊரில் இருந்த நாட்களைவிட எதிரியுடன் போரிட்டுக் கொண்டிருந்த நாட்கள் அதிகம். அரசாங்கம் போருக்கு அழைக்கும் அந்த விளம்பரங்களில் என்ன உண்மை உள்ளது? இந்த உலக யுத்தம் யாருக்கு என்ன நன்மை செய்தது? நான் ஊருக்குத் திரும்பிய பின்பு யாரேனும் போர் சாகசக் கதைகளை என்னிடம் கேட்க வந்தால், ஒரு சாகசமும் இல்லை. கதை எதையும் கேட்க வேண்டாம் என்றுதான் சொல்வேன். இவர்கள் நமக்கு உதவி தராவிட்டால் கிடக்கின்றது. விடுதலை கிடைத்தால் போதும்” என கூறிவிட்டு கொஞ்சம் இருமிக் கொண்டான்.

அந்த முகாமில் ஆஸ்திரேலிய டாக்டர் ஜேம்ஸ் புரோன் ஒரு சிறிய மருத்துவமனையைத் துவங்கியிருந்தார். அவருக்கு உதவியாக ஒரு கள ஆம்புலன்ஸ் பணியாளர் இருந்தார். அந்த மருத்துவமனை முகாமிலிருந்தவர்களுக்கு பெரும் உதவிகரமாக இருந்தது. அங்கு கிடைக்கும் மலேரிய மாத்திரை வாங்க வில்லியம்ஸ் சென்றிருந்தபோது அங்கு கான்ஸ்டாண்டிநோபிளில் உள்ள அமெரிக்கத் தூதரகம் மூலம் ஒரு குழு அஃபியான் போர்க் கைதிகள் முகாமை ஆய்வு செய்ய வந்திருந்தனர். அவர்கள் சில குழுக்களாகப் பிரிந்து நிலைமைகளை ஆராய்ந்து வந்தனர். வில்லியம்ஸ் அந்தக் குழுவில் இருந்த மைக் என்பவனிடம், ஆய்வின் நோக்கத்தைக் கேட்டான். அவர்கள் முகாம் நிலை பற்றி அமெரிக்கத் தூதர் ஆபிரகாம் எல்க் தனது அறிக்கையைத் தாக்கல் செய்ய உதவ கள ஆய்வு செய்கின்றனர் என்றான். அவனுக்கு ஒரு முப்பது வயது இருக்கும். அவனுக்கு முகாமைச் சுற்றிக் காட்ட வில்லியம்ஸ் அழைத்துச் சென்றான். அவனிடம் இந்தியக் கைதிகள் நிலைபற்றி அறிய மைக் ஆர்வமாக இருந்தான். வில்லியம்ஸ் தனது மனக் குமுறலைக் கொட்டித் தீர்த்தான்.

“துருக்கி ஓர் எதிரி நாடு. அவர்களுடன் நாங்கள் போரிட்டிருக்கின்றோம். கைதாகி உள்ளோம். ஒரு கைதியை ஹேக் மாநாட்டின் தீர்மானப்படி கண்ணியமாக நடத்த வேண்டும். அது எவ்வாறு எங்களை நடத்துகின்றது என நீங்கள் நேரிடையாகப் பார்க்கின்றீர்கள். நாங்கள் இந்தியர்கள். பிரிட்டிஷ் அரசு எங்களை ஆள்கின்றது. அது எங்கள் அரசு என நம்பினோம். அதற்காக நாங்கள் சண்டையிட்டோம். ஆனால் இந்தியர்களான எங்களுக்கு எந்த உதவியும் வரவில்லை. எங்களுக்குச் சட்டையில்லை, குளிரைத் தாங்கும் உடைகளில்லை. எங்கள் கடிதங்கள் எங்களுக்கு முறையாக வருவதில்லை. ஆனால் எங்களுடன் கைதான பிரிட்டிஷ் மற்றும் ஆஸ்திரேலியர்களுக்கு எல்லாம் கிடைக்கின்றது. மாற்றாந்தாய் மனப்பான்மை வேதனையாக உள்ளது. உங்கள் அமெரிக்கத் தூதரகம் கிருஸ்துமஸுக்கு புதிய துணிகளையும், பூட்ஸுகளையும் வழங்கியுள்ளது. ஆனால் எங்கள் எவருக்கும் அது போல எதுவும் வழங்கவில்லை. உங்கள் பொருட்கள் பிரச்சனையல்ல. பாகுபாடு கொடுமையானது. எங்கள் சட்டைகளையும், பூட்ஸுகளையும் பாருங்கள். நாங்கள் கிருஸ்துமஸ்

கொண்டாட மாட்டோமா? இயேசு என்ன வெள்ளைக்காரனா? மனிதர்களை வேறுபாடுடன் நடத்துவதற்கு வெட்கமும், வேதனையும் படுங்கள்."

வில்லியம்ஸ் கொட்டித் தீர்த்தான். அமெரிக்கத் தூதரக ஊழியன் மைக் சற்று அதிர்ந்து போனான். ஆனால் எல்லாவற்றையும் குறித்துக் கொண்டான்.

"மன்னிக்க வேண்டும். இந்தியர்களுக்கு எல்லா வசதிகளையும் துருக்கி அரசாங்கம் செய்திருப்பதாகவும் அதனால் உதவிகளை பிரிட்டிஷ், ஆஸ்திரேலிய ஆட்களுக்கு வழங்க உங்கள் ஜெனரல் டவுன்செண்ட் எங்களுக்குக் கடிதம் எழுதியிருந்தார்."

"எங்கள் ஜெனரலை விட அவரின் நாய் ஸ்பாட்டை நான் மதிக்கின்றேன். அது மனிதர்களிடம் அன்பைக் காட்டும். நாம் அதற்கு உதவி செய்தால் அது நன்றியை வெளிப்படுத்தும். அதற்கு எவர் மீதும் காழ்ப்புணர்வோ, பாதகப் பார்வையோ அல்லது முன் முடிவோ இல்லை. அதற்கு தனது நிறத்தின் மீதும் அறிவின் மீதும் எந்தக் கர்வமும் இல்லை. அது எங்கோ இஸ்தான்புல்லின் அருகே ஹேபெலிடா தீவில் துருக்கியின் சொகுசு மாளிகையில் கால்களைப் பரப்பி உட்கார்ந்து கொண்டு, அது பார்க்காத ஒன்றைப் பற்றி கற்பனை செய்து, அதை அறுதியிட்டுக் கடிதம் எழுதாது. அதற்குக் காமாலை வந்து விட்டால் இந்த உலகம் முழுதும் மஞ்சள் என நம்பவே நம்பாது."

தூதரக ஊழியன் மைக் அதைக் கேட்டு சற்று அதிர்ச்சியடைந்தான்.

"நான் குட்டில் ஜெனரல் அலுவலகத்தில் பணிபுரிந்த இளம் அதிகாரி. எனக்கு ஜெனரல் டவுன்செண்டின் வெள்ளை ஆதிக்க உணர்வு தெரியும். ஜெர்மானியர்களை எதிரி என்றாலும் உறவு எனக் கருதுகின்றனர். இந்தியர்கள் உயிரைக் கொடுத்தாலும் துருக்கியுடன் இணைத்துப் பார்க்கின்றார்கள். இது நிற வெறி அல்லவா? துருக்கிக்காரன் எங்கள் எதிரி. அவன் எதற்கு எங்களுக்கு உதவப் போகின்றான்? எங்கள் தியாகங்களை இந்த வெள்ளைப் பன்றிகள் இதை விடக் கொச்சைப்படுத்த முடியுமா? நான் ஓர் அதிகாரி. நான் வேலைக்குச் செல்ல வேண்டியதில்லை. ஆனாலும் என் இந்திய நண்பர்களுடன் வேலைக்குச் சென்றேன். அவர்களை ஒரு துருக்கி கங்காணி சாட்டையால் அடிக்கும்போது தடுக்கப் போனேன். அவன் என்னையும் அடித்து விட்டான். பாருங்கள், துருக்கிகள் எங்களுக்கு கொடுக்கும் பரிசை."

அவன் சட்டையைக் கழட்டிக் காட்டினான். இரண்டு சாட்டையடித் தழும்புக் கோடுகள் முதுகில் இருந்தன. அந்தத் தூதரக ஊழியன் அதை உற்று நோக்கினான். அவன் சட்டையை மாட்டிக்கொண்டான்.

“வேலை செய்யும் இடங்களிலெல்லாம் வேலையின் கடுமை காரணமாகவும், விபத்தின் மூலமும் இங்கே செத்துக்கொண்டே இருக்கின்றார்கள். பெரும்பாலான கல்லறைகளுக்கு அடையாளமில்லை. இந்துக்கள் பலர் உடல்களை எரித்து விடுகின்றனர். இங்கே ரயில்கள் ஓடும்போது, ஒருபோதும் எங்கள் நினைவுகளோ, வலிகளோ எவருக்கும் தெரியாது. வரலாற்றில் எல்லாம் வெள்ளையர்கள் செய்ததாக நினைவு கூறப்படலாம். அனேகமாக எங்கள் விடுதலைகூட இந்த உணர்வால் பின்னுக்குப் போகலாம்.” அவன் வேதனையுடன் அவனைப் பார்த்தான். ஆறுதலாய் அவன் தோளில் கை வைத்தான். மைக்குடன் நடந்து இந்தியப் படைப் பிரிவினர் தங்கியிருந்த மைதானத்தை அடைந்தபோது இக்பால் கருப்பு தேநீரைக் கொண்டு வந்து வில்லியம்ஸுக்கும், அந்தத் தூதரக ஊழியனுக்கும் கொடுத்தான். அது நாட்டுச் சர்க்கரைத் தேநீர்.

“பாருங்கள், எங்களுக்கு நாட்டுச் சர்க்கரை, கருப்பட்டியும் கொடுக்கின்றனர். அவர்களுக்கு அஸ்காவும் நல்ல தேயிலையும் தரப்படுகின்றது. எங்களைச் சமமானவர்களாக ஏற்க அவர்களை எது தடுக்கின்றது?”

முகாமின் நிலைமையை அவர்கள் ஓரளவுக்குப் புரிந்து கொண்டார்கள். மைக் போகும்போது வில்லியம்ஸை அணைத்துக் கொண்டான். அமெரிக்கத் தூதரக ஊழியர்கள் குழு விடை பெற்றுப் போய் விட்டார்கள். வில்லியம்ஸ் தனது மனக் குமுறலைக் கொட்டித் தீர்த்ததால் கொஞ்சம் அமைதியடைந்தான்.

அதன் பின்பு டாக்டர் ஜேம்ஸ் புரோனைப் பார்க்க வந்தபோது ஒரு ஆஸ்திரேலிய அதிகாரி தனது தலைமுடியைத் தொடர்ந்து பிடுங்கி எடுத்து அதனை உற்றுப் பார்ப்பதையும், தனது சட்டைகளைக் கிழித்து வீசுவதையும் செய்து கொண்டிருந்தார். அவருடன் டாக்டர் வெகு நேரம் பேசினார். அந்த அதிகாரி தொடர்ந்து வேலைகளையும் செய்யாமல், எதிலும் நாட்டமின்றி, என்னேரமும் கடந்த காலத்தை நினைத்துப் புலம்பிக் கொண்டிருந்தார் என்பதை அவர்களின் உரையாடலின் மூலம் தெரிந்து கொண்டான். டாக்டர் அந்த ஆஸ்திரேலிய அதிகாரியினை ஏதேனும் வேலையிலோ அல்லது விளையாட்டிலோ கவனத்தைத் திருப்பச் சொன்னார்.

டாக்டரிடம் இந்தியக் கைதிகள் பாகுபாடுடன் நடத்தப்படுவதைப் பற்றி பேசினான்.

“பாகுபாடுடன் ஒருவரை அணுகுவது உயர்ந்த குணம் என நம்புவது முட்டாள்தனம். அது ஒரு வகை எளிய மனப்பிறழ்வு. நான் முன்னே சோதித்த அதிகாரிக்கு அது கூடுதலாக இருக்கின்றது. சிலருக்கு அது குறைவாக உள்ளது. நீங்கள் அதனை நோய் என பார்த்து பரிதாபப் படலாம்.”

டாக்டர் சொன்னது பொருத்தமாகத்தான் இருந்தது. கொஞ்சம் ஆறுதலாகவும் இருந்தது.

"சில பயிற்சிகள் மூலம் முகாமில் வாழப் பழகிக் கொள்ள வேண்டும். அது ஒரு வகைப் போராட்டம். சீக்கிரம் வெளியே போவோம்" என்றார்.

அப்போது மைதானத்தில் கால்பந்தாடிக் கொண்டிருந்த ஒருவன் அடித்த பந்து வில்லியம்ஸ் நின்று கொண்டிருந்த பக்கம் வந்தது. அது அவனின் பள்ளியின் கால்பந்து மைதானத்தில் வரும் பந்தை நினைவுபடுத்தியது. அவன் கால்கள் பரபரக்க தாவிச் சென்று கோலினை நோக்கி எகிறி உதைத்தான். அந்தப் பந்து மிகச் சரியாக கோலில் புகுந்தது. தூரத்தில் "ஹோ..." என்ற சிரிப்புடன் அந்தப் போட்டியை வேடிக்கை பார்த்தவர்கள் கைதட்டிச் சிரித்தனர். பந்தை விட்ட கோலி, வெளியே சென்ற பந்தை கோல் அடித்த வில்லியம்ஸை சற்றுக் கடுப்புடன் பார்த்தான். ஆனால் அவ்வளவு தூரத்திலிருந்து அந்த பந்து சரியாக கிக் அடிக்கப்பட்டுள்ளது. அப்போது விளையாடிக் கொண்டிருந்த ஒருவன் ஓடிவந்தான். அவனும் ஓர் இளைஞன். அவன் தன்னை சார்லஸ் பிளாட் என அறிமுகம் செய்து கொண்டான். அவன் ஆஸ்திரேலிய அதிகாரி.

"காலாட்படைக்கும், கடற்படைக்கும் போட்டி நடக்கின்றது. நமது காலாட்படையில் ஒரு ஆள் குறைவாக இருக்கின்றது. நீ உள்ளே வா" என்றான்.

வில்லியம்ஸ் சட்டையைக் கழட்டி ஓராமாய் வைத்து விட்டு மைதானத்திற்குள் ஓடினான். கிருஸ்துமஸ் பரிசாக அவர்களுக்கு வந்திருந்த புதிய பந்து அது. சார்லஸ் பிளாட் அவனை நோக்கி அதைப் பாஸ் செய்ய, மீண்டும் எகிறி வந்தது. முன்னே கோல் கம்பம் அவனுக்கு பந்தைச் செலுத்த திறந்திருந்தது.

கிருஸ்துமஸ் நெருங்கி வந்தபோது மத வேறுபாடு இன்றி எல்லோரும் அதனைக் கொண்டாடத் தயாராகி வந்தனர். முடிந்த அளவு அறைகளை சுத்தப்படுத்தியும், கட்டில் இடுக்குகளில் கொதிக்கும் நீரை விட்டு மூட்டைப்பூச்சிகளைக் கொன்றும், கட்டில் கால்களுக்கு தார்களைப் பூசியும் பூச்சிகள் ஏறாமல் இருக்கும்படி செய்தனர். பிரிட்டிஷ் படை வீரர்கள் தங்கியிருந்த ஆர்மீனிய சர்ச்சை சுத்தம் செய்து தூய்மைப் படுத்தியிருந்தனர். அந்தத் தேவாலயம் எல்லாக் கைதிகளுக்குமான ஒரு பொதுவான கிருஸ்துமஸ் வழிபாட்டில் பங்கேற்கக் கேட்டுக்கொண்டிருந்ததால், அதில் ஆஃபியனில் இருந்த எல்லாக் கைதிகளும் கலந்து கொள்ள முடிவானது. முகாமில் அவர்கள் காய்ந்த புற்களைக் கொண்டு வந்து கூட்டாகச் சேர்ந்து கிருஸ்துமஸ் குடிலினை வடிவமைத்தனர்.

வில்லியம்ஸ் கடந்த கிருஸ்துமஸ் இரவைக் குட் அகழியில் துப்பாக்கி குண்டுகளுக்கும், கனரகத் துப்பாக்கியின் செல்குண்டுகளின் சப்தங்களுக்கும்

இடையே கடந்தான். இந்த முறை போர்க் கைதி என்றபோதும் ஒரு அமைதி இருந்தது. கடந்த காலத்தின் எல்லா கிறிஸ்துமஸ் இரவுகளையும் அவனால் நினைத்துப் பார்க்க முடிந்தது. திரும்பத் திரும்ப அவன் அம்மாவின் பிரிவை முழுதாக உணர முடிந்தது. இம்முறை அவன் பள்ளி நண்பன் டக்லஸ் பிரெஞ்சுப் பகுதியில் வீரமரணம் அடைந்தான் என்றும் அவன் நினைவாய் அவன் தந்தை பள்ளி ஆசிரியன் எட்வர்டு அனுப்பிய பணம் ரூபாய் ஐம்பது அவனுக்கு வந்து சேர்ந்திருந்தது. அந்தப் பணத்தில் அவன் கடை வீதிக்குப் போகும்போது சில கம்பளிப் போர்வைகளையும், ரொட்டிகளையும் வாங்கினான். அதை இக்பாலுக்கும் மற்ற நண்பர்களுக்கும் கொடுத்தான். அவர்கள் நன்றி சொன்னபோது கிருஸ்துமஸ் நல்வாழ்த்துகள் என்றான். டக்ளஸ் ஆன்மா சாந்தியடையட்டும் என வேண்டினான்.

நல்ல பனிப்பொழிவோடு அந்த இரவு இருந்தது. தேவாலயத்தின் வழிபாட்டுக்குச் செல்லும்போது செனகல் நாட்டைச் சார்ந்த உயரமான கருப்பர் மூசா மற்றொரு அவனின் சகாவிடம் ஒரு கால்பந்தைக் கொடுத்து அதைத் தேவாலயத்திற்குக் கொண்டுபோகச் சொல்லிக் கொண்டிருந்தான். அது கிருஸ்துமஸ் பரிசுப் பொருட்களுடன் அவர்களுக்கு வந்திருந்தது. மூசா அந்தக் கால்பந்தில் ஆவி புகுந்திருப்பதாகவும், நேற்று இரவு அது தன்னை வெளியே வந்து தொடர்ந்து தாக்கியதாகவும், தனது வாயில் நுரை வந்து விட்டது என அந்தப் பந்தைவிட்டு விலகி ஓடினான். அவன் நாட்டைச் சேர்ந்த மற்றொருவன் அந்தப் பந்தை தூக்கி அவன் அருகில் கொண்டு போகும்போது, அவன் கத்திக்கொண்டு விலகி ஓடுவதை மற்றவர்கள் பார்த்துச் சிரித்துக் கொண்டிருந்தனர். சாவைக் கண்டு அஞ்சாத போர் வீரனுக்கு ஒரு கால்பந்து பயம் காட்டிக் கொண்டிருந்தது.

வில்லியம்ஸ் போகும்போது, அதை வேடிக்கைப் பார்த்த சிலரும் சிரித்துக் கொண்டே தேவாலயம் நோக்கி நடந்தனர். பொலிவு இழந்திருந்த அந்த ஆர்மீனிய தேவாலயம் அன்றைய தினம் மெழுகுவர்த்திகளின் வெளிச்சத்தில் புதுத் தோற்றத்தைப் பெற்றிருந்தது. எல்லோரும் ஒன்று சேர்ந்து அந்த வழிபாட்டை நடத்தினர். தங்களுடன் பயணித்த மறைந்த வீரர்களுக்கு அஞ்சலியும் மற்றும் பல முகாம்களில் உள்ள சக வீரர்களின் நல்வாழ்வுக்கும், குடும்பத்தாரின் நலனுக்கும் பிரார்த்தித்தனர். அந் நாட்டில் வழியெங்கும் சிதறியடிக்கப்பட்ட அந்தத் தேவாலயத்தின் சொந்தங்களான ஆர்மீனிய மற்றும் அசீரிய, கிரேக்க மக்களின் நலனுக்காவும் உருகினர். அது ஒரு அமைதிக்கான கூட்டு வழிபாடாய் பரிணமித்தது. புதிய நம்பிக்கைகளைப் பெற, சோர்ந்து போகாமல் இருக்க அந்த வழிபாடு தெம்பூட்டியது. வில்லியம்ஸ் குட்டில் அய்னியை ஓர் இக்கட்டான நிலையில் விட்டு வந்தான். அவள் மரச் சட்டங்களில் தொங்கிய அவளின் அப்பாவின் கால்களைக் கட்டிக்கொண்டு அழுதது மட்டும் இன்னமும் அவன் நினைவில் பதிந்துள்ளது. அவனுக்கு அய்னியின் தந்தை சாவில்

ஒரு குற்றஉணர்வு உண்டு. அவளை மீண்டும் அவன் தன் வாழ்வில் எப்போதாவது சந்திப்பது நடக்குமா? அவன் உள்ளத்தில் வலி எழுகின்றது. ஆனால் அந்த வலிக்குள் கொஞ்சம் கருணையும் மிஞ்சியிருக்கின்றது. அதனால் அது தனக்குத்தானே குணமாக்கிக் கொள்கிறது. பிரார்த்தனையில் அவளை ஆண்டவன் கைகளில் விட்டு விலகி நின்றான்.

தேவாலயத்திலிருந்து வெளியே வரும்போது அவன் தோள்களைத் தட்டும் ஒருவனை அவன் பார்த்தான். அவன் குட்டில் அவனுடன் இருந்த ஆக்ஸ்போர்ட் படைவீரன். கோட்டை அரணில் பணி புரிந்தவன். மொசூலில் அவர்கள் கிளம்புவதற்கு முந்தைய நாள் கிளம்பிய குழுவில் இருந்தவன். கிருஸ்துமஸ் வாழ்த்துகள் என்றான்.

"எப்போது இங்கே வந்தாய்?"

"நீங்கள் வந்த பிறகு, இரண்டு வாரம் கழித்து."

"எல்லோரும் வந்து சேர்ந்தீர்களா?"

"வெறும் கால் பகுதியினர்தான் வந்து சேர்ந்தோம். வழியிலேயே பலர் காணாமல் போயினர், பலர் இறந்து போயினர். நாங்கள் இங்கே வந்தது ஆண்டவன் கருணை."

"ஏய், எங்கள் ஆர்டலி ராணா... எந்த முகாமில் இருக்கின்றான்?"

அவன் அவனை நினைவுபடுத்திப் பார்த்தான். பின்னர் தொண்டையைச் செருமியபடி சொன்னான்.

"நாங்கள் நிசிபனிலிருந்து வந்த மூன்று நாள் நடை பயணத்தில் எங்கள் குழுவிலிருந்த பலர் நோய்வாய்ப்பட்டனர். பின்னர்தான் அவர்கள் ஒரு குறுக்குப் பாதையில் கூட்டி வந்ததும், அது வழக்கமாகப் பயணம் செய்வோர் பயன்படுத்தும் வழியல்ல என்பதும் தெரிந்தது. அரபு கிராம வாசிகள் அந்தப் பாதையைப் பயன்படுத்தி வந்தனர். எங்கள் குழுவில் நடக்க சக்தியற்று பதினெட்டு பேர் கொண்ட குழு பின் தங்கிப் போனது. அவர்களில் பாதிபேர் இந்தியர்கள், மீதிப்பேர் பிரிட்டிஷ் அதிகாரிகள். எங்களை அழைத்து வந்த பாதுகாவலர்கள் அவர்கள் எங்களுக்கு முன்னே சென்று கொண்டிருப்பதாக எங்களை நம்ப வைத்து விட்டார்கள். நாங்கள் அவர்களை வழியில் கண்டுபிடித்து விடுவோம் என நம்பினோம். ஆனால் ரஸ் எல் அய்ன் அருகே வந்த போதுதான் நாங்கள் அந்தக் குழுவை விட்டு விட்டு வந்தது தெரிந்தது. பின் பாதுகாவலனுடன் சண்டையிட்டு என்ன பயன்? நாங்கள் அவர்கள் திரும்பி வருவார்கள் எனக் காத்திருந்தோம். திரும்பிச் செல்வதற்கு அனுமதியுமில்லை. மேலும் அது தற்கொலைக்குச் சமமானது என்றனர். நாங்கள் அந்த இடத்திலேயே நின்று, அந்தக் குறுக்குப்

பாதையின் வழியில் நடந்து வரும் சில அரபு கூட்டு வண்டிகளை நிறுத்தி எங்கள் ஆட்களைப் பற்றிக் கேட்டோம். பலர் தெரியாது என்றனர். ஆனால் ஒரு வண்டிக்காரன் மட்டும் அவர்களைக் கண்டதாகச் சொன்னான். வழியில் ஓர் இடிந்த மண் சுவற்றின் கீழ் இருந்த நிழலில் அவர்கள் கிடந்ததாகவும், அவ்வழியே அரிதாகப் போகின்ற வண்டிக்காரர்களிடம் சாப்பிட ஏதாவது கேட்டதாகவும், அவர்கள் தூக்கியெறியும் எதையாவது சாப்பிட்டுக்கொண்டு இருந்ததாகவும், ஒரு கருத்த இளைஞன் மட்டும் சற்று தூரத்தில் இருந்த ஒரு குட்டையிலிருந்து தண்ணீரைக் கொண்டுவந்து மற்றவர்களுக்கு கொடுத்துக்கொண்டிருந்ததாகவும் சொன்னான். அந்த வண்டிக்காரன் அருகில் போய்ப் பார்த்தபோது அதில் பெரும்பாலானவர்கள் இறந்து விட்டதாகவும், சிலர் இறந்து கொண்டிருந்ததாகவும், கருப்பு இளைஞன் மட்டும் சாகும் மனிதர்களுக்கு தண்ணீர் கொடுத்து வந்த நிலையில் அவனிடம் மற்றவர்களை விட்டுவிட்டு வரச் சொன்னதற்கு, அவன் சம்மதிக்கவில்லையாம். நான் அந்தக் கருப்பு மனிதன் உங்கள் ஆர்டலியாக இருக்கும் எனக் கருதுகின்றேன். நல் உள்ளம் கொண்ட ஒருவன் அவன். இப்போது அவர்களுக்காகவும் நான் வேண்டிக்கொண்டேன்... மன்னித்துக் கொள் நண்பா."

அவன் அவனின் தோளினை மீண்டும் ஆறுதலாகத் தட்டிவிட்டு, அங்கிருந்து நகர்ந்தான். வில்லியம்ஸ் அந்த இடத்திலேயே நின்றிருந்தான். தேவாலயத்தில் மணி ஒலிக்கின்றது. ஒரு கணம் அவனுக்கு ராணாவின் சிரித்த முகம் பனி மூட்ட நிலையில் தெளிவற்று வந்து போனது. கொஞ்சம் உட்கார்ந்தால் தனக்கு நல்லது எனக் கருதியதால் மீண்டும் தேவாலயத்திற்குள் சென்று அமர்ந்து கொண்டான். ஆங்காங்கே சிலர் மேசைகளில் இன்னும் இருக்கின்றனர். எதையோ இன்னமும் பிரார்த்திக்கின்றார்கள். தலை குனிந்து அவன் அமர்ந்து கொண்டான். அவனின் சில துளிக் கண்ணீர் அந்த மேசையில் விழுந்தது.

அலிப்போ மருத்துவமனையில் சைடா செல்லக் குழந்தையாகவே மாறியிருந்தாள். பலரின் கவலைகளை அவள் தனது மழலைப் பேச்சில் தீர்த்து வைப்பாள். காயங்களுக்குக் கட்டுப் போட்டுக் கிடப்பவர்களின் கட்டுகளில் பெருவிரலில் பொம்மை வரைந்து அதனைக் கோமாளி போல ஆட்டச் சொல்வது அவளுக்குப் பிடித்த ஒன்று. மருத்துவர்களின் பேனா அவளுக்கு பெருவிரல் பொம்மை வரைய பல சமயம் பயன்பட்டது. மருத்துவமனையின் கடைசியில் உள்ள கழிப்பறைப் பகுதியின் ஓரத்திலேயே வாழ்ந்து வரும் துப்புரவுப் பணியாளன் கொஞ்சம் மகிழ்ச்சியடையவும் அவள் ஒரு காரணமாக இருந்தாள்.

காக்கஸ் போர் நிலையில் காலில் தீக்காயம் அடைந்த ஓமர் தனது காயங்களுக்காக நீண்ட சிகிச்சை எடுத்துக்கொள்ள வேண்டியிருந்தது. அவன் ஒவ்வொரு முறையும் போர் முனைக்குப் போய் வரும்போதெல்லாம் அவனின் செல்ல மகள் சைடாவையும் மருத்துவமனைக்குத் தூக்கி வருவான். அவன் மனைவி உயிருடன் இல்லை. எவரிடமும் தனது குழந்தையை விட்டுவிட்டு வர இயலாத நிலை. எனவே அவன் மருத்துவமனைக்குக் கட்டுப் போட வரும்போது குறைந்தது ஒருவாரமேனும் தங்கிச் செல்வதுண்டு. அப்போது அவன் மகள் கூடவே இருப்பாள். துருதுருவென சுறுசுறுப்புடன் கள்ளம் கபடமின்றி அவள் சுற்றித் திரிவாள். கேப்டன் கல்யாணுக்கு அவன் மகள் கீதாஞ்சலி ஏறக்குறைய அந்த வயதிலிருந்திருப்பாள் என்பதால் தனது பாசத்தை அந்தக் குழந்தையிடம் காட்டுவான். மற்ற நோயாளிகளும் வீட்டில் உள்ள தங்கள் குழந்தைகளைப் போலவே அவளை நேசித்தனர். ஒரு சமயம் அவளைக் காணாது பதறித் தேடியபோது, துப்புரவுப் பணியாளன் எரிக் மருத்துவமனையின் வெளிப்புறத்தில் போன சிறுமியைப் பத்திரமாக அழைத்து வந்து ஆறுதலைத் தந்தான். எரிக், கேப்டன் கல்யாணின் கவனத்திற்கு அப்போதுதான் முழுமையாக வந்தான். அவன் மீது டாக்டர் எபண்டி தனிக் கரிசனம் கொண்டிருந்தார். அவனிடமும் அதை எதிர்பார்த்துக் கூறிச் சென்றிருந்தார்.

நடு வயதைத் தாண்டிய கூச்ச சுபாவம் உள்ள ஒரு துப்புரவுத் தொழிலாளியான அவன் தன்னை அதிகம் வெளிக்காட்டிக் கொள்ளாததற்கு

அவன் ஓர் ஆர்மீனியராக இருந்ததுகூடக் காரணமாக இருக்கலாம். நடுத்தர வயதைத் தாண்டிய அவனின் கடந்த காலத்தை அவன் இரகசியமாகவே வைத்திருந்தான். செவிலியர் மரூம் சில சமயம் அவனுக்குச் சில உதவிகளை செய்வதை அவன் பார்த்திருக்கின்றான். அவனை அங்கீகரிக்க அங்கு எவருமில்லை. அவனும் எதிலும் தன்னை வெளிப்படுத்தாதவன். அவன் கண்களில் ஒரு பெரும் சோகத்தை கேப்டன் கல்யாண் பார்த்திருக்கின்றான். அவன் சைடாவிடம் பேசும்போதே கொஞ்சம் சிரிப்பைக் காட்டியிருக்கின்றான்.

அவன் நீண்ட அறையின் கடைசியில் இருக்கும் கழிப்பறைக்கு முன் அந்த அறையின் சுவற்று மூலைப் பகுதியையே அவன் இருப்பிடமாகக் கொண்டு வாழ்ந்து வந்தான். எபண்டியின் வேண்டுகோளின் அர்த்தத்தை அவன் அறிய அப்போதுதான் அவன் மனநிலை இடம் கொடுத்தது.

அன்றைய குளிர்கால இரவில் அந்த சுவற்று மூலை அருகே அமர்ந்து தன் முன் கணப்பு வாளியில் இருந்த நெருப்புத் துண்டுகளின் வெப்பத்தில் கதகதப்பை ஏற்படுத்திக் கொண்டிருந்த எரிக்கின் அருகில் அமர்ந்து கேப்டன் கல்யாண் அவனிடம் ஒரு சிகரெட்டைக் கொடுத்தான். அந்தக் குளிருக்கு அது ஒரு சிறந்த பொருள்தான். எரிந்து கொண்டிருந்த அடுப்பில் இருந்து கோப்பையில் தேநீர் ஊற்றிப் பருகினர். "டாக்டர். எபண்டி ஒரு நல்ல மனிதன். என் உயிரை டைபஸிலிருந்து காத்தவர். அவர் உங்கள் மீது உயர்ந்த மதிப்பு வைத்திருந்தார். என்னிடம் அதை வெளிப்படுத்தியும் சென்றுள்ளார்" என அவன் நினைவு கூர்ந்தான். பின் கல்யாண் மொசூலிலிருந்து ரஸ் எல் அய்ன் வரை நீண்ட நடை பயணத்தில் வழிகளில் அவன் கண்ட பல அவலங்களைப் பகிர்ந்து கொண்டான். அது எரிக்கை மிகவும் பாதித்தது. அவன் உடைந்து போனான். கண்களில் கண்ணீர் கோடிட்டது. அவனிடம் ஒரு கதை இருந்தது.

கிழக்கு அனடோலியாவின் தென்பகுதியில் பழங்காலப் பட்டு சாலையில் உள்ள நகரம் ஹர்புட். ஆர்மீனியர்களின் பூர்வீக பூமி என நம்பப்படும் ஊர். அங்கே வெள்ளி நகைகள் மற்றும் பாத்திரங்களை விற்பனை செய்யும் வியாபாரியாக இருந்து வந்தான் எரிக். அவனிடம் நல்ல வசதிகள் இருந்தது. இரண்டு மகள்கள், ஒரு மகன் என வாழ்ந்த வாழ்க்கையை துருக்கியின் வெறுப்பு அரசியல் நாசமாக்கியது.

"துருக்கியின் ஆயுதப்படையினர் ஒரு காலையில் எனது வீட்டுக்கு வந்து உடனே நாங்கள் வேறு பகுதிக்குப் போகவேண்டும் என்றார்கள். நான் கடைக்குப் போகவோ எனது பொருட்களை பாதுகாக்கவோ அவர்கள் எந்த நேரத்தையும் தரவில்லை. எனது மனைவி கொஞ்சம் வெள்ளிப் பாத்திரங்களையும் சில துணிகளையும், குடும்பப் போட்டோவையும், உணவையும், தண்ணீரையும் எடுத்துக்கொண்டாள். எனது மனைவியும்,

மகள்களும் அவர்கள் ஆடைகளுக்குள் சில நகைகளை மறைத்துக் கொண்டனர். ஒரு கழுதையில் பாத்திரங்களையும் துணிகளையும் வைத்துக் கொண்டு வரும்போது எங்களைப் போல ஆர்மீனியர்கள் எல்லோரும் வரிசையாக மாட்டு வண்டிகளிலும் கழுதைகளிலும் வருவதையும், அது ஒரு நீண்ட ஊர்வலம் போல இருந்ததையும் கவனித்தோம். வரும் வழியிலெல்லாம் இதுபோல ஒரு பெரும் கூட்டம் எங்களுடன் இணைந்தது. இந்த எண்ணிக்கை சுமார் 18000 இருக்கும். வரும் வழியில் இரவு, பகல் என எல்லா நேரத்திலும் படை வீரர்கள் எங்களின் பெண்களை பாலியல் வன்முறைக்கு உள்ளாக்கினர். வயதானவர்கள், நடக்க முடியாமல் பின் தங்கியவர்களை அவர்கள் கொன்று வீசினர். துருக்கியின் கிராமங்கள் வரும் போதெல்லாம் அங்குள்ள போக்கிரிகளை அழைத்து எங்கள் பெண்களை அனுபவிக்க அனுமதித்தனர். நான்காம் நாள் எனது மகள்களும் சிதைக்கப்பட்டனர். எங்களது பெண்களின் உடைகளை குர்துகள் பிடுங்கி அவர்களை நிர்வாணமாக்கி நடத்தினர். யூப்ரடிஸ் கரையில் வரிசையாக நிற்க வைத்து இருநூறு ஆண்களைச் சுட்டும் வெட்டியும் வீசினர். அது போல சுடப்பட்டு நதியில் வீசப்பட்டவர்களில் நானும் ஒருவன். என் அதிர்ஷ்டம் எனது தொடையைக் குண்டு உரசிப் போனது. நான் நதியில் விழுந்தேன். எனக்கிருந்த உயிர் பிழைக்கும் வாய்ப்பு எனது மகனுக்கு வாய்க்கவில்லை. நான் சில மைல்களுக்கப்பால் கரை ஒதுங்கித் தப்பினேன். எனது குடும்பப் பெண்களைக் காப்பாற்ற அவர்கள் போன பாதையில் நான் ஓடியபோது வழியெங்கும் எங்களுடன் பயணித்த பெண்களின் உடல்களைப் பார்த்தேன். சில அரேபி கிராமத்தில் அவர்கள் ஆடையின்றி இருந்த பெண்களுக்கு சில ஆடைகளைக் கொடுத்ததாகவும் ஆனால் அவைகளும் பிடுங்கப்பட்டதாகவும் கூறினர். ஐந்து நாட்களுக்கு மேல் ரொட்டியும், தண்ணீரும் தராமல் அவர்களை வெயிலில் நடத்திச் சென்றுள்ளார்கள். வழியில் என் மனைவி இறந்து போயிருக்கின்றாள். எனது மகள்களின் நாக்கு தாகத்தால் கரிக்கட்டை போல கருத்துப் போயிருந்திருக்கின்றது. வழியில் ஒரு நீரோடையைப் பார்த்தபோதும் அதில் தண்ணீர் குடிக்க விடாமல் அந்தப் பெண்களை விரட்டியிருக்கின்றனர். இறுதியில் ஒரு கிணற்றைக் காட்டி அதில் தண்ணீர் அருந்தச் சொல்லியுள்ளனர். வாளியோ, கயிறோ இல்லாத கிணற்றைப் பார்த்த மாத்திரம் பைத்தியம் பிடித்தது போல பெண்கள் அதில் குதித்துள்ளனர். சிலர் அதில் அடிபட்டுச் செத்துப் போயினர். சிலர் தண்ணீரைக் குடித்து ஈரத்துடன் மேலே வந்தனர். எனது மூத்த மகள் கிணற்றில் விழுந்து செத்துப் போனாள். மற்றொரு மகள் ஈரத்துணியுடன் வந்தவள் துணியைப் பிழிந்து நாக்கை நனைத்து நடந்திருக்கின்றாள். பதினெட்டாயிரமாகத் தொடங்கிய எங்கள் மக்களின் ஊர்வலம், இந்த அலிப்போ நகரை வந்தடையும்போது வெறும் நூற்றி ஐம்பது ஆகச் சுருங்கியது. அந்த உயிர் பிழைத்தோரில் என் இளைய மகளும் ஒருத்தியாக இருக்க வேண்டும் என நம்புகின்றேன். எனது மகளை நான் இப்பகுதியில் தேடிக்கொண்டே இருக்கின்றேன். என்றாவது

ஒரு நாள் அவளை நான் சந்திக்கும் வாய்ப்பையும், எனது குடும்பத்தின் மரம் மீண்டும் வேர் விட இறைவன் வழிகாட்டுவான் எனவும் நம்புகின்றேன். எனக்கு இந்த வேலையும், இந்த இடமும் அதற்கு போதுமானது.”

எரிக் கண்களில் கண்ணீர் வழிந்து அவனின் பழுப்பேறிய தாடியை நனைத்தது. அவனின் அழுகை நீடித்தது. கல்யாண் அவனை அணைத்துக்கொண்டு தேற்ற முயன்றான். வெளியே வீசிய எலும்புகளைக் குத்தும் தாரஸ் மலையின் பனிக்காற்று தாழ் கழன்று திறந்து போன ஒரு ஜன்னல் வழியே அறைக்குள்ளும் வந்து நடுங்கச் செய்தது.

ஓமர் போர் முனைக்குப் போகும்போது சைடாவை அவன் நண்பர்களின் பாதுகாப்பில் விட்டுச் செல்வான். மீண்டும் தீக்காயத்திற்கு மாற்றுக் கட்டு கட்ட அவன் மருத்துவமனைக்கு வரும்போது சைடாவை உடன் அழைத்து வருவான். முடிந்தவரை தொற்று நோயாளிகள் இருக்கும் பக்கம் அவள் போகாமல் கண்காணிக்கும் வேலையை எரிக் பார்த்துக் கொண்டான். எனவே சைடா எரிக்கோடு நேரத்தைச் செலவிட்டாள். எரிக் அவளுக்கு நிறையக் கதைகளைச் சொன்னான். ஓர் அரசனின் பறிபோகும் பார்வையைக் காப்பாற்ற தங்கமீனைத் தேடிப் போன இளவரசன், பின் அவனின் நாட்டிலிருந்து வெளியேறும் நிலைக்குத் தள்ளப்படுகின்றான். வேறொரு நாட்டில் தஞ்சம் புகுகின்றான். அங்கு காட்டில் ஒரு பூதத்தை அழிப்பதும், மணநாளின் இரவில் திருமணம் செய்தால் சாகும் சாபம் உள்ள அந் நாட்டு இளவரசியைத் திருமணம் செய்வதும், திருமண இரவில் படுக்கை அறைக்கு வரும் ஒரு கருநாகத்தைக் கொன்று அந்த சாபத்தை நீக்குவதும், கடல் பயணத்தில் சவால்களை சந்திப்பதும் என சாகசங்கள் நிறைந்த கதைகளை அவன் விவரிக்கும் நேர்த்தியில் சைடா எப்போதுமே எரிக்கைக் கதை சொல்லச் சொல்வாள். சில சமயம் கதை கேட்டுக்கொண்டே உறங்கியும் விடுவாள். உறங்கிப் போனவளை தூக்கம் கலையாமல் கொண்டுவந்து ஓமரின் அருகில் படுக்க வைப்பான். ஒரு சமயம் சைடாவை மருத்துவமனையிலேயே விட்டுவிட்டுப் போன ஓமர் இரண்டு வாரங்கள் கழித்தே வந்தான். இம் முறை புதிய காயம் அவனுக்கிருந்தது. ஓரிரு வாரங்கள் சிகிச்சைக்குப் பின் அவன் மீண்டும் போர் முனைக்கு போகும் நோக்கில், அவன் மகள் சைடாவை நண்பர்களின் பராமரிப்பில் விட்டுவிட்டுச் செல்ல அவளைக் கூட்டிக்கொண்டு கிளம்பினான். அவனால் இன்னமும் சரியாக நடக்கக் கூட முடியவில்லை. அவன் மீண்டும் திரும்பி வர முடியுமா என்ற எந்த உறுதியுமில்லை.

“சைடாவை இங்கேயே விட்டுவிட்டுப் போ, நாங்கள் பார்த்துக்கொள்கின்றோம்.”

“நன்றி டாக்டர். ஏற்கனவே உங்களுக்கு வீண் சிரமம் கொடுத்து விட்டேன். இம்முறை எனது நண்பர்கள் அவளைப் பார்த்துக்கொள்வார்கள்.”

“ஓமர் உன்னிடம் ஒன்று கேட்கட்டுமா? உனக்கு ஏதேனும் ஆகிவிட்டால் யார் உன் சைடாவைப் பார்த்துக்கொள்வர்? அவள் நிலை குறித்து ஏதேனும் யோசித்தாயா?”

அவன் மெல்லச் சிரித்தான். உறுதியற்ற நிலையை அவனின் முகம் காட்டியது. அவனுக்கும் அது தெரியும் என்பதே அதன் வெளிப்பாடு. பின் அவன் தனது கைகளை மெல்ல விரித்தபடி,

“அல்லாவுக்கே எல்லாம் தெரியும்” என்றான். தூரத்தில் சைடா எரிக்கோடு கைகளைத் தட்டிச் சிரித்துக்கொண்டே இருந்தாள். ஓமர் காயம்பட்ட காலை இழுத்தபடி நடந்து, ஒரு கையில் சைடாவின் கையைப் பிடித்தபடி மருத்துவமனைக்கு வெளியே செல்வதையும், சைடா அவனைத் திரும்பிப் பார்த்தபடி செல்வதையும் பார்த்தான். குழந்தைகளின் அப்பா இடத்தை எவரும் பிடிக்க முடியாது. கீதாஞ்சலி மீண்டும் திரும்பி வருவாயா? மருத்துவமனையில் சிகரெட்டைப் பிடித்தபடி ஒரு துருக்கிப் போர் வீரன் அவனின் கட்டைக்குரலில் ஒரு பாடல் பாடுகின்றான்.

“காற்றிலே மேகமில்லை, புகை மட்டும் ஏன் அடிக்கின்றது?
எனது ஊரில் சாவில்லை, அழுகை மட்டும் ஏன் கேட்கின்றது?
அம்மா நான் சாகவில்லை, அழுவது எதற்காக?
இது ஏமன், இதன் புற்கள் முழுதும் ரோஜாக்கள்
அங்கு எவர் சென்றாலும் திரும்பி வர முடியாது
எதற்காக நான் வியக்கின்றேன்?
எங்கள் படைகள் மேட்டில் உள்ளது
அங்கு எவர் சென்றாலும் திரும்பி வர முடியாது.
அவனிடம் என்ன இருக்கின்றது?
அவனின் தோள் பையில் என்ன இருக்கின்றது?
இரண்டு ஷூக்கள், ஒரு சிகப்பு தொப்பி.
இது ஏமன், இதன் புற்கள் முழுதும் ரோஜாக்கள்”

ஆனால் அதுவே ஓமரையும் அவன் மகள் சைடாவையும் பார்க்கும் கடைசி சந்திப்பாக இருக்கும் என அப்போது கல்யாண் நினைக்கவில்லை.

மருத்துவமனையில் அறுவை சிகிச்சை செய்வதற்கு முன் துருக்கி அதிகாரிகளின் அனுமதியை மருத்துவர்கள் வாங்க வேண்டும் என்ற ஒரு நடைமுறை அலிப்போவில் கடைபிடிக்கப்பட்டது. அது மயக்க மருந்து பற்றாக்குறையைச் சமாளிக்க வந்த பழக்கமாக இருக்கலாம். ஆனால் அதுபோன்ற ஒரு விதியை மருத்துவர்களின் சிகிச்சையில் மருத்துவத்திற்கு தொடர்பற்ற அதிகாரிகள் தலையிடும் ஏற்க முடியாத விதியாகவே கருத வேண்டும். மேலும் என்னதான் போர்க்கைதியாக இருந்தாலும் கொஞ்சம்

சுயமரியாதை உணர்ச்சியும் கைதிகளுக்கு உண்டு என்பதை முற்றிலும் புறக்கணிக்கும் செயல் அது.

வயிற்று வலியால் துடிதுடித்த அந்தச் சிறுவனுக்கு ஐந்து வயதுதான் இருக்கும். அவன் தாய் அவனைத் தூக்கிக்கொண்டு வந்திருந்தாள். அவனை பரிசோதனை மேசையில் படுக்க வைத்துப் பார்க்கும்போது அவனுக்கு ஒட்டுக்குடல் பாதிப்பிருக்கலாம் எனத் தெரிய வந்தது. அதுவும் மிக மோசமான நிலையில் இருப்பதையும் கல்யாண் உணர்ந்தான். உடனடியாக அறுவை சிகிச்சை செய்து அதை நீக்காவிட்டால், ஒட்டுக்குடல் சிதைந்து இரத்தத்தில் கலந்து அந்த சிறுவனின் உயிருக்கு ஆபத்தாய்ப் போகலாம். மருத்துவமனைப் பாதுகாவலனிடம் இதைச் சொல்லி அறுவை சிகிச்சைக்கு அனுமதி பெற்றுத்தர கல்யாண் வேண்டினான். அவன் தாயாரிடம் அந்த நடைமுறையைச் சொன்னபோது அவள் ஓடிப் போய் அந்த அதிகாரியிடம் தனது மகனைக் காப்பாற்றக் கோரி வேண்டினாள். பாதுகாவலன் அவளிடம் சிறிது நேரம் பேசிவிட்டு வந்து கல்யாணிடம்,

“அறுவை சிகிச்சை செய்ய வேண்டாம்.”

“ஏன்?”

“அவன் ஆர்மீனியன், அவள் அம்மாவை பண்ணை எஜமானன் ஏலத்தில் வாங்கி வைத்துள்ளான். இவனுக்காக அறுவை சிகிச்சைக்கு அனுமதி கேட்டால் எனக்குத் திட்டு விழும். ஏதாவது மருந்து கொடுத்து அனுப்பி விடுங்கள்.”

பாதுகாவலன் எந்தக் குற்ற உணர்ச்சியுமின்றிப் போய்விட்டான். ஒருபுறம் அந்த சிறுவனின் வயிற்று வலிக் கதறல், மறுபுறம் அவள் தாயின் அழுகை. தூரத்தில் இவற்றைப் பார்த்துக்கொண்டிருக்கும் துப்புரவுப் பணியாளன் எரிக் தூரத்தில் தனது பார்வையால் உதவுங்கள் எனக் கெஞ்சுகின்றான். ஒரு கணம் அவன் சன்னலுக்கு வெளியே பார்வையினைச் செலுத்தினான்.

அங்கே துருக்கி மருத்துவன் ஹுக்மத் ஓசிமீர் வருவது தெரிந்தது. அவனுக்கு அவன் வயதுதான் இருக்கும். துருக்கியின் பால்கான் போரின்போது போர் முனை மருத்துவமனையில் பணியாற்றியவன். ஜெர்மன் மருத்துவக் குழுக்களுடன் தொடர்பில் இருப்பவன். மேற்கத்திய உலகத்தின் மீது அவனுக்கு ஆர்வம் உண்டு. மீசையற்ற ஒரு ஜெர்மானிய கனவானை அவன் தோற்றம் நினைவுபடுத்தும். பரந்த சிந்தனை உள்ளவன் என்பதால் அவனை அழைத்தான் கல்யாண். அவனிடம் நிலைமையை விளக்கியபோது அவனும் அறுவைச் சிகிச்சை செய்து விடச் சம்மதித்தான். மற்றவற்றைப் பற்றிக் கவலைப்படவேண்டாம் என நம்பிக்கை கொடுத்தான். அவன் செவிலியரை அழைத்து அறுவை சிகிச்சைக்கு ஏற்பாடு செய்யச் சொன்னான். இரண்டு மணி நேரத்தில் அந்தச் சிறுவனுக்கு ஒட்டுக்குடல் நீக்கம் அறுவை சிகிச்சை

செய்து முடிக்கப்பட்டது. அன்று மாலை அந்தச் சிறுவன் கண் விழித்தான். சிறுவனின் அருகில் இருந்து கவனித்துக் கொள்ள வேண்டிய அவன் அம்மா காணாமல் போனாள். அவன் படுக்கையிலிருந்து எழ சில நாட்கள் ஆனது. அந்தச் சிறுவனைப் பராமரிக்கும் கூடுதல் பணியைக் கேப்டன் கல்யாண் எடுக்க வேண்டி வந்தது. எரிக் உதவிக்கு வந்தான். அவன் அந்த சிறுவனைப் பார்த்துக்கொண்டான். ஏற்கனவே அந்தச் சிறுவனுக்கு அறுவை சிகிச்சை செய்ய வேண்டாம் எனச் சொன்ன பாதுகாவலன் தனது பேச்சை மீறி அறுவை சிகிச்சை செய்ததால் கேப்டன் கல்யாண் மீது காட்டமாக இருந்தான். அவன் வாய்ப்புக் கிடைக்கும் போதெல்லாம் கல்யாணுடன் வாய்த்தகராறு செய்யும் நிலையில் இருந்தான். அப்போது அவனுடன் சேர்ந்து சிகிச்சையளித்த துருக்கி டாக்டர் ஹுக்மத் ஓசிமீர், பாதுகாவலனை காட்டமாக எதிர்த்து நின்றான்.

“எந்தப் புகாராக இருந்தாலும் உங்கள் மேல் அதிகாரிகளிடம் சொல்ல வேண்டுமே அன்றி டாக்டர்களுடன் சண்டைக்கு வரக்கூடாது, உயிரைக் காப்பாற்றுவது எங்கள் வேலை, தீங்கு செய்வதல்ல. மேலும் போர்க் கைதியாக இருந்தபோதும் அவர் ஒரு கேப்டன். அவருக்குக் கட்டளையிடவோ அல்லது கட்டுப்படுத்தவோ அவருக்கு இணையான பதவியில் உள்ள ஓர் அதிகாரி வேண்டும். நீங்கள் அதற்கு இணையான அதிகாரி அல்ல. தவிரவும் அவர் உங்களிடம் உங்கள் அதிகாரியிடம் அனுமதி பெற்றுத் தரக்கோரி சொல்லிவிட்டார். நீங்கள் அதுபோல செய்யாமல் டாக்டரிடம் வம்பு செய்வது சரியல்ல. உங்களின் அலட்சியத்தை உங்கள் அதிகாரிகள் தெரிந்துகொண்டால், உங்களைத் தண்டிப்பார்கள் என்பதை நினைவில் கொள்ளுங்கள். உங்கள் அதிகாரியிடம் என் பெயரைச் சொல்லி, நான் சொன்னதைச் சொல்லுங்கள்” என்று கூறி கேப்டன் கல்யாணுக்கு ஆதரவாய் நின்றான்.

பாதுகாவலன் அதை எதிர்பார்க்கவில்லை. உள்ளூர் டாக்டரே தனக்கு எதிராகப் போனதால் அவன் பின்வாங்கி அங்கிருந்து போய் விட்டான்.

“கேப்டன், நாம் இந்தச் சிறுவனின் தாய் வராவிட்டால் குணமான பின்பு ஆர்மீனியக் குழந்தைகளுக்கான அநாதை விடுதியில் சேர்த்துவிடலாம்” என அவனைத் தட்டிக்கொடுத்துவிட்டுச் சென்றுவிட்டான். துருக்கி டாக்டரின் தோழமை அவனுக்குக் கொஞ்சம் நிம்மதியைக் கொடுத்தது.

அந்தச் சிறுவன் பெயர் மருத்துவப் பதிவேட்டில் மேசி என்று பதிவாகி இருந்தது. அவனை அந்தப் பெயரில் அழைக்கும்போது அவன் தன்னை அழைப்பதாகக் கருதுவதில்லை. அவன் முகத்தில் ஒரு பெரும் சோகம் இருப்பதையும் அவன் தனியே அழுது கொண்டிருப்பதையும், பின் எவரேனும் வரும்போது ஒரு வளர்ந்த மனிதனைப்போல கண்களைத் துடைத்துக்கொண்டு இயல்பாக மாற முயன்றதையும் கல்யாண் பார்த்தான். எனவே அவன் கட்டிலுக்கு அருகில் சென்று அவனுடன் கொஞ்சம்

பேசினான். அந்த உரையாடலின் தொடர்ச்சியாக அவன் பெயர் மிகிர் என்பதும் அந்தப் பெயரில் தன்னை அழைப்பதுதான் அவனுக்குப் பிடிக்கும் எனவும் தெரிந்து கொண்டான். அவன் அம்மா ஒரு பண்ணையில் வேலை செய்து வருவதாகவும், பண்ணை உரிமையாளன் அம்மாவை வெளியே விடமாட்டான் எனவும், மருத்துவமனைக்கு வருவதற்கே அவள் மிகுந்த சிரமப்பட்டாள் எனவும் கல்யாண் புரிந்து கொண்டான்.

எரிக் அவனுக்கு உதவிகரமாக இருந்தார். ஒரு சில நாட்களில் கல்யாணை மிகிர் "பாபா" என்று அழைத்தான். எரிக் அவ்வாறு அழைக்கக் கூடாது என்றான். அதன் அர்த்தத்தைக் கேட்டபோது அவன் "அப்பா" என்கின்றான் என எரிக் விளக்கினான். அவனுக்கு நெஞ்சில் ஏதோ குத்தியது. கீதாஞ்சலி அவன் முன் வந்து போனாள். அவன் மிகிரை அதைப் போலவே கூப்பிடச் சொன்னான். மிகிரின் நெஞ்சில் ஏதோ சூடுவைத்தது போன்ற ஒரு சிலுவையின் பச்சை குத்தல் இருந்தது. பத்து நாட்களில் அவன் எழுந்து மெல்ல நடக்கத் துவங்கினான். மருத்துவமனையில் உள்ள பிற துருக்கிக் கைதிகள் அவனுக்குப் பழக்கமாகி விட்டனர். கல்யாண் அவனுக்குப் புதிய துணிகளை வாங்கிக் கொடுத்தான். கல்யாணிடம் அவன் சில வங்காள வார்த்தைகளைக் கேட்டுத் தெரிந்து கொண்டான். இறுதியில் ஒருநாள் அவன் அம்மா அந்த மருத்துவமனைக்கு வந்தாள். மிகிரைப் பார்த்ததும் அவள் மெல்ல அவனின் உடலைத் தடவினாள். பின் தலைகுனிந்து கண்ணீர் சிந்தினாள்.

எரிக் அவள் பொறுப்பற்ற முறையில் குழந்தையை விட்டுவிட்டுச் சென்று விட்டதாக சப்தமிட்டான். அவள் தலைகுனிந்து நின்றாள். மீண்டும் எரிக் அவளை "நீ ஒரு நல்ல அம்மா இல்லை" என்றான். அவள் "உண்மைதான், நான் இவன் அம்மா இல்லை" என அவனை ஏறெடுத்துப் பார்த்தாள்.

"நீங்கள் ஆர்மீனியர்தானே? நாம் இங்கே என்ன வாழ்க்கை வாழ்கிறோம். இது ஒரு வாழ்க்கையா? உனது குடும்பம் எங்கே? எனது குடும்பம் எங்கே? இந்த மிகிரின் குடும்பம் எங்கே?"

எரிக் அதை எதிர்பார்க்கவில்லை. அவன் அமைதியாக தலையைக் குனிந்தான். அவள் எவரேனும் துருக்கி ஆட்கள் அருகில் உள்ளார்களா எனக் கவனித்தாள். அதுபோல எவருமில்லை. இந்திய டாக்டரிடம் பேசுவதில் அவளுக்குத் தயக்கமில்லை. எரிக் ஓர் ஆர்மீனியர் என அவள் அறிந்து வைத்திருக்கின்றாள்.

"நான் அகாவின் கசாப்பியன். ஆர்மீனிய வணிகரின் மகள். எங்களைத் துருக்கிப் படையினர் நடத்தி வரும் வழியில் என் குடும்பத்தை நான் இழந்தேன். வழியில் ஒவ்வொரு துருக்கி கிராமத்திலும் எங்களை வன்புணர்வு செய்ய ஆட்களை அழைத்தனர். திறந்த வெளியில் குடும்பத்தாரின் முன்பு

அவர்களின் வன்முறைகள் நடந்தேறியது. எங்கள் ஆடைகளைப் பறித்தனர். நான் தலைமுடியிலும், வாயிலும், என் பிறப்புறுப்பிலும் கொஞ்சம் தங்கத்தை மறைத்து வைத்திருந்தேன். எங்களுடன் வந்த பெண் குழந்தைகள், எட்டு முதல் பத்து வயது, குழந்தைகளைக் கூடச் சீரழித்தனர். அந்தக் குழந்தைகளின் ஓலம் இன்னமும் எனக்குக் கேட்கின்றது. அவர்கள் அந்தக் கொடுமையால் நடக்க முடியாமல் மயங்கியபோது மிக இயல்பாக அவர்களைக் கொன்றனர், வழியெங்கும் சிதறிக்கிடந்த எங்கள் ஆட்களின் பிணங்களை மொய்த்துக் கிடந்த சவ ஈக்கள் எங்களையும் மொய்த்தன. எங்கள் ஆட்கள் வழியில் காய்ச்சல் கண்டும், வயிற்றுப் போக்கிலும் செத்து விழுந்து கொண்டே இருந்தனர். சில கிராமங்களில் எங்களின் ஊர்வலத்தைப் பார்த்து, நோய் பரவும் என்பதால் அப்பகுதிக்குள் வரக்கூடாது என கிராம மக்கள் எதிர்ப்பும் தெரிவித்தனர். எங்களோடு நிறைமாத கர்ப்பிணி நடக்க முடியாமல் ஒரு சிறுவனைத் தாங்கி நடந்து வந்தாள். அவளின் ஆடையும் பிடுங்கப்பட்டிருந்தது. அவளுக்கு நான் மறைத்து வைத்திருந்த காசில் ஒரு அரபு கிராமத்தில் பால் வாங்கிக் கொடுத்தேன். அதை அவள் மகனுக்கு சாப்பிடக் கொடுத்தாள். அடுத்த நாள் அவளுக்குப் பிரசவ வலி கண்டது. முள் புதர் அருகில் அவளுக்கு இரட்டைப் பெண் குழந்தைகள் பிறந்தன. அந்தக் குழந்தைகளுக்கு தாய்ப்பால் கொடுக்கக்கூட அவளைத் தடுத்துக் கெடுபிடி செய்தனர். அந்தக் குழந்தைகள் அழுதன. அந்த சப்தம் பாதுகாவலனுக்குப் பிடிக்கவில்லை. பின் அந்த இரண்டு பிஞ்சுகளையும் அங்கேயே விட்டுவிட்டு வரச் சொல்லிக் கத்தினர். அவள் அதற்குச் சம்மதிக்கவில்லை. அவளைக் கொல்ல ஒரு பாதுகாவலன் ஓடியபோது நாங்கள் அவள் கையிலிருந்து அந்தக் குழந்தைகளைப் பிடுங்கி முள் மர நிழலில் போட்டுவிட்டு வந்தோம். அவற்றின் அழுகை சிறிது நேரம் வரை கேட்டது. அவள் நடக்க சக்தியற்றவளாய் இருந்தாள். அவள் உடம்பு அனலாய்க் கொதித்தது. தடுமாறி விழுந்தாள். நான் தண்ணீர் கொடுத்தேன். அவள் கடைசியாக அவள் மகனின் முகத்தைப் பார்த்தாள். பின் மேல் மூச்சு வாங்கி இறந்து விட்டாள். அவள் மகனைக் கைப் பிடித்து அழைத்து வந்தேன். அவனைக் கொல்லாமல் காக்க பாதுகாவலனுக்கு தங்கத்தையும், என்னையும் சேர்த்துக் கொடுத்தேன். வழி முழுதும் ஆட்கள் செத்துப்போய் குறைந்து கொண்டே வந்தனர். இங்கே அலிப்போ வரும்போது நாங்கள் சிறு கூட்டமாக மாறியிருந்தோம். வந்ததும் ஓர் உள்ளூர் மருத்துவன் வந்து எங்களுக்கு நோய் பாதிப்பு உள்ளதா என்றும் பார்த்தான். முக்கியமாக எனது பிறப்புறுப்பை சோதிக்க அதிக நேரம் எடுத்துக் கொண்டான். எனக்கு எந்தப் பால்வினை நோயும் இல்லை என முடிவானது. பின் என்னை ஏலம் விட்டனர். என்னை மிகிரின் தாய் எனக் கருதினர். என்னை ஒரு நடுத்த வயது பண்ணை எஜமான் ஏலம் எடுத்தான். நான் ஏலம் விடப்படுவதை ஏற்கவில்லை. அதற்குப் பதிலாக என்னைக் கொன்று விடும்படி கத்தினேன். என்னை உள்ளூர் அதிகாரிகள் சிறை வைத்தனர். அங்கே எனது மகனைக் கொல்லப்போவதாக மிகிர் கழுத்தில் கத்தியை வைத்து மிரட்டினர். நான் பண்ணை எஜமானின்

அடிமையாகப் போகச் சம்மதித்தேன். நாங்கள் இஸ்லாத்துக்கு மாற வேண்டும். ஆர்மீனிய மொழியையோ அதன் பண்பாட்டையோ வெளிக் காட்டக்கூடாது என எச்சரித்தனர். பண்ணை எஜமானுக்கு இரண்டு மனைவிகள். மூத்தவள் பக்கவாதத்தால் பாதிக்கப்பட்டவள். அவளுக்கு எவ்வளவு உதவிகரமாக இருந்தாலும் அவள் எப்போதும் முகத்தைக் கடுமையாக வைத்திருப்பாள். அவளுக்கு ஒரு குழந்தை இருக்கின்றது. இரண்டாம் மனைவிக்கு குழந்தையில்லை. இரண்டாம் மனைவி எனக்கும் மிகிருக்கும் கொஞ்சம் ஆறுதலாய் இருந்தாள். அதனால் இரண்டாம் மனைவி எங்களுக்கு உதவி செய்வதாகவும், அவன் குழந்தைக்கு வைத்துள்ள உணவை மிகிருக்கு நான் கொடுத்து விடுவதாகவும் முதல் மனைவி பொய்யாகக் குற்றம் சாட்டியதால், முதல் மனைவிக்கு பணிவிடை செய்ய அவன் என்னை அனுப்பி விட்டான். நான் அந்தப் பண்ணை எஜமானின் அடிமை. அவன் ஒரு பாலியல் வக்கிரம் பிடித்தவனும்கூட. என்னை ஒரு பெண்ணாக அவன் கருதியதில்லை. அவனுக்கு கோபம் வரும்போது துன்புறுத்துவான். எப்போதெல்லாம் கோபம் வருகின்றதோ அப்போதெல்லாம் என் மகனைக் கொன்று விடுவேன் என மிரட்டுவான். அவனுக்கு இந்த மிகிரைப் பிடிப்பதில்லை. அவனைக் கொன்று விடுவேன் அல்லது விற்று விடுவேன் என மிரட்டுவான். அப்படிக் கொன்றாலும் அங்கே எவரும் அதற்காக கவலைப்படப் போவதில்லை. ஆர்மினியர்களைக் கொல்வதற்கு இங்கேதான் அங்கீகாரம் உள்ளதே. நானும் இவனும் ஒரு சேர வெளியே சென்றால் ஓடிவிடுவோம் என அவன் கருதுவதால் என்னை வெளியே விடுவதில்லை. நான் அவனுக்கு ஒரு பிள்ளை பெற்றுத்தர வேண்டும், இல்லையேல் மிகிரைக் கொன்று விடுவேன் என்கின்றான். மருத்துவமனைக்கு வரக்கூட பெரும் சிரமம் இருந்தது. இந்த வாழ்க்கை வாழ்வது சாவதைக் காட்டிலும் வேதனையானது. என்னை மன்னியுங்கள். எனக்காக நீங்கள் பெரும் சிரமம் அடைந்துள்ளீர்கள்."

அவள் சொல்லி முடிக்கும்போது அவள் முகத்தில் ஒரு பெரும் சோர்வு தெரிந்தது. அப்போது எரிக் படபடப்போடு "நீங்கள் எங்கே இருந்து வந்தீர்கள்?" என்று கேட்டான்.

"ஹர்புட்."

"அப்படியானால் என் இளைய மகளை உனக்குத் தெரிந்திருக்க வேண்டும் இரு... இரு..." என ஓட்டமும் நடையுமாகப் போய் கழிப்பறையின் சுவர் முன்னே அவனது உடைமைகள் இருந்த இடத்தில் சிறிய பெட்டியிலிருந்து ஒரு புகைப்படத்தை எடுத்து வந்தான். அதில் இருந்த ஒரு பெண்ணைக் காட்டி இவள்... இவள்... என்றான்.

"ஹன்சா?"

"ஆம்... என் மகள் ஹன்சா. அவளை உனக்குத் தெரியுமா? அவள் எங்கே? தயவு செய்து சொல். என் உயிர் அவள்." எரிக் பதட்டமடைகின்றான். அவன் உடல் நடுங்குகின்றது. அவன் குரல் உயர்கின்றது. கேப்டன் கல்யாண் ஆறுதலாக அவன் தோள்களைப் பிடிக்கின்றான். அவள் நிதானமாகத் தொடர்ந்தாள்.

"திருமணமான பெண்களை ஏலம் விட்டனர். திருமணம் ஆகாத அழகிய பெண்களை உள்ளூர் அதிகாரிகள் மேல் அதிகாரிகளுக்காக கூட்டிச் சென்றனர். சிலரைக் கான்ஸ்டாண்டிநோபிள் அழைத்துச் சென்று உயர்மட்ட அதிகாரிகளுக்குப் பரிசளிப்பதாகவும் சொன்னார்கள். முடிவில் ஏதேனும் ஒரு விபச்சார விடுதியில் விற்று விடுவார்கள்."

"அப்படி நடக்கக் கூடாது. அவளை நான் கண்டுபிடிப்பேன். உனக்கு அது குறித்து ஏதேனும் கூடுதல் தகவல் தெரியுமா?"

"போருக்கு ஆண்கள் போன பின்பு, குடும்ப சிரமங்களால் குழந்தைகளின் பசியைக் காணச் சகிக்காது, பகுதி நேர விபச்சாரத்தில் பல போர் வீரர்களின் மனைவிகள் தள்ளப்பட்டுள்ளனர். அவர்களுக்கான அது போன்ற லைசன்ஸ் இல்லாத விபச்சார விடுதிகள் சில இப்பகுதிகளில் உண்டு. அங்கே தேடினால் ஒருவேளை அவள் கிடைக்கலாம். எங்களுடன் ஏலத்தில் விற்கப்பட்ட எனது தோழியின் முகவரி தருகின்றேன். அவளிடம் நீங்கள் விசாரிக்கலாம்."

எரிக்கை எதைச் சொல்லித் தேற்றுவதென்று தெரியவில்லை. அவள் தனது தோழியின் முகவரி மற்றும் அவளை எப்படித் தொடர்பு கொள்வது என்பதை எரிக்கிடம் சொல்லிவிட்டு, இன்னமும் மிகிர் ஒரு வாரத்திற்கேனும் மருத்துவமனையில் இருக்க வேண்டும் என்பதால் மீண்டும் ஒருமுறை அவளால் மிகிரைக் கவனிக்க முடியாத நிலைக்கு மன்னிப்புக் கேட்டு, சில நாட்கள் கழித்து வருவதாகக் கூறி போய்விட்டாள்.

கேப்டன் கல்யாண் மிகுந்த பதட்டத்துடன் இருந்த எரிக்கிடம் "உங்களின் நோக்கத்தை நீங்கள் நெருங்குகின்றீர்கள். உங்கள் மகள் உயிருடன் உள்ளாள், நம்பிக்கையைக் கைவிட வேண்டாம்" என்றான். ஆனாலும் எரிக் அமைதியற்று இருந்தான். கல்யாண் எரிக்கின் கைகளை ஆறுதலாகப் பற்றினான்.

அதன் பிறகு இரவு நேரங்களில் கழிப்பறையின் மூலை சுவர் அருகே எரிக்கைக் காண முடியவில்லை. அவன் அதிகாலை வருகின்றான். இரவில் அவனை எவரும் சந்தேகப்பட்டு சிறை பிடிக்காமல் இருக்க மருத்துவமனைப் பணியாளன் என்ற சான்றிதழை அவன் தனது கோட்டில் எப்போதும் பத்திரமாக வைத்திருந்தான். இப்போது எரிக் அமைதியற்று இருந்ததால் அவன் மிகிருடன் நேரத்தைச் செலவிட முடியவில்லை. கேப்டன் கல்யாண் அவனுக்கு வங்காளியில் சில வார்த்தைகளைச்

சொல்லித் தந்தான். ஒரு வாரம் கழித்தும் அகாவின் மிகிரைப் பார்க்க வரவில்லை. சில நாட்கள் கடந்தன. மிகிர் இயல்பு நிலைக்கு வந்தான். பல சமயங்கள் தனியே வாசலைப் பார்த்து அமர்ந்திருப்பான். அப்போதெல்லாம் கல்யாண் அவன் வளர்ப்புத் தாய் வராததால் அவன் சோகமாக இருப்பதாகவே கருதினான். எரிக் அலிப்போவில் இரவில் விழித்துக் கொள்ளும் தெருக்களில், சந்துகளில் அலைந்து திரிகின்றான். சில சமயம் முகத்தில் கன்றிய காயத்துடன் வந்தான். அதற்கான காரணத்தைச் சொல்லும் நிலையில் அவன் இல்லை. காயத்துக்குக் கொஞ்சம் மருந்து மட்டும் போட்டுக்கொண்டான். மருத்துவமனையில் தூய்மைப் பணியை எவரும் குறை சொல்லும் அளவு எரிக் வைத்துக் கொள்ளக் கூடாது, அது அவனைப் பணி நீக்கம் செய்வதில் முடியும் என கல்யாண் எச்சரித்தான்.

மிகிர் முழுதாகக் குணமடைந்தான். மருத்துவமனையில் நீண்ட நேரம் இருந்தால் சிறுவனான அவனுக்கு நோய்த் தொற்று வரும் என்பதால் அவன் கேப்டன் கல்யாணின் அறையில் இருக்க வேண்டும் என்றும் அவன் தனது சட்டைப் பையில் நாப்தலின் உருண்டைகளைப் போட்டுக்கொண்டு ஈக்களிடமிருந்து பாதுகாப்பாக இருக்கவும், ஈக்கள் ஏதேனும் மொய்த்தால் அந்த இடத்தில் மெர்குரி ஆயின்மெட் தடவிக்கொள்ளவும் அவனைப் பழக்கியிருந்தனர். மிகிர் கேப்டன் கல்யாணை பாபா என அழைத்தான். அவன் வளர்ப்புத் தாய் அகாவின் அவனை இன்னமும் வந்து பார்க்கவில்லை. ஒரு மாதத்திற்கு மேல் ஆகிவிட்டது. இப்போதெல்லாம் மிகிர் வங்காளத்தில் கல்யாண் பேசும் சில வார்த்தைகளைப் புரிந்து கொள்கின்றான். அவனுக்கு கல்யாண் புதிய உடைகளை வாங்கிக் கொடுத்தான். இருவருக்கும் இடையே பேச சில விசயங்கள் இருந்தன. மருத்துவமனைக்குக் கல்யாணுடன் அவன் உடன் வருவதை வாடிக்கையாகக் கொண்டான்.

மருத்துவமனையில் இருந்தவர்களில் பல வீரர்கள் செல் ஷாக் பாதிப்புக்கு உள்ளாயிருந்தனர். அதனால் உடலில் ஒரு வகை நடுக்கம் அல்லது நிலையாக நிற்க முடியாத தன்மை அவர்களிடம் இருந்தது. சிலர் தூக்கமின்மை போன்ற பாதிப்புகளையும், தனக்குத் தானே பேசுவது போன்ற பாதிப்புகளையும் எதிர் கொண்டிருந்தனர். ஒரு சிலர் இரவு நேரங்களில் தங்களை எதிரிகள் தாக்கி விடுவர் என்று யோசித்துக் கூடுதல் விழிப்புணர்வோடு இருப்பதாகக் கருதி தூக்கத்தை இழந்திருந்தனர். அவர்களை இரவில் நிம்மதியாகத் தூங்க வைப்பதும் பகலில் தோட்டத்தில் செடிகளைப் பராமரிக்க உதவக் கேட்பது போன்றதும், மாலையில் மருத்துவமனையினைச் சுற்றி நடக்கச் செய்வதும் நோயாளிகள் உளவியல் ரீதியில் குணமாக உதவியது. அதுபோன்ற தருணங்களில் மிகிர் அவர்களின் கையைப் பிடித்து அழைத்துச் சென்றான். அவர்களுடன் எளிதில் பழகினான். மேலும் மிகிர் எப்போதும் ஒரு சுமையாக இருந்ததில்லை. மிகிருடன் இருப்பது கல்யாண் உள்ளத்திலிருந்த வெற்றிடத்தை ஓரளவு நிரப்பியது. சின்ன நம்பிக்கைகளை துளிர் விடச் செய்தது.

அலிப்போவிலிருந்து தென் கிழக்கே சுமார் 770 மைல் தூரத்திலிருந்த, அவர்கள் சரணடைந்து, கைவிட்டு வந்த குட்டை மீண்டும் மீட்கும் முயற்சியில் பிரிட்டிஷ் இந்திய மீட்புப் படைப்பிரிவின் சுமார் ஒன்றரை இலட்சம் வீரர்கள் தாக்குதலில் ஈடுபட்டு வந்தனர். இம்முறை வீரர்களின் சாவினைக் குறைக்கும் வகையில் போர்த் திட்டமிடல் இருக்க வேண்டும் என்று பிரிட்டிஷ் போர் அமைச்சகம் அறிவுறுத்தியிருந்தது. மருத்துவக் குழு, போக்குவரத்து சாதனங்கள், போர் முனையில் உள்ளவர்களை எளிதில் தொடர்பு கொள்ளும் யுக்திகள், உணவு மற்றும் சுமார் ஐம்பதாயிரம் வீரர்கள் என ஜெனரல் மௌடி தலைமையில் தாக்குதல் கடந்த டிசம்பரிலிருந்து நடந்து கொண்டிருந்தது. கடுமையான மழைப் பொழிவு குட்டினைச் சுற்றி இருந்ததால் துருப்புகள் முன்னேற்றம் மெதுவாக இருந்தது. துருக்கிப் படைகள் பெர்சிய எல்லையிருந்து பிரிட்டிஷ் இந்தியப் படைகள் வரும் என கூடுதல் துருப்புக்களை அப்பகுதியில் நிறுத்தியிருந்தது. ஆனால் கடந்தமுறை போலவே இம்முறையும் டைகரிஸை ஒட்டியே பிரிட்டிஷ் இந்தியப் படைகளின் இரண்டு பிரிவுகள், பிரிட்டிஷ் 13வது மேற்குப் படைப்பிரிவும், இந்தியப் படையின் மூன்றாவது பிரிவான டைகரிஸ் படைப்பிரிவும் முன்னேறின. டைகரிஸின் இருபுறமும் இருந்த ஒட்டாமன் துருக்கிப் படைகளை விரட்டியபடி குட்டை நோக்கி முன்னேறினர். அந்த எண்ணிக்கையில் பாதியே ஒட்டாமன் துருக்கிப் படைகளில் இருந்தன. ஹை நதியில் இருந்த ஒட்டாமன் படை அரண் தகர்க்கப்பட்டது. அதன் மற்றொரு அரணான தகரா வளைவும் கைப்பற்றப்பட்டது. முடிவில் 1917 பிப்ரவரி 24ஆம் தேதி குட்டை மீண்டும் பிரிட்டிஷ் இந்தியப் படைகள் கைப்பற்றின. ஏற்கனவே ஜெனரல் டவுன்செண்ட் தலைமையிலான பிரிட்டிஷ் இந்தியப் படைகள் செய்ததுபோல குட்டில் தங்கி தாங்கள் சிக்கிக்கொள்ளக் கூடாது என்பதில் துருக்கிப் படைகள் தெளிவாக இருந்ததால், அது குட்டைக் கைவிட்டு பின்வாங்கி பாக்தாத்தை நோக்கிப் போனது. பெர்சிய எல்லையில் இருந்த ஒட்டாமன் படைகளையும் வடக்கே ரஷ்ய எல்லைப் போர்முனைக்குத் திருப்பி அனுப்பினர். மீண்டும் குட் இராணுவ தலைமை அலுவலகத்தில் பிரிட்டிஷ் கொடி ஏற்றப்பட்டது. மேலும் அது

தொடர்ந்து பாக்தாத்தை நோக்கி ஓட்டாமன் துருக்கிப் படைகளை விரட்டி முன்னேறியது.

அந்தத் தகவல்களை அவர்கள் துருக்கி வீரர்கள் மூலம் அறிந்து கொண்டனர். இம்முறை பாக்தாத்தை பிரிட்டிஷ் இந்தியப் படை கைப்பற்றி விடும் என்ற நம்பிக்கை அவர்களுக்கு வந்தது. அது அவர்களின் விடுதலையை விரைவாக்கும். துருக்கி அரசாங்கத்திடம் அதற்காக நிபந்தனை விதிக்க அந்தச் சூழல் உதவும் என நம்பினர். போர்க் கைதிகளாக உள்ளவர்கள் கொஞ்சம் தலை நிமிர முடியும். அடங்கிப் போகும் மனநிலையிலிருந்து சில கேள்விகளை எழுப்ப முடியும். அவர்களின் படைக் குழுவைப் பிரியும் நேரத்தில் ரஸ் எல் அய்ன் இரயில் நிலையத்தில் ஜெனரல் டெல்மெயின் குறிப்பிட்டது போல தெற்கே காலநிலை நன்றாக உள்ளது.

அலிப்போ மருத்துவமனையில் இருந்த மிகிர் மாலையில் கேப்டன் கல்யாணின் அறையின் முன்னே இருக்கும் மரக் கைப்பிடியில் முகத்தை வைத்தவாறு மருத்துவமனையின் சாலையில் கடந்து செல்லும் வாகனங்களையும், ஆட்களையும் பார்த்தவாறு இருப்பதை மருத்துவ வார்டிலிருந்து கல்யாண் கண்டான்.

மிகிரின் கலக்கத்திற்கு அவனின் வளர்ப்புத் தாய் அகாவின் அவனைப் பார்க்க வராமல் இருப்பது காரணமாக இருக்கும். அவன் அவளை எதிர் நோக்கியே காத்திருக்கின்றான். அவன் எவருக்கும் ஒரு சுமையாக இல்லாமல் இருப்பதற்காக முயலுகின்றான். இந்தச் சிறுவயதில் அவனுக்கு இருக்கும் அந்தப் பக்குவம் பெரும் துயரங்களைக் கடந்து வந்ததன் வெளிப்பாடு. அவன் விளையாட வேண்டிய வயது அது. அவன் வயதில் கல்யாண் எப்படியெல்லாம் விளையாடியிருக்கின்றான். இவனின் குழந்தை பருவம் பறிக்கப்பட்டுள்ளது என நினைத்தான். மீண்டும் மிகிரைப் பார்த்தான். இப்போது மிகிர் எதையோ பரபரப்பாகப் பார்க்கின்றான். பதட்டத்துடன் அங்கிருந்து அவன் கல்யாணின் அறையை நோக்கி ஓடுகின்றான். கல்யாணுக்கு அது சற்றுக் கலக்கத்தைக் கொடுத்தது. அவன் மேசையிலிருந்து எழுந்து வெளியே எட்டிப் பார்த்தான். சாலையில் ஒரு துருக்கி மூன்று ஆட்களுடன் வந்து மிகிர் இருந்த இடத்தினை சுட்டிக்காட்டிக்கொண்டு மருத்துவமனை மாடியை நோக்கி வந்தான். ஏதோ ஒன்று கல்யாணுக்கு உணர்த்தியது. அவன் எழுந்து தனது அறையை நோக்கி ஓடினான். அப்போது அங்கு வந்த துருக்கி மருத்துவன் ஹிக்மத் அவனைப் பின் தொடர்ந்து சென்றான். அறையில் இருந்த கட்டிலுக்கு அடியில் மூலையில் ஒடுங்கி உட்கார்ந்து நடுங்கினான் மிகிர். அவன் முகத்தில் அச்சமும் பீதியும் மிகுந்திருந்தது. அவன் அறையில் காலடிச் சப்தம் கேட்ட போது “என்னை விட்டு விடுங்கள்” எனக் கத்தினான். அப்போது கட்டிலுக்கு அடியில் குனிந்து கல்யாண், மிகிர் என்றபோது, அவன் பாபா எனக் கத்திக்கொண்டே அவனைக் கட்டிக்கொண்டான். “நான் உங்களை விட்டுப் போக மாட்டேன்” எனக் கத்தி நடுங்கினான். அறையின்

புத்தக அலமாரியிலிருந்த காலிக்கோ அட்டை போட்ட புத்தகத்தை எடுத்தான். வெட்டப்பட்ட காகிதத்திற்குள் அஹா கொடுத்த லூகர் 9 மி.மீ ஜெர்மன் கைத்துப்பாக்கி பத்திரமாக இருந்தது. ஆறு குண்டுகள் அதிலிருந்தன. அதைப் பயன்படுத்தும் வேலை வந்து விட்டது. ஹிக்மத் ஓஸ்மிர் இதைப் பார்த்து கண நேரத்தில் சுதாரித்துக்கொண்டு படிக்கட்டை நோக்கி ஓடினான். அந்த மூன்று பேரும் பாதிப் படிக்கட்டுகள் தாண்டி ஏறிக்கொண்டிருந்தபோது, அவர்களைத் தனது கரங்களை நீட்டித் தடுத்துக் கத்தினான்.

“அங்கேயே நில்லுங்கள். யார் நீங்கள்?”

“அந்தப் பையன் எங்களுக்கு வேண்டும். அவன் எங்கள் பண்ணை அடிமையின் மகன். அவன் அம்மா ஆர்மீனியப் பெண். அவளைக் கடந்த ஒரு வாரமாகக் காணவில்லை. என்னை ஏமாற்றி விட்டு ஓடிவிட்டாள். நான் அவளை ஏலத்திற்கு எடுத்தேன். அவள் ஒரு திருட்டுப் பிசாசு. அவளுக்குப் பதிலாக இந்தப் பையனை நான் பண்ணைக்குப் கூட்டிப் போகப் போகிறேன். தடுக்காதீர்கள்.”

“இது இராணுவ மருத்துவமனை. இங்கே நீங்கள் எங்கள் அனுமதியின்றி நுழைவது குற்றம். நாங்கள் முதலில் வீரர்கள். பின்னரே மருத்துவர்கள். போர்க் களத்தில் பல மரணங்களைப் பார்த்து வந்து, இங்கே மருத்துவம் செய்பவர்கள். உங்கள் அடாவடித்தனத்தை இங்கே காட்டினால் சுட்டு விடுவேன். ஜாக்கிரதை.”

அவர்கள் அதை எதிர்பார்க்கவில்லை.

“என்ன நீங்கள், ஒரு ஆர்மீனிய குட்டிச் சாத்தானுக்காக இப்படி பேசுகின்றீர்களே.”

அதற்குள் அந்த மருத்துவமனையிலிருந்த சில ஆர்டலிகள் மற்றும் இராணுவ வீரர்கள் ஹிக்மத்துக்கு ஆதரவாய் அவனைச் சூழ்ந்து கொண்டனர்.

“இல்லை. நாங்கள் ஏலம் எடுத்தவர்கள். நாங்கள் பையனைக் கூட்டிப் போவதில் என்ன தவறுள்ளது” அவனின் குரலில் கொஞ்சம் நடுக்கம் தெரிந்தது. பயந்துவிட்டான். அவர்கள் படிக்கட்டில் இரண்டு படிக்கட்டுகள் கீழே இறங்கினர்.

“ஒட்டாமன் பேரரசின் சட்டம் பெண்களை ஏலம் விடுவதை அனுமதிக்கின்றதா? உன்னிடம் அதற்கு என்ன ஆதாரம் உள்ளது. நீ ஏலம் எடுத்த பெண் அந்தப் பையனின் தாயார் அல்ல. அப்படியே இருந்தாலும் நீ அவளிடம் உன் கணக்கு வழக்குகளை வைத்துக்கொள்ள வேண்டும். மருத்துவமனைக்கு ஆட்களைக் கூட்டி வருகின்றாயா? உயிர் பிழைக்க வேண்டுமென்றல் இங்கே மீண்டும் வந்து விடாதே” எனக் கோபத்தோடு சப்தமிட்டான். டாக்டருக்கு ஆதரவாக மற்றவர்கள் அவர்களை நோக்கி

முன்னேறியபோது அவர்கள் பின்வாங்கிச் சென்றனர். அப்போது அவன் மருத்துவமனை வாசலில் இருந்த காவல்காரனைப் பார்த்து,

“கண்டவனையெல்லாம் மருத்துவமனைக்குள் விட்டுக்கொண்டு என்ன வேலை நீ பார்க்கின்றாய்? செத்துத் தொலை” என்றான். அந்தக் காவற்காரன் வேகமாக ஓடி வந்து அவர்களை மருத்துவமனைக்கு வெளியே விரட்டினான். கல்யாண் மிகிரை மார்போடு அணைத்துக்கொண்டு அவர்கள் வெளியேற்றப்படுவதைப் பார்த்தான்.

“அவர்கள் போய் விட்டார்கள். இனி வரமாட்டார்கள் பயப்படாதே” என்றான் கல்யாண். மிகிர் இன்னமும் நடுங்கியபடி அவனை அணைத்திருந்தான்.

எதிரே டாக்டர் ஹித்மத் ஓஸ்மிர் வந்து நின்றான். அவன் கல்யாணைத் திட்டப் போகிறான் என நினைத்து, “நன்றி டாக்டர். இவனை அனாதை விடுதியில் சேர்த்து விடலாமா?” என்றான்.

ஹிக்மத் ஓஸ்மிர் மெல்லச் சிரித்தபடி “அப்பாவின் பாதுகாப்பில் உள்ளவன் அனாதையல்ல. நான் எனது பழைய வார்த்தையை திரும்பப் பெற்றுக் கொள்கின்றேன்” என மீண்டும் புன்னகைத்து, மிகிரின் கன்னத்தைத் தட்டிக் கொடுத்துவிட்டு அவனின் வார்டு நோக்கிப் போய்விட்டான். அப்போது எரிக் அங்கு வந்து நின்றான். கல்யாண் மிகிரிடம், “உன் அம்மா உன்னை விட்டுப் போய் விட்டதற்காக வருந்தாதே” என்றான்.

மிகிர் தலைகுனிந்தபடியே, “எனக்குத் தெரியும்” என்றான்.

“உன்னைப் பார்க்க மீண்டும் எப்போதாவது வருவாளா?”

“இல்லை.” அவன் இன்னமும் கல்யாணை நிமிர்ந்து பார்க்கவில்லை.

“அவள் ஜெர்மனி போய்விட வேண்டும் என முடிவோடிருந்ததாக அவள் தோழி சொன்னாள்” என எரிக் அமைதியாகச் சொன்னான்.

கல்யாண் மிகிரின் கண்களை உற்று நோக்கினான். பின் மெல்லக் கண் சிமிட்டினான். கண்களில் கண்ணீர் கோடிட்டிருந்தது. பின் மிகிரை மீண்டும் அணைத்துக் கொண்டு அவன் காதருகே சொன்னான்,

“அவள் ஒரு பாவப்பட்ட பெண்” என்றான்.

அவன் அன்று இரவு வெகுநேரம் யோசித்த பின் ஒரு முடிவுக்கு வந்தான். அடுத்தநாள் மாலையில் கேப்டன் கல்யாண் மிகிரையும் அழைத்துக் கொண்டு செவிலியர் மரூமைப் பார்க்கச் சென்றான். இம்முறை அவன் கையில் அந்த கனத்த புத்தகம் இருந்தது. வழக்கம்போல பாதுகாவலன் ஒருவனும் உடன் வந்தான். மரூமின் வீடு பூட்டப்பட்டிருந்தது. அவள் வீட்டு வாசலில் ஏராளமான காய்ந்த இலைகள் கொட்டிக்கிடந்தன. அவள்

கதவின் முன்பு இருந்த தபால் பெட்டியில் சில தபால்கள் பிரிக்கப்படாமல் இருந்தன. மரூம் அங்கிருந்து சென்று சில நாட்கள் ஆகியிருக்கும். அவள் கையில் மிகிரை ஒப்படைத்திருந்தால் கவலையின்றி இருந்திருக்க முடியும். சிறிது நேரம் அவன் அந்த வீட்டின் முன் இருந்த மர பெஞ்சில் அமர்ந்தான். சில நிமிடங்கள் கண்களை மூடிக்கொண்டு பெருமூச்செறிந்தான். மரூம் வீட்டின் முன் மலர்ந்திருந்த மஞ்சள் வண்ண மலர்களைப் பறித்து முகர்ந்து பார்த்தான். மடியிலிருந்த புத்தகம் கனத்தது. புத்தகத்தை எடுத்து நெஞ்சோடு வைத்துக்கொண்டு மீண்டும் நடந்து வந்தான். பாதுகாவலன் வரும்போது சாலையில் சுற்றிலும் நோட்டமிட்டுக்கொண்டு அமைதியற்றவனாய் நடந்தான். அப்போது கடைத்தெருவில் கல்யாணைக் கூப்பிட்டான். அவன் திரும்பிப் பார்க்கும்போது நான்கு பேர் இருந்தார்கள். அவர்கள் குட்டில் அவனுடன் பணி புரிந்த ஆக்ஸ்போர்ட் படைப்பிரிவு அதிகாரிகள். துருக்கிப் பாதுகாவலர்களுடன் அவர்களும் கடைக்கு வந்திருந்தனர். தன்னோடு வந்த பாதுகாவலனிடம் "காபி குடித்துவிட்டு வாருங்கள் அவர்களுடன் பேசிக்கொண்டிருக்கிறேன்" என்றான். அவன் காபிக் கடைக்குள் சென்று அமர்ந்தபடியே கல்யாணைப் பார்த்துக்கொண்டிருந்தான்.

அவர்கள் மிகிரைப் பார்த்து யார் இந்தப் பையன் என்றார்கள். தன்னுடன் மருத்துவமனையில் பணிபுரியும் துருக்கி மருத்துவரின் மகன் என்றான். அவர்கள் "நமது மீட்புப் படை பாக்தாத்தை நெருங்கி விட்டது, இன்னும் ஓரிரு நாளில் பாக்தாத்தைக் கைப்பற்றி விடும். நமக்கு அவர்கள் செய்தி சொல்லியிருக்கிறார்கள். இந்தக் கடை வீதியில் உள்ள பிரெஞ்சுப் பெண்ணின் ஹோட்டலில் இப்போதுதான் தகவல் வந்தது" என அவன் காதருகே கிசுகிசுத்தனர். அப்போது பாதுகாவலன் காபி குடித்துவிட்டு வெளியே வந்தான், போகலாம் எனத் தலையசைத்தான். கல்யாண் பிரிட்டிஷ் அதிகாரிகளுக்கு கையசைத்துவிட்டு மிகிரைக் கூட்டிக்கொண்டு மருத்துவமனைக்கு வந்து அலமாரியில் அந்தக் கனத்த புத்தகத்தைப் பத்திரமாக வைத்துத் திரும்பும்போது அறைக்கு வெளியே எரிக் சற்றுப் பதட்டத்துடன் வந்து நின்றான். கல்யாண் அவனைப் இருக்கச் சொல்லிவிட்டு மிகிரின் படுக்கையின் மேலிருந்த கொசு வலையைச் சரிசெய்து அவனைத் தூங்கச் சொல்லிவிட்டு வெளியே வந்தான். வந்தவனை எரிக் கட்டியணைத்துக் கொண்டான். அவன் உடல் நடுங்கியது.

"நான் ஒரு வழியாக என் மகள் ஹன்சாவினைக் கண்டுபிடித்து விட்டேன். அகாவின் தோழி அவளைக் கண்டுபிடித்து விட்டாள். ஆனால் அவளுடன் தொடர்புகொள்ள முடியவில்லை. அவளை அந்த விபச்சார விடுதியிலிருந்து வெளியே கூட்டி வந்தால் போதும், எங்களுக்கு ஒரு நல்ல குதிரை வேண்டும். ஒரு சில நாள் பயணத்தில் ருஷ்யக் கட்டுப்பாட்டிலுள்ள பகுதிக்குச் சென்று விட்டால் போதும்."

“நல்ல செய்தி. ஆனால் நீங்களாக எந்த முயற்சியும் செய்ய வேண்டாம். சிறு தவறும் உங்கள் மகளை முழுதாகப் பிரியும் நிலைக்குக் கொண்டு வந்து விடும்.” எரிக் உடனடியாக ஏதாவது செய்ய வேண்டும் என பதட்டப்பட்டான். கல்யாண் அவன் அறையை எட்டிப் பார்த்தான். உள்ளே மிகிர் தூங்கி விட்டான். அவன் அறையின் கதவினை மூடிவிட்டு மருத்துவமனை வளாகத்தில் இருந்த மற்றொரு மருத்துவர் குடியிருப்புப் பக்கம் போனான். தூரத்தில் எரிக்கை நிறுத்திவிட்டு அவன் மட்டும் அந்த வீட்டின் கதவினைத் தட்டினான். டாக்டர் ஹிக்மத் ஓஸ்மிர் கதவைத் திறந்து கல்யாணைப் பார்த்து ஏதேனும் பிரச்சனையா எனப் பதட்டப்பட்டு சுற்றிலும் பார்த்தான். கல்யாண் அவன் வீட்டிற்குள் சென்று கதவை சாத்திக்கொண்டான். சிறிது நேரம் கழித்து மீண்டும் கதவு திறக்கப்பட்ட போது கல்யாண் வெளியே நின்று கொண்டிருந்த எரிக்கை உள்ளே வரச் சொல்லி சைகை செய்தான். அவன் உள்ளே சென்று மேசையில் அமர்ந்த போது டாக்டர் ஹிக்மத் ஓஸ்மிர் அவனிடம் ஒரு சிகரெட்டை நீட்டினான். பின் கணப்பு அடுப்பை சில விறகுத் துண்டுகளைப் போட்டு கூடுதலாக எரியூட்டினான். சுற்றிலும் எவருமில்லை. இருட்டாக இருப்பதை உறுதி செய்தபடி கல்யாண் கதவைச் சாத்தினான். வெகு நேரம் அந்த அறையின் கணப்பு அடுப்பின் புகை வெளியே வந்து கொண்டிருந்தது. அறையின் விளக்கு வெளிச்சத்தின் பிரகாசம் வெளியே இருந்த கண்ணாடி சன்னலில் பிரதிபலித்தது.

அடுத்த நாள் எதுவும் இயல்பாக நடக்கவில்லை. டாக்டர் ஹிக்மத் ஓஸ்மி அன்று வேலைக்கு வரவில்லை. புதிதாக சில காயம்பட்டவர்கள் வந்திருந்தார்கள். அவர்களைக் கவனிக்க வேண்டிய கூடுதல் பணி கல்யாணின் மீது விழுந்தது. அவன் அவ்வப்போது சாலையின் மீதும், தனது அறையில் மிகிர் மீதும் ஒரு பார்வையை வைத்துக் கொண்டான். எரிக் மிகவும் சோர்வோடு இருந்தான். துப்புரவுப் பணி முறையாக நடப்பதாகத் தெரியவில்லை. அவன் அடிக்கடி கல்யாணைப் பார்த்துக்கொண்டான்.

மாலையில் டாக்டர் ஹிக்மத் ஓஸ்மிர் மீண்டும் மருத்துவமனைக்கு வந்து விட்டான். அந் நேரம் சில துருக்கி இராணுவ அதிகாரிகள் மருத்துவமனைக்கு வந்திருந்தனர். கல்யாணின் நெஞ்சு படபடத்தது. அவனின் அறைக்குப் பக்கம் அவர்கள் போய்விடக்கூடாது என நினைத்தான். அதிகாரிகள் மருத்துவமனைக்கு வருவது நல்ல செய்தியல்ல எனக் கருதினான். ஏதேனும் புகாரின் காரணமாக அதிகாரிகள் வந்திருக்கின்றனரா? என யோசித்தான். அதிகாரிகள் இருந்ததால் அவரவர் வார்டுகளில் இருக்க வேண்டிய நிலை வந்தது. அவனுக்குக் களைப்பு ஏற்பட்டது. மாலையில் அவர்கள் எரிக்கை அழைத்து வரச் சொன்னதாக இருவர் கூட்டிச் சென்றனர். அவன் தயக்கத்துடன் கல்யாணைப் பார்த்து விட்டுச் சென்றான். எல்லாம் நொறுங்கப் போகின்றதா? என யோசித்தான். மிகிரைப் பாதுகாக்க வேண்டும், லுகஸை மறைத்து வைக்க வேண்டும்.

எரிக் அவன் வாழ்வின் ஒரு முக்கியமான கட்டத்தில் இருக்கின்றான். எல்லாம் முடிந்து விடுமோ என நினைத்தான். போர்க்களத்தில் செல்கள் வந்து விழும் போதுகூட இதயம் இப்படித் துடித்ததில்லை. நாம் வைக்கும் பாசம் நம்மை பலகீனமாக்குகின்றதோ? சிறிது நேரம் கழித்து எரிக் மீண்டும் அவனின் இடத்தில் வந்து அமைதியாக உட்கார்ந்தான். அவன் முகத்தைப் பார்த்தான். அவன் பதட்டமாக இல்லை. அவன் கற்பனை செய்தது போல எதுவுமில்லை. கற்பனைகளுக்கு ஆயிரம் இறக்கைகள் முளைத்துக்கொள்கின்றது. அந்த அதிகாரிகள் வெகுநேரம் நேரம் கழித்து, மாலையில் போவதன் அறிகுறியாக அவர்கள் கார்கள் கிளம்பும் சப்தம் கேட்டது. பின்னர் கல்யாண் அவசரமாகப் போய் எரிக்கிடம் என்ன பிரச்சனை? என்றான்.

“மருத்துவமனையைச் சுத்தமாக வைத்துள்ளதாகப் பாராட்டினார்கள்” என்றான்.

“நாசமாய்ப் போக!” அவன் அங்கேயே ஒரு சேரில் உட்கார்ந்து பெருமூச்சு விட்டு, தலையைக் கோதிக்கொண்டான். ஒரு சிகரெட் பிடிக்கவேண்டும் என நினைத்தான். வராண்டாவில் இருந்த சாளரத்தின் அருகில் நின்று புகையை இழுத்து விட்டான். வெளியே பாதிக்கும் மேல் இருள் சூழ்ந்திருந்தது. சில விளக்குகள் தொடுவானத்திற்கு அருகே ஆங்காங்கே காற்றில் அசைந்து மினுமினுத்தன. குளிர் காற்று முகத்தின் மீது அடித்தது. அந்தக் காற்றை முழுதாக உள் இழுக்க வேண்டும் என அவனுக்குத் தோன்றியது.

இரவு பத்து மணிக்கு அவன் அறைக் கதவு தட்டப்பட்டது. அந் நேரம் மிகிர் தூங்கிவிட்டான். வெளியே டாக்டர் ஹிக்மத் ஓஸ்மிர் நின்று கொண்டிருந்தான். வெளியே வரச் சொல்லி சைகை செய்தான். கல்யாண் தனது புத்தக அலமாரியிலிருந்து காலிக்கோ அட்டையிட்ட புத்தகத்தை எடுத்து வைத்துக்கொண்டதைப் பார்த்து ஹிக்மத் ஓஸ்மிர் மெல்லச் சிரித்தான். படுக்கையிலிருந்த கம்பளியை எடுத்து தோளில் போட்டுக்கொண்டு வந்தான். அவர்கள் மருத்துவமனையின் பின்புறம் சென்றார்கள். அங்கே பழைய ஆம்புலன்ஸ் குதிரை வண்டிகளில் புதர்ச் செடிகள் மண்டிக்கிடந்தன. அங்கிருந்த காம்பவுண்ட் சுவரை அவர்கள் ஒரே தாவலில் தாண்டி சாலையின் ஓரம் வந்து நின்றனர். இருள் சூழ்ந்திருந்தது. ஓர் ஓரத்தில் அமைதியாக எரிக் உட்கார்ந்திருந்தான். காற்றின் ஒலியைத் தவிர எந்த ஓசையும் இல்லை.

சிறிது நேரம் கழித்து ஒரு குதிரையின் குளம்படி ஓசை கேட்டது. சற்றுத் தள்ளி அது நின்றது. ஒரு வலிமையான வாலிபன் ஒரு பெண்ணுடன் குதிரையில் இருந்தான். அந்த பெண் கோசா அணிந்திருந்தாள். தனது கோசாவை தலையின் பின்புறம் தள்ளிவிட்டபடி, இருளில் இருக்கும் மூவரையும் பார்த்துவிட்டு “நீ மட்டும்தான் என்றுதானே விடுதித் தலைவியிடம் சொல்லி வெளியே அழைத்து வந்தாய், இங்கே மூன்று ஆட்கள் இருக்கின்றார்கள்? முடியாது நான் போக வேண்டும்” என்றாள்.

அவன் எதுவும் பேசவில்லை. அவள் குதிரையிலிருந்து கீழே இறங்க உதவினான். அத்தரின் வாசம் காற்றில் மிதந்து வந்தது. எரிக் பதட்டத்துடன் ஒரு தீக்குச்சியை உரசி அவள் முகத்தை உற்று நோக்கி,

“ஹன்சா” எனப் பதறினான். அவள் அதை எதிர்பார்க்கவில்லை. அந்தக் குரலை அவள் கேட்டிருக்கின்றாள். அவள் அந்தத் தீக்குச்சியைத் தாங்கிய கையைப் பிடித்து உரசியவன் முகத்தின் முன் நீட்டினாள். ஒரு சில விநாடி மௌனத்திற்குப் பிறகு “பாபா” என அவள் குரல் உச்சத்தைத் தொட்டபோது, அவள் வாயைப் பொத்தி எரிக் அவளை மார்போடு அணைத்துக்கொண்டான். இருவரின் விசும்பலும் மேலெழுந்தபோது, அது மருத்துவமனையைச் சுற்றி வரும் காவற் பணியாளர்களை கவனப்படுத்தும் என்பதால் ஹிக்மத் ஓஸ்மிர் இரக்கமின்றி “குதிரையில் ஏறுங்கள்” என அதட்டினான். அந்த வாலிபன் இருவரும் ஏற உதவினான். ஏற்கனவே தயாராக வைக்கப்பட்டிருந்த மூட்டையைக் குதிரையின் சேணத்தில் கட்டினர். தண்ணீரும் சில நாட்களுக்கான உணவும் அதில் இருந்தது. ஒரு அரேபியின் உருமாலை அவன் கையில் திணிக்கப்பட்டது. எரிக் அணிந்து கொண்டான். கூடவே கொஞ்சம் பணம். கல்யாண் தனது கையிலிருந்த காலிக்கோ அட்டை போட்ட புத்தகத்தை அவன் கையில் திணித்து,

“பத்திரம் ஜெர்மன் ரிவால்வர், ஆறு குண்டுகள் உள்ளது” என்று கூறினான்.

பின் அவசரமாக கம்பளியையும் கொடுத்தான். தூரத்தில் குதிரை வரும் குளம்பொலி கேட்டதால் அந்த இளைஞன் அவர்கள் அமர்ந்திருந்த குதிரையைப் பின்புறமாகத் தட்டி விரட்டினான். அது வேகமெடுத்து இருளில் போய் மறைந்து விட்டது. அவர்கள் இருளில் மறைந்து நின்றனர். காவற் பணியாளர்கள் விசில் ஊதியபடி மெதுவாக குதிரையில் கடந்து போய்விட்டனர். பின் அந்த இருள் வெளியை வெகு நேரம் பார்த்திருந்த கல்யாண் கண்களிலிருந்து கண்ணீர் வழிவதைக் கட்டுப்படுத்த முடியவில்லை. ஹிக்மத் ஓஸ்மிரை கட்டித் தழுவினான். அவன் அந்த இளைஞனை தனது பழைய ஆர்டலி என்றும் அப்துல்லா ஒரு குர்து என்றும் சொன்னான். அந்த இளைஞன் கை கொடுத்துப் புன்னகைத்தான். அவனின் இரண்டு கரங்களையும் பிடித்து கல்யாண் குனிந்து தனது கண்களில் ஒற்றிக் கொண்டான். அப்போது அந்த உணர்ச்சிகரமான சூழலை உடைக்க ஹிக்மத் ஓஸ்மிர் கல்யாணைப் பார்த்துக் கேட்டான்.

“ஏன் அந்த லுகஸ் 9 மி.மீ கொடுத்து விட்டீர்கள். உங்கள் மகனைப் பாதுகாக்க வேண்டாமா?”

“அது உங்களை விடச் சக்தி வாய்ந்ததா என்ன?”

அந்தப் பெண்ணின் முகத்தை சரியாகப் பார்க்கவோ, எரிக்கிடம் பேசவோ நேரமில்லை. சில நொடிகளில் அவர்கள் பறந்து விட்டனர். எரிக்கும்

அவன் மகளும் போன திசையைப் பார்த்துக்கொண்டே இருந்தனர். வெகு தூரம் இருள் சூழ்ந்திருந்தது. பின்னர் அங்கேயே தரையில் மண்டியிட்டு அந்த இளைஞனும், ஹிக்மத் ஒஸ்மிரும் அவர்கள் பத்திரமாக போய்ச் சேரவேண்டும் என தொழுகை செய்தனர். கல்யாணும் அவர்களைப் போல மண்டியிட்டு அல்லாவை வேண்டிக் கொண்டான்.

அதன் பிறகு இரண்டு வாரம் கழித்து கல்யாணுக்கு மீண்டும் அலிப்போவிலிருந்து ரஸ் எல் அய்ன் திரும்ப உத்தரவு வந்திருந்தது. அலிப்போவில் நடந்த அந்த நிகழ்வுக்கும் அந்த மாறுதலுக்கும் தொடர்பில்லை. ஆனால் ரஸ் எல் அய்ன் முகாமில் தொற்றுநோய் வேகமாகப் பரவி வருவதும், சில மருத்துவர்கள் அங்கு இறந்துபோன செய்திகளையும் அவன் அறிந்திருந்தான். மிகிரை அவன் அலிப்போவில் விட்டுவிட்டுப் போவதில்லை என்பதில் முடிவோடிருந்தான். அவனின் ஒரே வேதனை பெருந்தொற்று பாதித்துள்ள ஒரு பகுதிக்கு சிறுவனை அழைத்து செல்வது என்பதுதான்.

பாதுகாவலர்கள் உடன் வர மிகிரை அழைத்துக்கொண்டு அவன் அலிப்போ மருத்துவமனையினை விட்டுப் போகும்போது பல நினைவுகளை அவன் சுமந்து செல்பவனாக இருந்தான். பல துயரங்களுக்கு அவனுக்கு ஆறுதல் தரும் மனிதர்களை அந்நகரம் அடையாளப்படுத்தியது. மருத்துவமனையிலிருந்த டாக்டர் ஹிக்மத் ஒஸ்மிர் அவனை அணைத்துக் கொண்டு கண் கலங்கினான். மிகிரைப் பராமரிப்பதில் ஏதேனும் சிரமம் ஏற்படும்போது அவனைத் தொடர்பு கொள்ளச் சொன்னான்.

அப்போது அவன் காதில் பாக்தாத் வீழ்ந்து விட்டது. உங்கள் படையினர் அதைக் கைப்பற்றி விட்டார்கள். ஆனால் இன்னமும் இங்கே பத்திரிக்கைகள் அதைச் செய்தியாக வெளியிடவில்லை என்றான். கல்யாண் அது தனக்குத் தெரியும் என்பது போல தலையசைத்தான். மீண்டும் இரயில் ஏறி அடுத்த நாள் காலையில் ரஸ் எல் அய்ன் வந்து சேர்ந்தான்.

ரஸ் எல் அய்ன் மருத்துவமனை இப்போது கொஞ்சம் மேம்பட்டிருந்தது. ஜெர்மானிய இரயில்வே கம்பெனியின் கட்டுப்பாட்டில் இருப்பதால் அப்படி இருந்தது. இரயில்வே கட்டுமானப் பணி இந்தியர்கள் மற்றும் பிரிட்டிஷ் கைதிகள், ஆர்மீனியர்களால் கூடுதல் தூரத்தை அடைந்திருந்தது. அவர்கள் நாள் ஒன்றுக்கு 12 மணி நேரம் வேலை செய்தனர். வார விடுமுறை கூட அவர்களுக்கு வழங்கப்படவில்லை. ஆனால் ஆர்மீனிய முகாம்களில் இருந்த பெரும் பகுதி மக்கள் இப்போது இல்லை. அவர்களுக்கு என்ன நிகழ்ந்திருக்கும் என்பதை யூகிக்க முடியும். இந்தியத் தொழிலாளர்களும் கடும் நோய்த் தொற்றினால் செத்து விழுந்து கொண்டிருந்தனர். கூர்கா படைப்பிரிவைச் சார்ந்த வீரர்கள் நோயால் இறந்த அவர்களின் சக வீரர்களின் உடலை தொழிலாளர் முகாமுக்கு அப்பால் இருந்த ஒரு

மேட்டு நிலத்தில் சிதை மூட்டிக்கொண்டிருந்தனர். அது மேட்டுப் பகுதி என்பதால் மருத்துவமனையிலிருந்து நன்கு தெரிந்தது. அந்த நெருப்பு நாள்தோறும் இடைவிடாமல் எரிவதைக் காண முடிந்தது. இன்னும் சில நாட்கள் அவர்கள் நோய்த் தொற்றின்றி உயிரைப் பிடித்து வைத்திருந்தால் இந்தியாவுக்குப் போயிருக்க முடியும் எனக் கருதினான். இந்தியாவிலிருந்து வந்திருந்த பல இளம் மருத்துவர்கள் இப்போது இல்லை. அவர்கள் உயர்தர மத்தியதரக் குடும்பங்களைச் சார்ந்தவர்களாகவும், சிலர் இங்கிலாந்தில் மருத்துவ உயர்படிப்பு படித்தவர்களாகவும் இருந்தனர். சிலர் எங்கே புதைக்கப்பட்டனர் என்பதுகூட எவருக்கும் தெரியாது. அந்த மேட்டில் எரிக்கப்படும் உடல்கள் அனைத்தும் எந்த அடையாளத்திலும் வராமல் போய்விடும். அவர்களை யார் நினைவு கூறுவது என அவன் கலங்கினான். இரவில் எரியும் சிதை நெருப்பின் வெளிச்சம் இரண்டு மூன்றாகத் தெரியும் போது மிகுந்த கலக்கம் அடைந்தான். மிகிர் அவனுடன் இருப்பதால் அவன் கூடுதலாகக் கலங்குவதாகக் கருதினான். இந்தப் பாசம் நம்மை அச்சம் கொள்ள வைக்கின்றது என மீண்டும் கருதினான். சில இரவுகளில் தூக்கமின்றித் தவித்தான். ரஸ் எல் அய்னிலிருந்து அவன் வேறு எங்கேனும் செல்ல விரும்பினான்.

ஒரு சில நாட்களில் அவன் மனம் விரும்பியபடி அவனுக்கு நிஸ்பின் ஜெர்மன் இரயில்வே கம்பெனியின் கட்டுப்பாட்டில் உள்ள மருத்துவமனைக்கு பணி மாறுதல் வந்தது. இம்முறை இரயில்வே கம்பெனியின் லாரியில் அவனையும் மிகிரையும் கூட்டிக்கொண்டு நிஸ்பின் கொண்டு போய்ச் சேர்த்தனர். வழியிலிருந்த பல அடையாளங்கள் அவனுக்குப் பலவற்றை நினைவூட்டின. மொசூலிருந்து நடந்து வரும்போது ஒரு சிறுவனை ஏற்கச் சொல்லி மன்றாடிய ஓர் ஆர்மீனியத் தாயின் நினைவு வந்து போனது. இப்போது அவனுக்குக் குற்ற உணர்வு ஏதுமில்லை. மிகிரின் தலையை வருடிக் கொடுத்தான்.

நிஸ்பினில் இருந்த மருத்துவமனை ஜெர்மன் இரயில்வே கம்பெனியின் கட்டுப்பாட்டில் இருந்ததால் மருந்துகள் தட்டுப்பாடின்றிக் கிடைத்தது. பிரிட்டிஷ் மற்றும் ருஷ்யக் கைதிகள் மற்றும் ஆர்மீனிய அகதிகள் அந்த மருத்துவமனைக்கு அப்பால் இருந்த முகாம்களில் இருந்தனர். கேப்டன் கல்யாணின் பெங்கால் ஆம்புலன்ஸ் கார்ப்ஸ் படைப்பிரிவினர் இந்த முகாமில் இருந்ததால் மருத்துவமனையில் அந்நியத் தன்மை குறைந்திருந்தது. மிகிர் அவர்களுடன் பேசிப் பழகினான். ஆர்மீனிய அகதிகளைப் பொறுத்து அங்கு இருந்தவர்கள் பெண்கள் மற்றும் குழந்தைகள் மட்டுமே. ஆர்மீனிய அகதி முகாமில் நடந்த பல்வேறு அநீதிகள் அந்த முகாமில் இல்லை. ஆனால் முகாமில் இருந்த பெண்கள் என்றாவது ஒரு நாள் பாதிப்பு வரும் என அச்சத்தை மனதில் சுமந்திருந்தனர்.

மிகிரின் அப்பா என ஆர்மீனியப் பெண்கள் கல்யாணைக் கூப்பிட்டனர். சில வயதான பெண்கள் கல்யாணுடன் வந்து பேசினர். அவர்களிடம் அவன் தனது அம்மாவின் நினைவுகளைப் பகிர்ந்து கொண்டான். அவனின் அம்மாவைப் பற்றி பேச அவனிடம் நிறையக் கதைகள் இருந்தன. அவை எப்போதும் சோர்வைத் தராத கதைகள். போருக்கு வருவதற்கு அவள் அம்மாவுக்கு விருப்பமில்லை என்றும் மேல் படிப்பிற்காக இங்கிலாந்து லிவர்பூலில் இருந்தபோது போர்ச் சூழல் எழுந்ததாகவும், அதனால் கல்கத்தா வந்து அவளிடம் பல பொய்களைச் சொல்லி அங்கிருந்து அவன் போருக்குக் கிளம்பி வந்ததையும் சொன்னான். அதைக் கேட்ட அந்த முதிய பெண் சொன்னாள் "அதுதானே பார்த்தேன். எந்தத் தாயும் மகனை போருக்கு எப்போதும் அனுப்பமாட்டாள்" என்றாள். உலகின் எல்லா மூலையிலும் அம்மாக்கள் ஒன்று போலத்தான் இருக்கின்றனர்.

அஃபியனில் இருந்த வில்லியம்ஸுக்கு அவன் தாய் ரோசி தொடர்ந்து கடிதம் எழுதி வந்தாள். மேலும் வில்லியம்ஸ் விடுதலை செய்யப்படவேண்டும் என அவள் தொடர்ந்து போர் அமைச்சகத்திற்கும் வைஸ்ராய் அலுவலகத்திற்கும் மனு அனுப்புவதையும் வழக்கமாக்கி வந்தாள். குன்னூரிலிருந்த ஐரோப்பிய தேவாலயத்தின் ஞாயிறு பிரார்த்தனைகளில் அந்தக் கோரிக்கைக்காக கூட்டு வழிபாடும் செய்யப்பட்டது. பாதிரியார் தனது தேவாலயத்தின் சார்பில் எழுதிய வேண்டுகோள் கடிதமும் வைஸ்ராய் அலுவலகத்திற்கு அனுப்பப்பட்டது. அனுப்பப்பட்ட மனு கிடைத்ததாகவும் உரிய நடவடிக்கை எடுப்பதாகவும் பதில் கடிதம் வந்தது. போருக்கு ஆட்களைச் சேர்ப்பதற்கு அரசாங்கம் எடுத்த நடவடிக்கையில் நூற்றில் ஒரு பங்குகூட போர்க்கைதிகளை விடுவிக்கச் செய்யவில்லை என வெளிப்படையாகத் தெரிந்தது. கைதிகள் பிரச்சனை அந்தக் கைதிகள் சார்ந்த பிரச்சனையாக மட்டும் குறுக்கப்படும் அவலம் நிகழ்வதாக ரோசி கருதினாள். எட்வர்ட் தன் ஒரே மகனை இழந்து விட்டான். பள்ளிகளில் வந்து போருக்கு அழைத்தவர்கள், போருக்குப் போவதே தேசபக்தி எனச் சொன்னவர்கள் எவரும் எட்வர்டின் துயரில் பங்கேற்க முடியாது. அவர்கள் குடும்பம் தங்களைத் தாங்களே தேற்றிக் கொள்ள வேண்டியதுதான். பொதுவெளியில் டக்ளஸ் என்ற இளைஞனின் மறைவால் எந்தப் பாதிப்புமில்லை. ஆனால் வீட்டில் உள்ளோரின் ஒவ்வொரு அசைவிலும், நினைவிலும் அந்த வெற்றிடம் இருந்துகொண்டே இருக்கும். சில சமயம் எட்வர்டும் அவன் மனைவியும் வில்லியம்ஸின் தாய் ரோசியைப் பார்க்க வந்தனர். வில்லியம்ஸின் விடுதலை குறித்து எவருக்குக் கடிதம் எழுதலாம் என ஆலோசித்தனர். சிறிது நேரம் அவர்களின் மகன் டக்ளஸ் நினைவுகளைப் பகிர்ந்து கொண்டனர். பின் ஜெபம் செய்துவிட்டுச் சென்றனர். ரோசி உடைந்து விடக்கூடாது என அவர்கள் கருதினர். இக்கட்டான கடும் துயரில் ஆறுதல் தர முன்வரும் அந்தக் குணம் உயர்வானது. வெளியே போகும்போது மழை தூறியது. குடை பிடித்தபடி நடக்கும் எட்வர்டின் மனைவியின் நடையில் ஒரு தளர்ச்சியிருந்தது.

ரோசி முறையாகத் தூங்கி வெகு நாட்களாகி விட்டது. அவளுக்கு தலை நரைத்துப் போகும் வயதில்லை. ஆனால் நரைக்கத் துவங்கி விட்டது. பல சமயம் மகனைக் கட்டுப்படுத்த முடியாதவள் எனத் தன்னைக் கருதினாள். இப்போதும் அவளை மீறிச் சென்ற வில்லியம்ஸைத் தடுத்திருக்க வேண்டும் என்ற குற்ற உணர்வு அவளுக்குண்டு. பள்ளி ஆசிரியன் எட்வர்ட் தனது மகனை இழந்து விட்டான். ஆனால் ரோசிக்கு இந்த உலகின் ஒரு மூலையில் அவள் மகன் உயிருடன் உள்ளான். அவன் பதின் பருவத்தின் இறுதி நாட்களை கடுமையான அனுபவத்தினை தாங்கிக் கடந்திருக்கின்றான். வில்லியம்ஸை விடுவிக்க வேண்டும் என மாறி மாறி போர் அமைச்சகத்திற்கும், வைஸ்ராய் மற்றும் படைப்பிரிவு அலுவலகத்திற்கும் அவள் கடிதம் எழுதிக்கொண்டே இருந்தாள்.

அச் சூழலில் தி டைம்ஸ் பத்திரிக்கையின் கட்டுரையில், "மெசபடோமியா குட்டில் கைதான இந்தியக் கைதிகள் விடுவிக்கப் படவேண்டும் என்ற எதிர்பார்ப்பு மேலோங்கியுள்ளது. அவர்களை பிரிட்டிஷ் அரசு மறந்து விடும் என அச்சப்படுகின்றனர். இதனால் அந்தக் கைதிகளின் குடும்பத்தார் மிகுந்த வேதனை அடைந்துள்ளனர். கைதான அந்தக் கதாநாயகர்களை உயிருடன் திருப்பி அனுப்பாமல் வைத்துக்கொள்ள ஒட்டாமன் அரசு முயலுகின்றது எனக் கருதுகின்றனர்" என்று செய்தி வெளியானது.

போரில் சிறைப்பட்டோர் தொடர்பாக தொடர் அழுத்தம் பிரிட்டிஷ் அரசுக்குக் கொடுக்கப்பட்டது. இங்கிலாந்து பாராளுமன்றத்தில் அது தொடர்பாக கேள்விகள் எழுப்பப்பட்டன. அப்போது ஒட்டாமன் அரசின் போர்க் கைதிகள் சுமார் 50000 பேர்கள் பிரிட்டிஷ் அரசாங்கத்திடம் உள்ளதாகவும், துருக்கியிடம் பிரிட்டிஷ் இந்தியக் கைதிகள் வெறும் 5000 அளவில் தற்போது உயிருடன் உள்ளதாகவும், துருக்கி அரசாங்கம் இவ்வளவு எண்ணிக்கையிலான அவர்கள் கைதிகள் பிரிட்டிஷிடம் இருந்தபோதும் கைதிகளைப் பரிமாறுவதற்கு எந்த ஆர்வமும் காட்டவில்லை. தன்னைச் சந்தித்த ஜெர்மன் தூதுக்குழுவினரிடம் இது தொடர்பாக பேசியுள்ளதாகவும், நெதர்லாந்து அரசாங்கத்தின் மூலம் மீண்டும் அந்த முயற்சி தொடர்வதாகவும், 1909ஆம் ஆண்டில் நடந்த ஹேக் மாநாட்டில் போர்க் கைதிகளைப் பரிமாறிக் கொள்வது தொடர்பான கொள்கையை துருக்கி ஏற்றுச் செயல்படும் என நம்புவதாகவும் அமைச்சர் பதிலளித்தார்.

கான்ஸ்டாண்டிநோபிளிலிருந்த அமெரிக்கத் தூதர் ஆப்ரகாம் எல் இல்குஸ் இங்கிலாந்து அமைச்சரவைக்கு எழுதிய கடிதத்தில் போர்க் கைதிகள் முகாமிலிருந்த இந்திய அதிகாரிகளுக்கும், படை வீரர்களுக்கும் சம்பளமும், எந்த உதவிகளும் போய்ச் சேரவில்லை என்றும் எனவே அவர்களுக்கு மற்ற கைதிகளைப் போல சம்பளம், உதவிகள் கிடைக்க நடவடிக்கை எடுக்க வேண்டும் எனவும் கவனப்படுத்தினார். மேலும் அமெரிக்கத் தூதரகம்

மூலம் கைதிகளின் முகாம்களை ஆய்வு செய்ய ஏற்ற சூழலை ஏற்படுத்த பிரிட்டிஷ் அரசு உதவினால்தான், உண்மை அதன் கவனத்திற்கு வரும். இல்லையேல் சில அதிகாரிகளின் கற்பனைக்கு நீங்கள் தீனிபோட வேண்டி வரும் எனக் குறிப்பிட்டிருந்தார். அவர் ஜெனரல் டவுன்செண்ட்டை போன்ற அதிகாரிகளையே அதுபோல காட்டமாகக் குறிப்பிட்டார். மேலும் அந்தக் கடிதத்தில் துருக்கியின் முக்கிய நிர்வாகியான தாலக் பாட்ஷாவின் நெருங்கிய நண்பர் ஒருவரை பிரிட்டிஷ் போர்க் கைதியாக சிறை பிடித்திருந்தது. அந்த நபரை விடுவித்தால், துருக்கி தனது போர்க் கைதிகள் முகாம்களை பார்வையிட அனுமதிப்பார்கள் என்றும் அவர் கருதினார். மேலும் கான்ஸ்டாண்டிநோபிளில் உள்ள துருக்கித் தலைமைக்கு அதன் எந்த முகாம்களில் எத்தனை போர்க் கைதிகள் உள்ளார்கள், அவர்களின் முழு விபரம் போன்ற எந்தத் தகவலும் தெரியவில்லை. இதனால் போர்க் கைதிகள் சிலரின் பெயர்கள் விடுபட்டு, விடுதலை செய்யப்படாமல் போகும் ஆபத்து உள்ளதாகவும் எச்சரித்தார். இதன் மற்றொரு பொருள் குறைந்தபட்சம் இந்திய அரசாவது அதுபோன்ற தகவல்களைச் சேகரித்து ஆவணப்படுத்த வேண்டும் என்பதுதான்.

ஜெனரல் டவுன்செண்ட் டைகரிஸ் நதியில் படகில் தனது படையினரை விட்டுப் பிரிந்த பின்பு அவர் மரியாதையுடனும், வசதியுடனும் இன்ஸ்தான்புல்லில் மர்மரா கடலில் இருந்த ஹேலிபெலிடா தீவில் அரச மாளிகையில் தங்கியிருந்தார். அவருடன் அவரின் செல்ல நாய் ஸ்பாட்டும் உடனிருந்தது. மாளிகையிலிருந்து கடலை ரசித்தபடி தனது கடந்த கால நினைவுகளில் மூழ்கிக் கிடந்தார். அடிக்கடி துருக்கிப் போர் அமைச்சரான என்வர் பாட்ஷாவைச் சந்தித்து பிரெஞ்சில் உரையாடினார். சில துருக்கிப் பத்திரிக்கைகளில் தன்னைத் துருக்கி கௌரவமிக்க விருந்தினராக நடத்துவதாக புகழ்ந்து தள்ளினார். துருக்கியின் ஒரு சொகுசுப் படகைப் பயன்படுத்த அனுமதிக்கப் பட்டார். மேலும் சுல்தான் அரண்மனையில் நடைபெறும் சில இரவு விருந்துகளில் அவர் கனவான்களுக்குரிய ஆடைகளை அணிந்து பங்கெடுத்தார். துருக்கியர்களின் விருந்தோம்பல் அவரைக் கண்கலங்கச் செய்தது. இதுபோன்ற நண்பர்களையா நான் எதிர்த்துப் போரிட்டேன் எனக் கூட அவர் சொகுசு மெத்தையில் படுத்தபடி யோசித்ததுண்டு. அவரின் பணியைப் பாராட்டி அவருக்கு லண்டனில் சிறந்த வீரமிக்க கமாண்டர்களுக்கான விருது அறிவிக்கப்பட்டது. அந்த விருது அறிவிப்பைப் பற்றிய செய்தி அவர் இன்ஸ்தான்புல்லில் உள்ள எல்லாப் பத்திரிக்கையிலும் வருவதை உறுதி செய்தார். சில பத்திரிக்கை ஆசிரியர்களை நேரில் சென்றே சந்தித்தார். தனது சொகுசு வாழ்க்கையில் எல்லாம் கிடைத்தது. ஆனால் மனைவி இல்லாதது கொஞ்சம் குறையாக இருந்தது. அவர் தனது மனைவியின் அணைப்புக்கும் முத்தத்திற்கும் ஏங்கினார். அவளுடன் அந்த மாளிகையில் ரும்பா நடனம் ஆட விரும்பியிருக்கலாம். அவர் மனைவி அலிஸ்க்கு எழுதிய கடிதத்தில்

இன்ஸ்தான்புல் அருகில் பிரிங்கிபோ தீவில் உள்ள ஹம்சன் மாளிகையில் ஓர் ஆங்கிலக் கனவானின் சொகுசு வாழ்க்கை வாழ்வதாகவும், அலிஸ் அருகில் இல்லை என்ற குறை மட்டும் உள்ளதாகவும் உடனே கிளம்பி இன்ஸ்தான்புல் வருமாறும் கடிதம் எழுதினார்.

அவரின் கடிதத்தைக் கண்ட அவர் மனைவி, அவரின் கீழ் போர்புரிந்த வீரர்கள் அனடோலியாவின் பல்வேறு முகாம்களில் கடுமையான சூழ்நிலையில் வாழ்ந்து வருவதாகவும், பலர் நாள்தோறும் செத்துக் கொண்டே இருப்பதாகவும், இச்சூழலில் டவுன்செண்டின் இந்த சொகுசு எண்ணம் அவரின் மரியாதையைச் சீர்குலைத்துவிடும் என எச்சரிக்கை செய்தாள். டவுன்செண்டின் கட்டமைக்கப்பட்ட பிம்பம், அவருக்கு சொகுசு வாழ்க்கையிலிருந்த விருப்பம் மற்றும் அவரது சுய தம்பட்டம் போன்றவை கடுமையான விமர்சனத்திற்கு உள்ளாயின. அவர் நீண்ட காலம் உளவியல் சிக்கல்களைச் சந்தித்து வந்ததன் ஒரு வெளிப்பாடாகவும் அது இருக்கலாம்.

துருக்கி முகாம்களில் உணவுப் பொருள்களின் விலை அதிகரித்தவாறு இருந்தது. ஆட்டுக் கறியோ, மாட்டுக் கறியோ கிடைப்பது அரிதானது. எனவே எருமைக் கறி சாப்பிட்டனர். ஆனால் அதுவும் விலை ஏறியதால் கழுதைக் கறியை சாப்பிடும் நிலைமை வந்தது. ஏறி வரும் விலைவாசிக்குத் தக்கபடி பிரிட்டிஷ் அரசு பணத்தை உயர்த்தி அனுப்பவில்லை. எனவே உணவு மீண்டும் பிரச்சனையானது. ரொட்டியின் விலையும் அதிகமானது. ஆஸ்திரேலிய வீரன் ஒருவன் அவன் ரொட்டியில் இருந்த புழுவைப் பார்த்துவிட்டு புழு சேண்ட்விட்ஜ் என்று சாப்பிடும் சூழல் இருந்தது. அமெரிக்காவின் தொடர் வற்புறுத்தலால், துருக்கி அரசு தனது ரயில் மற்றும் ராணுவ வாகனத்தை உதவிப் பொருட்கள் கொண்டு செல்ல அனுமதித்தது.

நெதர்லாந்து நாட்டைச் சார்ந்த மூவர் குழு மீண்டும் கைதிகள் முகாமுக்கு வந்து ஆய்வு செய்தனர். அப்போது சில உதவிகளை முகாமிலுள்ளவர்க்குச் செய்தனர். முகாமில் உள்ள இந்திய கைதிகளுக்கு பெரிய உதவிகள் எதுவும் கிடைக்கவில்லை என்பதையும் அவர்கள் வறுமையில் வாடுவதையும் கைதிகளுக்குள் உதவி வழங்குவதில் பாகுபாடு தொடர்ந்து நிலவுவதையும் குறிப்பிட்டு மீண்டும் அவர்கள் ஒருங்கிணைந்த அறிக்கையாக பிரிட்டிஷ் அரசுக்குச் சமர்ப்பித்தனர்.

இன்னமும் முகாமில் இறந்த பல கைதிகளின் இறப்பு முறையாக அவர்களின் குடும்பத்தாருக்கு தெரிவிக்கப்படாமல் இருந்தது. தகவல் பரிமாற்றம் குறைவாக இருந்தது. உடல்நிலை பாதிப்பால் முகாமில் இருபது வயதுக்கு உட்பட்ட ஓர் இளைஞன் இறந்து ஒருவருடம் வரை மாதந் தோறும் அவன் அம்மா அவனை விசாரித்து கடிதம் எழுதி வந்திருந்தார். ஒரு பார்சலில் மகனுக்காக சாக்லெட்டுகளையும் அனுப்பியிருந்தார். சாக்லெட்டுகளை எல்லோரும் பகிர்ந்து கொண்டனர். அந்தப் பார்சலின்

முகவரியைப் பார்த்து வில்லியம்ஸ் அந்த அம்மாவுக்குக் கடிதம் எழுதி, அவள் மகனின் மரணத்தைத் தெரிவித்தான். அதன் பின்பு ஒரு மாதம் கழித்து அந்தத் தாய் அவனுக்கு நன்றி சொல்லி ஒரு கடிதம் எழுதியிருந்தாள். அதில் அவள் வில்லியம்ஸ் எழுதிய கடிதம் கிடைத்ததையும், அதன் பின் செஞ்சிலுவை சங்கத்தின் மூலம் அதனை உறுதிப்படுத்திக் கொண்டதாகவும் எழுதியிருந்தாள். மேலும் "என்னிடம் சொல்லாமல் போக என் மகனுக்கு எப்படி மனம் வந்தது? நான் படும் வேதனை அவனுக்கு எங்கே புரியப் போகின்றது. நான் இங்கே தனியாக தவித்துக் கொண்டு இருக்கின்றேன். என்னைப் பற்றி அவனுக்கு எந்தக் கவலையும் இல்லை" என அவள் தனது வேதனையைப் பகிர்ந்து கொண்டு, இறந்தவனின் உடமைகளை அவன் நினைவாக அவளுக்கு பார்சல் மூலம் அனுப்பி வைக்கக் கோரியிருந்தாள். மேலும் 10 சில்லாங்க் பணமும் அனுப்பி வைத்திருந்தாள். அவன் தனது அம்மாவை அந்த இடத்தில் வைத்துப் பார்த்தான். படை வீரனுக்கு அதிகம் யோசிப்பதற்கும், கற்பனை செய்வதற்கும் நேரம் தருவது சிக்கலானதுதான் எனக் கருதினான்.

டாக்டர் ஜேம்ஸ் புரோன் அவ்வப்போது கைதிகளை விடுவிப்பது தொடர்பான அரசின் முயற்சிகளைச் சொல்லி வந்து கொண்டிருந்தார். டாக்டர்களையும், அதிகாரிகளையும் முதலில் விடுவிப்பது என முடிவு செய்திருந்ததாகவும் ஆனால் ஏதோ காரணத்தால் அது நடக்கவில்லை என்றும், தற்போது பதினெட்டு மாதத்திற்கு மேல் கைதியாக உள்ளவர்களில் பிரிட்டிஷ் பக்கமிருந்து ஆயிரம் பேர்களை விடுவிப்பது என்றும், அதற்கு பதிலாக துருக்கி நாட்டைச் சார்ந்த ஆயிரத்து ஐநூறு கைதிகளை பிரிட்டன் விடுவிக்க முன் வந்திருப்பதாகவும் இதைத் துருக்கி தரப்பில் ஒப்புக் கொண்ட போதும் ஜெர்மனியின் இசைவுக்கு அது காத்திருப்பதாகவும் கூறினார். தொலை தூரத்தில் ஒரு வெளிச்சம் தெரியத் துவங்கியிருந்தது.

1918 அக்டோபர் 30ஆம் தேதி கிரேக்கத்தின் லெமனஸ் கடற்பகுதித் துறைமுகமான முட்ரஸில் நிறுத்தி வைக்கப்பட்டிருந்த பிரிட்டன் போர்க் கப்பல் அக்மேனானில் துருக்கிக்கும் பிரிட்டனுக்கும் இடையே போர் நிறுத்த ஒப்பந்தம் கையெழுத்தானது. பிரிட்டனின் பிரதமர் டேவிட் லாயட் ஜார்ஜ் தனது அட்மிரல் கல்தேர்ப்பிக்கு அந்த ஒப்பந்தத்தில் கையெழுத்திட அதிகாரம் வழங்கியிருந்தார். துருக்கி சார்பில் அதன் கடல்சார் துறை அமைச்சர் ரஃப் பே கையெழுத்திட்டிருந்தார். இவ்வொப்பந்தத்தில் ஒட்டாமன் பேரரசின் இராணுவத்தைக் கலைப்பது, போர்க் கைதிகளை விடுவிப்பது மற்றும் அரபு நிலத்திலிருந்து ஒட்டாமன் விலகிக் கொள்வது என்பவை முக்கிய கூறுகளாக இருந்தன.

அஃபியானில் உள்ள முகாமுக்கு அந்தச் செய்தியை துருக்கி அதிகாரி முதலில் டாக்டர் ஜேம்ஸ் புரோனின் மருத்துவமனையில் சொன்னான். அப்போது வில்லியம்ஸ் மைதானத்தில் கால்பந்தாடிக் கொண்டிருந்தான். செய்தியைக் கேட்டதும் பைத்தியம் பிடித்தவர் போலக் கத்திக் கூச்சலிட்டு கால்பந்து மைதானத்துக்குள் ஓடி வந்து குதிக்கத் துவங்கியிருந்தார் டாக்டர். அது ஒரு கூட்டத்தைக் கூட்டியது. அப்போது அந்தத் துருக்கி அதிகாரி மீண்டும், “நீங்கள் இனிக் கைதிகளல்ல. உங்களை விடுவித்து விட்டோம். நேற்று போர் நிறுத்த ஒப்பந்தம் கையெழுத்தாகி விட்டது” என்றான். கூச்சல் விண்ணைப் பிளந்தது. ஒருவரை ஒருவர் கட்டிப் பிடித்துக் கொண்டார்கள்.

எல்லோரும் மைதானத்தில் கூடினார்கள். டாக்டர் ஜேம்ஸ் புரோனை தூக்கிக்கொண்டு அவர்கள் மைதானத்தினைச் சுற்றி வந்தார்கள். எவனோ ஒருவன் யூனியன் ஜாக் கொடியைக் கொண்டு வந்து ஜேம்ஸ் புரோன் கையில் திணித்தான். அவர் அதைக் கையில் உயர்த்தியபடி கத்திக் கொண்டே இருந்தார். அவர் தன்னைச் சுமந்து கொண்டிருக்கும் கூட்டத்தைப் பார்த்துக் கொடியை உயர்த்தியபடியே தேவாலயத்தை நோக்கிப் போ என சப்தமிட்டார். தேவாலயத்திற்குப் போனதும் அதன் வட்டவடிவ உயர்ந்த குவிமாடத்தின் உச்சியில் அந்தக் கொடியை ஏற்ற வேண்டும் என்றார். வில்லியம்ஸ் அதை வாங்கிக்கொண்டு கூரையில் ஏறினான்.

உடன் அவனுடன் கால்பந்து விளையாடும் நண்பர்கள் ஏறினர். உச்சியில் இருந்த சிலுவையுடன் சேர்த்து யூனியன் ஜாக் கொடி கட்டப்பட்டது. நாங்கள் எங்கள் நாட்டுக்குத் திரும்பப் போறோம் எனக் கத்தினான். அதே போல சார்லஸ் பிளாட்டும் கத்தினான். கொடியின் அருகில் இருவரும் தோழமையுடன் கட்டிக் கொண்டனர். அது காற்றில் படபடத்துப் பறந்தது.

மைதானத்தில் முகாமிலிருந்த எல்லோரும் கூடி விட்டார்கள். துருக்கிக் காவலர்கள் எவரும் இல்லை. அவர்கள் முகாமின் கதவையும் முள்வேலியின் ஒரு பகுதியையும் அப்புறப்படுத்திவிட்டனர். பின் எல்லோரும் அஃபியானின் கடைவீதிக்குப் போய் இதனைக் கொண்டாடுவது என முடிவு செய்து ஊர்வலமாகச் சென்றார்கள். போர் நிறுத்தம் வெல்லட்டும்! நேச நாடுகள் வெல்லட்டும்! ஊர் திரும்பப் போகின்றோம்! என கோசமிட்டனர். கடை வீதிகளில் உள்ள எல்லோரும் அவர்களைப் பார்த்தனர். சில துருக்கிப் பெண்கள் ஊர்வலத்தில் வரும் இளைஞர்களைப் பார்த்து சிரித்து உற்சாகப்படுத்தினர். டாக்டர் ஜேம்ஸ் புரோன் கோசமிட்டு அவரின் தொண்டை கம்மிப் போனது. அவர்கள் ஊர்வலம் மீண்டும் முகாமுக்குத் திரும்பும்போது கடைவீதிகளில் துருக்கி நாட்டுச் சாராயமான அரக் வாங்கி வந்திருந்தார்கள். இரவு மைதானத்தின் மையத்தில் தீக்குவை மூட்டி அதனைச் சுற்றி அமர்ந்து குடித்தனர். அதன் நெடி ஒரு மாதிரியாக வில்லியம்ஸுக்கு குமட்டியபோது "இது திராட்சைப் பழத்தையும், சோம்புவையும் நசுக்கி ஊற வைத்து வடிப்பது. நல்ல துருக்கி நாட்டுச் சரக்கு, சும்மா குடி" என்றார் டாக்டர் ஜேம்ஸ் புரோன். இரண்டாவது ரவுண்டில் கண்கள் நன்றாக அவனுக்கு மயமயத்தது. விடிந்தபோதுதான் மைதானத்திலேயே படுத்திருப்பது தெரிந்தது. தீக்குவை எரிந்து சாம்பலாய்க் கிடந்தது. இன்னமும் பலர் மைதானத்திலிருந்து எழுந்திருக்கவில்லை. அந்தக் குளிரில் அந்த மைதானத்தில் கிடக்க நெருப்பும், சாராயமுமே காரணம். இரவு அடித்த அரக் காரணமாக லேசாகத் தலை வலித்தது. "அது ஹேங்க் ஓவர், அதற்குக் கொஞ்சம் அரக் குடிப்பதுதான் மருந்து" என்றான் சார்லஸ்.

அவன் அறைக்குப் போய் கட்டிலில் படுத்துக் கொண்டான். விடியும்போது போது ரோல் கால் எதுவுமின்றி, எவரின் அதிகாரமுமின்றி படுத்துக் கிடப்பது மகிழ்ச்சியாக இருந்தது. மீண்டும் தூங்கிப் போனான். வெகு நேரம் கழித்து மசூதியின் மினாரிலிருந்து அந்தச் சிறுவன் தொழுகைக்கு அழைக்கும் ஓசை. இங்கு இந்த நேரத்தில் அவன் இவ்வளவு சோம்பேறித்தனமாக இருந்ததில்லை. கண்காணிக்கப்படுகின்றோம் என்ற உறுத்தல் இருந்து கொண்டே இருக்கும். எழுந்து கழிப்பறைப் பக்கம் போனான். வெளியே இன்னமும் ஆரவாரம் கேட்டுக் கொண்டே இருந்தது. அவன் அறையை விட்டு வெளியே வரும்போது சார்லஸ் வந்திருந்தான்.

“எனக்கு ஓர் உதவி செய்ய வேண்டும். என் காதலிக்கு திரும்பி வந்து அவளைச் சந்திக்கப் போவது பற்றிக் கடிதம் எழுதவேண்டும். கவித்துவமாய் எழுத ஏதேனும் சில வரிகளைச் சொல்.”

“காதலியாகத்தான் உள்ளாளா? அடுத்தவன் மனைவியாகி விட்டாளா?”

“அட. எதுவாக இருந்தால் என்ன பிரச்சனை? காதலி காதலிதானே கவிதையைச் சொல்லு.”

வில்லியம்ஸ் ‘நமக்கு கவிதை எழுத வரும் என இவனுக்கு எவன் சொன்னான்’ என நினைத்தான். முன்பு ஒருமுறை கேப்டன் கல்யாண் சொன்ன தாகூரின் வரிகள் நினைவுக்கு வந்தது. எடுத்து விட்டான். சார்லஸ் மகிழ்ந்து எழுதிக் கொண்டான். போகும்போது,

“என் அறையில் உள்ள பொருட்களையும், மற்ற நண்பர்களின் பொருட்களையும் சேர்த்து இன்று மாலை கடை வீதியில் ஏலம் விடப் போகின்றோம், அதைத் தூக்கிக் கொண்டு ஊர் போக விருப்பமில்லை. அதில் வரும் பணத்தில் இன்றும் கொண்டாட்டம்தான். நீயும் வருகின்றாயா?”

வில்லியம்ஸ் வருவதாகத் தலையசைத்தான். சார்லஸ் மீண்டும் மீண்டும் தாகூரின் வரிகளைப் படித்து இரசித்தபடி, அவனை வரவேற்க மெல்பர்ன் துறைமுகத்தில் காத்திருக்கும் காதலி அவனைக் கண்டதும் தாவி வந்து அணைத்து உதடுடன் நீண்ட முத்தமிடும் நினைவுகளில் நடந்தான். அய்னி அதுபோல அவனுக்காக துறைமுகத்தில் காத்திருப்பதாய் கற்பனை செய்ய முயன்றான். ஆனால் அவள் அவனிடம் காதோரம் “என்னை விட்டுப் போய் விடாதே என் அன்பே” என்கின்றாள். அவன் கண்கள் ஈரமானது.

மாலையில் அவர்கள் கடைத்தெருவுக்குச் சென்றார்கள். ஒரு மூட்டையில் அந்த ஏலம் விடப் போகும் பொருட்கள் இருந்தன. கடைத் தெருவில் வழக்கமாக ஏலம் விடும் சதுக்கத்தில் போர்வையினை விரித்து அவற்றை அடுக்கி வைத்தனர். அதில் மூன்று டிரஞ்ச் வாட்சுகளும் இருந்தன. ஒன்று ஒரு சிறு பெட்டிக்குள் மடக்கி வைக்கும் பாக்கெட் கடிகாரம். மற்ற இரண்டும் கையில் கட்டும் வாருடன் இணைக்கப்பட்டவை. சில குடுவைகள் மற்றும் சிறிய கோடரி, கத்தி, டார்ச் லைட்டுகள் என்றிருந்தன. அவைகள் பிரிட்டன் பொருட்கள் என்பதால், அங்கு அதிகம் புழக்கத்தில் இல்லாதவை. ஏலம் துவங்குவதற்கு முன் அந்தப் பொருட்களைப் பார்க்க ஆணகளும், பெண்களும் வந்தார்கள். சிறுவர்களும் இருந்தார்கள். அந்தக் கூட்டத்தில் இருந்த உள்ளூர்வாசிகளில் ஏலத்தில் குறைத்துக் கேட்டு அடிமாட்டு விலைக்கு வாங்குவதில் நிபுணர்களும் இருந்தார்கள் என முகாமிலிருந்து போனவர்களுக்குத் தெரியாது.

ஏலம் துவங்கியபோது முதலில் வார் இல்லாத சிறு பெட்டியில் மடக்கி வைக்கக் கூடிய பாக்கெட் டிரஞ்ச் வாட்சை ஏலம் விட அதை உயர்த்திக் காட்டினான். அது நல்ல ஓடும் நிலையில் இருந்தது.

“புதிய ஒன்றின் விலை அதன் வெளி மார்க்கட்டில் சுமார் நாற்பது துருக்கி லையார் போகும். இதற்கு நியாயமான விலையை ஏலம் கேளுங்கள்” என்றான்.

கூட்டத்தில் ஒரு முறுக்கிய மீசை வைத்தவன் சட்டென்று அம்பது குரூஸ்கள் என்றான். அம்பது காசுகள் என்று பொருள்.

சார்லஸ் அவனை முறைத்துப் பார்த்தான். அவனுக்குக் கோபம் வந்தது. ஆனால் ஏலம் கேட்டவன் முகத்தில் எந்தச் சலனமும் இல்லை. பிரிட்டிஷ்காரர்கள் போகப் போகின்றனர். வந்த விலைக்குப் பொருட்களை விற்று விடுவார்கள் என அவர்கள் முடிவு செய்திருக்க வேண்டும்.

“இதுதான் உன் விலையா? வேறு யாரேனும் ஏலம் கேட்கின்றீர்களா?”

அவர்கள் ஒரு லையாரையே நெருங்கவில்லை.

“உங்களுக்கு இந்தக் கடிகாரத்தை விற்பதற்குப் பதில் நான் உடைத்தெறிகின்றேன்” அவன் சட்டென அருகில் இருந்த சிறிய கோடாரியை எடுத்து அந்தக் கடிகாரத்தை இரண்டு துண்டுகளாக வெட்டி வீசினான். இதை எவரும் எதிர்பார்க்கவில்லை. அவர்கள் ஏன் இப்படிச் செய்தாய் என சப்தமிட்டனர்.

“அடடா. நல்ல பொருளை வீணடித்து விட்டாயே நாசமாய் போக” என உடைந்து சிதறிய கடிகாரத்தைப் பார்த்துக் கூறினர். துருக்கியர்களின் கண்களில் உள்ள அந்த அங்கலாய்ப்பை அவன் ரசித்தான்.

“அடுத்தது டிரஞ்ச் மிலிட்டரி லூமினஸ் கடிகாரம். இதன் தற்போதைய விலை அம்பது லையார். நியாயமான விலையை ஏலம் கூறுங்கள்” என்று உயர்த்திக் காட்டினான். அந்த கைக் கடிகாரத்தில் மேலே இருந்த ஒரு உலோக மூடி அதன் கண்ணாடி சேதமாகாமல் கூடுதல் பாதுகாப்பைக் கொடுத்திருந்தது. சார்லஸின் வலது கையில் இன்னமும் கோடாரி இருந்தது.

மீண்டும் கூட்டத்தில் இருந்த மீசைக்காரன் சற்றுத் தயங்கி “இரண்டு லையார்” என்றான்.

“நாசமாய்ப் போக” எனக் கூறியபடி கடிகாரத்தை கீழே வீசி வலது கையிலிருந்த கோடாரியால் வெட்டி வீசினான்.

“அய்யோ நல்ல பொருளப்பா... அநியாயமாக நாசம் செய்து விட்டாயே. உனக்கு என்ன லாபம். நீ என்ன பித்தனா? ஏலம் என்றால் கொஞ்சம்

கொஞ்சமாகத்தான் போகும்." கூட்டம் அலறியது. அவர்கள் அதுபோன்ற ஒரு ஏலம் விடுபவனை எப்போதும் பார்த்ததில்லை. மீண்டும் அடுத்த வாட்ச்... அதையும் வெட்டி வீசினான். பெரும்பாலான பொருட்களை கடைத்தெருவில் அவன் உடைத்தெறிந்தான். சார்லஸின் நோக்கம் பொருளை விற்பனை செய்வதல்ல, அஃபியர் கடைத்தெருவில் உள்ளூர்க்காரர்களை கதறவிட்டு வேடிக்கைக் காட்டுவது என வில்லியம்ஸ் அப்போதுதான் புரிந்து கொண்டான். கடும் விலைவாசி இருந்த காலத்தில் நல்ல பொருட்களை உடைத்தெறியும் கிறுக்குத்தனத்தை அவர்கள் காணச் சகிக்காது சபித்தனர். மொத்தத்தில் அஃபியன் ஒரு புது வகையான ஏலக்காரனைக் கண்டது.

ரஸ் எல் அய்னிலிருந்து நிஸ்பினுக்கு இரயில் பாதை முடிக்கப்பட்டு இரயில் ஓடிக் கொண்டிருந்தது. ஒரு வருட காலத்தில் அவ்வளவு துரிதமாக அந்தப் பாலைவனத்தில் இருப்புப் பாதை அமைத்ததில் இந்தியப் படையினைச் சார்ந்த போர்க் கைதிககளின் கடும் உழைப்பிருந்தது. அவர்களுடன் பிரிட்டிஷ் மற்றும் ருஷ்யக் கைதிகளும் அதிக வியர்வை சிந்தியிருந்தனர். அந்த இருப்புப்பாதையின் ஓரங்களில் பணி முகாம்கள் மற்றும் தற்காலிக மருத்துவமனைகள் இருந்ததை நினைவுபடுத்தச் சில சிலுவைகளைச் சுமந்த கல்லறைப் புதைகுழிகள், மருந்துக் குப்பைகள் சாட்சிகளாய் இருந்தன.

அன்றைய தினம் நிஸ்பின் முகாமின் கமாண்டர் கேப்டன் கல்யாணை அழைத்திருந்தார். அவன் அங்கே சென்றபோது, "அவர் போர் நிறுத்த ஒப்பந்தம் நேற்றுக் கையெழுத்தானது. இனி நீங்கள் எங்கள் மதிப்புமிக்க விருந்தினர்கள்" எனக் கை குலுக்கினார். கல்யாணுக்கு அவன் கால்களுக்கு கீழே பூமி விலகிப் பறப்பது போலிருந்தது. "அம்மா அவசரப்பட்டு விட்டாய், நான்தான் சொன்னேனே" எனக் கூறிக் கொண்டான். அவன் அதைச் சொல்ல ஓடி வரும்போது தனது தங்குமிடத்தில் இருந்த சிறுவன் மிகிரைத் தூக்கி தனது தோள்களில் உட்கார வைத்துக்கொண்டு நாம் ஊர் திரும்பப் போகின்றோம் என்றான். அவனும் அதேபோல பாடினான். மருத்துவமனையிலிருந்த பெங்கால் ஆம்புலன்ஸ் பணியாளர்கள் மகிழ்ச்சியில் சத்தமிட்டனர்.

இரயில்வே கம்பெனி மருத்துவமனையை மூடி விடச் சொன்னது. அந்தப் போர் ஒப்பந்தத்தின்படி இரயில்வே பாதை பிரிட்டனின் கட்டுப்பாட்டுக்குப் போய் விடும் என்பதால் அவர்களும் வெளியேறும் நேரம் வந்திருந்தது. இரயில்களுக்கு போதிய நிலக்கரியின்றி அது விறகுக் கட்டைகளை வைத்து ஓடிக் கொண்டிருந்தது.

முகாமிலிருந்த சில ஆர்மீனியப் பெண்கள் கலங்கிய முகத்துடன் கேப்டன் கல்யாணைச் சந்தித்தனர். ஜெர்மானியர்கள் அப் பகுதியிலிருந்து போவதை எண்ணிக் கண் கலங்கினர். அவர்கள் கட்டுப்பாட்டில் முகாம் இருந்ததால் பாதிப்புகளின்றி இருந்து வந்தோம். இப்போது அவர்கள் போய் விட்டால்

மீண்டும் துருக்கிகள் எங்களைக் கொல்லுவார்கள் எனக் கண்ணீர் சிந்தினர். அவளுக்கு மிகிர் போல இரண்டு பையன்கள் இருந்தனர்.

அப் பகுதியிலிருந்து போகும் வரை அவர்களுக்கு தொடர்ந்து மருத்துவம் பார்ப்பதாக உறுதி கூறி அனுப்பி வைத்தான். அன்றைய தினத்திலிருந்து அவர்களை அழைத்துச் செல்ல வரும் கப்பலை எதிர் நோக்கிக் காத்திருந்தனர். அந்த நாட்கள் மிகவும் மெதுவாகக் கழிந்தது போல உணர்ந்தான். கேப்டன் கல்யாண் அவன் மனைவிக்கு எழுதிய கடிதத்தில் அவளுக்கு விலை மதிப்பில்லா ஒரு பரிசை வைத்துள்ளதாகவும் அதைப் பத்திரமாகக் கொண்டு வந்து சேர்ப்பதாகவும் கடிதம் எழுதினான். முகாம்களில் கூடாரங்களில் இருந்தவர்கள் நிஸ்பினில் ஓட்டல் அறைகளுக்கு மாற்றப்பட்டிருந்தனர். அவர்கள் நிஸ்பினிலிருந்து இரயிலில் அலிப்போ சென்று அங்கிருந்து திரிப்போலி போய் கப்பல் ஏற வேண்டியிருக்கும் என அவர்களுக்குச் சொல்லப்பட்டிருந்தது.

நிஸ்பினிலிருந்து அவர்கள் கிளம்ப இரண்டு வாரங்களுக்கு மேல் காத்திருக்க வேண்டியிருந்தது. அமெரிக்கத் தூதரகத்திலிருந்து உடைகள் மற்றும் பூட்ஸுகள் உள்ளிட்ட பொருட்கள் தரப்பட்டிருந்தன. மிகிரைத் தன் மடியில் வைத்துக்கொண்டு கல்யாண் அந்நகருக்கு விடை கொடுத்தான். அவர்கள் நிஸ்பினிலிருந்து கிளம்ப இரயில் புகையைக் கக்கியது. கூட்டம் கூடுதலாக இருந்தது. இஞ்சினுக்கு அடுத்த பெட்டியில் அவர்கள் இருந்தனர். இஞ்சின் அறைக்கு அடுத்து விறகுகள் அடுக்கப்பட்டு அதில்தான் இரயில் ஓடியது. காற்று வேகமாக வீசும் போது விறகுகளின் தீக்கங்குகள் பறந்தன. அதுபோல பறந்த ஒரு தீக்கங்கு கல்யாணுக்கு முன்னே உட்கார்ந்திருந்த பெங்கால் மெடிக்கல் கார்ப்ஸ் ஆர்டலியின் உருமாலையில் விழுந்து அது பற்றி எரியத் துவங்கியது. கல்யாண் சப்தமிட மற்றவர்கள் அவன் உருமாலையைத் தட்டிவிட்டு தீயை அணைத்தனர். அந்தத் தீ எரிவது கூடத் தெரியாமல் அப்பாவியாய் இருந்த ஆர்டலியைக் கிண்டலடித்து மற்றவர்கள் பேசிவந்தனர். கல்யாண் நிஸ்பினுக்கும் ரஸ் எல் அய்னுக்கும் இடைப்பட்ட பாதையை நடந்து கடந்திருக்கின்றான், நிஸ்பினுக்கு திரும்ப வரும்போது லாரியில் வந்தான், இப்போது இரயிலில் கடக்கின்றான். இவை ஒவ்வொன்றும் ஒவ்வொரு அனுபவத்தை அவனுக்குக் கொடுத்தன. ரஸ் எல் அய்னில் ஆர்மீனிய முகாம் வெறிச்சோடிக் கிடந்தது. அந்தப் பெண்களும் குழந்தைகளும் எங்கே? பாறு கழுகுகள் தெரிகின்றதா என கண்கள் வானத்தை நோக்கின. அவர்கள் காலையில் ரஸ் எல் அய்ன் வந்த பின்பு மீண்டும் மாலை வரை இரயில் நிலையத்தில் காத்திருந்தனர். அவன் பணிபுரிந்த மருத்துவமனை அங்கு இல்லை என அறிந்து கொண்டான். ஆனால் புதிய ஒரு மருத்துவமனை கட்டப்பட்டிருந்தது.

மீண்டும் அலிப்போ போக மாலையில் இரயில் ஏறினர். இம் முறை கூட்டம் கூடுதலாக இருந்தது. எல்லோரின் முகத்திலும் நம்பிக்கையிருந்தது. காலையில் அலிப்போ இரயில் நிலையத்தினை அடையும்போது பிளாட்பாரத்திலிருந்து அவர்களை வரவேற்கும் விதமாக சப்தம் எழுந்தது. கல்யாண் இரயிலிருந்து இறங்கியபோது அவன் எதிர்பாராதவிதமாகக் கட்டிப் பிடித்தான் வில்லியம்ஸ். ஏற்கனவே பிளாட்பாரத்தில் அஃபியானிலிருந்து வந்திருந்தவர்கள் காத்திருந்தனர்.

“ஏன் இளைத்துவிட்டாய் முட்டாளே” என்றான் கல்யாண் வில்லியம்ஸைப் பார்த்து. அப்போது கல்யாணுடன் மிகிர் இருப்பதை ஆச்சரியமாகப் பார்த்தான் வில்லியம்ஸ். மிகிரைத் தூக்கி தனது தோளில் வைத்துக் கொண்டு கல்யாண பையை எடுத்து அவன் பிளாட்பாரத்தில் பெஞ்சில் வந்து அமர உதவினான். வில்லியம்ஸ் எதையும் கேட்காமலேயே கல்யாண் நடந்ததைச் சொன்னான். அவன் மகளும், அன்னையும் மறைந்ததை எண்ணிக் கலங்கினான். ஆறுதல் சொன்னான். மிகிரை அவன் பராமரித்தது நல்ல செயல் என்றான். பின் அஃபியானிலிருந்து வந்திருந்த சார்லஸ் உள்ளிட்ட ஆஸ்திரேலிய வீரர்களை அவனுக்கு அறிமுகம் செய்தான். அலிப்போவிலிருந்து வந்திருந்தவர்கள் மூலம் டாக்டர் ஹிக்மத் ஓஸ்மிர் தற்போது அலிப்போவில் இல்லை என்பதை அறிந்து வேதனையடைந்தான். அலிப்போவில் அவனின் பல நினைவுகள் உறைந்த பனிக் கட்டிகளைப் போன்றிருந்தது.

மீண்டும் அலிப்போவிலிருந்து திரிப்போலி நோக்கி பயணத்தைத் துவங்கினர். இப்போது ஆஸ்திரேலியப் படைவீரன் சார்லஸ் மடியில் மிகிர் இருந்தான். அவன் எப்படி அவனுடன் கலந்தான் எனத் தெரியவில்லை. நவம்பர் 26ஆம் தேதி அவர்கள் திரிப்போலி போய்ச் சேர்ந்தனர். பல பகுதிகளிலிருந்தும் ஆட்கள் வந்து கொண்டிருந்தனர். ஒரு வாரம் அங்கே இருந்த பின்பு அங்கிருந்து டிசம்பர் 4இல் கப்பல் ஏற வேண்டும். திரிப்போலியிலிருந்து போர் செண்ட் போய் பின் சூயஸ் வழியாக இந்தியா போக வேண்டும். ஆஸ்திரேலியப் படையினர் போர்ட் செண்டில் வேறு கப்பல் மாறவேண்டும்.

துறைமுகத்தில் தெரியும் முகங்களில் ராணா தென்படுகின்றானா என வில்லியம்ஸும், இக்பாலும் பார்த்தார்கள். ஏமாற்றமே மிஞ்சியது.

துறைமுகத்திலிருந்த பிரிட்டிஷ் அதிகாரிகள் கல்யாணிடம் மிகிர் பற்றி விசாரித்தனர். அவன் நடந்ததைச் சொன்னான். எழுத்துப் பூர்வமாக எழுதித் தரச் சொன்னார்கள். அவன், மிகிர் அவனிடம் வந்ததை சுருக்கமாக எழுதிக் கொடுத்தான்.

டிசம்பர் 4ஆம் தேதி திரிப்போலி துறைமுகத்தில் பிரிட்டிஷ் கப்பல் ஏறும் போது வரிசையாகப் பெயர்களை அதிகாரிகள் குறித்துக்கொண்டு கப்பலில்

ஏற அனுமதித்தனர். கேப்டன் கல்யாண் மிகிரைத் தூக்கிக்கொண்டு கப்பலின் மேலே ஏற வரும்போது ஓர் அதிகாரி கல்யாணை மறித்தான்.

"மன்னிக்க வேண்டும் கேப்டன். உங்களுக்கு மட்டும்தான் அனுமதி. நீங்கள் அந்தச் சிறுவனுடன் கப்பலில் ஏற முடியாது."

வெகுநாட்கள் கல்யாண் மனதின் மூலையில் கிடந்த அந்த அச்சம் நிஜமாகி எழுந்து நிற்கின்றது.

"ஏன்?"

"உங்களுக்கும் சிறுவனுக்கும் சட்டப்படி எந்த உறவும் இல்லை. துருக்கியைச் சார்ந்த அநாதைச் சிறுவனை நீங்கள் இந்தியா கொண்டு வரச் சட்டம் அனுமதிக்கவில்லை என உயர் அதிகாரிகள் தெரிவிக்கச் சொல்லி விட்டனர். ஆனால் அந்தச் சிறுவனை ஆர்மீனிய அநாதைகளைப் பராமரிக்கும் இல்லத்திற்கு அனுப்பி வைக்க இரண்டு அதிகாரிகளை வரவழைத்துள்ளோம். அவனை அவர்களிடம் ஒப்படைத்து விடுங்கள்."

ஓர் ஓரத்தில் கருப்புக் கோட்டும் சன் கிளாஸ் தொப்பியும் அணிந்த நடுத்தர வயதுள்ள மிடுக்கான உடை உடுத்தியவனுடன் ஒரு பெண்ணும் நின்று கொண்டிருந்தாள். அவர்கள் கல்யாணுக்கு அருகில் வந்தார்கள். அந்தப் பெண் தனது கரங்களை மிகிரை நோக்கி நீட்டினாள். கல்யாண் அவர்களிடமிருந்து சற்று விலகினான். அவன் கண்களில் மிரட்சியிருந்தது.

"அவன் யாருடன் இருப்பது என்பதை நீங்கள் முடிவு செய்ய முடியாது. அவன் அநாதையல்ல. எனது அன்பு மகன். அவனை எவரிடமும் நான் தர மாட்டேன்."

"நீங்கள் அவனைத் தரவில்லை எனில் நாங்கள் கட்டாயம் பிடுங்கிக் கொடுக்க வேண்டியிருக்கும். கப்பல் உடனே கிளம்ப வேண்டும், நேரமில்லை."

கல்யாண் லுகஸ் 9மி.மீ ஜெர்மனி தயாரிப்பை அந்த இரவில் எரிக்கிடம் கொடுக்காமல் இருந்திருக்கலாம் என நினைத்தான். மிகிர் இந்த உரையாடலை உணர்ந்தவனாக தலையைக் குனிந்தவாறு நின்று கொண்டிருந்தான். அவன் கண்களில் கண்ணீர் தேங்கியிருந்தது. அப்போது அதிகாரி மிகிரைக் கூட்டிச்செல்ல அனாதை விடுதியிலிருந்து வந்திருந்த இருவருக்கும் சைகை செய்தான். அவர்கள் அவனை இழுக்க முயலும்போது அவன் கல்யாணைக் கட்டிப் பிடித்துக் கொண்டான். அனாதை விடுதியைச் சார்ந்தவர்களும் அதிகாரியும் அவன் கைகளை முரட்டுத்தனமாக இழுத்துப் பிரிக்கப் பார்க்கும்போது அவன் "பாபா" எனக் கத்தினான். கல்யாண் பித்து பிடித்தவன் போல அவனை வாரி அணைத்துக் கொண்டு என் மகனை விட்டு விடுங்கள் என சப்தமிட்டான். பின் தரையில் உட்கார்ந்து அவனின்

கண்களைப் பார்த்துக் கதறினான். மிகிரும் அவனை உற்று நோக்கியபடி அவன் முகத்தின் அருகே முகம் வைத்துக் கதறினான். கப்பல் ஏற வந்த படை வீரர்கள் அந்தக் காட்சியைப் பார்த்து மிரண்டு போயினர்.

"நான் இந்தியா வரவில்லை. நான் யாரோ... என்னை இங்கேயே விட்டு விட்டுப் போங்கள். நான் இங்கேயே என் மகனுடன் இருக்கின்றேன். எங்களைப் பிரிக்காதீர்கள்" என அழுதான்.

வில்லியம்ஸ் அந்த அதிகாரியைப் பார்த்து உரத்த குரலில்,

"எங்கள் கேப்டனிடம் இப்படி நடந்து கொள்ள உங்களுக்கு யார் அதிகாரம் கொடுத்தது. ஒரு குழந்தையிடம் இப்படி நடந்து கொள்ள எப்படித் துணிச்சல் வந்தது. இதை ஏற்றுக்கொள்ள முடியாது. வாழ்வையும் சாவையும் நாங்கள் சேர்ந்து நின்று பார்த்தோம். எங்கள் கேப்டனின் தூய அன்பிற்காக எனது விடுதலையை தியாகம் செய்யத் தயாராக இருக்கின்றேன். அந்த சிறுவன் வரவில்லை என்றால் நானும் வரவில்லை. என்னையும் விட்டுச் செல்லுங்கள்" என்று கூறியபடி கேப்டனின் தோளில் நேசத்தோடு கை வைத்தான். இக்பாலும் தனது பயண மூட்டையைத் தூக்கி எறிந்து அருகில் தரையில் அமர்ந்தான்.

அப்போது கப்பலின் கேப்டன் நேரமாகிவிட்ட நிலையில் ஆட்களை ஏற்றவில்லை என்பதால் கோபமுற்று, "அங்கே என்ன நடக்கின்றது" என்றான். அப்போது ஆஸ்திரேலியப் படை அதிகாரி சார்லஸ் கப்பல் கேப்டனைப் பார்த்து தனது நடு விரலை நீட்டி மற்ற விரல்களை மடக்கிக் காட்டியபடி, "நாங்களும் ஏற மாட்டோம். எங்களையும் விட்டுச் செல்லுங்கள்" என மிகிரின் கண்ணீரைத் துடைத்தான். அவனுடன் கால்பந்தாடிய குழுவும் மற்ற ஆஸ்திரேலிய அதிகாரிகளும் வந்து நின்றனர். அந்தப் பரபரப்பைப் பார்த்து நேசப் படைகள் கப்பலேறுவதைப் புகைப்படம் எடுக்க அமெரிக்க தூதரக ஊழியர்களுடன் வந்திருந்த தி டைம் பத்திரிக்கை நிருபர் தனது காமிராவினை கிளிக் செய்து பட் என்ற சப்தத்துடன் கேமிரா ஃபஸ் லைட்டை பியூஸ் போகச் செய்து அதைப் புகைப்படம் எடுத்தான். அவனைப் போல வேறு சில பிரெஞ்சு பத்திரிக்கையாளர்களும் அங்கு சூழ்ந்து கொண்டனர். பிரிட்டிஷ் கப்பலில் போர் வீரர்கள் கலகமா? எனக் கேட்டனர்.

அமெரிக்கத் தூதரக ஊழியன் அந்த அதிகாரியையும் கேப்டனையும் பார்த்து "மனிதத் தன்மையற்ற செயலில் இறங்கி நேச நாட்டுப் படைக்கு களங்கத்தை உருவாக்காதீர்கள்" என்று கப்பலின் மேலே நின்ற கப்பல் கேப்டனைப் பார்த்துக் கத்தினான். அவன் மைக். ஏற்கனவே அஃபியன் முகாமில் வில்லியம்ஸைச் சந்தித்தவன்.

அநாதை விடுதி அதிகாரியும், அவனுடன் வந்த பெண்ணும் நாங்கள் சிறுவனைக் கட்டாயப்படுத்தி அழைத்துச் செல்ல முடியாது எனப் பின்வாங்கிச் சென்று விட்டனர்.

கப்பல் கேப்டனிடம் ஓர் அதிகாரி வந்து காதில் எதுவோ சொன்னான். பின் ஒரு கடிதத்தைக் கொடுத்தான். அவன் அதைப் படித்தான். துறைமுகத்தில் பிரச்சனை என சங்கு ஊதியது. கேப்டன், "அந்தச் சிறுவனுக்கு கேப்டன் கல்யாணின் தத்து மகன் எனக் கப்பலில் ஏற பிரிட்டிஷ் அரசு அனுமதி கொடுத்து விட்டது. உடனே கப்பலில் ஏறுங்கள். பத்து நிமிடத்தில் எல்லோரும் கப்பலில் இருக்க வேண்டும்" என்றான்.

துறைமுகத்தில் கூடி நின்றவர்கள் பெரும் கைத்தட்டல் மற்றும் ஆரவாரம் செய்தனர்.

"நாம கல்கத்தா போறோம்" என மிகிரின் கண்களைத் துடைத்து விட்டான் கல்யாண்.

அவர்கள் கப்பலில் ஏறும் வரை துறமுகத்திலிருந்து கைத்தட்டல் கேட்டுக் கொண்டே இருந்தது. எல்லோரும் ஆர்ப்பரித்தவாறு கப்பலில் ஏறினர். சார்லஸ் மிகிரைத் தூக்கி தனது தோள்களில் உட்கார வைத்து அவன் கைகள் இரண்டையும் பிடித்து உயர்த்தி துறைமுகத்தைப் பார்த்தான்.

கப்பல் பெருத்த விசில் சப்தத்துடன் கடலுக்குள் நகர்ந்தது. அப்போது வில்லியம்ஸ் கல்யாணைக் கட்டிப்பிடித்தபடி துறைமுகத்தில் இருந்த அனைவரையும் பார்த்து "நன்றி" என உரக்கக் கூறி கையசைத்தான்.

மிகிர் முகத்தில் இருந்த சிரிப்பு, பெரும் போரைக் கடந்த பின்பும் மானுடத்தின் மீது நம்பிக்கை விதைகளை விதைக்கக் கூடியது. வானில் சீகல் பறவைகள் கூட்டம் சிறகுகளை அசைத்துப் பறந்தன.

❖❖❖